कथारूप

# महाभारत

## खंड १

राजहंस प्रकाशन

कथारूप

# महाभारत

कमला सुब्रह्मण्यम

अनुवाद : मंगेश पाडगांवकर

राजहंस प्रकाशन

कथारूप महाभारत : खंड १
मूळ इंग्रजी : कमला सुब्रह्मण्यम
अनुवाद : मंगेश पाडगांवकर

मूळ प्रकाशक : भारतीय विद्या भवन
के. एम. मुन्शी मार्ग, मुंबई - ४०० ००७



प्रकाशक : दिलीप माजगावकर
राजहंस प्रकाशन प्रा. लि.
१०२५, सदाशिव पेठ, पुणे - ४११ ०३०
फोन - (०२०) २४४७३४५९. फॅक्स : २४४३३७१९
E-mail : rajhansprakashan1@gmail.com
Website : www.rajhansprakashan.com

निर्मिती व्यवस्था : डॉ. सदानंद बोरसे

निर्मिती सहाय्य : श्रद्धा दामले

मुखपृष्ठ आणि कलादिग्दर्शन : रवी परांजपे

आतील चित्रे व सजावट : राहुल देशपांडे, गोपाळ नांदूरकर

मुद्रक : रोहन एंटरप्रायझेस
१६/२, 'स्वोजस', सहवास सोसायटी,
कर्वेनगर, पुणे - ४११ ०५२

अक्षरजुळणी : मानस एंटरप्रायझेस
विठ्ठलवाडी, हिंगणे, पुणे ५१.
फोन : ९७६५६३२१२४

आवृत्ती पहिली : २५ ऑक्टोबर २०१३

ISBN 978-81-7434-620-9

**किंमत : ₹ ६००/-** (दोन्ही खंड मिळून)

सर्वार्थाने असे अलौकिक प्रतिभा ही व्यासाची,
महाभारता तुलना नाही कुठल्याही ग्रंथाची;
ज्ञानरत्नभांडार झळाळे याच्या पानोपानी,
या जगण्याचा अर्थ सांगते ही इतिहासकहाणी.

मंगेश पाडगांवकर

# अथ महाभारत

*महाभारत या श्रेष्ठ महाकाव्याचे श्रीमती कमला सुब्रह्मण्यम यांनी सारांश रूपाने भाषांतर तर केले आहेच, पण त्याबरोबरच त्यांनी या महाकाव्यातील आध्यात्मिक सखोलता आणि मानवी जीवन समजून घेण्याचा प्रयत्न करणारे चिंतन यांचेही दर्शन घडवले आहे. या महाकाव्याची कथा सांगत असतानाच त्यांनी महत्त्वाचे प्रसंग आणि संवाद यांना योग्य ते स्थान दिले आहे.*

*१९५१ साली महाभारतावर लिहिलेल्या लेखात मी लिहिले होते : 'महाभारत हे केवळ महाकाव्य नाही. शूर पुरुषांची आणि स्त्रियांची, तसेच दैवी गुणवत्ता लाभलेल्या काही व्यक्तींची ही ललितरम्य कथा आहे. महाभारत ही एक स्वयंपूर्ण काव्यरचना आहे. या महाकाव्यात जीवनाच्या कायदेकानूंची संहिता आहे, सामाजिक-नैतिक संबंधांचे तत्त्वज्ञान आहे, ज्यांना भिडणे कठीण अशा मानवी समस्यांचे चिंतन आहे आणि विशेष म्हणजे महाभारताच्या गाभ्यात गीता आहे. ज्या गीतेचा सर्वश्रेष्ठ अकरावा अध्याय ही देववाणी आहे, ती गीता हा एक सर्वोदात्त आध्यात्मिक ग्रंथ आहे हे आता जगाला कळू लागले आहे. खऱ्या संस्कृतीच्या मुळाशी असलेला सुसंवाद ज्या ग्रंथात असतो, ते ग्रंथच आधुनिक जीवनाचे आजार बरे करू शकतात, असे मला वाटते.'*

*श्रीमती कमला सुब्रह्मण्यम यांची लेखनशैली प्रासादिक आणि वाचकांशी सहजसंवाद साधणारी आहे. हा ग्रंथ वाचताना अनेक ठिकाणी आपण सारांशरूपी भाषांतर वाचीत नसून स्वतंत्र निर्मिती असलेला ग्रंथच वाचतो आहोत, असे वाटते.*

*हा ग्रंथ निर्माण करण्यासाठी घेतलेल्या मन:पूर्वक परिश्रमांबद्दल मी श्रीमती कमला सुब्रह्मण्यम यांचे अभिनंदन करतो.*

**के. एम. मुन्शी**
मुंबई
२६ मे १९६५

# भूमिका

गेली अनेक वर्षे 'महाभारत' या महाकाव्याने मला भारून टाकले आहे. रामायण आणि महाभारत ही भारतातली दोन प्रसिद्ध महाकाव्ये. रामायणाहून महाभारतात पात्रे अधिक. महाभारताचे कथानकही अधिक गुंतागुंतीचे आहे.

रामायण आणि महाभारत यांच्यातल्या गोष्टींशी पंचवीस-तीस वर्षांपूर्वी मुलांची ओळख होती. या महाकाव्यांतल्या कथांवर रचलेली नाटके रंगमंचावर सादर केली जात. या कथा कीर्तनाच्या माध्यमातून सर्वसामान्य लोकांपर्यंत पोचवल्या जात. पण आता दिवस बदलले आहेत. आत्ताच्या तरुणांना या गोष्टींची काहीच माहिती नाही, असे मला दिसते आहे. ही वस्तुस्थिती पाहून मन उदास होते.

महाभारताच्या वाचनाने मला मिळणाऱ्या आनंदात प्रत्येकाला – विशेषत: तरुण पिढीला – सहभागी करून घ्यावे, असे मला नेहमी वाटत आले आहे. पण असे करण्याच्या मार्गात अनेक अडचणी आहेत. या महाकाव्याची मोठी पृष्ठसंख्या ही सर्वांत मोठी अडचण आहे. अठरा पर्वे आणि प्रत्येक पर्व तीन-चारशे पानांचे. वरवर वाचता येईल असा हा ग्रंथ नाही. दुसरी अडचण आहे ती भाषेची. हा मूळ ग्रंथ संस्कृत भाषेत लिहिलेला आहे. संस्कृत भाषेतील ग्रंथ वाचण्याची क्षमता असलेले वाचक तरुण पिढीत फार थोडे आहेत.

अशा परिस्थितीत या ग्रंथाचे भाषांतर वाचणे हा एकमेव पर्याय आहे. महाभारताची अनेक भाषांतरे मी वाचलेली आहेत, पण ती मला समाधानकारक वाटली नाहीत. कारण ही भाषांतरे शाब्दिक आहेत. सुंदर नक्षीकाम केलेले कापड आपण उलट्या बाजूने पाहिले; तर त्या नक्षीकामाचे सर्व धागे दिसतात, पण त्यातली सौंदर्याकृती पार नाहीशी होते. महाकाव्यांच्या शाब्दिक भाषांतराची अशीच गत होते. अनेकजण महाभारताची गोष्ट सारांशरूपाने सांगतात. अशा या 'भाषांतरा'त विविध पात्रांचे स्वभावचित्रण ही अत्यंत महत्त्वाची गोष्ट पार हरवून जाते.

हे संभाव्य दोष टाळून महाभारताचे सारांशरूपाने भाषांतर करावे, असे अनेक दिवस माझ्या मनात होते. वाचकाच्या कल्पनाशक्तीचा ठाव घेईल असा हा ग्रंथ व्हावा, अशी माझी इच्छा होती. अनेक वर्षांपूर्वी जे विलक्षण नाट्य सादर झाले,

ते माझ्या या निवेदनातून व्यक्त व्हावे – असे मला वाटत होते. महाभारत हे ग्रीक शोकात्म नाटकासारखे आहे, असे मला वाटते. त्यात येणाऱ्या विविध पात्रांच्या स्वभावरचनांनी मला अगदी भारून टाकले होते. महाभारतातील ही विविध पात्रे त्यांच्याशी सहानुभूतीने समरस होऊन साकार करण्याचा प्रयत्न मी केला आहे. शेक्सपिअरच्या नाटकांचा अभ्यास मी केला असल्यामुळे नाट्यसमीक्षेच्या दृष्टिकोनातून महाभारताचा अभ्यास करणे मला शक्य झाले.

या सगळ्या गोष्टींचा विचार करून महाभारताचे हे भाषांतर मी केले आहे. भाषांतर या शब्दाचा रूढ अर्थ घेतला, तर माझ्या या रचनेला भाषांतर असे म्हणता येणार नाही. याला 'मुक्त भाषांतर' असे म्हणता येईल. महाभारताची कथा जितकी नाट्यपूर्ण रीतीने सांगता येईल, तितकी मी सांगितली आहे.

महाभारतातल्या अनेक प्रसंगांतले नाट्य व्यक्त करणे हे माझे उद्दिष्ट होते. काही वेळा एखाद्या प्रसंगावर विशेष काम केले पाहिजे, असे मला वाटले. अशा वेळी मी माझी भर घालून, माझ्या शैलीने त्या प्रसंगातले नाट्य उठावदार करण्याचा प्रयत्न केला आहे. अशी दोन स्थळे सोडल्यास मूळ लेखनाशी मी इमान राखले आहे. यातले एक स्थळ म्हणजे युधिष्ठिराने मागितलेल्या गावांची नावे. इंद्रप्रस्थ, वृकप्रस्थ, जयंत आणि वारणावत ही गावांची नावे मूळ महाभारतात नाहीत. 'वेणीसंहार' या नाटकातली ही नावे मी घेतली आहेत. दुसरे स्थळ परीक्षिताला जिवंत करण्याचा प्रसंग. हाही प्रसंग मूळ महाकाव्यात नाही. पण हा प्रसंग इथे उदात्ततेची भर घालतो.

हा ग्रंथ वाचल्यानंतर काही वाचकांनी मूळ महाभारत वाचले; तर माझी इच्छा पूर्ण झाली, असे मी समजेन. महाभारत नावाच्या महासागरातील प्रवासाचा वाटाड्या अशीच माझ्या या ग्रंथाची भूमिका आहे.

**कमला सुब्रह्मण्यम**

# मनोगत

१९४८ साली मी कॉलेजात शिकत असताना, कविता तर लिहीत होतो, पण वाचनही खूप करीत होतो. त्या वेळी दोन ग्रंथकारांनी मला अक्षरशः भारून टाकले होते. महाभारतकार व्यास आणि नाटककार शेक्सपिअर. मी तेव्हा- म्हणजे वयाच्या एकोणिसाव्या वर्षी - शेक्सपिअरचे भाषांतर करण्याचा प्रयत्न केला; पण तो प्रयत्न म्हणजे, लाकडाचे फळकूट घेऊन त्याच्यावरून महासागर तरून जाण्याचा प्रयत्न होता, हे कळायला मला फार वेळ लागला नाही. पुस्तकाबरोबरच मी हा प्रयत्नही मिटून ठेवला. मी तेव्हा हार मानली, तरी माझ्या मनातली ही ठिणगी विझली नव्हती; ती स्फुरतच राहिली होती.

पुढे पन्नास वर्षांनंतर शेक्सपिअरच्या टेंपेस्ट, ज्यूलिअस सीझर आणि रोमिओ ॲण्ड ज्यूलिएट या तीन नाटकांची मुळाबरहुकूम भाषांतरे मी केली आणि त्यांना अभ्यासपूर्ण, दीर्घ प्रस्तावनाही लिहिल्या. असेच काम महाभारतावरही करावे, असे माझ्या मनात होते. पण ते माझ्या हातून घडत नव्हते.

हा हुकलेला योग माझे मित्र आणि प्रकाशक दिलीप माजगावकर यांनी पुन्हा जुळवून आणला. कमला सुब्रह्मण्यम यांनी लिहिलेले इंग्रजी महाभारत त्यांनीच माझ्यापुढे ठेवले आणि याचे भाषांतर मी करावे असे सुचवले. माझी पत्नी सौ. यशोदा हिनेही असाच आग्रह धरला. अखेर मी हे काम करायचे ठरवले.

महाभारतकार व्यास हे अद्‌भुत प्रतिभेचे लेखक आहेत. मानवी जीवनाच्या मनुष्यस्वभावातून व्यक्त होणाऱ्या गुंतागुंतीचा ठाव घेणे हा त्यांच्या प्रतिभेचा सहजधर्म आहे. या लेखनात विलक्षण विविधता आहे. एका व्यक्तीसारखी दुसरी व्यक्ती नाही. एका प्रसंगासारखा दुसरा प्रसंग नाही.

ज्यांच्या प्रेरणेमुळे मी हे काम पूर्ण करू शकलो, ते माझे मित्र दिलीप माजगावकर आणि माझी पत्नी सौ. यशोदा यांना महाभारताचे हे भाषांतर मी कृतज्ञतापूर्वक अर्पण करीत आहे.

**मंगेश पाडगांवकर**

## मोहिनी महाभारताची

**प्रिय वाचक,**

*'राजहंस प्रकाशन' हे वर्ष हीरकमहोत्सवी वर्ष म्हणून साजरे करीत आहे, हे आपण सारे जाणताच. त्यानिमित्त 'राजहंस'ने याआधी आपल्याला काही योजना सादर केल्या होत्या. पण मराठी वाचकांच्या मनात दीर्घ काळ रेंगाळत राहील, अशी एखादी संग्राह्य कृती वाचकांसाठी सादर करावी, अशी चर्चा 'राजहंस' परिवारात बरेच दिवस चाललेली होती.*

*या चर्चेचे फलित म्हणून एक आगळावेगळा प्रकल्प आकाराला आला – 'कथारूप महाभारत'.*

*खरे म्हणजे या 'कथारूप महाभारता'च्या कथेची सुरुवात झाली जवळजवळ पाव शतकापूर्वी. १९८८ सालच्या आसपास दूरदर्शनवर बी. आर. चोप्रांची 'महाभारत' ही मालिका सुरू झाली. त्या सुमारास दिलीप माजगावकरांची मंगेश पाडगांवकरांशी भेट झाली होती. त्या भेटीत गप्पांचा ओघ या गाजणाऱ्या मालिकेकडे आणि त्यातून महाभारताकडे वळला. आपल्याला महाभारताबद्दल वाटणारे आकर्षण,*

महाभारताचा मराठी अनुवाद करण्याची आपल्या मनातील कित्येक काळची इच्छा हे सारे गूज पाडगांवकरांनी त्या गप्पांमध्ये व्यक्त केले. ही कल्पना दिलीप माजगावकरांना अतिशय भावली आणि त्यांनी श्रीमती कमला सुब्रह्मण्यम यांचे इंग्रजी महाभारत पाडगांवकरांना अनुवादासाठी सुचवले.

महाभारताची संस्कृतमधील संशोधित आवृत्ती सुमारे एक लाख श्लोकांची आहे. महाभारताला त्यामुळेच 'शतसहस्री संहिता' म्हणतात. या प्रचंड विस्तारित संहितेपासून महाभारताची कितीतरी रूपे उपलब्ध आहेत. महाभारताचे हे जगड्व्याळ स्वरूप हेसुद्धा वाचकाला मूळ महाभारतापासून लांब अंतरावर राखणारे एक प्रमुख कारण आहे. त्यामुळे मूळ महाभारताशी शक्य तितके प्रामाणिक इमान राखणारी, तरीही वाचकाला भावेल असा थोडासा आवाक्यातलाच पसारा मांडणारी संहिता विचारता घ्यायची होती. श्रीमती कमला सुब्रह्मण्यम या सुप्रसिद्ध विदुषींनी अत्यंत अभ्यासपूर्ण असे इंग्रजी महाभारत लिहिले आहे. महाभारताच्या प्रमुख कथेबरोबरच त्यातील सर्व प्रमुख आख्यानांचाही त्रोटक पद्धतीने का होईना, पण आवर्जून परामर्श त्यात घेतला आहे. महाभारतात एकूण अठरा पर्वे आहेत. कमलादेवींनी अखेरची पर्वे संक्षिप्त करून आणि एकत्र करून एकूण दहा पर्वांमध्ये संपूर्ण कथा मांडली आहे. कमलादेवींची भाषाही अत्यंत सोपी, शैली प्रासादिक अन् रसाळ आणि निवेदन ओघवते आहे. त्यामुळेच ही संहिता मराठी वाचकांपुढे सादर करावी आणि त्याचा अनुवाद मंगेश पाडगांवकरांनी करावा, अशी योजना दिलीप माजगावकरांनी सुचवली. पाडगांवकरांच्या हातात असलेल्या इतर अनेक व्यापांमध्ये त्यांना महाभारतासाठी पुरेसा वेळ देता येत नव्हता; पण दिलीप माजगावकरांनी एका बाजूने चिकाटीने त्या कल्पनेचा पाठपुरावा केला आणि दुसरीकडे पाडगांवकरांना संपूर्ण स्वस्थ अवधीही दिला. यातूनच मंगेश पाडगांवकरांचा हा महाभारताचा अनुवाद पूर्ण झाला.

धर्म ही माणसाच्या व्यक्तिगत, सामाजिक व सांस्कृतिक जीवनातील एक महत्त्वाची बाब असते. ही गोष्ट लक्षात घेऊन 'राजहंस' प्रकाशनाने यापूर्वी ख्रिस्ती धर्माशी संबंधित फादर फ्रान्सिस दिब्रिटो लिखित 'सुबोध बायबल' आणि इस्लामशी संबंधित शेषराव मोरे लिखित 'चार आदर्श खलिफा' हे ग्रंथ प्रसिद्ध केले आहेत. या सर्व ग्रंथांचे वाचकांनी केलेले स्वागत लक्षात घेता अशाच प्रकारचा हिंदू धर्माशी

संबंधित एखादा ग्रंथ हीरकमहोत्सवानिमित्त मराठी वाचकवर्गासाठी सादर करावा, अशी कल्पना निघाली. या चर्चेत मंगेश पाडगांवकरांनी अनुवादलेल्या महाभारताचे नाव प्रकर्षाने पुढे आले; कारण महाभारतात केवळ हिंदू धर्माचेच नव्हे, तर अवघ्या भारतीय संस्कृतीचेच प्रतिबिंब उमटले आहे.

पाडगांवकरांची कविता कागदावर छापलेली नसते; ती वाचकाशी थेट संवाद साधते, कधी कागदावरून त्याच्या डोळ्यांवाटे, तर कधी ध्वनिमुद्रिकेतून त्याच्या कानांवाटे ती थेट वाचकाच्या काळजात विरघळते. अशा सिद्धहस्त प्रतिभावंताने महाभारताच्या या गद्य अनुवादात मूळ लेखिकेची सुबोध भाषा, प्रासादिक शैली आणि निवेदनाचा ओघ तर आवर्जून कायम राखलाच; शिवाय आपल्या प्रतिभेच्या परीसस्पर्शाने या साऱ्या अनुवादाचे एक देखणे देशीकार लेणे बनवले आहे. हे लेणे म्हणजेच राजहंस प्रकाशन आपल्यापुढे सादर करत असलेले दोन खंडांमधले 'कथारूप महाभारत'.

या देखण्या दागिन्याचे कोंदणही त्याच्या रूपाला साजेसे व्हावे, या हेतूने राजहंस प्रकाशनाने या ग्रंथाचे मुखपृष्ठ आणि आतील सजावट करण्याबद्दल सुप्रसिद्ध कलावंत रवी परांजपे यांना विनंती केली. या साऱ्या प्रकल्पाचा उद्देश आणि स्वरूप लक्षात घेऊन त्यांनी अतिशय आत्मीयतेने ही विनंती मान्य केली. रवी परांजपे आणि त्यांचे साहाय्यक बोधचित्रकार गोपाल नांदूरकर आणि राहुल देशपांडे यांनी साकारलेले या ग्रंथाचे रूपडे हेही आपल्यासाठी एक खास वैशिष्ट्य ठरेल, याची 'राजहंस'ला खात्री आहे.

'महाभारत खरोखर घडले होते का? घडले असल्यास त्याचा काळ कोणता असावा?' अशा मूलभूत प्रश्नांपासून 'महाभारतातील वा भगवद्‌गीतेतील मूळ भाग कोणता? प्रक्षिप्त भाग कोणता? महाभारतात येणाऱ्या आख्यानरूप कथानकांचे सामाजिक, सांस्कृतिक, धार्मिक, राजकीय संदर्भ कोणते असावेत?' अशांसारख्या महाभारताशी संबंधित प्रश्नांपर्यंत विद्वानांमध्ये अनेक मतमतांतरे आहेत. प्रत्येकाच्या समर्थनार्थ आणि विरोधात अनेक पुरावे आणि संदर्भ सादर केले जातात.

भारतातील प्राचीन वाङ्मयात – विशेषतः पुराणांमध्ये द्वापरयुगाचा अस्त - कलियुगाचा प्रारंभ, भारतीय युद्ध, युधिष्ठिराचा राज्याभिषेक, परीक्षिताचा जन्म अशा घटनांचे उल्लेख येतात आणि त्यावरून काही कालगणना निश्चित केलेली आढळते. पुराणातील वंशावळी आणि मगधाचा राजा महापद्मनंदाचा उल्लेख

यावरून परीक्षिताचा जन्म आणि महापद्मनंदाचे राज्यारोहण या घटनांमधील काळाचे अंतर सुमारे एक ते दीड हजार वर्षांचे असावे, असे मानले जाते. त्यानुसार परीक्षिताचा जन्म इ.स.पूर्व १५०० ते इ.स.पूर्व १९०० च्या दरम्यान झाला असावा, असा निष्कर्ष निघतो. महापद्मनंदाची कारकीर्द अलेक्झांडरला समकालीन होती.

कर्नाटकातील ऐहोळे नावाच्या गावी चालुक्य राजा दुसरा पुलकेशी याच्यावरील एक प्रशस्तिलेख मिळाला आहे. हा लेख शके ५५६ मध्ये म्हणजे इ.स. ६३४ मध्ये कोरलेला आहे. या पुराभिलेखात 'भारतीय युद्धापासून तीन हजार सातशे पस्तीस वर्षे लोटल्यानंतर'च्या वर्षी हा लेख कोरला असल्याचा उल्लेख आहे. या उल्लेखानुसार भारतीय युद्धाचा काळ इ.स.पूर्व ३१०० पर्यंत मागे जातो. वराहमिहिर आणि कल्हण यांच्या मतानुसार कलियुग सुरू झाल्यानंतर ६५३ वर्षांनी भारतीय युद्ध झाले. दोघेही कलियुगाची सुरुवात इ.स.पूर्व ३१०२ मध्ये मानतात. त्यानुसार भारतीय युद्ध इ.स.पूर्व २४४९ मध्ये झाले, असा निष्कर्ष निघतो. मात्र या कोणत्याच दाव्याला भौतिक, ऐतिहासिक साधनांच्या पक्क्या पुराव्याची बैठक नाही. चौथ्या शतकात भारतीय ज्योतिष्यांनी व गणितज्ञांनी शोधलेला हा सर्वसंमत काळ असावा, असे काही विद्वानांचे मत आहे.

काही अभ्यासकांच्या मते बुद्धकाळापूर्वीचा महाजनपदांचा काळ हा महाभारतात वर्णिलेल्या सांस्कृतिक व सामाजिक व्यवस्थेचा काळ असावा. हा काळ साधारण इ.स.पूर्व १५०० वर्षांच्या आसपासचा ठरतो.

'महाभारत प्रत्यक्षात घडले नाही; तर अनेक वेगवेगळ्या ठिकाणी अनेक निरनिराळ्या व्यक्तींच्या संदर्भात प्रत्यक्षात घडलेल्या छोट्या-मोठ्या घटनांचे संदर्भ-धागे विणत त्या आधारे रचलेली ती एक विलक्षण आणि प्रतिभासंपन्न साहित्यकृती आहे.' असेही मतप्रवाह आहेत. पात्रांच्या नावांपासून ते घटनाक्रमाच्या बांधणीपर्यंत जे एक आखीव 'योजकत्व' दिसते, तो या मताचा एक महत्त्वाचा पुरावा मानला जातो.

'सुरुवातीला 'जय' नावाने हा 'इतिहास' सांगण्याचे काम महर्षी व्यासांनी केले. त्यांच्या लेखनिकाचे काम तर प्रत्यक्ष गणपतीनेच पार पाडले. व्यास स्वतः या इतिहासातील एक महत्त्वाची व्यक्तिरेखा होते.' असे भारतातील शेकडो वर्षांची परंपरा मानते. मात्र संशोधकांच्या मते महाभारताचा प्रत्यक्ष रचनाकाळ हा इ.स.पूर्व

४०० ते इ.स. ४०० असा आठशे वर्षांचा प्रदीर्घ कालखंड आहे. व्यासांनी सुरुवातीला 'जय' नावाने लिहिलेल्या ग्रंथाची श्लोकसंख्या सुमारे सहा ते सात हजार होती. व्यासांपासून सुरुवात झालेल्या या ग्रंथाचा वैशंपायन, सौती इत्यादी अन्य लोकांमार्फत प्रसार होऊ लागला. या प्रसाराबरोबर त्या ग्रंथामध्ये वेगवेगळी भर पडत होती. जसजसा काळ उलटत होता, तसतशी या ग्रंथाची लोकप्रियता वाढत होती. त्या ग्रंथाचे सादरीकरण करण्याचे प्रकार वाढत होते. या सादरीकरणातून त्याला अधिकाधिक जोड मिळत होती, त्याचा आकारही वाढत होता. आधी 'भारत' आणि अखेर 'महाभारत' या नावाने हा ग्रंथ साकार झाला. सुमारे पाच तपांच्या अविरत प्रयत्नांनंतर आणि अनेक तज्ज्ञांच्या निरलस व्यासंगानंतर पुण्याच्या भांडारकर प्राच्यविद्या संस्थेने महाभारताची संस्कृत संशोधित आवृत्ती प्रसिद्ध केली. ती 'शतसहस्री' संहिता आहे.

भारतीय लोकमानसावर महाभारताची किती जबरदस्त मोहिनी आहे, हे वेगळे सांगण्याची गरज नाही. प्रतिभावंत साहित्यिकांना महाभारताची, त्यातील रसरशीत व्यक्तिरेखांची, त्यातील तत्त्वज्ञानाची, मानवी जीवनाशी संबंधित विविध जटिल समस्यांची कायम मोहिनी पडली आहे. 'पंचमहाकाव्ये' म्हणून ओळखल्या जाणाऱ्या संस्कृतमधील पाच महाकाव्यांपैकी चार महाकाव्ये महाभारतातील कथा वा आख्यानांवर आधारलेली आहेत. भास-कालिदासांसारख्या प्राचीन नाटककारांपासून वि. स. खांडेकर, कुसुमाग्रज, गिरीश कार्नाड, भैरप्पांसारख्या आजच्या प्रतिभावान साहित्यिकांपर्यंत अनेकांनी महाभारतातून आपल्या ललित साहित्यकृतींसाठी प्रेरणा घेतल्या आहेत. फक्त मराठीचा विचार केला; तरी एका बाजूने श्रीधर कवीचे 'पांडवप्रताप', मुक्तेश्वराचे 'महाभारत' किंवा मोरोपंतांचे 'आर्याभारत' असे पारंपरिक धागा, भक्तिप्राधान्य यांच्या पायावर लिहिलेले महाभारताशी संबंधित साहित्य आहे; तर दुसऱ्या बाजूला सखोल संशोधन, विविध भौतिक आणि वाङ्मयीन प्रमाणांचे विश्लेषण, तर्काधिष्ठित मांडणी यांच्या आधारे महाभारताबद्दलचा संपूर्ण वेगळा दृष्टिकोन मांडणारे श्रीमती इरावती कर्व्यांचे 'युगान्त' किंवा श्रीमती दुर्गा भागवतांचे 'व्यासपर्व' यांसारखे साहित्य आहे. मराठी सारस्वताचा मुकुटमणी असलेली ज्ञानेश्वरीही व्यासांची थोरवी गाते आणि महाभारताचा भाग असलेल्या भगवद्गीतेकडे वळते.

साहित्याबरोबरच संगीत-नृत्य-नाटक-चित्रपट अशा विविध प्रकारांमध्ये

महाभारताशी संबंधित आविष्कार घडवण्याची मोहिनी कलाकारांना पडलेली आहे. धर्मांच्या, भाषांच्या, देशांच्या सीमाही महाभारताने कधीच ओलांडल्या आहेत. कित्येक ठिकाणी त्याने स्थानिक परिवेश परिधान केला आहे. काही वेळा तर मूळ महाभारतापासून काहीशी फारकत घेणारे बदलही त्यात केले गेले आहेत. इंडोनेशियातील महाभारताचा नायक युधिष्ठिर नाही, अर्जुन वा भीमही नाही; त्यात नायक आहे सगळ्यात धाकटा पांडव - सहदेव!

तर असे हे भारतीय संस्कृतीचे एक वैभव असलेले आर्ष महाकाव्य. आमच्या अंबरीश मिश्र यांच्या शब्दांत सांगायचे, तर 'स्खलनशील माणूस आणि चिरंतन मूल्ये यांचा संघर्ष चितारणारे महाभारत म्हणजे भारतीय जीवनधर्माचा प्राणस्वरच.' अनेक मानवी नमुने, असंख्य अलौकिक घटना, अवघे अस्तित्व कवटाळणारे तत्त्वज्ञान या साऱ्यांचा संगम असलेले हे महाकाव्य शतकानुशतके भारतीय मनावर राज्य करते आहे. गेली सुमारे तीन हजार वर्षे ही अद्‌भुत रसयात्रा कैक प्रतिभावंतांसाठी प्रेरणा ठरली आहे, अनेक अभ्यासकांसाठी आव्हान बनली आहे, कितीतरी विचारवंतांसाठी दीपस्तंभासारखी मार्गदर्शक, तर असंख्य कलावंतांसाठी प्रेरणास्रोत झाली आहे.

महाभारत म्हणजे केवळ 'जय' नावाचा इतिहास नाही की केवळ 'गीता' सांगणारे तत्त्वज्ञान नाही. ही ना केवळ कौरव-पांडवांमधली भाऊबंदकीची कथा, ना केवळ भीषण संहाराचा संग्राम. एक युग संपून नवे सुरू होण्याचा संधिकाल म्हणजे महाभारत. जुनी मूल्ये उद्‌ध्वस्त होत, जुनी व्यवस्था लयाला जात नवी घडण्याची प्रक्रिया म्हणजे महाभारत. हे सांस्कृतिक संचित म्हणजे भारताचा पिढ्यान्‌पिढ्यांचा अनमोल वारसा आहे. हा वारसा सर्व वयांच्या आणि सर्व थरांच्या वाचकांना रिझवणाराही ठरेल आणि जतन करण्याजोगताही ठरेल, अशा कथारूपात 'राजहंस प्रकाशन' आपल्या हाती सोपवत आहे. नव्या नवलाईच्या अनेक साधनांना आणि छुप्या प्रलोभनांना भुलणाऱ्या तरुणाईसाठीसुद्धा हा ग्रंथ वेगळ्या वाटा, वेगळ्या जाणिवा आणि वेगळ्या प्रेरणा जागवणारा ठरेल.

'कथारूप महाभारत' हा प्रकल्प पूर्ण करण्यासाठी किती जणांचा हातभार लागला, त्याला गणतीच नाही. पण त्यातील काहींचा उल्लेख करायलाच हवा. या कल्पनेची सुरुवात झाली तीच मुळी दिलीप माजगावकरांच्या सूचनेने आणि नंतर आनंद हर्डीकर, विनया खडपेकर यांच्याबरोबरच्या चर्चेने. भारतीय विद्या

भवनचे श्री. होमी दस्तूर आणि त्यांचे सहकारी यांनी या प्रकल्पामध्ये अत्यंत बहुमोल मदत केली. या ग्रंथातील संस्कृत संदर्भ सौ. सुजाता औटी यांनी पाहिले. या प्रकल्पाच्या विविध पैलूंमध्ये अंबरीश मिश्र, रवींद्र देसाई, मनोहर दांडेकर, डॉ. श्रीराम गीत, प्रशांत कोठाडिया, योगेश देशपांडे यांचे मोलाचे सहकार्य मिळाले. 'कथारूप महाभारत' संपूर्ण महाराष्ट्रभर जास्तीत जास्त वाचकांपर्यंत नेण्याचे राजहंस प्रकाशनाचे उद्दिष्ट होते. पुणे, मुंबई, नागपूर, औरंगाबाद, नाशिक, सातारा, सांगली आणि कोल्हापूर येथील कार्यालयांमधील राजहंस परिवाराच्या सर्व सदस्यांनी घेतलेल्या अथक परिश्रमामुळे 'कथारूप महाभारता'ची पहिलीच आवृत्ती विक्रमी टप्पा पार करू शकली. यात महाराष्ट्रातील अनेक पुस्तकविक्रेत्यांचे सहकार्य उल्लेखनीय होते. राजहंस प्रकाशनाच्या या आगळ्या उपक्रमाला वृत्तपत्रांनी दिलेल्या प्रतिसादाचाही असंख्य वाचकांपर्यंत हा प्रकल्प यशस्वीपणे पोहोचवण्यात महत्त्वाचा वाटा होता.

पण राजहंस परिवारासाठी लाभणारे सर्वांत महत्त्वाचे पारितोषिक म्हणजे आपल्याकडून मिळणारी दाद. हीरकमहोत्सवानिमित्त आपल्यापुढे सादर करत असलेल्या या 'कथारूप महाभारता'ला आपली भरभरून दाद मिळाली, ही गोष्ट आमच्यासाठी सर्वात उत्साहदायक आहे.

'कथारूप महाभारत' या आगळ्यावेगळ्या प्रकल्पाला वाचकांचा मिळालेला हा उत्साहवर्धक प्रतिसाद पाहता अन्य धर्मपरंपरेचा मागोवा घेणारा असाच एखादा सकस उपक्रम 'राजहंस प्रकाशन' आपल्यापुढे सादर करण्याचा नक्की प्रयत्न करील.

**डॉ. सदानंद बोरसे**

## आदिपर्व

## सभापर्व



## वनपर्व

# विराटपर्व

# आदिपर्व

आतां अवधारा कथा गहन। जे सकळां कौतुकां जन्मस्थान।
कीं अभिनव उद्यान। विवेकतरूचें ॥
ना तरी सर्व सुखांची आदि। जे प्रमेयमहानिधि।
नाना नवरससुधाब्धि। परिपूर्ण हे ॥
कीं परमधाम प्रकट। सर्व विद्यांचें मूळ पीठ।
शास्त्रजातां वसिष्ठ। अशेषांचें ॥
नाना कथारूपें भारती। प्रकटली असे त्रिजगतीं।
आविष्करोनी महामती। व्यासाचिये ॥
म्हणोनि हा काव्यां रावो। ग्रंथ गुरुवतीचा ठावो।
एथूनि रसां झाला आवो। रसाळपणाचा ॥
एथ चातुर्य शहाणें झालें। प्रमेय रुचीस आलें।
आणि सौभाग्य पोखलें। सुखाचें एथ ॥
माधुर्यीं मधुरता। शृंगारीं सुरेखता।
रूढपण उचितां। दिसे भलें ॥
भानुचेनि तेजें धवळलें। जैसें त्रैलोक्य दिसे उजळलें।
तैसें व्यासमती कवळलें। मिरवे विश्व ॥
कां सुक्षेत्रीं बीज घातलें। तें आपुलियापरी विस्तारलें।
तैसें भारतीं सुरवाडलें। अर्थजात ॥
नाना पुरतिये प्रतिष्ठेलागीं । सानीव धरूनि आंगीं।
पुराणें आख्यानरूपें जगीं। भारता आलीं ॥
म्हणऊनि महाभारतीं जें नाहीं। तें नोहेचि लोकीं तिहीं।
येणें कारणे म्हणिपे पाहीं । व्यासोच्छिष्ट जगत्रय ॥

**ज्ञानेश्वरी**
पहिला अध्याय

# गंगेच्या तीरावर

राजा शिकारीचा नादी होता. शिकार करणे हे त्याचे व्यसनच होते म्हणा ना! शिकारीमागे भटकत भटकत राजा गंगेच्या तीरावर येऊन पोचला होता. तिथेच राजाला तिचे पहिले दर्शन घडले होते. दिव्य साक्षात्कार व्हावा, तसे ते दर्शन होते! ती तिथे उभी होती. तिची अंगकांती सोन्यासारखी झळाळत होती! तिचे डोळे मोठाले आणि तेजस्वी होते. तिचे लांबसडक दाट केस ती आपल्या बोटांनी विंचरत असताना तिच्या चेहऱ्यावर आले होते. पौराणिक प्रतिमा वापरून जर वर्णन करायचे झाले, तर असे म्हणता आले असते की, राहूने चंद्राला झाकून टाकावे त्याप्रमाणे तिच्या केसांनी तिचा मुखचंद्र झाकून टाकला होता! तिच्या रूपाचे सौंदर्य आपल्या डोळ्यांनी प्राशन करीत राजा जागच्या जागी खिळून उभा राहिला. आपल्या डोळ्यांना – केवळ आपल्याच डोळ्यांना मेजवानी देण्यासाठी ही स्वर्गलोकातली अप्सरा भूलोकी अवतरली आहे असेच राजाला वाटले! राजा तिच्याजवळ गेला. राजाची चाहूल लागताच तिने वळून राजाकडे पाहिले. ती लाजली आणि भुईकडे पाहू लागली. तिच्या ओठांत स्मित तरळले. पायाच्या अंगठ्याने ती जमिनीवर रेखाकृती चितारू लागली. हस्तिदंताचीच जणू घडवलेली आहेत अशा आपल्या हाताच्या बोटांनी ती आपल्या दाट काळ्याभोर केसांची वेणी गुंफायची आणि सोडायची! काही क्षणातच तिने आपली दृष्टी राजाकडे वळवली. तिला आपल्याविषयी आस्था वाटते आहे, हे राजाने ओळखले!

तिच्या मनातली लज्जा व्यक्त करणारे तिचे हात राजाने आपल्या

*गंगेच्या तीरावर राजाला तिचे पहिले दर्शन घडले होते.*
*दिव्य साक्षात्कार व्हावा, तसे ते दर्शन होते!*

हातात घेतले आणि राजा तिला म्हणाला, "किती सुंदर आहेस तू! तू माझी व्हावीस, अशी माझी इच्छा आहे. मी आहे हस्तिनापूरचा राजा शंतनू. माझं मन तुझ्यावर जडलं आहे. तुझ्याशिवाय जगणं अशक्य आहे मला!" हे ऐकून तिने स्मित केले आणि ती म्हणाली, "ज्या क्षणी मी तुमच्याकडे पाहिलं त्या क्षणी मला मनोमन कळलं की, मी तुमची होणार आहे! मी तुमची राणी होईन. पण एक अट आहे. तुम्ही कधीही, कशाही बाबतीत माझं मन मोडता कामा नये. ज्या क्षणी तुम्ही मला नाराज कराल, त्या क्षणी मी निघून जाईन. पुन्हा कधीही न येण्यासाठी!" प्रेमविव्हल झालेला राजा शंतनू म्हणाला, "तुझी अट मला मान्य आहे!" राजा तिला घेऊन हस्तिनापूरला गेला.

ती आदर्श पत्नी होती. सर्व अर्थांनी जिला सहचरी म्हणता येईल अशी. आपली मोहकता, सौंदर्य, मधुर वाणी आणि इतर अनेक गुणांनी तिने राजाला अगदी तृप्त केले. तिच्या सहवासात असताना राजा शंतनू काळाचे भान विसरून जात असे! तिचे नाव होते गंगा.

दिवसांमागून दिवस गेले, महिने गेले. गंगेने राजाला पुत्ररत्न दिले. राजाला अपार आनंद झाला. गौरवशाली परंपरा असलेल्या पौरव कुळाच्या सिंहासनाला वारस लाभला होता! राजा शंतनू अधीर होऊन राणीच्या अंतःपुरात गेला. राणी तिथे नाही, असे राजाला सांगण्यात आले. आपल्या नवजात पुत्राला दोन्ही हातांनी छातीशी धरून ती घाईघाईने गंगातीरावर गेल्याचे राजाला कळले. कशासाठी ती अशी गेली असेल हे राजाला कळेना. अस्वस्थ होऊन राजा गंगातीराकडे निघाला. जे स्मरणातून कधीही पुसले जाणार नाही असे दृश्य भेदरलेल्या डोळ्यांनी राजाने तिथे पाहिले. गंगेने – त्याच्या प्रिय गंगेने – आपल्या नवजात बालकाला नुकतेच नदीच्या पात्रात फेकून दिले होते! तिच्या चेहऱ्यावर त्या क्षणी राजाला दिसलेले भाव राजाला अनेक दिवस चिडवत राहिले. मनावरचे मोठे ओझे दूर झाल्यागत ती दिसत होती! 'तू हे का केलंस?' असे राजाला तिला विचारायचे होते. पण तो हे विचारू शकला नाही. तिला दिलेले वचन राजाला आठवले : तिचे मन कधीही आणि कशासाठीही मोडणार नाही, तिची नाराजी ओढवून घेणार नाही, ही तिची अट राजाने मान्य केली होती.

एक वर्ष उलटले आणि पुन्हा दुसरे, तिसरे... पुन्हा आणि पुन्हा! राजापासून झालेल्या सात पुत्रांना गंगेने नदीच्या पात्रात फेकून दिले

होते! राजा मुकाट्याने सारे सहन करीत होता! प्रेम आंधळे असते असे म्हणतात. पण नाही. ज्याच्यावर मन जडले आहे, त्याचे गुण प्रेमाला दिसतात आणि दोष मात्र दिसत नाहीत! गंगा राजाचे सर्वस्व होती हे खरे, पण त्याच वेळी आपल्याला वारस हवा असेही राजाला वाटत होतेच. राजाच्या मनाला शांती लाभेना. असेच आणखी एक वर्ष गेले. गंगेला आठवे मूल झाले. त्या बाळाला दोन्ही हातात धरून गंगा नदीतीरावर धावतच गेली! राजा तिच्यामागे धावत गेला. त्याने तिला अडवले. आयुष्यात प्रथमच तो रागाने तिच्याशी बोलला! राजा तिला म्हणाला, ''किती क्रूर आहे तुझं हे वागणं! यापुढे हे नाही सहन होणार मला! माझे सगळे पुत्र असे नष्ट झालेले आता मला पाहवणार नाहीत! तू हे का करतेस असं? जे अजून फुलायचं आहे, त्या फुलाचा देठ कुठलीही आई किंवा कुठलाही माणूस मुळातच मोडून टाकतो, हे कसं शक्य आहे? माझा हा एक पुत्र तू मला दे. आता मी मूक राहून हे नाही सहन करणार!''

गंगेच्या ओठांत एक विचित्र स्मित उमटले! त्या स्मितातून दुःख आणि समाधान या दोन्ही गोष्टीं व्यक्त होत होत्या. ती हळुवारपणे राजाला म्हणाली, ''महाराज, मी आपल्याला सोडून जाण्याची वेळ येऊन ठेपली आहे. तुम्ही मला दिलेलं वचन मोडलं आहे! आता ताबडतोब मला इथून निघालं पाहिजे. हे मूल जिवंत राहील. योग्य वेळ येईल, तेव्हा त्याला मी तुमच्या स्वाधीन करीन! या मुलाला देवव्रत या नावानं मी हाक मारीन. त्याचं दुसरं नाव गांगेय हे असेल.'' दुःखाच्या भाराने राजाला शब्दही फुटेना! गंगा काय बोलली हे त्याला धडपणे कळलेही नाही! त्याला कळले ते इतकेच : त्याचे सर्वस्व असलेली गंगा त्याला सोडून जाणार होती – पुन्हा कधीही परत न येण्यासाठी! केवळ त्याने त्याचा आठवा पुत्र ठार मारू नको असे गंगेला सांगितले म्हणून. विनवणी भरलेल्या डोळ्यांनी राजाने तिच्याकडे पाहिले. राजाच्या ओठांवर शब्द आले, ''तू माझ्याशी अशी का वागते आहेस? माझा जीव तुझ्यात इतका गुंतला आहे की, मी तुझ्याशिवाय जगू शकत नाही, हे तुला कळत नाही काय? माझा त्याग करून तू जाऊच शकत नाहीस! गंगा, तू माझ्यावर प्रेम केलं आहेस. त्या प्रेमापोटी मी तुझी विनवणी करतो की, मला सोडून तू जाऊ नकोस!''

गंगेचा सुंदर चेहरा वेदनेने व्यापला गेला. ती राजाला म्हणाली :

*"किती क्रूर आहे तुझं हे वागणं! यापुढे हे नाही सहन होणार मला!
माझे सगळे पुत्र असे नष्ट झालेले आता मला पाहवणार नाहीत!"*

"महाराज, मी निघून जाते आहे, कारण मला जाणं भाग आहे हे तुम्हांला कळत कसं नाही? मी आहे गंगा. माझं वास्तव्य स्वर्गलोकातलं आहे. मला मिळालेल्या शापामुळे पृथ्वीवर येऊन मर्त्य मानवाचं जीवन मला जगावं लागलं! पूर्वजन्मी तू महाभिष नावाचा राजा होतास. एकदा तू इंद्राबरोबर त्याच्या दरबारात होतास. मी तिथे आले. वासनेनं भारलेल्या डोळ्यांनी तू माझ्याकडे पाहिलंस. मलाही त्या क्षणी वाटलं की, मी तुझी व्हावं! इंद्राच्या दरबारातल्या देवांना हे आवडलं नाही. त्यांनी मला महाभिषाची पत्नी होण्यासाठी पृथ्वीवर पाठवलं. महाभिषाचा जन्म प्रतीपाचा पुत्र शंतनू म्हणून होणार होता. असं असल्यामुळेच पृथ्वीवरचं आपलं प्रेमजीवन शक्य झालं. तुम्ही आणि मी या सहजीवनात सुख भोगलं आहे. महाराज, आता काळाचा प्रवाह थोपवण्याचा प्रयत्न करू नका. ज्या गोष्टी होणार आहेत त्या व्हायच्या चुकत नाहीत! मी काय, तुम्ही काय किंवा स्वर्गलोकातले देव काय – जे होणार असं ठरलं आहे, ते बदलू शकत नाहीत."

राजा पुरता गोंधळून गेला. तो म्हणाला, "आपल्या सात पुत्रांना तू का जीवे मारलंस हे मला अजूनही कळत नाही. हासुद्धा त्या शापाचाच भाग होता काय?" गंगा म्हणाली, "होय. ही आठ मुलं म्हणजे आठ वसू होते. पृथ्वीवर मानवाचा जन्म घ्यावा लागेल, असा शाप त्यांनाही मिळाला होता. मी त्यांना वचन दिलं होतं की, पृथ्वीवर माझ्या गर्भात मी त्यांची धारणा करीन आणि त्यांचा जन्म होताच या शापित जीवनातून त्यांची सुटका करीन. त्यांच्यापैकी आठव्या वसूला पृथ्वीवर अधिक काळ राहावं लागेल, असा शाप होता. त्यामुळे तो वाचला. महाराज, शोक करू नका. मी तुम्हांला तुमचा वारस देईन आणि जी भूमिका त्याला करायची आहे त्याची तयारी मी करून घेईन. पौरवांच्या गौरवशाली सिंहासनाचा वारस ही भूमिका तो चांगल्या प्रकारे पार पाडेल."

भ्रमाचा बुरखा जेव्हा फाडला जातो आणि डोळ्यांना सत्याकडे पाहण्याची मोकळीक मिळते, तेव्हा सत्याकडे पाहण्याचे त्राण डोळ्यांकडे नसते असेच आढळून येते. राजाच्या बाबतीत असेच घडले. गंगा ही स्वर्गातली देवता, पण ती पृथ्वीवर राजाच्या पत्नीची भूमिका करायला तयार झाली. शंतनू हा मर्त्य मानव असूनही एवढा मोठा सन्मान त्याला मिळाला होता. पण हा सन्मान स्वीकारण्यासाठी लागणारा मोठेपणा

त्याच्यापाशी नव्हता. सत्याचा स्वीकार करण्याचे त्याच्या मनाने नाकारले. राजाच्या शक्तीच्या हे पलीकडचे होते! मात्र दोन गोष्टी त्याला निश्चित कळल्या होत्या : एक म्हणजे, गंगा कधीही परत न येण्यासाठी निघून जाणार होती; आणि दुसरी म्हणजे पौरवांच्या सिंहासनाचा वारस असलेल्या पुत्राची प्राप्ती त्याला झाली होती. शंतनूच्या मनात काय चालले आहे, हे गंगेने सहजपणे ओळखले. प्रेम आणि दया भरलेल्या नजरेने तिने शंतनू राजाकडे पाहिले आणि हळुवार आवाजात ती त्याला म्हणाली, "प्रिय महाराज, दु:खी होऊ नका. आपल्या पुत्राची मी उत्तम काळजी घेईन. तो थोर पुरुष म्हणून ओळखला जाईल. चांद्र वंशातल्या पौरव कुळातले जे राजे आजवर होऊन गेले त्या सर्वांपेक्षा तुमचा पुत्र श्रेष्ठ गणला जाईल."

शंतनू राजाच्या डोळ्यांपुढून गंगा अदृश्य झाली. वेदनेने भरलेले क्षण अनेक घटका मनाने पुन्हा जगत राहिला राजा शंतनू : गंगेच्या सहवासातले अखेरचे काही क्षण! निराशेचा नि:श्वास टाकून राजा घरी जायला निघाला. घरी त्याची वाट पाहत होते एकाकीपण – घेरून टाकणारे एकाकीपण!

## सोळा वर्षांनंतर

सोळा वर्षे संपली. काही माणसे अशी असतात, की त्यांची हृदये कितीही दुखावली गेली, तरी खचून जात नाहीत. अशीच अवस्था शंतनू राजाची झाली होती. त्याच्या जीवनाला रितेपण आले होते. जगणे निरर्थक झाले होते. पण याचा परिणाम त्याने आपल्या राज्यकारभारावर होऊ दिला नव्हता. तो आदर्श राजा होता. त्याच्या राज्यातली प्रजा सुखी होती. आनंद मिळवण्याचे राजाचे एकच क्षेत्र होते आणि ते म्हणजे शिकार. शिकार शोधण्यासाठी तो गंगेच्या

तीरावर जाई. ते त्याला समाधान देणारे एक ठिकाण होते.

एकदा राजा शंतनू शिकार शोधीत गंगेच्या तीरावर भटकत असताना त्याला एक विलक्षण दृश्य दिसले. नदीचा प्रवाह वहायचा थांबला होता. प्रवाह कशाने तरी अडला आहे असे वाटत होते. राजाचे कुतूहल जागे झाले. हे दृश्य स्पष्ट दिसावे म्हणून तो तीराच्या दिशेने थोडा पुढे गेला. प्रवाहाभोवती केलेली बाणांची गुंफण त्याला दिसली. ही गुंफण अशा कौशल्याने केली होती की, नदीच्या पाण्याचा एक थेंबही पुढे सरकू शकत नव्हता!

हे दृश्य पाहून थक्क झालेला राजा शंतनू जागच्या जागी खिळल्यागत उभा राहिला!

राजा भानावर आला तेव्हा त्याला कळले की, तो एकटा नाही. गंगा, त्याची प्रिय गंगा स्मित करीत त्याच्या बाजूला उभी होती. राजा भारावून गेला. अश्रूभरल्या डोळ्यांनी राजाने तिच्याकडे पाहिले. राजा तिला म्हणाला, "गंगे, अखेर तुला माझी दया आली! गेली काही वर्षं मी एकाकी होतो – अगदी एकाकी! मला तू हवी आहेस. तुझ्याशिवाय मी जगू शकत नाही! कृपा करून तू पुन्हा माझ्याकडे ये. तू मला क्षमा केली आहेस, हे मी जाणतो. तसं नसतं, तर तू परत आली नसतीस. चल, आता वेळ न घालवता आपण आपल्या नगरात जाऊ या. तू आम्हांला पुन्हा सुखी कर." गंगेला त्याची दया आली. ती राजाला म्हणाली, "महाराज, ते सगळं आता भूतकाळात जमा झालं! मी आता परत येणार नाही. सूर्यप्रकाशात वावरता यावं यासाठी मावळलेल्या सूर्याला पुन्हा परत ये असं सांगण्यासारखं हे आहे. असं सांगणं मूर्खपणाचं आहे. सूर्य परत येईल, पण दुसऱ्या दिवशी. पुन्हा मागे परतणं कुणालाच शक्य नसतं – एक क्षणसुद्धा! पण याचा मूळ विषयाशी काही संबंध नाही. मी का आले आहे, हे तुम्हांला मला सांगायचं आहे. नदीचा प्रवाह अडवला गेला आहे, हे तुम्हांला दिसतं आहे ना?" राजा म्हणाला, "होय. हे दृश्य मी पाहत असताना आश्चर्यानं थक्क होऊन खिळल्यागत उभा होतो. त्याच वेळी तू आलीस. मला सांग गंगे, तुझा प्रवाह असा कोणी अडवला आहे? तुझ्यावरच्या माझ्या प्रेमाची संपदा तुला अडवू शकली नाही!"

त्यांचे हे संभाषण चालू असताना कानठळ्या बसवणारा मोठा आवाज ऐकू आला. नदीचा अडवलेला प्रवाह मुक्त झाल्याक्षणी

निर्माण झालेला तो आवाज होता. काही अंतरावरून एक तरुण मुलगा पुढे आला. भावना उचंबळून आल्यामुळे त्याचा चेहरा उद्दीपित झाला होता. त्याने आपल्या दोन्ही हातांनी गंगेला मिठीत घेतले आणि तो म्हणाला, "माते, माते, मी प्रवाह अडवला. पुन्हा मी तसं करू शकलो." गंगेने राजाकडे पाहिले. आश्चर्याने थक्क झालेला राजा तिला म्हणाला, "तुझा मुलगा? म्हणजे नक्की, अगदी नक्की तो असणार..." गंगा राजाला म्हणाली, "होय महाराज, तुमचा अंदाज बरोबर आहे. तो तुमचा आणि माझा मुलगा आहे!" गंगा त्या तरुण मुलाकडे वळली आणि त्याला म्हणाली, "देवव्रता, हे तुझे तात आहेत. त्यांना प्रणाम कर." देवव्रताने आपल्या पित्याला साष्टांग नमस्कार घातला. राजाने त्याला उभे केले आणि आपल्या मिठीत घेतले. गंगा म्हणाली, "माझ्या परत येण्यामागचं हे कारण आहे. तुमचा पुत्र मी तुमच्यापाशी आणला आहे. तुम्ही त्याला सोबत घेऊन जा आणि सुखी व्हा! क्षत्रियाला अवगत असल्या पाहिजेत त्या सर्व विद्यांत तो पारंगत आहे. वसिष्ठ त्याचे गुरू आहेत. वेद आणि वेदांग यात तो पारंगत आहे. देवगुरू बृहस्पतींकडे त्याने राज्यशास्त्राचा अभ्यास केला आहे. क्षत्रियांचे शत्रू भार्गव यांनी माझी विनंती मानून त्याला धनुर्विद्या शिकवली आहे. माझा पुत्र आता सर्व कलांत निष्णात झाला आहे. पौरवांच्या सिंहासनाला योग्य वारस ठरावा, असं शिक्षण मी त्याला दिलं आहे. असा हा वीर मी तुमच्या स्वाधीन करीत आहे. वीरांच्या घरी तुम्ही त्याला घेऊन जा." असे सांगून गंगा अदृश्य झाली.

सोळा वर्षांपूर्वी परतला होता, तसाच राजा शंतनू घरी परतला. पण या वेळी तो एकाकी नव्हता. त्याचा पुत्र, गंगेपासून झालेला हा पुत्र त्याच्यासोबत होता. आपल्या तरुण, देखण्या पुत्राचा अभिमान राजा शंतनूच्या मनात भरून राहिला होता. आपल्याला पुत्र असावा, पौरवांच्या सिंहासनाला तो वारस व्हावा – असा ध्यास इतकी वर्षं राजानं घेतला होता. तो ध्यास आता प्रत्यक्षात उतरला होता. पिता आणि पुत्र रथारूढ होऊन हस्तिनापुराकडे निघाले होते.

# धीवरकन्या

चार वर्षे संपली. आपल्या पुत्राच्या सहवासात राजा शंतनू सुखाने दिवस क्रमीत होता. आपल्या पुत्राशिवाय राजाला दुसरे काही सुचत नव्हते. देवव्रतही आदर्श पुत्र होता. त्याचेही पित्यावर अपार प्रेम होते. आपल्या पित्याने इतकी वर्षे जे एकाकीपण सोसले त्याची भरपाई आता प्रेमाच्या, सुखाच्या दिवसांनी करावी असेच जणू देवव्रताला वाटत होते. पिता आणि पुत्र एकरूप झाले होते. राजा शंतनूने आपल्या पुत्राला युवराज केले. प्रजा अतिशय आनंदित झाली. याच वेळी नियती आपले फासे जुळवीत होती. असे निर्मळ सुख कुठे दिसले की, नियतीला ते सहन होत नाही. आनंदभरल्या पेल्यात ती कडू थेंब टाकते.

राजा शंतनू एकदा शिकारीला गेला होता. तो एकटाच होता. तो शिकार शोधीत फिरत असताना कुठूनतरी एक वेगळाच सुगंध येत असल्याचे त्याला जाणवले. असा सुगंध राजाने पूर्वी कधी अनुभवला नव्हता. त्या मधुर सुगंधाने राजाला भारून टाकले. राजा त्या सुगंधाचा मागोवा घेत निघाला. त्या सुगंधाच्या उगमापर्यंत राजाला पोचायचे होते. शोधता शोधता राजा अखेर त्या सुगंधाच्या उगमापाशी पोचला. त्या सुगंधाचा उगम एक स्त्री होती. राजा या शोधामागे फिरता फिरता यमुना नदीच्या तीरापर्यंत पोचला होता. तिथे यमुना नदीच्या तीरावर त्याला एक सुंदर स्त्री दिसली. ती आपली होडी किनाऱ्याला लावीत होती. तिच्या देहाच्या देखणेपणात कसलीही उणीव नव्हती. तिचे सौंदर्य परिपूर्ण होते. शंतनूने तिच्याकडे पाहिले. ती आपली व्हावी, असे त्याला वाटले. तो तिच्या जवळ गेला आणि तिला म्हणाला, "तू कोण आहेस? तू इथं काय करते आहेस?" आपल्या हळुवार आवाजात ती राजाला म्हणाली, "मी धीवरकन्या आहे. माझा पिता धीवरांचा राजा आहे. यमुनेच्या दोन तीरांमध्ये होडी चालवणं हे माझं काम आहे." राजा शंतनू थेट तिच्या पित्याकडे गेला आणि म्हणाला, "मी

शंतनू. चांद्र वंशाच्या सिंहासनाचा मी सम्राट आहे. हस्तिनापुरातून मी इथं आलो आहे. शिकार शोधीत इथल्या रानात मी भटकत असताना, एक विलक्षण सुगंध कुठूनतरी येतो आहे याची जाणीव मला झाली. तो सुगंध मला जणू काही आव्हान देत होता. त्या सुगंधाचा मागोवा घेत मी यमुनेच्या तीरापर्यंत येऊन पोचलो. तिथं मला एक सुंदर स्त्री दिसली. तिनं मला सांगितलं की, ती तुमची कन्या आहे. तुमची कन्या माझी पत्नी व्हावी, अशी माझी इच्छा आहे.'' धीवरांचा राजा विनयाने राजाला म्हणाला, ''महाराज, तुमचं म्हणणं खरं आहे. ज्याचा मागोवा घेत तुम्ही इथंवर आलात, तो सुगंध माझ्या कन्येचाच आहे. माझ्या कन्येचा पत्नी म्हणून स्वीकार करायला तुमच्याइतका योग्य दुसरा पुरुष या जगात नाही. माझ्यासारख्या गरीब धीवराची कन्या पौरवांच्या सम्राटाची राणी होणं यासारखा दुसरा उच्च सन्मान नाही. मी माझ्या कन्येचं लग्न तुमच्याशी करून द्यायला तयार आहे. पण महाराज, माझी एक अट आहे.''

अधीर होऊन राजा शंतनू म्हणाला, ''मला शक्य असेल, तर मी अवश्य तुमची अट मान्य करीन.'' धीवरांचा राजा म्हणाला, ''माझ्या कन्येचा मुलगा राजसिंहासनाचा वारस होईल, असं भविष्य वर्तवलं गेलं आहे. माझ्या कन्येला तुमच्यापासून होणारा पुत्र हस्तिनापूरचा राजा होईल, असं वचन जर तुम्ही देत असाल; तर मी मोठ्या आनंदानं तिचं लग्न तुमच्याशी करून देईन.'' हे ऐकून राजाला धक्का बसला. गंगेपासून त्याला झालेला मुलगा देवव्रत याला राजाने युवराजपदाचा अभिषेक केला होता. देवव्रतावर राजाचे अतिशय प्रेम होते. एक शब्दही न बोलता राजा आपल्या रथावर आरूढ झाला. वेदनेने भरलेले अंत:करण आणि जे दुष्प्राप्य आहे त्याच्या प्राप्तीचा ध्यास घेऊन राजा शंतनू आपल्या नगराकडे परतला.

# भीष्मप्रतिज्ञा

देवव्रताला आपल्या पित्याचे वागणे विचित्र वाटू लागले. हे त्याचे वागणे नेहमीसारखे नव्हते हे निश्चित. परिपूर्ण स्नेहाच्या सहवासाचे ते जुने दिवस आता उरले नव्हते. राजा शंतनू आता अगदी एक वेगळाच माणूस होता. नेहमीचे वहिवाटीचे बोलणेही त्याने टाकले होते. राजपुत्र देवव्रताने पित्याच्या या निराशेचे कारण त्याने सांगावे यासाठी खूप प्रयत्न केले; पण ते निष्फळ ठरले. राजा शंतनूला कशातच रस वाटत नव्हता. शिकार ही त्याच्या आवडीची गोष्ट, पण तिच्यावरूनही त्याचे मन उडाले होते. अखेर एक दिवस राजा देवव्रताशी बोलला. राजा त्याला म्हणाला, "कुरूंच्या थोर घराण्याचा तू एकुलता पुत्र आहेस. शंभर पुत्रांहून तू मला अधिक प्रिय आहेस. मी आता पुन्हा लग्न करावं असंही मला वाटत नाही. पण तू एकुलता पुत्र आहेस याचीच मला चिंता वाटते. एकच डोळा असण्यासारखी ही गोष्ट आहे! परमेश्वरानं तुला दीर्घायुष्य दिलं आहे. मला हे ठाऊक आहे. पण माझ्या मनावर चिंतेचे ढग दाटून आले आहेत. एकुलता एक मुलगा असणं हे मुलगा नसण्यासारखंच आहे, असं शहाणी माणसं म्हणतात. तू मोठा योद्धा आहेस. युद्धात तुला मरण आलं; तर कुरूंची महान परंपरा खुंटली, असाच त्याचा अर्थ होईल! ही चिंता माझ्या हृदयाला छळते आहे!" राजपुत्र देवव्रत क्षणभर शांत उभा राहिला आणि एक शब्दही न बोलता तिथून निघून गेला.

राजपुत्र देवव्रत तसाच राजाच्या सारथ्याकडे गेला. पित्याने शब्दांचा जो पडदा उभा केला होता, त्याच्या पलीकडचे पाहण्याची बुद्धी देवव्रताकडे होती! कसलाही आडपडदा न ठेवता त्याने राजाच्या सारथ्याला विचारले, "तू माझ्या पित्याचा विश्वासू मित्र आहेस. माझ्या पित्याचं हृदय जिंकणारी ही स्त्री कोण आहे, ते तू मला सांग. म्हणजे माझ्या पित्याला सुखी करण्यासाठी जे काही करावं लागेल, ते मी करीन." त्याने आधी बरेच आढेवेढे घेतले, पण अखेर तो बोलला. तो म्हणाला, "महाराज,

मी तुम्हांला हे सांगितलं, हे महाराजांना आवडणार नाही. ती स्त्री एका धीवराची कन्या आहे. तिनं तुमच्या पित्याचं हृदय जिंकलं आहे. महाराजांनी धीवराकडे त्याच्या मुलीला लग्नासाठी मागणी घातली आहे. ही मागणी मान्य करण्यासाठी धीवरानं एक अट घातली आहे. त्याच्या मुलीला महाराजांपासून जो मुलगा होईल, तो महाराजांनंतर पौरवांच्या सिंहासनाचा वारस व्हावा, ही ती अट आहे. ही अट ऐकताच महाराजांच्या मनात तुमचा विचार आला. त्याला होकार देणं शक्य न झाल्यानं महाराज हस्तिनापूरला परत आले.''

आपल्या पित्याला जराही सुगावा लागू न देता राजपुत्र देवव्रत थेट त्या धीवराच्या घरी जायला निघाला. राजा शंतनू जिच्या प्रेमात पडला होता, ती युवती यमुनेच्या किनाऱ्याजवळ उभी होती. तिने देवव्रताकडे पाहिले तेव्हा तिला शंतनू महाराजच समोर उभे आहेत असे वाटले. 'मला तुझ्या पित्याच्या घरी घेऊन चल,' अशी विनंती देवव्रताने तिला केली. धीवराने आपल्या घरी आलेल्या पाहुण्याचे आदरपूर्वक स्वागत केले. देवव्रत कसलीही प्रस्तावना न करता धीवराला म्हणाला, ''माझे पिताजी, हस्तिनापूरचे सम्राट हे तुझ्या कन्येच्या प्रेमात पडले आहेत. याहून अधिक तुला काय हवं आहे? एवढ्या मोठ्या सम्राटानं तुझ्या घरी येऊन तुझ्याकडे काही मागावं हा सन्मान पुरेसा नाही असं तुला वाटतं काय? माझ्या पित्याला नकार देण्याचं औद्धत्य तू दाखवलंस, असं मला कळलं आहे.'' हे ऐकून धीवर देवव्रताला म्हणाला, ''महाराज, मला योग्य ती किंमत हवी होती. सम्राटांनी माझ्या कन्येला – सत्यवतीला मागणी घालणं हा माझा फार मोठा सन्मान आहे, हे कळतं मला. पण माझ्या कन्येला जो पुत्र होईल, तो सम्राट होईल – असं तिचं भविष्य वर्तवलं गेलं आहे. मला तुमच्याविषयी पूर्ण माहिती आहे. तुम्ही हस्तिनापूरचे युवराज आहात. महाराजांची सगळी आशा तुमच्यावर आहे. आणि म्हणूनच, मी माझी अट सांगितली, तेव्हा ते एक शब्दही बोलले नाहीत. ते माझी अट मान्य करू शकले नाहीत. जे काही घडलं ते असं.''

हे ऐकून देवव्रताला झालेले क्लेश त्याच्या चेहऱ्यावर उमटले. आपल्या प्रिय पित्याला एखादी गोष्ट हवी आहे आणि ती त्याला मिळू शकत नाही, याची कल्पनाही त्याला करता येईना! तो धीवराला म्हणाला, ''माझ्या पित्यानंतर तुझा नातू राजा व्हावा, अशी तुझी इच्छा आहे. तसंच होईल. सिंहासनावरच्या माझ्या वारसहक्काचा मी त्याग

‘स्वर्ग आणि पृथ्वी यांची,
माझे गुरू भगवान भार्गवांची,
माझी माता गंगा हिची,
धर्माची शपथ घेऊन मी सांगतो की,
मी लग्न करणार नाही!’
‘भीष्म’ हा शब्द दशदिशांतून घुमला.

करीन. आता झालं ना तुझं समाधान?'' हे ऐकून तो धीवर आश्चर्यचकित झाला. त्याच्या डोळ्यांत अविश्वास दिसू लागला. 'सिंहासनावरच्या माझ्या वारसहक्काचा मी त्याग करीन,' हे ज्या सहजपणाने त्या तरुण राजपुत्राने सांगितले, त्यामुळे त्या धीवराला शब्दही फुटेना! असे काही क्षण गेले. धीवर स्मित करून म्हणाला, ''महाराज, तुम्ही खरे राजपुत्र आहात. आपल्या पित्याचं सुख हे तुमचं सर्वस्व आहे. सिंहासनाचा त्याग करून तुम्ही मनाचा मोठेपणा दाखवला आहे. पण तुमचे पुत्र तुमच्यासारखेच निःस्वार्थ असतील, यावर मी विश्वास कसा ठेवायचा? माझी कन्या सत्यवती हिच्या पुत्राच्या सिंहासनावरील हक्काला ते विरोध करणार नाहीत कशावरून?'' धीवराची ही लोभी वृत्ती पाहून देवव्रताला धक्काच बसला! तो तिरस्कारयुक्त हसला आणि धीवराला म्हणाला, ''अजूनही तुझं समाधान झालेलं नाही? मी करतो तुझं समाधान. मी लग्न करणार नाही! स्वर्ग आणि पृथ्वी यांची, माझे गुरू भगवान भार्गवांची, माझी माता गंगा हिची, धर्माची शपथ घेऊन मी सांगतो की, मी लग्न करणार नाही! आता तरी झालं तुझं समाधान?''

देवव्रतावर आकाशातून पुष्पवृष्टी झाली. 'भीष्म' हा शब्द दशदिशांतून घुमला. धीवराने त्याची कन्या सत्यवती हिला देवव्रतासमोर उभी केली आणि तो देवव्रताला म्हणाला, ''ही पहा तुझी माता.'' देवव्रताने सत्यवतीला प्रणाम केला. तिला घेऊन तो आपल्या रथात बसला आणि हस्तिनापुराकडे निघाला.

जराही वेळ न दवडता देवव्रत आपल्या पित्याकडे गेला. सोबत असलेल्या सत्यवतीला त्याने आपल्या पित्यासमोर उभी केली. तो म्हणाला, ''तात, मी हिला तुमच्यासाठी घेऊन आलो आहे. कृपा करून हिचा स्वीकार करा आणि मनावरची निराशा झटकून टाका. तात, तुम्ही सुखी व्हा!'' आकाशातून 'भीष्म! भीष्म' अशा घोषणा होतच होत्या. हे सगळे राजा शंतनूने ऐकले आणि त्याचे मन दुःखी झाले. त्याचे मन त्याला खात होते! पौरुष, सौंदर्य, उदात्तता या गुणांनी युक्त असा आपला पुत्र स्वतःवर आयुष्यभर ब्रह्मचर्य लादून घेतो – हा विचारही राजाला सहन होईना! पण जाळे एकदा विणले की ते सोडवता येत नाही. राजा शंतनूला जे हवे होते ते त्याला मिळाले होते! आपल्या पुत्राविषयी वाटणाऱ्या कृतज्ञतेमुळे, प्रेमामुळे त्याने आपल्या पुत्राला एक वर दिला : देवव्रताला जेव्हा हवे असेल; तेव्हा आणि फक्त

तेव्हाच त्याला मरण येईल – असा तो वर होता. याचा अर्थ असा होता, की देवव्रताला नको असेल, तर मरण थांबून त्याच्या इच्छेची वाट पाहत राहील! हा वर देण्यासाठी राजा शंतनूने आजवर साठवलेल्या आपल्या तपाची सर्व शक्ती खर्च केली होती! आपल्या पुत्राने केलेल्या त्यागाची भरपाई करण्याचा राजा शंतनूने आपल्या परीने हा प्रयत्न केला होता.

राजा शंतनू आणि सत्यवती यांचा विवाह साजरा झाला. तिच्या सहवासात राजाचे काही दिवस सुखाचे गेले. सत्यवतीपासून राजाला दोन पुत्र झाले. चित्रांगद आणि विचित्रवीर्य अशी त्यांची नावे ठेवली गेली. सुखाचे दिवस थांबावे असे वाटते, पण ते थांबत नाहीत; भराभर निघून जातात! शंतनू वृद्ध झाला आणि एक दिवस त्याचे निधन झाले. आता देवव्रत, जे आता भीष्म या नावाने ओळखले जात होते. त्यांनी राज्याची जबाबदारी आपल्या खांद्यांवर घ्यावी हे उघड होते. राज्याची जबाबदारी घेण्याच्या दृष्टीने राजपुत्र चित्रांगद वयाने खूपच लहान होता आणि म्हणून भीष्मांनी त्याला युवराजपदावर बसवले आणि त्याच्या वतीने ते राज्यकारभार करू लागले.

अशा रीतीने भीष्म आपले दिवस कंठीत होते. त्याच्या आयुष्यात विशेष असे काही घडत नव्हते. एक दिवस अचानक वीज कोसळावी, तशी एक आपत्ती कोसळली. चित्रांगद या नावाचा एक गंधर्व होता. एका मर्त्य मानवाला आपले नाव दिले जावे, ही गोष्ट त्याला मुळीच आवडली नाही. त्याने राजपुत्र चित्रांगदाला द्वंद्वयुद्धाचे आव्हान दिले. तो गंधर्व आणि राजपुत्र चित्रांगद यांच्यात युद्ध झाले. या युद्धात राजपुत्र चित्रांगद मारला गेला. भीष्मांना खूप दु:ख झाले. त्याने सत्यवतीचा दुसरा मुलगा विचित्रवीर्य याला सिंहासनावर बसवले आणि त्याच्या वतीने ते राज्यकारभार करू लागले. राजमुकुट धारण न करता राज्यकारभार करणाऱ्या भीष्मांच्या राज्यात सर्व प्रजा सुखी होती.

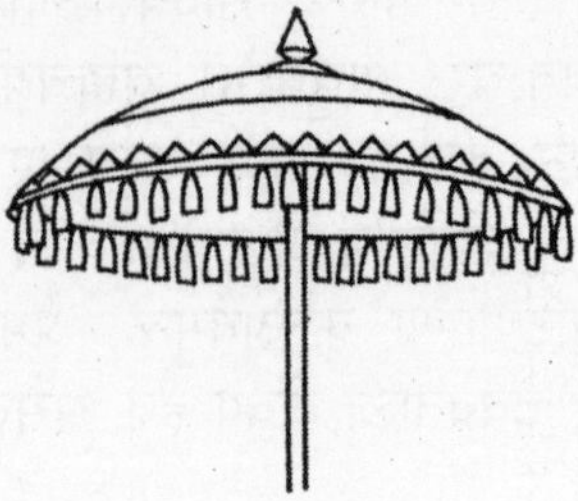

# स्वयंवर

तरुण राजपुत्र विचित्रवीर्य याच्यावरच आता सत्यवतीच्या सर्व आशा केंद्रित झाल्या होत्या. तो आता तिचा एकच मुलगा होता. भीष्म त्याला पित्यासमान होता. काही वर्षे उलटली. भीष्म आता राजपुत्र विचित्रवीर्याच्या लग्नाचा विचार करू लागले. काशीच्या राजाला तीन सुंदर कन्या होत्या. अंबा, अंबिका आणि अंबालिका अशी त्यांची नावे होती. या राजकन्या आपल्या भावाच्या पत्नी होण्यास योग्य आहेत, असा विचार भीष्मांनी केला. काशीचा राजा आपल्या कन्यांसाठी स्वयंवर योजणार असल्याचे भीष्मांना कळले. हा आपला मोठा अपमान आहे, असे भीष्मांना वाटले. काशी घराण्यातील राजकन्यांचा विवाह कुरू घराण्यातील राजपुत्रांशी करून देण्याची आजवर प्रथा होती. काशीच्या राजाने ही प्रथा मोडून आपल्या कन्यांचे स्वयंवर आयोजित केले, ही गोष्ट भीष्मांना रुचली नाही. काशीच्या राजाने ज्या नगरात स्वयंवर योजले होते, तिथे भीष्म जाऊन पोचले.

काशीच्या राजाने स्वयंवराची उत्कृष्ट तयारी केली होती. सर्व भारतातील राजे या स्वयंवरासाठी हजर झाले होते. या राजपुत्रांच्या अंगावरील अलंकारांनी तो स्वयंवरमंडप उजळून गेला होता. त्यांच्या अंगावरील पुष्पमालांचा सुगंध हवेत दाटून राहिला होता. भीष्मांनी स्वयंवरमंडपात प्रवेश केला, तेव्हा सर्वांच्या नजरा त्याच्यावर खिळल्या. उपहासाची, उपरोधाची कुजबुज सुरू झाली. काही राजे म्हणाले, "या देवव्रताकडे पहा तरी! हा पक्का ब्रह्मचारी! पण आज हा या तीन सुंदर राजकन्यांच्या स्वयंवराला हजर राहिला आहे! खरं आहे! निसर्गाच्या नियमांना कोण अडवू शकणार? ऋषींचाही तपोभंग करील, असं या राजकन्यांचं सौंदर्य आहे. मग देवव्रतासारख्या सामान्य मानवाचा काय पाड? आपल्या पित्याचं समाधान करण्यासाठी त्यानं घेतलेली शपथ तो विसरला आहे, असं दिसतं. यांतली एखादी राजकन्या आपली निवड करील, या आशेवर तो आला आहे! पोकळ आशा! पोकळ

अभिमान! आमच्यासारखे राजपुत्र या स्वयंवराला हजर असताना तारुण्याचा भर ओसरलेल्या या माणसाकडे कोण पाहाणार?''

विजेचा कडकडाट व्हावा तसा भीष्मांचा आवाज तिथे जमलेल्या राजपुत्रांच्या कानी पडला. त्या राजपुत्रांना उद्देशून भीष्म म्हणाले, ''होय, मी स्वयंवरासाठीच आलो आहे. या राजकन्यांना घेऊन मी हस्तिनापुराला जाणार आहे. त्या कुरू घराण्यातल्या राण्या होणार आहेत. माझा भाऊ कुरूसम्राट विचित्रवीर्य याच्याशी त्यांचा विवाह होईल. तुमच्याकडे हिंमत असेल, शौर्य असेल; तर तुम्ही त्यांना माझ्या ताब्यातून सोडवू शकता. तुमच्यापैकी कुणाशीही युद्ध करण्याची माझी तयारी आहे.'' भीष्मांनी त्या राजकन्यांना आपल्या रथात बसवले. हे पाहून ते सगळे राजे संतप्त झाले. काशीच्या राजाने त्यांना मदतीसाठी आवाहन केले. ते सर्व राजे भीष्मांच्या रथाकडे धावले. भीष्मांचे आणि त्यांचे युद्ध झाले. भीष्मांनी त्यांचा अगदी सहज पराभव केला.

शाल्व देशाच्या राजच्या शौर्याची ख्याती होती. तोही या स्वयंवराला उपस्थित होता. तो पुढे झाला आणि त्याने भीष्मांचे युद्धाचे आव्हान स्वीकारले. शाल्व राजाने भीष्मांच्या छातीवर जखम केली. त्यामुळे संतप्त झालेल्या भीष्मांनी आपले सर्व युद्धकौशल्य एकवटून त्यावर हल्ला केला. भीष्मांनी आधी शाल्व राजाच्या सारथ्याला ठार केले, त्यानंतर त्याच्या घोड्यांना ठार केले. भीष्मांनी शाल्व राजाच्या हातांतली शस्त्रेही बाद केली. रथविहीन, शस्त्रविहीन असा शाल्व राजा भीष्मांना शरण आला. उदार वृत्तीच्या भीष्मांनी त्याच्यावर दया केली आणि त्याला जीवदान दिले. त्यानंतर भीष्मांना आव्हान देण्याची हिंमत तिथे जमलेल्या एकाही राजात उरली नाही. विजयी वीर भीष्म हस्तिनापूरकडे जाण्यास निघाला.

भीष्म हस्तिनापुरात येऊन पोचले. त्यांनी सोबत आणलेल्या तीन सुंदर युवतींना पाहण्यासाठी रस्त्यांवर लोकांनी गर्दी केली. रथ राजवाड्याकडे आला आणि भीष्म रथातून खाली उतरले. त्याच्यामागून त्या तीनही कन्या खाली उतरल्या. भीष्म सत्यवतीकडे गेले. त्या तीन युवतींना तिच्यासमोर उभ्या करून ते तिला म्हणाले, ''माते, या तीन युवतीना पहा. मी आपल्या विचित्रवीर्यासाठी त्यांना घेऊन आलो आहे.'' त्यांना पाहून सत्यवती खूष झाली. मग विचित्रवीर्याला बोलावून घेण्यात आले. त्याने त्या तीन युवतींना पाहिले. त्यालाही त्या पसंत पडल्या.

त्याने प्रेमाने आणि कृतज्ञतेने भीष्मांकडे पाहिले आणि त्याच्या चरणांवर मस्तक ठेवून नमस्कार केला. भीष्मांनी त्याला उठवले आणि आपल्या मिठीत घेतले. भीष्मांचे डोळे प्रेमाश्रूंनी भरून आले होते. पित्याने आपल्या मुलावर प्रेम करावे, तसे त्यांनी आपल्या भावावर प्रेम केले होते.

"क्षमा करा मला, मी थोडं बोलू का?" भ्यालेल्या नाजूक आवाजात कुणीतरी विचारले. भीष्मांनी वळून पाहिले. त्या तीन कन्यांपैकी सर्वांत थोरली असलेली ती अंबा होती. एखाद्या पानासारखी थरथर कापत ती सत्यवती आणि भीष्म यांना म्हणाली, "भीष्म महाराज आमच्या राजधानीत आले आणि आम्हांला स्वयंवरात जिंकून घेऊन गेले, तेव्हा मी शाल्व राजाच्या गळ्यात माळ घालण्याच्या तयारीत होते. माझे पती म्हणून मी त्यांची निवड केली होती." हे ऐकल्यावर भीष्म तिला म्हणाले, "हे तू मला तिथंच का नाही सांगितलंस? मी काशीहून निघण्यापूर्वी तू मला हे सांगायला हवं होतंस. तू गप्प का राहिलीस?" अंबा भीष्मांना म्हणाली, "महाराज, तुम्ही इतक्या झटपट आम्हांला ताब्यात घेतलंत आणि रथ सुरू केलात की, काही बोलण्याचं धैर्य मी गोळा करण्याच्या प्रयत्नात असतानाच तुम्ही अर्धा प्रवास संपवला होता. तेव्हा बोलण्याची संधी आता घ्यावी, असं मी ठरवलं!" हे ऐकून सगळेच अस्वस्थ झाले. विचित्रवीर्य म्हणाला, "जिनं आपलं हृदय आधीच दुसऱ्या पुरुषाला दिलं आहे, अशा स्त्रीशी विवाह करणं हे योग्य आहे, असं मला वाटत नाही!" भीष्म आणि सत्यवती यांना त्याचे बोलणे योग्य वाटले. भीष्म अंबेला म्हणाले, "तू आधीच तुझ्या पतीची निवड केली आहेस. अशा परिस्थितीत तुला इथं ठेवून घेणं हे अयोग्य आहे, असं आम्हांला वाटतं. तुला सोबत पुरेसं संरक्षण मी देतो. शाल्व राजाकडे जायचं स्वातंत्र्य आता तुला आहे!"

प्रेमभरल्या हृदयाने अंबा शाल्व राजाकडे त्याच्या राज्यात गेली. ती शाल्व राजाला म्हणाली, "स्वयंवरमंडपात मी तुमच्या गळ्यात माळ घालण्याच्या तयारीत होते, इतक्यात भीष्म आम्हा तिघींना घेऊन हस्तिनापूरला गेले. तिथं मी त्यांना सांगितलं की, मी तुमची निवड पती म्हणून मनानं केली आहे. उदार हृदयाच्या भीष्मांनी मला तुमच्याकडे पाठवलं आहे. कृपा करून माझा स्वीकार करा!" मोठ्याने हसून शाल्व तिला म्हणाला, "तुझा स्वीकार करू? माझ्या शत्रूनं पाठवलेल्या

देणग्या स्वीकारायला मी भिकारी आहे असं तुला वाटतं की काय? तुझा उजवा हात आपल्या हातात धरून भीष्म तुला घेऊन गेले. त्यांनी युद्ध करून तुला जिंकलं. त्यांनी या युद्धात आमचा सगळ्यांचा पराभव केला. जो वीर युद्ध करून स्त्रीला जिंकतो तो तिचा स्वामी होतो – असं क्षत्रियांचा धर्म सांगतो आणि म्हणूनच, तुला युद्ध करून जिंकणारा भीष्म हे तुझे स्वामी आहेत. ते तुझे पती आहेत. तुझ्याशी विवाह करायची तू त्यांना विनंती कर. मी तुझा स्वीकार करू शकत नाही.''

वेदनेने भरलेल्या हृदयाने अंबा हस्तिनापुराला परत आली आणि भीष्मांसमोर उभी राहिली. तिच्या मुखावरून अश्रू ओघळत होते. तिची ही अवस्था पाहून भीष्मांना धक्काच बसला! भीष्म तिला म्हणाले, ''कसलं दुःख तुला असं रडायला भाग पाडतं आहे? तुला इथं आलेली पाहून मला आश्चर्य वाटतं आहे. मी तुला शाल्व राजाकडे पाठवली होती. तू माघारी कशासाठी आलीस?'' अंबा म्हणाली, ''माझा प्रवास निष्फळ ठरला. माझं धर्मशास्त्राचं ज्ञान आता वाढलं आहे. शाल्व भगिनी म्हणून माझ्याकडे पाहातो. तो असं म्हणतो की, जो युद्ध करून स्त्रीला जिंकतो, तोच तिचा पती. तुम्ही माझ्या उजव्या हाताला धरून मला रथात बसवलंत. त्यानंतर तुमच्यावर चाल करून आलेल्या राजांचा युद्धात तुम्ही पराभव केलात. तुम्हीच आता माझ्याशी लग्न केलं पाहिजे. माझं आता कोणीही नाही! तुम्हीच मला आधार द्या. माझ्या स्त्रीत्वाचा नाश होऊ नये. कृपा करून माझ्याशी विवाह करा.''

आपल्यासमोर रडत उभ्या असलेल्या अंबेची भीष्मांना दया आली. दुःखाने गळा दाटून आल्यामुळे काही क्षण त्याच्या तोंडून शब्द फुटेना. या मुलीच्या आयुष्याचा नाश आपल्यामुळे झाला, असा विचार मनात येऊन ते खिन्न झाले. ते तिला हळुवारपणे म्हणाले, ''जे काही घडलं आहे, त्यामुळे मला फार दुःख होतं आहे. मी तुझ्याशी लग्न करू शकत नाही. मी आजन्म ब्रह्मचारी राहण्याची शपथ घेतली आहे. तेव्हा माझ्याशी लग्न करण्याचा विचार तू मनातून काढून टाक. ते अशक्य आहे. आपल्या पतीची निवड तू आधीच केली आहेस, हे मी काशीला असताना तू सांगितलं असतंस, तर या गोष्टी घडल्याच नसत्या! पण प्राक्तनावर कोणाचंच नियंत्रण असत नाही. तू माझी वधू होऊच शकत नाहीस. तू शाल्व राजाकडे जाऊन त्यानं तुझ्याशी विवाह करावा, अशी पुन्हा एकदा त्याला विनंती करू शकतेस. या अडचणीच्या

प्रसंगात मी तुला मदत करू शकत नाही! परिस्थिती वेगळी असती, तर मी तुला मदत केली असती. पण आता मी माझ्या कठोर शपथेनं बांधला गेलो असल्यामुळे तुला हवी असलेली मदत मी करू शकत नाही.'' असे बोलून भीष्म तिथून निघून गेले.

दुर्दैवी अंबा! तिच्या आयुष्यातली सहा वर्षे अशीच गेली! आपल्या दुःखाला कारणीभूत ठरलेल्या भीष्मांचा द्वेष तिच्या मनात भरून राहिला होता. ती वनात गेली. तिथे तिला अनेक संन्यासी भेटले. तिने त्यांना आपल्या आयुष्याची हकीकत सांगितली आणि त्यांच्या सोबत राहून तप करण्याची आपली इच्छा व्यक्त केली. साशंक मनाने त्यांनी तिचे बोलणे ऐकले. एका तरुण अविवाहित युवतीने त्यांच्या सोबत राहाणे त्यांना नको होते. काय करावे हे त्यांना कळेना. त्या अडचणीच्या प्रसंगी होत्रवाहन हे अंबेचे आजोबा त्यांच्या मदतीला आले. अंबेला दुःखात लोटणारी तिची हकीकत त्यांनी ऐकली. त्यांनी अंबेचे मन शांत करण्यासाठी तिची समजूत घातली. ते तिला म्हणाले, ''गुरू भार्गव हे माझे मित्र आहेत. भार्गव हे भीष्माचे गुरू आहेत. ते भीष्माला आज्ञा करतील आणि तुझ्याशी लग्न करायला लावतील. आपल्या गुरूची आज्ञा भीष्म मोडू शकणार नाही.''

काही दिवसांनी भगवान भार्गव त्या वनात आले. होत्रवाहनांनी त्यांना अंबेची करुण कथा सांगितली. ती ऐकून त्यांना अंबेविषयी सहानुभूती वाटली. ते म्हणाले, ''भीष्मानं अंबेशी लग्न करावं यासाठी मी त्याच्याकडे निश्चित शब्द टाकीन. तो माझी आज्ञा मोडणार नाही.'' आपला आवडता शिष्य भीष्म याला त्यांनी बोलावणे पाठवले. भीष्म विनाविलंब त्यांच्यासमोर हजर झाले. आपल्या गुरुजींना साष्टांग नमस्कार घालून ते म्हणाले, ''गुरुजी, तुम्ही मला कशासाठी बोलावणं पाठवलंत?'' गुरू भार्गवांनी आपल्या शिष्याला आलिंगन दिले आणि ते म्हणाले, ''माझ्या वत्सा, दुःखात असलेल्या एका व्यक्तीला तू मदत करावीस, अशी माझी इच्छा आहे! ही सुंदर युवती दिसते आहे ना तुला?'' भीष्मांनी वळून पाहिले. त्याला अंबा दिसली. भीष्म म्हणाले, ''गुरुजी, मी हिला ओळखतो. प्राक्तनानं तिला धोका दिला आहे! तिला शाल्व राजाशी लग्न करायचं होतं, पण ते शक्य झालं नाही! त्यानं हिला नकार दिला. मी तिचा स्वीकार माझी वधू म्हणून करू शकलो नाही; कारण मी आजन्म ब्रह्मचर्याची शपथ घेतली आहे.

त्यामुळे तिला हस्तिनापूर सोडून जावं लागलं. मला कळत नाही, मी तुमचा शिष्य आहे या गोष्टीशी तिला काय करायचं आहे?'' गुरू भार्गव म्हणाले, ''तुला तिच्याशी लग्न करायला लावीन, असं मी तिला वचन दिलं आहे. माझ्या वचनाची पूर्तता व्हावी, यासाठी तू मला मदत केली पाहिजेस. तू तिच्याशी लग्न केलंच पाहिजेस.'' दुखावल्या नजरेने भीष्मांनी आपल्या गुरूकडे पाहिले आणि ते म्हणाले, ''गुरुजी, मी आजन्म ब्रह्मचारी राहण्याची शपथ घेतली आहे, हे तुम्हांला ठाऊक आहे. त्यामुळे लग्न कर अशी तुम्ही जरी आज्ञा केलीत तरीही मी लग्न करणार नाही.'' गुरूची आज्ञा पाळणे हे तुझे कर्तव्य आहे, हे भीष्मांना पटवण्याचा भार्गवांनी प्रयत्न केला. पण त्याचा उपयोग झाला नाही. भीष्म आपल्या निर्णयावर अढळ होते. तेव्हा संतप्त होऊन गुरू भार्गव त्याला म्हणाले, ''मी तुला शाप देईन, नाही तर तू माझ्याशी द्वंद्वयुद्ध खेळ.'' भीष्मांना काय करावे ते समजेना. त्यांचे आपल्या गुरूवर प्रेम होते. त्यांनी आपल्याला शाप द्यावा हे त्यांना नको होते. भीष्मांना निवड करणे भाग होते. त्यांनी द्वंद्वयुद्धाची निवड केली. ते म्हणाले, ''गुरुजी, माझं तुमच्यावर किती प्रेम आहे हे तुम्हांला ठाऊक आहे. तुमच्याकडून शाप घेण्यापेक्षा द्वंद्वयुद्धाचा पर्यायच मी पसंत करीन.''

त्या दोघांत मोठे युद्ध झाले. अनेक दिवस आणि रात्री हे युद्ध सुरू होते. कोणाचाही पराक्रम कमी पडत नव्हता. अखेर भीष्मांनी सर्व पृथ्वीचा नाश करण्याची क्षमता असणारे अस्त्र सोडण्याचा विचार केला. तेव्हा सर्व देवांच्या वतीने नारद आणि रुद्र यांनी मध्यस्थी केली. ते भीष्मांना म्हणाले, ''भीष्मा, हे युद्ध तू थांबव. पृथ्वीचा नाश करणं हे तुझं काम नव्हे.'' गुरू भार्गवांनी जर प्रथम युद्ध थांबवले असते, तर तो त्यांच्या गुरुपदाचा अपमान झाला असता. तेव्हा भीष्मांनी युद्ध थांबवण्याचे कबूल केले. युद्ध थांबले. भार्गवांनी आपला शिष्य भीष्म याला आलिंगन दिले आणि ते म्हणाले, ''तू सर्वश्रेष्ठ योद्धा आहेस. मी तुझा पराभव करू शकलो नाही.'' त्यानंतर गुरू भार्गव अंबेला म्हणाले, ''मी प्रयत्नांची शिकस्त केली, हे तू पाहिलंस. पण भीष्माला त्याच्या निश्चयापासून मी ढळवू शकलो नाही. सत्याच्या मार्गावरून भीष्म ढळणार नाही. तू आता परत जा. तुझी इच्छा पूर्ण होणार नाही!''

# अंबेचा सूड

अंबा त्या वनातले वास्तव्य सोडून दुसरीकडे गेली. तिने उग्र तपश्चर्या केली. अन्नपाण्याचाही त्याग करून तिचे तपाचरण सुरू होते. भगवान शंकराचा पुत्र षण्मुख तिची तपश्चर्या पाहून तिच्यावर प्रसन्न झाला. तो तिच्यासमोर प्रकट झाला. कधीही कोमेजणार नाहीत अशा कमलपुष्पांची माला त्याने तिला दिली आणि म्हणाला, "ही माला घे. ही माला तू ज्याच्या गळ्यात घालशील, तो भीष्माचा वध करील." अंबा स्वतःवर आणि षण्मुखाने दिलेल्या या देणगीवर खूष झाली. आपल्या सूडाचे उद्दिष्ट पूर्ण करण्यासाठी ती निघाली.

त्या काळी भारतात जे जे सामर्थ्यशाली राजे होते त्यांना अंबा भेटली आणि त्यांनी आपले उद्दिष्ट साध्य करण्यासाठी आपल्याला मदत करावी अशी तिने विनंती केली. षण्मुखाने दिलेली कमलपुष्पांची माला हे या कार्यातल्या यशाचे आश्वासनच आहे, असे सांगितल्यावरही ते राजे होकार देईनात. भीष्म इतके सामर्थ्यवान होते की, एकाही क्षत्रियाची त्यांना विरोध करून त्यांचे शत्रुत्व ओढवून घेण्याची हिंमत झाली नाही. पांचाळांचा राजा द्रुपद याच्या दरबारात अंबा गेली. आपले उद्दिष्ट तिने त्याला सांगितले आणि मदत करण्याची विनंती केली. राजा द्रुपदाने तिचे म्हणणे ऐकून घेतले आणि तो तिला म्हणाला, "तुझी अडचण ऐकून मला वाईट वाटलं. भीष्मांऐवजी दुसरा कोणी असता, तर मी तुझी बाजू घेऊन युद्धाला उभा राहिलो असतो. पण हा भीष्म अगदी वेगळा माणूस आहे. तो सद्‌गुणी आहे. त्याला युद्धाचं आव्हान द्यावं, असं कोणतंही कारण मला दिसत नाही. तो सामर्थ्यशाली तर आहेच, पण सज्जनही आहे. तुला नकार द्यावा लागतो आहे, याचं मला वाईट वाटतं; पण माझा इलाज नाही!"

अंबा हताश झाली. राजा द्रुपदाच्या दरबारातील एका खांबाला तिने ती कमलपुष्पमाला वेटाळली. हे पाहून राजा भ्याला. प्रत्येकाला भीष्मांचे भय वाटू लागले. संतप्त अंबा द्रुपदाच्या दरबारातून बाहेर पडली. ती

कमलपुष्पांची माला तशीच खांबावर होती. तिला स्पर्श करण्याची कोणाचीही हिंमत झाली नाही. तिच्याभोवती पहारा बसवला गेला.

अंबा पुन्हा एकदा वनात गेली. तिने उग्र तपाला आरंभ केला. तिच्या हृदयात भीष्मांच्या द्वेषाखेरीज अन्य कुठलीही भावना नव्हती. भीष्मांना ठार केलेला पाहण्याचा ध्यास घेऊन ती जगत होती. बराच काळ तिने तप केले. अखेर भगवान शंकर प्रसन्न होऊन तिच्यासमोर प्रकट झाले आणि तिला म्हणाले, ‘‘दु:ख करू नकोस. पुढल्या जन्मी तू स्वत:च भीष्मांना ठार करशील.’’ अंबा उतावीळ होऊन म्हणाली, ‘‘पुढल्या जन्मी माझ्या द्वेषाचं मला स्मरण होणार नाही. मी त्यांना ठार मारीन; पण सूडाच्या आनंदाचा उपभोग मला घेता येणार नाही. या जन्मीच मला त्याला ठार करता आलं पाहिजे.’’ भगवान शंकरांनी स्मित केले आणि ते म्हणाले, ‘‘काळजी करू नकोस. या जन्मीच्या प्रत्येक गोष्टीचं स्मरण तुला पुढल्या जन्मी राहील. पांचाळांचा राजा द्रुपद याच्या पोटी तुझा जन्म होईल. आधी तू स्त्री असशील आणि त्यानंतर तू पुरुष होशील. तुला सूड घेता येईल, याची मी तुला खात्री देतो. तुझा शत्रू भीष्म याचा तू निश्चित वध करशील.’’

अंबेने मोठी आग पेटवली आणि त्यात उडी घेतली. त्यानंतर पुढल्या जन्मी ती द्रुपदाची मुलगी झाली. एकदा दरबाराच्या दिवाणखान्यात खेळत असताना खांबाला वेटाळलेली कमलपुष्पांची माला तिच्या

दृष्टीस पडली. तिनं ती माला घेतली आणि स्वतःच्या गळ्यात घातली. द्रुपदाला हे कळले, तेव्हा तो धावतच तिथे आला. हा प्रकार पाहून त्याची पाचावर धारण बसली. तेव्हा अंबा हसून त्याला म्हणाली, "तात, भिऊ नका! ही माला गळ्यात परिधान करावी, या एकाच उद्दिष्टाची पूर्ती करण्यासाठी तुमची मुलगी म्हणून मी जन्म घेतला आहे. तुम्ही शांत रहा आणि सगळ्या गोष्टी माझ्यावर सोपवा."

या जन्मी ती शिखंडी या नावाने ओळखली जाऊ लागली. तिला द्रोणाचार्यांनी शिक्षण दिले. इतर सर्व शिष्यांप्रमाणे ती पुरुष आहे असेच द्रोणाचार्यांना वाटत होते. अशीच काही वर्षे गेली. अंबेचे रूपांतर पुरुषात झाले. ती द्रुपदाच्या घरात वाढली. भीष्माचा द्वेष तिच्या हृदयात धगधगत होता.

## सत्यवती आणि भीष्म

अंबिका आणि अंबालिका या दोन राजकन्यांबरोबर विचित्रवीर्याचे लग्न झाले. असा देखणा आणि सुस्वभावी पती आपल्याला लाभला हे आपले मोठे भाग्य असेच त्या दोघींना वाटले. सुखी जीवन त्या जगू लागल्या. पण फार काळ नव्हे. राज्याचा कारभार भीष्म चालवीत असल्यामुळे विचित्रवीर्य आपला सर्व काळ आपल्या सुंदर पत्नींच्या सहवासात घालवू लागला. इतक्यात दुर्दैव आडवे आले. विचित्रवीर्याला क्षयाची बाधा झाली. प्रजेची त्याच्यावरची भक्ती किंवा राज्यातल्या निष्णात वैद्यांचे उपचार त्याला अकाली मरणापासून वाचवू शकले नाहीत.

अचानक असे भयंकर संकट कोसळल्यामुळे सत्यवती सुन्न झाली. पण त्यापेक्षाही कुरू घराण्याला वारस नाही या गोष्टीचे अधिक दुःख तिला वाटत होते. विझलेली ज्योत पुन्हा कशी पेटवावी याचा ती तासन्‌तास विचार करू लागली. तिने भीष्मांना भेटायला बोलावले. ती

भीष्मांना म्हणाली, "वत्सा, माझ्याकडे पहा. आता मला सुखाची आशा नाही. माझ्या प्रिय पतीचं निधन झालं. ते दु:ख मी सहन केलं. कारण ते वृद्ध झाले होते आणि वार्धक्यात केव्हा ना केव्हा मरण हे येणारच! चित्रांगद युद्धात मारला गेला. या दु:खातून मी बाहेर येते न येते तोच विचित्रवीर्याचं निधन झालं. कुरू घराण्याची ही एकच आशा होती आणि ती ऐन तारुण्यात खुडली गेली. निराशेनं माझं मन ग्रासून टाकलं आहे. कुरू घराणं चालत राहिलं पाहिजे. ते चालत ठेवण्याची जबाबदारी आता तुझ्यावर आहे."

हे ऐकून भीष्म चकित झाले. ते सत्यवतीला म्हणाले, "मी हे कसं करू शकेन? मी तर आजन्म ब्रह्मचर्याची शपथ घेऊन बसलो आहे." सत्यवती म्हणाली, "वत्सा, विचित्रवीर्य निपुत्रिक मरण पावला. तू त्याच्यासाठी घेऊन आलास त्या त्याच्या दोन बायका अजून तरुण आहेत, त्यांच्या हृदयातल्या आशा अपूर्ण राहिल्या आहेत. अशा परिस्थितीत मला जो धर्म वाटतो तो हा : कुरू घराणं चालत राहावं यासाठी तू या दोघींना मातृत्व प्राप्त करून दे. तुझ्या अनेक पूर्वजांनी ही प्रथा पाळलेली आहे. हा एकच मार्ग आहे. तुझ्या भावाच्या बायका आता तुझ्या स्वत:च्या आहेत असं तू मान. मग तुझ्यापासून त्यांना झालेले पुत्र कुरू घराण्याचे वारस होतील."

जराही अस्वस्थ न होता भीष्म सत्यवतीला शांतपणे म्हणाले, "शोकाच्या आवेगामुळे आणि घरात घडलेल्या मृत्यूंमुळे तू हा सल्ला देते आहेस. तू सांगते आहेस तशी प्रथा होती ही गोष्ट अगदी खरी आहे. पण माते, मला ही प्रथा पाळ असं तुझं सांगणं चुकीचं आणि अयोग्य आहे. तुला हे ठाऊक आहे की, सिंहासन आणि वैवाहिक जीवन या दोन्ही गोष्टींचा मी त्याग केला आहे. ही गोष्ट मी तुझ्यासाठी केली हे तू विसरली नसशील असं मला वाटतं. मी घेतलेली कठोर शपथ तुला आठवत नाही काय? स्त्रीला माझ्या आयुष्यात स्थान नाही अशी ती शपथ आहे. असं असूनही तू मला सांगते आहेस की, माझ्या मृत भावाच्या पत्नींचा स्वीकार माझ्या पत्नी म्हणून करावा! आपल्या सर्वांच्या लाडक्या विचित्रवीर्याच्या मृत्यूमुळे अस्वस्थ होऊन तू मला असं करायला सांगते आहेस. एरवी तू असा सल्ला मला दिला नसतास. मला क्षमा कर माते, कृपा करून अशी गोष्ट करायला मला सांगू नकोस."

सत्यवती भीष्मांना म्हणाली, "तू घेतलेली शपथ आणि त्यावेळची परिस्थिती या दोन्ही गोष्टींची मला आठवण आहे. माझ्यासाठी आणि तुझ्या पित्यासाठी तू ही शपथ घेतलीस हे मला ठाऊक आहे. पण आता परिस्थिती बदलली आहे. माझा पुत्र राजा व्हावा म्हणून तू ही शपथ घेतली होतीस. पण माझ्या पुत्रांचं निधन झालं आहे. घराण्याचा नाश होणार असं भय निर्माण झालं आहे. तेव्हा आपद्धर्म म्हणून, शेवटचा उपाय म्हणून, अखेरचा आधार म्हणून मला एकच मार्ग दिसतो तो मी तुला सांगते. कुरू घराण्याचा नाश तू होऊ देता कामा नयेस. मी तुझी माता आहे. माझी आज्ञा पाळणं हे तुझं कर्तव्य आहे. हा पुत्रधर्म तू घेतलेल्या सर्व शपथांहून मोठा आहे."

भीष्मांनी अजूनपर्यंत त्यांचा राग आवरला होता. पण आता त्यांचा ताबा सुटला. कदाचित असे झाले असेल की, दवबिंदूत निसर्गदृश्य प्रतिबिंबित व्हावे त्याप्रमाणे त्याच्या अंतर्चक्षुत गतस्मृती प्रतिबिंबित झाल्या असतील! त्याचा क्रोध प्रकट झाला. संतापाने थरथरणाऱ्या आवाजात ते म्हणाले, "माते, माझ्या मनाची शक्ती तुला ठाऊक नाही. माझ्या धर्माचा अढळपणा तू जाणत नाहीस. तू मला मुळीच ओळखत नाहीस. तू जे करण्याची आज्ञा मला करत आहेस ते माझ्याकडून कदापि घडणार नाही. पृथ्वी आपल्या सुगंधाला, पाणी आपल्या माधुर्याला, सूर्य आपल्या तेजाला, चंद्र आपल्या शीतलतेला, धर्म आपल्या धर्माला मुकतील, पण मी सत्याच्या मार्गावरून जराही ढळणार नाही! ज्यांची आश्वासनं दिली जातात त्या सर्व स्वर्गसुखांहून सत्य हे अधिक महत्त्वाचं आहे, असं मला वाटतं. एक वेळ या जगाचा नाश होईल, पण माझ्या मनाची शक्ती जराही ढळणार नाही. कुणीही, अगदी कुणीही मला विचलित करू शकणार नाही. माते, माझ्यावरची तुझी सत्ताही नाही मला ढळवू शकणार! माझ्या शपथेवर अढळ राहण्यासाठी एकदा माझ्या गुरूची अवज्ञा करण्याचीही हिंमत मी दाखवलेली आहे. तुझ्या शब्दांनी मी विचलित होणार नाही. तसा प्रयत्न करणं मूर्खपणाचं आहे. तू तसा प्रयत्न करू नकोस."

# व्यासांचे आगमन

आपले म्हणणे भीष्मांना पटवून देण्याचा सत्यवतीने पुन:पुन्हा प्रयत्न केला. पण तरीही, आदळणाऱ्या लाटा अंगावर झेलून घेत खडक निश्चल राहतो तसे भीष्म निश्चल राहिले. सत्यवती अतिशय दु:खी झाली.

सत्यवतीला दु:खी झालेली पाहून भीष्मांना वाईट वाटले. तिची दया येऊन ते तिला म्हणाले, "माते, कुळाला वारस असणं ही गोष्ट तुला इतकी महत्त्वाची वाटते, तर मी तुला एक मार्ग सुचवतो. असं म्हणतात की, एखाद्या थोर कुळाची परंपरा खंडित होणार अशी भीती वाटत असेल, तर उच्च कुलीन अशा ब्राह्मणापासून पुत्रप्राप्ती करून घ्यावी. माझे गुरू भार्गव यांनी सर्व क्षत्रियांचा नाश केला तेव्हा अनेक राजघराण्यांनी हाच मार्ग पत्करला. असा योग्य ब्राह्मण जर तुला आढळला, तर राजसिंहासनाला वारस प्राप्त करून देण्याची विनंती आपण त्याला करू शकतो. असं पूर्वी घडलेलं आहे. या प्रथेला पूर्वी थोर ऋषींचीही मान्यता होती." गरीब बिचारी सत्यवती! तिला परिस्थितीशी तडजोड करणे भाग होते. तिला भीष्मांचा राग आला होता. कारण त्यांनी आपल्या घराण्याला वारस प्राप्त करून द्यायला नकार दिला होता. अस्वस्थ मनाला तिने आवर घातला आणि फार पूर्वी तिच्या आयुष्यात घडलेली एक गोष्ट भीष्मांना सांगितली. शंतनू- बरोबर तिचा विवाह होण्यापूर्वीची ही गोष्ट होती. पराशर या महान ऋषींपासून तिला मुलगा झाला होता. त्याचे नाव व्यास. मी या कामासाठी व्यासाला बोलावते असे ती भीष्मांना म्हणाली. तिच्या या सूचनेला भीष्मांनी मान्यता दिली.

सत्यवतीने व्यासांना बोलावले. व्यास ताबडतोब तिच्यासमोर हजर झाले. सत्यवतीने व्यासांचे स्वागत केले आणि त्यांना सर्व हकीकत सांगितली. व्यास तिला म्हणाले, "तू माझी माता आहेस. तू मला जीवन दिलं आहेस. तुझी आज्ञा पाळण्यासाठी मी काहीही करीन."

व्यासांनी थोडा विचार केला आणि ते पुन्हा म्हणाले, "तुझी इच्छा पूर्ण करणं हे माझं कर्तव्य आहे. विचित्रवीर्याच्या पत्नींचा मी स्वीकार करीन. पण त्यांनी माझा स्वीकार करावा यासाठी तू त्यांच्या मनाची तयारी केली पाहिजेस. माझा काळा रंग आणि माझं एकूणच रूप पाहून त्यांना भीती वाटता कामा नये." सत्यवतीने होकार दिला. सत्यवती प्रथम अंबिकेकडे गेली आणि तिने तिला सर्व परिस्थितीची कल्पना दिली. कुरू घराण्याला वारस प्राप्त व्हावा यासाठी तू योग्य रीतीने व्यासऋषींचे स्वागत केले पाहिजेस असे तिने अंबिकेला सांगितलं. अंबिका कबूल झाली. तिला दुसरा पर्यायच नव्हता.

काळोखी रात्र होती. अंबिका आपल्या खोलीत व्यासऋषी येण्याची वाट पाहत होती. व्यासऋषी आले. त्यांचे रूप इतके भयंकर होते की, गरीब बिचाऱ्या अंबिकेला धक्काच बसला. तिने आपले शरीर व्यासांच्या स्वाधीन केले. हे करत असताना तिने आपले डोळे घट्ट मिटून घेतले होते! अखेर ही अत्याचाराची रात्र एकदाची संपली! सत्यवती व्यासांची भेट होण्याची उत्सुकतेने वाट पाहत होती. व्यास तिला भेटल्यानंतर म्हणाले, "अंबिकेला शक्तिमान पुत्राची प्राप्ती होईल; पण माझ्याकडे पाहण्याची भीती वाटल्यामुळे तिने रात्रभर डोळे घट्ट मिटून घेतले होते!' त्यामुळे तिला जो पुत्र होईल तो अंध असेल!" हे ऐकून सत्यवतीची घोर निराशा झाली. ती आपल्या सुनेवर संतापली. पण जे होऊन गेले होते त्यात बदल करणे शक्य नव्हते. तिने आपली दुसरी सून अंबालिका हिला पुत्रप्राप्ती करून द्यावी अशी व्यासांना विनंती केली. व्यासांनी ती मान्य केली.

अंबालिकेने व्यासांना पाहिले तेव्हा तीही अशीच भ्याली. व्यासांच्या दर्शनाने तिचे रक्त थंड पडले! ती भीतीने पांढरीफटक पडली! ती रात्रही एकदाची संपली! सकाळ झाली तेव्हा व्यास सत्यवतीला म्हणाले, "अंबालिकेला पुत्र होईल. पण रात्रभर अंबालिका पांढरीफटक पडलेली असल्यामुळे तिला होणारा पुत्र असाच पांढराफटक म्हणजे पंडुवर्णाचा होईल." गरीब बिचाऱ्या सत्यवतीला काय करावे ते कळेना! ती व्यासांना म्हणाली, "माझ्या पुत्रा, या दोन्ही मुली मूर्ख आहेत! तू त्यांना क्षमा कर. अंबिकेच्या पुत्राचा जन्म झाल्यानंतर तू पुन्हा एकदा तिला जवळ करावीस अशी माझी तुला विनंती आहे. त्याआधी मी तिला चांगलीच फैलावर घेते! माझ्यासाठी तू एवढं केलंच पाहिजेस."

हे ऐकून "तुझ्या इच्छेप्रमाणे होईल." असे तिला आश्वासन देऊन व्यास हस्तिनापूर सोडून निघून गेले.

अंबिका आणि अंबालिका यांना पुत्र झाले. एक अंध होता आणि दुसरा पंडुवर्णाचा होता! एकाचे नाव धृतराष्ट्र आणि दुसऱ्याचे नाव पंडू असे ठेवण्यात आले. काही दिवस असेच गेले. व्यासांनी अंबिकेला पुन्हा जवळ करण्याची वेळ आली आहे असे सत्यवतीला वाटू लागले. पूर्वी केलेल्या चुकीबद्दल तिने अंबिकेची कानउघाडणी केली आणि तुझ्या या चुकीमुळे तुला झालेला पुत्र अंध झाला असा तिने तिला दोष दिला. आज रात्री व्यासऋषी पुन्हा तुझ्याजवळ येतील असे तिने तिला सांगितले.

हे ऐकून अंबिकेच्या हृदयाचा थरकाप झाला. तिने रात्री आपण जाण्याऐवजी आपल्या दासीला व्यासांच्या खोलीत पाठवण्याचे ठरवले. त्या रात्री दासीने व्यासांना अगदी तृप्त केले. सकाळ झाली तेव्हा व्यास सत्यवतीला म्हणाले, "शहाणा आणि स्वभावाने अतिशय चांगला असा पुत्र जन्माला येईल. तो धर्माचा अवतार असेल." हे ऐकून सत्यवती अतिशय आनंदित झाली. व्यास तिला म्हणाले, "पण या पुत्राची माता तुझी सून नाही. तुझ्या सुनेनं रात्री आपल्या दासीला माझ्याकडे पाठवली. मला झालेल्या मुलांत सर्वांत उत्तम मुलाला जन्म देण्याचं भाग्य या सेविकेला लाभणार आहे. तुला मदत करण्याची मी शर्थ केली. पण यश लाभलं नाही. आता या बाबतीत पुन्हा माझी मदत मागू नकोस. या जगातल्या सर्व नात्यांच्या पाशांकडे ज्यानं आपली पाठ फिरवली आहे अशा माणसानं तिनापेक्षा अधिक वेळा स्त्रीसंबंध ठेवणं हे चुकीचं आहे. मी ही गोष्ट करायला कबूल झालो, कारण तू तसं करण्याची मला आज्ञा केलीस आणि मातेची आज्ञा मी मोडू शकत नव्हतो. आता या गोष्टीसाठी पुन्हा मला बोलावू नकोस." असे बोलून व्यासऋषी हिमालयाच्या हिमाच्छादित शिखरात तपश्चर्या करण्यासाठी निघून गेले.

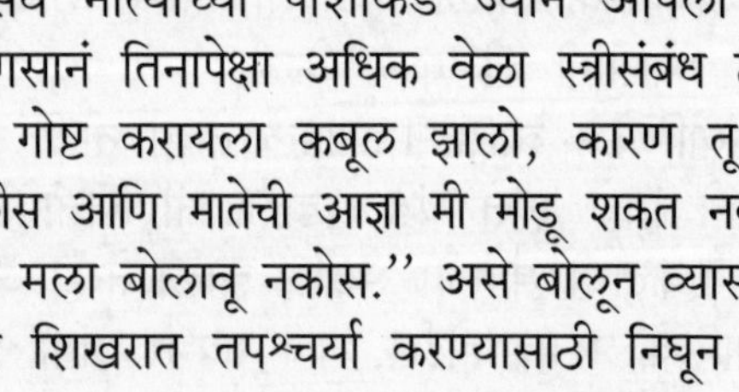

# राजपुत्रांचे विवाह

तिसऱ्या पुत्राचा जन्म झाला. त्याचे नाव विदूर असे ठेवण्यात आले. पंडू आणि धृतराष्ट्र वयांत येईपर्यंत मुलांना वाढवणे आणि राज्यकारभार करणे ही कामे भीष्मांकडेच आली! अशी अनेक वर्षे गेली.

ही तीन मुले भीष्मांना स्वत:ची मुले असण्याहूनही अधिक प्रिय होती. क्षत्रिय राजपुत्रांना ज्या ज्या गोष्टी शिकणे आवश्यक आहे. त्या सर्व भीष्मांनी त्यांना शिकवल्या. मोठा धृतराष्ट्र असामान्य शक्तिमान होता. पंडू धनुर्विद्येत निष्णात होता. या तीन पुत्रांत सर्वांत अधिक शहाणपण विदुराकडे होते. त्यांचे शिक्षण पूर्ण झाले. भीष्माने सर्वात मोठ्या धृतराष्ट्राला युवराजपदाचा अभिषेक केला. शस्त्रास्त्रविद्येत प्रवीण असलेल्या पंडूला भीष्माने सेनापती केले. राजाच्या मंत्रिपदाचे प्रशिक्षण विदुराला दिले होते. कारण धृतराष्ट्र अंध असल्यामुळे त्याला साहाय्य करण्यासाठी मंत्री असण्याची गरज होती. धृतराष्ट्राच्या नावाने राज्यकारभार पंडू करीत होता. विदूरही त्याला मदत करीत होते.

तिन्ही मुलांनी तारुण्यात पदार्पण केले. आता त्यांच्यासाठी वधूसंशोधन करण्याची जबाबदारी भीष्मांवर येऊन पडली. गांधार देशाचा राजा सुबल याला एक सुंदर कन्या असल्याचे भीष्मांना कळले. एक धर्मपरायण स्त्री म्हणूनही ती प्रसिद्ध होती. ती शंकराची भक्त होती. मद्र देशाच्या राजाची कन्याही तिचे सौंदर्य आणि सौजन्य याबद्दल प्रसिद्ध होती. भीष्म त्यांच्याविषयी विदुराकडे बोलले. भीष्म म्हणाले, "आपल्या तरुण राजपुत्रांच्या राण्या होण्यास या दोन्ही राजकन्या योग्य आहेत. या दोन राजांखेरीज आपल्या बरोबरीचा दुसरा राजा नाही. या दोन्ही राजांची कुलपरंपरा उत्तम आहे. या दोन्ही राजांच्या मुलींची आपल्या राजपुत्रांसाठी वधू म्हणून निवड करायला काहीच हरकत नाही." विदूर भीष्मांना म्हणाला, "आम्हांला पिता, माता, गुरू यांच्या ठिकाणी तुम्हीच आहात. तुम्ही आमच्यासाठी ज्या गोष्टीची निवड कराल ती सर्वोत्तमच असणार."

भीष्मांनी गांधार देशाच्या राजाकडे त्याच्या मुलीसाठी मागणी घातली. गांधार देशाचा राजा आधी होकार द्यायला का कू करीत होता. याचे कारण धृतराष्ट्र आंधळा होता. पण धृतराष्ट्राशी विवाह करण्याची आपली तयारी असल्याचे त्याची कन्या गांधारी हिने त्याला सांगितले. त्यानंतरची तिची कृती ही स्वार्थत्यागाची कमाल होती. कसल्याही बाबतीत आपल्या पतीपेक्षा आपण अधिक चांगल्या असता कामा नये असा निश्चय तिने केला. रेशमी कापडाची पट्टी करून ती तिने आपल्या डोळ्यांना बांधली. अंध असल्यामुळे जे जग आपला पती पाहू शकत नाही ते आपणही पाहाणार नाही असे तिने ठरवले! सुबल राजाने आपला पुत्र शकुनी याच्याबराबर आपल्या कन्येला हस्तिनापूरला पाठवले. राजधानीत विवाह साजरा झाला. त्यानंतर शकुनी गांधार देशात परत गेला.

मद्र देशाच्या राजाने आपल्या कन्येसाठी स्वयंवर योजले. या स्वयंवरात राजपुत्र पंडू याने भाग घेतला. हे स्वयंवर त्याने जिंकले. राजकन्येने पती म्हणून त्याची निवड केली. या गुणी राजकन्या कुरू घराण्याच्या राण्या झाल्या याचा भीष्माला अतिशय आनंद झाला.

## सूर्यपुत्र

राजा सूर हा वृष्णी घराण्यातला होता. त्याला वसुदेव नावाचा पुत्र आणि पृथा नावाची कन्या होती. कुंतीभोज हा सूर राजाचा चुलत भाऊ. तो निपुत्रिक होता. त्याला मूलबाळ नाही याचे सूर राजाला खूप वाईट वाटत असे. सूर राजाने आपली कन्या पृथा हिला कुंतीभोजाला दत्तक दिली. पृथा ही अतिशय सुंदर मुलगी होती. तिचे बोलणे, वागणे उत्तम व सुसंस्कृत होते. ही दत्तक मुलगी फार मोठी देणगीच आपल्याला लाभली आहे असेच कुंतीभोजला वाटे. तिचे नाव कुंती असे ठेवले गेले होते.

दुर्वास ऋषी एकदा राजा कुंतीभोज याच्या राजधानीत आले. तपश्चर्या आणि रागीट स्वभाव या दोन गोष्टींसाठी दुर्वास ऋषी सर्वत्र प्रसिद्ध होते. राजा कुंतीभोजाच्या सहवासात काही दिवस घालवावे अशी इच्छा दुर्वास ऋषींना झाली. दुर्वास ऋषी आल्यानंतर त्यांना काय हवे – नको हे पाहण्याची जबाबदारी राजा कुंतीभोजाने आपली कन्या कुंती हिच्यावर सोपवली. कुंतीने ही जबाबदारी समर्थपणे पार पाडली. प्रसन्न झालेल्या दुर्वास ऋषींना तिला वर द्यायचा होता. त्यांनी तिला बोलावले आणि म्हणाले की, मी तुला एक मंत्र शिकवणार आहे. हा मंत्र तू म्हटलास की, तुला जो हवा तो देव तुझ्याजवळ येईल. दुर्वास ऋषींची ही देणगी तिने राजकन्येला शोभेशा नम्रतेने स्वीकारली. दुर्वास ऋषी निघून गेले.

कुंती ही नुकती वयात आलेली मुलगी होती. मंत्र म्हटल्यावर तुझ्या मनात असेल तो देव तुझ्याजवळ येईल या दुर्वासांनी दिलेल्या वराचा अर्थ तिला समजला नव्हता! लहान मुलाला नवे खेळणे मिळाले की ते जसे खूष होते तशी कुंती खूष झाली. या मंत्राच्या रूपाने तिला जणू नवे खेळणेच मिळाले होते. पहाट झाली. राजवाड्याच्या पूर्वेकडच्या खिडकीतून कुंतीने बाहेर पाहिले. सूर्य उगवत असलेला तिला दिसला. सोनेरी रंगाने पूर्व दिशा चिंब झाली होती. नदीच्या पाण्याच्या लाटा राजवाड्याच्या भिंतीवर आदळत होत्या. अविस्मरणीय असे ते दृश्य होते. सूर्याच्या किरणांत पहाटेचा गारवा होता. लाल आणि सोनेरी रंगांनी नदीचे पाणी झळाळत होते. ते दृश्य पाहाताना कुंती क्षणभर स्वतःला विसरली! सूर्य अगदी देखणा दिसत होता. असा हा देखणा सूर्य आपल्याजवळ आला तर किती छान होईल असा विचार कुंतीच्या मनात आला. त्या क्षणी तिला दुर्वास ऋषींनी शिकवलेल्या मंत्राची आठवण झाली. तो मंत्र म्हटला की सूर्य आपल्याजवळ येईल! गरीब बिचारी कुंती! त्या निष्पाप आनंदात तिने आपले दोन्ही हात जुळवले. जुळवलेले हात कमळाच्या कळीसारखे दिसू लागले. तिने मंत्र म्हटला आणि सूर्याला आमंत्रित केले.

कुंतीने डोळे उघडून पाहिले. एक चमत्कार घडून आला होता! नदीच्या पाण्यावरून सूर्यकिरणांचा वेगाने प्रवास सुरू झाला होता. प्रकाशाची झळाळी अचानक डोळ्यांसमोर आली ती कुंतीला सोसेना. तिने क्षणभर डोळे मिटून घेतले. सूर्य तिच्या शेजारी उभा होता. त्याच्या

*नदीच्या पाण्यावरून सूर्यकिरणांचा वेगाने प्रवास सुरू झाला होता. प्रकाशाची झळाळी कुंतीला सोसेना. तिने क्षणभर डोळे मिटून घेतले. सूर्य तिच्या शेजारी उभा होता. त्याच्या ओठात खोडकर स्मित होते.*

ओठात खोडकर स्मित होते. आपण म्हटलेल्या मंत्राला असे यश आलेले पाहून कुंती अगदी खूष होऊन गेली. समाधानाचे गोड स्मित तिच्या ओठांत फुलून आले. उत्तेजित होऊन तिने टाळी वाजवली आणि ती सूर्याला म्हणाली, "मंत्र यशस्वी होईल असं दुर्वास ऋषींनी सांगितलं होतं. पूर्व दिशेला तू उगवत असताना मी तुझ्याकडे पाहिलं. ते दृश्य इतकं सुंदर होतं, तू इतका सुंदर दिसत होतास की तू इथं यावंस असं मला वाटलं! तेव्हा दुर्वास ऋषींनी शिकवलेला मंत्र मी म्हटला आणि तू आलास! किती छान!"

सूर्य अजूनही स्मित करीतच उभा होता. सूर्य कुंतीला म्हणाला, "आता मी आलो आहे, तर माझ्याकडून तुला काय हवं आहे?"

कुंती म्हणाली, "का? काही नाही! मी सहजच तुझा विचार केला आणि तू माझ्या शेजारी असलास तर किती छान होईल, असं मला वाटलं."

सूर्य कुंतीला म्हणाला, "इथंच सगळं संपलं असं नाही. दुर्वास ऋषी जे म्हणाले त्याचा अर्थ तुला कळला नाही हे अगदी उघड आहे. मंत्र म्हणून तू ज्या देवाला बोलावशील तो तुझ्या जवळ येईल असं ते म्हणाले होते. खरं आहे ना?"

सूर्य काय म्हणाला याचा अर्थ न कळताच कुंती म्हणाली, "होय!"

सूर्य कुंतीला म्हणाला, "मंत्र म्हणून तू ज्या देवाला बोलावशील तो तुला आपल्या आलिंगनात घेईल आणि त्याच्यासारख्याच सुंदर पुत्राची प्राप्ती तुला करून देईल असा त्याचा अर्थ आहे हे तुला कळत नाही का?"

कुंती हे ऐकून पुरती गोंधळून गेली. काय करावे, काय बोलावे हे तिला कळेना! बिचारी घाबरलेली ती मुलगी सूर्यदेवाला म्हणाली, "मला हे ठाऊक नव्हतं. त्या शब्दांचा हा अर्थ असेल अशी मला कल्पनाही नव्हती! माझ्या या पोरकटपणाची मला क्षमा कर! आता तू निघून जा आणि शरम वाटावी असं कृत्य करण्यापासून मला वाचव." हे कुंतीचे बोलणे ऐकून सूर्य म्हणाला, "ते आता शक्य नाही! एकदा तू मला बोलावलंस की मी तुला जवळ घेतल्याशिवाय जाणार नाही! तुला माझ्याशी समागम करावाच लागेल! न विचार करताच तू मंत्र उच्चारलास. आता त्याच्या परिणामापासून तुझी सुटका नाही!"

दु:खाने बेभान झालेली कुंती सूर्यदेवाला म्हणाली, "मी तरुण मुलगी आहे. मी अविवाहित आहे. जग काय म्हणेल? माझा पिता

काय म्हणेल? आपल्या मुलीचं कौमार्य असं नष्ट झालं आहे हे माझ्या पित्याला कळलं, तर त्याचं हृदय दुभंगेल! तू इथून निघून नाही का जाणार?'' मन जिंकणाऱ्या तिच्या या बोलण्याने सूर्य अगदी खूष होऊन गेला. नुकत्या कुठे वयात आलेल्या या मुलीच्या प्रेमात तो पडला. त्याने तिच्याकडे पाहून स्मित केले. आपल्या आश्वासक स्मिताने आणि मधुर वाणीने त्याने तिचे हृदय जिंकले. तो तिला म्हणाला, ''मुली, तू भिऊ नकोस. मुलाचा जन्म झाला की त्यानंतर तू आता आहेस तशीच कुमारिका पुन्हा होशील. जे काही घडलं आहे ते कुणालाही कळणार नाही!'' आपल्या सौंदर्याने आणि मधुर वाणीने सूर्यदेवाने कुंतीचे मन जिंकले. परिणामांची जराही पर्वा न करता कुंतीने त्याला स्वीकारले.

परत जायला निघताना सूर्य कुंतीला म्हणाला, ''जन्मत:च कवच आणि कुंडलं यांनी युक्त असा तुझा पुत्र असेल. तुझा पुत्र माझी प्रतिमा असेल. तो धनुर्विद्येत निष्णात असेल. हृदयाच्या उदारतेत त्याची बरोबरी कोणीही करू शकणार नाही. सर्वश्रेष्ठ दाता म्हणून त्याला सगळं जग ओळखील. याचकाला तो कधी नाही म्हणणार नाही. दान करू नकोस असं त्याला मी जरी सांगितलं तरी तो माझंही ऐकणार नाही. तो स्वाभिमानी आणि संवेदनशील असेल. चंद्रसूर्य आहेत तोपर्यंत त्याची कीर्ती या जगात टिकून राहील.'' असे बोलून सूर्य अंतर्धान पावला.

कुंतीचे दिवस भरले आणि तिने पुत्राला जन्म दिला. आता या बाळाचे काय करावे हेच तिला कळे ना. मातृत्वाचा आनंद घेण्याइतके तिचे वयही नव्हते. उलट, तिचे मन शरमेने भरून गेले होते. राजवाड्याच्या खिडकीतून तिने बाहेर पाहिले. नदी नेहमीसारखीच शांतपणे वाहत होती. पण कुंतीच्या हृदयात मात्र वादळ घोंघावत होते. अखेर तिने निर्णय घेतला. रेशमी कपड्यात तिने बाळाला गुंडाळले आणि त्याला लाकडी पेटीत ठेवले. पेटी घेऊन ती नदीच्या तीरावर गेली. नदीच्या प्रवाहात तिने ती पेटी सोडली आणि परत आली. राजवाड्याच्या खिडकीतून तिने बाहेर पाहिले. नदीच्या प्रवाहाबरोबर ती पेटी वाहत वाहत तिच्यापासून दूर दूर जाताना दिसली. आत्यंतिक वेदनेने आपले हृदय आतल्या आत गुदमरून जाते आहे असे तिला वाटले. नदीच्या प्रवाहात वाहून जाणाऱ्या त्या असाहाय्य बाळाबद्दल शब्दांनी व्यक्त करता येणार नाही असा जिव्हाळा तिच्या हृदयाला व्यापून राहिला

होता. तिच्या डोळ्यांतून अश्रू वाहत होते. तिने हात जोडून नमस्कार केला आणि ती सूर्याला म्हणाली, ''माझ्या स्वामी, तुमच्यापासून झालेल्या या माझ्या सुंदर बाळावर मी फार मोठा अन्याय केला आहे. तुम्ही त्याचं रक्षण करा. कसलंही संकट त्याच्यावर ओढवू देऊ नका!''

नदीच्या पात्रात सोडलेल्या आपल्या बाळाला उद्देशून कुंती म्हणाली, ''तुझा मार्ग यशाचा होवो. जलदेवता तुझं रक्षण करोत. मृत्यू तुला स्पर्श करणार नाही. स्वर्गातले देव तुझं रक्षण करतील. भविष्यात कधीतरी तुझी आणि माझी भेट होईल. तुझं कवच आणि कुंडलं यावरून मी तुला ओळखेन. जी स्त्री तुला आपला मुलगा समजून वाढवील, ती भाग्यवान असेल. तुला तरुण झालेला पाहून ती आनंदित होईल. मी सर्वांत दुर्दैवी आहे. माझ्या पुत्राला मी मुकले. माझ्या पोटी प्रथम जन्म घेणाऱ्या माझ्या पुत्रा, तुला देवाचा आशीर्वाद लाभो.''

हसणारी, खेळणारी ती मुलगी अचानक एक प्रौढ स्त्री बनली होती. कसलीही काळजी नसलेले, पोरवयातले सुखाचे दिवस आता संपले होते. जागी असो किंवा झोपेत असो तिच्या मन:चक्षूंसमोर एकच गोष्ट दिसत असे : लाकडाची पेटी, रेशमी कपड्यात गुंडाळलेले ते सुंदर बाळ आणि सकाळच्या सूर्यप्रकाशात झळाळणारे त्याचे कवच आणि कुंडले!

# शापित पंडू

काही वर्षे उलटली. तरुण कुंती आता लग्नाच्या वयाची झाली होती. कुरू घराण्यातला देखणा आणि पराक्रमी तरुण पंडू याची तिने स्वयंवरात आपला पती म्हणून निवड केली. मद्र देशाची राजकन्या माद्री हिनेही आपला पती म्हणून पंडूचीच निवड केली. त्यांच्या कुळाला आणि स्थानाला शोभेल अशा थाटाने भीष्मांनी त्यांची लग्ने करून दिली.

कुरू घराण्याचा तो सुवर्णकाल होता. पंडू हा उत्तम योद्धा होता. भारतात अनेक राज्ये होती. ती जिंकून आपल्या राज्याला जोडण्यासाठी त्याने सगळ्या भारताचा दौरा केला. दशार्ण, काशी, अंग, वंग, कलिंग ही राज्ये त्याने खालसा केली. मगध राज्यही त्याने जिंकले. मगधच्या राजाचा त्याने सहज पराभव केला. चित्रांगद आणि विचित्रवीर्य हे निपुत्रिक मरण पावले होते. त्यामुळे तीन लहान मुलांना वाढवणे आणि राज्यकारभार करणे ही जबाबदारी भीष्मांवर येऊन पडली होती. कुरू घराण्याचे वैभव आता ओसरले आहे असे भारतातल्या अनेक छोट्या राजांना वाटू लागले होते आणि म्हणूनच पंडूचा हा छोट्या राजांना जिंकून घेण्याचा दौरा अनेक दृष्टींनी परिणामकारक ठरला. त्यामुळे कुरू घराण्याचे वर्चस्व सिद्ध झाले. पंडूला कीर्ती मिळाली. त्या काळातला सर्वश्रेष्ठ योद्धा म्हणून सगळे पंडूला ओळखू लागले.

विजयी युद्धांचा हा दौरा संपल्यानंतर आलेला थकवा घालवण्यासाठी आपल्या दोन राण्यांसह पंडू काही दिवस वनात जाऊन राहिला. पंडू उत्तम शिकारी होता. त्याचे आपल्या दोन राण्यांच्या सहवासातले हे दिवस फार सुखाचे होते. रानात राहणाऱ्या लोकांनी त्यांना पाहिले; तेव्हा ही स्वर्गात राहणारी मंडळी मनोरंजनासाठी पृथ्वीवर आली आहेत, असेच त्यांना वाटले. नंतरच्या काळात या सुखी दिवसांच्या आठवणींवर कुंती जगत होती.

पंडू ज्या रानात जाऊन राहिला होता, त्याच रानात एक ऋषी आपल्या पत्नीसह राहत होते. या पतिपत्नींचे एकमेकांवर अतिशय प्रेम होते. प्रेमाचे सुख हे कसल्याही दडपणाखेरीज घेता आले पाहिजे, असा

विचार ऋषींच्या मनात आला. रानातले प्राणीच असे मोकळेपणाने प्रेम करू शकतात आणि म्हणून ऋषी आणि त्यांची पत्नी यांनी हरणाच्या नर-मादीचे रूप घेतले. नरमादीची ही जोडी नेहमी एकमेकांच्या सोबतच असलेली दिसे. एक दिवस ही जोडी एकमेकांच्या सहवासात धुंद झालेली असताना शिकारीला गेलेल्या पंडूच्या दृष्टीस पडली. पंडूने धनुष्यावर बाण चढवला. त्याने नेम धरून सोडलेल्या बाणाने त्या हरणांच्या जोडीतला नर जबर जखमी होऊन खाली कोसळला. पंडू त्यांच्या जवळ गेला तेव्हा जखमी झालेला नर मनुष्याच्या वाणीने त्याला म्हणाला, "सदाचरणासाठी सर्व जगात प्रसिद्ध असलेल्या कुटुंबात तुझा जन्म झाला. तू हे पापी कृत्य कसं केलंस? मी आणि माझी मादी प्रेमात धुंद झालो होतो हे तुला दिसत होतं. तरीसुद्धा तू हे केलंस? मी ऋषी आहे आणि ही माझी पत्नी आहे. आम्ही अतिशय सुखात होतो. तू हे हीन कृत्य केलंस त्याबद्दल तुला तुझ्या सगळ्या आयुष्याची किंमत द्यावी लागेल! प्रेमानं धुंद होऊन तू तुझ्या पत्नीसोबत असताना जसा मला आला तसाच तुलाही मृत्यू येईल." ऋषींनी आपला शाप मागे घ्यावा म्हणून पंडूने त्यांची खूप करुणा भाकली. पण त्याचा काहीही उपयोग झाला नाही. भविष्यकाळात पंडूची वाट पाहाणारे दुर्दैव टळणे अशक्य होते! शापवाणी उच्चारल्यानंतर हरणाच्या नराचे रूप घेतलेला तो ऋषी मरून पडला. त्यानंतर त्यांच्या पत्नीनेही प्राण सोडला.

दु:खाने जड झालेल्या हृदयाने आपल्या अविचारी कृत्याबद्दल स्वत:ला बोल लावत पंडू रानातल्या आश्रमात परतला. प्राक्तनाचे मार्ग गूढ असतात. एका क्षणात ते एखाद्या माणसाचा संपूर्ण भविष्यकाळ बदलू शकते. पंडू अतिशय सुखी होता. त्याला कसलीही काळजी नव्हती. राजमुकुट धारण केलेला नसूनही प्रत्यक्षात तो कुरूंच्या राज्याचा राजाच होता. एखादे हिरवेगार झाड त्याच्यावर विजेचा लोळ पडून खाली कोसळावे, तसा पंडू वैभवाच्या शिखरावरून खाली कोसळला. पंडूला आता कशातही रस उरला नाही. रानातल्या आश्रमातून आपल्या राज्यात परत जावे असे त्याला वाटे ना! आपले उरलेले आयुष्य रानातच राहण्याचा आपला निश्चय त्याने आपल्या पत्नींना सांगितला. त्याच्या या निर्णयामागचे आणि त्याच्या निराशेमागचे कारण ठाऊक असल्यामुळे त्या एक शब्दही बोलल्या नाहीत. आत्मनिर्भर्त्सनेच्या आगीत त्याच्या सर्व ऐहिक इच्छाआकांक्षा जळून भस्म झाल्या होत्या!

आता त्याला हवी होती फक्त मन:शांती. रानांतल्या ऋषींप्रमाणे राहून ती मिळणे शक्य होते. आता यापुढे विजय मिळवायचा तो स्वत:वरच असा त्याने निश्चय केला. तोच सर्वश्रेष्ठ विजय! त्याने आपले उद्दिष्ट ठरवले. तो स्वत:शी म्हणाला, 'आता यापुढे मी वेगळाच माणूस असणार आहे. सुख आणि दु:ख या दोन्ही गोष्टी आता मला स्पर्श करू शकणार नाहीत. प्रशंसा आणि निंदा या दोहींकडे मी आता समत्व दृष्टीने पाहीन. मी द्वंद्वाच्या अतीत असेन. मी माझ्या आयुष्यावर प्रेम करणार नाही किंवा त्याचा द्वेष करणार नाही. आता मी तपश्चर्या करीन. पण ती झाडाखाली डोळे मिटून बसून नव्हे, तर सर्व ऐहिक मोहांचा आणि आकांक्षांचा मनानं त्याग करून!' पंडूने आपल्या सर्व परिवाराला एकत्र बोलावले आणि आपली सर्व संपत्ती त्यांना देऊन टाकली. तो त्यांना म्हणाला, "आता तुम्ही हस्तिनापुराला जा आणि माझी आई अंबालिका, माझी आजी सत्यवती, माझे आदरणीय चुलते भीष्म यांना मी निवडलेल्या माझ्या पुढील मार्गाविषयी सांगा. आता राजधानीत परत येण्याची माझी इच्छा नाही, हेही त्यांना कळवा." हा निरोप घेऊन चाललेल्या दूतांना कुंती आणि माद्री यांनी आपले सगळे दागिने आणि मूल्यवान रेशमी कपडे देऊन टाकले.

पंडूच्या सर्वसंगपरित्यागाचे वृत्त कळले, तेव्हा हस्तिनापूरची सर्व प्रजा दु:खात बुडून गेली. या दुर्दैवी घटनेचे वृत्त कळून भीष्मही अतिशय दु:खी झाले. अंबालिकेला रडू आवरेना कुणालाही तिचे सांत्वन करता येईना. सर्व राज्यकारभाराचे ओझे पुन्हा आपल्या खांद्यावर आले याची जाणीव भीष्मांना झाली. पंडूसारखा पराक्रमी सेनापती राज्यकारभार करत असताना तसेच शांत स्वभावाचा विदूर धृतराष्ट्राचा सल्लागार असताना आपल्या खांद्यांवरचे जबाबदारीचे ओझे आता गेले असे वाटून भीष्म जरा सुखावले होते. पण हा सुखाचा अल्पकाळ आता गेला आहे हे त्यांना कळून चुकले. आता पुन्हा किती काळ राज्यकारभार करावा लागणार याचा अंदाजही त्यांना करता येईना. आपल्या हृदयावर थंडगार बर्फ ठेवून सत्तेचा आणि ऐहिक सुखाचा आपल्या पित्यासाठी त्याग केल्याची प्रतिज्ञा त्यांनी केली होती. तो अविस्मरणीय दिवस भीष्मांना आठवला. कितीही आघात झाले तरी त्यांचा आपल्यावर परिणाम होणार नाही, असेच त्यांना वाटले. पूर्वीपेक्षाही अधिक थंड मनाने त्यांनी या आलेल्या परिस्थितीचा स्वीकार केला.

# राजपुत्रांचा जन्म

पंडूने अनेक वर्षे वनवासात घालवली. दुःख निर्माण करणाऱ्या सर्व गोष्टींचा त्याग केल्यामुळे तो आपल्या परीने सुखी होता. पण असे असले तरी काही काळ गेल्यानंतर त्याच्या मनाला एक चिंता ग्रासू लागली. त्याला पुत्र हवा होता. ज्याला पुत्र नसतो, त्याला नरकवास प्राप्त होतो, असे त्याने ऐकले होते. आपल्याला वाटणाऱ्या या चिंतेविषयी तो एकदा कुंतीशी बोलला. पुत्रप्राप्तीसाठी पंडू कुंतीशी संबंध ठेवू शकत नव्हता, कारण तसे त्याने केले तर त्याचा मृत्यू ओढवेल असा त्याला शाप होता. तेव्हा त्याने कुंतीला विनंती केली की, त्याच्या आईने केली होती त्याप्रमाणेच तिनेही ऋषींपासून पुत्रप्राप्ती करून घ्यावी आणि त्याची नरकवासातून सुटका करावी. हे ऐकून कुंती संतप्त झाली. ती म्हणाली, "तुम्ही माझे पती, माझे स्वामी आहात. पती म्हणून मी तुमची निवड केली या गोष्टीला आता बरीच वर्षं झाली! स्वर्गात असो, की नरकात मी तुमच्याबरोबरच राहीन. तुम्हांला मरण येईल त्याक्षणी मीही मरण पत्करीन आणि मरणानंतर तुम्हांला मिळालेला शाप अस्तित्वात नसेल. जी गोष्ट मी करणं शक्य नाही ती करण्याचा मला आग्रह करू नका."

पंडूच्या मनाला शांती लाभेना. आपल्याला मुले होणार नाहीत या विचाराने तो दिवसरात्र दुःखात कंठू लागला. कुंतीचे आपल्या पतीवर अतिशय प्रेम होते. त्याला असा दुःखी पाहून ती त्याला म्हणाली, "स्वामी, तुमच्या मनाला ग्रासणारी ही खिन्नता मी दूर करू शकेन. तुमची इच्छा पूर्ण करण्याची शक्ती माझ्यात आहे." असे म्हणून तिने त्याला दुर्वास ऋषींनी तिला दिलेल्या वराची सर्व माहिती सांगितली. ती ऐकून पंडू आनंदित झाला. तो म्हणाला, "आपल्याला पुत्र हवा तो धर्मापासून झालेला. त्याची कीर्ती काळावर मात करील. प्रत्यक्ष धर्माचं प्रतिरूप असा हा आपला पुत्र असल्यामुळे माझंही नाव भविष्यकाळात लोक विसरणार नाहीत!"

एक दिवस शुभ मुहूर्त पाहून कुंतीने दुर्वास ऋषींनी दिलेला मंत्र म्हणून पुत्रप्राप्तीसाठी धर्मदेवाने जवळ यावे असे आवाहन केले. धर्मापासून तिला पुत्र झाला. त्या वेळी आकाशवाणी झाली की, मूर्तिमंत सद्‌गुण असा हा पुत्र त्याच्या गुणांमुळे जगात प्रसिद्ध होईल. त्या मुलाचे नाव युधिष्ठिर असे ठेवले गेले. एका वर्षानंतर आणखी एक मुलगा हवा असे पंडू कुंतीला म्हणाला. आता होईल त्या पुत्राचे पितृत्व वायुदेवाकडे असावे असे त्याने सुचवले. वायू हा देवांमधला अत्यंत सामर्थ्यशाली असा देव होता. पंडू कुंतीला म्हणाला, "पहिला पुत्र धर्म याची धर्मशीलता आणि आता या नव्या पुत्राचं सामर्थ्य या दोन्ही गोष्टी एकत्र आल्या, तर आपली ही मुलं जगात अजिंक्य ठरतील." कुंतीने पंडूला होकार दिला. तिने वायुदेवाला पुत्रप्राप्तीसाठी आवाहन केले. तिला पुत्र झाला. त्या वेळी आकाशवाणी झाली की, हा पुत्र अत्यंत शक्तिमान आणि स्वभावाने अतिशय प्रेमळ होईल. त्याचे नाव भीमसेन असे ठेवले गेले.

दोन पुत्र झाले तरी पंडूचे समाधान झाले नाही. तिसरा पुत्र हवा असे तो कुंतीला म्हणाला, या तिसऱ्या वेळी पुत्रप्राप्तीसाठी इंद्रदेवाला आवाहन कर असेही त्याने सुचवले. तो तिला म्हणाला, "स्वर्गलोकाचा राजा असलेल्या इंद्रदेवापासून झालेला पुत्र माझी सर्व स्वप्नं पूर्ण करील. तो अतिशय सद्‌गुणी असेल. तो अजिंक्य वीर असेल. जगातल्या सर्वश्रेष्ठ पुरुषाची माता म्हणून तू ओळखली जाशील." कुंतीने याही वेळी त्याला होकार दिला. कुंतीने पुत्रप्राप्तीसाठी इंद्रदेवाला आवाहन केले. तिला पुत्र झाला. त्या वेळी आकाशवाणी झाली. "हा पुत्र पंडूला कधीही नष्ट होणार नाही अशी कीर्ती मिळवून देईल. तो सगळं जग जिंकील. त्याच्याशी कुणाचीच तुलना होऊ शकणार नाही." इंद्र पंडूकडे आला आणि म्हणाला, "हा माझा पुत्र जगज्जेता होईल. तुझा पुत्र युधिष्ठिर या माझ्या पुत्राला आपल्या सोबत घेऊन राजसूय आणि अश्वमेध हे दोन यज्ञ करील. वसुदेव आणि देवकी यांचा पुत्र कृष्ण ज्याचा अवतार तो नारायण माझ्याप्रमाणेच तुझ्या या पुत्रात असेल. तुझ्या या पुत्रांमुळे पृथ्वीला दुःख देणाऱ्या सर्व विषांचा नाश होईल." असे बोलून इंद्र निघून गेला. या तिसऱ्या पुत्राचे नाव अर्जुन असे ठेवले गेले.

धनप्राप्तीच्या लोभापेक्षाही मोठा लोभ असतो पुत्रप्राप्तीचा. पंडूला

तीन पुत्र लाभले, तरी त्याचे समाधान झाले नाही. आपल्याला आणखी पुत्र हवा असे तो कुंतीला म्हणाला. कुंतीने त्याला नकार दिला. ती त्याला म्हणाली, "पुत्रप्राप्तीचा तुम्ही आग्रह धरला. तुमची उत्कट इच्छा पाहून मी होकार दिला. आता तीन पुत्र झाल्यानंतरही मी आणखी पुत्र होऊ दिला, तर माझ्या हातून धर्मनाश घडला असं होईल. मी हे करणार नाही." पंडू तिला म्हणाला, "तुझं म्हणणं खरं आहे. पण तू माद्रीचा विचार कर. तू तिला मंत्र शिकवून पुत्राची प्राप्ती करून देऊ शकत नाहीस का?" कुंतीने या गोष्टीला होकार दिला. तिने माद्रीला मंत्र शिकवला. माद्रीने मंत्र जपून पुत्रप्राप्तीसाठी अश्विनीकुमारांना आवाहन केलं. ते स्वर्गलोकातले जुळे देव. त्यांच्यापासून माद्रीला दोन पुत्रांची प्राप्ती झाली. कुंतीला आधी झालेल्या तीन पुत्रांपेक्षा हे दोन पुत्र अधिक सुंदर होते. या दोन पुत्रांचा जन्म झाला तेव्हा आकाशवाणी झाली. "हे दोन पुत्र या जगात सर्वांत सुंदर ठरतील. सद्‌गुण, भक्ती, शौर्य आणि शहाणपण या त्यांच्या गुणांमुळे त्यांची कीर्ती जगभर पसरेल." माद्रीच्या या पुत्रांची नावे नकुल आणि सहदेव अशी ठेवली गेली.

या दोन पुत्रांच्या बारशाला रानात राहून तप करणारे ऋषी हजर होते. पुढे या मुलांच्या शिक्षणाची जबाबदारीही या ऋषींनीच घेतली. या ऋषींनी त्यांना आपल्या मुलांप्रमाणेच वागवले. काही वर्षांपूर्वी जेव्हा पंडूला शाप मिळाला होता आणि तो रानात येऊन राहिला होता तेव्हा कुंतीच्या वृष्णी घराण्यातल्या भावंडांना अतिशय दुःख झाले होते. पंडू हा पाच पुत्रांचा पिता झाला ही बातमी कळली तेव्हा त्यांना अतिशय आनंद झाला. कुंतीचा भाऊ वसुदेव याने त्याला मूल्यवान वस्तू आणि वस्त्रे यांची भेट आपल्या कुटुंबाचे गुरू कश्यप ऋषी यांच्याबरोबर पाठवली. त्यांनी कश्यप ऋषींना या राजपुत्रांसाठी आवश्यक ते धार्मिक विधी करण्यास सांगितले. कश्यप ऋषींनीच त्यांच्या मुंजीही केल्या.

शुक नावाचे ऋषी त्या रानात राहत असत. त्यांच्या तोडीचा धनुर्विद्याप्रवीण दुसरा कोणी नव्हता. या पाच राजपुत्रांना शस्त्रविद्येचे शिक्षण देण्याची जबाबदारी शुक ऋषींनी घेतली. भीम गदाविद्येत, युधिष्ठिर मल्लविद्येत प्रवीण होते आणि अर्जुन धनुर्विद्येत इतका प्रवीण होता की तो आपल्या दोन्ही हातांनी धनुष्य चालवू शकत असे. त्याचे हे कौशल्य पाहून हा आता माझ्या तोडीचा धनुर्धर झाला असे उद्‌गार

शुक ऋषींनी काढले. अर्जुनावर प्रसन्न होऊन त्यांनी आपले धनुष्य त्याला भेट दिले.

ज्या दिवशी भीमाचा जन्म झाला त्याच दिवशी गांधारीचा ज्येष्ठ पुत्र दुर्योधन याचाही जन्म झाला. दुर्योधनाचा जन्म रात्री झाला होता. पुत्रजन्मामुळे धृतराष्ट्र अतिशय आनंदित झाला. त्याने विदुराला बोलावून घेतले आणि तो त्याला म्हणाला, "मला पुत्र होण्याआधीच पंडूला पुत्र झाल्याचं मला कळलं. माझ्या पुत्रापेक्षा त्याचा पहिला पुत्र एका वर्षानं मोठा आहे. तो ज्येष्ठ असल्यामुळे पौरवांच्या सिंहासनाचा तो अधिकृत वारस ठरेल अशी भीती मला वाटते आहे. हा माझा अंदाज बरोबर आहे असं तुला वाटतं का? आणखी एका घटनेनं मला अतिशय अस्वस्थ केलं आहे. ज्या क्षणी माझ्या पुत्राचा जन्म झाला त्या क्षणी वाईटाची सूचना देणारे अपशकुन घडून आले. असं का झालं हे मला कळत नाही." हे ऐकून विदूर गंभीर झाला आणि धृतराष्ट्राला म्हणाला, "हे दुःशकुन असं भविष्य वर्तवत आहेत की तुझा पुत्र या सर्व जगाच्या नाशाला कारणीभूत ठरेल." हे ऐकून धृतराष्ट्राला धक्काच बसला. त्याने विदुराला विचारले, "हे संकट मी कसं टाळू शकेन?" विदूर त्याला म्हणाला, "मला एकच मार्ग दिसतो. मानवतेचं भलं व्हावं यासाठी तू जर या पुत्राचा बळी दिलास तर हे संकट टळू शकेल. तुला तुझ्या या पुत्राला मरणाच्या अधीन करावं लागेल! शहाणे लोक असं म्हणतात, की कुटुंबाच्या रक्षणासाठी कुटुंबातल्या एकाचा बळी द्यावा. गावाच्या रक्षणासाठी कुटुंबाचा बळी द्यावा, देशाच्या रक्षणासाठी गावाचा बळी द्यावा आणि आत्म्याच्या रक्षणासाठी या सर्वांचा – सर्व जगाचाही –बळी द्यावा! माझा तुला असा सल्ला आहे, की तू या जगाला वाचवण्यासाठी तुझ्या पुत्राचा त्याग करावास!" बिचारा धृतराष्ट्र! त्याला हे करणे शक्य नव्हते. दुर्योधन हा त्याचा पहिला पुत्र होता. विदुराने दिलेला सल्ला मानणे त्याला अशक्य होते. पुढे मग एकशे एक पुत्र आणि दुःशाला नावाची कन्या यांचे पितृत्व त्याला लाभले. धृतराष्ट्राचे समाधान झाले. मनातल्या सर्व दुःशंका पितृत्वाच्या आनंदात त्याने गाडून टाकल्या!

# पंडूचा मृत्यू

आपल्या पुत्रांच्या सहवासात पंडूची पंधरा वर्षे मोठ्या आनंदात गेली. काळ असाच जात होता. एक दिवस कुंती आपल्या मुलांना घेऊन जवळच असलेल्या एका ऋषींच्या आश्रमात गेली होती. पंडू घरी एकटाच होता. वसंत ऋतूतला तो एक सुंदर दिवस होता. रानांतली सगळी झाडे सुंदर फुलांनी नटली होती. त्यांचा धुंद सुगंध सर्वत्र दरवळत होता. रानातले हे वातावरण कामक्रीडेला आवाहन करणारे होते. वसंत ऋतू हा कामदेव मदनाचा मित्रच! अशा या धुंद करून सोडणाऱ्या वातावरणात पंडूने आपली पत्नी माद्री हिच्याकडे पाहिले. ती अतिशय सुंदर होती. तिने परिधान केलेल्या केशरी वस्त्रांत तिचे रूप खुलून दिसत होते. कामवासनेने भारावलेला पंडू तिच्याजवळ गेला. ऋषींनी दिलेल्या शापाच्या भयाने पंडू अठरा वर्षे स्त्रीच्या आलिंगनापासून दूर राहिला होता. पण आता त्याची कामवासना इतकी उफाळून आली होती की, ऋषींच्या शापाचे त्याला विस्मरण झाले. माद्रीने त्याला आवरण्याचा खूप प्रयत्न केला. कुंती असती तर तिने या धोक्यापासून त्याला दूर ठेवले असते. पण माद्रीला ते जमले नाही. ती एखाद्या भ्यालेल्या हरिणीसारखी धावत सुटली. पंडूच्या शक्तीपुढे तिचे सर्व प्रयत्न तोकडे पडले. ती देत असलेल्या धोक्याच्या इशाऱ्याला न जुमानता त्याने तिच्याशी समागम केला. त्या क्षणी पंडू मरून पडला.

माद्रीच्या रडण्याचा आवाज कुंतीच्या कानांवर गेला. आपल्या पाच पुत्रांसह ती तिथे धावून गेली. माद्री तिला म्हणाली, ''भयंकर गोष्ट घडून गेली आहे. मुलांना दूर ठेव आणि एकटीच इकडे ये.'' आपला पती मरून पडलेला कुंतीला दिसला. आपला सर्व राग तिने बिचाऱ्या दुर्दैवी माद्रीवर काढला! ती माद्रीला म्हणाली, ''शापाविषयी तुला सर्व माहिती असूनसुद्धा तू हे कसं घडू दिलंस? तू त्यांना शापाच्या परिणामाची आठवण का करून दिली नाहीस?'' जे घडले होते ते माद्रीने तिला सांगितले. प्राक्तनाच्या शक्तीपुढे कुणाचा इलाज चालत

नाही याची जाणीव कुंतीला झाली. तिला शोक इतका अनावर झाला की, ती बेशुद्ध होऊन खाली पडली! माद्रीने पंडूचा मृतदेह राजवस्त्र घालून शय्येवर ठेवला. तिने कुंतीला उठवले. कुंतीने बेशुद्धीतून भानावर येऊन पतीच्या मुखाकडे पाहिले. मृत पंडूचा चेहरा सुंदर स्मिताने उजळलेला दिसत होता. आपले मुख तिने मृत पंडूच्या मुखावर ठेवले आणि आपल्या शोकाला वाट मोकळी करून दिली.

रानातले ऋषी आता तिथे गोळा झाले होते. त्यांनी करुणेने या दृश्याकडे पाहिले. युधिष्ठिर आणि त्याचे भाऊ या संकटाच्या धक्क्याने सुन्न होऊन तिथे उभे होते! डोळ्यांतून अश्रू ओघळणारा युधिष्ठिर शोकावेगाने म्हणाला, "आम्ही आता पोरके झालो. प्राक्तनाचे मार्ग खरोखरीच फार भयंकर असतात! तुमच्या दयाळू हातांचा आधार नसताना पापानं भरलेल्या या जगात अशा लहान वयातले आम्ही कसे राहाणार? आम्ही आता हताश झालो आहोत. आम्हांला मित्र नाहीत, आमची काळजी घेणारा कुणीच नाही!" ती पाचही मुले दुःख अनावर होऊन रडत होती. अत्यंत करुणास्पद असे ते दृश्य होते. ऋषींनी त्या पाच मुलांना तिथून बाजूला नेले आणि त्यांचे सांत्वन करण्याचा प्रयत्न केला.

कुंती आणि माद्री या दोघींनाही पतीच्या चितेवर जळून जायचे होते. पण ऋषींनी त्यांना आवरले. ऋषी त्यांना म्हणाले, "तुम्ही दोघी या मुलांच्या माता आहात. आपल्या मुलांबरोबर राहून त्यांची काळजी घेणं हे तुमचं कर्तव्य आहे. ती आता दुःखात बुडून गेली आहेत. अशा परिस्थितीत तुम्ही त्यांचा त्याग करून जाणं त्यांना खऱ्याखुऱ्या अर्थानं पोरकं करणं आहे. मातेच्या कर्तव्याला हे शोभणारं नाही. आम्ही तुम्हा दोघींना हस्तिनापूर नगरात घेऊन जातो. अंध राजा धृतराष्ट्र या मुलांवर करायला हवं तसं प्रेम करणार नाही याची आम्हांला जाणीव आहे. या मुलांचा – भविष्यकाळातील जगाच्या राज्यकर्त्यांचा सांभाळ करणं हे माता म्हणून तुमचं कर्तव्य आहे."

ऋषींच्या या बोलण्याचा माद्रीच्या मनावर काहीही परिणाम झाला नाही. आपल्यामुळे आपल्या पतीला मरण आले आणि म्हणून त्याच्या चितेवर उडी घेऊन आपण मरण पत्करले पाहिजे ही एकच गोष्ट तिच्या मनाने घेतली होती. ती स्वतःशी म्हणत होती, 'मी त्यांना हवी होते. माझ्याकडून समाधान करून घेण्यापूर्वीच त्यांना मरण आलं! आता

त्यांचं समाधान करण्यासाठी मला त्यांच्याबरोबर गेलंच पाहिजे, मला त्यांच्याबरोबर मरण स्वीकारलंच पाहिजे.' शोकावेगाने ती भ्रमिष्ट झाली होती. तिने कुंतीकडे पाहिले आणि ती म्हणाली, "माझ्या प्रिय भगिनी, तू माझ्याहून अधिक शहाणी आणि वडील आहेस. तू या मुलांना वाढवू शकशील, तसं मी वाढवू शकणार नाही! तुझ्या कृपेमुळे मला झालेले माझे पुत्र हे खरं तर तुझेच पुत्र आहेत. पाच पुत्रांची माता होण्याची तुझी थोरवी आहे. फक्त तूच त्यांचं रक्षण करू शकतेस. वृष्णी घराण्यातली त्यांची मामेभावंडं त्यांच्या मदतीला आहेत. माझं स्वप्न साकार व्हावं, यासाठी तू मला मदत केली पाहिजेस. या जगात मी माझ्या पतीशिवाय जगणार नाही, जगू शकणार नाही. मी त्यांच्या चितेवर उडी घेणार. माझ्यासाठी एवढा त्याग करायला तू कबूल हो. या तुझ्या पाच मुलांसाठी तुला जगलंच पाहिजे. या जगाचे राज्यकर्ते म्हणून तू त्यांना पाहाशील. जीवनाकडून तुला भरपाई मिळेल. तू माझी इच्छा पूर्ण करावीस, अशी माझी तुला प्रार्थना आहे!"

कुंतीने होकार दिला. ऋषींनाही कुंतीने योग्य तो निर्णय घेतला असेच वाटले. माद्रीने मुलांना आपल्या जवळ बोलावले. प्रेम आणि वेदना यांनी भरलेल्या शब्दांनी ती त्यांना म्हणाली, "कुंती तुमची आई आहे. मी तुमची केवळ दाई होते. तुम्ही पाच जण कुंतीचे पुत्र असल्यामुळे कौंतेय म्हणून ओळखले जाल. युधिष्ठिर आता तुमचा पिता आणि तुम्ही चौघे त्याचे पुत्र असंच समजा. कुठल्याही तऱ्हेनं किंवा कुठल्याही बाबतीत त्याचं मन मोडू नका. मी तुम्हा सगळ्यांना त्याच्या हाती सोपवते आहे. युधिष्ठिरा, माझ्या पुत्रा, तू या पृथ्वीचा राजा होशील. मी स्वर्गातून तुझ्याकडे पाहीन आणि तुला आशीर्वाद देईन!"

माद्रीने प्रत्येकाचा निरोप घेतला. तिने कुंतीच्या पायांवर डोके ठेवले. कुंतीने तिला आशीर्वाद दिला आणि ती म्हणाली, "आपल्या पतीच्या मार्गानं त्याच्या सोबत जायला मी तुला माझी संमती देते. तू स्वर्गात त्याला भेटशील आणि सदाची, सदाची त्याच्या सहवासात राहशील. या जगातली माणसं तुझं नाव सदैव प्रेमानं आणि अश्रूभरल्या डोळ्यांनी स्मरतील. माझ्या भगिनी, मी तुझा निरोप घेते. तू शांत चित्तानं जा." कुंती हे बोलत असताना तिच्या गालांवरून अश्रू ओघळत होते. माद्रीने आनंदाने उजळलेल्या मुखाने चितेवर आरोहण केले. ज्येष्ठ पुत्र युधिष्ठिराने

"आपल्या पतीच्या मार्गानं त्याच्या सोबत जायला मी
तुला माझी संमती देते. तू स्वर्गात त्याला भेटशील आणि
सदाची, सदाची त्याच्या सहवासात राहशील."

अश्रू ओघळत असताना चितेला अग्नी दिला.

आता सगळे संपले होते! सत्शृंग वनात राहाणाऱ्या त्या सर्वांनी आपसात चर्चा करून पुढे काय करायचे हे ठरवले. कुंती आणि पंडूचे पाच पुत्र यांच्याबरोबर हस्तिनापूरला जाणे हाच सर्वोत्तम मार्ग, असा निर्णय त्यांनी घेतला. तिथे या पाच पुत्रांना भीष्म आणि राजा धृतराष्ट्र यांच्या हवाली केल्यानंतर ते त्यांची काळजी घेतील असा विचार त्यांनी केला. आता पंडूने या जगाचा निरोप घेतल्यानंतर हस्तिनापूर हेच आता या पाच पुत्रांच्या हक्काचे घर होते. पंडू आणि माद्री यांच्या सहवासात कुंतीने जिथे अनेक वर्षे सुखाने घालवली होती त्या सत्शृंग वनाचा तिने डबडबलेल्या डोळ्यांनी निरोप घेतला. आता ते सगळे भूतकाळात जमा झाले होते. आता नवा अध्याय सुरू होणार होता. हस्तिनापुरात प्राक्तनाने त्यांच्यासमोर काय वाढून ठेवले होते, याची कुणालाच कल्पना नव्हती. ते ऋषी, कुंती आणि पंडूचे पाच पुत्र त्या सुंदर नगरात जाण्यासाठी निघाले. अज्ञाताकडे नेणाऱ्या प्रवासाची सुरुवात झाली होती.

## हस्तिनापुराकडे

पाच पांडव राजपुत्र, त्यांची माता कुंती आणि त्यांना सोबत करणारे सत्शृंग वनातले ऋषी हस्तिनापूर नगरात येऊन पोचले. तिथले नागरिक त्यांच्याकडे चकित होऊन पाहत होते. ही सर्व मंडळी आल्याचे भीष्म आणि धृतराष्ट्र यांना कळले. ते त्यांचे स्वागत करण्यासाठी नगरद्वारापाशी गेले.

भीष्म, धृतराष्ट्र, शंतनूचा भाऊ बाल्हिक आणि त्याचा पुत्र सोमदत्त, विदूर, सत्यवती, अंबालिका, अंबिका, गांधारी आणि इतर सर्व नगरद्वारापाशी पोचले, तेव्हा त्यांना कुंती आणि पाच राजपुत्र यांचे दर्शन घडले.

त्यांच्या सोबत असलेल्या ऋषींना कौरव कुटुंबातल्या वडील मंडळींनी वंदन केले. सोबत आलेल्या ऋषींच्या वतीने एक ऋषी त्यांना म्हणाला, "तुम्हांला हे माहीत आहेच, की कौरव राजपुत्र पंडू हा सर्व ऐहिक सुखांचा त्याग करून कुंती आणि माद्री या दोघी पत्नींसोबत सत्शृंग वनात येऊन राहिला. आमचं सर्वांचं त्यांच्यावर अतिशय प्रेम होतं. आमच्याबरोबर तिथं पंडू राहत असताना त्याला पाच पुत्र झाले. त्यांपैकी युधिष्ठिर, भीम आणि अर्जुन हे तीन पुत्र कुंतीला धर्मदेव, वायुदेव आणि इंद्रदेव यांच्यापासून झाले आणि नकुल आणि सहदेव हे दोन पुत्र माद्रीला अश्विनीकुमारांपासून झाले. युधिष्ठिर हा पंधरा वर्षांचा झाला तेव्हा पंडूनं पुत्रांसाठी आवश्यक ते सर्व धार्मिक विधी पूर्ण केले. आता सतरा दिवसांपूर्वी पंडूचं निधन झालं. त्याच्या निधनानंतर आवश्यक धार्मिक विधी आम्ही केले. राणी माद्री ही पतीसोबत चितेवर गेली. कुरू घराण्याची भविष्यकाळातील आशा असलेले हे पाच पुत्र आणि त्यांची माता कुंती यांना आम्ही सोबत घेऊन आलो आहोत. भीष्मा, धृतराष्ट्रा, या पाच पितृहीन पुत्रांची काळजी घेण्याची जबाबदारी आता तुमच्यावर आहे." असं सांगून ते ऋषी निघून गेले.

पंडूच्या निधनाचे वृत्त कळून हस्तिनापूरची जनता दुःखात बुडून गेली. दुःखभाराने भीष्मांना शब्दही बोलवेना. आपल्याला अत्यंत प्रिय असलेला आपला पुतण्या आता पुन्हा कधीच दिसणार नाही याचा त्यांना धक्का बसला. धृतराष्ट्रांनाही आपल्या बंधूच्या निधनाचे अतिशय दुःख झाले. बाळपणीच्या पंडूच्या सहवासाच्या आठवणींनी त्याच्या मनात गर्दी केली. पंडूच्या प्रेमळ सहवासामुळे धृतराष्ट्रांना तेव्हा आपल्या अंधत्वाचाही विसर पडला होता. त्याला अश्रू अनावर झाले. अंबालिकेला झालेले दुःख सांत्वनापल्याडचे होते! हे वृत्त कळून तिची शुद्ध गेली. कुरू घराण्याचा पुत्र असलेल्या पंडूच्या लौकिकाला शोभतील अशी सर्व निधनोत्तर धार्मिक क्रियाकर्मे केली जावीत अशी व्यवस्था कर असे धृतराष्ट्र यांनी विदुरांना सांगितले. या प्रसंगी मार्गदर्शन करण्यासाठी व्यास ऋषीही हजर राहिले.

निधनोत्तर करायचे सर्व धार्मिक विधी आटोपल्यानंतर व्यास ऋषी आपली माता सत्यवती हिला म्हणाले, "माते, सुखाचे दिवस आता संपले आहेत. कुरू कुटुंबाच्या वाट्याला येणारा भविष्यकाळ भयानक आहे. प्रत्येक दिवस पापानं भरलेला असेल. आणखी काही वर्षांनी

तुला प्रिय असलेला तुझा नातू धृतराष्ट्र आणि त्याचे पुत्र यांची मनं पापानं व्यापली जातील. विनाशाखेरीज काहीही शिल्लक उरणार नाही! आपली नातवंडं एकमेकांचा नाश करीत असल्याचं दृश्य पाहण्याची शक्ती तुझ्या मनाला असणार नाही. होय, तुझी पतवंडं प्रचंड युद्ध करून एकमेकांचा नाश करतील! तू इथं कशासाठी रेंगाळत राहिली आहेस? या जगाकडे पाठ फिरव आणि रानात निघून जा.'' सत्यवतीने व्यासांचे म्हणणे मान्य केले. तिने अंबिका आणि अंबालिका यांना बोलावले. तिने त्यांना आपण रानात निघून जाणार असल्याचे सांगितले. माझ्याबरोबर तुम्ही येणार का असे तिने त्यांना विचारले. नगराबाहेर जाऊन राहावे आणि आपली वेदना विसरण्याचा प्रयत्न करावा असे त्यांना वाटत असल्यामुळे त्यांनीही तत्काळ होकार दिला.

या तीनही स्त्रियांवर खरोखरीच प्राक्तनाची अवकृपा झाली होती. निराशा आणि हृदयाची वेदना यांच्यासाठीच त्यांची निवड झाली होती. ज्या नगराशी त्यांच्या अनेक वेदनामय आठवणी निगडित होत्या त्या नगराचा त्याग करून जाणे ही त्यांच्यासाठी अत्यंत आनंदाची गोष्ट होती. सत्यवतीच्या मनात तिच्या निरर्थ जीवनाचा विचार आला. शंतनुबरोबर तिची काही वर्षे सुखाची गेली होती. ती वर्षेसुद्धा तिच्या दृष्टीने पूर्ण सुखाची म्हणता आली नसती; कारण आपले सुख हे भीष्मांच्या दुःखावर उभे आहे याची तिला जाणीव होती. त्यानंतर तिच्या पतीचे निधन झाले आणि त्यामागोमाग तिच्या दोन पुत्रांचे निधन! त्यानंतर धृतराष्ट्र, पंडू आणि विदूर या तीन नातवांचा जन्म झाला. निराशेचे प्रसंग एकामागून एक येत होते आणि आता व्यासांनी वर्तवलेले भविष्य की, कुरू घराण्यासमोर भविष्यात फक्त विनाशच आहे! या सगळ्या दुःखांपासून दूर राहण्यासाठी रानात जाऊन वास्तव्य करण्याचा उपाय आपल्या मुलाने सुचवल्याबद्दल तिला त्याच्याविषयी कृतज्ञता वाटली.

अंबिका आणि अंबालिका यांना नगरात राहून कसलेही सुख मिळाले नव्हते. त्यांना रानात जाऊन राहण्याची कल्पना अतिशय आवडली. भीष्म त्यांना हस्तिनापुरात घेऊन आले तेव्हापासून आपल्या सासूच्या बुद्धिबळाच्या पटावरची प्यादी याहून वेगळे असे अस्तित्व त्यांना नव्हतेच! त्यांचा विवाह विचित्रवीर्याशी लावून देण्यात आला. त्यानंतर त्यांची लाडकी बहीण अंबा हिची शोकात्मिका पाहाणे त्यांच्या

नशिबी आले. ती वेदना त्या कधीच विसरू शकल्या नाहीत. पतीच्या सहवासात त्यांची काही वर्षे सुखाची गेली. पण विचित्रवीर्याचे निधन झाले आणि अनेक महिने त्यांच्या वाट्याला एकाकीपण आले. तेही त्यांच्या सासूच्या आज्ञेमुळे संपले. घराणे चालू राहावे यासाठी त्यांना पुत्रप्राप्ती करून घ्यावी लागली. या पुत्रप्राप्तीसाठी व्यास ऋषींशी समागम करण्याची सक्ती त्यांना स्वीकारावी लागली! तो अतिशय भयंकर असा अनुभव होता! व्यासापासून जी मुले झाली ती राणी सत्यवतीची निराशा करणारी ठरली. कारण सत्यवती अतिशय महत्त्वाकांक्षी होती. सत्यवतीच्या हातातली खेळणी असणाऱ्या या दोन्ही मुली तिच्याबरोबर रानात जाऊन राहायला तयार झाल्या. पुत्राचे निधन झाल्यानंतर अंबालिका मृतप्राय झाली होती! रानात आपल्या मनाला शांती मिळेल या कल्पनेने तिला फार बरे वाटले होते. या दोघींना आपले दुःख विसरायचे होते. जगण्याची इच्छाच नाहीशी होणे ही गोष्ट मृत्यूच्या हातांतल्या सर्व शस्त्रांहून अधिक शक्तिशाली असते. जगण्यात कसलाही रस उरत नाही ही अवस्था मरणाहूनही भयानक असते. सत्यवती, अंबिका आणि अंबालिका या तिघीजणी त्या अवस्थेला जाऊन पोहोचल्या होत्या. कशातच त्यांना रस उरला नव्हता. जखमी हृदयांना शांती मिळावी म्हणून त्या रानात राहायला तयार झाल्या होत्या.

रानात जायला निघण्यापूर्वी या तिघीजणींनी घरातल्या सर्वांचा निरोप घेतला. सत्यवतीने भीष्मांना बोलावून घेतले. आपण रानात जाऊन राहण्याचा निर्णय घेतल्याचे तिने त्याला सांगितले. ती आणि जग सोडून गेलेला त्याचा पिता यांच्यातला तोच आता दुवा होता.

भीष्म सत्यवतीला म्हणाले, ''माते, तू मला सोडून का जाते आहेस? दुःखाचं ओझं सहन करण्यासाठी मला तुझी मदत व्हावी म्हणून तू इथंच का राहत नाहीस?''

सत्यवती भीष्मांना म्हणाली, ''माझ्या पुत्रा, मी इथं राहणार नाही. कुरू घराण्याकडे भविष्यात विनाशाखेरीज काहीही नाही असं व्यासानं मला सांगितलं आहे. मी शूर स्त्री आहे असं मला वाटत होतं पण मी तशी नाही! कुरू घराण्याचा नाश मी सहन करू शकणार नाही आणि म्हणून मी रानात जाऊन राहण्याचा निर्णय घेतला आहे. माझा निर्णय अगदी पक्का आहे.''

“विनाश!” भीष्म म्हणाले, “व्यासांच्या या भविष्याविषयी मला अधिक काही सांग.”

सत्यवतीने त्यांना सर्व काही सांगितले.

भीष्मांचा चेहरा वेदनेने पांढराफटक पडला! भीष्म म्हणाले, “मलासुद्धा या विनाशाचं भय वाटतं आहे. माझ्या पित्यानं मला एक वर दिला होता. मला मरणाची इच्छा होईल तेव्हा मला मरण येईल असा तो वर होता. माते, ज्यासाठी मी जगावं असं काहीच आता उरलेलं नाही! मीसुद्धा आता मरणाला बोलावीन आणि पुन्हा माझ्या आईच्या मिठीत जाईन.”

सत्यवती म्हणाली, “नाही, तुला तसं करता येणार नाही. म्हणून तर तुला मी बोलावून घेतलं. कुरू कुटुंबातल्या तरुण मुलांना मी तुझ्या हातांत सोपवते आहे. या जगात कुरूंचं घर भक्कमपणे उभं आहे हे पाहाणं आता तुझं कर्तव्य आहे. हे कर्तव्य पार पाडल्याखेरीज निवृत्त होण्याचं स्वप्नं तू पाहू शकणार नाहीस. एकदा मी माझ्यासाठी काही करण्याची आज्ञा तुला केली होती, पण तेव्हा तू मला नकार दिला होतास. आता मात्र तू असं करू शकणार नाहीस. कुरू घराण्यातल्या मुलांचं पालकत्व मी तुझ्यावर सोपवते आहे – तुला माझी तशी आज्ञा आहे.”

भीष्मांनी मान खाली वाकवली आणि न बोलता आपली संमती दिली. दोघांनीही एकमेकांचा निरोप घेतला. इतकी वर्षे तिच्या वाट्याला आली नव्हती ती मन:शांती मिळवण्यासाठी सत्यवती गेली आणि आयुष्याचे मान मोडणारे लादले गेलेले ओझे वाहण्यासाठी भीष्म निघून गेले. प्राक्तन त्यांची मुक्तता करीपर्यंत त्यांना हे ओझे वाहावे लागणार होते!

# द्वेषाचे अंकुर

ज्या सुखावर त्यांचा जन्मसिद्ध हक्क होता ते सुख पांडव राजपुत्रांनी प्रथमच आपल्या आयुष्यात अनुभवले. पंडू आणि धृतराष्ट्र यांचे पुत्र तरुण होते. राजवाड्याच्या उद्यानात ही तरुण मुले खेळू लागली की, त्यांच्या आवाजाने ते उद्यान भरून जाई. आपल्या खेळणाऱ्या नातवंडांचे आवाज कानांवर पडू लागले की, भीष्म अगदी खूष होऊन जात.

असेच काही दिवस गेले आणि दुर्योधनाच्या मनात पाप भरले. भीम हा स्वभावत:च खोडकर होता. इतर मुलांच्या खोड्या काढण्यात तो विशेष आनंद घेई. भीम हा सर्व मुलांत अधिक शक्तिमान होता. कुठल्याही प्रकारचे द्वंद्वयुद्ध असो, भीमच जिंकत असे. मुष्टियुद्ध असो की मल्लयुद्ध असो, भीम धृतराष्ट्राच्या पुत्रांचा पराभव करीत असे. धृतराष्ट्रांची मुले झाडावर चढून बसली की, शक्तिमान भीम गदागदा झाड हलवायचा. त्याने तसे केले की धृतराष्ट्रांची मुले फळे खाली पडावीत तशी खाली पडत! भीमाच्या असल्या वागण्याचा त्यांना खूप राग यायचा. भीम चैतन्याने नुसता रसरसलेला होता. ही शक्ती त्याच्यात जरा अधिकच होती असे म्हटले तरी चालेल! या शक्तीचा वारसा त्याला आपल्या पित्याकडून लाभला होता.

पराभव किंवा अपमान झाला, तरी चेहरा हसरा ठेवायचा दांभिकपणा माणसे वयाने वाढली की शिकतात. आपण तरुण असतो तेव्हा हा दांभिकपणा आपल्यात नसतो. खेळताना हरली की, मुले जो जिंकतो त्याच्यावर ओरडतात, त्याच्या अंगावर धावून जातात. पराभव खिलाडू वृत्तीने घेणे हा वाक्प्रचार मुलांना लागू नसतो. वयाने आपण वडील होतो, तेव्हा आपण मन समतोल ठेवण्याची कला प्रयत्नपूर्वक साध्य करतो. चिडण्याची, रागावण्याची प्रतिक्रिया ही मुलांमध्ये नैसर्गिक असते. भीमाची दांडगाई आणि त्याचे आपल्याहून अधिक शक्तिमान असणे धृतराष्ट्रांच्या मुलांना सहन होत नसे. भीम हा स्वभावत:च दांडगोबा होता! तो सारखा खोड्या काढत राहायचा. त्यामुळे दुर्योधनाला

भीमाची चीड यायची, तो भीमाचा द्वेष करायचा. भीमाचा सूड कसा घेता येईल याचा दुर्योधन सारखा विचार करीत असे! "भीम मेला तर बरं होईल." असे दुर्योधन आपल्या पोरकट रागाच्या पोटी मनाशी म्हणायचा.

मुले आपसात भांडतात, मारामाऱ्या करतात पण वयाने मोठी झाली की, असे वागत नाहीत. पण दुर्योधन अशा सर्वसामान्य मुलांपैकी नव्हता. त्याचा पिता स्वार्थी आणि लोभी होता. हे दुर्गुण पित्याकडून दुर्योधनानेही उचलले होते. आपल्या चुलत भावंडांचे भले झालेले त्याला नको होते. भीम जर मेला, तर देशाचा राजा म्हणून आपले स्थान पूर्णपणे सुरक्षित होईल असा हिशोब दुर्योधनाने आपल्या मनाशी केला होता. इथे शकुनी मामांचा प्रवेश होतो. तो दुर्योधनाचा मामा आणि त्यांचा दुष्टकृत्यांतला गुरू! दुर्योधनाच्या मनात जो द्वेषाचा निखारा होता त्याला कपटकारस्थानांचा वारा घालून शकुनींनी निखाऱ्याची ज्वाळा केली! पांडवांच्या, त्यातही विशेषकरून भीमाच्या द्वेषाखेरीज दुर्योधनाच्या मनात दुसऱ्या कुठल्याही भावनेला थारा नव्हता. द्वेषाची अशी आग हृदयात पेटल्यामुळे त्याला धड झोपही येत नव्हती! तो अतिशय दुःखी झाला होता.

दुर्योधन आणि शकुनी यांनी भीमाला ठार करण्याचे एक कारस्थान रचले, ही सगळी मुले गंगेच्या तीरावर खेळायला जात असत. तिथे सगळा दिवस ती वेगवेगळे खेळ खेळण्यात रंगून जात. एक दिवस ती अशीच खेळायला गेली होती. संध्याकाळ झाली. भीम खूप दमला होता आणि त्याला भूक लागली होती. दुर्योधनाने त्याला आपल्या तंबूत नेले. चांगले पंचपक्वानांचे जेवण खाऊ घातले. भीम स्वभावाने अगदी साधाभोळा होता. कोणी कपटकारस्थान करीत असेल ते त्याच्या ध्यानातही येत नसे. तो सपाटून जेवला. अन्नात दुर्योधनाने काळकूट नावाचे जहाल विष कालवले आहे हे भीमाच्या ध्यानातही आले नाही. जेवण झाले आणि भीम मूर्च्छेत गेला. दुर्योधनाने बेशुद्ध झालेल्या भीमाला त्याच्या बिछान्यासकट जाड वेलींनी बांधला, त्या बिछान्यात जहरी सर्प ठेवले आणि तो बिछाना गंगेच्या पाण्यात फेकून दिला.

खेळणे संपले आणि सगळी मुले घरी परतायच्या तयारीला लागली. युधिष्ठिराला भीम कुठे दिसेना. त्याने खूप शोधले पण भीमाचा पत्ता नाही! तेव्हा त्याला वाटले की, भीम बहुतेक घरी गेला असेल. अस्वस्थ

होऊन युधिष्ठिर घरी पोचला. त्याने आपल्या मातेला विचारले, "भीम घरी पोचला ना?" हे ऐकून कुंती चकित झाली. ती म्हणाली, "नाही, भीम अजून घरी आलेला नाही." कुंतीने युधिष्ठिराच्या चेहऱ्याकडे पाहिले आणि ती चरकली. "मी खूप शोधलं पण भीमाचा कुठेच पत्ता नाही" असे त्याने कुंतीला सांगितले. चौघेही भाऊ पुन्हा भीमाला शोधण्यासाठी गंगेच्या तीरावर गेले. पण भीम कुठे दिसेना. त्यांनी "भीमा! भीमा!" अशा हाका मारल्या, पण त्यांना आपल्या आवाजाचा प्रतिध्वनीच ऐकू आला! त्यांचे शोधणे निष्फळ ठरले! ते घरी परतले आणि भीमाचा कुठेही पत्ता लागत नाही असे त्यांनी आपल्या मातेला सांगितले. भ्यायलेला कुंतीने विदुरांना बोलावून घेतले आणि भीम बेपत्ता झाल्याचे सांगितले. कुंती त्यांना म्हणाली, "दुर्योधनाला माझ्या पुत्राविषयी जराही प्रेम वाटत नाही! भीम झोपलेला असताना दुर्योधनानं त्याला ठार मारलेलं असावं, अशी भीती मला वाटते!" कुंतीचे सांत्वन करण्यासाठी विदूर म्हणाले, "माझ्या भगिनी, तू काळजी करू नकोस. मागे उरलेल्या तुझ्या चार पुत्रांचं रक्षण तुला करायचं आहे. दुर्योधनाला जर कळलं, की आपल्या मनात त्याचा संशय आहे, तर तो मागे उरलेल्या चौघा भावांनाही ठार करील. तुझे पुत्र दीर्घायू असतील असं भविष्य ऋषींनी वर्तवलेलं आहे. तू तुझ्या भावना व्यक्त करू नकोस! भीम सुरक्षित आहे असं मला खात्रीपूर्वक वाटतं. तो लवकरच तुला भेटेल. तू तुझ्या मनावर ताबा ठेव आणि दुर्योधनाचा तुला संशय येतो आहे ही गोष्ट त्याला कळू देऊ नकोस!" अशा रीतीने कुंतीचे सांत्वन करून विदुरानी तिचा निरोप घेतला.

गंगेच्या पात्रात फेकून दिलेला भीम अजून झोपेतच होता! आपल्याला काहीतरी चावते आहे असे अचानक वाटून त्याला जाग आली! सापांनी आपले चावण्याचे काम सुरू केले होते! त्यामुळे एक चमत्कार झाला. भीमाने जे विष खाल्ले होते त्या विषाला हे सापांचे विष मारक ठरले! जाग्या झालेल्या भीमाने एकामागून एक एक साप ठार करायला सुरुवात केली. भीमाच्या हातून जे साप निसटले ते थेट पाताळात गेले. वासुकी हा सर्व सर्पांचा स्वामी. निसटलेले हे साप वासुकीला म्हणाले, "एक माणूस आहे. कदाचित तो सर्पांचा राजाच असावा! आम्ही एक हजार सर्पांनी त्याला चावे घेतले. त्यामुळे तो फक्त गाढ झोपेतून जागा झाला! आता त्यानं त्याला बांधणाऱ्या सर्व वेली तोडून टाकल्या

आहेत आणि त्यानं आम्हा सगळ्या सापांना ठार करायचं ठरवलेलं दिसतं आहे.'' हे ऐकल्यावर वासुकी आपल्या दांडग्या शिपायांसह जिथे भीम होता तिथे जाऊन पोचला. हा भीम, कुंतीचा पुत्र हे वासुकीने ओळखले आणि त्याने भीमाला प्रेमाने आलिंगन दिले. वासुकी आपल्या मंत्र्याला म्हणाला, ''त्याला जितके हवे तितके दागिने आणि संपत्ती द्या. मी त्याच्यावर प्रसन्न आहे.'' वासुकीचा मंत्री त्याला म्हणाला, ''मला एक सूचना करायची आहे. तो राजपुत्र असल्यामुळे दागिने आणि संपत्ती याची त्याला काहीच कमतरता नाही. आपल्याकडे शक्तिवर्धक उत्तेजक पेय आहे ते त्याला का देऊ नये?'' ही सूचना ऐकून वासुकी खूष झाला. वासुकीने भीमाला पूर्व दिशेला तोंड करून बसवले आणि एक भांडे भरून ते शक्तिवर्धक उत्तेजक पेय प्यायला दिले. भीमाने ते भांडे एका घोटात संपवले. हे पाहून सगळे थक्क झाले! वासुकीने आणखी उत्तेजक पेय मागवले आणि तो भीमाला म्हणाला, ''तुला जितकं हवं तितकं तू पिऊन घे. जितकं अधिक पिशील तितकी अधिक तुला शक्ती येईल. एक भांडं भरून हे पेय प्यालं तर हजार हत्तींचं बळ येतं!'' भीम आठ भांडी भरून ते अद्‌भुत पेय प्याला आणि झोपी गेला.

आठ दिवस भीम गाढ झोपेत होता! आठव्या दिवशी तो जागा झाला तेव्हा नागराजाने दिव्य अन्न त्याला खाऊ घातले आणि गंगेच्या तीरावर नेऊन पोचवले. भीम घरी गेला आणि आपल्या मातेला आणि बंधूंना भेटला. सर्वांनी भीमाचे आनंदाश्रूंनी स्वागत केले. आनंद कुंतीच्या हृदयात मावेना! युधिष्ठिराला तर काही वेळ शब्द फुटेना! त्याचा भीम अतिशय लाडका होता. भीमाने सगळ्या भावांना प्रेमाने आलिंगन दिले. कुंतीला तर आनंदाने रडू आवरत नव्हते. भीमाने तिचेही सांत्वन केले. भीमाने आपल्याला आलेले अनुभव त्या सर्वांना सांगितले. विदुरांनी ही सर्व कथा भीमाच्या तोंडून ऐकली. दुर्योधनाच्या द्वेषाच्या बाबतीत सर्वांनी सावध राहायला हवे असा सल्ला त्यांनी दिला. पाचही पांडव दुर्योधनाशी नेहमीच चांगले वागलेले असूनही दुर्योधन असा कसा वागू शकला हेच त्यांना कळेना! दुर्योधनासारख्या तरुणाच्या हृदयात इतका द्वेष! द्वेष एखाद्या माणसाला इतका आंधळा करू शकतो?

भीम जिवंत असल्याचे पाहून दुर्योधन आणि शकुनी यांना आश्चर्याचा

धक्काच बसला. पण त्यामुळे भीमाविषयीच्या त्यांच्या द्वेषात अधिकच वाढ झाली. आपण हे कारस्थान केल्याचे पांडवांना कळले याची जाणीव झाल्यामुळे दुर्योधन ओठ मिटून गप्प राहिला.

## गुरू द्रोणाचार्य

राजपुत्रांना शिक्षण देण्याची जबाबदारी भीष्मांनी आचार्य कृप यांच्यावर सोपवली. कृपाचार्य हे शस्त्रविद्येत पारंगत होते. राजा शंतनू एकदा शिकारीसाठी रानात गेला असताना भाऊ-बहीण असलेली दोन मुले त्याला सापडली. त्यांची दया येऊन तो त्यांना राजवाड्यावर आपल्या सोबत घेऊन आला. कृप आणि कृपी अशी त्याने त्यांची नावे ठेवली. महान गौतम ऋषी हा त्यांचा पिता. कृपा यांना उपजतच शस्त्रविद्येची आवड होती. तो ती विद्या शिकला. तरुण राजपुत्रांना शस्त्रविद्येचे शिक्षण देणारी आचार्य कृप हीच योग्य व्यक्ती आहे असे भीष्मांना वाटले. धृतराष्ट्र आणि पंडू यांचे पुत्र तसेच वृष्णी, भोज आणि अंधक या घराण्यातले राजपुत्र धनुर्विद्या आणि इतरही काही शस्त्रविद्या यांचे शिक्षण घेण्यासाठी हस्तिनापूरला आले. या गुरूपाशी त्यांनी आवश्यक ते शिक्षण घेतल्यानंतर पुढील शिक्षण घेण्यासाठी त्यांना अधिक मोठ्या गुरूची आवश्यकता आहे असे भीष्मांना वाटले. यासाठी योग्य अशा गुरूचा शोध भीष्म घेत होते.

एक दिवस हे सर्व राजपुत्र चेंडू घेऊन खेळत असताना जवळच असलेल्या एका विहिरीत त्यांचा चेंडू पडला. रंगत आलेला खेळ असा अचानक थांबल्यामुळे हे सर्व राजपुत्र अतिशय अस्वस्थ झाले. एक माणूस हे सर्व पाहत बाजूला उभा होता. तो त्यांच्या जवळ आला आणि त्यांना म्हणाला, ‘‘धनुर्विद्या तुम्हांला पुरेशी अवगत नाही हे अगदी उघड आहे. ती अवगत असती तर तुम्ही असं असाहाय्य झाला

नसता!'' हे ऐकून ते राजपुत्र त्याला म्हणाले, ''आम्ही धनुर्विद्येचं शिक्षण घेतलेलं आहे, पण त्याचा इथं काय संबंध हे आम्हांला कळलेलं नाही!'' तो माणूस म्हणाला, ''विहिरीत पडलेला चेंडू आणि धनुर्विद्या यांचा कसा संबंध आहे हे मी तुम्हांला दाखवतो.'' असं म्हणून त्या माणसाने रत्नजडित अंगठी आपल्या बोटातून काढली आणि ती विहिरीत टाकली! आश्चर्यचकित झालेले राजपुत्र हे पाहत असताना त्याने आपले धनुष्य सज्ज केले आणि विहिरीत एक बाण सोडला. विहिरीच्या काठाशी जाऊन राजपुत्रांनी आत डोकावून पाहिले. त्या बाणाने प्रथम अंगठीत प्रवेश केला आणि नंतर तो चेंडूत शिरला. मग त्याने दुसरा बाण सोडला तो पहिल्या बाणात शिरला. त्यानंतर तिसरा बाण सोडला तो दुसऱ्या बाणात शिरला. अशा रीतीने त्याने एकामागून एक बाण सोडले आणि बाणांचा जणू दोरखंडच उभा केला. बाणांचा हा दोरखंड हाताशी आला तेव्हा त्याने अंगठी आणि चेंडू वर ओढून घेतले. चेंडू त्याने राजपुत्रांना दिला आणि अंगठी आपल्या बोटात घातली. हे पाहून राजपुत्रांच्या आश्चर्याला सुमार उरला नाही! अशी गोष्ट त्यांनी पूर्वी कधीच पाहिली नव्हती. ते त्या माणसाला म्हणाले, ''तुम्ही कोण हे सांगाल काय?'' तो माणूस स्मित करून त्यांना म्हणाला, ''तुम्ही तुमच्या आजोबांकडे जा आणि जे पाहिलं ते त्यांना सांगा. मी कोण आहे हे तुम्हांला तेच सांगतील.''

थक्क झालेले ते राजपुत्र धावतच राजवाड्यावर गेले आणि त्यांनी या अद्‌भुत माणसाविषयी भीष्मांना सांगितले. हा माणूस म्हणजे कृपीचा पती द्रोण आहे, हे भीष्मांनी त्या क्षणी ओळखले. द्रोण यांनी धनुर्विद्येचे शिक्षण गुरू भार्गव यांच्याकडून घेतले होते. भार्गव हे महान ऋषी भारद्वाज यांचे पुत्र. राजपुत्रांना धनुर्विद्येचे शिक्षण देण्यासाठी द्रोण हेच योग्य गुरू आहेत, असा विचार भीष्मांच्या मनात आला. भीष्मांनी द्रोणांना राजवाड्यावर येण्याचे आमंत्रण दिले. द्रोण हस्तिनापुरात आले तेव्हा भीष्मांनी त्यांचे आदरपूर्वक स्वागत केले.

# द्रोण आणि द्रुपद

पांचाळ देशाचा राजपुत्र द्रुपद हा द्रोण यांचा बाळपणीचा मित्र. द्रुपद एकदा द्रोणांना म्हणाला, ''मला तू माझा मित्र म्हणून अतिशय आवडतोस. आपली मैत्री ही बाळपणीच्या सीमेवरच संपली असं मला मुळीच वाटत नाही. मी पांचाळांच्या सिंहासनाचा वारस आहे. मी राजा झालो की तुला बोलावून घेईन आणि आपली मैत्री मग आयुष्यभर टिकेल.''

काही वर्षे गेली. द्रोणांचे कृपीशी लग्न झाले. कृपी ही शारद्व्रत किंवा गौतम यांची कन्या. द्रोण आणि कृपी यांना पुत्रप्राप्ती झाली. या पुत्राचे अश्वत्थामा हे नाव ठेवले गेले. आपल्या काळातला सर्वश्रेष्ठ धनुर्धर होण्याची द्रोणांची महत्त्वाकांक्षा होती. धनुर्विद्येचे श्रेष्ठ गुरू भार्गव यांची भेट घ्यायला द्रोण गेले. गुरू भार्गवांनी एकवीस वेळा पृथ्वीप्रदक्षिणा करून क्षत्रियांचा नाश केला होता. त्यांनी द्रोणांचे प्रेमाने स्वागत केले आणि त्यांनी त्यांना विचारले, ''मी तुझ्यासाठी काय करू शकतो?''

द्रोण भार्गवांना म्हणाले, ''माझं नाव द्रोण, मी भारद्वाजांचा पुत्र. तुमच्याकडून संपत्तीचा लाभ व्हावा म्हणून मी आलो आहे.'' भार्गव द्रोणाला म्हणाले, ''माझ्याजवळ संपत्ती नाही. माझ्याजवळ जे काय होतं ते मी कश्यपाला देऊन टाकलं. आता माझ्या या शरीराखेरीज माझ्याकडे काहीही उरलेलं नाही! असा माझ्यासारखा गरीब तुला काय देऊ शकणार?''

द्रोणांनी स्मित केले आणि ते भार्गवांना म्हणाले, ''गुरुदेव, जी संपत्ती तुमच्याकडे आहे तीच मला हवी आहे. धनुर्विद्येचे तुम्ही श्रेष्ठ आचार्य आहात. तुमचा शिष्य होऊन ही विद्या मला शिकायची आहे.'' भार्गव म्हणाले, ''हे अगदी सहज शक्य आहे. माझा शिष्य म्हणून मी तुझा स्वीकार करीन.''

द्रोणांनी सर्व शस्त्रास्त्रविद्यांत प्रावीण्य मिळवले. द्रोण घरी आले

तेव्हा त्याचा पुत्र अश्वत्थामा लहान होता. घरात दारिद्र्य. एक दिवस अश्वत्थामा आपल्या मातेजवळ आला आणि म्हणाला, ''माते, माझे सर्व मित्र दूध प्यायल्याचं सांगतात. देवांचं अमृत हे पेय सोडल्यास दुधासारखी सुंदर चव कुठल्याही पेयाला नाही असंही ते म्हणतात. माते, मला दूध प्यायचं आहे.'' हे ऐकून दारिद्र्य भोगणाऱ्या त्याच्या मातेला काय करावे ते कळेना. ती आपल्या मुलाचे समाधान करू शकली नाही. हे जेव्हा द्रोणांना कळले तेव्हा ते फार अस्वस्थ झाले. पण अचानक त्यांना आपला बाळपणीचा मित्र राजपुत्र द्रुपद याची आठवण झाली. ते आपली पत्नी कृपी हिला म्हणाले, ''ऐक कृपी, द्रुपद नावाचा माझा बाळपणीचा एक मित्र आहे. आता तो पांचाळ देशाचा राजा झाला आहे. माझ्या संपत्तीत तुझाही वाटा असेल असं वचन बाळपणी त्यानं मला दिलं आहे. आता आपण वेळ न घालवता पांचाळ देशात जाऊ या. मग आपल्या दारिद्र्याचा शेवट होईल.'' द्रोण, कृपी आणि अश्वत्थामा असे तिघेही पांचाळ देशात जायला निघाले.

द्रोण द्रुपदाच्या दरबारात गेले आणि त्याला म्हणाला, ''मी द्रोण आहे. मी तुझा बाळपणीचा मित्र. तू राजा झाला आहेस असं मी ऐकलं आणि तुझ्या भेटीला आलो. बाळपणी आपण आश्रमात राहत होतो तेव्हा तू काय म्हणाला होतास ते तुला आठवतं? तू म्हणाला होतास की, आपली मैत्री आयुष्यभर टिकावी. राज्याचा अर्धा वाटा तुझा आहे असंही तेव्हा मला म्हणाला होतास. तुझी भूमी, तुझी संपत्ती मला नको आहे. मी आलो आहे तुझा मित्र म्हणून. मला तुझ्याजवळ ठेवून घेणं हे आता तुझ्यावर आहे. आपण सदैव सोबतीनं राहू या.''

राजा झालेला द्रुपद आता पूर्वीचा राहिला नव्हता. सत्ता आणि संपत्ती यामुळे तो गर्विष्ठ झाला होता. सत्तेच्या मदात तो हसला आणि द्रोणांना म्हणाला, ''मला हसू येतंय हे तुझं बोलणं ऐकून. तू एक गरीब ब्राह्मणाचा पोर! शाळकरी पोरवयात मी तुझ्याशी मैत्री केली. त्या मैत्रीवर हक्क सांगायला आता तू आला आहेस? मैत्रीची शक्यता ही दोन समान दर्जाच्या माणसांतच असू शकते हे तुला ठाऊक नाही काय? दोन गरीब माणसांची मैत्री होऊ शकते किंवा दोन श्रीमंत माणसांची मैत्री होऊ शकते. पण तू ज्या मैत्रीविषयी बोलतो आहेस ती तुझ्या स्वप्नातली मैत्री आहे. ती प्रत्यक्षात येऊच शकत नाही. तेव्हा तू

इथून चालता हो आणि पुन्हा इथं येऊन, कधी एके काळी मी तुला दिलेल्या वचनाची गोष्ट सांगून मला कटकट करू नकोस!''

अपमान झालेला तो ब्राह्मण काही क्षण शब्दही न बोलता उभा राहिला आणि मग तो अचानक त्या उद्धट राजाचा दरबार सोडून निघून गेला. दरबारात काही क्षण न बोलता उभा असताना त्यांनी पुढे काय करायचे हे आपल्या मनाशी ठरवले होते. सत्तेच्या मदाने अंध झालेल्या, दिलेले वचन विसरलेल्या द्रुपदाचा सूड घ्यायचा हे त्याने आपल्या मनाशी पक्के ठरवले होते. एखाद्या भिकाऱ्याला अपमानकारक वागणूक द्यावी तशी वागणूक द्रुपद राजाने त्यांना दिली होती. त्याबद्दल द्रुपदाला शिक्षा ही व्हायला हवीच! एखाद्या तरुण क्षत्रियाला धनुर्विद्येचे शिक्षण देऊन त्याच्याकडून आपल्या सूडाच्या स्वप्नाची पूर्तता करून घ्यायची असे त्यांनी ठरवले. आपली पावले त्यांनी हस्तिनापुराकडे वळवली. त्यांची पत्नी कृपी हिचा भाऊ कृप हे तिथेच राहत होते. कुरू घराण्यातल्या तरुण राजपुत्रांना तिथे कृप धनुर्विद्येचे शिक्षण देतात असेही त्यांनी ऐकले होते. आपल्या सूडाच्या स्वप्नाची पूर्तता करण्यासाठी हस्तिनापुरात आपल्याला मदत मिळू शकेल, अशी आशा त्यांना वाटली.

द्रोण हस्तिनापूरच्या सीमेवर पोचले तेव्हा त्यांना कुरू घराण्यातले राजपुत्र दिसले. त्यांनी त्यांचा विहिरीत पडलेला चेंडू आपल्या बाणांनी काढून दिला होता. त्यानंतर भीष्म आले आणि त्यांचे स्वागत करून त्यांना हस्तिनापूर नगरात घेऊन गेले. भीष्मांनी केलेल्या स्वागताने द्रोण प्रसन्न झाले होते.

द्रुपद राजाने केलेल्या आपल्या अपमानाची सर्व हकीकत द्रोणांनी भीष्मांना सांगितली. द्रुपदाचा सूड घेण्याची आपली इच्छाही द्रोणांनी बोलून दाखवली. भीष्म त्यांना म्हणाले, ''तू अगदी योग्य ठिकाणी आला आहेस. शंभराहून अधिक असलेल्या माझ्या नातवांना धनुर्विद्या शिकायची आहे. जर तू हे काम स्वीकारलंस तर माझा मोठा सन्मान झाला असंच मी समजेन आणि माझ्या मनावरचा ताण कमी होईल! क्षत्रियाला आवश्यक असणारं सर्व शिक्षण तू त्यांना दे.'' आपल्या उद्दिष्टांच्या पूर्तीच्या दृष्टीने आपल्या ही फार मोठी संधी मिळाली असेच द्रोणांना वाटले. भीष्मांनी आपल्याला सर्व नातवांना बोलावले, त्यांना द्रोणांच्या स्वाधीन केले आणि ते द्रोणांना म्हणाले, ''ही मुलं आता तुझी आहेत असंच तू समज. त्यांना उत्तम वाढवण्याची जबाबदारी आता

तुझी आहे. तुझ्या शिक्षणातून त्यांचा पुरुषार्थ प्रकट झाला पाहिजे.''

तरुण राजपुत्रांना द्रोण बरीच वर्षे शिक्षण देत होते. सर्व राजपुत्रांनी शस्त्रविद्येत चांगली प्रगती केली. पण अर्जुन गुरू द्रोणांचा सर्वांत लाडका होता. अर्जुनाचे धनुर्विद्येवर प्रेम होते. तो निष्ठापूर्वक सतत सराव करीत राही. त्याचा आपल्या मनावर ताबा होता. विद्या आणि गुरू यांच्यावर त्याची भक्ती होती. त्याचा स्वभाव प्रेमळ होता. द्रोणांना आपला पुत्र अश्वत्थामा याच्यापेक्षाही अर्जुन अधिक आवडत असे. गुरू द्रोण एकदा त्याला म्हणाले, "तुझ्यासारखा धनुर्धर मी अजून पाहिलेला नाही. तुला या जगातला सर्वश्रेष्ठ धनुर्धर करण्याचं वचन मी तुला देतो.'' हे ऐकून अर्जुनाला अतिशय आनंद झाला.

एकदा द्रोणाचार्य गंगानदीच्या पाण्यात स्नान करीत असताना त्यांचा पाय एका सुसरीने पकडला. ते आपला पाय सोडवू शकत होते. पण त्यांनी तसे केले नाही, कारण त्यांना आपल्या शिष्यांची परीक्षा पाहायची होती. "मला वाचवा! मला वाचवा!'' असं ते मोठ्याने ओरडले. त्या क्षणी अर्जुनाने आपल्या धनुष्यातून बाण सोडले आणि त्या सुसरीला ठार केले. द्रोण अर्जुनावर प्रसन्न झाले आणि त्यांनी अर्जुनाला ब्रह्मास्त्र शिकवले. त्यांनी अर्जुनाला सावधगिरीची एक सूचनाही दिली. ते म्हणाले, "अत्यंत शक्तिमान असलेलं हे अस्त्र सर्वसामान्य मर्त्य मानवावर सोडण्यासाठी नाही. असं केलंस तर ते सगळ्या जगाचा नाश करील. एखाद्या राक्षसावर किंवा मानवांना उद्ध्वस्त करण्यासाठी उद्युक्त झालेल्या एखाद्या विकृत देवावर याचा उपयोग करता येईल.'' नम्रतेने आणि कृतज्ञतेने अर्जुनाने त्या अस्त्राचा स्वीकार केला.

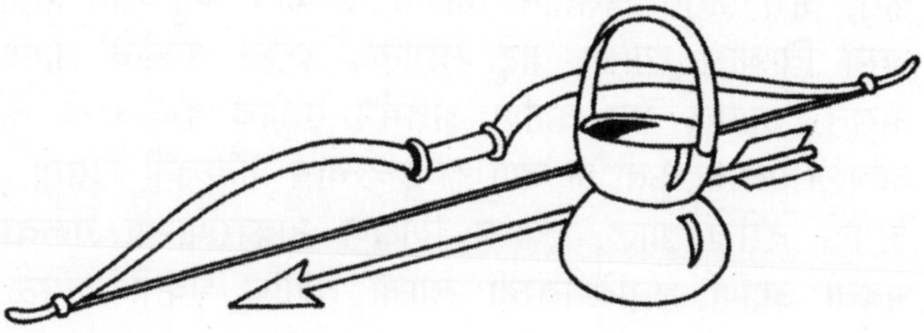

# एकलव्य

एक दिवस कृष्णवर्णाचा एक तरुण द्रोणाचार्यांना भेटायला आला. तो आचार्यांच्या जवळ आला, तेव्हा आजूबाजूला कोणीही नव्हते, आचार्य एकटेच होते. त्याने द्रोणाचार्यांच्या, त्या श्रेष्ठ ब्राह्मणाच्या पायांवर डोके ठेवले आणि तो त्यांना म्हणाला, "गुरुदेव, आपल्याकडे धनुर्विद्येचं शिक्षण घेण्यासाठी मी आलो आहे. आपण आपला शिष्य म्हणून माझा स्वीकार करावा अशी माझी प्रार्थना आहे." त्याचे हे वागणे-बोलणे द्रोणाचार्यांना आवडले. त्यांनी सहानुभूतीच्या स्वरांत त्याला विचारले, "तू कोण आहेस?" तो तरुण म्हणाला, "माझं नाव एकलव्य. निषाद जमातीतला राजा हिरण्यधनू याचा मी पुत्र." हा तरुण मुलगा क्षत्रिय नव्हता तर निषाद होता. त्यामुळे द्रोणाचार्य त्याला आपला शिष्य म्हणून स्वीकारणार नव्हते. ते सहानुभूतीच्या स्वरांत त्याला म्हणाले, "माझ्या मुला, माझा शिष्य म्हणून मी तुझा स्वीकार करू शकत नाही. क्षत्रिय राजपुत्रांना धनुर्विद्या शिकवण्याची जबाबदारी मी स्वीकारली आहे. त्यांच्यामध्ये तुझं स्वागत होऊ शकणार नाही. मला तू आवडला आहेस, पण माझा इलाज नाही." हे ऐकून तो तरुण मुलगा अतिशय निराश झाला. इतक्या दूर हस्तिनापुरात तो जिथून आला होता त्या रानात तो परत गेला.

रानात आल्यानंतर त्याने आपल्या हातांनी द्रोणाचार्यांची मातीची मूर्ती केली. तिला तो गुरुमूर्ती असे म्हणू लागला. दररोज तो या गुरुमूर्तीची पूजा करी आणि त्यानंतर आपले धनुष्य हातात घेऊन सराव करी. असे करीत असताना आपण लवकरच धनुर्विद्येत प्रावीण्य मिळवू असा विश्वास त्याला वाटू लागला. उत्कट इच्छेचे सामर्थ्य हे असे असते. आपले मन आणि अंतर्मन एकाच इच्छेवरती केंद्रित होते. आपली प्रत्येक कृती हा जणू या इच्छेचाच प्रतिध्वनी असतो. एकलव्याचे अगदी तसेच झाले. त्याला शिक्षण नाकारणाऱ्या गुरूवरची त्याची भक्ती आणि धनुर्विद्येवरही त्याची तशीच भक्ती यामुळे धनुष्याचा

सराव याखेरीज दुसरे काहीही त्याला सुचत नव्हते. त्याला हवे असलेले धनुर्विद्येतले प्रावीण्य त्याने लवकरच मिळवले.

एकदा कुरू आणि पांडव हे दोन्ही कुटुंबातले राजपुत्र वनभोजनासाठी रानात गेले होते. पांडवांनी त्यांच्यासोबत आपला कुत्रा नेला होता. तो कुत्रा रानाच्या अगदी मध्यावर गेला. तिथे त्याला एक अगदी वेगळाच माणूस दिसला. चित्त्याच्या कातडीचे कपडे त्याने घातले होते. त्याच्याकडे त्या कुत्र्याने पाहिले तेव्हा त्याला तो रानातलाच एखादा प्राणी असावा असेच वाटले. तो माणूस चालतही होता एखाद्या चित्त्यासारखाच. कुत्र्याने त्याच्याकडे पाहिले आणि तो जोरजोरात भुंकू लागला. तो माणूस म्हणजे निषाद जमातीतला एकलव्य होता. भुंकणाऱ्या कुत्र्याचं तोंड बाणांनी बंद करण्याचा मोह एकलव्याला आवरेना. त्याने त्या कुत्र्याच्या तोंडाभोवती सात बाणांची अशी गुंफण केली की, त्या कुत्र्याला आपलं तोंडच उघडता येईना. तो कुत्रा पळत सुटला आणि रानात जिथे पांडवांचा पडाव होता तिथे येऊन पोचला! त्याला पाहून सगळे चकित झाले. द्रोणाचार्य आणि त्यांचे शिष्य यांनी त्या अज्ञात धनुर्धराचे मनापासून कौतुक केले. त्या माणसाने आपल्या बाणांचे जसे काही सुंदर काव्यच निर्माण केले होते.

द्रोणाचार्यांचे काही शिष्य त्या माणसाचा शोध घेण्यासाठी निघाले. अखेर त्यांना तो सापडला. तू कोण आहेस असे त्यांनी त्याला विचारले. तेव्हा तो म्हणाला, "माझं नाव एकलव्य. निषादांचा राजा हिरण्यधनू यांचा मी पुत्र." तू हा असा धनुष्यबाणांचा चमत्कार कसा करू शकलास, कोणी ही विद्या तुला शिकवली.' असे त्यांनी त्याला विचारले. एकलव्याने अभिमानाचे स्मित केले आणि तो म्हणाला, "सर्वश्रेष्ठ धनुर्धर द्रोणाचार्य यांचा मी शिष्य आहे." ते राजपुत्र परत आले आणि त्यांनी ही सर्व हकीकत द्रोणाचार्यांना सांगितली. द्रोणाचार्यांचा लाडका शिष्य अर्जुन याला हे मुळीच आवडले नाही. तो द्रोणाचार्यांना म्हणाला, "आचार्य, तुम्ही मला वचन दिलंत, की मी तुला या जगातला सर्वश्रेष्ठ धनुर्धर करीन. तुम्ही हेच वचन आणखी कुणाला तरी दिलं होतंत असं दिसतं आहे आणि तोच आता जगातला सर्वश्रेष्ठ धनुर्धर झाला आहे."

द्रोणाचार्य अर्जुनाला बरोबर घेऊन एकलव्याला भेटण्यासाठी गेले. एकलव्य आधी त्यांना भेटला होता ही गोष्ट ते पार विसरून गेले होते.

"जी विद्या मी तुमच्याकडून शिकलो तिच्याबद्दल तुम्ही मागता आहात,
ती गुरुदक्षिणा द्यायला मी आनंदानं तयार आहे. हा घ्या अंगठा."

चित्त्याच्या कातड्याचे कपडे घातलेला एकलव्य त्यांना भेटला. हातात धनुष्यबाण घेऊन तो उभा होता. एकलव्याने आपल्या गुरूला पाहिले. तो धावतच त्यांच्याजवळ गेला आणि त्याने त्यांच्या पायांवर डोके ठेवले. आपल्या अश्रूंनी त्याने गुरूचे पाय धुतले. त्याचे हे प्रेम पाहून द्रोणाचार्यांचे हृदय भरून आले. तू द्रोणाचार्यांचा शिष्य केव्हा झालास असे त्यांनी एकलव्याला विचारले. एकलव्याने मोठ्या आनंदाने त्यांना आपली सगळी हकिकत सांगितली. त्याचे वागणे इतके सरळ आणि अकृत्रिम होते की, ते द्रोणाचार्यांच्या हृदयाला भिडले. आपण मोठे धनुर्धर आहोत, असा विचारही एकलव्याच्या मनात आला नाही. द्रोणाचार्य क्षणभर थांबले आणि मोठ्या अनिच्छेने एकलव्याला म्हणाले, “तू माझा शिष्य आहेस, असं म्हणतोस. तर तुझ्याकडे गुरुदक्षिणा मागण्याचा माझा अधिकार आहे.” एकलव्य म्हणाला, “अर्थातच. तुम्ही माझ्याकडे गुरुदक्षिणा मागितलीत; तर माझा मोठा सन्मानच झाला, असं मला वाटेल.” द्रोणाचार्यांनी अर्जुनाकडे पाहिले. त्याचा चेहरा निर्दय दिसत होता. द्रोणाचार्य एकलव्याला म्हणाले, “मला तुझा अंगठा हवा आहे. उजव्या हाताचा अंगठा.” हे ऐकून साधा उसासाही एकलव्याच्या ओठांतून बाहेर पडला नाही. त्याने स्मित केले आणि तो म्हणाला, “जी विद्या मी तुमच्याकडून शिकलो तिच्याबद्दल तुम्ही मागता आहात, ती गुरुदक्षिणा द्यायला मी आनंदानं तयार आहे. हा घ्या अंगठा.” असे म्हणून एकलव्याने आपल्या भात्यातून एक अर्धचंद्रकृती बाण काढला, त्याने उजव्या हाताचा अंगठा कापला आणि तो गुरू द्रोणाचार्यांच्या पायांशी ठेवला. द्रोणाचार्यांनी तो स्वीकारला.

अर्जुनाला अतिशय आनंद झाला. आता अधिक काही बोलायचे, किंवा करायचे उरलेच नव्हते! सगळे संपले होते. एकलव्याने गुरूंच्या पायांवर डोके ठेवून त्यांना साष्टांग प्रणिपात केला. त्याने त्यांचा निरोप घेतला. द्रोणाचार्य आणि अर्जुन शांतपणे आपल्या मुक्कामाच्या ठिकाणी परत गेले.

# राधेय

"माते, माझ्या एका प्रश्नाचं उत्तर मला देशील काय?" राधेयाने आपली माता राधा हिला विचारले. राधा ही सारथी अधिरथ याची पत्नी. राधेय हा त्यांचा पुत्र. त्याचा आज वाढदिवस होता. आज तो सोळा वर्षांचा झाला होता. तो राधेला म्हणाला, "आज माझा वाढदिवस आहे. पिताजींनी माझ्या वाढदिवसाची भेट म्हणून नवा रथ आणि नवे घोडे विकत आणले आहेत. पण माते, मला सारथी व्हायची मुळीच इच्छा नाही. माझ्या हातात धनुष्य आणि बाण असावेत, ही माझी इच्छा आहे. जागा असो किंवा झोपेत असो, धनुष्यबाणाखेरीज दुसरा विचार मनात येत नाही. मला लढायचं आहे, मला धनुर्धर व्हायचं आहे. माते, मला सांग, ही इच्छा माझ्या मनात कशी निर्माण झाली?"

राधेच्या डोळ्यांतून अश्रू ओघळू लागले. काही क्षण ती मूक झाली. अश्रू वाहतच होते. राधेयाने तिला मिठी घातली आणि तो म्हणाला, "माते, मी तुझं मन दुखावलं का? माझ्या प्राणांहूनही माझं तुझ्यावर अधिक प्रेम आहे. माझ्या बोलण्यामुळे तुझं मन दुखावलं गेलं असेल, तर मला क्षमा कर. तुला वेदना देण्यापेक्षा माझा जीव देणं मी पसंत करीन. माते, मला सांग, तू का रडते आहेस?" त्याच्या प्रश्नाचे उत्तर न देता ती त्याला म्हणाली, "काल रात्री तू झोपेत बोलत होतास. तू बोललास : 'तू कोण आहेस? माझ्या प्रश्नाचं उत्तर दिल्याखेरीज तू परत जाऊ नकोस. तू सारखी माझ्या मागे का लागली आहेस?' माझ्या पुत्रा, मला सांग, तुला कसलं स्वप्न पडलं होतं."

राधेय काही क्षण स्तब्ध झाला. त्यानंतर तो म्हणाला, "अनेकदा एका स्वप्नामुळे माझी झोपमोड होते. प्रत्येक वेळी तेच स्वप्न असतं. माझ्या स्वप्नात एक स्त्री येते. मूल्यवान वस्त्रं तिनं परिधान केलेली असतात. राजकन्येला शोभतील अशीच ती वस्त्रं असतात. तिनं बुरखा घेतलेला असल्यामुळे तिचा चेहरा दिसत नाही. मी बिछान्यात पडलेला असतो. ती माझ्यावर वाकून शेजारी उभी राहते. तिचे जळजळीत अश्रू

माझ्या अंगावर पडतात. मी जागा होतो आणि तिला विचारतो, तू कोण आहेस? पण माते, माझ्या स्वप्नातली ही स्त्री एखाद्या भुतासारखी अदृश्य होते. माते, मला सांग, हे स्वप्न मला का पडतं? सारथी व्हावं, असं मला का वाटत नाही? या गोष्टींचं काहीतरी स्पष्टीकरण असलं पाहिजे.''

राधेने त्याला आपल्याजवळ घेतले. आपल्या मांडीवर बसवले. आपल्याला तो दुरावेल अशी मनात भीती वाटून तिने त्याला अगदी घट्ट धरले होते. ती त्याला म्हणाली, ''माझ्या पुत्रा, तुला ती गोष्ट सांगण्याची वेळ आता आली आहे. सोळा वर्षांपूर्वी घडलेली ही गोष्ट आहे. सुंदर सकाळ झाली होती. तुझे पिताजी पहाटे उठून गंगेच्या तीरावर सूर्याची प्रार्थना करण्यासाठी गेले होते. गंगेच्या पाण्यावर तरंगत असलेली एक वस्तू त्यांना दिसली. झळाळणारी ती वस्तू पाहून क्षणभर त्यांचे डोळे दिपले. त्यांचं कुतूहल जागं झालं. काय असेल ती वस्तू? ते पोहत पोहत नदीच्या मध्यभागी गेले. तिथं प्रथम त्यांना एक लाकडी पेटी दिसली. अतिशय सुंदर घडण असलेली ती पेटी होती. ते पेटीजवळ गेले आणि त्यांनी पेटीच्या आत पाहिलं. त्यांना क्षणभर शब्द फुटेना! त्या पेटीत एक सुंदर मूल होतं. इतकं सुंदर मूल त्यांनी यापूर्वी कधी पाहिलं नव्हतं. त्याची माता त्याला अंगाई गाऊन झोपवण्यासाठी तिथं नव्हती म्हणून जणू काय गंगेनंच त्याला अंगाई गाऊन झोपवलं होतं. ते मूल अगदी शांतपणे त्या पेटीत झोपलेलं होतं. ती पेटी घेऊन तुझे पिताजी तीरावर आले. धावतच ते घरी आले. ते म्हणाले, 'राधा! राधा! हे पाहा, मी तुझ्यासाठी काहीतरी आणलं आहे! तुला भेट द्यायची आहे.' त्यांचा उत्तेजित स्वर ऐकून मी धावतच बाहेर आले. माझा माझ्या डोळ्यांवर विश्वास बसेना! त्यांच्या हातात असलेलं मूल मला दिसलं. 'पाहा, पहाटेच्या सूर्यासारखं हे मूल सुंदर दिसतं आहे. त्याच्या भोवतीची झळाळी पाहा! हे कवच आणि हे कुंडल पाहा! कुठल्यातरी देवाचं हे मूल असणार! पृथ्वीवरच्या मानवाचं मूल इतकं सुंदर असणंच शक्य नाही!' माझं हे बोलणं ऐकून तुझे पिताजी म्हणाले, 'या मुलाचा जन्म स्वर्गातच झालेला असणार. तुला मूल नाही म्हणून देवांनी त्याला पृथ्वीवर पाठवलेलं आहे! आता तो तुझा लाडका पुत्र आहे म्हणून त्याचं नाव राधेय ठेवणार.' घरात मूल आलं आहे, या विचारानं आम्ही दोघं अगदी थरारून गेलो होतो. मी त्या लाकडी

पेटीकडे पाहिलं. ती साधी पेटी नव्हती. रेशमी कापडात गुंडाळून तुला त्या पेटीत ठेवलं होतं. राजे वापरतात तसलं ते उंची रेशमी कापड होतं. त्यावरून आम्ही तर्क केला की तू एखाद्या श्रीमंत स्त्रीचा किंवा एखाद्या राजकन्येचा पुत्र असणार. तिनं तुझा असा त्याग का केला हे तिलाच ठाऊक! आम्हांला आमचं घर उजळून टाकणाऱ्या पुत्राची प्राप्ती झाली होती. आमच्या दृष्टीनं हीच गोष्ट महत्त्वाची होती. जन्मत:च तुला कवच-कुंडलांची प्राप्ती झालेली होती, म्हणून आम्ही तुझं नाव वसुषेण असं ठेवलं. पण तुझे पिताजी तुला राधेय याच नावानं हाक मारीत. तू राजघराण्यातला असणार, असंच आम्हांला वाटतं. पण ही इतकी वर्षं तू एका गरीब सारथ्याचा पुत्र म्हणून वाढलास, आमच्या प्रेमाचीच संपत्ती आम्ही तुला देऊ शकलो. राजघराण्यातला तुझा जन्म असणार, म्हणून सारथी व्हावं असं तुला वाटत नाही. तुझा जन्म क्षत्रिय कुळातला असणार, म्हणून तुला धनुर्विद्या शिकावी असं वाटतं. माझी खात्री आहे की, तू क्षत्रियच आहेस.'' राधेला रडू आवरेना. हुंदके देत ती त्याला म्हणाली, ''माझ्या पुत्रा, तू आता मला सोडून जा. तू माझा पुत्र नाहीस. या जगात आता तू तुझ्या मातेचा शोध घे. ती तुला सापडली, की तुझ्या आयुष्यात निर्माण झालेली पोकळी भरून निघेल. आता माझ्यापुरतं म्हणशील; तर इतकी वर्षं मला पुत्रसहवास लाभला, याबद्दल मी देवाची ऋणी आहे. सहवासाच्या या आठवणींवरच आता आयुष्याची उरलेली वर्षं मी जगेन.''

राधेयाने तिला आपल्या अश्रूंनी न्हाऊ घातले! तो राधेला म्हणाला, ''माते, तू हे काय बोलते आहेस? माझ्या त्या मातेनं केला, तसा तूही माझा त्याग करणार आहेस का? ती माता कोण हे मला ठाऊक नाही. ते जाणून घेण्याचीही माझी इच्छा नाही. तू माझी माता आहेस; या जगातल्या सर्व मातांहून प्रिय आणि प्रेमळ. तू मला जगवलंस. तुझ्याखेरीज दुसरी माता मी जाणत नाही. मी क्षत्रिय असेनही – तसंच असण्याचा संभव आहे. मला त्याची पर्वा नाही. मला अन्य कुणीही असण्याची इच्छा नाही. माझी इच्छा तुझाच पुत्र असण्याची आहे. माझं नाव राधेय आहे, आयुष्यभर मी राधेयच राहीन. राधेय म्हणूनच मी या जगात ओळखला जाईन. मला माझ्या मातापित्याची लाज वाटत नाही. मी सारथ्याचा पुत्र म्हणजे सूतपुत्र आहे याचा मला अभिमान वाटतो. मी सूतपुत्र राधेय आहे. माते, या जगात विद्येच्या उपासनेसारखी श्रेष्ठ गोष्ट

नाही. विद्येच्या उपासनेपुढे जात, वंश, कूळ या गोष्टी नगण्य आहेत. मी विद्येची उपासना करीन. विद्वान मनुष्य जिथं जाईल, तिथं त्याचा सन्मान होतो. धनुर्विद्येवर प्रभुत्व मिळवण्याची महत्त्वाकांक्षा माझ्या हृदयात धगधगते आहे. मी हे ज्ञान मिळवीन. आता मी जातो. पण माते, तू ध्यानात ठेव, मी तुझ्याजवळ परत येणार आहे. तू माझी माता आहेस. या जगातली कुठलीही, अगदी कुठलीही शक्ती तुला माझ्यापासून दूर करू शकणार नाही.''

राधेयाने आपल्या मातेला मिठीत घेतले. मातेने आपल्या पुत्राला घट्ट जवळ घेतले. दोघांच्या डोळ्यांतून वाहणारे अश्रू एकमेकांत मिसळले. दोघांनाही अश्रू अनावर झाले होते!

## भार्गवांचा शाप

ज्ञान हेच राधेयाच्या आयुष्याचे ध्येय होते. त्याला धनुर्विद्या शिकायची होती. द्रोणाचार्य जिथे धनुर्विद्येचे शिक्षण देत, त्या हस्तिनापूर नगराविषयी त्याने ऐकले होते. राधेय हस्तिनापूरला गेला. द्रोणाचार्यांच्या भोवती कोणी नसताना, ते एकटे असताना राधेयाने त्यांची भेट घेतली. द्रोणाचार्यांना त्याने प्रणिपात केला. तो त्यांना म्हणाला, ''गुरुदेव, तुम्ही माझा शिष्य म्हणून स्वीकार करावा, अशी माझी प्रार्थना आहे. तुमच्याकडे मला धनुर्विद्येचं शिक्षण घ्यायचं आहे.'' तू कोण आहेस, असे द्रोणाचार्यांनी राधेयाला विचारले. राधेय म्हणाला, ''मी अधिरथाचा पुत्र राधेय आहे. मी सूतपुत्र आहे.'' सूतपुत्राला धनुर्विद्या शिकवणे ही गोष्ट द्रोणाचार्यांना आवडली नाही. ते राधेयाला म्हणाले, ''तू सूतपुत्र आहेस. खालच्या जातीच्या लोकांना मी धनुर्विद्या शिकवीत नाही.'' हे ऐकून राधेय परत गेला.

राधेय आपल्या घरी जायला निघाला. सूतपुत्र हा काळिमा आयुष्यभर

आपल्या नावाला चिकटणार, या जाणिवेने त्याचे हृदय वेदनेने भरून गेले. धनुर्विद्येवर प्रभुत्व कसे मिळवावे हाच विचार रात्रंदिवस तो करू लागला. पण कुठेही गेले, तरी सूतपुत्र असणे हा अडथळा आपला मार्ग अडवणार – हेही त्याला कळले. राधेय अगदी निकरावर आला. शेवटी त्याने भगवान भार्गवांकडे जाऊन धनुर्विद्येचे शिक्षण घ्यायचे ठरवले. गुरू भार्गव हे क्षत्रियद्वेष्टे होते. भार्गव हे अतिशय संतापी स्वभावाचे आहेत, हेही राधेयाला ठाऊक होते. आता आपण काय करावे, याचा विचार राधेय करू लागला. क्षत्रिय आणि ब्राह्मण यांच्यापासून सूतपुत्र जन्माला येतो, म्हणून आपण ब्राह्मण आहोत असे सांगावे असा विचार राधेयाने केला. आपण ब्राह्मण आहोत असे सांगितल्यावर गुरू भार्गव शिष्य म्हणून नक्कीच आपला स्वीकार करतील, याची त्याला खात्री होती. तसाच निर्णय त्याने घेतला.

श्रेष्ठ ऋषी भार्गव यांच्या आश्रमात राधेय गेला. आशेची ज्वाला त्याच्या हृदयात पेटली होती. जटाधारी आणि धगधगत्या डोळ्यांचे भार्गव ऋषी हे भीती वाटावी असेच व्यक्तिमत्त्व होते. त्यांच्या दर्शनाने राधेय मनातून भ्याला होता. राधेयाने भार्गवांना साष्टांग नमस्कार केला आणि तो त्यांना म्हणाला, ''मी माझ्या हृदयात फार मोठी आशा घेऊन तुमच्याकडे आलो आहे. मला रिक्त हस्तानं परत पाठवू नका.'' भार्गवांनी त्याला उठवून उभा केला. राधेय भीतीने थरथर कापत होता. राधेयाची नम्रता पाहून भार्गव प्रसन्न झाले. आपण ब्राह्मण आहोत आणि आपल्याला धनुर्विद्या शिकायची आहे, असे राधेयाने भार्गवांना सांगितले. भार्गवांनी प्रसन्नतेचे स्मित केले आणि ते राधेयाला म्हणाले, ''माझ्याकडे जी धनुर्विद्या आहे, ती सर्व मी तुला शिकवीन.''

राधेयाचे धनुर्विद्येचे शिक्षण सुरू झाले. भार्गवांच्या आश्रमात त्याची काही वर्षे मोठ्या आनंदात गेली. सूतपुत्र असल्यामुळे त्याला सहन करावे लागलेले अपमान तो या काळात विसरला. स्वप्नात येणारी ती अज्ञात स्त्री आणि त्याच्या जन्माचे रहस्य तो विसरला. आता ते स्वप्न त्याला फार वेळा पडत नसे. धनुर्विद्या आत्मसात करायची या एकाच ध्यासाने तो भारून गेला होता. विद्या म्हणजे शक्ती, कीर्ती आणि सन्मान. या जगात विद्या हीच महत्त्वाची.

असे बरे दिवस आलेले असताना राधेयाचे प्राक्तन फिरले. त्याचे शिक्षण आता पूर्ण झाले होते. गुरू भार्गवांनी त्याला सर्व अस्त्रांचे,

अगदी सर्वशक्तिमान ब्रह्मास्त्राचेसुद्धा शिक्षण दिले होते. गुरू भार्गवांच्या आश्रमाचा निरोप घेण्याची वेळ आता आली होती. त्याला निरोप देताना गुरू भार्गव त्याला म्हणाले, "तुला धनुर्विद्या शिकवताना मला आनंद झाला. माझ्याजवळ ज्ञानाची जी संपत्ती होती, ती सर्व मी तुला दिली आहे. तुझ्यासारखा शिष्य मला लाभला, याचा मला अभिमान वाटतो. तू अतिशय प्रामाणिक आहेस, तुझ्याहून जे वडील आहेत त्यांच्याशी नम्रतेनं वागतोस, सद्‌गुणांच्या मार्गानं चालण्याचाच तुझा सतत प्रयत्न असतो. तुला जे ज्ञान मिळालं आहे, त्याचा उपयोग धर्माचा विजय व्हावा यासाठी तू कर. अधर्माला उचलून धरण्यासाठी तू त्याचा कधीही उपयोग करू नकोस."

माध्यान्हीची वेळ होती. सूर्य माथ्यावर आला होता. उष्णता सहन होत नव्हती. एखाद्या झाडाखाली सावलीत विश्रांती घ्यावी, असे भार्गवांना वाटले. ते राधेयाला म्हणाले, "आश्रमात जा आणि हरणाच्या कातड्याची एक गुंडाळी माझ्या उशासाठी घेऊन ये. मला थकवा आला आहे. या झाडाखाली सावलीत मला विश्रांती घ्यायची आहे." राधेय म्हणाला, "गुरुदेव, मी आहे की इथं. मी खाली बसतो. तुम्ही माझ्या मांडीवर, उशीवर ठेवावं तसं डोकं ठेवा आणि विश्रांती घ्या. या जगातल्या सर्वश्रेष्ठ व्यक्तीची ही लहानशी सेवा करण्याची संधी मला मिळणार नाही काय?" राधेयाची ही भक्ती पाहून भार्गवांना फार बरे वाटले. ते राधेयाच्या मांडीवर डोके टेकून झोपी गेले. राधेयाच्या मनात विचारांचे थैमान सुरू झाले. 'तू अतिशय प्रामाणिक आहेस' असे त्याचे गुरू त्याला म्हणाले होते. पण तो खरेच प्रामाणिक होता का? खरे म्हणजे नव्हता! 'मी ब्राह्मण आहे,' असे त्याने गुरू भार्गवांना खोटेच सांगितले होते. पण धनुर्विद्येचे शिक्षण घेण्यासाठी खोटे बोलण्याखेरीज त्याला दुसरा पर्याय नव्हता. एखादी वाईट गोष्ट मिळवण्यासाठी जर खोटे बोललो, तर ते पाप ठरेल. पण तसे त्याने केले नव्हते. तो खोटे बोलला होता विद्या मिळवण्यासाठी. त्यामुळे त्याच्या या खोटे बोलण्याला नक्कीच क्षमा केली जाईल. मनातल्या या विचारांनी राधेय अस्वस्थ झाला.

असाच काही वेळ गेला. आपल्या मांडीला काहीतरी चावते आहे, याची राधेयाला अचानक जाणीव झाली. असह्य वेदना त्याला होऊ लागली. मांडीवर डोके टेकून झोपलेल्या गुरू भार्गवांना जराही चाहूल न

लागू देता त्याने काय चावते आहे, ते वाकून पाहिले. एक किडा त्याला चावत होता. तो किडा अगदी भयानक दिसत होता. एखाद्या डुकराची अगदी लहान प्रतिमा असावी तसे त्याचे रूप होते. बारीक बारीक तीक्ष्ण दात असलेले त्याचे मुस्कट होते. त्याने चावा घेतला; तेव्हा पोलादाचे काटे मांडीच्या मांसात रुतले आहेत, असेच राधेयाला वाटले. पण तो आता काय करणार होता? त्याने जराही हालचाल जरी केली असती, तरी त्याच्या मांडीवर डोके ठेवून झोपलेल्या भार्गवांची झोपमोड झाली असती. ती असह्य वेदना सोशीत राधेय तसाच बसून राहिला.

आता त्या किड्याने राधेयाची मांडी बरीच पोखरली होती आणि मांडीतून रक्त वाहू लागले होते. ते उष्ण रक्त भार्गवांच्या चेहऱ्यापर्यंत पोचले, तेव्हा त्यांना जाग आली. त्यांनी राधेयाला विचारले, "माझ्या चेहऱ्यावर रक्त सांडतं आहे. कुठून येतं आहे हे रक्त?" राधेय त्यांना म्हणाला, "गुरुदेव, हे रक्त माझ्या मांडीतून येतं आहे. तुम्ही झोपलेले असताना एक किडा माझ्या मांडीला चावला. मला खूप वेदना झाल्या आणि आता त्या जखमेतून रक्त वाहू लागलं आहे." भार्गवांनी राधेयाचे रक्त शोषलेल्या त्या किड्याकडे पाहिले. ते आश्चर्याने थक्क झाले. ते राधेयाला म्हणाले, "तुला किडा चावला, असं तू म्हणतोस. तुला वेदना झाल्या, असंही तू म्हणतोस. मग तू तात्काळ उठून वेदना थांबवण्याचा प्रयत्न का केला नाहीस?" राधेय म्हणाला, "गुरुदेव, माझ्या मांडीवर डोकं टेकून तुम्ही झोपी गेला होता. माझ्या वेदनेपेक्षा मला तुमच्या झोपेची अधिक काळजी होती. मी जराशी हालचाल केली असती, तरी तुमची झोपमोड झाली असती आणि म्हणून मी वेदनेकडे लक्ष दिलं नाही." हे ऐकणाऱ्या भार्गवांचा त्यांच्या कानांवर विश्वास बसेना. ते गोंधळून गेले. ते म्हणाले, "मला हे कळूच शकत नाही. तू ब्राह्मण असूनही ही वेदना कशी सहन करू शकलास? ब्राह्मण वेदना सहन करू शकत नाहीत, रक्त पाहणंही त्यांना सोसत नाही. ही गोष्ट सगळ्यांना ठाऊक आहे. मला खरं काय ते सांग. तू ब्राह्मण नाहीस. तू ब्राह्मण असणंच शक्य नाही. तू जसं वागलास, तसं फक्त क्षत्रियच वागू शकेल. म्हणजे मी इतकी वर्षं एका पापी क्षत्रियाला माझी अस्त्रविद्या शिकवली? मी क्षत्रियांचा द्वेष्टा आहे. तू केलेल्या या फसवणुकीबद्दल मी तुला कधीही क्षमा करणार नाही. तू क्षत्रिय आहेस. कबूल कर."

राधेयाने भार्गवांच्या पायांवर डोके ठेवले. त्याच्या डोळ्यांतून अश्रू वाहत होते. आपण शिकलो ती सर्व विद्या आता निष्फळ ठरणार या जाणिवेने आपले हृदय दुभंग होते आहे, असे त्याला वाटले. भार्गवांचे पाय घट्ट धरून तो म्हणाला, "गुरुदेव, मला क्षमा करा. मी माझ्या पित्याहूनही तुम्हांला अधिक मानतो. आपल्या मुलानं केलेल्या अपराधाची पित्यानं त्याला क्षमा केली पाहिजे. मी ब्राह्मण नाही. पण मी क्षत्रियसुद्धा नाही. मी सूतपुत्र राधेय आहे. मी अधिरथाचा पुत्र आहे. सूताचा जन्म ब्राह्मण आणि क्षत्रिय यांच्यापासून होतो आणि म्हणून मी ब्राह्मण आहे असं तुम्हांला सांगितलं. मला हवी होती फक्त विद्या. विद्या जात किंवा वंश यांची पर्वा करीत नाही, असं म्हणतात. तेव्हा तुम्ही उदार हृदयानं माझ्या अपराधाची मला क्षमा करा. मी खोटं बोललो ते तुमचा शिष्य व्हावं यासाठी. तुमच्यावर माझी भक्ती आहे. या जगात तुमच्याइतका प्रिय मला कुणीही नाही. माझ्यावर दया करून मला क्षमा करा. मी तुमच्या पाया पडतो. कृपा करा आणि मला क्षमा करा."

भार्गवांच्या संतापाला सीमा उरली नव्हती. राधेयाने खूप गयावया करून पाहिली, पण भार्गवांचे हृदय द्रवले नाही. ऋषींनी आपल्या सर्व इंद्रियांवर ताबा मिळवलेला असतो, पण त्यांच्या रागावर मात्र त्यांचा ताबा नसतो! संतापाच्या त्या क्षणी भार्गव राधेयाची भक्ती, त्याची नम्रता, त्याचे आपल्यावरचे प्रेम या सर्व गोष्टी विसरले. चावलेल्या किड्याची वेदना आणि त्यामुळे होणारा रक्तस्त्राव राधेयाने आपल्यावर असलेल्या प्रेमामुळे सहन केल्या, याचेही त्यांना विस्मरण झाले. त्यांचे राधेयावर अतिशय प्रेम होते, पण त्याची आठवण त्यांना उरली नाही! या सर्व गोष्टी त्यांच्या दृष्टीआड झाल्या. ऋषींकडे असलेले एक हत्यार म्हणजे शाप, ते त्यांनी उगारले. त्यांनी राधेयाला शाप दिला. ते त्याला म्हणाले, "खोटं बोलून तू माझ्याकडे धनुर्विद्या शिकलास. अत्यंत निकराच्या क्षणी ज्यावेळी तुला अस्त्राची गरज असेल त्यावेळी ते तुला आठवणार नाही, असा माझा तुला शाप आहे." हा शाप ऐकताच राधेय भार्गवांच्या चरणांशी बेशुद्ध झाला.

काही क्षणांनंतर राधेयाला शुद्ध आली. त्याने हुंदके देत भार्गवांना विचारले, "का, का तुम्ही मला असा शाप दिलात, गुरुदेव? मी खोटं बोललो मला ज्ञान हवं होतं म्हणून. तुम्ही माझ्यावर असे कठोर होऊ नका!" पण राधेयाचे हे आर्जव निष्फळ ठरले. ब्राह्मणाने एकदा

शापवाणी उच्चारली की, ती मागे घेता येत नाही. भार्गवांच्या संतापाचा भर आता ओसरला होता. त्यामुळे ते राधेयाला म्हणाले, ''मी शापवाणी उच्चारली आहे. ती आता मला मागे घेता येत नाही. पण एका गोष्टीचं मी तुला आश्वासन देतो. तुला कीर्ती हवी होती. तुला ती मिळेल. भविष्यकाळात या पृथ्वीवरचा महान धनुर्धर म्हणून तुझं नाव स्मरलं जाईल.'' असा आशीर्वाद देत गुरू भार्गव निघून गेले. राधेयाने हलकेच आपले डोके वर केले आणि पाहिले. भार्गव निघून गेल्याचे त्याला कळले. आपले डोळे पुसत निराश अंतःकरणाने राधेय तिथून निघाला.

आपण कुठे जायला निघालो आहोत हेच राधेयाला कळत नव्हते. तो निरुद्देश चालत होता. तो समुद्रकिनाऱ्यावर आला. तिथे तो बसला. तो किती वेळ तिथे बसून होता हे त्याचे त्याला कळले नाही! समुद्राच्या लाटा किनाऱ्यावर आदळत होत्या. तो सूतपुत्र असल्यामुळे त्याच्याकडे पाठ फिरवणाऱ्या जगाविरुद्ध तो लढणार होता. पण त्याचे हे प्रयत्न निष्फळ ठरले होते! लाटांचे करुण शोकगीत ऐकताना आपल्या जखमेवर वेदना शमवणारे औषध लावले जात आहे, असे त्याला वाटले. काही वेळाने तो तिथून उठला आणि त्याने चालायला सुरुवात केली. तो परत येत असताना वाटेत त्याला एक प्राणी पळताना दिसला. त्याला वाटले की ते हरीण आहे. त्याने नेम धरून त्याच्यावर बाण सोडला. तो प्राणी मरून खाली पडला. शिकार झालेल्या त्या प्राण्याजवळ राधेय गेला, तेव्हा त्याला धक्काच बसला. तो प्राणी म्हणजे हरीण नसून एक गाय होती! ती गाय एका ब्राह्मणाची होती. राधेयाने त्या ब्राह्मणाची क्षमा मागितली. केवळ नजरचुकीमुळे त्या गायीची हत्या आपल्या हातून घडल्याचे त्याला सांगितले. 'तुला मी एकापेक्षा अधिक गायी देतो, संपत्ती देतो,' असेही तो त्या ब्राह्मणाला म्हणाला. पण तो ब्राह्मण अतिशय संतापला होता. त्याने राधेयाला शाप देऊन आपल्या रागाला वाट करून दिली. ''तू तुझ्या कट्टर शत्रूबरोबर लढत असताना तुझ्या रथाचं चाक जमिनीत रुतून बसेल आणि संकटाची जराही कल्पना नसलेल्या माझ्या निष्पाप गायीला तू जसं ठार मारलंस, तसंच तुझा शत्रू तुला ठार करील.'' असा शाप त्यानं राधेयाला दिला.

दुर्दैवाने आपल्याला लक्ष्य केले आहे, याची जाणीव त्या क्षणी राधेयाला झाली. त्याला जन्म देणाऱ्या स्त्रीच्या निर्दयपणामुळे त्याचा

जन्म हे एक रहस्यच होऊन बसले होते! त्यानंतर त्याच्या बाळपणाला आणि तारुण्याला सूतपुत्र हा काळिमा लागला होता. इतके होऊनसुद्धा गुरू भार्गवांनी जर शिष्य म्हणून आपला स्वीकार केला तर आपण सुखी होऊ, अशी आशा त्याला वाटली होती. पण ही आशा हे एक मृगजळ ठरले. भार्गवांनी त्याला शाप दिला होता. आणि आता या सर्वांवर कडी म्हणजे ज्याची ही गाय होती त्या ब्राह्मणाने दिलेला हा शाप! आपल्या डोळ्यांत आता अश्रूही शिल्लक उरलेले नाहीत, असे राधेयाला जाणवले! ज्यासाठी जगावे, ज्यासाठी लढावे असे आता आयुष्यात काही उरलेले नाही, अशा निराशेने त्याचे मन भरून गेले. त्याच्यावर प्रेम करणारी आता एकच व्यक्ती या जगात होती आणि ती म्हणजे त्याची माता राधा. तो या राधेचा पुत्र राधेय होता. सूतपुत्र राधेयाची कीर्ती या जगात दुमदुमत ठेवणे हे आता त्याच्यावर अवलंबून होते. त्याला आपल्या मातेला सुखी करायचे होते. त्याला प्रेमाची गरज होती, तेव्हा तिने त्याला प्रेम दिले होते. आपल्या पोरकट अडचणी घेऊन तो तिच्याकडे रडत गेला, तेव्हा त्याचे अश्रू तिने पुसले होते! तो थकूनभागून आला, तेव्हा तिने त्याला जवळ घेतले होते. राधा त्याची माता होती. तिचे नाव या जगात अमर करणे हे त्याचे कर्तव्य होते. त्याच्या आयुष्याचे आता हे एकमेव उद्दिष्ट होते.

राधेय घरी आपल्या मातेकडे गेला. आपले शिक्षण पूर्ण झाले असल्याचे त्याने तिला सांगितले. भार्गवांच्या शापामुळे हे शिक्षण निष्फळ ठरणार असल्याचे मात्र त्याने तिला सांगितले नाही. त्याला तिला दु:खी करायचे नव्हते. आणि म्हणून तिच्याकडून लाभणाऱ्या सांत्वनाला त्याने नकार दिला. काही दिवस तो तिच्या सोबत राहिला, आणि त्यानंतर आपण कुरूंच्या राजवाड्यावर जातो आहोत असे सांगून तो हस्तिनापूरला निघून गेला. द्वेष हाच जिथे राजवाड्यावरचा द्वारपाल होता, तिथे आपल्या विद्येच्या बळावर आपल्याला प्रवेश मिळेल, असे त्याला वाटले.

# शस्त्रास्त्रविद्येची स्पर्धा

शस्त्रास्त्रविद्येत आपल्या शिष्यांनी कमावलेल्या कौशल्याचे दर्शन राजघराण्यातील मंडळींना आणि राज्यातील जनतेला घडवले पाहिजे, असा विचार द्रोणाचार्यांच्या मनात आला. द्रोणाचार्यांनी आपल्या मनातला विचार भीष्मांना बोलून दाखवला. त्यावेळी राजा धृतराष्ट्रही तिथे हजर होता. दोघांनीही मोठ्या उत्साहाने या कल्पनेचे स्वागत केले. त्यासाठी आवश्यक असलेला आखाडा आणि त्याच्यासमोर प्रेक्षकांची बसण्याची व्यवस्था यांची उभारणी केली जावी, अशी सूचना राजा धृतराष्ट्राने केली.

यासाठी भव्य क्रीडासंकुल उभे करावे लागणार होते. द्रोणाचार्यांनी शुभ मुहूर्त पाहून तातडीने या कामाला सुरुवात केली. द्रोणाचार्यांनी अगदी बारकाईने विचार करून हे क्रीडासंकुल उभे केले. मध्यभागी शस्त्रास्त्रविद्येच्या कौशल्याचे दर्शन घडवण्यासाठी आखाडा आणि त्याच्यासमोर दोन्ही बाजूंना प्रेक्षकांची बसण्याची व्यवस्था. राजघराण्यातील स्त्रियांसाठी आणि मानाचे निमंत्रण असलेल्या इतर राज्यांतील राजांसाठी बसण्याची खास व्यवस्था या क्रीडासंकुलात केलेली होती.

ज्या दिवशी हे सामने सुरू झाले, त्या दिवशी स्वच्छ सूर्यप्रकाश होता. लक्षावधी प्रेक्षकांनी मैदान नुसते ओसंडून वाहत होते. द्रोणाचार्यांच्या शिष्यांचे शस्त्रास्त्रविद्येचे कौशल्य पाहण्यासाठी प्रचंड उत्सुकतेने लोक आले होते. भीम आणि दुर्योधन यांच्यात होणारे गदायुद्ध आणि अर्जुनाची धनुर्विद्या यासंबंधी लोक आपसात बोलत होते. काही लोक उपरोधाने असेही म्हणत होते की, 'अर्जुन हा द्रोणाचार्यांचा आवडता शिष्य आहे. लोकांकडून त्याचे कौतुक करून घेण्यासाठी द्रोणाचार्यांनी हा सामन्यांचा घाट घातला आहे!' यावर काही लोक असेही म्हणत की, 'हे म्हणणे बरोबर नाही. अर्जुनाइतकेच द्रोणाचार्यांचे इतरही शिष्य प्रवीण आहेत. सर्व राजपुत्रांना उत्तम शिक्षण मिळालेले आहे, याचे दर्शन भीष्मांना घडावे, हा द्रोणाचार्यांचा मुख्य हेतू आहे.'

राजघराण्यातली मंडळी त्यांची खास व्यवस्था असलेल्या प्रेक्षागृहात एकामागून एक येऊ लागली. प्रथम भीष्मांनी प्रवेश केला. त्याची पांढरी शुभ्र दाढी सूर्यप्रकाशात झळाळत होती. भीष्मांमागून कृपांचा प्रवेश झाला. विदुरांच्या मागून राजा धृतराष्ट्र आणि राणी गांधारी यांनी प्रवेश केला. त्यांच्यानंतर कुरू घराण्यातली मंडळी आली. अतिथी म्हणून ज्या राजांना निमंत्रण होते तेही आले. पौर्णिमेच्या समुद्राच्या लाटांसारखा त्या प्रचंड गर्दीचा आवाज हवेत घुमत होता. इतक्यात अकस्मात हा प्रचंड आवाज स्तब्ध झाला. लोक आपल्या माना उंचावून आखाड्याच्या दिशेने पाहू लागले. शुभ्र वस्त्रे परिधान केलेल्या द्रोणांनी प्रवेश केला. त्यांचा विख्यात पुत्र अश्वत्थामा त्यांच्यासोबत होता. त्यांच्यानंतर व्यास आले. राजा धृतराष्ट्रांनी द्रोणाचार्य आणि कृपाचार्य या दोघा गुरूंचा सत्कार केला. ब्राह्मण वेदमंत्रांचे पठण करीत होते. विलक्षण प्रभावी असे ते दृश्य होते.

आपले शस्त्रविद्याकौशल्य प्रेक्षकांना दाखवण्यासाठी आलेल्या राजपुत्रांनी एकामागून एक असा प्रवेश केला. वयाने ज्येष्ठ असलेला युधिष्ठिर सर्वांच्या पुढे होता. प्रवेश करताच त्यांनी प्रथम आचार्य द्रोण आणि आचार्य कृप यांना वंदन केले. योद्ध्यांसाठी असलेला खास पोशाख या राजपुत्रांनी परिधान केला होता. त्यानंतर अनेक धनुष्यांचा टणत्कार केला गेला. त्या टणत्काराने सगळे मैदान भरून गेले. सर्वसाधारणत: युद्धात वापरली जाणारी शस्त्रे चालवण्याच्या कौशल्याचे दर्शन ते राजपुत्र प्रेक्षकांना घडवू लागले. धनुष्यबाण, तरवारी, भाले, गदा इत्यादी नाना प्रकारची शस्त्रे ते हाताळत होते. आपले श्वास रोधून प्रेक्षक हे खेळ पाहत होते. शस्त्रांच्या वापरातले त्यांचे कौशल्य आणि सहजता पाहून प्रेक्षक अगदी थक्क होऊन गेले.

भीम आणि दुर्योधन यांचे गदायुद्ध पाहण्यासाठी लोक विशेष उत्सुक होते. दोघेही गदायुद्धात अतिशय प्रवीण होते. समोर जे घडत होते, त्याचे धावते वर्णन अंध राजा धृतराष्ट्रांना त्याच्या शेजारी बसून विदूर सांगत होते.

भीम आणि दुर्योधन यांचे गदायुद्ध सुरू झाले. प्रेक्षकांपैकी काही भीमाच्या तर काही दुर्योधनाच्या बाजूने दाद देत होते. द्रोणाचार्य बारकाईने पाहत होते. हे दोघे राजपुत्र एकमेकांचा द्वेष करतात, ही गोष्ट द्रोणाचार्यांना ठाऊक होती. हे दोघेही राजपुत्र खेळाचे कौशल्य प्रेक्षकांना

दाखवण्यासाठी नव्हे, तर खरोखरच द्वेषाने लढत आहेत, ही गोष्ट द्रोणाचार्यांच्या नजरेतून सुटली नाही. खेळाच्या आखाड्यात हे द्वेषाचे प्रदर्शन नको, अशा भावनेने आपला पुत्र अश्वत्थामा याला द्रोणाचार्य म्हणाले, "हे दोघं आवश्यकतेपेक्षा अधिक त्वेषानं लढताहेत, असं मला वाटतं. खेळाचं कौशल्य दाखवण्याऐवजी त्यांच्या द्वेषाचं दर्शन ते घडवताहेत. त्यामुळे प्रेक्षकांनीही बाजू घ्यायला सुरुवात केली आहे. तू त्यांच्याजवळ जा, त्या दोघांनाही बाजूला कर आणि त्यांचं युद्ध थांबव. निदान आज तरी खेळाच्या आखाड्यात हे कटुतेचं प्रदर्शन नको!" अश्वत्थामा आखाड्यात गेला. त्याने भीम आणि दुर्योधन यांना बाजूला केले आणि त्यांचे गदायुद्ध थांबवले. युद्ध थांबवण्याचे दोघांच्याही मनात नव्हते. पण अखेर ती गुरूची आज्ञा होती आणि ती पाळणे त्यांना भागच होते. रागाने लाल झालेल्या डोळ्यांनी आपल्या मनाविरुद्ध त्यांनी हे गदायुद्ध थांबवले.

द्रोणाचार्यांनी अर्जुनाला आखाड्यात येण्याचे आवाहन केले. अर्जुनाने आखाड्यात प्रवेश केला, तेव्हा तो अतिशय देखणा दिसत होता. सोन्याचे चिलखत त्याने घातले होते. उजव्या हातात त्याने आपले धनुष्य घेतले होते. बाणांचा भाता त्याने खांद्यांना अडकवला होता. बोटांचे संरक्षण करण्यासाठी त्याच्या हातांभोवती चामड्याचे हाताच्याच आकाराचे वेष्टन होते. अर्जुनाने आखाड्यात प्रवेश करताच लोकांनी ऐकणाऱ्यांचे कान बधिर व्हावेत असा प्रचंड जयजयकार केला. अंध राजा धृतराष्ट्राच्या कानी तो जयजयकार पडला, तेव्हा त्यांनी विदुरांना विचारले, "हा आवाज कशासाठी? लोकांना काय हवं आहे?" विदूर हसले आणि धृतराष्ट्रांना म्हणाले, "कुंतीचा देखणा पुत्र अर्जुन यानं आखाड्यात प्रवेश केला आहे. अर्जुन हा लोकांचा अतिशय लाडका असल्यामुळे हा प्रचंड जयजयकार लोकांनी केला आहे." हे ऐकून द्वेषाची ज्वाळा धृतराष्ट्रांच्या मनात पेटून उठली, पण त्यांनी ती दिसू न देता गोड शब्दांत पंडूचा पुत्र अर्जुन याची स्तुती केली.

राजघराण्यातील स्त्रियांसाठी केलेल्या खास कक्षात कुंतीही बसलेली होती. धनुष्यबाणाचे प्रयोग अर्जुन प्रेक्षकांसमोर सादर करू लागला, तेव्हा आपल्या पुत्राचे प्रावीण्य पाहून कुंतीचा ऊर अभिमानाने भरून आला. तिच्या डोळ्यांतून आनंदाश्रू ओघळू लागले. हस्तिनापुरात ती राहायला आली, तेव्हापासून तिला तिच्या जुन्या दुःखांचा काही

प्रमाणात विसर पडला होता. आता तिचे पराक्रमी पुत्र तिच्या सोबतीला होते. ती आता जगत होती तिच्या पुत्रांसाठी. आता त्यांच्या सुखातच तिचे सर्व सुख सामावलेले होते. तिला आता सुरक्षित वाटू लागले होते. आपले पराक्रमी पुत्र सुखरूप आहेत आणि आता कोणीही त्यांना दुःखी करू शकत नाही, याची खात्री तिला वाटत होती. अर्जुन आणि त्याचे भाऊ यांच्यावर लोकांचेही अतिशय प्रेम होते.

अर्जुनाने सादर केलेल्या धनुर्विद्येच्या प्रयोगांवर सर्व जनता अतिशय खूष झाली होती. ज्याची अर्जुनाशी तुलना करता येईल, असा दुसरा धनुर्धर कोणीही नाही, अशी जनतेची खात्री पटली होती. त्याचे हे प्रावीण्य अगदी उघड होते. आधी पावसाचा एकेक थेंब यावा आणि त्यानंतर प्रचंड पाऊस कोसळावा, तसे अर्जुनाने सोडलेले बाण आधी एकेक आणि नंतर समूहाने असे धनुष्यावरून बाहेर पडत होते. काही बाणांचा वेग इतका होता की, ते डोळ्यांना दिसत नव्हते! नजर खिळवून टाकील असे ते दृश्य होते.

अर्जुन सादर करीत असलेले धनुर्विद्येचे प्रयोग पाहण्यात सर्व लोक गुंगून गेलेले असताना अचानक प्रचंड आवाज झाला. तो ऐकून सगळे लोक चकित झाले. मेघगर्जना व्हावी, तसा तो आवाज सगळ्या पृथ्वीवर दुमदुमला. तो आवाज प्रवेशद्वाराजवळून येत होता. दुर्योधन आणि त्याच्या भावांनी या आवाजाच्या दिशेने आपली तोंडे वळवली. 'एखादा पर्वत कोसळून पडला आहे काय? पृथ्वीचा नाश करण्याच्या उद्देशाने काळ्या मेघांची सेना आकाशात जमली आहे काय?' असे विचार तिथे जमलेल्या लोकांच्या मनात आले. दुर्योधन हातात आपली गदा घेऊन आपल्या भावांसह उभा राहिला. धनुर्विद्येचे प्रयोग करणाऱ्या अर्जुनाला थांबावे लागले. पाचही पांडवांची प्रवेशद्वाराकडे नजर वळली. प्रेक्षकांची गर्दी कुणाला तरी वाट करून देत होती. कोणीतरी येत होता. तो आता जवळ आला. एखाद्या सिंहासारखा तो चालत होता. एखाद्या देवासारख्या दिसणाऱ्या त्या माणसाकडे लोकांची गर्दी चकित होऊन पाहत होती. पुन्हा तो प्रचंड आवाज ऐकू आला. आत प्रवेश करणाऱ्या माणसाच्या धनुष्याच्या दोरीच्या टणत्काराचा तो आवाज होता.

तो राधेय होता. त्याची कवच-कुंडले झळाळत होती. एखाद्या चित्त्यासारखी पावले टाकीत तो आखाड्याच्या दिशेने येत होता. तो द्रोणाचार्यांजवळ आला आणि त्याने त्यांना प्रणाम केला. त्यानंतर

मेघगर्जना व्हावी तशा आवाजात तो अर्जुनाला म्हणाला, ''मी तुला आव्हान देण्यासाठी आलो आहे. आतापर्यंत तू जे धनुर्विद्येचे प्रयोग सादर केलेस, त्यामुळे स्वत:च्या प्रावीण्याबद्दल तुझा गैरसमज झालेला आहे. तू जे प्रयोग सादर केलेस, ते तर मी करून दाखवीनच; पण त्याहूनही अधिक प्रयोग मी सादर करून दाखवीन. तुझ्या गुरूंनी परवानगी दिली, तर मी माझ्या धनुर्विद्येचं दर्शन घडवीन.'' अर्जुनाने धनुर्विद्येचे जे प्रयोग सादर केले होते ते सर्व राधेयाने सादर केले. आव्हान देणाऱ्या या तरुणाने प्रवेश करण्यापूर्वी जगातला सर्वश्रेष्ठ धनुर्धर अर्जुन आहे अशी सर्व प्रेक्षक समूहाची खात्री पटली होती. पण आता या तरुणाने दिलेल्या आव्हानामुळे सगळा रंगच बदलला होता. द्रोणाचार्यांच्या चेहऱ्यावर चिंतेच्या छटा उमटलेल्या पाहून भीष्मांच्या ओठांवर उपरोधाचे हसू आले. या अनोळखी तरुणाला पाहून दुर्योधनाचा चेहरा प्रेमभावाने उजळला. अपमानाच्या भावनेने अर्जुन संतप्त झाला. या तरुणाचे धनुर्विद्येतले प्रावीण्य पाहून युधिष्ठिर अस्वस्थ झाला.

राधेयाने धनुर्विद्येच्या प्रयोगांचे सादरीकरण संपवले आणि त्याने अर्जुनाला द्वंद्वयुद्धाचे आव्हान दिले. हे आव्हान आपण आपल्या भावाला देत आहोत, याची अर्थातच त्याला कल्पनाही नव्हती. अर्जुन राधेयाला म्हणाला, ''निमंत्रण नसताना इथं येऊन आपल्या शौर्याचा गर्व मिरवणारा तू कोण आहेस?'' राधेय हा प्रश्न ऐकून उपरोधाने हसला आणि अर्जुनाला म्हणाला, ''हा सामना आहे. तुझ्या फायद्यासाठी उभा केलेला हा खाजगी खेळ नव्हे! हा सामना सर्वांना समान आहे. इथं कुणीही येऊन आपलं प्रावीण्य दाखवू शकतो. मी तुला द्वंद्वयुद्धाचं आव्हान दिलं आहे. तू हे आव्हान स्वीकारणार आहेस की धनुर्धर म्हणून माझं श्रेष्ठत्व मान्य करणार आहेस?'' अर्जुनाने उपरोधाने आपले बळकट खांदे उडवले आणि तो द्वंद्वयुद्धाला तयार झाला. इतक्यात एक विलक्षण घटना घडली. गडद काळ्या पावसाळी ढगांनी अचानक सगळे आकाश भरून गेले. आपल्या पुत्राचे रक्षण करण्यासाठी इंद्र प्रकट झाला आहे, असे ते दृश्य होते. त्याचवेळी तिथे आलेल्या या तरुणावर सूर्याने आपले उबदार किरण पसरले. त्यालाही आपल्या पुत्राचे रक्षण करायचे होते. अतिशय सुंदर असे ते दृश्य होते. सूर्याच्या उबदार किरणांनी न्हात राधेय उभा होता आणि काळ्या ढगांच्या सावलीत अर्जुन उभा होता. काही प्रेक्षक राधेयाची तर काही प्रेक्षक

अर्जुनाची बाजू आपल्या मनात घेत होते. राजा धृतराष्ट्राचे पुत्र राधेयाच्या बाजूचे होते. द्रोणाचार्य, कृपाचार्य आणि भीम हे अर्जुनाच्या बाजूचे होते.

द्वंद्वयुद्धाला प्रारंभ होण्यापूर्वी स्त्रीप्रेक्षकांच्या कक्षात अस्वस्थता निर्माण झाली. कुंती बेशुद्ध पडल्याची बातमी विदुरांच्या कानी आली. असे हे घडण्यापूर्वी कुंती अगदी सुखी होती. कवच आणि कुंडले धारण केलेल्या या तरुणाला पाहून तिला धक्का बसला होता. आपल्या पुत्राला गंगेच्या प्रवाहात सोडल्याची तिला आठवण झाली. तेव्हा ती आपल्या पुत्राला म्हणाली होती, ''बरीच वर्षं उलटल्यानंतर भविष्यकाळात मी तुला पाहीन. तुझ्या कवच-कुंडलांवरून मी तुला ओळखीन.'' आता तो तिला दिसला होता आणि तो आपला पुत्र आहे हे तिला कळले होते. श्रेष्ठत्व सिद्ध करण्यासाठी आपले दोन्ही पुत्र द्वंद्वयुद्ध करत असल्याचे पाहून तिच्या मनाला असह्य वेदना झाल्या. या वेदनांचा काही वेळ तिला विसर पडावा, म्हणून निसर्गाने दयावान होऊन तिला बेशुद्ध केले. विदूर धावतच तिच्याजवळ गेले आणि तिच्या मुखावर त्याने सुगंधी पाणी शिंपडले. भूतकाळ आणि भविष्यकाळ बघण्याची दृष्टी असलेल्या विदुरांना सर्व काही कळले होते. काही वेळाने कुंती शुद्धीवर आली. विदुरांनी परोपरीने तिचे सांत्वन केले. तिने आपल्या दोन्ही पुत्रांकडे पाहिले आणि वेदनेचा आगडोंब तिच्या हृदयात पेटला. त्या क्षणापासून शांती किंवा सुख तिने कधीच अनुभवले नाही. वेदना आणि चिंता यांचे न संपणारे दिवस असेच जगणे तिच्या वाट्याला आले.

राधेय आणि अर्जुन हे दोघे तरुण द्वंद्वयुद्धासाठी सज्ज झाले. रागाने लाल झालेल्या डोळ्यांनी ते दोघे वीर एकमेकांकडे पाहत होते. इतक्यात कृपाचार्य आखाड्यात आले आणि म्हणाले, ''द्वंद्वयुद्धाचे नियम आपण पाळले पाहिजेत. अर्जुन हा कुंतीचा पुत्र श्रेष्ठ अशा कुरू घराण्याचा आहे. राधेया, आता तुझा पिता कोण आणि तू कुठल्या घराण्यातला हे तू जाहीर केलं पाहिजेस. कुठल्या राज्याचा तू प्रमुख आहेस, हेही तू जाहीर कर. द्वंद्वयुद्ध हे दोन समान दर्जाच्या व्यक्तींमध्ये घडलं पाहिजे, असा नियम आहे. कुठल्याही राजपुत्रानं आपल्यापेक्षा कमी दर्जाच्या व्यक्तीबरोबर द्वंद्वयुद्ध खेळता कामा नये.''

दवबिंदूत चिंब भिजलेल्या कमळाप्रमाणे राधेयाने आपली मान वाकवली!

हे पाहताच आपले वेटोळे सोडून ताठ उभ्या राहणाऱ्या नागाप्रमाणे आपल्या जागेवर दुर्योधन उभा राहिला. भावनेने हेलावलेल्या आवाजात तो कृपाचार्यांना उद्देशून म्हणाला, "गुरुदेव, प्राचीन धर्मानं राजांचे तीन प्रकार असल्याचं सांगितलं आहे : जन्मसिद्ध राजा, शौर्यामुळे राज्यपद प्राप्त झालेला राजा आणि एखाद्या राजाचा पराभव करून राज्य प्राप्त झालेला राजा. शौर्यावर क्षत्रियांचाच जन्मसिद्ध हक्क असतो, असं मानण्याचं कारण नाही. शौर्य हा गुण इतर जमातींतही आढळतो. या

*"तरुण मनुष्या, तू कोणीही असलास, तरी तुझ्या थोर गुणांमुळे अंगदेशाचं राज्यपदच काय, पण याहूनही मोठ्या सन्मानाची तुझी योग्यता आहे!"*

गुणाचं अधिष्ठान जागतिक आहे. राजानं फक्त राजाशीच युद्ध केलं पाहिजे, या नियमाला अर्जुन जर घट्ट कवटाळून बसणार असेल, तर त्याची इच्छा मी पूर्ण करतो. राधेयाला अंगदेशाचं राज्य दिल्याचं मी जाहीर करतो. आता या दोघांनी द्वंद्वयुद्ध करण्यास कसलीच हरकत नाही.''

दुर्योधनाचा हा निर्णय ऐकून सगळे लोक अगदी थक्क झाले. या निर्णयाचा उत्कट अभिमान भीष्मांना वाटला आणि त्याच्या डोळ्यांतून आनंदाश्रू ओघळू लागले. "शाबास! शाबास!" असा घोष प्रेक्षकांच्या गर्दीतून उसळला. सगळे लोक दुर्योधनाकडे श्वास रोखून पाहत होते. दुर्योधनाने भीष्म आणि धृतराष्ट्र यांची परवानगी घेऊन राधेयाला राज्याभिषेक करण्यासाठी लागणाऱ्या तीर्थ आणि इतर गोष्टी मागवल्या. त्या तात्काळ हजर करण्यात आल्या. ब्राह्मण वेदमंत्रांचे पठण करू लागले. दुर्योधनाने आपला मुकुट राधेयाच्या मस्तकावर ठेवला आणि आपली तलवार राधेयाच्या उजव्या हातात दिली. त्यानंतर दुर्योधनाने राधेयाला राज्याभिषेक केला. दुर्योधन राधेयाला म्हणाला, "अनोळखी तरुणा, तू आता अंगदेशाचा राजा आहेस. अर्जुना, हा तरुण आंता तुझ्यापेक्षा वरच्या दर्जाचा आहे. त्याच्याशी युद्ध कर आणि आम्हा सर्वांना ते पाहण्याचा आनंद मिळू दे."

राधेयाला अश्रू आवरेनात. भावना अनावर झाल्यामुळे काही क्षण त्याला शब्द फुटेनात. तो म्हणाला, "महाराज, तुम्ही मला दिलेल्या या थोर सन्मानाबद्दल तुमचे आभार कसे मानावेत, हे मला कळत नाही. या सन्मानाला मी योग्य आहे, असं मला वाटत नाही. मी काय बोलू? माझी कृतज्ञता कशी व्यक्त करू? मी कशानं तुमचा उतराई होऊ?" हे ऐकून उदार हृदयाचा दुर्योधन हसला आणि म्हणाला, "तरुण मनुष्या, तू कोणीही असलास, तरी तुझ्या थोर गुणांमुळे अंगदेशाचं राज्यपदच काय, पण याहूनही मोठ्या सन्मानाची तुझी योग्यता आहे! या सर्व जगावर राज्य करण्याची तुझी योग्यता आहे. हा जो लहानसा सन्मान आम्ही दिला आहे त्याबद्दल तुझ्याकडून आम्हांला काही मिळावं, अशी कसलीही अपेक्षा आम्ही बाळगलेली नाही. आम्हांला तुझं प्रेम हवं आहे, तुझा स्नेह हवा आहे. या दुर्योधनाला तुझं हृदय हवं आहे." हे ऐकून आपल्या अश्रूंतून स्मित करत राधेय म्हणाला, "माझं हृदय! महाराज, ते तर मी तुम्हांला केव्हाच देऊन चुकलो आहे." दुर्योधन राधेयाच्या जवळ गेला. राज्याभिषेकाच्या पवित्र स्नानाने राधेय अगदी चिंब भिजून गेला होता. त्याच्या डोळ्यांतून आनंदाश्रू ओघळत होते. कृतज्ञतेने भारावलेला राधेय दुर्योधनाच्या जवळ गेला. त्या दोघा मित्रांनी एकमेकांना दृढ आलिंगन दिले. हे दृश्य पाहणाऱ्या सर्व प्रेक्षकांचे डोळे भरून आले. 'केवढ्या उदार हृदयाचा राजपुत्र दुर्योधन!

कुरू घराण्याच्या राजपुत्रानं जसं वागलं पाहिजे, तसाच दुर्योधन वागला! खरा राजपुत्र!' सर्व प्रेक्षकांच्या मनात हीच भावना होती!

इतक्यात एक अशी घटना घडली की, ती पाहणारे प्रेक्षक भावनांनी हेलावून गेले. एक म्हातारा माणूस काठीचा आधार घेत आखाड्याकडे चालत येत होता. राधेयाने त्याच्याकडे पाहिले, तेव्हा तो धावतच त्याच्याजवळ गेला. राधेयाने त्याच्या पायांवर डोके ठेवले आणि आपल्या डोक्यावरचा अंगदेशाचा राजमुकुट त्याच्या पायांवर ठेवला. तो म्हातारा माणूस म्हणाला, "राधेया, सुदैवानं तुला साथ दिली याचा आनंद मला होतो आहे. उदार हृदयाच्या राजा दुर्योधनाचा विजय असो." हा म्हातारा माणूस म्हणजे राधेयाचा पिता अधिरथ होता. राधेय हा सूतपुत्र आहे, हे आता सर्वांना कळले. आतापर्यंत शांत बसलेले पांडव या खालच्या जातीतून इथवर येऊन पोचलेल्या तरुणाकडे पाहून उपरोधाने हसले. भीम म्हणाला, "अरे सूतपुत्रा, मी काय सांगतो ते ऐक. तू अर्जुनाकडून ठार मारला जावास, अशी तुझी लायकी नाही. तुझ्यासारख्या सूतपुत्रानं हातात चाबूक घेऊन रथ हाकावा, हेच तुला शोभून दिसतं." हे ऐकून राधेय दुखावला गेला. त्याचे ओठ संतापाने थरथरू लागले. तो शांत उभा राहिला आणि आपले दैवत सूर्य याच्याकडे त्याने पाहिले. ते दृश्य पाहून कुंतीचे हृदय वेदनेने भरून गेले. सूर्य हा आपला पिता आहे, हे ठाऊक नसूनही राधेयाने सहानुभूतीसाठी सूर्याकडे पाहावे ही गोष्ट सहन करणे तिला कठीण गेले. तिचा पदर अश्रूंनी भिजून गेला.

दुर्योधन उभा राहिला. कमळांनी भरलेले तळे उद्ध्वस्त करण्यासाठी निघालेल्या संतप्त हत्तीसारखा तो दिसत होता. नागाने विष ओकावे, तसे दुर्योधन म्हणाला, "भीमा, तू राजपुत्र आहेस. उच्च कुळात तुझा जन्म झाला आहे. तू आता जे बोललास, ते तुझ्यासारख्या राजपुत्राला शोभणारं नाही. मी मघाशी म्हटलंच आहे, की शौर्य ही क्षत्रियांची आणि केवळ क्षत्रियांचीच आनुवंशिक गुणवत्ता आहे, असं मानणं चुकीचं आहे. शूरवीर आणि नद्या यांचा उगम कुठं झाला हे महत्त्वाचं नाही. या जगातल्या थोर पुरुषांचा जन्म कुठं झाला हे पाहा. त्यांचा जन्म सहसा अविख्यात आहे, असंच दिसतं. वडवानलाचा जन्म समुद्राच्या पाण्यात होतो. आपले गुरू द्रोणाचार्य आणि कृपाचार्य यांचा जन्म पाहा. इतकंच काय, पण तुझा पिता आणि माझा पिता, तसंच विदुरकाका यांचा जन्म पाहा! तुमचंसुद्धा काय? तुम्ही आपल्या मातेचे

पुत्र आहात, तुमचं पितृत्व कोणाकडे हे ठाऊक नाही, असं सगळं जग म्हणतं आहे. तेव्हा जन्माच्या उच्चनीचतेची ही पोकळ बडबड बंद करा. आता या तरुणाविषयी. तुमची समजशक्ती इतकी कमी आहे, हे पाहून मला तुमची कीव येते. क्षत्रियात आणि केवळ क्षत्रियात जे गुण दिसतात, ते याच्यातही आहेत. गरीब, अश्राप हरिणाच्या पोटी वाघाचा जन्म होऊ शकत नाही हे तुम्हांला कळत नाही काय? हा तरुण क्षत्रियच असला पाहिजे, हे तुम्हांला जाणवत नाही काय? मी त्याला अंगदेशाचा राजा केला आहे, पण याहीपेक्षा मोठ्या सन्मानाची त्याची लायकी आहे. या सगळ्या पृथ्वीचं राज्य करण्याची त्याची योग्यता आहे. महान होण्यासाठीच त्याचा जन्म आहे. त्याची थोरवी समजून घेण्याची तुमची लायकी नाही. त्याचा जन्म कुठला किंवा तो कुठून आला, याची मला पर्वा नाही. तो वीरपुरुष आहे. तो वीरपुरुषांबरोबरच राहील. आता तुमच्या लाडक्या अर्जुनाची हिंमत असेल; तर त्यानं राधेयाबरोबर द्वंद्वयुद्धासाठी उभं राहावं, असं त्याला तुम्ही सांगा.'' दुर्योधन जे बोलला, त्याचे प्रेक्षकसमूहाने टाळ्यांनी स्वागत केले.

आपल्या पुत्राचा झालेला हा सन्मान पाहून सूर्य आनंदाचे स्मित करत पश्चिमेकडे वळला. नाट्यपूर्ण आरंभ असलेल्या या सामन्यांचा शेवटही तसाच नाट्यपूर्ण झाला. द्रोण आणि अर्जुन हे दोघेच जे काही घडले त्याविषयी नाराज होते. दिवसाच्या शेवटी सगळेजण राजपुत्र दुर्योधन आणि तो नवागत तरुण राधेय यांच्याविषयीच बोलत होते. अर्जुनाने सादर केलेले शस्त्रविद्येचे प्रयोग कुणाच्याही लक्षात राहिले नाहीत. सर्वांना ते शिळे वाटले. या भव्य सामन्याचा बोजवारा उडाल्याची त्याला जाणीव झाली.

रात्र झाली. रात्रीच्या अंधाराने सर्वांना वेढून टाकले. मशाली पेटवल्या गेल्या. मशालींच्या प्रकाशात दुर्योधन आणि राधेय हे दोन मित्र सर्वांना दिसत होते. प्रेमभरल्या डोळ्यांनी, हातांत हात गुंफून ते दोघेजण सर्वांच्या पुढे चालत होते. भीष्मांच्या ओठात चोरटे स्मित होते. पराभूत झाल्यागत दिसणारे द्रोणाचार्य सर्वांच्या मागून चालत होते. त्यांचा चेहरा विचारमग्न दिसत होता. विदुरांचा चेहरा उदास आणि गंभीर दिसत होता.

अपशकुन सुचवणाऱ्या धूमकेतूप्रमाणे युधिष्ठिराच्या आकाशात राधेय उगवला होता. धनुर्विद्येच्या क्षेत्रात राधेयाची बरोबरी करणारा दुसरा

कोणीही नाही, हे युधिष्ठिराला स्पष्टपणे कळून चुकले होते. भीम आणि अर्जुन यांच्या शक्तीमुळे आणि शस्त्रकौशल्यामुळे युधिष्ठिराला आजपर्यंत सुरक्षित वाटत आले होते. ते सगळ्या कौरवांपेक्षा शस्त्रविद्येत श्रेष्ठ होते. पण आता युधिष्ठिराला सुरक्षिततेची खात्री वाटेना. शस्त्रयुद्धात पांडव अजिंक्य आहेत, हा त्याचा विश्वास आता ढासळला होता! दुर्योधन आणि राधेय यांच्या मैत्रीच्या करारामुळे युधिष्ठिर मनाची शांती घालवून बसला! अर्जुनाच्या भुवया संतापाने उंचावल्या आणि भीमाच्या मुठी आवळल्या गेल्या. दुर्योधनाने उच्चारलेले अपमानकारक शब्द त्याला झोंबले होते. पण तो त्याला प्रत्युत्तर करू शकला नव्हता, कारण त्यातला प्रत्येक शब्द खरा होता! पाचही पांडव खिन्न मनाने आखाड्यातून बाहेर पडले.

## गुरुदक्षिणा

राजपुत्रांचे शिक्षण संपले. द्रोणाचार्यांना आता आपले स्वप्न पूर्ण करून घ्यायचे होते. आपल्या सर्व शिष्यांना त्यांनी एकत्र बोलावले आणि ते त्यांना म्हणाले, "तुम्ही मला गुरुदक्षिणा देण्याची वेळ आता आली आहे." हे ऐकून सर्व शिष्य उत्तेजित झाले. आपले गुरू आता कोणती गुरुदक्षिणा मागणार, याची उत्सुकतेने ते वाट पाहू लागले. द्रोणाचार्य म्हणाले, "मला गुरुदक्षिणा म्हणून संपत्ती नको आहे. तुम्ही पांचाळांचा राजा द्रुपद याला बंदिवान करून माझ्याकडे घेऊन या. त्याचा वध होता कामा नये. त्याला जिवंत पकडून आणा." आपण जे शिक्षण घेतले, त्याच्या कसोटीची वेळ आता आलेली आहे, हे कळून सर्व शिष्यांना आनंद झाला. असे वाटणे हे क्षत्रियांच्या स्वभावाला धरूनच आहे. शिक्षण संपल्यानंतरचे हे त्यांचे पहिलेच युद्ध होते. कौरवांनी प्रचंड सैन्य गोळा केले आणि ते पांचाळ देशाच्या राजावर

स्वारी करण्यासाठी निघाले. आपल्या शिष्यांपेक्षाही द्रोणाचार्यांचे मन अधिक उत्तेजित झाले होते.

कौरवांचे सैन्य आपल्यावर चाल करून येत आहे, हे कळल्यावर युद्धाचे हे आव्हान आपल्याला का दिले जात आहे हे राजा द्रुपदाला कळेना. त्याने युद्धाची तयारी केली. आपल्या भावांची मदत घेऊन राजा द्रुपद युद्धाला उभा राहिला. युद्धाला सुरुवात झाली. पांडव अलिप्त राहिले होते. त्यांनी या युद्धात भाग घेतला नव्हता. रणांगणाजवळच असलेल्या एका झाडाखाली आता काय होते याची वाट पाहत ते उभे होते. द्रुपदाचा पराभव करणे कौरवांना अशक्य आहे, हे ते मनोमन जाणून होते. अर्जुन द्रोणाचार्यांना म्हणाला, ''राजा द्रुपदाचा पराभव करणं सोपं आहे, असं यांना वाटतं आहे. पण हे शक्य नाही, हे मी जाणतो. कौरवांचा पराभव झाला, की मी युद्धाला पुढे होतो आणि योग्य ती कृती करतो.''

युद्ध सुरू झाले. राजा द्रुपद इतके उत्तम लढला, की त्याने कौरवांचा पराभव केला. त्यांच्या सैन्याचा नाश झाला. ही लढाई पांडव हसत पाहत होते. कौरवांचा पूर्ण पराभव झाल्यानंतर पांडव युद्धाला सज्ज झाले. अर्जुन युधिष्ठिराला म्हणाला, ''तू मागे रहा. आम्ही चौघं द्रुपदाला बंदिवान करून आणतो.'' अर्जुनाने आपला रथ युद्धभूमीकडे नेला. हातात गदा घेतलेला भीम यमराजासारखा दिसत होता. नकुल आणि सहदेव अर्जुनाच्या रथाच्या रक्षणाला सज्ज होते. भीमाची गदा डाव्या आणि उजव्या हाताला असलेल्या द्रुपदाच्या सैन्याला लोळवत पुढे निघाली. ते द्रुपदाच्या रथाच्या दिशेने झेपावले. पांचाळ देशाचा राजा द्रुपद अगदी निकराने लढला, पण पांडवांच्या युद्धकौशल्यापुढे तो निष्प्रभ ठरला. हे कौशल्य पाहून द्रुपद थक्क झाला. आता आपण काय करावे याचा निर्णय घेण्यापुरताही वेळ अर्जुनाने त्याला दिला नाही. अर्जुनाने द्रुपदाभोवती बाणांचा पाऊस पाडला आणि अंधार निर्माण केला. द्रुपदाला काही दिसेना. अर्जुनाने त्याला पकडला आणि आपल्या रथात घातला. द्रोणाचार्य जिथे बसून वाट पाहत होते, तिथे अर्जुनाने आपला रथ नेला.

ज्या क्षणाची इतकी वर्षे द्रोणाचार्य वाट पाहत होते, तो क्षण आता आला होता. द्रोणाचार्यांचे स्वप्न प्रत्यक्षात उतरले होते. पूर्वी घडून गेलेल्या सर्व घटना द्रोणाचार्यांना आठवल्या. मान खाली वाकवून

तेव्हा ते द्रुपदासमोर उभे होते. द्रुपदाला सत्तेचा मद चढला होता. पण आता द्रुपदावर बाजू उलटली होती. द्रोणाचार्य आज उच्चासनावर विराजमान झाले होते. द्रुपदाचे भवितव्य आता त्यांच्या मर्जीवर अवलंबून होते. द्रोणाचार्यांनी निष्ठुर शब्दांनी द्रुपदाचा उपहास केला. द्रुपद त्यांना जे जे बोलला होता, त्याची त्यांनी त्याला आठवण करून दिली. सत्ता आता द्रोणाचार्यांच्या बाजूने उभी होती. ते द्रुपदाला म्हणाले, "तुला आठवतं? मैत्री ही दोन समान दर्जाच्या माणसांतच असू शकते, असं तू म्हणाला होतास. त्यावेळी माझं म्हणावं असं माझ्यापाशी काहीच नव्हतं! पण आता तुझं म्हणावं असं तुझ्यापाशी काहीही उरलेलं नाही. तुझं राज्य तर सोडच, पण तुझं आयुष्यही आता तुझं उरलेलं नाही! पण भिऊ नकोस, मी तुला ठार मारणार नाही. मला तुझा मित्र व्हायचं आहे. पण दोघं समान दर्जाचे असल्याखेरीज त्यांच्यात मैत्री असू शकत नाही. म्हणून मी तुला तुझं अर्धं राज्य परत देतो आहे. आता आपण समान दर्जाचे झालो आहोत. या गंगा नदीकडे पाहा. तिच्या दक्षिणेकडची भूमी ही तुझी आहे आणि उत्तरेकडची भूमी ही माझी आहे. ये, आता आपण मित्र म्हणून एकमेकांचा निरोप घेऊ या."

द्रोण हे ब्राह्मण. ब्राह्मणाला दूरदृष्टी कमीच. त्यामुळे द्रोणाचार्यांना वाटले की, आता मैत्री सुरू झाली आणि पूर्वीचे वैर संपले. द्रोणाचार्यांनी अपमान झाल्याची भावना वर्षानुवर्षे मनात बाळगली होती आणि ज्याने अपमान केला त्याचा सूड घेण्याचा संकल्प आजवर मनात जोपासला होता. ब्राह्मणाइतकाच जबरदस्त द्वेष क्षत्रियही करू शकतो, ही गोष्ट द्रोणाचार्य विसरले! राजा द्रुपद एक शब्दही बोलला नाही. द्रोणाचार्यांनी प्रेमभराने द्रुपदाला आलिंगन दिले. एखादे लहान मूल भांडणानंतरचा आपला राग चटकन विसरून जाते, तसा आपला राग द्रोणाचार्य विसरून गेले. पण द्रुपदाची गोष्ट तशी नव्हती. अपमानित ब्राह्मणापेक्षा अवमानित क्षत्रियाचा राग भयंकर असतो. द्रुपदाच्या मनात द्रोणाचार्यांविषयीच्या द्वेषाची आग पेटली होती. पुढे काय करायचे ते त्याने त्या क्षणी ठरवले. द्रुपद स्वतःशी म्हणाला, 'या दुष्ट माणसाचा वध करील, असा पुत्र मला झाला पाहिजे. शस्त्रविद्येवर प्रभुत्व असलेल्या द्रोणाचार्यांचा वध सर्वसामान्य योद्धा करू शकणार नाही. यज्ञ आणि तप करून मी परमेश्वराची प्रार्थना करीन की, द्रोणाचार्यांचा वध करील असा पुत्र मला व्हावा.' द्रुपदामधल्या क्षत्रियाला धनुर्विद्येचे अर्जुनाचे

कौशल्य पाहून अतिशय कौतुक वाटले. तो स्वत:शी म्हणाला, ‘केवढा कुशल धनुर्धर आणि पराक्रमी योद्धा! मला जर मुलगी झाली, तर माझ्या कौतुकाची खूण म्हणून तिचे लग्न मी याच्याशी करीन. मला दोन मुलं व्हायला हवीत : द्रोणाचार्यांचा वध करणारा पराक्रमी पुत्र आणि अर्जुनाची पत्नी होण्यासाठी कन्या.’ असे विचार मनात घोळवत द्रुपद आपल्या राजधानीकडे परतला. भविष्यकाळाविषयीचे विचार त्याच्या मनात घोळत होते.

## कारस्थान

धृतराष्ट्र राजा होता हे तर खरेच, पण त्याचे हे राज्य त्याच्यासाठी जिंकून पंडूने ते त्याला दिले होते. कौरव ज्या भूमीचे मालक झाले होते, ती भूमी पंडूने आपल्या शौर्याने आणि सैनिकी प्रतिभेने प्राप्त करून कौरवांना दिली होती. आणखी एक गोष्ट अशी की, युधिष्ठिर हा दुर्योधनापेक्षा वयाने वडील होता. युधिष्ठिरावर लोकांचे प्रेम होते. भीष्म, द्रोण आणि विदूर हे पांडवांची आणि विशेषत: युधिष्ठिराची नेहमी प्रशंसा करीत. आपल्या नंतर आपला पुत्र दुर्योधन हा सिंहासनाचा वारस व्हावा, अशी इच्छा अर्थातच धृतराष्ट्राच्या मनात होती. पण प्रत्यक्षात हे शक्य नाही, हेही तो जाणून होता. त्याला युवराजपद युधिष्ठिराला द्यावे लागणार होते. अंध राजा धृतराष्ट्र यांचे पुत्र यामुळे संतापले; पण काही करू शकले नाहीत, याविरुद्ध काही बोलू शकले नाहीत.

एक वर्ष उलटले. भीम आणि दुर्योधन हे गदाविद्या शिकण्यासाठी बलरामांचे शिष्य झाले. गदाविद्येत बलरामांशी तुलना करता येईल असा कुणीही नव्हता. का कुणास ठाऊक, पण बलरामांना दुर्योधन अतिशय आवडला. ते सर्व शिष्यांना सारख्याच तळमळीने शिकवत असत, पण अर्जुन जसा द्रोणाचार्यांचा लाडका होता, तसा दुर्योधन बलरामांचा

लाडका होता. दुर्योधनाचीही आपले गुरू बलराम यांच्यावर भक्ती होती.

द्रोणाचार्यांनी अर्जुनाचे धनुर्विद्येचे शिक्षण पूर्ण केले. आता ते जगाला सांगू शकले असते की, अर्जुनाची बरोबरी करेल असा धनुर्धर जगात कोणी नाही. ते अर्जुनाला म्हणाले, ''ऐक, तू या जगातला श्रेष्ठ धनुर्धर आहेस. फक्त एक अपवाद सोडून कोणीही तुझा पराभव करू शकत नाही.'' हे ऐकून अर्जुन चकित झाला. त्याच्या अहंकाराला धक्का बसला. आपल्यापेक्षा वरचढ असा हा कोण आहे, हे त्याला जाणून घ्यायचे होते. द्रोणाचार्य हसले आणि त्याला म्हणाले, ''विद्या आणि विनम्रता या हातात हात गुंफून गेल्या पाहिजेत. आपण सर्वश्रेष्ठ आहोत, असा अहंकार बाळगू नकोस. तू सर्वश्रेष्ठ धनुर्धर आहेस, असं लोकांनी म्हटलं पाहिजे. तूच तसं म्हणणं चांगलं दिसत नाही. मी ज्या व्यक्तीचा उल्लेख केला, त्याचं नाव कृष्ण. तो वृष्णींच्या घराण्यातला आहे. तो सर्व महानांपेक्षा महान आहे. त्याची बरोबरी करील असा कुणीही नाही. असं विधान करत असताना मी जरासुद्धा अतिशयोक्ती करीत नाही. तो तुझा मामेभाऊ आहे. त्याचे वडील वसुदेव हे तुझ्या मातेचे बंधू. कृष्ण जर तुझा मित्र झाला, तर सगळे देव आणि इंद्रही तुझं काही वाईट करू शकणार नाहीत. कृष्णही पांडवांविषयी ऐकून आहे. तो आनंदानं तुमच्या मैत्रीचा स्वीकार करील. तुम्ही शक्य तो लवकर कृष्णाची भेट घ्यावी.''

युधिष्ठिर एक वर्ष युवराजपदावर होता. त्या एका वर्षात तो अतिशय लोकप्रिय झाला. भीमाचे आणि अर्जुनाचे शौर्य सर्वमान्य झालेले होते. उत्तर, दक्षिण, पूर्व आणि पश्चिम इथली अनेक राज्ये अर्जुनाने जिंकली. पांडवांविषयी कौरवांच्या मनातली असूया दिवसेदिवस वाढत चालली होती. धृतराष्ट्रही याला अपवाद नव्हता. आपल्या मृत बंधूच्या पुत्रांना त्याने पित्याप्रमाणे वागवण्याचा प्रयत्न केला, पण पांडवांचे शौर्य आणि सामर्थ्य पाहून त्याच्या मनात द्वेषाची भावना निर्माण झाली. लोक युधिष्ठिराची प्रशंसा करत. ते म्हणत, ''राजा धृतराष्ट्र हा अंध आणि कर्तृत्वशून्य आहे. भीष्म हा कर्तृत्ववान आणि उदात्त वृत्तीचा आहे. फार पूर्वीच त्यानं सिंहासनावरील वारसाहक्काचा त्याग केला आहे. राजा म्हणून दुर्योधन योग्य नाही आणि म्हणून युधिष्ठिर आमचा राजा व्हावा हेच योग्य आहे.''

दुर्योधनाच्या हेरांनी लोक काय म्हणतात हे त्याच्या कानी घातले. हे

ऐकून दुर्योधन अतिशय दु:खी झाला. आजूबाजूला इतर कोणी माणसे नाहीत अशी संधी साधून दुर्योधन आपल्या पित्याकडे गेला आणि त्याने आपले मन त्यांच्याकडे मोकळे केले. लोक पांडवांविषयी काय बोलतात, हे त्याने आपल्या पित्याला सांगितले आणि तो म्हणाला, ''पिताजी, तुम्ही पुरेसा विचार न करता जे केलंत, त्याचे परिणाम काय झाले आहेत ते पाहा! तुम्ही युधिष्ठिराला युवराजपद दिलंत आणि आता त्याला राज्याभिषेक केव्हा होतो, याची वाट लोक पाहत आहेत. तुम्ही असं का केलंत?'' धृतराष्ट्र म्हणाला, ''तुला ते कळलेलं नाही. आज मी सम्राट असलो, तरी ही सर्व भूमी माझ्यासाठी माझा भाऊ पंडू यानं जिंकून मिळवलेली होती. तो फार मोठा योद्धा होता. हे राज्य त्यानं उभं केलं. त्यानंतर सर्व ऐहिक गोष्टींचा त्याग करून तो रानात निघून गेला. तिथं त्याचं निधन झालं. पितृछत्र हरपलेल्या त्याच्या पुत्रांना माझ्याकडे आणण्यात आलं. माझ्या मुलांप्रमाणे मी त्यांना वागवावं, असं मला सांगण्यात आलं. युधिष्ठिराची सर्वत्र जी प्रशंसा होते आहे, ती योग्यच आहे. मलाही अशी आशा वाटली, की युधिष्ठिराला साहाय्य करणारे त्याचे शूर भाऊ आणि त्यांना मदत करणारे तसेच शूर असलेले माझे पुत्र कुरू घराण्याची कीर्ती पुन्हा प्रस्थापित करतील. तुझे हक्क नाकारण्याचा विचार माझ्या मनात नव्हता. पण मला आता दिसतं आहे, की पांडवांविषयी आणि विशेषत: भीमाविषयी तुझ्या मनात असूया निर्माण झाली आहे. मी सांगतो तुला, पांडवांचं वाईट करण्याची इच्छा धरण्यात काही अर्थ नाही. त्यांचं संरक्षण करण्यासाठी भीष्म आणि विदूर हे त्यांच्या पाठीशी उभे आहेत. तेव्हा तू त्यांच्याविषयीचा द्वेष मनातून काढून टाक आणि भावाप्रमाणे त्यांच्याशी वाग. युधिष्ठिराला लोकांच्या हृदयात फार मानाचं स्थान आहे. तेव्हा तू त्यांच्या बाबतीत अविचारानं वागणं हे आत्महत्या करण्यासारखंच ठरेल.''

हे ऐकून राजपुत्र दुर्योधनाने दीर्घ नि:श्वास टाकला. त्याचे शरीर संतापाने थरथरू लागले, क्रोधाने त्याच्या मुठी वळल्या गेल्या, रागाने लाल झालेल्या डोळ्यांनी त्याने अवतीभोवती नजर टाकली आणि तो आपल्या पित्याला म्हणाला, ''पिताजी, आपलं बोलणं कुणीतरी ऐकेल या भीतीमुळे तुम्ही असं बोलता आहात, हे मला ठाऊक आहे. तुम्ही आणि मी यांच्याखेरीज इथं कोणीही नाही, याची खात्री मी तुम्हांला देतो. तुम्ही अगदी मोकळेपणानं तुमच्या भावना व्यक्त करू शकता.

युधिष्ठिर राजा झाला; तर त्याच्यानंतर त्याचा पुत्र मग त्याच्यानंतर त्या पुत्राचा पुत्र – अशी परंपरा सुरू राहील. म्हणजे हे राज्य त्यांच्या कुटुंबाचंच होऊन बसेल. मग राजाचे पुत्र असलेले आम्ही त्या दुष्ट पांडवांवर कसं अवलंबून राहणार? राजाचे पुत्र हे जे आमचं पद आहे, त्याला काहीच अर्थ उरणार नाही. जो राजा आहे, त्याची चाकरी आम्हांला करावी लागणार. पांडवांची अशी चाकरी करण्यापेक्षा मी मरण पत्करीन. मी राजाचा पुत्र आहे. मी राजाच झालो पाहिजे. तुमच्या हृदयात जर माझ्याविषयी प्रेम असेल, तर तुम्ही काहीतरी केलं पाहिजे. नाहीतर मी आत्महत्या करीन. त्या खादाड भीमाची चाकरी करण्याची माझी मुळीच इच्छा नाही.''

समोर वाकून उभ्या असलेल्या आपल्या पुत्राच्या डोक्यावर धृतराष्ट्रांनी आपला हात ठेवला. तो दुर्योधनाला म्हणाला, ''माझ्या पुत्रा, तू दुःख करू नकोस. माझा भाऊ पंडू हा अगदी गोड स्वभावाचा माणूस होता. आपल्या सौजन्यानं आणि प्रेमळ स्वभावानं त्यानं सर्वांची हृदयं जिंकली होती. त्याचा पुत्र युधिष्ठिर अगदी त्याच्यासारखा आहे. त्यानं राज्यातल्या सर्वांची हृदयं जिंकली आहेत. त्याचं काही वाईट केलं गेलं, तर त्याचा दोष आपल्यावर येईल. पांडव हे अत्यंत लोकप्रिय आहेत. भीष्म, द्रोण, कृप आणि विदूर हे त्यांच्या बाजूचे आहेत. त्यांना दुखवणं आपल्याला परवडणारं नाही. या सगळ्या गोष्टींचा विचार करूनच मी युधिष्ठिराला युवराज करण्याचा निर्णय घेतला.''

हे ऐकून दुर्योधन म्हणाला, ''पिताजी, मला तुम्हांला काही सांगायचं आहे. आजोबांचा आपण विचारच करायला नको. त्यांनी कुठलीही बाजू कधी घेतलेली नाही. भीम आम्हांला त्रास द्यायचा. त्यानं आम्हांला केलेल्या जखमांकडे आजोबा दुर्लक्ष करायचे. त्यानंतर आम्ही भीमावर हल्ला करण्याचा प्रयत्न केला. मी भीमाला ठार करण्याचाही प्रयत्न करून पाहिला. पण आजोबांची वागण्याची तीच तऱ्हा होती! मला तर असंच वाटतं, की इथं काहीही झालं, तरी त्यांना त्याची फिकीर नाही. गंगेच्या तीरावर खोल विचारांत गढून जाऊन चालताना मी त्यांना अनेकदा पाहिलं आहे. एकदा तर मी त्यांना रडताना पाहिलं आहे. 'तुम्ही का रडता आहात?' असं मी त्यांना विचारलं, तेव्हा त्यांनी मला आपल्या मांडीवर बसवलं. त्यांचं माझ्यावर फार प्रेम आहे, हे तुम्हांला ठाऊक आहेच. ते मला म्हणाले, 'वत्सा, तसं विशेष काही नाही.

एवढंच, की मी थकलो आहे, खूप थकलो आहे.' तेव्हा मी त्यांना विचारलं, 'मग तुम्ही विश्रांती का घेत नाही?' आजोबांचे डोळे ओलावले. ते म्हणाले, 'माझ्या वत्सा, मी विश्रांती घेऊ शकत नाही, मी विश्रांती घेता कामा नये!' मग त्यांनी मला तिथून ताबडतोब निघून जायला सांगितलं. ते म्हणाले, 'माझी आणि माझ्या विश्रांतीची तू काळजी करू नको. फार काळ असा राहणार नाही. लवकरच मी बरा होईन.' ही गोष्ट झाली त्याला बरीच वर्षं होऊन गेली. पण गंमत अशी, की मला सगळं स्पष्टपणे आठवतं आहे. आजोबा आमचा कसलाही विचार करत नाहीत, याची मला खात्री पटली आहे. त्यांचं स्वत:चं काहीतरी गुप्त असं दु:ख आहे. आम्ही काय करतो, याची त्यांना मुळीच फिकीर नाही. अश्वत्थामा हा माझा प्रिय मित्र आहे. त्याचं माझ्यावरचं प्रेम ध्रुवासारखं अढळ आहे. तो माझ्या बाजूचा आहे. द्रोणाचार्यांना माझी बाजू घ्यावीच लागेल. कुठलाही पिता आपल्या पुत्राच्या विरुद्ध बाजू घेणार नाही. कृपाचार्य साहजिकच या दोघांची बाजू घेतील. आता प्रश्न फक्त विदुरांचा आहे. त्यांचं पांडवांवर अतिशय प्रेम आहे. पांडव आणि तुम्ही यांत कोणाची निवड करावी, असा प्रश्न पडला; तर ते तुमचा त्याग करतील. खालच्या जातीत जन्माला आलेला मनुष्य दुसरं काय करणार? ते धर्माविषयी तुमच्याकडे बोलणार. त्यांना बोलू द्या! तुम्हांला त्यांचं भाषण ऐकायला आवडतंच म्हणा! पिताजी, माझ्या डोक्यात एक योजना आहे. तुम्ही म्हणता, की युधिष्ठिरावर लोकांचं प्रेम आहे. मला हे मान्य आहे. तुम्ही असं करा, की पांडवांना वारणावतासारख्या एखाद्या दूर ठिकाणी पाठवा. एक वर्षभर त्यांना तिथं राहू द्या. या वर्षभरात लोकांचं प्रेम मी मिळवीन. या वर्षाच्या काळात लोक युधिष्ठिराला विसरून जातील. सामान्य माणसांची स्मरणशक्ती दुबळी असते. ही माणसं माझ्यावर प्रेम करायला शिकतील. वर्षभरानंतर जर पांडव परत आलेच, तर त्यांना कळून चुकेल, की त्यांचं सगळं वैभव गेलेलं आहे! तुम्ही माझ्यासाठी इतकं कराच. त्यांना इथून दूर पाठवाच. तुमचं जर माझ्यावर प्रेम असेल, तर माझ्या हृदयात घुसलेला हा बाण तुम्ही काढून टाका. या बाणामुळे जीवघेण्या वेदना मला होताहेत. माझ्या हृदयाची शांती त्यानं नष्ट केली आहे. कित्येक दिवस मला झोप लागलेली नाही. तुम्ही पांडवांना त्यांच्या मातेसह वारणावताला पाठवा. त्यानंतर बाकी सगळं मी पाहतो. निश्चित असं काहीतरी करण्याची माझी जबाबदारी.''

असे बोलून दुर्योधनाने निरोप घेतला.

राजा धृतराष्ट्र एकटाच विचार करीत बसला. त्याच्या मनात पापी विचारांनी प्रवेश केला. आपल्या मुलाचे विचार त्याला कळले होते. पांडव पुन्हा कधीच परत येणार नाहीत, अशी काहीतरी योजना आखली पाहिजे याची जाणीव त्याला झाली. पण आपल्या मनातले हे विचार त्याने आपला पुत्र दुर्योधन याला कळू दिले नाहीत. तो काहीच न बोलल्यामुळे त्याची मूक संमती आहे ही गोष्ट दुर्योधनाला कळली होती! आपल्या या कुटिल डावात साथ देणाऱ्या सल्लागारांच्या मदतीने पांडवांचा सूड घेण्याची योजना पूर्ण होईल, अशी आशा तो बाळगून होता. पांडवांविषयी धृतराष्ट्रांना वाटणारा द्वेष दुर्योधनाला वाटणाऱ्या द्वेषाइतकाच तीव्र होता. फरक इतकाच होता की, हा द्वेष त्याला लपवून ठेवता येत होता आणि दुर्योधनाला तो लपवून ठेवता येत नव्हता!

धृतराष्ट्रांनी कणिक नावाच्या एका माणसाला निरोप पाठवून बोलावून घेतले. कणिक हा शकुनींचा मित्र होता. कुटिल डाव खेळण्यात तो पटाईत होता. धृतराष्ट्रांनी आपल्या मनातली योजना कशी पूर्ण करावी हा प्रश्न त्याला विचारला. धृतराष्ट्र म्हणाला, "माझ्या आणि माझ्या पुत्राच्या मनात पांडवांविषयीचा द्वेष धगधगत आहे. याचं कारण मी सांगतो. पांडवांचा होत असलेला उदोउदो आम्हांला सहन होत नाही. आमच्या मनाला शांतता लाभेल असा मार्ग तू दाखवू शकशील काय?" कणिक म्हणाला, "पांडवांचा नाश करणं हा मनाची शांतता मिळवण्याचा एकमेव मार्ग आहे. काही करून त्यांचा नाश केलाच पाहिजे. पण एक गोष्ट लक्षात ठेवा. तुम्हांला दांभिकपणे वागता आलं पाहिजे. तुम्ही पांडवांचा नाश करण्याचा मार्ग शोधीत असला; तरीही तुमचं त्यांच्यावर अतिशय प्रेम आहे, असं तुम्हांला वर वर दाखवता आलं पाहिजे. आपल्या शत्रूचं बळ वाढणं म्हणजे आपण असुरक्षित होणं. वृक्ष भला मोठा वाढला, की तो पाडणं कठीण होतं. तो लहान असतानाच त्याची मुळं छाटली पाहिजेत. तुमच्या आणि तुमच्या मुलांच्या संरक्षणाचा विचार आतापासूनच करून ठेवा. पांडव दिवसेंदिवस अधिकाधिक बलवान होत आहेत. काय करायला हवं हे मी आपल्याला स्पष्टच सांगितलं आहे." असा हा सोन्यासारखा सल्ला देऊन कणिक निघून गेला!

# वारणावताकडे

काही दिवस असेच गेले. राजा धृतराष्ट्राने युधिष्ठिराला बोलावून घेतले आणि ते त्याला म्हणाले, "वारणावत हे नगर अतिशय सुंदर असल्याचं मी अनेकांकडून ऐकलं आहे. काही दिवस सुखाचे घालवण्यासाठी तुम्ही सगळे भाऊ तिथं जाऊन का राहत नाही? वर्षभर तिथं राहून तुम्ही हस्तिनापूरला परत येऊ शकता. तुला काय वाटतं?" अचानक केल्या गेलेल्या या सूचनेमागचा हेतू भाबड्या युधिष्ठिराला कळणार नाही, असे धृतराष्ट्र धरूनच चालले होते. पण युधिष्ठिराला धृतराष्ट्राचा हेतू त्या क्षणी कळला, त्यामागची कुटिलता त्याला समजली. पण आपण असाहाय्य आहोत, हेही तो जाणून होता. युधिष्ठिर धृतराष्ट्रांना म्हणाला, "तुमच्या इच्छेप्रमाणे मी वागेन." भीष्म, द्रोण, विदूर यांच्याकडे जाऊन युधिष्ठिर त्यांना म्हणाला, "मला माझ्या चुलत्यांनी सुचवलं आहे, की सुचवलं आहे असं म्हणण्यापेक्षा त्यांनी आज्ञा केली आहे, असंच म्हणणं योग्य होईल. त्यांची अशी इच्छा आहे, की आम्ही भावंडांनी काही महिने वारणावत इथं जाऊन राहावं. तेव्हा तुम्ही आम्हांला शुभेच्छा आणि आशीर्वाद द्या." थोडे थांबून तो पुढे म्हणाला, "आम्ही लहान मुलं असताना आमच्या पित्याचं निधन झालं. त्यानंतर आम्हांला तुमच्याकडे आणलं गेलं. आमचे पिता, माता, हितेच्छू सर्व काही तुम्हीच आहात. तुम्ही तुमची ममता आम्हांला द्या. आमची तुमच्यावर अढळ श्रद्धा आहे." युधिष्ठिर आपल्या आजोबांना म्हणाला, "तुम्ही आमचे आजोबा. आमच्या चुलत्यांच्या मनात आमच्याविषयी किती प्रेम आहे, हे तुम्ही जाणताच! आम्ही भावंडांनी वारणावताला जाऊन राहावं, अशी त्यांची इच्छा आहे! त्रिपुर या पापी राक्षसाचा नाश करणाऱ्या शंकराचं देऊळ तिथं आहे. आमच्या पित्याप्रमाणेच आमच्या कल्याणाची काळजी करणारा चुलता आम्हांला लाभला, हे आमचं भाग्य आहे!" या बोलण्यातल्या उपरोधाने भीष्मांच्या हृदयाला स्पर्श केला असणार. उपरोधाचे बोलण्यात भीष्मही वाकबगार होते. त्याने

युधिष्ठिराच्या बोलण्यातून जो घ्यायचा तोच अर्थ घेतला असणार. पण दुर्योधनाने म्हटल्याप्रमाणे ते अलिप्त होते. ते मधे पडून पांडवांचे हे दूरच्या वारणावताला पाठवले जाणे थांबवू शकले असते. पण त्यांनी तसे केले नाही. कदाचित त्यांना हे कळले नसणार की, या योजनेमागे धृतराष्ट्रांचा कुटिल हेतू आहे. धृतराष्ट्र इतक्या टोकाला जाईल, हे त्याच्या स्वप्नातही कधी आले नव्हते. ज्येष्ठांचा उघड उघड अपमान करण्याच्या पातळीवर दुर्योधनाचा दुष्टपणा अजून पोचला नव्हता! धृतराष्ट्रांच्या मनाचा पूर्ण अंदाजही भीष्मांना आला नव्हता. कौरवांचा कुटिल हेतू भीष्मांना कळला नाही. आपण जे सांगतो आहोत ते भीष्मांना कळलेले नाही, हे युधिष्ठिर जाणून होता. युधिष्ठिराला आपल्या असाहाय्यतेची जाणीव झाली. वारणावताला जाण्याची त्याने तयारी केली. आपला चुलता काहीतरी डाव खेळतो आहे, हे युधिष्ठिराला जाणवले होते. पण वारणावताला गेल्यानंतर नेमक्या कुठल्या रूपाने आपल्यासमोर धोका उभा राहणार आहे, याची कल्पना तो करू शकत नव्हता.

धृतराष्ट्रांच्या इच्छेनुसार पांडवांनी वारणावताला जाऊन राहण्यास संमती दिली, हे कळल्यानंतर दुर्योधन आणि शकुनीमामा यांनी आपल्या कारस्थानाचे पुढचे पाऊल टाकायची तयारी केली. आपल्या पित्याच्या दरबारातल्या पुरोचन नावाच्या एका मंत्र्याला दुर्योधनाने बोलावून घेतले. आजूबाजूला ऐकणारे कोणीही नाहीत याची खात्री करून घेऊन दुर्योधनाने पुरोचनाचा उजवा हात आपल्या हातात घेतला आणि तो म्हणाला, “हे सगळं राज्य त्याच्या सर्व संपत्तीसह माझ्या मालकीचं आहे. तू मला माझ्या पित्याइतकाच प्रिय आणि माझ्या जवळचा आहेस. या राज्याचा तू माझ्याबरोबर वाटेकरी होऊ शकतोस. तू मला परका नाहीस. माझे विचार तुझ्याशी जुळतात. तेव्हा आता माझ्या गरजेच्या वेळी मला मदत करणं हे तुझ्यावर आहे. तुला ठाऊक आहे, की माझ्या पित्यानं पांडवांना वारणावताला जाऊन राहायला सांगितलं आहे. अत्यंत वेगवान अश्वांच्या रथातून तू आज अगदी ताबडतोब वारणावताला गेलं पाहिजेस. मनापेक्षाही अधिक वेगानं तू हा प्रवास केला पाहिजेस. वारणावताला जाऊन तिथं तू पांडवांसाठी राजवाडा बांध. राजपुत्रांना राहायला शोभेल, असा तो राजवाडा दिसला पाहिजे. पण एक गोष्ट लक्षात ठेव. लाख आणि मेण यांच्यासारख्या ज्वालाग्राही

पदार्थांनी हा राजवाडा बांधायचा आहे. राजवाड्याच्या अनेक खोल्यांतून तेल आणि तूप यांची भांडी भरून ठेवली पाहिजेत. पांडव तिथं पोचण्याच्या आधी हा राजवाडा बांधून तयार झाला पाहिजे. या राजवाड्याजवळ गेल्यानंतर असा सुगंध दरवळला पाहिजे, की लोकांना जरासुद्धा संशय येता कामा नये. पांडव तिथं पोचले, की अतिशय नम्र भावानं तू त्यांना या राजवाड्यात रहा अशी विनंती कर. पांडवांसाठी सर्व सुखसोयींनी युक्त असा राजवाडा वारणावताला बांध, अशी आज्ञा मला धृतराष्ट्र राजानं केली आहे, असं तू सांग. तू त्यांचा विश्वास जिंकला पाहिजेस. पांडव या राजवाड्यात काही दिवस राहिले आणि त्यांना जराही संशय आलेला नाही अशी तुझी खात्री झाली, की तू या राजवाड्याला आग लावून दे. ही आग अपघातानं लागली आहे, असंच सर्वांना वाटलं पाहिजे! कुणालाही जराही संशय येता कामा नये. ही योजना फसता कामा नये, ती यशस्वी झाली पाहिजे. ज्यांच्याविषयी माझ्या मनात द्वेष भरून राहिला आहे, त्या पांडवांचा नाश करण्याची मला लाभलेली ही एकच संधी आहे. यात माझा हात आहे, असं कुणालाही वाटता कामा नये! या कामासाठी मी तुझ्यावर सर्वस्वी अवलंबून आहे.'' सर्व काही तुझ्या इच्छेप्रमाणे होईल, असे पुरोचनाने दुर्योधनाला आश्वासन दिले. जराही वेळ न दवडता पुरोचन वारणावताला गेला आणि त्याने एक ज्वालाग्राही लाक्षागृह उभे केले. अतिशय बारकाईने विचार करून हे लाक्षागृह बांधण्यात आले होते.

पांडवांनी वारणावताला जाऊन तिथं एक वर्ष राहावे, अशी सूचना धृतराष्ट्र राजाने केली होती. ही बातमी वणव्यासारखी सर्वत्र पसरली. लोकांना फार वाईट वाटले. काही लोकांनी धीटपणे आपले मत व्यक्त केले. ते युधिष्ठिराकडे गेले आणि त्याला म्हणाले, ''या अंध राजाचा हेतू काही शुद्ध दिसत नाही. तो तुमचा घात करू पाहत असताना तुम्ही त्याचं ऐकायचं कशासाठी? तुम्ही वारणावताला जाऊ नका. तुमच्या वाट्याला तिथं दु:ख येईल. दु:खापेक्षाही अधिक भयंकर असं काहीतरी तुमच्यावर कोसळेल. तू आणि तुझे भाऊ तुम्ही धृतराष्ट्रांना आवडत नाही. या गोष्टीमागे धृतराष्ट्रांचा काय हेतू आहे, याचा विचार न करता भीष्मांनी आंधळेपणानं हा अन्याय होऊ दिला आहे, ही दुर्दैवाची गोष्ट आहे. तुम्ही वारणावताला जाऊ नये, अशी आमची तुम्हांला विनंती आहे.'' या लोकांचं सांत्वन करण्यासाठी युधिष्ठिर त्यांना म्हणाला,

"ज्येष्ठांनी केलेली आज्ञा मोडायची नाही, असा नियम मी माझ्यासाठी घालून घेतला आहे. आमच्या डोक्यावरचं पितृछत्र नष्ट झालं, तेव्हापासून धृतराष्ट्र हेच आमचे पिताजी आहेत. त्यांची आज्ञा पाळणं हे आमचं कर्तव्य आहे. तुम्ही सर्वांनी आम्हांला आशीर्वाद देऊन वारणावताला पाठवा." अश्रूपूर्ण नयनांनी काहीवेळ पांडवांबरोबर चालून लोक परत फिरले. त्यांनी पांडवांना निरोप दिला.

जवळजवळ सर्व नगरवासी लोक परत गेले. विदूर काही पावले पांडवांसोबत चालत गेले. त्यांना युधिष्ठिराला धोक्याची सूचना द्यायची होती. ते म्हणाले, "युधिष्ठिरा, तू सद्गुणी आहेस. तू बुद्धिमानही आहेस. धोक्यापासून आपलं संरक्षण कसं करायचं, हे तुला कळायला पाहिजे. खड्ग आणि बाण यांच्यापेक्षाही भयंकर अशी शस्त्रं असतात. भयंकर थंडी पडली, की बीळ करून आपलं संरक्षण कसं करावं हे उंदरालाही कळतं. मार्ग उघड दिसत नसला, तरी आपलं संरक्षण कसं करायचं हे बुद्धिमान मनुष्य जाणतो. खड्गापेक्षाही अग्नी हे अधिक भयंकर असं शस्त्र आहे आणि म्हणून उंदीर जसा आपल्या संरक्षणाचा मार्ग शोधून काढतो, तसा तुमच्या संरक्षणाचा मार्ग तुम्हांला शोधून काढावा लागेल. शोधू लागलात, की मार्ग दिसतो. तारे तुम्हांला मार्ग दाखवतात. तुमची ज्ञानेंद्रियं तल्लख असली, की कुणीही तुमचा घात करू शकत नाही." विदूर हे सर्व म्लेंच्छ भाषेत बोलले. फारच थोड्या लोकांना ही बोली कळते. आपली मान वाकवून युधिष्ठिराने आपल्याला या बोलण्याचा मथितार्थ कळल्याचे सांगितले आणि तो वारणावताची वाट चालू लागला. विदुरांना आपल्या मनावरचे ओझे उतरल्यासारखे वाटले. पांडवांचा निरोप घेऊन ते घरी परतले.

वाटेवर कुंती युधिष्ठिराला म्हणाली, "विदूर तुला काय सांगत होते? ते काय बोलत आहेत ते कुणाला कळू नये म्हणून ते कुठल्यातरी वेगळ्याच भाषेत बोलत होते. लपवून ठेवलं पाहिजे असं जर काही नसेल, तर ते काय म्हणाले ते मला सांग." युधिष्ठिर म्हणाला, "त्यांनी मला अग्नी आणि विष यांच्यापासून धोका असल्याची सूचना दिली. मला वाटतं त्यांना अग्नी असंच म्हणायचं होतं. तारे मला वाट दाखवतील, असंही ते म्हणाले. मला कळलं, असं मी म्हणालो. त्याच्या बोलण्याचा मथितार्थ असा, की वारणावत इथं आपल्याला धोका आहे. माझे थोर चुलतभाऊ आणि तितकाच थोर त्यांचा पिता

यांना आमच्याशी उघड युद्ध करण्याची हिंमत नाही. त्यामुळे ते आमचा विश्वासघात करतील. आपण थांबू आणि काय होतं ते पाहू.''
पांडवांनी आठ दिवस प्रवास केला आणि ते आठव्या दिवशी वारणावताला पोचले. वारणावत हे भगवान शंकराच्या मालकीचे नगर. त्यावर कुणाचीही व्यक्तिगत मालकी नव्हती.

## वारणावत नगरात

पांडव वारणावत नगरात पोहोचले. सूर्य वंशाचा राजा हरिश्चंद्र त्याच्यावर संकट आले असताना वारणावत नगरात येऊन राहिला होता. त्यामुळे या नगराला कायमची प्रसिद्धी लाभली होती. मोठ्या आनंदाने आणि उत्साहाने तिथल्या लोकांनी पांडवांचे स्वागत केले. नगर पांडवांच्या स्वागतासाठी सुशोभित केले गेले होते. नगरातल्या प्रमुख नागरिकांनी पांडवांचा पाहुणचार केला. दहाव्या दिवशी पुरोचन पांडवांकडे गेला आणि त्याने त्यांना अतिशय नम्रपणे नव्याने बांधलेल्या राजवाड्यात येऊन रहा, अशी विनंती केली. 'राजवाडा राजा धृतराष्ट्रांच्या सांगण्यावरून तुमच्यासाठी बांधण्यात आला आहे आणि तो सर्व सुखसोयींनी युक्त आहे, असेही पुरोचन म्हणाला. या लाक्षागृहाचे नाव पुरोचनाने 'शिव' असे ठेवले होते. पांडव या घरात राहायला गेले, तेव्हा पुरोचन अगदी खूष होऊन गेला. राजवाड्याच्या सभोवार खंदक खणलेला होता. नको असलेल्या कोणी आत प्रवेश करू नये, म्हणून तो खणला गेल्याचे पुरोचनाने सांगितले. खरे म्हणजे या लाक्षागृहाला आग लावल्यानंतर सुटकेसाठी पांडवांना बाहेर पडता येऊ नये, म्हणून तो खंदक खणला गेला होता.

पांडव एकदा एकांतात असताना युधिष्ठिराने भीमाला जवळ बोलावले आणि तो त्याला म्हणाला, ''भीमा, या सगळ्या घराला एक विचित्र

वास येतो आहे, हे तुझ्या ध्यानात आलं का? हे घर ज्वालाग्राही पदार्थांनी बांधलं गेलं आहे. आमच्यावर फार प्रेम करणाऱ्या आमच्या नातेवाइकांनी ते खास आमच्यासाठी बांधलं आहे! या घराला आग लावायची, असं कौरवांनी ठरवलं आहे. या घराचं नाव शिव असं आहे आणि त्याच्यात आपल्याला जाळून मारण्यात येणार आहे. माझे नाकडोळे मी तल्लख ठेवावे, असं विदुरांनी सुचवलं; त्याचं कारण हेच असणार. खड्गापेक्षाही अधिक बलवान असलेल्या शस्त्रापासून सावध रहा, असं विदुरांनी सुचवलं; तेव्हा त्याच्या मनात अग्नीच असणार, याचा अंदाज मला आला होता. हे कारस्थान शिजलं जात असताना ते विदुरांच्या कानी आलं असावं!'' हे ऐकून भीम संतप्त झाला. तो म्हणाला, ''या घराला जर आग लावली जाणार असेल, तर आपण ताबडतोब इथून बाहेर पडू या. इथं येण्यापूर्वी आपण राहत होतो, त्या घरात आपण परत जाऊ या. आपण इथं राहण्यात फार मोठा धोका आहे. उंदरांसारखं आपण पिंजऱ्यात सापडू. या घराभोवती खंदक खणलेला आहे, तो तुम्ही पाहिला आहे काय? आग लागली असताना आपल्याला पळून जाता येऊ नये, म्हणून तो खणला गेला आहे. आपण इथून जराही वेळ न गमावता बाहेर पडू या. मला खात्री आहे, की पुरोचन लवकरच या घराला आग लावणार आहे. तसं झालं, की आपण जळत्या घरात सापडणार. आपण शक्यतो लवकर बाहेर पडू या!'' युधिष्ठिराने भीमाकडे पाहून स्मित केले आणि तो म्हणाला, ''कुठलीही गोष्ट घाईनं करायला नको. इतक्या लवकर घराला आग लावली जाणार नाही, असं मला वाटतं. कौरवांचं कारस्थान फार खोल आहे. त्यांनी जर आताच आग लावली, तर हे काम कौरवांचंच आहे, असंच सर्व लोकांना वाटेल आणि म्हणून ते काही काळ थांबून हा खेळ खेळणार आहेत. माझा विदुरांवर फार विश्वास आहे. आपल्या संरक्षणाची काहीतरी योजना त्यांच्या मनात असणार. आपण वाट पाहू. आणखी थोडा काळ आपण याच घरात राहू. आपण थांबू आणि काय होतं ते पाहू.''

भीम युधिष्ठिराला म्हणाला, ''बंधू, तू हे विसरतोस, की ते सरावलेले पापी आहेत. लोकांना काय वाटतं, याची त्यांना फिकीर नाही. त्यांनी मला ठार मारण्याचा प्रयत्न केला, ते दिवस आठव. त्यांनी काळकूट हे विष मला पाजलं. मला सापांनी चावे घ्यावेत, म्हणून त्यांनी मला

नदीत फेकून दिलं. मला मृत्यू आला? नाही! ज्या परमेश्वरानं माझं तेव्हा रक्षण केलं, तो आजही माझं रक्षण करील. आपण आताच इथून बाहेर पडू या आणि अंध राजा आणि त्याचे पुत्र यांचा दुष्ट हेतू सर्व जगाला जाहीर करू या. ते आमचं काय वाईट करणार आहेत? आपल्याकडे पुरेसं सामर्थ्य आहे. परमेश्वर आपला पाठीराखा आहे. इतकी वर्षं त्यानं आपलं रक्षण केलं, यापुढेही तो करील. मला हे असं निष्क्रिय बसून राहणं आवडत नाही. त्या सर्वांचा नाश एकटा अर्जुन करू शकेल. माझ्याविषयी विचाराल तर, तुम्ही मला आज्ञा द्या, त्या सर्वांना मी नुसत्या हातांनी ठार करीन. मला कुठल्याही शस्त्राची जरुरी नाही. मरोत ते सगळे! त्यांनी त्या काळात आपल्या मनाला जी शांती होती, ती नष्ट केली आहे.''

युधिष्ठिराने आपल्या धाकट्या भावाला शांत केले आणि तो म्हणाला, ''माझ्या प्रिय भीमा, तुला कळत नाही. अनेक गोष्टींचा विचार करावा लागतो. असं समज, की आपण या लाक्षागृहात जाळले गेलो, तर काय होईल याची तुला कल्पना आहे? आपला प्रेमळ चुलता नक्राश्रू ढाळील! तो म्हणेल, 'अरेरे! बिचारे पांडव! माझी मुलंच ती! अरे पांडव पुत्रांनो, तुम्ही माझ्या वार्धक्यातली आशा होता! तुम्ही कायमचे निघून गेलात! किती निष्ठुर हे दैव!' अशा तऱ्हेचं काही बोलल्यानंतर तो शांत होईल, कारण जे घडलं त्यामुळे तो अतिशय आनंदित झालेला असेल. आपला आनंद लपवण्याचे अनेक मार्ग शोधून काढणं ही त्याची यापुढची काळजी असेल! आमचे आजोबा सद्‌गुणी आहेत ही गोष्ट खरी, पण त्यांच्या मनाच्या घडणीत कुठंतरी त्यांचे आजोबा हिमवान यांच्याप्रमाणेच थंडपणा आहे. राजा धृतराष्ट्र यांना आमच्याविषयी किती द्वेष वाटतो, याची कल्पनाही आपल्याला आली नाही; याचं त्यांना वाईट वाटेल, अगदी मनापासून वाईट वाटेल. पण त्यांचं वाईट वाटणं मर्यादित असेल. पांडवांचा मृत्यू घडवून आणल्याबद्दल दुर्योधनाला ते शिक्षा करणार नाहीत. द्रोणाचार्य आणि कृपाचार्य यांनाही वाईट वाटेल. पण तेवढंच! राजा धृतराष्ट्र आणि दुर्योधन यांच्यावर आरोप करण्याचं धैर्य कुणाजवळही असणार नाही! हे दोघं सर्वसत्ताधारी आहेत. आपण जर प्रकट झालो, तर काय होईल याची तुला कल्पना आहे? असं समज, की आपण जाहीरपणे कौरवांवर आरोप केला, तर लोक आपल्यावर विश्वास ठेवणार नाहीत. गरीब माणसानं श्रीमंत

माणसाविरुद्ध लढा द्यावा, मरतुकड्या माणसानं एखाद्या मल्लाशी लढायला उभं राहावं, एखाद्या चिमणीनं पूर्ण वाढ झालेल्या गरुडाबरोबर लढावं – असा हा प्रकार होईल. आपल्याला कुणाचाही आधार नाही आणि म्हणूनच शांत राहून वाट पाहणं हाच उत्तम मार्ग आहे. आपली इथून सुटका होईल. विदुरांचे आभार मानले पाहिजेत. वेष बदलून आपण अनोळखी होऊन राहू. आपला मृत्यू झाला आहे, असं समजून दुर्योधन सुरक्षिततेचा खोटा आनंद अनुभवेल. वेळ येईल तेव्हा आपण त्याला त्याच्या शांत स्वप्नातून जागा करू. या कालावधीत आपण आपले मित्र आणि आपल्याला पाठिंबा देणारे यांना एकत्र करू. हे पाहून कौरवांना आपण पांडवांचं अनहित करू शकत नाही याची जाणीव होईल. हाच उत्तम मार्ग आहे, असं मला वाटतं.''

युधिष्ठिराचा समंजस आणि व्यवहारी दृष्टिकोन भीमाला पटला. पांडव लाक्षागृहातच राहिले. त्यांना कसलाही संशय आलेला नाही, असे ते बाहेरून दाखवत होते; पण आतून ते येणाऱ्या संकटाला भ्याले होते. त्यांच्या आयुष्यातला तो सर्वांत भयंकर काळ होता!

## लाक्षागृहाची आग

खाणी खणणारा एक माणूस होता. तो विदुरांचा चांगला मित्र होता. विदुरांनी त्याला वारणावताला पाठवला. तो युधिष्ठिराकडे आला आणि त्याला म्हणाला, ''मी खाण खणणारा आहे. तुम्हांला मदत करावी, यासाठी विदुरांनी मला पाठवलं आहे.'' विदूर युधिष्ठिराशी म्लेंच्छ भाषेत जी वाक्ये बोलला होता, ती त्याने बोलून दाखवली. मित्र असल्याचे नाटक करून येणाऱ्या परक्या माणसांच्या बाबतीत युधिष्ठिराला अतिशय सावध राहणे आवश्यक होते. या माणसाने उच्चारलेली म्लेंच्छ भाषेतली वाक्ये हा युधिष्ठिराचा विश्वास संपादन करण्याचा

परवानाच होता. युधिष्ठिर त्याला म्हणाला, ''विदुरजींनी आमच्यासाठी कोणती आज्ञा दिली आहे?'' खाणी खणणारा मनुष्य म्हणाला, ''तुम्ही सध्या राहत असलेल्या घराविषयी त्यांनी मला सर्व काही सांगितलं आहे. या घराच्या जमिनीखालून गंगा नदीच्या तीरापर्यंत भुयार खणायला मला पाठवण्यात आलं आहे.'' हे ऐकून युधिष्ठिराचा चेहरा उजळला. तो म्हणाला, ''छान! मला वाटतं, की, उत्तम कल्पना आहे. या कामाला ताबडतोब सुरुवात करायला हवी.'' खाण खणणाऱ्या त्या माणसाने ठरल्याप्रमाणे भुयार खणायला सुरुवात केली. पण हे सोपे काम नव्हते. पुरोचन सर्वकाळ घरातच ठाण मांडून असे. पांडवांची सेवा करण्यासाठी आपण राहिल्याचे सोंग तो आणत असला; तरी त्याचे खरे काम पांडव कुठे पळून जाऊ नयेत, यासाठी त्यांच्यावर नजर ठेवणे हे होते! पांडव हे जाणून होते. त्याने घरातून बाहेर राहावे अशी योजना पांडवांना आखायची होती. त्यामुळे पांडव दिवसभर सगळा वेळ भटकत, शिकार करत घराबाहेर घालवू लागले. पळून जाण्यासाठी तिथल्या भूमीचा नकाशा अवगत असणे पांडवांना आवश्यक होते. शिकारीची अत्यंत आवड असल्याचे सोंग त्यांनी आणले. पुरोचन अर्थातच त्यांच्यावर नजर ठेवण्यासाठी त्यांच्याबरोबर असणार होता! अशा रीतीने पुरोचनाला घराबाहेर ठेवण्यात पांडव यशस्वी ठरले.

अखेर भुयार खणण्याचे काम संपले. ते चांगलेच मोठे भुयार होते. भुयाराचे तोंड मात्र लहान होते. त्याचा दरवाजा घराच्या अंगणात होता. हा दरवाजा अत्यंत किमती अशा चटईने झाकलेला होता.

पांडव वारणावताला राहायला आल्याला आता एक वर्ष होऊन गेले होते. आता अगदी योग्य वेळ आली आहे, असे पुरोचनाला वाटले. आपण पांडवांचा विश्वास जिंकल्याची त्याला खात्री पटली. अमावास्येच्या पंधरवड्याच्या चौदाव्या दिवशी पुरोचन घराला आग लावणार असल्याचे खाण खणणाऱ्याने युधिष्ठिराला सांगितले. चौदावा दिवस म्हणजे रात्रीच्या वेळी गाढ अंधाराने सगळे जग वेढलेले असणार. युधिष्ठिर भीमाला म्हणाला, ''भीमा, लवकरच काही दिवसांत पुरोचनानं आपल्याला जाळून मारण्याचा विचार केलेला आहे. आता या घरातून निसटण्याची वेळ आलेली आहे. या घरात सहा माणसं झोपायला येतील, अशी व्यवस्था आपण करायची. पुरोचन तर इथं सर्व वेळ राहातो. आपण राहातो त्या शिव नावाच्या या घराला आग लावायची आणि आपण

भुयारातून निसटायचं.''

घर पेटल्याच्या आवाजाने गाढ झोपेत असलेले सगळे नगर जागे झाले. घर खाली कोसळले, तेव्हा प्रचंड आवाज झाला. घराभोवती खंदक खणलेला असल्यामुळे पांडवांच्या मदतीला बाहेरचे कोणीच जाऊ शकले नाहीत. असाहाय्य होऊन घराच्या पेटत्या ज्वाळा ते पाहत राहिले. लोकांना प्रिय असलेले पांडव जळत्या घरात जळत असलेले पाहणे त्यांना भाग होते. या शोककारक घटनेला धृतराष्ट्र आणि त्याचे पुत्र जबाबदार आहेत, हे कळायला फार मोठ्या बुद्धीची मुळीच आवश्यकता नव्हती. पांडव आणि त्यांची माता यांचा विश्वासघात करून त्यांना जाळून ठार मारल्याबद्दल दुःख करत लोकांनी कौरवांना शाप दिले. लाक्षागृहाची जळून राख होताना पाहत ते उभे राहिले.

आगीने घर पेटून कोसळत असताना पांडव खणलेल्या भुयारातून घाईघाईने जात होते. आगीने पेटलेले घर कोसळल्याचा आवाज भीमाच्या कानी आला, तेव्हा त्याने सगळ्यांना घाई केली. कारण ते बाहेर पडण्याच्या आधीच भुयाराच्या भिंती कोसळण्याची शक्यता होती. भीमाची माता कुंती आणि त्याची भावंडे घाबरली होती आणि त्यांच्या डोळ्यांवरची झोप अजून गेली नव्हती. भीमाने आधी सगळ्यांना नीट जागे केले. मग माता कुंती हिला पाठीवर घेतले, नकुल, सहदेव या जोडीला मांडीवर ठेवले, दोघा भावांना आपल्या हातांनी धरले आणि तो वीरपुरुष सगळे भुयार चालून गेला. कुंती आणि पांडव गंगा नदीच्या तीरावर पोचले. तिथून त्यांना पेटत असलेल्या घराच्या लाल ज्वाळा दिसल्या. गंगा नदी शांतपणे वाहत होती. गंभीरपणे वाहणाऱ्या तिच्या प्रवाहाचे दर्शन मनाला धीर देणारे होते. ती जणू पांडवांना सांगत होती, 'या घटनांनी मन अस्वस्थ होऊ देऊ नका. त्या आल्या तशा जातील.' पांडव आता वारणावताच्या दक्षिणेला होते. तिथे त्यांना एक माणूस भेटला. पांडवांच्या मदतीसाठी विदुरांनीच त्याला नेमला होता. तो पांडवांना म्हणाला, "देवाची कृपा! तुम्ही एकदाचे आलात. घर जळताना पाहिलं आणि मला अतिशय काळजी वाटली! तुम्ही केव्हा इथं पोचणार, याचा नक्की अंदाज नसल्यानं अनेक रात्री मी इथं जागत बसलो आहे. नदी ओलांडून जाण्यासाठी विदुरांनी इथं एक नौका तयार ठेवली आहे. नदीच्या पल्याड गेल्यानंतर तुम्ही दक्षिणेकडे जावं, अशी विदुरांची सूचना आहे. तारकांमुळे तुम्हांला तुमचा मार्ग समजेल. तुम्ही

कोण आहात आणि कुठं आहात हे काही महिने कोणाला कळू न देण्याची खबरदारी घ्यावी, अशीही विदुरांची सूचना आहे.'' एक गोष्ट इथे ध्यानात ठेवण्याजोगी आहे. विदुरांनी पांडवांना भेटण्यासाठी पाठवलेली सर्व माणसे विदूर आधी ज्या म्लेंच्छ भाषेत बोलला होता, त्याच भाषेत बोलत होती. त्यामुळे ही माणसे आपले मित्र आहेत, अशी युधिष्ठिराची खात्री पटली. कौरवांच्या हेरांनी पांडवांना सर्व बाजूंनी वेढून टाकले होते. त्यामुळे मित्र कोण आणि शत्रू कोण हे कळणे कठीण होते!

नौका चालवणारा जवळ आला. आपण मित्र आहोत अशी त्याने आधी पांडवांची खात्री पटवली. तो पांडवांना म्हणाला, ''विदुरांनी मला खूप पैसे दिले आहेत आणि नौका घेऊन इथं तुमची वाट पाहायला सांगितलं आहे. विदुरांनी मला सांगितलं आहे, की 'कोणत्याही दिवशी पांडव आपल्या मातेसह इथं येतील. तू त्यांना तुझ्या नौकेतून गंगा पार करून सुरक्षित भूमीवर उतरवायचं.' तो दिवस आला. पांडवांना माझ्या नौकेतून पैलतीरावर नेण्याचं भाग्य मला लाभलं. इतक्या चांगल्या माणसांना माझी मदत व्हावी, ही परमेश्वराची माझ्यावरची कृपाच होय.'' पांडवांनी नदी ओलांडली आणि एका भीतिदायक जंगलात प्रवेश केला. भयाण रात्र होती. पण शक्य तितक्या लवकर दूर जायचे होते. वारणावतापासून जितक्या दूर जाता येईल, तितके त्यांना जायचे होते. भराभर पावले उचलत ते चालले होते.

# दुःखाचे नाटक

वारणावतातली ती भीषण रात्र आता संपली होती. घर अगदी पूर्ण जळून गेले होते. आग विझली होती. लोक आता खंदक ओलांडून काय दिसते ते पाहू शकत होते. जळून गेलेले सात देह पाहणे हा भयंकर अनुभव होता. पांडव आणि त्यांची माता कुंती जळून त्यांचे निधन झाले असणार, हे त्यांना ठाऊक होते. सातवा मृतदेह पुरोचनाचा असणार. पुरोचनाला त्याच्या पापी कृत्याबद्दल शिक्षा झाली, याचा लोकांना आनंद झाला. लोकांना अतिशय राग आला होता. "हे दुष्ट कृत्य म्हातारा आणि त्याचे पुत्र यांचेच असणार," असे लोक म्हणू लागले होते. ज्याने भुयार तयार केले होते, तो खाण खणणारा सर्वांच्या नकळत पुढे झाला आणि त्याने भुयाराच्या तोंडाकडे पाहिले. दगड आणि माती यांनी ते तोंड पूर्णपणे बंद करून घेतले गेले होते. मनातल्या मनात पांडवांच्या हुशारीचे कौतुक करीत तो हस्तिनापूराला परत गेला. त्याने जे पाहिले, त्याचा संपूर्ण वृत्तांत तो विदुरांना देणार होता. पांडव वाचले, विदुरांना त्यांच्या गुप्त हेरांनीही कळवले होते. पांडव गंगेच्या तीरावर पोचले आणि तिथून त्याच्या सांगण्याप्रमाणे दक्षिणेकडे गेले, हेही विदुरांना कळले होते.

बातम्या फार लवकर पसरतात. पांडवांच्या मृत्यूचे- नव्हे, खुनाचे वृत्त कळून हस्तिनापूरची जनता दुःखात बुडून गेली. राजा धृतराष्ट्रांनी आपल्याला अतिशय दुःख झाल्याचे सोंग वठवले. त्यांना अतिशय आनंद झाला होता, पण दुःखाचे नाटक करणे त्यांना भाग होते. आलेल्या या संकटाने आपण अगदी कोसळून गेलो आहोत, असे त्यांनी दाखवले. गडगडाट करणारा ढग पावसाचा थेंबही देत नाही, अशा प्रकारचे धृतराष्ट्रांचे दुःख होते! मृत व्यक्तींसाठी केले जाणारे धार्मिक विधी वारणावत इथं पार पडले जावेत, असा निरोप त्यांनी आपल्या दूतांकरवी पाठवला. रूढीप्रमाणे गरिबांना कपडे आणि धन दिले जावे, अशी आज्ञाही त्यांनी आपल्या खजिनदाराला दिली.

मरणोत्तर धार्मिक विधी करण्यासाठी सगळेजण गंगेच्या तीरावर गेले. विदूरही त्यांच्याबरोबर होते. विदूर आपल्या भावाला ओळखून होते. ते करीत असलेले दु:ख हे नाटक होते, हे विदुरांना ठाऊक होते. विदुरांनीसुद्धा इतरांबरोबर शोक केला.

भीष्मांना झालेले दु:ख पाहून विदुरांचे मन कळवळले. वार्धक्यामुळे त्यांना दु:खावेग सोसवत नव्हते. विदुरांना ते पाहवेना. ते भीष्मांजवळ गेले. आजूबाजूला कोणी नाही, भीष्म एकटे आहेत, याची त्यांनी खात्री करून घेतली आणि विदूर त्यांना म्हणाले, "कृपा करून शोक करू नका. पांडवांचं निधन झालेलं नाही." आश्चर्यानं थक्क झालेल्या भीष्मांना विदुरांनी सर्व हकीकत सांगितली. ते म्हणाले, "पांडवांना ठार करण्याची ही योजना धृतराष्ट्र, त्यांचे पुत्र आणि शकुनी यांनी आखली होती. आपलं हे पाप कुणालाही ठाऊक नाही, असं वाटत असल्यामुळे ते अगदी आनंदात आहेत. पण पांडवांना कसलीही इजा झालेली नाही, हे मला ठाऊक आहे! गंगेच्या दक्षिणेकडे असलेल्या सिद्धावत नावाच्या अरण्याकडे ते जात आहेत. अमावास्येच्या गडद अंधारानंतर चंद्र जसा प्रगटतो, तसे पांडव योग्य वेळी अज्ञातवासातून प्रकट होणार आहेत. एक दिवस ते या जगाचे राजे झालेले मी पाहणार आहे. पण आपण वाट पाहिली पाहिजे. वेळ अजून परिपक्व झालेली नाही." भीष्मांनी विदुराच्या शहाणपणाचे आणि दूरदृष्टीचे कौतुक केले. ते राजवाड्यावर परतले. त्यांच्यात काय बोलणे झाले, हे कुणालाही कळले नाही. म्हातारा धृतराष्ट्र राजा आणि त्याचे पुत्र आनंदात होते. आपले काळजी करण्याचे दिवस आता संपले, असेच त्यांना वाटत होते.

# भीम आणि हिडिंबा

गंगा नदी ओलांडल्यानंतर पांडव दक्षिणेकडे निघाले. ते सिद्धावत या नगराला पोचले. ते अतिशय थकले होते आणि त्यांना तहान लागली होती. भीमाचे भाऊ त्याला म्हणाले, "वाट खूप दूरवरची आहे. आम्ही थकलो आहोत. अजूनही आम्हांला खूप चालावं लागणार आहे. तू आम्हांला पूर्वी जसं उचलून नेलं होतंस, तसं आताही ने." भीमाने अगदी तसेच केले आणि तो दक्षिणेच्या दिशेने चालू लागला. वायुपुत्र भीम आपल्या पित्याहूनही अधिक वेगाने चालत होता. पहाटेपर्यंत वारणावतापासून जितके दूर जाता येईल तितके जायचे, असा ध्यास त्याने घेतला होता. दुर्योधनाचे हेर सर्वत्र होते.

ती भीतिदायक रात्र एकदाची संपली. वारणावत नगरापासून आपण खूप दूरवर पोचलो आहोत, हे भीमाला कळले. जवळजवळ आठ योजने अंतर त्यांनी चालून ओलांडले होते. कुंती अतिशय थकली होती. ती म्हणाली, "तहानेनं माझे प्राण जातील असं मला वाटतं आहे. आता मला एक पाऊलदेखील पुढे टाकवणार नाही. मला पाणी हवं आहे. मला खूप झोपही आली आहे. कुठल्यातरी झाडाखाली मी विश्रांती घेईन. मला विश्रांती हवीच, मग कौरवांनी पकडलं तरी मला त्याची पर्वा नाही. सगळ्या काळज्यांच्या पलीकडे मी पोचले आहे." हे बोलत असताना तिच्या डोळ्यांतून अश्रू ओघळत होते. भीम त्या सर्वांना जवळच असलेल्या एका वनराईत घेऊन गेला आणि म्हणाला, "तुम्ही सर्वांनी इथंच विश्रांती घ्या. जवळपास पाणी असावं, असं मला वाटतं. पाणपक्ष्यांचा आवाज मला ऐकू येतो आहे." आपली माता कुंती हिच्यासाठी आधी थोडे पाणी घेऊन ये, असे युधिष्ठिराने भीमाला सांगितले. पाणी कुठे आहे ते शोधायला भीम निघाला.

भीमाला थोड्याच अंतरावर एक तलाव दिसला. त्या तलावात कमळे आणि कमळाची पाने दिसत होती. तलाव इतका सुंदर असू शकतो, यावर भीमाचा क्षणभर विश्वासच बसला नाही! भीमाला वेगाने

चालवत नव्हते. चालून चालून त्याचे पाय पार थकून गेले होते! त्या तलावातले ते सुंदर पाणी तो पोटभर प्याला. त्या तलावात त्याने स्नान केले. त्या थंडगार पाण्याने स्नान केल्यावर आपली झोप, आपला थकवा सारे काही भीम विसरला. भीम तलावातून बाहेर आला. कमळाची मोठाली पाने घेऊन त्याने एक पेला तयार केला. त्या पेल्यातून पाणी घेऊन माता कुंती आणि त्याचे भाऊ जिथे होते तिथे तो गेला. ते सगळे गाढ झोपेत होते. भीमाने एकामागून एक अशा क्रमाने सर्वांना जागे केले आणि पाणी प्यायला दिले. सर्वजण पाणी प्याले आणि पुन्हा झोपी गेले.

भीम त्यांच्याकडे पाहत त्यांच्या बाजूला बसला. आपले हृदय दुभंगून त्याचे तुकडे तुकडे होताहेत, असे त्याला वाटले. पाने पसरलेल्या जमिनीवर झोपलेल्या कुंतीमातेला पाहून पाषाणाचेही हृदय विरघळले असते. आपल्या मातेकडे आणि भावांकडे एकामागून एक असे त्याने पाहिले. त्या झोपलेल्या अवस्थेत ते सगळे असाहाय्य आणि केविलवाणे दिसत होते. भीम स्वत:शीच म्हणाला, 'माझी माता इथं झोपली आहे. वृष्णींच्या घराण्यातील वसुदेवाची ती बहीण. थोर कुरू घराण्याची ती सून. प्रख्यात पंडूंची ती पत्नी. पाच शूर पुत्रांची ती माता. खरोखरीच शूर पुत्र! आणि आज आम्ही आमचा मानलेला पिता असलेल्या आमच्या चुलत्याच्या क्रूरतेपासून आमचं संरक्षण करण्यासाठी पळून जात आहोत. हा माझा भाऊ. सगळ्या जगावर राज्य करण्याची योग्यता असलेला देवमाणूस! हा माझा भाऊ अर्जुन. या जगातला, सर्वश्रेष्ठ धनुर्धर. नीलकमलांप्रमाणे दिसणारे हे माझे दोघे जुळे भाऊ. धृतराष्ट्राच्या संपूर्ण कुटुंबाचा नाश करण्याचं सामर्थ्य यांच्यात आहे. पण आज त्या हृदयशून्य माणसाला भिऊन लपतछपत राहाणं आमच्या नशिबी आलं आहे! याहून अधिक करुणास्पद काही असू शकेल काय? पाप करणारे ते सुखात आहेत आणि त्यांच्या हातून आम्हांला छळ सोसावा लागतो आहे. पण थांबू या आणि वाट पाहू या. प्रारंभ नव्हे, शेवट महत्त्वाचा असतो. नदीचा उगम कुठंतरी अज्ञात बर्फाच्छादित शिखरात असतो, पण तिचा शेवट वैभवशाली असतो. काही काळानंतर आमची थोरवीही जगाला पटेल, पण त्याला अजून वेळ आहे. माझा भाऊ म्हणतो, थांब! मी थांबून वाट पाहीन. काही काळानंतर या पाप्यांचा सूड मी कसा घेतो, ते जग पाहील. आमच्या दु:खाला

कारणीभूत असलेल्या या पाप्यांचा सूड घेतल्याशिवाय मी राहाणार नाही!' सगळी भावंडे आणि माता कुंती गाढ झोपेत होती. अशा परिस्थितीत आपण झोपणे योग्य नव्हे, असे भीमाला वाटले. नदीच्या थंडगार पाण्यात स्नान केल्यामुळे डोळ्यांवरची झोप जाऊन भीम अगदी ताजातवाना झाला होता. बाजूला बसून त्यांच्याकडे लक्ष ठेवायचे भीमाने ठरवले.

ज्या रानात पांडव विश्रांती घेत होते, त्या रानाचे नाव हिडिंबवन होते. हिडिंब नावाच्या राक्षसाचे ते वन होते. तो आणि त्याची बहीण हिडिंबा त्या रानात राहत असत. त्या रानात शिरण्याचा वेडेपणा करणारे जे कोणी असत, त्याचे ते भक्षण करीत. पांडव झोपलेले असताना हिडिंब राक्षस झाडाच्या शेंड्यावर बसला होता. अचानक त्याला माणसाच्या मांसाचा वास आला. त्याने आजूबाजूला पाहिले, तेव्हा त्याला पांडव झोपलेले दिसले. आपली बहीण हिडिंबा हिला तो म्हणाला, ''माझ्या प्रिय भगिनी, मी काय सांगतो ते ऐक. इथं माणसं आली आहेत. मला ती इथून दिसताहेत. त्यांच्या चवदार मांसाचा विचार मनात येऊन माझ्या तोंडाला पाणी सुटलं आहे. मी इथं थांबतो. तू वेळ न घालवता तिथं जा आणि त्या माणसांना ठार कर. मग आपल्याला चांगली मेजवानी होईल. बराच काळ माणसाचं चवदार मांस आपल्याला मिळालेलं नाही.'' हे ऐकून हिडिंबेने आपली संमती दिली.

या झाडावरून त्या झाडावर उड्या मारीत हिडिंबा तिथे जाऊन पोचली. पांडव आणि त्यांची माता यांना झोपलेले तिने पाहिले. त्यांचे सौंदर्य तिला जाणवले. आजपर्यंत इतकी सुंदर माणसे तिने पाहिलेली नव्हती. तिचे डोळे भीमावर खिळले. त्याचे पीळदार, देखणे शरीर पाहून ती त्याच्या प्रेमात पडली. रुंद छाती, बारीक कंबर आणि निमुळत्या मांड्या असलेले त्याचे शरीर हे पौरुषाचे आदर्श रूप होते. एखाद्या लांडग्यासारखे त्याचे पोट बारीक अन् सपाट होते. वृकोदर हे नाव त्याला शोभून दिसले असते. हिडिंबा स्वत:शी म्हणाली, 'माझं मन मला सांगतं आहे, की हा देखणा पुरुष माझा पती, माझा स्वामी होण्याच्या योग्यतेचा आहे. मी याच्या प्रेमात पडले आहे. अशा परिस्थितीत याला ठार मारण्याची माझ्या भावाची आज्ञा मी कशी पाळू?' कितीही प्राशन केले तरी तृष्णा शमत नाही अशा नजरेने काही अंतरावरून ती भीमाकडे पाहत राहिली. तिने सुंदर स्त्रीचे रूप धारण

केले आणि अगदी सावकाश ती भीमाजवळ गेली. भीमाने वळून तिच्याकडे पाहिले. शुभ्र वस्त्रातले तिचे कृष्ण वर्णाचे शरीर कुणालाही मोहात पाडील असे होते. तिला पाहून भीमाने आश्चर्याने विचारले, ''कोण आहेस तू? इतकं सुंदर हे तुझं रूप! या भयंकर रानात तू एकटी कशी राहतेस?'' तिने तिरप्या नजरेने भीमाकडे पाहिले. किंचित स्मित करून आर्जवी स्वरांत ती भीमाला म्हणाली, ''तू कोण आहेस? तू देखणा आहेस. इथं झोपलेली ही कृष्णवर्णाची सुंदर स्त्री कोण आहे? हे तरुण कोण आहेत? हिडिंब नावाच्या क्रूर राक्षसाचं हे रान आहे? हे तुला ठाऊक नाही काय? त्याला मनुष्याचं मांस आवडतं. मला हे कबूल केलं पाहिजे, की मी त्याची बहीण आहे. माझं नाव हिडिंबा. त्यानं तुला पाहिलं आणि तुला ठार करण्यासाठी मला पाठवलं. तुझ्या मांसाची मेजवानी आपल्याला मिळणार, म्हणून तो खूष आहे! तुला ठार मारावं, म्हणून मी इथं आले. पण तुझं देखणं शरीर पाहून सर्व पापी विचार माझ्या मनातून नाहीसे झाले. मी तुझ्या प्रेमात पडले आहे. तू माझा पती, माझा प्रियकर व्हावास, अशी माझी इच्छा आहे. तू जर मला नकार दिलास, तर मला जगणं अशक्य होईल. तू माझा स्वीकार कर. मी तुला अत्यंत सुखी करीन.''

भीम म्हणाला, ''हा माझा भाऊ आहे, माझा वडीलभाऊ, जो मला परमेश्वरासमान आहे. ही माझी माता. हे माझे धाकटे भाऊ आहेत. आपल्या संरक्षणासाठी ते माझ्या शक्तीवर अवलंबून आहेत. तुझ्या विनंतीला होकार देणं मला शक्य होणार नाही. माझी माता आणि भावंडांचा त्याग करून तुझ्याशी लग्न करणं मला शक्य नाही.'' हिडिंबा भीमाला म्हणाली, ''मी तुला आणि तुझ्या मातेला, भावांना इथून दूर नेईन. मी कुठलाही आकार, कुठलंही रूप धारण करू शकते. मी माझ्या भावापासून दूर निघून जाईन आणि तुझ्यासोबत पर्वतशिखरावर राहीन. तू माझ्याबरोबर ये.'' भीम तिला म्हणाला, ''माझ्या असाहाय्य भावांना मागे सोडून तू चुकीची विनंती केली आहेस. जो धर्म आहे त्याविरुद्ध मी काही करावं, अशी विनंती तू मला करू नयेस.'' डोळ्यांत अश्रू आणून हिडिंबा त्याला म्हणाली, ''मी तुला दुखावलं आहे. मला क्षमा कर. तुझ्या मनाविरुद्ध वागणं मला नको आहे. मी तुला इथून दूर घेऊन जाईन. माझा भाऊ इथं असल्यामुळे ही जागा धोक्याची आहे. आपण वेळ घालवता कामा नये. कृपा करून तू तुझी

"मी तुझ्या प्रेमात पडले आहे. तू माझा पती व्हावास, अशी माझी इच्छा आहे.
तू जर मला नकार दिलास, तर मला जगणं अशक्य होईल.
तू माझा स्वीकार कर."

माता आणि भाऊ यांना जागं कर. कुठल्याही क्षणी माझा भाऊ इथं येऊ शकेल.'' भीम म्हणाला, ''नाही! ती सगळी शांत झोपली आहेत. मी धसमुसळेपणा करून त्यांची झोपमोड करणार नाही. तुझा भाऊ येणार असेल, तर त्याला इथं येऊ द्या. मी भेकड नाही. तुला वाटतं त्याहून मी अधिक शक्तिमान आहे. तुझ्या भावाचा समाचार घेण्याइतकी शक्ती माझ्याकडे आहे.''

जवळच त्यांना मोठा आवाज ऐकू आला. हिडिंब राक्षसाने बराच वेळ आपल्या बहिणीची वाट पाहिली. ती आली नाही. तिला यायला इतका वेळ का लागला हे त्याला कळेना. त्यामुळे उशीर का लागला याचे कारण शोधण्यासाठी तो निघाला. त्यांना मोठा आवाज ऐकू आला होता तो त्याच्या येण्याचा. हिडिंबा अस्वस्थ झाली. ती म्हणाली, ''अजूनही उशीर झालेला नाही. माझा भाऊ जवळपास आहे. तरीही मी तुला इथून दूर नेऊ शकते. कृपा करून माझं ऐक.'' भीमाने तिच्याकडे पाहून स्मित केले आणि तो म्हणाला, ''अस्वस्थ होऊ नको. तुझ्या भावाला आज बरोबरीचा माणूस भेटेल. मी त्याचा सहज पराभव करू शकेन. या रानाला लागलेली कीड नाहीशी करण्याची संधी मला मिळाली आहे, याचा मला आनंद वाटतो. तू माझ्या बाहूंकडे पाह. तुझ्या भावाला रगडून त्याचा जीव घेण्याचं सामर्थ्य माझ्या बाहूंत आहे. त्याचा समाचार घेण्याची शक्ती माझ्या बाहूंत नाही, असं गृहीत धरून तू माझा अपमान करू नकोस.'' हे ऐकून तिच्या डोळ्यांत अश्रू आले. ती म्हणाली, ''मी तुला धोक्याची सूचना दिली. तुझा अपमान करण्याचा माझा मुळीच हेतू नव्हता. मी तुझ्या प्रेमात पडले आहे. तू मला इतका प्रिय झाला आहेस की, तुला सोडून जाण्याची मला मुळीच इच्छा नाही. तू माझ्या भावाला ठार करण्याची मी वाट पाहीन. त्यानंतर तू पत्नी म्हणून माझा स्वीकार करशील?'' यावर उत्तरादाखल भीम एक शब्दही बोलला नाही. तो स्वत:शीच फक्त हसला!

हिडिंब आता आपल्या बहिणीजवळ येऊन पोहाचला होता. त्याचे डोळे संतापाने लाल झाले होते. तो ओरडून म्हणाला, ''आपल्या भावासाठी अन्न शोधून आणण्याचा तुझा हा प्रकार आहे! मी तुला शिक्षा देईन. पण त्या आधी, आपण माझ्या बरोबरीचे आहोत अशी उद्धट भाषा बोलणाऱ्या या माणसाला मी ठार करीन आणि त्यानंतर तुझा समाचार घेईन. तू आता त्याला स्वर्गातच भेटू शकशील.'' असे

बोलून तो भीमाजवळ आला. भीमाने त्या राक्षसाकडे पाहून स्मित केले आणि तो म्हणाला, ''कृपा करून मोठ्या आवाजात बोलू नकोस. माझी प्रिय माता आणि भाऊ झोपले आहेत. ते फार थकले आहेत. त्यांना जागं करण्याचं धाडस करू नकोस. तू आपल्या बहिणीशी जे बोललास, त्याबद्दल मी तुला ठार करीन. पूर्णपणे तुझी आज्ञा पाळावी या हेतूनंच ती इथं आली, पण ती माझ्या प्रेमात पडली. प्रेमात पडलेली स्त्री आपल्या प्रियकराचा घात करीत नाही. तू म्हणतोस, की तू तिला ठार करशील. मी इथं असताना तू ते कसं करशील हेच मी पाहतो! या रानात राहणारे सर्वजण तुझ्या धाकात वावरत आहेत, असा तू राक्षस आहेस. मी तुझा नाश करून हे रान तुझ्या भयापासून मुक्त करतो.''

एकमेकांच्या अंगावर धावून जाणाऱ्या सुळेदार हत्तींसारखे ते दोघेजण लढू लागले. आश्चर्यचकित होऊन हिडिंबा हे सर्व पाहत होती. या दोघांच्या लढण्याच्या आवाजाने झोपलेले पांडव आणि कुंतीमाता यांना जाग आली. त्यांना एक विलक्षण गोष्ट दिसली. भीम राक्षसाशी लढत होता आणि प्रेमभरल्या डोळ्यांनी एक सुंदर स्त्री भीमाकडे पाहत होती! हळुवार आवाजात कुंतीने तिला विचारले, ''हे तरुणी, तू सुंदर आहेस. या रानाचं रक्षण करणारी तू देवता आहेस काय? तू एखादी अप्सरा आहेस काय? तू कोण आहेस आणि तू इथं काय करते आहेस? हे भीतिदायक द्वंद्वयुद्ध पाहत तू का उभी आहेस? मला सर्व काही सांग.'' आपली मान खाली करून आणि बावरलेल्या हालचाली करीत हिडिंबा कुंतीला म्हणाली, ''एखाद्या पाऊसभरल्या काळ्या ढगासारख्या दिसणाऱ्या या गर्द रानात मी आणि माझा भाऊ राहातो. तुझ्या पुत्राबरोबर लढणारा राक्षस माझा भाऊ आहे.'' जे काही घडले ते तिने कुंतीला सांगितले आणि भीमावर आपले प्रेम जडले असल्याची कबुलीही तिने दिली. युधिष्ठिर आणि त्याचे भाऊ ही लढाई पाहत उभे होते. काही वेळाने अर्जुन म्हणाला, ''भीमा, तू मला संधी दे. हे बरोबर नाही. गेल्या दोन रात्री तू सतत जागा आहेस. इतकं हे दूरचं अंतर तू आम्हांला उचलून घेऊन चालत आला आहेस. तुला थकवा आला असणार. झोपून उठल्यामुळे मी आता ताजातवाना झालो आहे. तेव्हा आता या राक्षसाला माझ्यावर सोपव आणि तू विश्रांती घे.'' भीम हसला आणि म्हणाला, ''अर्जुना, तू काळजी करू नको. हा राक्षस जवळजवळ मेल्यात जमा आहे. माझ्या बळकट बाहूंत सापडल्यावर मरण कुणाला चुकलं आहे

काय? हा इतका लहान किडा चिरडण्यासाठी आपण दोघांनी आपली शक्ती खर्ची कशासाठी घालायची? तू बस आणि गंमत पाहा. लवकरच हे संपेल.'' अर्जुन म्हणाला, ''तू लवकर आटप. संध्याकाळ होत आली आहे. रात्र झाली की राक्षसांच्या शक्तीत वाढ होते, हे तुला ठाऊक आहे. सूर्यबिंब पश्चिम क्षितिजाला टेकण्यापूर्वी तू या राक्षसाला ठार कर.'' हे ऐकताच भीमाने राक्षसाचा प्रचंड देह आपल्या शक्तिमान हातांनी चिरडून त्याचा जीव घेतला. वेदनेने आक्रोश करीत हिडिंब राक्षस मृत होऊन जमिनीवर कोसळला. तरीसुद्धा भीमाचा राग कमी झाला नाही. मृत हिडिंबचा देह मांसाचा लगदा होईपर्यंत भीम तो क्रोधाने तुडवत राहिला.

युधिष्ठिराने भीमाला आलिंगन दिले आणि तो म्हणाला, ''तुझ्यासारखा भाऊ मला लाभला, हे माझं भाग्य आहे. तू, अर्जुन, नकुल, सहदेव माझं रक्षण करायला उभे असताना मी एकटा आहे असं मला कसं वाटेल? सगळे देव जरी एकत्र केले, तरी त्यांच्याहून मी समर्थ आहे.'' भीमाने भावांच्या आग्रहामुळे थोडी विश्रांती घेतली. युधिष्ठिर म्हणाला, ''आता आपण इथून निघालं पाहिजे.'' अर्जुन म्हणाला, ''जवळपास एखादं नगर असावं, असं मला वाटतं आहे. आपण तिथंच जाऊ या.'' त्यांनी प्रवासाला सुरुवात केली.

गरीब बिचारी हिडिंबा त्यांच्यामागून निघाली. ती कुंतीजवळ गेली आणि तिला म्हणाली, ''मी काय करू?'' तिचा आवाज ऐकून युधिष्ठिराने मागे वळून पाहिले. हिडिंबा म्हणाली, ''या तरुणाचा तू वडीलभाऊ आहेस आणि ही त्याची माता आहे. मी त्याच्या प्रेमात पडले आहे. तुम्ही त्याला माझ्याशी लग्न करायला सांगा. त्यानं मला नाकारलं, तर मी जगू शकणार नाही.'' तिने कुंतीकडे पाहिले आणि ती म्हणाली, ''माताजी, एक स्त्री या नात्यानं तुम्ही माझी वेदना जाणू शकाल. तुम्ही मला जीवदान दिलं पाहिजे. तुम्ही मला माझं सुख दिलं पाहिजे. मी आपला पती म्हणून या तरुणाची निवड केली आहे. रानातल्या सर्व धोक्यांपासून मी तुमचं सर्वांचं रक्षण करीन. थकल्यामुळे चालता येत नाही असं होईल, तेव्हा मी तुम्हांला नेईन. फक्त तुम्ही हा तरुण मला द्या.'' आपल्या पुत्राविषयी तिला वाटणाऱ्या प्रेमाने कुंतीच्या हृदयाला स्पर्श केला. ती म्हणाली, ''युधिष्ठिरा, या तरुण मुलीचं भीमावर प्रेम आहे. मला असं वाटतं, की आपण तिची इच्छा पूर्ण करावी. भीमाचा

या गोष्टीला विरोध नाही, असं दिसतं आहे.'' तिने भीमाकडे पाहिले. भीम तिच्याकडे न पाहता इकडेतिकडे सर्वत्र पाहत होता. भीमाची ही अस्वस्थता पाहून त्याच्या भावांना हसू आलं. हा नवाच भीम होता! अशा अवस्थेत असलेल्या भीमाला त्यांनी पूर्वी कधी पाहिला नव्हता! तो लाजून हसत होता आणि जमिनीवरचे दगड लाथेने उडवीत होता. युधिष्ठिर त्याच्याकडे पाहून मिस्कीलपणे हसला आणि म्हणाला, ''भीमा, तुला कसली काळजी वाटते आहे, याची मला कल्पना आहे. मी तुझा वडीलभाऊ. माझं लग्न होण्याआधी तू लग्न कसं करणार, याची काळजी तुला लागली आहे. पण ती तू आपल्या मनातून काढून टाक. नजरेला नजर भिडते, तेव्हा लग्न लागलेलं असतं! तू हिचा पत्नी म्हणून स्वीकार कर. तू सुखी व्हावंस, असं मला वाटतं.''

एकमेकांच्या प्रेमात पडलेल्या त्या दोघांनी एकमेकांकडे पाहिलं आणि चटकन आपली नजर फिरवून ते दुसरीकडे कुठेतरी पाहू लागले!

## घटोत्कचाचा जन्म

हिडिंबा त्यांना घेऊन शालिवाहन या पवित्र सरोवराकडे गेली. तिने त्यांच्यासाठी सुंदर घर बांधले. ती त्यांच्यासाठी उत्तम अन्न आणीत असे. एक दिवस ती कुंतीला म्हणाली, ''तुम्ही तुमच्या पुत्रावर किती प्रेम करता, हे मला ठाऊक आहे. मी त्याला आता घेऊन जाईन. पण प्रत्येक रात्री मी त्याला तुमच्याकडे परत घेऊन येईन.'' भीम तिला म्हणाला, ''माझ्या माणसांची तू इतकी काळजी करतेस, हे पाहून मला आनंद होतो आहे. काही काळ आता मी तुझ्याबरोबर राहीन. आमच्या दुष्ट चुलत भावांना शिक्षा करण्यासाठी अजून आम्हांला खूप काही करायचं आहे. आपल्याला पुत्र होईपर्यंत मी तुझ्याबरोबर राहीन. पण त्यानंतर तुला सोडून आम्हांला जावं लागेल. तशी आमची इच्छा आहे

म्हणून नव्हे, तसं करणं आम्हांला भाग आहे.''

काही काळ भीम सुखाने तिच्या सहवासात राहिला. प्रेमाच्या अनेक तऱ्हांनी तिने भीमाला सुखी केले. रानातल्या अनेक सुंदर सुंदर ठिकाणी ती भीमाला घेऊन गेली. अनेक डोंगर, नद्या, दऱ्या तिने भीमासोबत पाहिल्या. अनेक ऋषींचे आश्रम भीमाने तिच्यासोबत पाहिले. रानात राहणाऱ्या ऋषींनी प्रेमाने त्यांच्याकडे पाहिले. असे सात महिने निघून गेले. त्यांना भेटायला व्यास आले. आपली सून कुंती हिचे सांत्वन करीत ते म्हणाले, ''ही तुझी सून हिडिंबा शूर पुत्राला जन्म देईल. शौर्य आणि निर्भयता या गुणांमुळे सगळ्या जगात तो वाखाणला जाईल. तुझी सून यापुढे कमलमालिनी या नावानं ओळखली जाईल. तिला मुलगा झाला, की परत जाण्याची तुझी वेळ आलेली असेल. आता तुम्ही एकचक्र नावाच्या नगरात जा. तिथं मी तुम्हांला भेटेन. या जगावर राज्य करण्यासाठी तुझ्या पुत्रांचा जन्म झालेला आहे. आता काही त्रासाचे दिवस आले आहेत, पण त्यांच्याकडे दुर्लक्ष कर. थोडा वेळ आकाशात येऊन नाहीसे होणाऱ्या ढगांसारखे ते आहेत. धर्माचाच शेवटी विजय होईल. मन शांत कर आणि तुझ्या वाट्याला येईल ते आयुष्य जगत रहा. आम्ही इथं तुमच्यावर लक्ष ठेवून आहोत.'' असे बोलून व्यास निघून गेले.

सात दिवस निघून जावेत, तसे आणखी सात महिने निघून गेले. भीमाला मुलगा झाला. त्याचे नाव घटोत्कच असे ठेवले गेले. आपल्या चुलत्यांचा, विशेषतः युधिष्ठिराचा तो फार लाडका होता. या मुलाबरोबर खेळण्यात युधिष्ठिर तासन्तास घालवत असे. वियोगाची वेळ आता येऊन ठेपली होती. आपल्या पत्नीचे सांत्वन करीत भीम तिला म्हणाला, ''प्रिये, डोळे पूस. आपला पुत्र तुझ्यासोबत आहे. त्याची चांगली काळजी घे. त्याच्या रूपात तू मला पाहा. मला तू हवी असशील, तेव्हा मी तुला डोळ्यांसमोर आणीन. त्या क्षणी विचारापेक्षाही अधिक वेगानं तू माझ्याजवळ ये. पण आता आम्हांला गेलंच पाहिजे.'' अश्रूभरल्या डोळ्यांनी हिडिंबेने त्यांचा निरोप घेतला. ती अतिशय दुःखी झाली. आपल्या पुत्राला हातात घेऊन ती आश्रमाकडे जायला निघाली. या आश्रमात तिच्या अनेक सुंदर स्मृती होत्या. या सुंदर स्मृतींचीच आता तिला सोबत असणार होती.

झाडांच्या साली आणि हरिणाची कातडी यांची वस्त्रे नेसलेले,

केसांच्या जटा बांधलेले पांडव राजपुत्र एकचक्र नगराच्या दिशेने निघाले. भविष्यात आपल्यासाठी काय वाढून ठेवले आहे, याची त्यांना कल्पना नव्हती. वडीलधाऱ्यांच्या आज्ञेविषयी शंका घेणे हे त्यांच्या स्वभावात नव्हते. एकचक्र या नगरात जाण्याची आज्ञा त्यांना व्यासांनी केली होती. त्या आज्ञेचे ते पालन करणार होते. व्यास हे त्यांचे आजोबा होते. त्यांच्या हिताचे काय हे व्यासांना ठाऊक होते. अनिश्चित अशा भविष्यकाळामुळे अस्वस्थ असलेले त्यांचे मन आता काहीसे शांत झाले होते. कुंती आणि पांडव एकचक्र नगराच्या दिशेने निघाले.

## बकासुराचा वध

अनेक सुंदर स्थळे आणि नद्या पांडवांना वाटेत दिसल्या. पांडव एकचक्र या नगरात येऊन पोचले. तिथे ते एका ब्राह्मणाच्या घरात राहिले. भिक्षा मागून ते आपले अन्न मिळवीत. ते भिकाऱ्यांसारखे दिसत नसल्यामुळे त्यांच्याकडे पाहून हे कोण असावेत असा प्रश्न लोकांना पडे. त्यांच्याबाबत लोकांनी विचार केला तो असा : "हे तरुण उच्च कुळातले दिसतात. ते भिकारी आहेत, असं मुळीच वाटत नाही. कदाचित कुठल्यातरी अज्ञात कारणामुळे ते इथे आले असावेत. कसल्यातरी किंवा कोणाच्या तरी भयामुळे त्यांनी आपला वेष बदलला असावा, असं वाटतं. काही असो, त्यांचं वागणं आणि मातृभक्ती यांमुळे ते अगदी उठून दिसत आहेत. आपण त्यांच्याशी चांगलं वागू या."

पांडव आपल्या मातेला अधिक वेळ एकटी राहू देत नसत. भिक्षा मागून झाली की, जराही वेळ न घालवता ते त्या ब्राह्मणाच्या घरी परत येत. घरी आल्यावर जी भिक्षा मिळाली असेल ती ते आपल्या मातेच्या चरणांशी ठेवीत. सतत वाहणारे आपले अश्रू पुसून कुंती पुत्रांनी

आणलेल्या भिक्षेचे वाटे करी. भिक्षेच्या अन्नाचा अर्धा वाटा ती भीमाला देई. त्याला फार भूक लागत असे. उरलेली भिक्षा ती स्वत: आणि चार पांडव यांच्यासाठी असे. पण या अर्ध्या वाट्याने भीमाची भूक भागत नसे. त्यामुळे भीम अगदी अशक्त झाला. ते राहत होते, त्या घराशेजारी एक कुंभार होता. भीम मातीचे मोठमोठे लगदे त्याला आणून देत असे. भीमाच्या या शक्तीचे कुंभाराला आश्चर्य वाटे. भीमावर खूष होऊन त्या कुंभाराने त्याला एक प्रचंड मोठे मातीचे भांडे तयार करून दिले. ते पाहून भीम अगदी खूष झाला. दुसऱ्या दिवशी तो ते भांडे घेऊन भिक्षा मागायला निघाला. भीम आणि त्याचे ते प्रचंड भांडे पाहून लोकांना खूपच गंमत वाटली! लोकांनी आपल्या घरात शिजवलेले चवदार अन्न भीमाला भिक्षा म्हणून वाढले.

एकदा असे झाले की, भीम एकटाच आपली माता कुंती हिच्यासोबत होता. त्यावेळी बाकीचे भाऊ बाहेर गेले होते. गप्पागोष्टी करीत असताना या दोघांच्या बोलण्यात कौरवांचा विषय निघाला. इतक्यात अचानक त्यांना घरातून रडण्याचा आवाज ऐकू आला. त्यांना असे आढळले की, त्यांना आपल्या घरात आश्रय देणारा ब्राह्मण आणि त्याची बायको रडत होते. या दोघांचे कुतूहल जागे झाले. पण रडण्याचे कारण त्यांना कळेना. तो ब्राह्मण आणि त्याची पत्नी संकटात आहेत, इतकाच त्यांना अंदाज आला. कुंती म्हणाली, "आपल्याशी ते खूप चांगलं वागले आहेत. आपण बेघर झालो असताना त्यांनी त्यांच्या घरात आपल्याला आश्रय दिला आहे. शक्य असेल, तर त्यांना आपण या संकटातून बाहेर येण्यास मदत करू या. भीमा, तू इथंच रहा. मी त्यांच्याकडे जाऊन ते का रडत आहेत ते विचारून येते."

त्या ब्राह्मणाला एक मुलगा आणि एक मुलगी होती. मुलगा अगदी लहान होता. त्या कुटुंबातला प्रत्येकजण 'मी जाणार', असे वाक्य अगदी निग्रहाने बोलत होता. विचार करूनही कुंतीला या वाक्याचा अर्थबोध होईना. ती ब्राह्मणाच्या बायकोजवळ गेली आणि तिला म्हणाली, "मला दिसतं आहे, की तुमच्यावर कसलं तरी फार मोठं संकट आलं आहे. काय झालं आहे, हे जर तू मला सांगशील, तर आम्ही तुला मदत करू." ब्राह्मणाने हे ऐकून कुंतीकडे पाहिले आणि तो म्हणाला, "तुम्ही खरोखरीच दयाळू आहात. कोणी जर संकटात असेल, तर त्याच्याविषयी तुमच्या मनात करुणा निर्माण होते. पण

आम्ही अशा संकटात आहोत, कुठलाही माणूस आम्हांला मदत करू शकत नाही. पण असं असलं, तरी काय झालं आहे, ते मी तुला सांगतो. शेजारच्या डोंगरात एक गुहा आहे. त्या गुहेत बक या नावाचा एक राक्षस राहातो. तो अतिशय क्रूर आहे. गेली तेरा वर्षं तो या नगरातल्या लोकांना छळतो आहे. डोंगरावरून तो खाली उतरायचा आणि जो सापडेल त्या माणसाला खाऊन टाकायचा. असं काही काळ चालल्यानंतर भयानं काळजाचा थरकाप उडालेले लोक एक प्रस्ताव घेऊन बकासुराकडे गेले. तो प्रस्ताव असा होता : 'तू सगळं नगर भयानं वेठीला धरलं आहेस. तुझा हल्ला होईल ही भीती आम्ही सतत मनात बाळगून जगतो. तू ऐकणार असशील, तर तुला आमची एक सूचना आहे. दर आठवड्याला आम्ही तुला गाडाभर उत्तम अन्न आणि एक माणूस पाठवू. पण तू हे असे अचानक हल्ले करणं थांबव. तू आमच्या नगरात येऊन कुणालाही ठार मारता कामा नये. आमच्या मनाला शांतता मिळण्याचा हा एकमेव मार्ग आहे. आम्ही नियमितपणे तुझी भूक भागवीत राहू. यांचा मोबदला म्हणून डोंगरमाथ्यावरून आम्हांला त्रास देणारा कोणीही खाली उतरणार नाही, हे तू पाहा. आमच्या या नगराचा रक्षक म्हणून तू काम कर.' बकासुराने या प्रस्तावाला मान्यता दिली. गेली काही वर्षं हा व्यवहार चालू राहिला आहे. बकासुराकडे पाठवण्यासाठी प्रत्येक घरातून एका माणसाची निवड करण्यात येते. त्याच घरातून गाडाभर अन्नही देण्यात येतं. आज आम्ही रडतो आहोत, कारण उद्या बकासुराकडे जायची माझी पाळी आहे. मी जर गेलो, तर माझी बायको आणि मुलं यांची काळजी घेणारं कुणीही नाही. माझी बायको गेली, तर माझी मुलं अनाथ होतील. तिच्याशिवाय मी जगूच शकत नाही. म्हणून आम्ही असं ठरवलं आहे, की आम्ही सगळ्यांनीच बकासुराकडे जावं. जगणं ही इतकी आनंददायक गोष्ट आहे, की मरणाचा नुसता विचारही वेदना देतो.''

त्या कुटुंबाचे हे दुःख पाहून कुंतीला फार वाईट वाटले. ती त्यांना म्हणाली, ''काळजी करू नका. तुम्ही कोणीही मरण पत्करण्याची गरज नाही. तुम्ही गाडाभर अन्न तयार ठेवा. ते घेऊन मी माझ्या पुत्रांपैकी एकाला बकासुराकडे पाठवीन. मला पाच पुत्र आहेत. तुम्ही आम्हांला राहायला तुमचं घर दिलंत. या तुमच्या दयाळूपणाची परतफेड करावी, असं मला वाटतं.'' ब्राह्मण रागावून म्हणाला, ''नाही नाही, तुम्ही माझे

पाहुणे आहात. तुझ्या पुत्रांपैकी एकाचा बळी देऊन मी जगावं, इतका मी स्वार्थी आहे, असं तुला वाटतं काय? तुम्ही इतकी चांगली माणसं आहात. एका ब्राह्मणाचा बळी देण्याचं पाप करण्यापेक्षा मी मरण पत्करीन. तेव्हा पुन्हा असं बोलू नको.'' कुंती हसली आणि म्हणाली, ''चार माणसांसारखा माझा मुलगा नाही, हे मी तुला अगदी खात्रीपूर्वक सांगते. देवांची त्याच्यावर कृपा आहे, तो अतिशय शक्तिमान आहे, तो बकासुराचा नाश करील. कृपा करून माझ्यावर विश्वास ठेव. माझ्या पुत्राला बकासुराकडे पाठवायला संमती दे आणि गाडाभर अन्न तयार ठेव. मला एक गोष्ट तुला सांगायची आहे. कोणालाही हे सांगू नकोस. लोकांना जर हे कळलं, तर माझ्या पुत्राचं सामर्थ्य नाहीसं होईल.'' ब्राह्मण आणि त्याची बायको यांना काय करावे ते कळेना. कुंती इतक्या आत्मविश्वासाने बोलली होती की, कुंतीच्या प्रस्तावाला मान्यता देण्याचा निर्णय त्यांनी घेतला.

कुंतीने ही सर्व हकीकत भीमाला सांगितली आणि 'बकासुराकडे तू जा' असे ती म्हणाली. हे ऐकून भीमाचा आनंद हृदयात मावेना. तो आपल्या मातेला म्हणाला, ''आई, तू कल्पना कर. गाडाभर अन्न मला मिळणार आहे. त्यासाठी मी काहीही करीन. मी त्या राक्षसाला ठार करून या नगराला त्याच्या भयापासून मुक्त करीन. पण आई, गाडाभर अन्न तयार असेल याची तू खात्री करून घे आणि हे अन्न शिजवणाऱ्या बाईला ते चवदार करायला सांग. मला फार भूक लागली आहे.'' कुंती हसली आणि भीमाला म्हणाली, ''ब्राह्मणाची बायको उत्तम स्वयंपाक करते आणि ती उदार आहे. मला हे निश्चित ठाऊक आहे. चल, आपण जाऊन त्यांचं सांत्वन करू या.'' कुंती आणि भीम त्या ब्राह्मणाकडे गेले आणि उद्या सकाळी भीम गाडाभर अन्न घेऊन त्या राक्षसाकडे नक्की जाईल, असे सांगितले. यानंतर कुंती आणि भीम आपल्या खोलीत परतले.

असाच काही वेळ गेला. मिळालेली भिक्षा घेऊन चौघे पांडव घरी आले. भीम एका कोपऱ्यात बसला होता. युधिष्ठिराने सहज त्याच्याकडे पाहिले आणि त्याला जाणवले, भीमाला कसला तरी विशेष आनंद झाला आहे. त्याला अंदाज येईना. युधिष्ठिर कुंतीकडे गेला आणि म्हणाला, ''आई, काय झालं आहे? माझा भाऊ भीम कुणाची तरी खोडी काढण्याच्या विचारात आहे, असं मला दिसतं आहे! कौरवांच्या

तो खोड्या काढायचा, तेव्हा त्याचा चेहरा असाच दिसत असे. आता त्याचा काय विचार आहे ते मला कळायला हवं. तो जे करायचा विचार करतो आहे, त्याला तुझी संमती आहे काय की तो स्वत:हूनच काहीतरी करणार आहे?'' कुंती म्हणाली, ''नाही! माझ्या विनंतीवरूनच तो एक गोष्ट करणार आहे. आपल्याला ज्यानं घर दिलं, त्या ब्राह्मणाला मदत कर आणि त्याच वेळी या नगरातल्या लोकांनाही मदत कर – असं मीच त्याला सांगितलं आहे.'' तिने तो नसताना काय झाले याची सर्व हकीकत युधिष्ठिराला सांगितली.

हे ऐकून युधिष्ठिर आयुष्यात प्रथमच आईशी रागावून बोलला. तो म्हणाला, ''आई, तू असं का केलंस? आम्हांला भीमाविषयी काय वाटतं, हे तुला ठाऊक आहे. त्या भयानक लाक्षागृहातून भीमामुळेच आम्ही बाहेर पडलो. कौरवांचा कधीतरी आम्ही नाश करू, असा विश्वास भीमाच्या शक्तीमुळेच आम्ही बाळगतो आहोत. आमच्या आयुष्याच्या काळ्या आणि भयप्रद आकाशात भीम हाच आशेचा तारा आहे. पण तू तर एका भयंकर राक्षसाला त्याचा बळी द्यायला निघाली आहेस. त्या ब्राह्मणाविषयी तुला वाटणारी कृतज्ञता इतक्या टोकाला जायला नको होती. आई, तू चूक केली आहेस. बकासुराला बळी देण्यासाठी भीमाचा जन्म झाला होता, असंच समजायचं की काय? आई, तू असं केलं नसतंस; पण गेले काही महिने तू खूप दु:ख सोसल्यामुळे तुझं मन सैरभैर झालं आहे. नाहीतर उतावीळ होऊन तू हा निर्णय घेतला नसतास.''

हे ऐकून कुंती थंडपणे म्हणाली, ''माझ्या पुत्रा, तुझं बोलणं मला पटत नाही. तू मला मूर्ख समजू नकोस. भीम किती शक्तिमान आहे, हे मला ठाऊक असल्यामुळेच ही गोष्ट मी त्याच्यावर सोपवली. त्यानं आपल्याला सर्वांना उचलून आणलं, तेव्हा मला त्याच्या शक्तीचा साक्षात्कार झाला. त्यानं हिडिंब राक्षसाला कसं ठार केलं, याची मला आठवण झाली. शक्तीच्या बाबतीत भीमाची बरोबरी करील असा जगात कोणीही नाही. तो लहान बाळ असताना एक दिवस मी त्याला मांडीवर घेऊन बसले होते. आश्रमातल्या बागेतली ही गोष्ट आहे. इतक्यात एक वाघ माझ्याजवळ आला. वाघाला बघून मी घाबरले आणि पळत सुटले. माझ्या भीतीमुळे माझ्या मांडीवर बाळ आहे याचं मला भान राहिलं नाही. मी जिवाच्या आकांतानं ओरडले. माझा

आवाज ऐकून आश्रमातून तुझे वडील बाहेर धावत आले. त्यांनी एक बाण सोडून वाघाला ठार केलं. इतक्यात एक गोष्ट माझ्या ध्यानात आली. माझ्या मांडीवरचं माझं बाळ गडगडत डोंगराच्या उतारावरून खाली चाललं आहे, हे बघून मी आणि तुझे वडील उतारावरून धावत सुटलो. इतक्यात एका खडकावर आदळून भीमाचं गडगडत जाणं थांबलं. भीम अगदी शांतपणे झोपला होता. ज्या खडकावर तो आदळला त्या खडकाचा चुरा झाला होता. माझा पुत्र भीम याची शक्ती ही अशी आहे. तो बघताबघता या बकासुराला ठार करील, याची मला खात्री आहे. क्षत्रियानं जर ब्राह्मणाला मदत केली, तर स्वर्गातल्या देवांचे आशीर्वाद त्याला मिळतात हे तुला ठाऊक नाही काय? या ब्राह्मण कुटुंबानं आपल्याला दया दाखवली. त्यांच्या आणि आम्ही भिक्षा मागत असताना आपल्याला अन्न देणाऱ्या नगरातल्या लोकांच्या उपकारांची परतफेड आपल्याला करायची आहे. बकासुराला भीम बघता बघता ठार करील. तू मुळीच काळजी करू नकोस.''

आपण विचार न करता आपल्या मातेला बोललो, याची युधिष्ठिराला लाज वाटली. त्याने आपल्या मातेची क्षमा मागितली. तो ब्राह्मणाकडे गेला आणि त्याला म्हणाला, ''तू कुठल्या संकटात सापडला आहेस, हे माझ्या मातेनं मला सांगितलं. तिनं हे संकट नाहीसं करण्याचा उपाय तुला सुचवला, याचा मला आनंद वाटतो आहे. तुला काळजी वाटण्याचं मुळीच कारण नाही. माझा भाऊ अतिशय शक्तिमान तरुण आहे. त्यानं बकासुराला ठार केलं, तर मला मुळीच आश्चर्य वाटणार नाही. त्यानं बकासुराला ठार केलं नाही, तर मात्र मला आश्चर्य वाटेल.''

दुसरा दिवस उजाडला. ब्राह्मणाच्या पत्नीने स्वयंपाक केला. तिने भीमाला बोलावले आणि त्याला जेवू घातले. मग तिने अन्नाने गाडा भरला. भीमाने सर्वांचा निरोप घेतला आणि तो डोंगरावरच्या बकासुराच्या गुहेकडे निघाला. अन्नाचा गाडा तो स्वत: वाहून नेत होता. लवकरच तो डोंगराच्या शिखरावरच्या बकासुराच्या गुहेपाशी पोचला. तो बकासुराला हाक मारून बोलावणार होता, पण तो थांबला. त्याने तसे केले नाही. तो स्वत:शी म्हणाला, 'हे चवदार गाडाभर अन्न माझ्यासाठी आहे. जरी राक्षसाला वाटलं, की हे अन्न त्याच्यासाठी आहे, तरी ते खरं आहे माझ्यासाठीच. तो ते खाणार नाही. त्या अगोदर मी त्याला ठार करीन. पण तसं नको; कारण अन्न खाण्याअगोदर मी जर त्याला मारलं, तर

मी जेवू शकणार नाही, कारण माझे हात अस्वच्छ होतील. हे फार वाईट होईल. म्हणून उत्तम गोष्ट हीच, की मी आधी हे अन्न खाऊन संपवावं आणि नंतर बकासुराला लढण्याचं आव्हान द्यावं.' भीमाने झाडाच्या सावलीत अन्नाचा गाडा नेला आणि तो अन्न खाऊ लागला. त्याला ते अन्न अतिशय आवडले. ब्राह्मणाची बायको उत्तम स्वयंपाक करते, असे जे आई म्हणाली होती ते अगदी बरोबर होते, असे त्याला वाटले. भीमाने बघता बघता ते गाडाभर अन्न संपवले.

अन्न खाऊन झाल्यावर भीमाने राक्षसाला हाक मारली. ती हाक बकासुराला ऐकू आली. आवाजाच्या दिशेने तो बाहेर आला. आपल्यासाठी आणलेले गाडाभर अन्न एका तरुण पोराने फस्त केल्याचे बकासुराला दिसले. आपण केलेल्या कृत्याचे जराही भय त्या तरुणाला वाटत नव्हते. बकासुर भीमाजवळ आला आणि त्याला म्हणाला, "तू कोण आहेस? माझ्यासाठी आणलेलं सगळं अन्न खाण्याची हिम्मत तुला कशी झाली?" भीमाने त्याच्याकडे लक्षच दिले नाही. हे पाहून बकासुराला संताप आला. भीमाला मारण्यासाठी बकासुराने एक मोठे झाड उपटून हातात घेतले. उजव्या हाताने आपले तोंड पुसत भीम बकासुराला म्हणाला, "बराच काळ या नगरातलं अन्न खाऊन तू चांगलाच पुष्ट झाला आहेस. आता हे जग तू लवकर सोडावंस हेच बरं. यमाच्या घरी पोचायला मी तुला मदत करीन. तुझ्यापासून आणि तुझ्या क्रूरतेपासून या नगराला मला वाचवायचं आहे. चल, माझ्याबरोबर लढायला तयार हो."

भीम आणि बकासुर यांचे भयंकर युद्ध सुरू झाले. हे युद्ध बराच वेळ चालले होते. बकासुर अतिशय शक्तिमान होता. पण भीम त्याच्यापेक्षा खूपच वरचढ होता. शेवटी आपल्या दोन्ही हातांनी बकासुराला पकडून भीमाने त्याला आपल्या गुडघ्यावर ठेवला आणि हत्ती उसाच्या कांडाचे दोन तुकडे करतो तसे भीमाने त्याचे दोन तुकडे केले. वेदनेमुळे किंकाळी फोडून बकासुर जमिनीवर मरून पडला. बकासुर ठार झालेला पाहून त्याचे राक्षस मित्र भीमाकडे आले. भीम त्यांना म्हणाला, "तुम्ही या नगरातल्या लोकांना त्रास देणार नाही असं वचन जर मला देत असाल, तर मी तुम्हांला जिवंत जाऊ देईन. नाहीतर तुमच्या मित्राच्या नशिबी आलं, तेच तुमच्या नशिबी येईल." पुन्हा परत कधीही न येण्यासाठी बकासुराचे मित्र नगर सोडून गेले!

शांतपणे भीमाने बकासुराचा मृतदेह लाथेने ढकलत नगराच्या वेशीपाशी आणून ठेवला आणि भीम घरी आला. रिकामा अन्नाचा गाडा त्याने ब्राह्मणाला दिला आणि 'बकासुराचा वध कोणी केला हे कोणाला सांगू नकोस,' असे त्याला सांगितले. घरी येऊन भीमाने अंघोळ केली. गाडाभर अन्न खाणे त्याला जरा जास्तच झाले होते. तो बघता बघता झोपी गेला.

सकाळी नगराच्या वेशीपाशी असलेला बकासुराचा मृतदेह लोकांनी पाहिला आणि ते चकित झाले. हे कसे झाले, हे त्यांना कळेना. राक्षसाकडे जायची ब्राह्मणाची पाळी होती, हे त्यांना ठाऊक होते. ते ब्राह्मणाकडे गेले आणि हे कसे काय घडले हे त्यांनी त्याला विचारले. भीमाने आधीच पढवून ठेवल्यानुसार ब्राह्मण त्यांना म्हणाला, "मला रडत असलेला पाहून स्वर्गातून कोणीतरी दैवी पुरुष माझ्याजवळ आला आणि मला म्हणाला, 'हा गाडा घेऊन मी राक्षसाकडे जातो आणि त्याला ठार करतो.' त्यानं सांगितलं, तसं मी केलं. तो निघून गेला. त्यानंतर मी त्याला पाहिला नाही."

## ब्राह्मणाची गोष्ट

बकासुराचा वध केल्यानंतरही पांडव त्या ब्राह्मणाच्या घरातच राहत होते. एक दिवस या ब्राह्मणाच्या घरी पाहुणा म्हणून रात्रीपुरता राहण्यासाठी एक ब्राह्मण प्रवासी आला. अनेक देश फिरून तो आला होता. त्यांनी त्याचे स्वागत केले. रात्री सगळी कामे उरकल्यानंतर सगळेजण या ब्राह्मण पाहुण्याभोवती त्याचे भटकंतीतले अनुभव ऐकण्यासाठी जमले. पांडव इतक्या दिवसांच्या आपल्या एकटेपणाला कंटाळले होते. त्यामुळे परदेशातून आलेल्या या ब्राह्मणाचे त्यांनी मोठ्या उत्साहाने स्वागत केले. लाक्षागृहात जळून पांडवांचा मृत्यू झाला, या वृत्ताचा परदेशातल्या

लोकांवर काय परिणाम झाला, हे पांडवांनी त्या ब्राह्मणाला विचारले. आपल्या भटकंतीविषयी बोलताना तो ब्राह्मण म्हणाला, "माझ्या या भटकंतीमागचा खरा हेतू राजकन्येच्या स्वयंवराविषयीचं वृत्त सर्व जगाला सांगणं हा आहे. हे स्वयंवर पांचाळांचा राजा द्रुपद यानं आपल्या राजधानीत योजलं आहे. राजकन्येचं नाव द्रौपदी असं आहे. ती आणि तिचा भाऊ धृष्टद्युम्न यांचा जन्म पवित्र अग्नीपासून झालेला आहे." या स्वयंवराविषयी तपशीलवार माहिती सांगण्याची विनंती पांडवांनी ब्राह्मणाला केली.

तो ब्राह्मण म्हणाला, "या दोघा भावंडांच्या जन्मामागची कथा ऐकण्यासारखी आहे आणि तशीच या स्वयंवरामागची कथा! तुमची ऐकण्याची इच्छा असेल, तर मी जरूर सांगेन. भारद्वाजांच्या आश्रमात शिकणारे द्रुपद आणि द्रोण हे मित्र होते. एकदा हे दोघं गप्पागोष्टी करीत असताना द्रुपद द्रोणाला म्हणाला, 'मी पांचाळ देशाचा राजा झाल्यानंतर माझं अर्धं राज्य तुला देईन,' पांडवांना ही गोष्ट ठाऊक होती. पण त्या गोष्टीवेल्हाळ ब्राह्मणाच्या उत्साहावर पाणी पडायला नको म्हणून आपल्याला ठाऊक असल्याचे ते बोलले नाहीत. द्रोणांचा लाडका शिष्य अर्जुन याने दिलेल्या गुरुदक्षिणेविषयी त्याने पांडवांना सांगितले. ब्राह्मण म्हणाला, "धनुर्विद्येतलं अर्जुनाचं कौशल्य पाहून राजा द्रुपद अगदी चकित आणि प्रसन्न झाला. अर्जुनासारखा धनुर्धर जगात दुसरा कोणी नाही, असं तो स्वत:शीच म्हणाला. त्याच क्षणी द्रुपदाच्या मनात द्रोणांविषयी द्वेषभावना निर्माण झाली." गोष्ट सांगता सांगता तो ब्राह्मण थकला आणि विश्रांतीसाठी थांबला. द्रोणाचार्यांचा द्वेष द्रुपदाच्या मनात आहे, ही गोष्ट पांडवांना नव्यानेच कळली होती! ते मोठ्या उत्सुकतेने त्या ब्राह्मणाचे बोलणे ऐकू लागले.

ब्राह्मण सांगू लागला, "द्रोणाचार्यांच्या मनातला द्रुपदाविषयीचा द्वेष नाहीसा झाला, त्याचवेळी द्रुपदाच्या मनात द्रोणाचार्यांविषयीचा द्वेष निर्माण झाला होता. मोठी विचित्र अशी ही गोष्ट होती! द्रुपद आता द्रोणांकडे मित्रत्वाच्या भावनेनं पाहत नव्हता. द्रुपदाला आपल्या अपमानाचा बदला घ्यायचा होता. द्रोणाचार्यांचा वध करील, असा पुत्र आपल्याला व्हावा, अशी द्रुपदाची इच्छा होती. ज्यांच्याकडे दिव्य अस्त्रं होती, जे गुरू भार्गवांकडे धनुर्विद्या शिकले होते अशा द्रोणाचार्यांचा पराभव करणं ही गोष्ट कुठल्याही सर्वसामान्य योद्ध्याच्या आवाक्यातली नव्हती.

तेव्हा ही गोष्ट साध्य व्हावी, यासाठी द्रुपदानं यज्ञ करायचं मनात आणलं. तो स्वत:शी म्हणाला, 'द्रोणाचा वध करील असा पुत्र आणि अर्जुनाला जावई करून घेता येईल अशी कन्या मला हवी आहे.' ही इच्छा पूर्ण करण्यासाठी आवश्यक असलेला यज्ञ करू शकेल, अशा ऋषींच्या शोधासाठी राजा द्रुपदानं सगळी वनं पालथी घातली. शोधासाठी केलेल्या या भटकंतीत एका रानात द्रुपदाला यज आणि उपयज या नावाचे दोन ऋषी भेटले. द्रुपदानं त्यांना असा यज्ञ करण्याची विनंती केली. या दोघांना प्रसन्न करण्यासाठी द्रुपदानं वर्षभर नाना प्रयत्न केले. अखेर एकदाची द्रुपदाची तपश्चर्या फळाला आली. यजऋषी त्याच्यासाठी हा यज्ञ करतील, असं त्याला सांगण्यात आलं. त्यांनी द्रुपद राजासाठी पुत्रकाम नावाचा यज्ञ केला. यज्ञ पूर्ण झाल्यानंतर त्या यज्ञाच्या ज्वाळांतून एक रथ प्रकट झाला. देवासारखा दिसणारा एक तरुण त्या रथावर आरूढ झाला होता. युद्धासाठी रणांगणावर जायला निघालेल्या योद्ध्यासारखा पोशाख या तरुणानं केला होता. त्याला पाहून द्रुपदाला आनंदामुळे शब्दही बोलता येईना! द्रोणांचा वध आता अगदी निश्चित आहे, असा विश्वास द्रुपदाला वाटू लागला. त्याच वेळी एक महत्त्वाची गोष्ट घडली. यज्ञाच्या ज्वाळांतून एक लावण्यवती स्त्री उभी राहिली. अर्जुनाला देण्यासाठी यज्ञानं द्रुपदाला ही देणगी – ही कन्या – दिली होती. सौंदर्याच्या बाबतीत तिची कुणीशीही तुलना होऊ शकत नव्हती. अर्जुनासाठी हीच वधू योग्य आहे, असा विचार द्रुपदाच्या मनात आला. तिचा जन्म झाला, तेव्हा आकाशवाणी झाली : 'सर्व स्त्रियांत सुंदर असलेली ही स्त्री सर्व क्षत्रियांच्या नाशाला कारणीभूत ठरेल. दैवी हेतू सिद्ध करण्यासाठी तिचा जन्म झाला आहे.' यज्ञातून वर आलेल्या या दोन मुलांची नावं धृष्टद्युम्न आणि कृष्णा अशी ठेवण्यात आली. कृष्णा ही द्रौपदी याच नावानं ओळखली जाऊ लागली.

भीम म्हणाला, "मला असं कळलं आहे, की धृष्टद्युम्न हा द्रोणाचार्यांचा शिष्य आहे. त्यानं धनुर्विद्येचं आणि इतर शस्त्रांचं शिक्षण द्रोणाचार्यांकडे घेतलेलं आहे."

ब्राह्मण म्हणाला, "होय, तुझं म्हणणं खरं आहे. ज्या राजपुत्राला आपण शस्त्रास्त्र विद्येचं शिक्षण देतो आहोत, त्याचा जन्म आपला वध करण्यासाठी झालेला आहे – हे द्रोणाचार्यांना ठाऊक होतं. पण तरीही त्यांनी शिष्य म्हणून त्याचा स्वीकार केला; याचं कारण आपल्या

नियतीशी लढण्यात अर्थ नसतो, याची जाणीव त्यांना होती हेच होय! पांडवांपैकी एक असलेल्या भीमाशी धृष्टद्युम्नाची मैत्री होती. पांडव भीमासह लाक्षागृहाच्या आगीत जळून गेले, असंच लोक मानीत होते. माझ्या भटकंतीमागचं तेही एक कारण होतं. हस्तिनापुरावर राज्य करीत असलेल्या धृतराष्ट्रांचे पांडव हे पुतणे. तो कुरूंच्या घराण्यातला. पण अशा थोर घराण्यात जन्म घेतल्याचा काय उपयोग झाला? पित्याचं छत्र हरवलेल्या पांडवांशी धृतराष्ट्र ते आपल्या भावाचे पुत्र आहेत या भावनेनं पित्याच्या प्रेमानं वागले नाहीत. पांडवांना वारणावत या सुंदर नगरात घर बांधून देऊन आणि राहायला पाठवून त्यानं जाळून मारण्याचा बेत केला. त्यानं पांडवांसाठी बांधलेलं घर हे लाक्षागृह होतं! पांडव आणि त्यांची आई कुंती लाक्षागृहात जळून गेले आहेत. पांडव वारणावत नगरात जळून मेल्याचं वृत्त कळताच राजा द्रुपद दुःखानं वेडापिसा झाला होता. या हत्येला धृतराष्ट्र, दुर्योधन आणि शकुनीमामा हे कारणीभूत आहेत हे तो जाणून होता. स्वतःच्या पुत्रनिधनाचं व्हावं असं पांडवांच्या निधनाचं दुःख द्रुपदाला झालं होतं. द्रुपदाचं सांत्वन करीत त्याचे गुरू त्याला म्हणाले, 'तू शोक करू नकोस. पांडवांचं निधन झालेलं नाही, अशीच माझी भावना आहे. ऋषींची वाणी खोटी कशी ठरेल? यज आणि उपयज यांनी तुझ्यासाठी यज्ञ केला. तुझ्या मुलांचा जन्म या यज्ञातून झाला. ऋषींचे शब्द खोटे ठरतील, असं तुला वाटतं काय? पांडव हे नेहमीच सदाचारी राहिले आहेत. पांडवांचं वाईट होऊच शकत नाही. मी तुला एक युक्ती सुचवतो. भारतातल्या सर्व राजांना तू असं कळव, की पांचाळांची राजधानी कांपिल्य इथं तू तुझ्या कन्येचं स्वयंवर करणार आहेस. या स्वयंवराची एक अट तू अशी जाहीर कर, की या स्वयंवरात सर्वश्रेष्ठ धनुर्धराचीच निवड केली जाईल. हे कळताच हे आव्हान स्वीकारण्याची इच्छा अर्जुनाला होणारच. माझी खात्री आहे, की पांडव वेष बदलून आसपासच कुठंतरी राहत आहेत. अर्जुन निश्चितच या स्वयंवरात भाग घेईल आणि पण जिंकील, म्हणजेच द्रौपदीला जिंकील.' द्रुपदानं तो आपल्या कन्येचं स्वयंवर करीत असल्याचं चहूदिशी जाहीर केलं. स्वयंवराचं हे वृत्त वेगवेगळ्या नगरांत पोचवण्यासाठी द्रुपदानं माझ्यासारख्या अनेक ब्राह्मणांची नेमणूक केली आहे. कोण जाणे, कदाचित एखाद्या नगरात मी वेष बदलून राहिलेल्या अर्जुनालाच हे वृत्त सांगितलं असेल!'' आपण केलेल्या

विनोदावर तो ब्राह्मण मोठ्याने हसला आणि 'अतिशय थकल्यामुळे झोप आली आहे,' असे म्हणून झोपायला गेला.

ब्राह्मण झोपायला गेल्यानंतर पांडव काही वेळ तसेच बसून राहिले होते. कुणीही बोलत नव्हता. कुंतीने त्यांच्याकडे पाहिले; तेव्हा तिला कळले की, या सर्वांच्या मनात पांचाळ देशात जायचे आहे, पण ते तसे बोलून दाखवत नाही आहेत. या बाबतीतले त्यांच्या मनावरचे ओझे नाहीसे करावे या उद्देशाने ती म्हणाली, ''फारच दिवस आपण या ब्राह्मणाच्या घरी राहिलो आहोत. घरात रोज त्याच त्याच गोष्टी डोळ्यांसमोर पाहून मी अगदी कंटाळून गेले आहे. इथून दुसरीकडे कुठंतरी जायचा विचार आपण का करीत नाही? या ब्राह्मणाच्या तोंडून त्याची हकीकत ऐकत असताना पांचाळ देशाची राजधानी कांपिल्य इथं जावं, असं माझ्या मनात आलं. पांचाळ हा समृद्ध देश आहे, असं म्हणतात. त्या देशाची राजकन्या द्रौपदी हिचं स्वयंवर होणार असल्याची घोषणाही आपल्या कानी आली आहे. तो फार सुंदर असा समारंभ असणार. या दिवसांत सर्व लोक तिथं फार गर्दी करणार. समारंभाच्या काळात तिथल्या सजवलेल्या रस्त्यांवरून चालणं हा मोठा आनंददायक अनुभव असणार. माझी पांचाळ देशाला जायची फार इच्छा आहे. तुमची हरकत नसली, तर आपण अवश्य तिथं जाऊ या.'' तिथे जायची अर्थातच पांडवांची खूप इच्छा होती. त्यांच्यासमोर उभ्या असलेल्या साहसाची कल्पना करून ते आनंदित झाले.

रात्रभर पांडवांना झोप लागली नाही! द्रौपदी ही अर्जुनासाठी आहे, हे त्यांना ठाऊक होते. पण ज्या क्षणी पांडवांनी तिचे वर्णन ऐकले, त्या क्षणापासून त्यांचे विचार तिच्याभोवती घोटाळू लागले होते. पांडवांपैकी सर्वांत ज्येष्ठ युधिष्ठिर यालाही द्रौपदी आपली व्हावी असे वाटले! तिचा विचार आपल्या मनात सारखा येऊ नये असे त्याला वाटले, पण त्याचा नाइलाज झाला होता. काहीतरी वेगळेच घडणार आहे, असे त्याला मनात खोलवर वाटले. त्यांच्या नशिबात काहीतरी चांगले आहे, असे शुभशकुन होत होते. दिवस केव्हा उजाडतो याची वाट ते उतावीळ होऊन पाहत होते.

कुंतीने त्या ब्राह्मणाचा आणि त्याच्या पत्नीचा प्रेमाने निरोप घेतला आणि ते सहाहीजण पांचाळ देशाला जायला निघाले. वाटेत त्यांची आणि व्यासांची भेट झाली. व्यासांनी त्यांना आशीर्वाद दिला आणि ते

म्हणाले, ''तुम्ही आता जे करता आहात, ते योग्य आहे. पांचाळ देशात जाणं, हेच आता तुम्ही मनात घेतलं पाहिजे. तिथं सुदैव तुमची वाट पाहत आहे. तुमच्या मनात कोणत्या विचारांनी गर्दी केली आहे, हे मला ठाऊक आहे. तुमची इच्छा पूर्ण होईल, एवढंच मी सांगतो. मी कांपिल्य नगरात पुन्हा येईन. तिथं तुम्हांला माझी गरज वाटेल. तुमचे दुर्दैवाचे दिवस आता संपले आहेत. सुखाचे दिवस तुमच्यासाठी जन्म घेण्याची वाट पाहत आहेत.'' या शब्दांनी त्यांचे अभिनंदन करून व्यास निघून गेले. पांचाळांची राजधानी कांपिल्य हिच्या दिशेने पांडवांचा प्रवास सुरू झाला.

## धौम्य ऋषी

मध्यरात्र झाली होती. पांडव गंगा नदीजवळ आले. गंगेच्या थंडगार पाण्यात स्नान करावे, असे त्यांना वाटले. त्यांनी स्नानाची तयारी केली. तिथे एक गंधर्व आपल्या पत्नीसह राहत होता. एका मानवाने येऊन आपल्या एकांताचा भंग करावा, ही गोष्ट त्याला मुळीच आवडली नाही. त्याने पांडवांना विरोध केला. तो म्हणाला, ''मी गंधर्व आहे. माझं नाव अंगारवर्ण असं आहे. तुम्हांला या नदीत अंघोळ करता येणार नाही, कारण ही नदी माझी आहे.'' गंधर्वाच्या उद्धटपणामुळे आणि गर्वामुळे अर्जुन संतप्त झाला. अर्जुन त्या गंधर्वाला म्हणाला, ''माझं बोलणं ऐकून घे. समुद्र, डोंगर, नद्यांचं पाणी यांच्यावर सगळ्यांचाच सारखा हक्क असतो आणि म्हणून ही नदी फक्त माझीच आहे असं म्हणण्याचा तुला अधिकार नाही. दंभानं तुझं मन पोखरलं गेलं आहे. आम्ही शक्तिमान आणि समर्थ आहोत. आम्हांला भय दाखवण्याचा प्रयत्न तू केलास, तर तुला यश मिळणार नाही.'' या मर्त्य मानवांचा हा उद्धटपणा त्या गंधर्वाला असह्य झाला. तो म्हणाला, ''इथून चालते

व्हा! माझा आणि तुमचा वेळ फुकट घालवू नका. तुम्ही जर माझं ऐकलं नाही, तर शक्तीचा उपयोग करून मला तुम्हांला इथून हाकलून द्यावं लागेल.'' अर्जुन हे ऐकून त्याला म्हणाला, ''कृपा करून मूर्खपणा करू नकोस. तू जर शक्तीचं भय आम्हांला दाखवशील; तर आम्हीही शक्तिमान आहोत, हे ध्यानात ठेव.'' गंधर्व हे ऐकून संतापला. त्याने अर्जुनावर आणि इतरांवरही बाण सोडायला सुरुवात केली. अर्जुनाने आपल्या बाणांनी ते दूर केले. अर्जुन त्याला म्हणाला, ''धनुर्विद्येची ज्याला ओळखही नाही अशा व्यक्तीवर तू जर बाण सोडलेस, तर त्यांचा परिणाम होऊ शकेल. पण धनुर्विद्येत मी तुझ्याहून अधिक पारंगत आहे. समुद्राच्या लाटांवरल्या फेसासारखे मला तुझे बाण वाटताहेत. ते पोरकट आणि परिणामशून्य आहेत.'' हे ऐकूनही गंधर्वाने बाणामागून बाण सोडायचे थांबवले नाही.

आता मात्र अर्जुनाचा संयम संपला. त्याने गंधर्वावर अग्नेय या नावाचे अस्त्र सोडले. हे अस्त्र अग्निदेवाच्या अधिकारातले होते. या अस्त्राने त्या गंधर्वाचा रथ जाळून टाकला. अर्जुनाने त्याला धरले आणि रथाबाहेर खेचून काढले. हे पाहून त्या गंधर्वाच्या बायका युधिष्ठिराच्या पाया पडल्या आणि त्यांनी दयेची भीक मागितली. वडीलभावाच्या आज्ञेवरून अर्जुनाने त्या गंधर्वाला सोडून दिले. गंधर्वाला आता पूर्ण पश्चात्ताप झाला होता. तो म्हणाला, ''एका मर्त्य मानवानं माझा पराभव केला. आजपर्यंत माझ्या सुंदर रथाकडे पाहून लोक मला चित्ररथ असं म्हणत असत. पण आता एका मानवानं माझा रथ जाळून टाकल्यामुळे लोक मला दग्धरथ या नावानं ओळखतील!'' गंधर्वाने पांडवांशी मैत्री करण्याची इच्छा व्यक्त केली. त्याचा रथ जो मंत्र म्हणून अर्जुनाने जाळला तो मंत्र शिकण्याची त्याची इच्छा होती. या मोबदल्यात त्याने तिन्ही लोकांत काय चालले आहे हे पाहण्याची शक्ती देण्याचे कबूल केले. त्याने न थकणारे सुंदर घोडेही पांडवांना देऊ केले. गंधर्वाला आता ते पांडव आहेत हे कळले. पांडव जिवंत आहेत, हे कळून त्याला फार आनंद झाला. त्याने पांडवांना एक सूचना केली. तो त्यांना म्हणाला, ''तुम्ही या पृथ्वीचे राजे होणार आहात आणि म्हणून, तुम्हांला कुलगुरू हवा. त्याची तुम्हांला गरज पडेल. तुम्हांला सल्ला देणाऱ्या ब्राह्मणाच्या मदतीनं तुमच्या वाडवडलांनी केलं, तसंच तुम्हीही राज्य कराल.'' कुलगुरू कोण असावा ते सांग, अशी पांडवांनी त्याला

विनंती केली. तेव्हा गंधर्वाने धौम्य ऋषींचे नाव सुचवले. अर्जुनाने त्याचे आभार मानले आणि तो म्हणाला, "आम्हांला भेट म्हणून दिलेले घोडे तू परत घेऊन जा. आमच्या वाट्याला आलेले हे वाईट दिवस संपुष्टात आले, की मी ते तुझ्याकडून घेईन." पांडवांनी गंधर्वाचा प्रेमाने निरोप घेतला आणि ते धौम्य ऋषींच्या शोधार्थ निघाले.

पांडव धौम्य ऋषींना भेटले. पांडवांचा नम्रपणा आणि त्यांची वागणूक पाहून धौम्य ऋषी प्रसन्न झाले. पांडवांचे कुलगुरू होण्यास त्यांनी संमती दिली. वाईट दिवस आता संपत आले आहेत, असा विश्वास वाटू लागल्यामुळे पांडवांच्या मनावरचे ओझे हलके झाले होते. झपाझप पावले उचलीत पांडव कांपिल्य नगराच्या दिशेने जायला निघाले. व्यासांनी सांगितल्याप्रमाणे तिथे सुदैव त्यांची वाट पाहत होते.

## कांपिल्य नगर

पांडव कांपिल्य नगरात येऊन पोहोचले. तिथे ते एका कुंभाराच्या घरात राहिले. भिक्षा मागून मिळवलेल्या अन्नावरच ते आपला उदरनिर्वाह करीत होते. यासाठी नगरात केलेल्या भटकंतीत अनेक बातम्या त्यांच्या कानांवर पडत असत. लोक म्हणत असत : "पांडव अजून जिवंत आहेत, अशी खात्री आमच्या राजाला वाटते. द्रौपदीचं लग्न अर्जुनाशी होईल, असं भविष्य अनेक ऋषींनी वर्तवलेलं आहे आणि म्हणून द्रुपद राजानं स्वयंवर मंडपात एक प्रचंड धनुष्य ठेवलेलं आहे. त्या प्रमाणेच मंडपाच्या छताला एक सतत फिरता मासा टांगून ठेवला आहे. हा मासा जास्तीत जास्त पाच बाणांनी जो खाली पाडील, त्याच्याशी द्रौपदी लग्न करील. अर्जुनाशिवाय कुठलाही धनुर्धर हे करू शकणार नाही. आपण स्वयंवराच्या दिवसाची वाट पाहू या. त्या दिवशी स्वयंवर

मंडपात काहीतरी विशेष घटना घडणार हे नक्की!'' सगळे लोक उत्सुकतेने स्वयंवराच्या दिवसाची वाट पाहत होते.

स्वयंवरासाठी सगळ्या भारतवर्षातले राजे द्रुपदाच्या नगरात एकत्र आले होते. ब्राह्मणांच्या वेषात पांडवही तिथे आले होते. दुर्योधन आणि राधेय प्रमुख असलेले कौरव पाहुणेही मंडपात हजर होते. यादव, भोज, वृष्णी आणि अंधक हेही हजर होते. त्यांच्यात विशेष होते बलराम, कृष्ण आणि त्यांचे चुलत भाऊ. सगळ्या जगातून आलेल्या या पाहुण्यांसाठी उत्तम वाडे बांधण्यात आले होते.

स्वयंवराचा दिवस उगवला. स्वयंवराचा मंडप इंद्राच्या दरबारासारखा सजवला गेला होता. चहूकडे दाटून राहिलेल्या फुलांच्या आणि अत्तरांच्या सुगंधांमुळे मंडपातल्या पाहुण्यांना अगदी प्रसन्न वाटत होते. शक्तिमान बाहू असलेले राजे मंडपात आल्यामुळे मंडपाची शोभा विशेष वाढली होती. हे स्वयंवर पाहण्यासाठी स्वर्गलोकातील देवांनीही आकाशात गर्दी केली होती. लावण्यवती द्रौपदी आणि तिचा होणारा पती यांना पाहण्यासाठी सगळी गर्दी अगदी उत्सुक झाली होती. ब्राह्मण आपल्या जागांवर बसले. वेषांतर केलेले पांडव त्यांच्यातच विखुरले होते. आपल्याकडे कुणाचे लक्ष जाऊ नये याची काळजी ते घेत होते.

इतक्यात सगळ्या नजरा स्वयंवर मंडपाच्या प्रवेशद्वाराकडे वळल्या. धृष्टद्युम्न आपली लावण्यवती बहीण द्रौपदी हिला घेऊन मंडपात आला. अतिशय सुंदर आणि मौल्यवान वस्त्रे द्रौपदीने परिधान केली होती. सोन्याचे अलंकार द्रौपदीच्या सौंदर्यात भर घालीत होते. द्रौपदीच्या हातात फुलांचा हार होता. स्वयंवर मंडपाच्या मध्यभागी असलेल्या रंगमंचावर धृष्टद्युम्न आपल्या बहिणीला घेऊन गेला.

इथे रंगमंच हाच शब्द योग्य ठरतो. द्रौपदीने प्रवेश केला आणि रंगमंचावर शोकात्म नाटकाचा पहिला अंक सुरू झाला. तिची या नाटकात प्रमुख भूमिका होती. शेवटचा अंक सुरू व्हायला बरीच वर्षं जावी लागणार होती. सर्व क्षत्रियांचा विनाश – या गोष्टीसाठी तिचा जन्म झाला होता आणि ती गोष्ट ती पूर्ण करणार होती! जीवनाच्या रंगमंचावर द्रौपदीने प्रवेश केला.

पवित्र मंत्रांचे पठण सुरू झाले. यज्ञमंडपात संपूर्ण शांतता पसरली. रंगमंचावर धृष्टद्युम्नाने प्रवेश केला. मंडपात जमलेल्या सर्वांना उद्देशून तो म्हणाला, ''कृपा करून माझं बोलणं लक्षपूर्वक ऐका. हे धनुष्य आणि

हे पाच बाण. या पाच बाणांनी लक्ष्यभेद करून ते जमिनीवर पाडायचं आहे. ही कठीण कामगिरी जो पार पाडील, त्याच्याशी माझी बहीण द्रौपदी लग्न करील. हे वचन मी तुम्हा सर्वांना गंभीरपणे देतो आहे.''

धृष्टद्युम्न मग आपली बहीण द्रौपदी हिच्याजवळ गेला आणि त्याने तिला तिथे आलेल्या अनेक राजांची नावे सांगितली. तो तिला म्हणाला, ''द्रौपदी, स्वयंवरात तुला जिंकण्यासाठी आलेल्या या राजांकडे पाहा. त्यांपैकी प्रत्येकाकडे अंगुलिनिर्देश करून मी तुला त्यांची नावं सांगेन. तिथं बसला आहे तो कौरवराजपुत्र दुर्योधन, त्याच्या बाजूला त्याचे सर्व भाऊ बसले आहेत. तो राधेय – दुर्योधनाचा आवडता मित्र. तो श्रेष्ठ धनुर्धर आहे. तो शकुनी आणि त्याचे प्रसिद्ध पुत्र. तो तिथं आहे द्रोणाचार्यांचा सामर्थ्यशाली पुत्र अश्वत्थामा.'' अशा रीतीने धृष्टद्युम्न तिला तिथे जमलेले राजे एकामागून एक दाखवीत गेला. जरासंध, शल्य, भगदत्त आणि इतर अनेक विख्यात राजे तिथे उपस्थित होते. तो म्हणाला, ''तिथं बसला आहे तो रोहिणीचा पुत्र बलराम. त्याच्या बाजूला बसला आहे तो देवकीचा पुत्र कृष्ण. वृष्णी या घराण्यातले सांब, शरण, गद, सात्यकी आणि कृतवर्मा ते तिथं आहेत.'' सिंधु देशाचा राजा जयद्रथही तिथे होता. त्याची बायको दु:शला ही दुर्योधनाची बहीण. शिशुपाल हा राजाही तिथे होता.

तिथे जमलेले राजे एकामागून एक त्या धनुष्याजवळ गेले. ते दैवी धनुष्य होते! किंधुर हे त्या धनुष्याचे नाव होते. त्याची दोरी पोलादाची होती. धनुष्य वाकवून त्याला दोरी जोडणे हे महाकठीण कर्म होते. तिथे जमलेले राजे मनात खूप मोठ्या आशा धरून धनुष्याजवळ जात, पण दोरी जोडणे त्यांना जमत नसे आणि मान खाली घालून ते परत येत. यादव घराण्यातले तिथे आलेले पाहुणे केवळ प्रेक्षक म्हणूनच आले होते. त्यांच्यापैकी कृष्णाची नजर त्या गर्दीत कुणाला तरी शोधीत होती. कृष्णाने पांडवांना पाहिले. तो आपल्या भावाला म्हणाला, ''तिथं बसलेले ते पाच ब्राह्मण पाहा. माझी खात्री आहे, ब्राह्मणाचा वेष घेतलेले ते पांडवच आहेत. राखेनं झाकलेले ते पाच निखारे आहेत. पांडव जिवंत आहेत आणि ते इथं आले आहेत. आपण इथं थांबू आणि काय घडणार आहे त्याची वाट पाहू.'' कृष्णाच्या ओठांत गोड स्मित फुलून आले. तिथे कुठेतरी पांडव राहत आहेत, अशी कृष्णाला खात्री होती आणि म्हणूनच त्याने आपल्या यादव बंधूंना स्वयंवरात भाग घेऊ

नका, असे सांगितले होते.

स्वयंवर सुरू झाले. एकामागून एक राजे अपयश घेऊन परतत होते. काही राजे यशाच्या अगदी जवळपास जाऊन पोचत, पण अपयश घेऊनच परतत. उदाहरणार्थ, शिशुपालाचा नेम तिळाच्या अंतराने चुकला होता, पण त्या धनुष्याने त्याला जमिनीवर पाडला होता. तो अगदी निराश होऊन परतला होता. जरासंधाचा नेमही थोडक्यात चुकला, अगदी तिळाएवढ्या अंतराने! दुर्योधन आपल्या जागेवरून उठला आणि राजाच्या रुबाबात चालत धनुष्याजवळ गेला. त्याने नेम धरून बाण सोडला, पण त्याचे मत्स्याचे लक्ष्य करंगळीच्या जाडीच्या अंतराने चुकले. मोठमोठे धनुर्धर अपयश घेऊनच परतले. राधेय आता रंगमंचावर आला. एखाद्या चित्त्यासारखा तो डौलाने चालत आला. राधेयाने धनुष्य अगदी सहजपणाने वाकवले आणि त्याला दोरी लावली. कृष्ण गंभीरपणे त्याच्याकडे पाहत होता. राधेयाने नेम धरला. कृष्णाने श्वास कोंडून धरला. राधेय यशस्वी होईल, अशी सर्वांना खात्री वाटत होती. अर्जुन लाक्षागृहात जळून निधन पावल्याचे सगळ्यांना ठाऊक असल्यामुळे राधेयाची बरोबरी करणारा दुसरा कोणी नाही हे सगळे जाणून होते. राधेयाने नेम धरून पाचही बाण मारले. केसाच्या अंतराने त्याचे पाचही नेम चुकले. कोंडलेला श्वास कृष्णाने समाधानाने सोडला! स्वयंवर मंडपात शांतता पसरली. राधेयाचे हे अपयश पाहून धनुष्याला हात लावण्याची कोणाचीच हिंमत होईना!

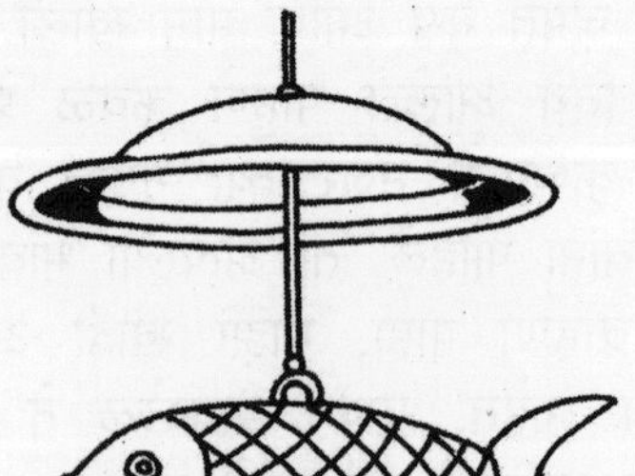

# द्रौपदीचे स्वयंवर

राखेच्या ढिगातून अचानक झळाळत बाहेर येणाऱ्या ज्वालेप्रमाणे अर्जुन उभा राहिला. ते अगदी बघण्यासारखे दृश्य होते! कृष्ण याचीच वाट पाहत होता. कृष्णाच्या भावना इतक्या उत्तेजित झाल्या होत्या की, त्याने आपल्या भावाचा हात आपल्या हातात घेऊन घट्ट दाबला! त्याने स्मित करून ब्राह्मणाच्या वेषातल्या अर्जुनाकडे पाहिले. 'योग्य माणूस स्वयंवरात द्रौपदीला जिंकणार' असेच जणू त्याला म्हणायचे होते. तो कोण आहे हे कृष्ण, बलराम, धौम्य, भीष्म आणि पांडव बंधू यांच्याखेरीज कुणालाही ठाऊक नव्हते. अर्जुन रंगमंचावर आला आणि त्याने धृष्टद्युम्नाला विचारले, "ब्राह्मणानं जर या लक्ष्यभेद करण्याच्या स्पर्धेत भाग घेतला, तर चालेल का? या मत्स्ययंत्राचा भेद करण्यात सर्व धनुर्धर क्षत्रियांना अपयश आल्याचं दिसतंच आहे." थोड्या गमतीने आणि थोड्या उपरोधाने त्याने आपली नजर मंडपात जमलेल्या सर्वांवरून फिरवली. धृष्टद्युम्न त्याला म्हणाला, "कुणालाही या स्पर्धेत भाग घेता येईल. मग तो ब्राह्मण, क्षत्रिय, वैश्य किंवा शूद्र असो! मला वाटतं, काय करायचं आहे हे तुला ठाऊक आहे! हे पाच बाण घेऊन छताला टांगलेल्या मत्स्ययंत्राचा भेद तुला करायचा आहे! तो तू केलास, तर माझी बहीण द्रौपदी तुझी पत्नी होईल. हे वचन मी मनःपूर्वक देतो आहे."

अर्जुन त्या धनुष्याजवळ गेला आणि त्याने त्याला प्रदक्षिणा घातली. त्यानंतर त्याने त्या धनुष्याला साष्टांग नमस्कार घातला. मग मंदस्मित करीत त्याने धनुष्य हातात घेतले आणि एकामागून एक पाच बाण सोडले. आतापर्यंत सर्वांचे नेम चुकवणारा तो मत्स्य अर्जुनाचा नेम अचूक लागून खाली जमिनीवर पडला.

स्वयंवर मंडपात आवाजांचा कल्लोळ उसळला! जे क्षत्रियांना जमले नाही, ते एका ब्राह्मणाने करून दाखवले – या विचाराने तिथे जमलेले सर्व ब्राह्मण उत्तेजित झाले. अर्जुनावर आकाशातून पुष्पवृष्टी झाली. एखाद्या राजहंसीसारखी डौलाने चालत द्रौपदी अर्जुनाजवळ गेली

इंद्र आणि शची, विष्णू आणि लक्ष्मी, मदन आणि रती,
शंकर आणि उमा, राम आणि सीता, नल आणि दमयंती यांच्याप्रमाणे अर्जुन
आणि द्रौपदी यांची जोडी अगदी शोभून दिसली!

आणि तिने आपल्या हातातला फुलांचा हार त्याच्या गळ्यात घातला. शंख, तुताऱ्या आणि इतर वाद्ये यांच्या आवाजाने सगळा स्वयंवर मंडप भरून गेला. स्वर्गीय वाद्यांच्या आवाजांनी सगळे आकाश भरून गेले. इंद्र आणि शची, अग्नी आणि स्वाहा, विष्णू आणि लक्ष्मी, रवी आणि उषा, मदन आणि रती, शंकर आणि उमा, राम आणि सीता, नल आणि दमयंती यांच्याप्रमाणे अर्जुन आणि द्रौपदी यांची जोडी अगदी शोभून दिसली! द्रौपदीचा हात आपल्या हातात घेऊन अर्जुन रंगमंचावरून खाली उतरला! देखण्या आणि उमद्या दिसणाऱ्या अर्जुनाकडे पाहून राजा द्रुपद अत्यंत आनंदित झाला.

मंडपात जमलेले सर्व राजे हे दृश्य पाहून अस्वस्थ झाले. त्यांनी आपला राग प्रकट केला. ते म्हणाले, "आमचा हा अपमान द्रुपदानं जाणूनबुजून केला आहे. इतके राजे इथं जमलेले असताना त्यानं आपली कन्या एका ब्राह्मणाला द्यावी! हा आमचा अपमान आहे. मत्स्यवेध करण्यात सगळे राजे अपयशी झाले, म्हणून आपली मुलगी एका ब्राह्मणाला देण्यापेक्षा तिनं आत्महत्या करणं हेच योग्य झालं असतं. आम्ही हा अपमान सहन करू शकत नाही. शिक्षेशिवाय द्रुपद राजाची सुटका होऊ शकत नाही! आम्ही त्याच्यावर हल्ला करून त्याला ठार करू." सगळ्या राजांचा हा संताप पाहून द्रुपद अस्वस्थ झाला. या सगळ्याला कारण असलेल्या त्या ब्राह्मणाकडे त्याने पाहिले. त्याला धीर देणारे स्मित अर्जुनाने केले आणि तो म्हणाला, "भिऊ नका. मी या सर्व राजांना हाताळू शकतो." भीम अर्जुनाजवळ येऊन उभा राहिला. त्याने जवळच असलेले एक झाड उपटून आपल्या हातात घेतले आणि तो लढायला सज्ज झाला. अर्जुन भीमाच्या शेजारी निर्भयपणे उभा होता. अर्जुनाने अंगावर परिधान केलेल्या हरिणाच्या कातड्याला बिलगून द्रौपदी उभी होती. अर्जुनाने स्वयंवरात द्रौपदीला जिंकल्याचे वृत्त कुंतीला सांगण्यासाठी घरी गेलेले युधिष्ठिर, नकुल आणि सहदेव आता परतले होते आणि तेही भीमाच्या शेजारी उभे होते.

हा सगळा वेळ कृष्ण त्यांना पाहत होता. तो आपला भाऊ बलराम याला म्हणाला, "हे पाहा, मला असं वाटतं, की ज्यानं हे धनुष्य वाकवलं आणि स्वयंवरस्पर्धा जिंकून द्रौपदीला मिळवली, तो अर्जुनच असला पाहिजे. हा तरुण मनुष्य, ज्यानं झाड उपटून हातात घेतलं

आणि जो लढायला सज्ज झाला, तो आपल्या शक्तीबद्दल प्रसिद्ध असलेला भीम असला पाहिजे. हे दोन सारखेच दिसणारे देखणे तरुण नकुल आणि सहदेव असले पाहिजेत आणि तो दयाळू नजरेचा तरुण युधिष्ठिर असला पाहिजे. मी कृष्ण आणि तू बलराम असण्याबद्दल मला जितकी खात्री आहे, तितकीच खात्री मी तुला आता जे काय म्हणालो त्याबद्दल आहे. लाक्षागृहाच्या त्या भयानक आगीमधून पांडव सुदैवानं वाचले आहेत!''

तिथे जमलेले ते ब्राह्मण अर्जुनाला म्हणाले, ''तरुण माणसा, या राजांची तू जराही पर्वा करू नकोस. आम्ही सगळे तुझ्या मदतीला आहोत. तू त्यांच्याशी लढ.'' अर्जुनाने स्मित करून त्यांचे आभार मानले आणि तो म्हणाला, ''या सगळ्या राजांना मी एकटाच पुरे आहे. हे तुम्ही आता पहालच.'' त्यांच्याशी युद्ध करायला अर्जुन सज्ज झाला. भीम त्याच्या मदतीला आला. त्या दोघांच्या मदतीला युधिष्ठिर आणि नकुल, सहदेव हे आले. युद्ध अचानक सुरू झालेले होते. तिथे रथ नव्हते. दुर्योधन आणि त्याच्या मदतीला असलेल्या सर्वांना वाटले होते की, या ब्राह्मणांना आपण सहज नमवू. पण अर्जुनाच्या धनुष्यातून बाण सुटू लागले, तेव्हा ते चकित झाले. राधेय लगबगीने तिथे हजर झाला.

अर्जुन आणि राधेय यांचे युद्ध सुरू झाले. ते एकमेकांत तुल्यबळ होते. ते कसून लढत होते. या अनोळखी धनुर्धराचे कौशल्य पाहून राधेय आनंदित झाला आणि आपल्याला वाटणारे कौतुक त्याने व्यक्त केले. तो म्हणाला, ''तू कोण आहेस, तरुण ब्राह्मणा? मी तुझ्या कौशल्यावर खूष झालो आहे. तू थोर धनुर्धर भार्गव आहेस काय? तू इंद्र आहेस की तू भगवान विष्णू आहेस? आपलं धनुर्विद्येचं कौशल्य जगाला दाखवायला आलेला या तिघांपैकी तू एक आहेस हे नक्की; आणि म्हणूनच तू कांपिल्य नगरीत प्रकट झाला आहेस. आजपर्यंत माझ्या तोडीचा योद्धा मला भेटलेला नाही. एकटा अर्जुन हे करू शकत होता. पण तो जिवंत नाही. मी अंगदेशचा राजा राधेय आहे, मी विख्यात धनुर्धर आहे, मी भार्गवांचा शिष्य आहे. तू माझा पराभव केला आहेस, हे मी मान्य करतो. तू कोण आहेस, हे मला सांग.'' अर्जुन म्हणाला, ''राधेया, तुझ्या भेटीनं मला आनंद झाला आहे. तू केलेल्या माझ्या प्रशंसेबद्दल मी ऋणी आहे. मी तुझे गुरू भार्गव नाही, विष्णू किंवा इंद्रही नाही. तू पहातोच आहेस, मी एक सामान्य ब्राह्मण आहे.

तुझ्याप्रमाणेच एका ब्राह्मणाच्या पायाशी बसून मी माझी धनुर्विद्या शिकलो आहे. चल, आपण युद्ध पुन्हा सुरू करू.'' असे म्हणून अर्जुनाने एक बाण सोडला आणि राधेयाच्या धनुष्याची दोरी तोडली. ''तू जिंकला आहेस.'' असे उदार हृदयाचा राधेय म्हणाला आणि त्याने माघार घेतली.

भीमाने शल्याचा पराभव केला, पण त्याने त्याला जिवंत सोडले. याचे कारण असे की, शल्य हा नकुल, सहदेवाचा मामा होता. युधिष्ठिर आणि दुर्योधन यांच्यातले युद्ध ही त्या दिवसाची विशेष घटना होती. युधिष्ठिराने आपल्या तीक्ष्ण बाणांनी त्याला जखमी केले. काठीने जखमी झालेल्या नागासारखा दुर्योधन दिसत होता. त्याने पुन्हा जोराने लढायला सुरुवात केली. पण त्याचा उपयोग झाला नाही. युधिष्ठिराचा सौम्यपणा आता उरलेला नव्हता. कदाचित त्या क्षणी त्याला आपल्या चुलत भावांनी केलेला अन्याय आठवलेला असणार. तो ज्या त्वेषाने लढाला, त्याला यावाचून दुसरे कारण नव्हते. हा नवाच युधिष्ठिर पाहून अर्जुन आणि भीम थक्क झाले. असा संतप्त झालेला युधिष्ठिर त्यांनी यापूर्वी कधीच पाहिला नव्हता!

कौरवांच्या सगळ्या सैन्याची धूळधाण उडाली. पांडव आता घरी जायला मोकळे झाले होते. कौरव आणि राधेय यांची परिस्थिती पाहून इतर राजांना काय करावे हे सुचत नव्हते. तेव्हा कृष्ण मधे पडला आणि म्हणाला, ''आता युद्ध करणं योग्य आहे, असं मला वाटत नाही. या ब्राह्मणानं योग्य मार्गानं द्रौपदीला जिंकली आहे. ब्राह्मणानं लक्ष्यभेद केल्यास काय, असं त्यानं धृष्टद्युम्नाला विचारलं. हे ऐकून पांचाळांचा राजपुत्र म्हणाला, 'ब्राह्मण असो, क्षत्रिय किंवा वैश्य असो, की शूद्र असो – कोणालाही लक्ष्यभेदाचा प्रयत्न करायला हरकत नाही. तो जर जिंकला, तर माझ्या बहिणीचं मी त्याच्याशी लग्न करून देईन.' धृष्टद्युम्न असं म्हणाला, तेव्हा त्याला कोणी विरोध केला नाही. आता तो 'पण' या ब्राह्मणानं जिंकला म्हणून युद्ध करणं मोठ्या घराण्यात जन्म घेतलेल्या राजांना शोभत नाही. आता हे युद्ध आपण थांबवू या.'' या ब्राह्मणाला युद्धात हरवणे आपल्याला शक्य होणार नाही, याची खात्री कौरवांना पटली होती. तेव्हा ते कृष्णाचा सल्ला मानायला त्या क्षणी तयार झाले. हा ब्राह्मण कोण असावा, याचा विचार करीत कौरव परत गेले.

द्रौपदीला आपल्या सोबत घेऊन पांडव जिथे उतरले होते त्या कुंभाराच्या घरी गेले. तिथे कुंती त्यांची वाट पाहत होती. पांडव कुंतीला म्हणाले, "आई, आम्ही भिक्षा आणली आहे." कुंती घरात होती. तिने या सर्वांना पाहिले नव्हते. तेव्हा ती नेहमीच्या सवयीने म्हणाली, "आणलेली भिक्षा तुम्ही सगळे वाटून घ्या." असे बोलल्यानंतर कुंती बाहेर आली, तेव्हा तिला अर्जुनाच्या शेजारी उभी असलेली सुंदर द्रौपदी दिसली. युधिष्ठिर तिला म्हणाला, "धनुर्विद्येच्या स्पर्धेत अर्जुनानं हिला जिंकली आहे. आम्ही 'भिक्षा' हा शब्द तिला उद्देशून वापरला होता." 'भिक्षा वाटून घ्या' असे आपण म्हणालो, या गोष्टीचा कुंतीला धक्काच बसला. आपली ही अस्वस्थता लपवीत तिने लाजून उभ्या असलेल्या द्रौपदीला आलिंगन दिले. ती द्रौपदीला म्हणाली, "मुली, घरात ये. आमच्या घरी मी तुझं स्वागत करते आहे." द्रौपदीने कुंतीच्या पायावर डोके ठेवले आणि तिच्या पायांची धूळ घेतली. कुंती तिला घरात घेऊन गेली.

त्यानंतर कुंती युधिष्ठिराला म्हणाली, "माझ्या पुत्रा, मी हे काय बोलले? मी आयुष्यात कधी खोटं बोललेली नाही किंवा चुकीची वागलेली नाही. हे शब्द मी बोलून गेले! आता काय होणार, हे मला कळत नाही." काही क्षण शांतता पसरली. युधिष्ठिराने तिला शांत केली आणि तो म्हणाला, "आई, तू काळजी करू नको. काहीही होणार नाही, हे मी पहातो." त्याने अर्जुनाकडे पाहिले आणि तो म्हणाला, "तू द्रौपदीला जिंकली आहेस. तेव्हा तुझं तिच्याशी लग्न व्हावं, हेच योग्य आहे." अर्जुन म्हणाला, "असं बोलू नकोस. तू सर्वांत वडील आहेस. तुझंच तिच्याशी लग्न व्हावं. तुझ्यानंतर माझा लाडका भाऊ भीम आहे. त्याचं तिच्याशी लग्न व्हावं. भीमानंतर मी येतो. ही गाठ कशी सोडवावी आणि शेवटी काय निर्णय घ्यावा, हे मी तुझ्यावर सोपवतो." युधिष्ठिराने क्षणभर विचार केला आणि तो म्हणाला, "द्रौपदीला आम्ही भावांनी वाटून घ्यावी, असं आई म्हणाली आहे. ती हे बोलून गेली आहे. मातेच्या शब्दांहून अधिक पवित्र काहीही नाही. तीच आपली गुरू आहे. तिची आज्ञा आपण पाळू या. मी कधीही चुकीचा विचार केलेला नाही. जिला तू जिंकली आहेस, ती द्रौपदी आम्हा पाचही भावांना आवडते. तेव्हा आपण पाचही भाऊ तिच्याशी लग्न करू या. मी तुम्हांला हे सुचवतो आहे, हे मी पाप करतो आहे असं मला वाटत

नाही. मी घेतलेला हा निर्णय योग्य आहे, असंच मला वाटतं. तेव्हा या विषयी अधिक चिंता आपण करायला नको.''

## कृष्णाची भेट

स्वयंवर मंडप रिकामा झाल्यानंतर कृष्ण बलरामाला सोबत घेऊन जिथे पांडव राहत होते त्या कुंभाराच्या घरी गेला. तिथे राहत असलेल्या पांडवांना त्याने पाहिले. तो त्यांना पूर्वी भेटलेला नव्हता. अग्नीची तेजस्विता असलेले पांडव आपल्या आईभोवती बसले होते. कृष्णाने तिथे प्रवेश केला आणि कुंतीच्या पायांवर डोके ठेवले. त्यानंतर तो युधिष्ठिराकडे गेला आणि त्याने त्याला साष्टांग नमस्कार घातला. तो म्हणाला, ''माझं नाव कृष्ण. मी वसुदेवाचा पुत्र.'' ही भेट महत्त्वाची होती. द्रौपदीचा प्रवेश हा एका मोठ्या नाटकाचा पहिला अंक होता, असे म्हटले; तर कृष्ण आणि पांडव यांची भेट हा या नाटकाचा दुसरा अंक होता, असे म्हटले पाहिजे. दुर्योधन आणि राधेय यांच्या मैत्रीचा अपवाद सोडल्यास कुणाशीही तुलना होऊ शकणार नाही अशी ही कृष्ण आणि पांडव यांची मैत्री जडली. बलरामाने कुंती आणि युधिष्ठिर यांना साष्टांग नमस्कार घातला आणि तो म्हणाला, ''माझं नाव बलराम. मी रोहिणीचा पुत्र.'' अर्जुन आणि नकुल-सहदेव यांनी त्याला नमस्कार केला. बलरामाने आपला शिष्य भीम याला आलिंगन दिले. भीम हा वयाने कृष्णापेक्षा थोडा मोठा होता, पण बलरामापेक्षा लहान होता. अर्जुन आणि कृष्ण हे समवयस्क होते.

कृष्णाने त्या सर्वांकडे हसून पाहिले आणि तो म्हणाला, ''माझी आत्या आणि आतेभावंडं सुखरूप आणि सुरक्षित आहेत, हे पाहून मला आनंद झाला आहे. त्या भयानक लाक्षागृहातून तुम्ही सुखरूप बाहेर आलात, याचाही मला अतिशय आनंद झाला आहे.'' युधिष्ठिराने

गोड शब्दांनी कृष्णाचे स्वागत केले आणि तो म्हणाला, “आम्ही पांडव आहोत, हे तुला कसं कळलं?” कृष्ण हसून म्हणाला, “कितीही लपवली, तरी अग्नीची झळाळी ही दिसणारच. पांडवांनी जे मिळवलं आहे, ते मिळवू शकणारे त्यांच्याखेरीज कोणी आहेत का? तुम्ही सगळे मला भेटलात, याचा मला आनंद होतो आहे. आणखी काही काळ असेच रहा, जसे आता आहात. धृतराष्ट्राच्या पुत्रांना तुम्ही कोण आहात हे सध्या कोणत्याही परिस्थितीत कळता कामा नये! तुम्ही कोण आहात हे कळल्यावर तुम्ही सुरक्षित असाल, अशी परिस्थिती असेल; तेव्हाच तुम्ही प्रकट व्हा. आता तुमचा निरोप घेऊन आम्ही निघतोय. पण आपण पुन्हा भेटू.” कृष्ण आणि बलराम यांनी पांडवांचा निरोप घेतला आणि ते आपल्या घरी गेले.

द्रुपद खोल दुःखात बुडाला. अज्ञातवासातून अर्जुन प्रकट व्हावा, या हेतूने त्याने हे स्वयंवर योजले होते. पण कोणी तरी तरुण ब्राह्मण आला आणि त्याने हे स्वयंवर जिंकून द्रौपदीला आपली पत्नी केली. तो कुलीन आणि ब्राह्मणात सहसा न आढळणारा असा उत्तम योद्धा होता, ही गोष्ट खरी. बघता बघता त्याने कौरवसैन्याचा पराभव केला होता. विख्यात योद्धा असलेल्या राधेयाचाही त्याने पराभव केला होता. हे सगळे खरे असले, तरी तो अर्जुन नव्हता! द्रुपदाने आपला मुलगा धृष्टद्युम्न याला तो तरुण ब्राह्मण कोण आहे याचा शोध घ्यायला सांगितले. द्रुपद म्हणाला, “मी काय केलं? मी माझ्या प्राक्तनापेक्षा हुशार आहे, असं मला वाटलं होतं. माझ्या कन्येला अर्जुन जिंकील, अशी मला खात्री होती. हे स्वयंवर मी योजायलाच नको होतं. माझ्या मुलीवर मी अन्याय केला आहे, असंच मला वाटतं. अर्जुन येईपर्यंत मी थांबायला हवं होतं. माझ्या मूर्खपणामुळे मी एक सुंदर रत्न धुळीच्या ढिगावर टाकलं आहे. तिला यामुळे जर अपमानित वाटत असेल, तर मला जगणं अशक्य आहे.” धृष्टद्युम्नाने शोक करणाऱ्या आपल्या पित्याचे सांत्वन केले. तो म्हणाला, “पिताजी, शोकाच्या अधीन होऊ नका. आपलं काहीतरी फार चांगलं होणार आहे, असं मला वाटतं. नक्की काय होणार हे मात्र मी सांगू शकत नाही. ते पाच ब्राह्मण कोण आहेत, याचा शोध घेण्यासाठी मी जाईन. माझ्या बहिणीची तुम्ही काळजी करू नका. ज्याच्या गळ्यात तिनं माळ घातली, त्याच्याबरोबर ती सुखी होणार आहे हे नक्की.”

पांडव जिथे उतरले होते, त्या कुंभाराच्या घराजवळ धृष्टद्युम्न गेला. घरात काय चालले आहे हे आपल्याला दिसेल आणि ऐकू येईल, पण घरातल्या मंडळींना आपण दिसणार नाही अशा अंतरावर धृष्टद्युम्न उभा राहिला. त्याने सगळे पाहिले आणि ऐकले. संध्याकाळ व्हायची वेळ झाली. भिक्षा मागायला गेलेले पाच पांडव मिळालेली भिक्षा घेऊन घरी आले. मिळालेली भिक्षा त्यांनी आईजवळ दिली. ती द्रौपदीला म्हणाली, "भुकेलेले ब्राह्मण अन्न शोधीत आले, तर त्यांच्यासाठी एक वाटा काढून ठेव. उरलेल्या अन्नाचे दोन भाग कर. त्यातला एक भाग या काळ्या तरुण माणसासाठी. तो नेहमी भुकेला असतो." कोवळ्या स्मिताने आईचा चेहरा उजळला. गांगरून गेलेल्या भीमाकडे पाहून द्रौपदीने तिला आलेले हसू लपवले. कुंती पुढे म्हणाली, "उरलेलं आपल्या सर्वांत वाटून घ्यायचं." सांगितल्याप्रमाणे द्रौपदीने केले. पाच पांडवांनी भिक्षा मागून आणलेले अन्न खात असलेल्या द्रौपदीकडे धृष्टद्युम्नाने पाहिले. ती आनंदी दिसत होती. ती उदास किंवा अस्वस्थ दिसली नाही. तिच्या डोळ्यांत दिसणारा आनंद आणि ओठांच्या कोपऱ्यातून डोकावणारे स्मित पाहून त्याला आश्चर्य वाटले.

सूर्य मावळला होता. तरीही धृष्टद्युम्न निरीक्षण करीत होता. पांडवांनी आता कुश गवत जमिनीवर पसरले आणि ते झोपायला गेले. कुंती पाच पांडवांच्या डोक्याकडे आणि द्रौपदी पायांकडे झोपली. ते काय बोलत होते ते ऐकण्यासाठी धृष्टद्युम्न आणखी जवळ गेला. त्यांचे बोलणे त्याला वेगळेच वाटले. त्यांच्या बोलण्याची भाषा ब्राह्मणांची नव्हती. ते शस्त्रास्त्रांविषयी बोलत होते. शस्त्रास्त्रे वापरण्याचा त्यांना सराव असावा, असे त्यांच्या बोलण्यावरून वाटत होते. हे पाहून ते ब्राह्मण नाहीत, याची धृष्टद्युम्नाला खात्री पटली. उत्तेजित मनाने तो राजवाड्यावर गेला.

तो आपल्या वडलांकडे गेला आणि म्हणाला, "पिताजी, दुःख करू नका. ते ब्राह्मण नाहीत." कुंभाराच्या घरात जे जे पाहिले, ऐकले ते त्याने आपल्या पित्याला सांगितलं. तो म्हणाला, "मला असं वाटतं, की ते पांडव आहेत. एक वयस्क स्त्री त्यांच्याबरोबर आहे आणि ते तिला अतिशय आदरानं वागवतात. ती कुंती असावी. द्रौपदीला ज्यानं जिंकली, तो तरुण अर्जुन असावा. हातानं झाड उपटून ज्यानं लढाई केली, तो शक्तिमान तरुण भीम असावा. त्यांनी व्यवस्थित वेषांतर केलं

आहे, पण माझ्या मनात शंका आली आणि मी त्यांना ओळखलं. मी तिथं ज्याला पाहिलं, तो भीम होता हे नक्की. दुर्योधनाचा ज्यानं पराभव केला, तो युधिष्ठिर असावा. एकमेकांसारखे दिसणारे दोन तरुण तिथं होते. ते नकुल आणि सहदेव असणार, याची मला जवळजवळ खात्री होती. क्षत्रिय वीरांनाच जे ठाऊक असतं, त्याबद्दल ते बोलत होते. ते क्षत्रिय आहेत आणि पांडवच आहेत, याची मला खात्री आहे. मला असं वाटतं, की लाक्षागृहातून पांडवांची सुखरूप सुटका झालेली आहे. ते जिवंत आहेत आणि पांचाळ देशात आले आहेत. स्वयंवराची घोषणा ऐकून ते तातडीनं आपल्या राजधानीत आले असणार.''

ही गोष्ट खरी असेल, यावर द्रुपदाचा विश्वास बसेना. राजवाड्यातल्या पुरोहितांना त्याने उंची वस्त्रे आणि इतर वस्तूंची भेट देऊन पांडवांकडे पाठवले. विवाहाची सर्व तयारी केलेली आहे, तेव्हा तुम्ही द्रौपदीला घेऊन राजवाड्यावर यावे – असा निरोपही पांडवांना पाठवला. द्रुपदाच्या मनात आशा उजळली होती. ऋषींचे शब्द खोटे ठरणार नाहीत आणि द्रौपदीचा विवाह अर्जुनाशीच होईल, असे त्याला वाटले.

## विवाह पाचांशी

द्रौपदी आणि कुंती यांना घेऊन पांडव द्रुपदाच्या राजवाड्यात पोचले. द्रुपदाने त्यांचे उत्तेजित मनाने आणि मोठ्या आनंदाने स्वागत केले. द्रौपदीने कुंतीचा हात धरून तिला अंत:पुरात नात्याच्या इतर स्त्रियांची गाठभेट करून देण्यासाठी नेले.

द्रुपदाने पांडवांना बसण्यासाठी उंची आसने दिली. राजाने केलेल्या स्वागताच्या ऐश्वर्याने जराही दिपून न जाता ते ब्राह्मण ज्या सहजतेने वागत होते; त्यावरून त्यांना राजवाड्यावरच्या वातावरणाचा परिचय

असणार, असा तर्क द्रुपदाने केला. राजवाड्यातल्या अनेक दालनांवरून जाताना जिथे शस्त्रे ठेवलेली होती त्याच दालनासमोर ते थांबले. शस्त्रांचा उत्तम परिचय असल्याप्रमाणे त्यांचे डोळे चमकले. ही गोष्टही द्रुपदाच्या लक्षात आली. चित्त्यासारखी पावले टाकीत चालणाऱ्या त्यांच्याकडे पाहून द्रुपद राजाची खात्री पटली की, हे ब्राह्मण म्हणजे पांडवच आहेत. ते सगळे आसनस्थ झाल्यानंतर द्रुपद म्हणाला, "तुम्ही कोण आहात, हे आम्हांला माहीत नाही. तुम्ही सगळेजण शूर आहात. यापलीकडे आम्हांला काहीच ठाऊक नाही. कृपा करून तुम्ही कोण आहात, ते आम्हांला सांगा." सुरक्षितपणे प्रकट होण्याची आता वेळ आलेली आहे, याची जाणीव युधिष्ठिराला झाली. तो द्रुपदाला म्हणाला, "काळजी करू नका. आम्ही ब्राह्मण नाही. कुरू घराण्यातल्या पंडूचे आम्ही पुत्र आहोत. आम्ही क्षत्रिय आहोत. आम्ही पाच भाऊ. मी सर्वांत ज्येष्ठ. माझं नाव युधिष्ठिर. हा भीम. तुझी कन्या द्रौपदी हिचं स्वयंवर ज्यानं जिंकलं, तो हा अर्जुन. हे दोघं नकुल आणि सहदेव. ते माद्रीचे पुत्र. तुमची कन्या कमळांचा एक तलाव सोडून कमळांच्या दुसऱ्या तलावात प्रवेश करते आहे. आमच्या घरी ती सुखी असेल."

आनंदामुळे द्रुपदाच्या तोंडून शब्द फुटेना. धृष्टद्युम्न धावतच भीमाकडे गेला आणि त्याने भीमाला आलिंगन दिले. आपल्या भावना आवरून द्रुपद म्हणाला, "मी आनंदात अगदी बुडून गेलो आहे. काय बोलावं हेच मला कळत नाही. तुम्ही लाक्षागृहातून कसे बाहेर पडलात आणि इतके दिवस तुम्ही काय करीत होता, ते मला सांगा." अनेक प्रसंगांना आपण कसे तोंड दिले, याची सविस्तर हकिकत युधिष्ठिराने द्रुपदाला सांगितली. द्रुपदाने त्याला आपले राज्य देऊ केले आणि तो म्हणाला, "तुम्ही आता कौरवांची भीती बाळगण्याचं मुळीच कारण नाही. आम्ही इथं सर्वजण तुम्हांला मदत करू." अशा अनेक गोष्टी बोलून झाल्यावर द्रुपद म्हणाला, "अर्जुनाबरोबर माझ्या मुलीच्या लग्नाची आता वेळ न घालवता आपण तयारी केली पाहिजे." हे ऐकून युधिष्ठिर म्हणाला, "मी पंडूचा ज्येष्ठ पुत्र आहे. माझं लग्न आधी झालं पाहिजे." हे ऐकल्यावर द्रुपद म्हणाला, "तसं असेल, तर तू माझ्या मुलीशी लग्न कर. माझा जावई म्हणून तुझा स्वीकार मी आनंदानं करीन." युधिष्ठिराने स्मित केले आणि तो म्हणाला, "मी काय सांगणार आहे, ते ऐकून संतप्त होऊ नका. आम्ही पाचही पांडव तुमच्या मुलीशी लग्न करू. ती

पाच पांडवांची पत्नी होईल.''

युधिष्ठिराचे हे बोलणे ऐकून द्रुपद अत्यंत अस्वस्थ झाला. सामर्थ्यवान पांडवांना दुखवण्याची त्याची इच्छा नव्हती. पण पाच पांडवांची एकच पत्नी ही गोष्टच धर्माच्या विरुद्ध होती. द्रुपद युधिष्ठिराला म्हणाला, ''हे अशक्य आहे, पुरुषानं एकाहून अधिक बायकांशी लग्न करण्यास धर्माची संमती आहे. पण स्त्रीनं पती म्हणून एकाशीच लग्न केलं पाहिजे. आपल्या पूर्वजांनी असाच धर्मनियम सांगितला आहे. आणि म्हणूनच तुझ्या प्रस्तावाचा स्वीकार मी कसा करावा, हे मला कळत नाही. तुझा प्रस्ताव चुकीचा आहे, अनैतिक आहे.'' हे ऐकून युधिष्ठिर म्हणाला, ''तुमचं दुःख मी समजू शकतो. तुम्ही म्हणता ते बरोबर आहे. स्त्रीनं एकाहून अधिक पती करणं हे परंपरेला मान्य नाही, पण आमची गोष्ट वेगळी आहे. आम्ही पाच भावांनी आजवर जे मिळालं त्याची आमच्यात समभाग वाटणी करून घेतली आहे. आम्ही नेहमी एकत्र राहिलो आहोत. कोणीही आमच्यामध्ये येऊ शकत नाही किंवा आम्हांला एकमेकांपासून दूर करू शकत नाही. आमची आई आहे. ती कधी चुकीचा शब्दही बोललेली नाही. तुमच्या मुलीला घेऊन आम्ही घरी गेलो तेव्हा आमची आई म्हणाली, 'तुम्हांला मिळालेली भिक्षा तुम्ही वाटून घ्या.' जरी सर्व धर्मशास्त्रं एकत्र केली, तरी त्यांच्याहून आम्हांला आमची आई श्रेष्ठ वाटते. आता हे लग्न चुकीचं आहे, असं कोणी म्हणेल; तर त्याला आमचं उत्तर आहे ते असं, की एकाहून अधिक ऋषींनी एकाच स्त्रीचा पत्नी म्हणून स्वीकार केल्याचं आम्ही ऐकलं आहे. जटिल ऋषींच्या कन्येचे सात पती होते. अशी आणखीही उदाहरणं देता येतील. आम्ही सुचवलेला प्रस्ताव धर्माविरुद्ध आहे, असं मला वाटत नाही. मी किंवा माझ्या आईनं चुकीच्या विचाराला कधीही थारा दिलेला नाही. तेव्हा आम्ही जे करतो आहोत, ते योग्यच आहे याची तू खात्री बाळग.'' युधिष्ठिराने केलेल्या या समर्थनाने द्रुपदाचे समाधान मुळीच झाले नाही. काय करावे हेच त्याला कळेना.

इतक्यात तिथे व्यासांचे आगमन झाले. आता जी कोंडी निर्माण झाली होती, तिच्यातून बाहेर पडण्याचा मार्ग व्यास आपल्याला दाखवतील असे त्यांना वाटले. द्रुपदाने मोठ्या आदराने व्यासांचे स्वागत केले. या थोर माणसाच्या आगमनाने आपला गौरव झाला आहे, असेच द्रुपदाला वाटले. व्यास म्हणजे मूर्तिमंत प्रज्ञा. व्यास म्हणजे मनुष्यरूपातील

सद्‌गुण. ते सगळे स्थानापन्न झाल्यानंतर द्रुपदाने व्यासांना आपली अडचण सांगितली. व्यासांनी स्मित करून द्रुपदाकडे पाहिले आणि ते म्हणाले, "याच कारणासाठी मी इथं आलो. या विषयावर तुमची काय मतं आहेत, ती आधी मला ऐकू द्या." व्यासांनी द्रुपदाने सांगितलेली सगळी मते ऐकून घेतली आणि ते म्हणाले, "द्रुपद जे म्हणतो ते खरं आहे, यात शंकाच नाही. स्त्रीनं एकाहून अधिक पतींशी विवाह करण्याची पद्धत आता मागे पडली आहे. पण पूर्वीच्या काळात तसं होत असे. अशा विवाहाला देवांचीही मान्यता आहे. गेल्या जन्मी द्रौपदीनं भगवान शंकरांची प्रार्थना केली होती आणि 'पुढल्या जन्मी तुला पाच पती मिळतील' असा वर तिला भगवान शंकरांनी दिला होता. हे असं का, या बुरख्यांत असलेलं रहस्य मला ठाऊक आहे, पण ते तुम्हांला सांगण्याची मला परवानगी नाही. तुम्ही माझ्यावर विश्वास ठेवा. द्रुपदा, तू लग्न करायला संमती दिलीस, तर तू अधर्माचरण केलंस असं मुळीच नाही." व्यासांच्या या बोलण्याने द्रुपदाचे समाधान झाले, कारण व्यासांसारख्या महात्म्याची या जगावेगळ्या लग्नाला संमती मिळाली होती. एका स्त्रीशी लग्न करणारे पाच पती या विवाहाला द्रुपदाने संमती दिली.

रोहिणीची चंद्राशी युती झाली होती, अशा शुभ मुहूर्तावर द्रुपदाने पाच पांडवांशी आपली कन्या द्रौपदी हिचे लग्न करून दिले. कौरवांची भीती बाळगण्याचे आता पांडवांना कारण उरले नव्हते. राजा द्रुपद आणि त्याचा तेजस्वी पुत्र धृष्टद्युम्न आता त्यांच्या पाठीशी उभे होते. याशिवाय कृष्णाच्या नेतृत्वाखाली असलेल्या वृष्णींचाही त्यांना पाठिंबा होता. पांडवांना आता कसलीच काळजी उरली नव्हती. राजा द्रुपदाच्या कांपिल्य नगरात त्यांचे दिवस सुखाने चालले होते.

# कौरवांचा जळफळाट

पांडव जिवंत आहेत, ते सामर्थ्यवान राजा द्रुपद याचे जावई झाले आहेत, ब्राह्मणाचा वेष घेतलेल्या अर्जुनाने स्वयंवरात द्रौपदीला जिंकले आहे, या बातम्या वणवा पसरावा तशा पसरल्या. याचा कौरवांवर कोणता परिणाम झाला, याची सहज कल्पना करता येईल. या सर्व बातम्या कौरवांना भयकारक होत्या. शकुनी संतप्त झाले होते. भीमाला कौरवांनी सापांकडून चावायला लावून नदीत फेकले आणि तरीसुद्धा त्यातून तो वाचला, याहूनही वारणावताला असताना पांडव वाचले ही गोष्ट अधिक आश्चर्यकारक होती. कौरवांनी पांडवांना आव्हान देऊन त्यांच्याशी युद्ध करावे, अशी शकुनींची सूचना होती. असे करणे राजकीय चातुर्याचे ठरणार नाही, असे काही वडीलधाऱ्या मंडळींचे मत होते. ते म्हणाले, "आजवर होते तसे पांडव आता असाहाय्य राहिलेले नाहीत. द्रुपद, धृष्टद्युम्न, कृष्ण, बलराम आणि वृष्णींचं सगळं घराणं आता त्यांच्या पाठीशी उभं आहे. तेव्हा आता त्यांच्याशी जुळवून घेणंच योग्य ठरेल." राधेय म्हणाला, "पांडवांची शक्ती या विषयी बरंच बोलता येईल, हे खरं आहे. पण असा विचार करून आपलं मन विभागू देणं हे क्षत्रियांना शोभणार नाही. त्यांचा पराभव करायचा असेल, तर हीच वेळ आहे. ते शक्तिमान असले, तरी आम्ही काही हातांत बांगड्या भरलेल्या नाहीत. आम्ही युद्ध करू शकतो. हे युद्ध करायचं, तर आता किंवा मग कधीच नाही. आपण सगळे मिळून पांचाळांच्या देशावर स्वारी करू या आणि पांडवांना आव्हान देऊ या. आपण त्यांना सहज नाहीसे करू शकतो." राधेयाचे हे युद्धाचे आव्हान देण्याचे भाषण बहुतेकांना आवडले. सैन्य गोळा केले गेले आणि कांपिल्य या राजधानीच्या दिशेने निघाले.

युद्धाला प्रारंभ झाला. ते अगदी अल्पकालीन आणि निर्णायक ठरले. कौरवांच्या सैन्याचा सपशेल पराभव झाला. दुखावलेल्या सर्पासारखा पांडवांचा क्रोध होता. पांडवांच्या शक्तीपुढे कौरव निष्प्रभ ठरले. दुर्योधन

आणि त्याचे सैन्य हस्तिनापुराला पोहोचले. आपल्याला वाटले होते त्यापेक्षा पांडव शक्तिमान आहेत, ही गोष्ट आता स्वीकारणे दुर्योधनाला भाग होते. त्याचे हृदय दुभंगत होते. त्याने सगळ्यांशी बोलणे थांबवले. आपल्या भावांशी आणि मित्रांशीसुद्धा. तो तासन्तास आपल्या महालात एकटाच बसून राहू लागला आणि नियतीने आपल्याला कसे चकवले याचे चिंतन करू लागला. पांडवांशिवाय त्याला दुसरे काहीच सुचेना! दु:शासन त्याच्याजवळ जाऊन त्याचे सांत्वन करू लागला. त्याच्याजवळ त्याने आपल्या दु:खाला वाट करून दिली. दुर्योधन म्हणाला, ''पुरोचन असा घोटाळा करील, याची कुणाला कल्पना तरी होती का? तो मूर्ख होताच; पण हीही गोष्ट खरी, की देवांची पांडवांवर कृपा होती. नाहीतर तो गाढव अर्जुन राधेयाचा दोन वेळा पराभव कसा करू शकला असता? त्यांना वारणावताला पाठवलं; तेव्हा त्यांचा नाश करता येईल, यांची मला खात्री होती. पण ते अजून जिवंत आहेत, पूर्वीसारखेच शक्तिमान. शेवटी नशीबच बलवत्तर असतं, याची प्रतीती मला आली आहे!'' वर्णनाच्या पलीकडचे दुर्योधनाचे दु:ख होते. दुर्योधनाला वेड लागण्याची पाळी आली होती.

विदुरांना ही सगळी बातमी कळली. कौरवांनी पुन्हा एकदा मूर्खासारखी पांडवांवर स्वारी केली आणि युद्धात त्यांना लाजिरवाणा पराभव पत्करावा लागला, हेही त्यांना कळले होते. आपला भाऊ धृतराष्ट्र याच्याकडे विदूर गेले आणि त्याला म्हणाले, ''खरोखरीच ही सुदैवाची गोष्ट आहे की, कुरू घराण्यातल्या पुत्रांची भरभराट होते आहे.'' धृतराष्ट्रांची काय प्रतिक्रिया होते, हे पाहण्यासाठी मुद्दामच विदुरांनी 'कुरू घराण्या'तील असे शब्द योजले होते. विदूर पुढे म्हणाले, ''ज्येष्ठ पुत्रानं आता पांचाळांच्या राजाच्या कन्येशी विवाह केला आहे.'' हे ऐकल्यावर राजा धृतराष्ट्र सापळ्यात सापडले. अगदी खूष होऊन ते म्हणाले, ''तिला तू माझ्यासमोर का आणली नाहीस? तू म्हटल्याप्रमाणे खरोखरीच कुरू घराण्यातील पुत्रांची भरभराट होते आहे.'' विदूर म्हणाले, ''माझ्या प्रिय बंधू, तुझ्या स्वरावरून मला असं वाटतं आहे, की कुरू घराण्यातील या माझ्या शब्दांचा तू चुकीचा अर्थ घेतला आहेस. तुझा असा समज झालेला दिसतो आहे, की राजा द्रुपदाच्या कन्येचं लग्न दुर्योधनाशी झालं आहे. मला माफ कर. मी 'कुरू घराण्यातले पुत्र' असं म्हणालो; तेव्हा मला पांडव अभिप्रेत होते.

तेसुद्धा कुरू घराण्यातलेच पुत्र आहेत. अर्जुनानं स्वयंवरात द्रौपदीला जिंकली आणि आता ती पाच पांडवांची पत्नी झाली आहे." धृतराष्ट्रांना विदुरांपासून आपली निराशा लपवणं भाग होतं. शिष्टाचार म्हणून त्यांनी आपलं मन शांत केलं आणि ते विदुरांना म्हणाले, "ही अधिकच आनंदाची बातमी आहे. सामर्थ्यवान राजा द्रुपद आणि त्याचा पुत्र यांच्याशी त्या चारित्र्यवान पाच पंडुपुत्रांनी नातेसंबंध प्रस्थापित केले आहेत, हे ऐकून मला फार बरं वाटतं आहे. माझ्या मृत बंधूचे पुत्र जिवंत आणि सुखरूप आहेत, हे कळून मला अतिशय आनंद झाला आहे. आजच्या इतका आनंद यापूर्वी मला कधीही झालेला नव्हता! विदुरा, मला आलिंगन दे." धृतराष्ट्र हे बोलत असताना विदुरांनी स्वत:शी स्मित केले आणि ते म्हणाले, "महाराज, तुमचं हे बोलणं अगदी मधुर आणि प्रेमाचं आहे. तुमचं बोलणं पाण्यावर येणाऱ्या फेसासारखं नसावं, अशी मला आशा आहे. तुम्ही व्यक्त केलेल्या भावना खोलवर रुजून आलेल्या आणि कायमच्या टिकून राहणाऱ्या आहेत, असं मला वाटतं. तुमचं मन आता मागेपुढे होणार नाही, असं मला वाटतं." असे बोलून विदुरांनी धृतराष्ट्रांचा निरोप घेतला आणि ते निघून गेले.

विदूर निघून जात असताना त्याच वेळेस दुर्योधनाने राजवाड्यात प्रवेश केला. त्याच्यासोबत राधेय होता. धृतराष्ट्र आणि विदूर यांच्या संभाषणातला अखेरचा भाग त्यांच्या कानावर पडला. त्या क्षणी दुर्योधनाने आपले निंदाव्यंजक बोलणे सुरू केले. तो म्हणाला, "पिताजी, मला आश्चर्य वाटतं आहे! माझे चुलत भाऊ ज्यांचा मी द्वेष करतो ते जिवंत आहेत, हे कळून तुम्हांला आनंद होतो! हा काय प्रकार आहे? तुम्ही स्वप्नात तर नाही? तुम्हांला बरं वाटत नाही काय?" धृतराष्ट्र म्हणाले, "मी तुझ्याहून अधिक अस्वस्थ आहे. पांडवांचा उत्कर्ष पाहून मी सुखी नाही. पण मी विदुराला तसं सांगू शकलो नाही. तो नेकीचा माणूस आहे. त्यामुळे विदुरासमोर मी नेहमी पांडवांची स्तुती करतो. माझ्या खऱ्या भावना त्याला कळू शकणार नाहीत. आता तू इथं आलाच आहेस, तर आपण काय केलं पाहिजे हे तू मला सांग."

बिचाऱ्या दुर्योधनाला नेमके काय करावे हेच सांगता येईना. तो म्हणाला, "दुष्ट पांडवांचं ऐक्य मोडून काढलं पाहिजे. कसलीही किंमत देऊन ते केलं पाहिजे. आपल्याला त्यांच्यात फूट पाडता येणार नाही

काय? राजा द्रुपदाला मूल्यवान देणग्या देऊन त्याला आपल्या बाजूला वळवता येणार नाही काय? सुंदर द्रौपदीवरून पांडवांत कलह निर्माण होऊ शकणार नाही काय? आपण भीमाला ठार का करू नये? पाच पांडवात तो सगळ्यात शक्तिमान आहे. त्याच्या मृत्यूमुळे उरलेले पांडव खचून जातील. अर्जुनाची सगळी मर्दुमकी भीम त्याच्या पाठीशी उभा असल्यामुळे आहे. भीम जर मृत्यू पावला, तर अर्जुनाला ठार करणं हा माझ्या राधेयाला साधा पोरखेळ असेल! पिताजी, काहीतरी केलंच पाहिजे! द्रौपदीचं मन आपण पांडवांच्या विरुद्ध कलुषित करू शकू काय? द्रुपद आणि धृष्टद्युम्न जर पांडवांच्या विरुद्ध उभे राहिले, तर पांडव अगदी निष्प्रभ होऊन जातील! या माझ्या काही सूचना आहेत. राधेयाला जर त्यांच्यापैकी एखादी सूचना मान्य झाली, तर ती प्रत्यक्ष कार्यवाहीत आणायला आपण सुरुवात करू या. काळ वेगानं जातो आहे. पांडव जर हस्तिनापुरात येऊन आपल्याबरोबर राहू लागले, तर मी जिवंत राहू शकणार नाही!''

राधेयाने आपल्या मित्राकडे स्मित करून पाहिले आणि तो म्हणाला, ''दुर्योधना, माझ्या मित्रा, तुझं चित्त थाऱ्यावर दिसत नाही, याविषयी माझी अगदी खात्री आहे. तसं नसतं, तर तू हे कल्पनेचे खेळ खेळत बसला नसतास! पांडवांत भेदभाव निर्माण करण्याचे आजवरचे तुझे सर्व प्रयत्न वाया गेले आहेत. प्रारंभापासून शकुनीमामांचा सल्ला घेऊन हे सर्व डावपेच तू आखत आला आहेस. त्यातला एक तरी डाव यशस्वी झाला आहे काय? एकही, एकही नाही! भेदाच्या मार्गानं तू पांडवांना जिंकू शकत नाहीस. त्यांचा एकमेकांवर जीव आहे! या प्रेमाआड काहीही येऊ शकणार नाही! ते मनानं इतके चांगले आहेत, की ते कधीही एकमेकांचा द्वेष करणार नाहीत. सन्मार्गावरून त्यांना

ढळवता येणार नाही. देणग्यांची लाच देऊन द्रुपदाला आपल्या बाजूला वळवावं, अशी तुझी सूचना आहे पण ही गोष्ट केवळ अशक्य आहे! नेकीचा माणूस म्हणून द्रुपद राजा प्रसिद्ध आहे. त्याची कन्या द्रौपदी हिलाही जिंकणं शक्य नाही. एकापेक्षा अधिक पती असणं ही गोष्ट स्त्रीला स्वभावत:च रुचणारी आहे, ही गोष्ट तुला ठाऊक नाही काय? द्रौपदीला तर पाच पती आहेत. आपल्या पतींविषयी तिच्या मनात द्वेष निर्माण करणं शक्य नाही. भीमाचा वध तू करू शकत नाहीस. यापूर्वी त्याला ठार मारण्याचे तू केलेले सर्व प्रयत्न वाया गेले आहेत! तेव्हा पांडवांविरुद्ध तू लढाईला उभं राहावंस, असाच माझा तुला सल्ला आहे. मूर्ख डावपेचांच्या नादी आपण का लागावं? आपण त्यांना युद्धाचं आव्हान देऊ या! जसे दिवस उलटतील तसे पांडव अधिकाधिक समर्थ बनतील. त्यांच्याशी युद्ध करूनच आपण त्यांचा अडथळा दूर केला पाहिजे! जितक्या लवकर आपण हे करू, ते श्रेयस्कर. युद्ध हा एकच सन्माननीय मार्ग मला दिसतो. हे विशाल जग लांड्यालबाड्या करून नव्हे, तर पराक्रमानं आपल्या बाजूला वळवता येईल. तुझ्यासारख्या उमद्या राजपुत्रानं बायकी आणि भेकड डावपेचांचा अवलंब करावा, हे योग्य नव्हे! तू क्षत्रिय आहेस. आम्ही तुझ्या बाजूनं उभे आहोत. तुझ्यासाठी आम्ही आमचा जीव द्यायला तयार आहोत. भविष्यकाळात राजाची आदरणीय स्मृती त्याच्या शौर्याच्या, स्मरणाच्या रूपानं मागे उरते. साम, दाम, भेद हे उपाय परिणामकारक ठरलेले नाहीत. आता चौथा उपाय जो दंड तो तू अंगीकारावास असं मला वाटतं. तू पांडवांना युद्धाचं आव्हान दे आणि त्यानंतर शौर्यानं जिंकलेल्या तुझ्या राज्याचा तू उपभोग घे. तुझा मामा शकुनी याला शोभणाऱ्या वाकुड्या विचारांचा आश्रय तू करू नकोस. हे मार्ग तुला खालच्या पातळीवर नेणारे आहेत. तू कोणाच्याही मागून जायला चटकन तयार होतोस. तू माझ्या मागून ये. जातिवंत क्षत्रिय ज्या सन्माननीय मार्गानं गेले आहेत, त्या मार्गानं मी तुला नेईन. माझ्या मित्रा, युद्धाला तयार हो! माझ्या प्रिय मित्रा, तू भविष्यकाळात लोकांकडून कमी लेखला जावास – हे मला नको आहे!''

राधेयाचे हे बोलणे ऐकून धृतराष्ट्र प्रसन्न झाला. ते म्हणाले, ''तुझ्यासारखा वीरपुरुषच असे बोलू शकतो. याहून वेगळा विचार तू करूच शकत नाहीस. पण राजवाड्याच्या मोठ्या सभागृहात आज एक

मोठी सभा होणार आहे. भीष्म, द्रोण आणि कुरू घराण्यातले सर्व ज्येष्ठ पुरुष कौरव-पांडवांच्या भविष्यावर चर्चा करणार आहेत. तू केलेल्या सूचना त्यांना आवडतील, अशी मला आशा वाटते. पण ते त्यांना पाठिंबा देतील, असं मला वाटत नाही. आपण सभागृहात जाऊ आणि काय निर्णय घेतला जातो ते पाहू.''

ते तिघेही शांतपणे सभागृहाकडे जायला निघाले.

## सभागृहाकडे

राजवाड्यातल्या सभागृहात भीष्म, द्रोण, कृप, बाल्हिक, सोमदत्त, विदूर आणि इतरही सगळी मंडळी जमली होती. संथ, गंभीर आवाजात भीष्मांनी आपल्या भाषणाला सुरुवात केली. भीष्म म्हणाले, ''यापुढे पांडवांवर राग धरणं योग्य होईल, असं मला वाटत नाही. त्यांचा द्वेष करणं अयोग्य आहे. धृतराष्ट्र आणि पंडू हे दोघंही माझे पुतणे आहेत; त्यांचे पुत्र मला सारखेच प्रिय आहेत. दुर्योधन मला युधिष्ठिराइतकाच प्रिय आहे. सध्या जे काही चाललं आहे, ते बघून मला दुःख होतं. पंडूच्या पुत्रांच्या बाबतीत योग्य तो निर्णय घेण्याची वेळ आली आहे, असं मला वाटतं. त्यांच्या पित्याचं निधन झालं आहे. कुरूंच्या प्राचीन राज्यावर, दुर्योधना, तुझा जितका अधिकार आहे, तितकाच पांडवांचाही आहे. दुर्योधना, तू पांडवांना इथे बोलावून घे आणि या विशाल राज्यावर तुझ्याइतकाच त्यांचाही हक्क असल्याचं जाहीर कर. तू असं केलंस, तर सदैव टिकणाऱ्या कीर्तीचा तू धनी होशील. याखेरीज वेगळा मार्ग तू स्वीकारलास, तर तू दुःखाचा आणि अपयशाचा धनी होशील. या जगात जे लहानसं आयुष्य आपल्याला लाभलेलं असतं; त्या आयुष्यात, माझ्या पुत्रा, सत्कीर्तीचं पापणी जागी ठेवून रक्षण केलं पाहिजे. ही एकच गोष्ट महत्त्वाची आहे. तुझी सत्कीर्ती नाश पावली,

याचाच अर्थ तुझ्या सगळ्या आयुष्याचं नुकसान झालं! जोपर्यंत तुमची सत्कीर्ती जिवंत आहे, तोपर्यंतच तुम्ही खऱ्या अर्थानं जिवंत असता. तुमची सत्कीर्ती नाश पावली, की तुम्हीही नाश पावलात – असंच लोक मानतात. तुझ्यासारख्या उमद्या राजपुत्राला जी गोष्ट योग्य तीच त्यानं करावी. मला असं वाटतं, की प्राक्तनानं तुला ही दुसरी संधी दिली आहे. असाधारण अशी ही संधी आहे. प्राक्तन हे निर्दय असतं. बोललेला शब्द, गेलेली संधी जशी प्राक्तन परत देत नाही; त्याप्रमाणे केलेली चूक सुधारण्याची संधीही प्राक्तन देत नाही. पण तुझ्या बाबतीत प्राक्तनानं दया दाखवली आहे. लाक्षागृहात पांडवांना जाळण्याचा अपघात होऊनही ते देवाच्या दयेनं वाचले आहेत. लाक्षागृहात जे घडलं तो अपघात होता, असं मी म्हटलं. कुंती जिवंत आहे, पाचही पांडव जिवंत आहेत. पापी पुरोचन तुमच्या सुदैवानं मरण पावला आहे. तू जर पांडवांशी चांगला वागलास; तर तू पांडवांना लाक्षागृहात जाळण्याचा प्रयत्न केलास, हा तुझ्या आणि तुझ्या पित्याच्या नावाला लागलेला कलंक धुतला जाईल. आपली सत्कीर्ती सिद्ध करण्याची हीच संधी आहे. तू चांगला माणूस आहेस. धर्माच्या मार्गानं जायचं तू जाणतोस. स्वत:च्या हितासाठी तू धर्माच्या मार्गानं वागलं पाहिजेस. तू अर्धं राज्य पांडवांना देऊन टाक आणि शांतीचा अनुभव घे.''

द्रोण उठून उभे राहिले. भीष्मांनी जे विचार मांडले, ते त्यांना पटलेले होते. ते म्हणाले, ''भीष्मांनी जे सुचवलं आहे, तेच करणं योग्य आहे. द्रुपदाच्या दरबारात देणग्या घेऊन दूत पाठवा. कुंतीच्या पुत्रांना शांत करून दरबारात निमंत्रित केलं पाहिजे. अनाथांचा नाथ होणं हे राजाचं कर्तव्य आहे.''

कौरवांनी पांडवांना मैत्रीचा प्रस्ताव सादर करावा, ही गोष्ट राधेयाला पसंत नव्हती. पांडवांना युद्धाचे आव्हान द्यावे, याच मताचा तो होता. या पृथ्वीवर कोणी राज्य करावे हा प्रश्न रणांगणावर सोडवला जावा, हा सिद्धान्त मानणारा राधेय होता.

विदूर उभे राहिले आणि म्हणाले, ''हे माझ्या प्रिय बंधू, इथं जमलेले आम्ही सर्व तुझे हितचिंतक आहोत. तू आणि तुझा पुत्र यांची कीर्ती कलंकित होऊ नये, अशीच आमची इच्छा आहे. भीष्म आणि द्रोण जे योग्य तेच बोलले आहेत. तू राधेयाच्या बोलण्याकडे लक्ष देऊ नकोस. तो उतावळ्या स्वभावाचा आहे. तो तुझ्या पुत्राइतकाच संतापलेला

आहे. दुर्योधन आणि राधेय यांच्या ध्यानात परिस्थितीचं गांभीर्य आलेलं नाही. माझ्यापेक्षा त्यांचे विचारच तुला जवळचे वाटतील, याची मला जाणीव आहे. पण असं असलं; तरी मी जे काय सांगतो, ते तू नीट ऐकून घे. लाक्षागृहाला लागलेल्या आगीमुळे तुझं नाव कलंकित झालं आहे. तुझ्या आत्म्याला ग्रासणारे सर्व पापी विचार झटकून टाकण्याची हीच संधी आहे. आपलं अर्धं राज्य तू पांडवांना द्यावंस, हे तर योग्य आहेच पण त्याबरोबरच आणखी एक गोष्ट आहे. पांडवांचा राग ओढवून घेणं योग्य नाही. एकेकाळी ते तुझ्या हातात आणि असाहाय्य होते, तसे ते आज उरलेले नाहीत. आता ते समर्थ बनले आहेत. पांडवांनी द्रौपदीशी लग्न केल्यामुळे राजा द्रुपद आणि त्याचा तेजस्वी पुत्र धृष्टद्युम्न हे त्यांचे नातेवाईक बनले आहेत. त्यांना आता बलराम आणि कृष्ण यांचा पाठिंबा आहे. कृष्ण त्यांच्या बाजूचा असल्यामुळे ते निश्चितच अजिंक्य आहेत. संतापलेल्या भीमाला सामोरं जाण्याची कुणाची हिंमत आहे? अर्जुनाशी लढण्याची कुणाची ताकद आहे? अलीकडेच काही राजांनी दोन वेळा तसे प्रयत्न करून पाहिले आणि ते पराभूत झाले. राज्यात जर शांतता नांदायची असेल, तर शांततेच्या मार्गानंच गेलं पाहिजे, ही गोष्ट मी तुला पुनःपुन्हा सांगतो आहे. मी काय सांगतो आहे ते कळण्याइतक्या परिपक्व वयाचे दुर्योधन आणि राधेय अजून झालेले नाहीत. पण तुझी गोष्ट वेगळी आहे. तुझा चुलता भीष्म यांच्या सल्ल्याप्रमाणे वागणं हेच तुझ्या हिताचं आहे. पांडवांना निमंत्रण पाठव आणि योग्य ती गोष्ट कर.''

धृतराष्ट्र म्हणाले, ''तू जे म्हणालास, ते मला पटतं आहे. पांडवांना चांगलं वागवलं पाहिजे, असंच माझंही मत आहे. आपला जन्मसिद्ध हक्क भोगण्यासाठी ते जिवंत आहेत, ही भाग्याची गोष्ट आहे.'' आपला निरोप घेऊन पांचाळ देशात जा, असे राजा धृतराष्ट्रांनी विदुरांना सांगितले. ज्येष्ठांनी दिलेला सल्ला मानणे धृतराष्ट्रांना भागच पडले. तो सल्ला धुडकावून आपला पुत्र दुर्योधन याचे ऐकणे त्यांना शक्य झाले नाही. पांडवांविषयी टोकाचा द्वेष त्याच्या मनात अजून निर्माण झाला नव्हता. त्याच्या हृदयात अजूनही सभ्यतेची ठिणगी शिल्लक होती– ती विझलेली नव्हती.

विदूर पांचाळ देशात गेले. राजा द्रुपद आणि पांडव यांनी त्यांचा सन्मान केला. कौरवांनी पांडवांशी युद्धाला सुरुवात केली आहे, हे वृत्त

द्वारकेला कृष्णाला कळले. कौरवसेनेचा पूर्ण पराभव झाल्याची बातमीही त्याला कळली. पण तरीही कृष्ण आपले सैन्य घेऊन पांडवांच्या मदतीसाठी पांचाळ देशात गेला. विदूर द्रुपदाच्या दरबारात पोचले, तेव्हा कृष्ण आणि बलरामही तिथे पोचलेले होते.

पांडवांची भेट झाली, तेव्हा विदुरांच्या डोळ्यांतून आनंदाश्रू ओघळू लागले. त्यांना आपल्या भावना अनावर झाल्या. धृतराष्ट्रांनी पाठवलेल्या मूल्यवान भेटी त्याने द्रुपद, पांडव आणि द्रौपदी यांना दिल्या. विदूर द्रुपदाला म्हणाले, "माझा बंधू धृतराष्ट्र यानं प्रेमानं तुमची सर्वांची आठवण केली आहे. भीष्म आणि द्रोण यांनी तुम्हांला शुभेच्छा पाठवल्या आहेत. तुमच्याशी आपले नातेसंबंध जुळले आहेत, ही गोष्ट राजा धृतराष्ट्र भाग्याची आहे असं मानतो. तीच गोष्ट कौरव राजपुत्रांची आणि त्यांच्या ज्येष्ठांची आहे. राजाला पांडवांना भेटण्याची उत्कट इच्छा आहे. लाक्षागृहातून पांडव वाचले, याचा त्याला अतिशय आनंद झाला आहे. पांडवांना प्रेमानं आलिंगनात घेण्याची त्याची इच्छा आहे."

हे ऐकत असताना कृष्णाच्या ओठांत मिस्कील स्मित उमटले. भीमाचा चेहरा अभ्यास करण्याजोगा दिसत होता, अर्जुन आपला खालचा ओठ दातांनी चावत होता, आपल्या ओठांत हसू फुटू नये म्हणून युधिष्ठिर प्रयत्नशील होता. हे सगळे आपण पाहिलेलेच नाही, असे सोंग आणून विदुरांनी पुढे बोलायला सुरुवात केली, "आपल्या सुनेनं हस्तिनापुराला यावं आणि आपल्या दर्शनानं सगळ्या नगराला आनंद द्यावा, अशी राजाची इच्छा आहे. पांडवांना त्यांच्या वधूसह पाहाणं ही राजाला अतिशय आनंद देणारी गोष्ट आहे. पांडवांचं भाग्य उजळलं आहे, हे कळून राजाचा आनंद अनावर झाला आहे." राजाने धाडलेला निरोप विदुरांनी सांगून संपवला आणि विदूर म्हणाले, "तू जर पांडवांना माझ्याबरोबर हस्तिनापुराला पाठवशील, तर तो आमचा मोठा सन्मान होईल."

द्रुपद म्हणाला, "कौरवांच्या थोर घराण्याशी आमचं नातं जुळलं, ही माझ्यासाठी आनंदाची आणि अभिमानाची गोष्ट आहे. आता त्यांना हस्तिनापुराला पाठवण्याविषयी मी काही बोलणं हे योग्य होणार नाही. हा निर्णय घेणं हे मी युधिष्ठिर आणि त्याचे भाऊ यांच्यावर सोपवतो. कृष्ण आणि बलराम हेही दोघं इथं आहेत. त्या सर्वांचा जो काही निर्णय होईल, तो मला मान्य आहे." कृष्ण म्हणाला, "त्यांनी हस्तिनापुराला

जाणं हेच योग्य आहे, असं मला वाटतं.'' कृष्णाचे हे बोलणे ऐकून अर्जुनाने चकित नजरेने त्याच्याकडे पाहिले, पण काहीच बोलला नाही. द्रुपद म्हणाला, ''राजाच्या मनात पांडवांविषयी प्रेम आहे, तेव्हा हस्तिनापुराला जाऊन राजाला आनंद देण्याचा निर्णय घ्यायला पांडव स्वतंत्र आहेत.''

विदूर कुंतीच्या महालात गेले. त्यांनी तिला साष्टांग नमस्कार केला. त्यांच्या अश्रूंनी कुंतीचे पाय धुतले गेले. कुंतीने त्यांना उभे राहायला सांगितले. एका आसनाजवळ नेऊन तिने त्यांना बसवले आणि त्यांचे सांत्वन केले. ती म्हणाली, ''तुमचं प्रेम आणि शहाणपण यांमुळे तुझे पुत्र अजून जिवंत आहेत. मी रात्रंदिवस तुमची आठवण करते. आमच्याविषयी तुम्हांला वाटणारी भक्ती कधीही विसरणं शक्य नाही. हस्तिनापुराला आम्ही जाणं हे सुरक्षित आहे किंवा नाही, हे मला ठाऊक नाही. माझं मन अस्वस्थ झालं आहे. मी धडपणे विचारही करू शकत नाही.'' विदूर म्हणाले, ''माझ्या प्रिय भगिनी, तुझ्या पुत्रांचं काहीही वाईट होणार नाही. भिऊ नकोस. लवकरच तुझे पुत्र या पृथ्वीचे राजे होतील.''

पांडव हस्तिनापुराला जायला निघाले. कृष्ण त्यांच्यासोबत होता. लवकरच ते राजधानी हस्तिनापुराला पोचले. तिथले सर्व नागरिक त्यांची आतुरतेने वाट पाहत होते. हस्तिनापूर सोडून पांडवांना बरेच दिवस झाले होते. पांडवांच्या स्वागतासाठी सगळे नगर सुंदर सजवलेले होते. सुगंधी जल सर्व रस्त्यांवर शिंपडलेले होते. सगळीकडे फुलेच फुले होती. धृतराष्ट्रांचे पुत्र विकर्ण आणि चित्रसेन यांनी त्यांचे स्वागत केले. कृप आणि द्रोणही उपस्थित होते. पांडवांनी राजवाड्यात प्रवेश केला. त्यांनी भीष्म आणि धृतराष्ट्र यांच्या पायांवर डोके ठेवले. सर्वांनी त्यांचे जिव्हाळ्याने स्वागत केले.

काशीची राजकन्या, जी दुर्योधनाची पत्नी होती, तिने नववधूचे स्वागत केले. तिच्या सोबत राजाच्या इतर सुनाही होत्या. दुर्योधनाच्या पत्नीने कुंतीला साष्टांग नमस्कार घातला. त्यानंतर सर्वजण गांधारीच्या महालात गेले. कुंतीने आणि द्रौपदीने गांधारीला साष्टांग नमस्कार घातला आणि तिचा आशीर्वाद मागितला. भविष्य जाणण्याची शक्ती असलेल्या गांधारीने कुंती आणि द्रौपदी यांना आलिंगन दिले. द्रौपदीचे नाजूक शरीर तिच्या आलिंगनात असताना गांधारी स्वत:शी म्हणाली, 'माझ्या पुत्रांचा मृत्यू घडवून आणायला ही स्त्री कारणीभूत ठरेल, अशी

हिची नियती आहे.’ तिने त्या दोघींना आशीर्वाद दिला. पांडवांना राहण्यासाठी घराची व्यवस्था करण्याची आज्ञा दिली.

## राजाची देणगी

राजवाड्याच्या भव्य दरबारात पांडवांचा सत्कार करण्याचे ठरले. कृष्ण आणि धृतराष्ट्र यांच्यासोबत पांडवांनी दरबारात प्रवेश केला. स्वागताच्या प्राथमिक गोष्टी पार पडल्यानंतर धृतराष्ट्र म्हणाले, “युधिष्ठिरा, मी काय सांगतो ते ऐक : या माझ्या राज्याचं अस्तित्व तुझ्या पराक्रमी पित्यामुळे आहे. हे राज्य करण्याचा तुझाही अधिकार आहे आणि म्हणून हे राज्य तू आणि माझा पुत्र दुर्योधन यांना विभागून देण्याचं मी ठरवलं आहे. तुला खांडवप्रस्थाचा राजा करायचं मी निश्चित केलं आहे. तुमचं सर्वांचं आणि कृष्णाचं या विषयीचं मत मला हवं आहे.” हे ऐकून कृष्ण उपरोधाने हसला. युधिष्ठिराने ते पाहिले आणि तो काहीच बोलला नाही. राजाच्या आसनाजवळ तो गेला आणि राजाला प्रणाम करून म्हणाला, “आपली जी आज्ञा असेल, ती मी प्रमाण मानीन.” कृष्णाने पुन्हा स्मित केले, पण तो काहीच बोलला नाही. विदुरांच्या ओठातही उपरोधाचे स्मित होते.

धृतराष्ट्रांनी विदुरांना आपल्या जवळ बोलावले आणि ते म्हणाले, “राज्याभिषेकाची तयारी आता तू विनाविलंब कर. या महान प्रसंगी हे सगळं नगर उत्तम पोशाखानं सजू दे. जे काही होत आहे, त्यानं मी आनंदी आहे. माझ्या मनावरचं मोठं ओझं उतरल्यासारखं मला वाटतं आहे. माझ्या भावाचा पुत्र या देशाचा राजा झालेला मी पाहणार आहे.” राजाच्या या प्रेमळ बोलण्यामुळे भीष्म, द्रोण आणि कृप यांना आनंद झाला. कृष्ण म्हणाला, “राज्याभिषेकाचा समारंभ लवकर करावा असं राजाला वाटतं आहे, याची मला जाणीव आहे. तसं व्हावं हेच

उचित आहे. युधिष्ठिराला राज्याभिषेक झालेला पाहायला आम्हीही उत्सुक आहोत.'' इतक्यात व्यासांनी प्रवेश केला. त्यांचे आदराने स्वागत करण्यासाठी सगळा दरबार उभा राहिला. राज्याभिषेकाचा समारंभ व्यासांच्या मार्गदर्शनाखाली व्हायचा होता. राज्याभिषेकाची तयारी भव्य प्रमाणावर करण्यात आली होती. असे वाटत होते की, राजा आपल्या पुत्रालाच राज्याभिषेक करणार आहे– इतक्या जिव्हाळ्याने आणि उत्साहाने राजा वावरत होता.

व्यासांनी सुचवलेल्या मुहूर्तावर राज्याभिषेकाचा समारंभ साजरा झाला. कृप, भीष्म, द्रोण, धौम्य, व्यास आणि कृष्ण यांनी युधिष्ठिराला 'तू विश्वविजेता हो,' असा आशीर्वाद दिला. सर्वांची हृदये आनंदाने भरून निघाली होती. अपवाद फक्त एकच होता आणि तो म्हणजे दुर्योधन. त्याचे हृदय दुःखाने जळत आहे, हे राजाला ठाऊक होते. आपला पुत्र दुर्योधन याचं सांत्वन कसं करावं, याचा तो विचार करीत होता. राजाचा दुर्योधनावर जीव होता.

दरबारी जन आणि कृष्ण यांच्यासमोर राजा युधिष्ठिराला म्हणाला, ''आता तू खांडवप्रस्थाचा राजा आहेस. वेळ न दवडता तू खांडवप्रस्थाला जावंस आणि राज्यकारभार करावास, हेच योग्य आहे. या खांडवप्रस्थावर आपले पूर्वज पुरुरवा, नहुष आणि ययाती यांनी राज्य केलं. खांडवप्रस्थ ही अनेक, वर्षं कौरवांची राजधानी होती. तू तिथं सुखानं कालक्रमणा करशील, अशी मला आशा आहे.'' युधिष्ठिराने त्याचा स्वभावच असलेल्या नम्रतेने राजाची आज्ञा घेतली. राजवाड्यातल्या आणि नगरातल्या लोकांचा त्याने निरोप घेतला आणि तो खांडवप्रस्थाला जायला निघाला. कृष्ण त्याच्या सोबत होता.

खांडवप्रस्थ ही एकेकाळी कौरवांची राजधानी होती. पण नंतर ऋषींच्या शापाने ती नाश पावली होती. बुधाच्या पुत्राच्या दुर्वर्तनाला शिक्षा म्हणून हे घडले होते. ही राजधानी या घटनेमुळे सोडून जाणे भाग पडले होते. आता ती अगदी ओसाड होती. कुणालाही तिथे राहाणे शक्य नव्हते. तिथे काहीही पिकत नव्हते. एकही प्राणी तिथे दिसत नव्हता. कौरवांच्या राज्याचे भागीदार म्हणून ही भयानक ओसाड जागा युधिष्ठिराला देण्यात आली होती. ही ओसाड भूमी म्हणजे अर्धे राज्य होते. हे अर्धे राज्य म्हणजे ओसाड भूमी आहे, हे युधिष्ठिराला आणि कृष्णाला ठाऊक होते. कौरवांशी सतत होणाऱ्या भांडणांचा

युधिष्ठिराला वीट आला होता. युधिष्ठिर हा शांतताप्रेमी होता. पांडव दुर्योधनाला हस्तिनापुरात नको होते या गोष्टीचा युधिष्ठिराने स्वीकार केला. धृतराष्ट्रांच्या दरबारात कायमचे राहाणेही त्याला नको होते. त्याला शांतता हवी होती. त्याने हा अन्याय स्वीकारला ते युद्ध करता येत नव्हते म्हणून नव्हे, तर त्याला युद्ध नको होते म्हणून! युद्धाचा विचारदेखील त्याला सहन होत नसे. त्याचा देह क्षत्रियाचा असला, तरी त्याचे मन संन्याशाचे होते. अजातशत्रू या नावानेच तो ओळखला जात होता. हे नाव त्याला शोभून दिसत होते. कुणाचाही शत्रू होणे त्याला नको होते.

पांडव खांडवप्रस्थाला पोहोचले. तो सगळा ओसाड प्रदेश त्यांनी पाहिला. कृष्ण म्हणाला, ''युधिष्ठिरा, तुझ्या प्रेमळ चुलत्यानं तुला दिलेला हा सुंदर प्रदेश पाहा. कडकडणारी वीज सुंदर आहे, असं जो म्हणतो; त्याला या विजेमागून प्रचंड वादळ येणार आहे, हे ठाऊक नसतं. हा राजा त्या माणसासारखा आहे. वृद्ध भीष्मांनी या अन्यायाला संमती दिली याचा अर्थ हाच आहे, की या सर्वांना आता आपल्या कर्माची फळं भोगावी लागणार आहेत. पण ही भविष्यकाळातली गोष्ट आहे. आंधळ्या राजाच्या या कृत्याला आता तोंड कसं द्यायचं, याचा विचार आपण करू या.'' कृष्णाने इंद्राला आवाहन केले. कृष्ण म्हणाला, ''इंद्रा, कौरवराजा उदार झाला आणि त्यानं पांडवांना ही जमीन बहाल केली आहे. या प्रदेशाचं स्वरूप बदलून टाकणं आता तुझ्यावर आहे. या भूमीचं नाव खांडवप्रस्थ असं आहे, पण आता यापुढे ही भूमी इंद्रप्रस्थ म्हणून ओळखली जाईल. तुझ्या नावाची ही भूमी आता तू सुंदर करून टाक. इंद्रलोकाशी तुलना व्हावी इतकी ही भूमी सुपीक आणि समृद्ध करून टाक.'' इंद्र म्हणाला, ''विश्वकर्मा हा अद्‌भुत गृहरचनाकार हे काम आपल्या हाती घेईल. या भूमीला तो सौंदर्य बहाल करील. जगातली सर्वांत सुंदर भूमी म्हणून ती ओळखली जाईल.''

शुभ मुहूर्तावर त्या ओसाड प्रदेशाची नव्याने बांधणी सुरू करण्यात आली. पवित्र मंत्रांचे पठण व्यासांनी केले. विश्वकर्म्याच्या किमयेने आपले रचनाकौशल्य दाखवायला सुरुवात केली. त्याने त्या जागेचे रूपच बदलून टाकले. पांडवांनी राहण्याच्या दृष्टीने ते नगर तयार झाले. युधिष्ठिराने या नगरात प्रवेश केला, तेव्हा लोकांनी त्याचा जयजयकार केला. इंद्रप्रस्थ नगराची कीर्ती सर्वत्र पसरली आणि दूरदूरचे

लोक हे नगर पाहण्यासाठी येऊ लागले. युधिष्ठिर, त्याचे भाऊ आणि कृष्ण अतिशय आनंदित झाले.

काही दिवस असेच मोठ्या आनंदात गेले. एक दिवस कृष्ण युधिष्ठिराकडे आला आणि त्याला म्हणाला, "इथं राहायला आल्यापासून मला बरेच दिवस झाले. आता मला माझ्या घरी द्वारकेला गेलं पाहिजे." हे ऐकून युधिष्ठिर दुःखी झाला. कृष्णाने त्याचे सांत्वन केले आणि तो म्हणाला, "मी कुठंही असलो, तरी नेहमी पांडवांच्या कल्याणाचाच विचार करीन. तुम्हांला माझी गरज पडेल, तेव्हा मी परत येईन. पण आता मला परत जाऊ द्या." त्याने पांडवांचा निरोप घेतला आणि तो द्वारकेला जायला निघाला. त्याचा रथ द्वारकेच्या दिशेने पुढे गेला, पण त्याचे मन पांडवांच्या आसपास रेंगाळत राहिले!

## अर्जुनाची तीर्थयात्रा

इंद्रप्रस्थात पांडव सुखी होते. कृष्ण द्वारकेला निघून गेल्यानंतर काही दिवसांनी नारदमुनी सहज म्हणून पांडवांना भेटायला आले. युधिष्ठिराने नारदमुनींना उचित अशा आदराने त्यांचे स्वागत केले. विश्वाचा निर्माता ब्रह्मा याचा नारद हा पुत्र. नारद हा थोर पुरुष होता. तो नारायणाचा भक्त होता. एकदा पांडव आणि नारद एकत्र बसले असताना राज्यकारभार कसा काय चालला आहे असा प्रश्न नारदांनी युधिष्ठिराला विचारला. नारदांनी त्याला अनेक बाबतींत मोलाचा सल्ला दिला. युधिष्ठिराने राणी द्रौपदी हिला बोलावले. तिने नारदमुनींना साष्टांग नमस्कार केला. नारदाने तिला आशीर्वाद दिल्यानंतर ती आपल्या महालात गेली. नारद पांडवांना म्हणाले, "ही द्रौपदी तुमच्या पाचजणांची पत्नी आहे. हिच्यामुळे तुमच्यात कलह होणार नाही, याची काळजी तुम्ही घेतली पाहिजे. सुंद आणि उपसुंद नावाचे दोन भाऊ होते. ते एकमेकांचे अगदी जिवलग

*शेवटी अर्जुनाचा नाइलाज झाला.*
*त्याने खोलीत जाऊन आपली शस्त्रे आणली.*

होते. ते एकदा तिलोत्तमा या सुंदर अप्सरेला भेटले. दोघंही तिच्या प्रेमात पडले. तिच्यावरून त्या दोघांत भांडण झालं आणि त्यांनी एकमेकांचा नाश केला. या गोष्टीपासून तुम्ही धडा घ्यावा, असं मला वाटतं. जोपर्यंत एकत्र आहात तोपर्यंत तुम्ही शक्तिमान आहात; पण जर तुम्ही विभागला गेलात, तर धृतराष्ट्राचे पुत्र तुमचा सहज पराभव करतील.'' नारद निघून जाण्यापूर्वीच पांडवांनी एक निर्णय घेतला. पाच भावांपैकी प्रत्येकाकडे द्रौपदीने एक वर्ष रहायचे. कुठल्याही भावाबरोबर ती एकांतात असताना अन्य भावाने जर त्या एकांताचा भंग केला, तर त्याबद्दलची शिक्षा म्हणून त्याने एक वर्ष वनवास स्वीकारावा. आपसात भांडण्याचा आता प्रसंगच येणार नाही, यामुळे ते अगदी सुखी होते.

एक दिवस अर्जुनाला भेटायला एक ब्राह्मण आला. एका चोराने त्याच्या गायी चोरून नेल्या होत्या. 'माझ्या गायी मला परत मिळवून दे,' अशी त्याने अर्जुनाला विनंती केली. ही गोष्ट करणे काही कठीण नव्हते आणि म्हणून अर्जुनाने त्याला होकार दिला. जिथे आपली शस्त्रे ठेवली होती, तिथे अर्जुन ताबडतोब गेला. त्या खोलीत युधिष्ठिर आणि द्रौपदी एकांतात होती. आता काय करावे, हे अर्जुनाला कळेना. अर्जुन त्या ब्राह्मणाला म्हणाला, ''तू काळजी करू नकोस. मी तुझ्या गायी तुला परत मिळवून देतो. तू खात्री बाळग. पण आता या क्षणी मी हे करू शकणार नाही, कारण माझ्या भावानं मला परवानगी दिल्याशिवाय मी त्याच्या खोलीत असलेली माझी शस्त्रं आणू शकणार नाही.'' पण तो ब्राह्मण काही केल्या ऐकेना. अर्जुनानं त्याची समजूत घालण्याचा खूप प्रयत्न केला. पण तो ब्राह्मण आपला हट्ट सोडेना. शेवटी अर्जुनाचा नाइलाज झाला. त्याने खोलीत जाऊन आपली शस्त्रे आणली आणि त्या चोरांचा पाठलाग करून त्या ब्राह्मणाला त्याच्या गायी मिळवून दिल्या. अर्जुनाच्या पराक्रमाचे कौतुक करीत आणि त्याला आशीर्वाद देत तो ब्राह्मण निघून गेला.

अर्जुन आपल्या भावाकडे गेला आणि ठरल्या शिक्षेप्रमाणे त्याने तीर्थयात्रेला जाण्यासाठी त्याची परवानगी मागितली. हे ऐकून युधिष्ठिराला वाईट वाटले. तो म्हणाला, ''अर्जुना, तू ही शिक्षा भोगण्याची आवश्यकता आहे, असं मला वाटत नाही. तू काही ही गोष्ट मुद्दाम केली नाहीस. प्रसंगच असा उद्‌भवला, की तुला हे करणं भाग पडलं. यात तुझी

काहीही चूक नाही.'' पण अर्जुन ऐकेना. तो म्हणाला, ''मला क्षमा करून माझं तीर्थयात्रेला जाणं टाळणं हे योग्य नव्हे. तुम्ही सन्मार्गानं जाणारे असल्यामुळे तुमचं प्रेम माझ्या शिक्षेआड आणू नये. तीर्थयात्रेला जाण्याची तुम्ही मला परवानगी द्यावी.'' युधिष्ठिराने नाइलाजाने परवानगी दिली. एका वर्षाच्या वनवासाला अर्जुन निघून गेला.

अर्जुनाचा प्रवास सुखाचा झाला. गंगानदीच्या तीरावर तो पोचला. स्नान करण्यासाठी तो नदीत उतरला. स्नान करून तो पाण्याबाहेर येत असताना एक अतिशय सुंदर स्त्री त्याला पाण्यात खेचून घेऊन गेली. पाण्याखाली तिचा राजवाडा होता. ती अर्जुनाला आपल्या राजवाड्यात घेऊन गेली. अर्जुन चकित झाला. तिच्या या विलक्षण वागण्याचे कारण त्याने विचारले. हसऱ्या डोळ्यांनी अर्जुन तिच्याकडे पाहत होता. ती लाजली आणि त्याला म्हणाली, ''नागलोकाच्या राजाची मी कन्या आहे. माझं नाव उलुपी. नदीच्या पाण्यात तू स्नान करताना मी तुला पाहिलं. मी तुझ्या प्रेमात पडले. माझ्या प्रेमाचा तू स्वीकार कर.'' अर्जुनाने आपण कोण आहोत ते आणि आपण वनवासात असल्याचे तिला सांगितले. तो म्हणाला, ''मी सर्व काही तुला सांगितलं आहे. आता तू मला परत जाऊ दे. एक वर्षाचा हा वनवास आहे. या काळात मला ब्रह्मचर्य पाळलं पाहिजे. तुझ्या मनासारखं वागण्याची माझी इच्छा असूनही ते मला शक्य नाही, हे तू समजून घे.'' उलुपी अर्जुनाला म्हणाली, ''तू काय म्हणतो आहेस ते मला समजलं, पण तुला तुझ्या वनवासाचा अर्थ कळलेला नाही. ब्रह्मचर्याची ही अट तुझी पत्नी द्रौपदी हिच्यापुरती मर्यादित आहे. दुसरी एखादी स्त्री तुझ्या प्रेमात पडली, तर तू तिचा स्वीकार करू शकतोस.'' असे म्हणून तिने लाजून अर्जुनाकडे पाहिले. तिच्या सौंदर्याने अर्जुन प्रसन्न झाला. एक रात्र तो सुखाने तिच्यासोबत राहिला. दुसऱ्या दिवशी तो पृथ्वीवर परतला. घडली गोष्ट त्याने गंगेच्या तीरावरच्या ऋषींना सांगितली आणि तो परतीच्या प्रवासाला निघाला.

अर्जुन हिमालयाच्या पर्वतराजींकडे आला. हिमालयाच्या आसपास असलेल्या पवित्र नद्यांचे त्याने दर्शन घेतले. त्यानंतर दक्षिणेकडे वळला. त्याने गोदावरी आणि कावेरी या नद्यांत स्नान केले. मग तो मनालूर नगरीत पोचला. चित्रसेन राजाची ती राजधानी होती. राजाला चित्रांगदा नावाची कन्या होती. अर्जुन तिच्या प्रेमात पडला. तिच्याशी

आपला विवाह करून देण्याची त्याने राजाला विनंती केली. राजा अर्जुनाला म्हणाला, "आमच्या घराण्यात गेल्या कित्येक पिढ्या एकच मुलगी जन्माला येते आहे. चित्रांगदा ही माझी एकुलती एक कन्या आहे. ती माझं सर्वस्व आहे. खूप प्रेमानं आणि काळजीपूर्वक मी तिला वाढवली आहे. तिचं मूल माझ्या सिंहासनाचं वारस ठरणार आहे. तिला होणारं मूल तू मला देऊन टाकण्याचं वचन देत असशील; तर मी तिच्याशी तुझा विवाह करून देईन." अर्जुनाने राजाची ही अट मान्य केली आणि चित्रांगदेशी लग्न केले. तिच्यासोबत तो तीन महिने राहिला. त्यानंतर तिचा निरोप घेऊन तो दक्षिण दिशेने आणखी पुढे गेला. भारतवर्षाच्या दक्षिण टोकाला असलेला समुद्र त्याने पाहिला. नंतर तो घराकडे उत्तर दिशेला वळला. पश्चिम किनाऱ्याच्या अंगाने त्याने प्रवास केला. पश्चिमेला भारतवर्षाला आलिंगन देणारा समुद्र त्याने पाहिला. आता त्याच्या प्रवासाचा शेवट होत आला होता.

## सुभद्रा

वृष्णी घराण्यातले पुत्र जेव्हा हस्तिनापुरात द्रोणाचार्यांकडे धनुर्विद्या शिकत होते, तेव्हा कृष्णाचा चुलत भाऊ गद याची अर्जुनाशी खूप मैत्री जुळली होती. आपली चुलत बहीण सुभद्रा हिच्याविषयी गदाने अर्जुनाला खूप काही सांगितले होते. सुभद्रेच्या सौंदर्याविषयी अर्जुनाने इतके काही ऐकले होते की, तो तिला न पाहताही तिच्या प्रेमात पडला होता. अर्जुनाला आता तिची आठवण झाली. सुभद्रा आपल्याला दिसावी, पण आपण कोण हे तिला कळू नये – अशी त्याची इच्छा होती. आपल्याला कोणीही ओळखू नये, याची काळजी अर्जुन घेत होता. सुभद्रा द्वारकेत आहे, हे अर्जुनाला ठाऊक होते. अर्जुनाने यतीचे सोंग घेतले. हातात त्रिशूळ, सर्वांगाला भस्म फासलेला, गळ्यात रुद्राक्षांची

माळ, केसांच्या जटा बांधलेला असा यतिवेषधारी अर्जुन द्वारकेच्या जवळ असलेल्या प्रभासतीर्थ या नगरीतल्या रस्त्यांवरून हिंडू लागला. रात्रीच्या वेळी तो एका विशाल वटवृक्षाखाली बसला आणि आपण ध्यानस्थ असल्याचे सोंग त्याने घेतले. त्याच्या मनात फक्त कृष्णाचाच विचार होता. कृष्ण आपल्या मदतीला यावा, अशी त्याची इच्छा होती. इतक्यात अचानक मुसळधार पाऊस कोसळू लागला. अर्जुन वटवृक्षाखाली तसाच बसलेला होता.

प्रभासतीर्थ नगरीत एक साधू आला असल्याची बातमी कृष्णाच्या कानी गेली होती. त्याच्या वर्णनावरून तो अर्जुनच असावा, हे कृष्णाने ओळखले. आपला अत्यंत प्रिय मित्र अर्जुन कोणत्या हेतूने आला असावा, हे कृष्णाने तत्काळ ओळखले. त्या रात्री कृष्ण त्याची आवडती पत्नी सत्यभामा हिच्या सोबत होता. अकस्मात कृष्ण इतक्या मोठ्याने हसू लागला की, त्याच्या डोळ्यांतून अश्रू ओघळू लागले. कृष्ण असा का हसतो आहे, हे सत्यभामेला जाणून घ्यायचे होते. तिने तसे विचारले. पण तिला काहीही उत्तर न देता कृष्ण तसाच मोठमोठ्याने हसू लागला. काही वेळाने कृष्णाने आपले डोळे पुसले आणि म्हणाला, “माझा आतेभाऊ अर्जुन काही महिन्यांपूर्वी इंद्रप्रस्थ नगरीहून प्रवासाला निघाला आहे. तो तीर्थयात्रा करतो आहे. त्याची ही तीर्थयात्रा आता जवळजवळ संपत आली आहे– फक्त चारच महिने बाकी उरले आहेत. आता तो आपल्या मनात माझी बहीण सुभद्रा हिची प्रतिमा घेऊन प्रभासतीर्थ नगरीला आला आहे. त्यानं यतीचा वेष धारण केला आहे. पाऊस असा मुसळधार कोसळत असताना वटवृक्षाखाली ध्यानस्थ बसलेला अर्जुन माझ्या डोळ्यांसमोर उभा राहिला आणि मला हसू आवरेना. मला असं वाटतं आहे, की त्याला भेटावं आणि द्वारकेला घेऊन यावं.”

कोसळत्या पावसात वटवृक्षाखाली अर्जुन ध्यानस्थ बसला होता, तिथे कृष्ण गेला. दोन मित्रांची अतिशय जिव्हाळ्याची अशी ती भेट होती. कृष्णाने त्याच्या भटकंतीची चौकशी केली. अर्जुनाने कृष्णाला सर्व काही सांगितले. कृष्णाने अस्फुट स्मित केले आणि तो म्हणाला, “या भटकंतीचा परिणाम अखेर ही भगवी वस्त्रं धारण करण्यात झाला आहे!” अर्जुन म्हणाला, “हे प्रभो, माझ्या मनात अगदी खोलवरसुद्धा काय आहे हे तू जाणतोस. मी हा यतिवेष का धारण केला आहे, हे

तुला ठाऊक आहे. सौंदर्यवती सुभद्रेला जिंकण्यासाठी तू मला मदत केली पाहिजेस.'' कृष्ण त्याला म्हणाला, ''माझी प्रिय बहीण माझ्या प्रिय मित्राची पत्नी होणं यासारखी आनंदाची दुसरी गोष्ट नाही.'' कृष्ण अर्जुनाला रैवतक पर्वतावर घेऊन गेला, त्याला काही काळ तिथे राहण्यास सांगून कृष्ण द्वारकेला गेला.

असेच काही दिवस गेले. रैवतक पर्वतावर भोजनाचा एक समारंभ झाला. वृष्णी घराण्यातली सर्व मंडळी काही काळ घालवण्यासाठी तिथे गेली होती. अर्जुन तिथे होता, पण तो कुणालाही दिसला नाही. मात्र तो सगळ्यांना न्याहाळत होता. इतक्यात त्याची नजर एका लावण्यवती स्त्रीवर पडली. तिच्या सोबत अनेक स्त्रिया होत्या. अर्जुनाने तिच्याकडे पाहिले आणि त्याच्या हृदयातल्या सर्व भावना त्याच्या डोळ्यांत उतरल्या. इतक्यात आपल्या शेजारी कोणीतरी आपल्याशी बोलत असल्याचे त्याला जाणवले. इतक्या सगळ्या गर्दीतून वाट काढून कृष्ण त्याच्या शेजारी येऊन उभा होता. कृष्ण अर्जुनाला म्हणाला,

"माझ्या मित्रा, तुझ्या डोळ्यांत जी भावना दिसते आहे, ती तुझ्या यतिवेषाला शोभणारी नाही." अर्जुन म्हणाला, "कृष्णा, कृपा करून मला चिडवू नकोस. कोण आहे ती? कोण आहे ती लावण्यवती?" कृष्ण म्हणाला, "ती माझी बहीण आहे. तुझ्या मनात ती भरली असेल, तर तसं मी माझ्या पित्याच्या कानावर घालतो." अर्जुन म्हणाला, "हे प्रभो, मी सगळं तुझ्यावर सोपवतो. तू मला मार्ग दाखव. तुझ्या बहिणीवर माझं प्रेम आहे. ती माझी कशी होईल, हे मला सांग. मला तिच्याशी लग्न करायचं आहे. हे शक्य होण्यासाठी तुझी मदत हवी." कृष्ण त्याच्याकडे पाहून हसला आणि म्हणाला, "अर्जुना, तुला हे ठाऊक आहेच, की विवाह अनेक प्रकारचे असतात. पण श्रेष्ठ विवाह तोच, जेव्हा पुरुष आणि स्त्री एकमेकांच्या प्रेमात पडून विवाह करतात. माझी बहीण जर तुझ्या प्रेमात पडली, तर तू खुशाल तिला इंद्रप्रस्थाला घेऊन जा आणि तिच्याशी लग्न कर. अशीच चाल क्षत्रियांत आहे. आता तू मंदिराच्या अंगणात जाऊन बस. तिथं तू ध्यानस्थ बसणं शोभून दिसेल. आता जिचं ध्यान तू करावंस, ती व्यक्ती तुझ्या मनात आहेच! सगळं काही ठीक होईल. अर्जुना, तू धीर सोडून नकोस!"

कृष्णाने सांगितल्याप्रमाणे अर्जुनाने केले. कृष्ण तिथून निघाला आणि वृष्णी वीरांमध्ये मिसळला. मंदिरातली पूजा संपली होती. सुभद्रा आणि तिच्या सख्या निघून गेल्या होत्या. बलराम, कृतवर्मा, सांब, शरण, प्रद्युम्न, गद आणि त्यांच्याबरोबरची इतर मंडळी देवळाला प्रदक्षिणा घालीत होती. देवळाच्या अंगणात असलेल्या एका झाडाखाली ध्यानस्थ बसलेला यतिवेषातला अर्जुन त्यांना दिसला. त्याच्या दर्शनाने बलराम भारावल्यागत झाला. खरे म्हणजे ध्यानस्थाचे सोंग वठवणारा अर्जुन अगदी अस्वस्थ झाला होता. ही मंडळी आपल्याला ओळखतील, अशी भीती त्याला वाटत होती! पण कोणीही त्याला ओळखले नव्हते. धीर सोडू नको, असे कृष्णाने त्याला बजावले होते. अर्जुनाने अतिशय सावधपणे पापणी किलकिली करून पाहिले. त्याच्यासमोर बलराम हात जोडून उभा असलेला त्याला दिसला. चमत्कार घडला होता. कोणीच त्याला ओळखले नव्हते! बलरामाने त्याला साष्टांग नमस्कार घातला. बलरामाने त्याला द्वारकेला येण्याचे निमंत्रण दिले. बलराम त्याला म्हणाला, "साधूमहाराज, तुमचा काय बेत आहे? तुम्ही कुठून आला आहात? आपलं वास्तव्य सुखाचं व्हावं, यासाठी आम्ही काय करू

शकतो?'' हे ऐकून अर्जुनाने सुटकेचा निःश्वास टाकला आणि तो म्हणाला, ''सगळ्या जगभर मी भ्रमंती करतो आहे. अनेक स्थळांचं दर्शन मी घेतलं आहे. कुठल्याही एका स्थळी तीन रात्रींहून अधिक काळ मी राहिलेलो नाही. पण आता जोराचा पावसाळा सुरू झाला आहे. काळ्या ढगांनी आकाश भरून गेलं आहे. आता पुढले चार महिने कुठंतरी घालवायला हवेत. रैवतक पर्वतावर राहणं सोयीचं आहे, असं मला वाटलं. तिथल्या शांततेत मला माझ्या ध्यानसाधनेवरच मन एकाग्र करता येईल.'' यतीच्या सुंदर वाणीने बलराम प्रभावित झाला. यतीला बरोबर घेऊनच द्वारकेला जायचे, असा त्याने निश्चय केला. या यतीचे वय तरुण असले, तरी त्याची बुद्धी शहाणपणाने परिपक्व आहे, असेच त्याला वाटले. असा हा यती चार महिने द्वारकेला राहणार हे द्वारकेचे भाग्यच आहे, असे तो आपल्या मनाशी म्हणाला.

त्याचवेळी कृष्ण तिथे आला. यतीला पूज्यभावनेने नमस्कार कर, असे बलरामाने कृष्णाला सांगितले. आपले मिस्कील स्मित ओठांत लपवीत कृष्णाने यतीला साष्टांग नमस्कार घातला आणि त्याने दिलेल्या पवित्र भस्माचा विनयपूर्वक स्वीकार केला. यतीची सर्व माहिती त्याने कृष्णाला सांगितली आणि 'या यतीनं आता पुढले चार महिने कुठं रहावं, असं तुला वाटतं?' असा प्रश्न त्याने कृष्णाला केला. कृष्ण म्हणाला, ''तू माझा वडीलभाऊ इथं हजर असताना या विषयावर मी काही बोलणं हे उद्धटपणाचं होईल.'' कृष्णाची ही नम्रता पाहून बलराम आनंदित झाला. बलराम म्हणाला, ''या यतीला राहण्यासाठी सुभद्रेच्या राजवाड्याशेजारी असलेल्या तिच्या बागा हेच योग्य स्थळ ठरेल. या थोर पुरुषाला काय हवं-नको ते पाहायला मी सुभद्रेला सांगेन.'' घरात पाहुणा म्हणून आलेल्या थोर पुरुषांची सेवा घरातल्या तरुण मुलीने करावी, अशी त्या काळी पद्धत होती. पाहुणे म्हणून घरी आलेल्या ऋषिमुनींची अशी सेवा केल्याने घरातल्या या तरुण मुलीला त्यांचा आशीर्वाद मिळून त्यांचे भविष्यकालीन जीवन सुखसौभाग्याचे जाईल, असा लोकांचा विश्वास होता. या पद्धतीनुसार सुभद्रेने यतीची सेवा करावी, असे बलरामाने सुचवले; तेव्हा कृष्णाला आनंद झाला. कृष्णाला नेमके हेच हवे होते! पण आपला आनंद जरासुद्धा प्रकट न करता कृष्ण म्हणाला, ''सुभद्रेच्या इतक्या जवळ या यतीनं राहावं, हे मला उचित वाटत नाही. या माणसाविषयी आपल्याला काहीच माहिती नाही.

त्याचं रूप अत्यंत देखणं आहे. त्याची वाणी प्रभाव टाकणारी आहे. सुभद्रेसारखी कुठलीही तरुण मुलगी भाळून जावी असं याचं व्यक्तिमत्त्व आहे आणि म्हणून सुभद्रेच्या घरानजीक त्याच्या मुक्कामाला माझा तीव्र विरोध आहे. पण तू शहाणा आणि दूरदृष्टीचा आहेस. तू हा निर्णय घेण्यापूर्वी या सगळ्याचा विचार केलेला असणारच!'' यतीच्या विरोधातले कृष्णाचे हे बोलणे ऐकून बलराम संतप्त झाला. तो कृष्णाला म्हणाला, ''या यतीच्या महात्म्याविषयी तुझं हे अज्ञान पाहून मला दुःख होत आहे. सगळ्या जगाची भ्रमंती त्यानं केली आहे. आपल्या इंद्रियांवर ताबा असलेला तो ब्रह्मचारी आहे. तू आता त्याच्याविषयी जे चुकीचं बोललास, त्याबद्दल तू त्याची क्षमा माग.''

सुभद्रेच्या घरी यतीला घेऊन जा, अशी आज्ञा बलरामाने कृष्णाला केली. यतीचे वास्तव्य सुखाचे व्हावे यासाठी सर्व व्यवस्था करण्याची जबाबदारी त्याने कृष्णावर सोपवली. सगळे काही कृष्णाच्या मनासारखे घडत होते. सुभद्रेच्या राजवाड्याच्या बागेत तो अर्जुनाला घेऊन गेला. अर्जुनाच्या हाताला धरून तो त्याला रुक्मिणी आणि सत्यभामा यांच्याकडे घेऊन गेला. तो खरा कोण आहे, हे त्याने त्यांना सांगितले. त्यांनी अर्जुनाचे स्वागत केले आणि त्या म्हणाल्या, ''वृष्णी कुटुंबाकडून आणि कृष्णाकडून आम्ही तुझ्याविषयी खूप ऐकलं आहे. तुला भेटावं अशी आमची अनेक दिवसांची इच्छा होती.'' त्यानंतर कृष्ण अर्जुनाला सुभद्रेकडे घेऊन गेला. बलरामाने दिलेल्या सर्व सूचना त्याने तिला सांगितल्या. अर्जुनाला सुभद्रेच्या हवाली करून कृष्ण निघून गेला. जाताना त्याने अर्जुनाकडे पाहिले आणि त्याला चिडवणारे मिस्कील स्मित केले!

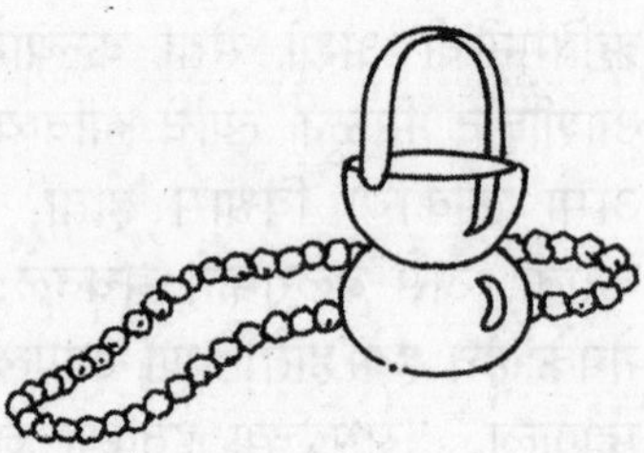

# सुभद्राहरण

सुभद्रेच्या बागेत अर्जुनाने सुखाचे अनेक दिवस घालवले. भावाच्या सूचना ती निष्ठापूर्वक पाळत होती. अर्जुनाला तिच्याविषयी वाटणारे प्रेम दिवसेंदिवस वाढत होते. यतिवेषधारी अर्जुनाच्या बाजूला बसून सुभद्रा त्याला काय हवे-नको ते पाहत असे. त्याचे जेवण ती स्वत: आणून वाढत असे. सारा वेळ अर्जुन सुस्कारे सोडीत तिच्याकडे पाहत राही. तो इतका अस्वस्थ का दिसतो आहे, हे तिला कळत नसे! मग ती तिथून निघून जाई. ती आपल्या मैत्रिणींबरोबर बागेत खेळत बसे.

द्वारका नगरीत आणि वृष्णींच्या कुटुंबात अर्जुन हे नाव घरोब्यातले होते. सौंदर्य आणि शौर्य यांचे तो जणू प्रतीकच होता. धनुर्विद्येच्या शाळेत विद्यार्थी आपसात बोलताना 'आपण अर्जुनासारखं व्हायला पाहिजे' असेच म्हणत असत. मुलांत भांडण झाले की म्हणत, ''मला चिडवू नको किंवा आव्हान देऊ नको. अर्जुनसुद्धा माझी बरोबरी करू शकणार नाही, तिथं तू कोण लागून गेलास?'' वडीलधारी माणसे 'तू अर्जुनासारखा शूर योद्धा हो' असा आशीर्वाद मुलांना देत. आई होणाऱ्या स्त्रीला 'तुला अर्जुनासारखा पुत्र होवो' असा आशीर्वाद मिळत असे. अर्जुनाने भारलेल्या अशा वातावरणात सुभद्रेचे मन अर्जुनाकडे वळू लागले होते. तिचा भाऊ कृष्णही अर्जुनाच्या सौंदर्याचा आणि सद्‌गुणांचा वारंवार उल्लेख करीत असे. गदानेही तिला अर्जुनाविषयी खूप काही सांगितले होते. ज्या अर्जुनाला तिने कधीच पाहिले नव्हते, त्याच्या प्रेमात ती पडली होती. इंद्रप्रस्थहून कोणी आले की, ती त्याला अर्जुनाची माहिती विचारीत असे.

सुभद्रेच्या बागेत अर्जुन सुखाने राहत होता. या यतीच्या वागण्याचे कोडे सुभद्रेला पडत असे. सारा वेळ तो आपल्याकडे रोखून पाहत असल्याचे तिला कळत असे. एकदा तिला असे जाणवले की, हा यती अर्जुनासारखा दिसतो. तिने ऐकलेले अर्जुनाचे वर्णन या यतीला शोभून दिसत असे. पण हा यती अर्जुन कसा असेल? अर्जुन काही संन्यासी नव्हता! असाही विचार तिच्या मनात येत असे. ही गोष्ट त्यालाच

आपण विचारावी, असा विचार सुभद्रेने केला.

एक दिवस सुभद्रा अर्जुनाला म्हणाली, "आपण सगळ्या भारतवर्षाचा प्रवास केला आहे. आपण कोणकोणत्या सुंदर स्थळांना भेटी दिल्या आहेत ते मला सांगा." अर्जुन हे ऐकून खूष झाला. त्याला अशी संधी हवीच होती! मग वेगवेगळ्या सुंदर स्थळांची वर्णने आपल्या मधुर वाणीने सुभद्रेला सांगणे हा अर्जुनाचा रोजचा कार्यक्रमच होऊन गेला. गोड आवाजातली ही वर्णने ऐकत सुभद्रा तासन्तास अर्जुनाच्या सहवासात राहत असे. एकदा अशीच अर्जुनाच्या सहवासात असताना सुभद्रेने इंद्रप्रस्थाचा विषय काढला. ती म्हणाली, "आपल्या भटकंतीत आपण इंद्रप्रस्थाला भेट दिलेली असणारच. माझी आत्या कुंतीदेवी तिथं राहाते. आमचा आतेभाऊ युधिष्ठिर यालाही आपण पाहिलेलं असणार. पांडव आमचे आतेभाऊ आहेत." आपण या सर्वांना भेटलो असल्याचे यतीने सांगितले. सुभद्रा म्हणाली, "अर्जुन सध्या इंद्रप्रस्था बाहेर गेल्याचं मी ऐकलं आहे. तोही आपल्यासारखाच वेगवेगळ्या स्थळांना भेटी देत जगभर हिंडत असणार! भटकंतीत आपण त्याला कधी भेटला आहात काय?" ही चांगलीच संधी मिळाली, असे अर्जुनाला वाटले. तो म्हणाला, "होय, मी त्याला भेटलो आहे. अगदी या क्षणीदेखील तो कुठं आहे ते मला ठाऊक आहे." सुभद्रेने उत्तेजित होऊन विचारले, "कुठं आहे तो या क्षणी?" अर्जुन म्हणाला, "मी सांगतो तुला. या जगातल्या एका अत्यंत सुंदर स्त्रीच्या प्रेमात अर्जुन पडला आहे. तिची प्राप्ती व्हावी, म्हणून त्यानं यतिवेष धारण केला आहे. तो या क्षणी तुझ्या समोरच आहे. तू त्याला अजून ओळखलं नाहीस, हे कसं काय?" हे ऐकून सुभद्रेचा चेहरा लाजेने लाल झाला. तिला अर्जुनाकडे पाहायचा धीर होईना. आपली नजर भुईवर खिळवून ती उभी राहिली. "मी तुझ्यावर प्रेम करतो. मी तुझ्याशिवाय जगू शकणार नाही," असे तो तिला म्हणाला. अर्जुनाचे बोलणे ती एक शब्दही न बोलता ऐकत होती. नंतर ती आपल्या महालात निघून गेली.

सुभद्रा आजारी झाली, अर्जुनावरच्या प्रेमाने आजारी झाली. या परिस्थितीची कृष्णाला पूर्ण कल्पना होती. हे दोघे तरुण प्रेमी काही काळ एकमेकांना न भेटणे हेच योग्य, असे त्याला वाटले. आपली पत्नी रुक्मिणी हिला त्याने यतीची सेवा करण्यासाठी पाठवले. तिला अर्जुनाच्या

चेहऱ्यावरची निराशा पहावेना. रुक्मिणी त्याला म्हणाली, ''माझ्या येण्यामुळे तुला आनंद झालेला नाही, हे मला कळतं आहे.'' रुक्मिणी त्याच्याकडे पाहून मिस्कीलपणे हसली. अर्जुन अगदी बावरल्यागत दिसत होता. सुभद्रा आजारी पडली असून कुठलाही वैद्य तिला बरी करू शकत नसल्याचे तिने त्याला सांगितले.

देवकी आणि इतर सर्वांना सुभद्रेच्या आजाराची काळजी वाटू लागली. देवकी बलराम आणि कृष्ण यांच्याकडे गेली आणि तिने त्यांना सुभद्रेच्या आजाराविषयी सांगितले. जवळच असलेल्या एका बेटावर सर्वांनी जावे आणि तिथे रुद्राची पूजा करावी, असे कृष्णाने सुचवले. त्यानंतर सर्व परिस्थिती सुधारेल, असे कृष्ण म्हणाला. बलरामाला ही योजना आवडली. सुभद्रेला एकटी सोडून ते सर्वजण त्या बेटावर रुद्रपूजा करण्यासाठी गेले. त्यानंतर कृष्ण सुभद्रेकडे आला आणि तिला म्हणाला, ''सुभद्रे, मी काय सांगतो ते काळजीपूर्वक ऐक. आम्ही सगळे पंधरा दिवस बाहेरगावी जाणार आहोत. तू इथं राहाणार आहेस. आता मी या यतीशी बोलून घेतो. आजपासून बारा दिवसांनी लग्नाचा शुभमुहूर्त आहे. तो तुमच्या लग्नाचा मुहूर्त असेल.'' असे बोलून कृष्ण इतरांबरोबर निघून गेला.

बारा दिवसांनंतर अर्जुन सुभद्रेला म्हणाला, ''आजचा दिवस हा मी माझ्या हृदयात जपलेली इच्छा पूर्ण करण्याचा दिवस आहे, हे तुझा भाऊ कृष्ण यानं तुला सांगितलंच असेल. मी तुझ्यावर प्रेम करतो, हे तुला ठाऊक आहे. तुझा आणि आजच्या या दिवसाचा विचार करीत मी कित्येक रात्री जागून काढल्या आहेत! आपण क्षत्रिय आहोत. क्षत्रियांना गांधर्व विवाह मान्य आहे. आता तू या विवाहाला तुझी संमती दे.'' सुभद्रा शांत उभी होती. तिच्या गालावरून अश्रू ओघळत होते. अर्जुनाने तिचे सांत्वन केले. तो तिला म्हणाला, ''भिऊ नकोस, अस्वस्थ होऊ नकोस! मी तुला इंद्रप्रस्थाला घेऊन जातो. आपल्याला जाण्यासाठी वेगवान अश्वांचा रथ तयार ठेव, रथात सर्व शस्त्रंही हवीत.'' असे अर्जुनाने सुभद्रेला सांगितले. अर्जुनाने सांगितल्याप्रमाणे सुभद्रेने केले. तो रथ कृष्णाचा होता. अर्जुनाला मदत व्हावी म्हणून कृष्ण आपला रथ मागे ठेवून गेला होता. सैब्य, सुग्रीव, बलाहक आणि मेघपुष्प हे कृष्णाचे आवडते चार घोडे या रथाला जोडलेले होते. सर्व तयारी झाली आहे, असे सुभद्रेने अर्जुनाला सांगितले.

सुभद्रेला उत्तम रथ चालवता येतो, हे अर्जुनाला ठाऊक होते. 'घोड्यांचे लगाम तू आपल्या हातात घे,' असे त्याने सुभद्रेला सांगितले. आपला यतिवेष टाकून देऊन अर्जुनाने राजपुत्राचा देखणा वेष धारण केला. ते दोघे प्रेमिक निघायला तयार झाले. सुभद्रेने हातात चाबूक घेतला आणि रथ हाकायला सुरुवात केली. रथ इंद्रप्रस्थाच्या दिशेने धावू लागला.

# अर्जुन इंद्रप्रस्थात

सुभद्रेला कोणीतरी क्षत्रिय रथातून पळवून नेतो आहे, ही गोष्ट द्वारका नगरीच्या रक्षक सैनिकांच्या ध्यानात आली. त्यांनी त्या रथाचा पाठलाग सुरू केला. पण नगराच्या सीमा ओलांडून रथ खूपच पुढे गेला असल्यामुळे त्यांचा नाइलाज झाला. रथातल्या अर्जुनाला काही लोकांनी ओळखले आणि वृष्णी कुटुंबाला निरोप पाठवून द्वारकेवर ओढवलेल्या संकटाची कल्पना दिली. हे वृत्त कळताच बलरामाच्या नेतृत्वाखाली अनेकजण नगरात एकत्र आले. अर्जुनासारख्या दिसणाऱ्या कोणीतरी सुभद्रेला पळवून नेल्याचे त्यांना सांगण्यात आले. हे ऐकून बलराम संतप्त झाला. काहीही न बोलता उभ्या असलेल्या कृष्णाकडे त्याने पाहिले. तो कृष्णाला म्हणाला, "तू काहीच बोलत नाहीस. हे तुझंच काम असणार. तू हे का होऊ दिलंस?" "मी हे होऊ दिलं?" डोळ्यांत आश्चर्याची भावना आणून कृष्णाने प्रश्न विचारला. कृष्ण पुढे म्हणाला, "वास्तविक हे असं होण्याची शक्यता आहे याची सूचना मी तुला आधीच दिली होती. कदाचित हे तुला आठवत नसेल! या दोघांना एकत्र आणणं धोक्याचं आहे, हे मी तुला सुरुवातीलाच सांगितलं होतं. दोघंही तरुण आणि सुंदर आहेत. असं काहीतरी होणार, याचा अंदाज मला होताच. पण त्या यतीविरुद्ध बोललेला एक शब्दही ऐकायला तू तयार नव्हतास! आता काय घडलं आहे ते तूच पाहा. मी खरं बोलायला तुझी हरकत नसली, तर मी स्पष्टच सांगतो, की हे जे काही घडलं आहे, त्याला तूच जबाबदार आहेस!" बलराम म्हणाला, "कृष्णा, मी तुला पुरता जाणून आहे. यात तुझा हात असलाच पाहिजे. अजूनही वेळ गेलेली नाही. आपण अर्जुनाचा पाठलाग करू या! मी त्याचा आणि इंद्रप्रस्थ नगरीचा नाश करून टाकीन. मी सगळ्या पांडवांना ठार करीन." हे बोलत असताना त्याचे डोळे आग ओकत होते. मृत्यूचा देव यमासारखा बलराम दिसत होता.

कृष्ण त्याच्याजवळ गेला. लहान मुलाची समजूत घालावी, तसे तो

बलरामाचे सांत्वन करू लागला. तो बलरामाला म्हणाला, "माझ्या प्रिय बंधू, तू रागावू नकोस! तू जर पांडवांचा नाश करण्याचा निश्चय केलास, तर त्यांना कोणीही वाचवू शकत नाही. वणव्यातल्या कापसासारखे ते जळून जातील. तू इतकं संतप्त होणं योग्य नव्हे. जे काही घडलं आहे, त्यावर आता आपण विचार करू या! आपली सुभद्रा तिच्या इच्छेनंच अर्जुनाबरोबर निघून गेली आहे, माझा रथ स्वत: चालवत ती घेऊन गेली, यावरून हे सिद्ध होतं. आपला पती म्हणून तिनं अर्जुनाचा स्वीकार केला आहे हे निश्चित. तो यती म्हणजे अर्जुनच आहे, दुसरा कोणीही नाही. आपल्या बहिणीला अर्जुनाहून चांगला पती आपण मिळवू शकू काय? हा आपल्या कुटुंबाचा अपमान मुळीच नव्हे. तो आपल्या आत्याच्या घराण्यातला आहे. तो थोर कुरू वंशातला आहे. शौर्याच्या बाबतीत त्याची कुणाशीही तुलना होऊ शकत नाही. आपण त्याच्याशी चांगले संबंध जुळवून घेऊ या! इथं लढाई टाळणं हे लाजिरवाणं नसून प्रशंसनीय आहे. आपण त्याच्या पाठोपाठ जाऊ आणि आपण त्याच्यावर रागावलेलो नाही, हे त्याला दाखवून देऊ."

कृष्णाचा युक्तिवाद ऐकून बलरामाची समजूत पटली. ते दोघे मग अर्जुनाच्या पाठोपाठ निघाले. पण तो खूपच दूर निघून गेला असल्यामुळे त्यांना द्वारकेला परत यावे लागले. अर्जुन इंद्रप्रस्थाला पोहोचेपर्यंत त्यांनी थांबायचे ठरवले. त्यानंतर इंद्रप्रस्थाला जाऊन त्यांनी अर्जुन आणि सुभद्रा यांचे विधिवत लग्न करून द्यायचे ठरवले. इंद्रप्रस्थाला जाण्याची त्यांनी तयारी केली.

एव्हाना अर्जुन इंद्रप्रस्थ नगरीच्या वेशीपाशी पोचला होता. द्वारकेला आपण केलेल्या या प्रेमप्रकरणाचे वृत्त जर द्रौपदीला कळले; तर ती संतापेल, हे अर्जुनाला ठाऊक होते. तो सुभद्रेला म्हणाला, "द्रौपदी स्वभावानं अतिशय रागीट आहे. मी तुझ्याशी लग्न केलं आहे, हे तिला कळलं; तर ती संतापेल आणि म्हणून तिला हे कळण्याआधी तू तिचं मन जिंकून घेतलं पाहिजेस. मग त्यानंतर तिला आपल्या लग्नाचं कळलं, तर हरकत नाही आणि म्हणून तू गवळणीचा वेष धारण कर. तो वेष तुला खुलून दिसतो. या वेषात तू द्रौपदीला भेट आणि तिला सांग की, तू कृष्णाची बहीण सुभद्रा आहेस. ती तुझ्यावर प्रसन्न होईल. त्यानंतर मी येईन." अर्जुन आणि सुभद्रा इंद्रप्रस्थ नगरीत पोचले.

गवळणीच्या वेषात अतिशय सुंदर दिसणारी सुभद्रा द्रौपदीला भेटली

आणि आपण कृष्णाची बहीण असल्याचे तिने तिला सांगितले. द्रौपदीने तिचे जिव्हाळ्याने स्वागत केले. मधुर वाणीने द्रौपदीने तिला आशीर्वाद दिला, "तू शूर पुरुषाची पत्नी होशील. तू वीरपुत्रांची माता होशील." त्या दोघींनी कितीतरी वेळ गोष्टी केल्या. कृष्ण आणि द्वारका यांच्याविषयी त्या खूप काही जिव्हाळ्याने बोलल्या. दोघींचा वेळ अगदी आनंदात चालला होता. त्याच वेळी इंद्रप्रस्थ नगरीतले लोक रस्त्यांवर एकमेकांना सांगत होते की, अर्जुन परत आला आहे. अर्जुन राजवाड्यात पोचला. युधिष्ठिर आणि भीम यांना त्याने साष्टांग नमस्कार केला. नकुल आणि सहदेव यांना त्याने दृढ आलिंगन दिले. त्याने त्या सर्वांना आपल्या भटकंतीविषयी आणि द्वारकेत असताना आपण सुभद्रेशी केलेल्या लग्नाविषयी सांगितले. मग तो द्रौपदीकडे गेला. ती त्याच्याकडे पाहून मिस्कीलपणे हसली आणि म्हणाली, "तू काळजी करू नकोस. या गवळणीला मी भेटले आहे. ती अतिशय सुंदर आहे." मग द्रौपदीने लाजऱ्या सुभद्रेला आलिंगन दिले आणि ती म्हणाली, "तुझ्यासारख्या सुंदर स्त्रीचा मोह कोण आवरू शकेल? काही क्षणांतच तू माझं हृदय जिंकलं आहेस. तुझ्या या सौंदर्यासमोर स्वत:चा बचाव करणं बिचाऱ्या अर्जुनाला अशक्यच होतं."

काही दिवसांनी सुभद्रेसाठी लग्नातला अहेर म्हणून मूल्यवान वस्तू, दागिने, रत्ने घेऊन वृष्णी कुटुंबातले लोक इंद्रप्रस्थाला आले. अर्जुन आणि सुभद्रा यांचा विवाह साजरा करण्यासाठी ते आले होते. लग्नसोहळा पार पडल्यानंतर काही दिवस ते इंद्रप्रस्थातच राहिले. काही दिवसांनी ते आणि बलराम द्वारकेला आले. कृष्ण त्यांच्यासोबत द्वारकेला गेला नाही, तो पांडवांबरोबर राहिला.

# भुकेला ब्राह्मण

उन्हाळा आला होता. हवेतला उष्मा सोसवत नव्हता. एक दिवस सूर्योदय होण्यापूर्वी अर्जुन कृष्णाकडे गेला आणि त्याला म्हणाला, "कृष्णा, उकडा अगदी असह्य आहे. आपण यमुनेच्या तीरावर जाऊ या. तो अगदी जवळ आहे. दिवसभर आपण तिथं राहू आणि संध्याकाळी परत येऊ.'' कृष्णाला ही कल्पना आवडली. त्याने उत्साहाने या सूचनेचे स्वागत केले. त्यांनी युधिष्ठिराची संमती घेतली आणि यमुनेच्या तीरावर जाण्यासाठी ते सर्वजण निघाले. तिथे दाट अरण्य होते. त्याचे नाव होते खांडववन. तिथे झाडांची गर्दी इतकी दाट होती की, सूर्याचे किरणही पलीकडे पोहोचू शकत नसत. विविध पशूंनी ते अरण्य भरलेले होते. सर्पांचा राजा तक्षक याचे ते घर होते. भय वाटावे असे ते अरण्य होते. अर्जुन आणि कृष्ण या दोघा मित्रांना त्या अरण्याचे विलक्षण आकर्षण होते.

त्यांनी यमुनेच्या तीरावर मुक्काम केला. त्या थंडगार हवेत यमुनेच्या तीरावर फिरण्याचा आनंद विलक्षण होता. कृष्णाला यमुना नदीचे विशेष प्रेम होते. त्याच्या बाळपणीच्या दिवसांशी यमुना नदी एकरूप झालेली होती. गोकुळाचा राजा नंद याचे घर त्याच्या स्मरणात होते. गोकुळातली त्याची आई यशोदा आणि तिचे त्याला लाभलेले प्रेम यांची त्याला आठवण झाली. राधा आणि तिला भेटण्याची जागा यांचीही त्याला आठवण झाली. जुईच्या वेलींनी ती जागा झाकलेली होती. वाऱ्याच्या झुळकेबरोबर आताही जणू तो जुईफुलांचा सुगंध कृष्णाला जाणवला! कृष्णाने दीर्घ सुस्कारा सोडला. त्या दिवसांच्या अनेक आठवणी त्याने अर्जुनाला सांगितल्या. तो आणि त्याचा भाऊ बलराम यांना मथुरेला नेण्यासाठी अक्रूर गोकुळात आला ती वेदनामय आठवण कृष्णाला झाली. दु:खी हृदयाने त्याने गोकुळवासीजनांचा घेतलेला निरोप त्याला आठवला. काही वर्षे निघून गेली. रुक्मिणी आणि सत्यभामा या दोघी आता कृष्णाच्या पत्नी होत्या. त्या त्याला

अतिशय प्रिय होत्या. पण त्याच्या सर्व हृदयाचा ताबा घेतला होता राधेने. अनेक वर्षे निघून गेली होती, पण काळाने वेदनेची धार जराही कमी केली नव्हती. अजूनही कृष्णाला राधेविषयी वाटणारे प्रेम अगदी तसेच होते. ध्रुवाभोवती सप्तर्षी मंडलाकार फिरतात, तसे कृष्णाचे विचार राधेभोवती फिरत असत. त्याच्या हृदयात तिचे स्थान ध्रुवताऱ्यासारखे अढळ होते. आता तो तिला कधीच भेटणार नाही, हे त्याला ठाऊक होते. आता हे जग सोडून गेल्यावर परलोकातच तिची भेट होणार! पण ती नजिकच्या भविष्याची गोष्ट नव्हे. ती भेट होण्यापूर्वी या जगात अनेक गोष्टी घडायच्या होत्या. ही आत्म्याची ओढ होती, देवाविषयी वाटणारी! राधेविषयीची ही तीव्र ओढ, तापलेल्या भाळावरचा तिच्या हातांचा स्पर्श या सगळ्या आठवणींनी कृष्णाचे हृदय भरून आले. कृष्णाने सुस्कारा टाकला आणि पूर्वीच्या काळातल्या हृदयाला बिलगलेल्या या सर्व आठवणी दूर केल्या.

माध्यान्हीची वेळ होती. सूर्य आकाशाच्या मध्यावर आला होता. त्या सर्वांनी आपले दुपारचे भोजन उरकले होते. कृष्ण आणि अर्जुन नदीच्या तीरावर फेरफटका मारायला निघाले होते. बाकीची मंडळी तंबूत विसावा घेत होती. नदीतीरावरचे अरण्य पाहून कृष्ण आणि अर्जुन दोघेही थरारून गेले. रानाच्या कडेला एका मोठ्या वृक्षाच्या बुंध्यावर दोघेही बसले. इतक्यात एक ब्राह्मण तिथे आला. वितळलेल्या सोन्यासारखे त्याचे शरीर झळाळत होते. त्याची दाढी लाल होती, त्याचे डोळे लाल होते. नुकत्या उगवलेल्या सूर्यासारखा त्याचाही रंग लाल होता. कृष्ण आणि अर्जुन यांनी उठून त्याचे स्वागत केले. तो ब्राह्मण म्हणाला, "मला भूक लागली आहे, प्रचंड भूक! तुम्ही दोघांनी माझी भूक शांत केली पाहिजे." कृष्ण आणि अर्जुन त्याला म्हणाले, "तुला खाण्यासाठी काय हवं, ते तू सांग. आम्ही ते तयार करून देऊ." तो ब्राह्मण म्हणाला, "सर्वसामान्य लोकांचं जेवण मला चालणार नाही. मी अग्नी आहे. तुम्ही इथं येण्याची मी बराच काळ वाट पाहातो आहे. मला तुमची माहिती कळली आहे. माझं स्वप्न पुरं करायला तुम्हीच मला मदत करू शकाल, हे मला ठाऊक आहे. मी पुन:पुन्हा हे प्रचंड खांडववन नष्ट करण्याचा प्रयत्न करतो आहे. पण मी अजून तसं करू शकलेलो नाही. इंद्रदेव आणि सर्पांचा राजा तक्षक हे मित्र आहेत. हे खांडववन तक्षकाचं घर आहे. मी जेव्हा जेव्हा हे वन जाळण्याचा

प्रयत्न करतो, तेव्हा इंद्र स्वर्गातून पावसाच्या प्रचंड सरी पाठवून ती आग विझवतो. तुम्ही दोघंही धनुर्विद्येत प्रवीण आहात आणि तुमच्याकडे दिव्य अस्त्रंही आहेत. तुम्ही जर तुमच्या बाणांनी या पावसाला झाकून टाकलं, तर माझ्या हृदयात मी बाळगलेली इच्छा मला तृप्त करता येईल. तुम्ही हा वर मला द्यावा, अशी माझी विनंती आहे.''

ही विलक्षण विनंती ऐकून कृष्ण आणि अर्जुन दोघेही थक्क झाले. अर्जुन त्याला म्हणाला, ''कृष्णाकडे आणि माझ्याकडे दिव्य अस्त्रं आहेत, असं तू म्हणालास ते बरोबर आहे. इंद्रानं पाठवलेला पाऊस आम्ही सहजपणे झाकून दूर करू शकतो. पण अस्त्रांना पेलू शकेल असं शक्तिमान धनुष्य माझ्याकडे नाही. तसं धनुष्य मला मिळालं पाहिजे. मला बाणांनी भरलेला भाताही हवा. माझा रथही या कामासाठी पुरेशा ताकदीचा नाही. इंद्राबरोबरच्या या लढाईसाठी माझे घोडेही जगात सर्वांत शक्तिमान असेच हवेत. या सर्व गोष्टी तू मला मिळवून दिल्यास, तर मी तुला मदत करीन. कृष्णाला याची जरुरी नाही. जगातली सर्व शस्त्रं आणि अस्त्रं एकत्र आणली, तरी त्यांच्याहून तो अधिक शक्तिमान आहे.''

अग्नीला या सर्व गोष्टी पटल्या. त्याने महासागरांचा राजा वरुण याला आवाहन केले. अग्नी म्हणाला, ''वरुणा, तुझ्याकडे सोमानं दिलेलं दिव्य धनुष्य आणि कधीही रिकामे न होणारे बाणांचे दोन भाते आहेत. कृपा करून तू ते अर्जुनाला दे. वेगवान घोड्यांचा रथ त्याला दे. आज अर्जुन कृष्णाच्या मदतीनं एक महान कार्य करणार आहे. कृपा करून या गोष्टी तू अर्जुनाला दे.'' वरुण म्हणाला, ''या गोष्टी मी त्याला आधीच दिल्या आहेत.'' वरुण अर्जुनासाठी जगात सर्वश्रेष्ठ असे गांडीव धनुष्य घेऊन आला. त्यासोबत त्याने कधीही न संपणारे बाणांचे दोन भातेही आणले. ज्याच्याजवळ गांडीव धनुष्य आहे त्या योद्ध्याचा युद्धात कधीही पराभव होणे शक्य नाही, अशी अद्भुत शक्ती असलेले ते धनुष्य होते. अर्जुनासाठी एक रथही आणला गेला. या रथाच्या ध्वजावर वानराची प्रतिमा होती, रथाला चार अश्व जोडलेले होते, हे अश्व पांढरेशुभ्र होते. वाऱ्यापेक्षाच काय, मनापेक्षाही त्यांची गती अधिक होती. या रथात बसून देवांनी युद्धात असुरांचा पराभव केला होता. सूर्याच्या किरणांनी तळपणाऱ्या ढगासारखा तो रथ तळपत होता. त्या रथाचा आवाज ऐकून अर्जुनाचे हृदय थरारून गेले.

कृतज्ञता आणि आनंद अर्जुनाच्या हृदयात मावेना. हे सर्व साहित्य ज्यांनी दिले त्या देवांविषयी हृदयात नम्रता धारण करून अर्जुनाने रथाभोवती प्रदक्षिणा घातली. गांडीव धनुष्याला प्रणाम करून त्याने ते हातात घेतले. त्या धनुष्याचा टणत्कार भीती निर्माण करणारा होता. आजवर कशानेही अर्जुनाचे हृदय इतके थरारून गेले नव्हते. अग्नीने कृष्णाला चक्र दिले. अग्नी कृष्णाला म्हणाला, "हे चक्र तुझ्याजवळ असताना कोणीही तुझा पराभव करू शकणार नाही, कुठलाही देव तुझं आव्हान स्वीकारू शकणार नाही. या चक्राचं नाव सुदर्शन आहे. खरं म्हणजे हे तुझंच आहे. पुरातन काळी या चक्रानंच तू दैत्यांचा नायनाट केला होतास. फार वर्षांनंतर हे चक्र पुन्हा तुझ्या हाती येत आहे." यानंतर कौमोदकी नावाची गदा अग्नीने कृष्णाला दिली. कृष्ण आणि अर्जुन ही सर्व शस्त्रास्त्रे मिळाल्यामुळे आनंदित झाले. रथारूढ होऊन ते अग्नीला म्हणाले, "या शस्त्रास्त्रांनी आम्ही सज्ज झालो आहोत. आता कोणीही आमचा पराभव करू शकणार नाही. आता तुला इंद्राचं भय वाटण्याचं कारण आहे काय?" हे ऐकून अग्नी कल्पनातीत आनंदित झाला. ज्वालांचे रूप घेऊन त्याने खांडववन जाळायला सुरुवात केली. खांडववन चहूबाहूंनी ज्वाळांनी वेढले गेले.

## खांडववनाचे दहन

खांडववन जळत असल्याचा आवाज खूप दूरपर्यंत ऐकू येत होता. जळत्या खांडववनातून कोणीही बाहेर पडू नये म्हणून कृष्ण आणि अर्जुन वनाभोवती फिरून पहारा देत होते. एखाद्या पक्ष्यानेही जरी बाहेर पडण्याचा प्रयत्न केला, तर तो अर्जुनाचा बाण लागून धगधगत्या ज्वाळांत पडत असे. आता कोणीही विझवू शकणार नाही इतका अग्नी पेटला होता. खांडववन अग्नीने गिळंकृत केल्याची वार्ता इंद्रापर्यंत

पोचली. सर्व देव इंद्राकडे गेले आणि त्यांनी त्याला ही आग विझवण्याची विनंती केली. आपल्याला आणि आपण पाठवलेल्या काळ्या पावसाळी ढगांना न जुमानण्याचे धैर्य अग्नीने दाखवले, यावर इंद्राचा विश्वास बसेना! हे झाले कसे हे त्याला पहायचे होते.

आपला पुत्र अर्जुन आणि कृष्ण खांडववन जाळण्यासाठी अग्नीला मदत करीत आहेत, हे स्वर्गातून इंद्राने पाहिले. खांडववनाचा नाश होऊ द्यायचा नाही, असे त्याने ठरवले. पावसाच्या काळ्या ढगांनी सगळे आभाळ भरून गेले. पाऊस कोसळू लागला. सर्व जगाचा घास घेण्याइतका अग्नी पेटला होता. सर्व जग बुडवून टाकण्याइतका पाऊस कोसळत होता. त्यांच्यापैकी कोणीही एकजण या जगाचा नाश करायला समर्थ होता. पण ते एकमेकांविरुद्ध लढत होते. त्यामुळे हे जग वाचण्याची शक्यता होती. आपण पाठवलेल्या ढगांना अग्नी जुमानत नाही हे पाहून इंद्र संतप्त झाला. पुष्कल आणि आवर्तक या आपल्या आवडत्या मेघांना त्याने बोलावून घेतले. आता पावसाने अगदी वेगळे रूप धारण केले. पाण्याच्या प्रचंड भिंती आकाशातून पृथ्वीवर कोसळू लागल्या. पण अर्जुन जराही भ्याला नाही. खांडववनाला चहूबाजूंनी झाकून टाकणारे बाणांचे कांबळे त्याने पसरले. पावसाचा एक थेंबही आता रानापर्यंत पोचेना.

खांडववन ज्याचे घर होते तो सर्पांचा राजा तक्षक आग लागली तेव्हा तिथे नव्हता, तो बाहेर गेला होता. त्याचा पुत्र अश्वसेन या आगीत सापडला. त्याने आणि त्याच्या आईने वनाबाहेर पडण्याचा प्रयत्न केला. पण अर्जुनाच्या बाणांनी तो प्रयत्न सफल होऊ दिला नाही. तेव्हा अश्वसेनाची आई त्याला म्हणाली, ''माझ्या पुत्रा, तू बाहेर पडण्याचा प्रयत्न कर आणि सुटका करून घे. मी अर्जुनाचं लक्ष माझ्याकडे वेधून घेईन आणि ही संधी साधून तू या आगीबाहेर पड.'' आईची आज्ञा पाळणे पुत्राला भाग होते. तिने आकाशात उड्डाण केले. अर्जुनाने तिला पाहिले आणि एक बाण सोडून तिला ठार केले. हे सर्व होताना इंद्राने पाहिले, पाण्याचा महामेघ अग्नीवर पाठवला आणि अश्वसेनाला सुटकेची संधी प्राप्त करून दिली. हे पाहून अर्जुन संतप्त झाला आणि त्याने इंद्रावर हल्ला केला. इंद्राने त्याच्याकडची दिव्य अस्त्रे अर्जुनावर सोडली. इंद्राने वायव्यास्त्र सोडले. प्रचंड वारा वाहू लागला आणि आग विझवू लागला. हे अस्त्र कसे निष्प्रभ करायचे ते

अर्जुनाला ठाऊक होते. कृष्ण आणि अर्जुन हे दोघेही आता इंद्रावर चिडले होते. युद्धाने आता भयानक रूप घेतले होते. इंद्राने आता आपले वज्र अर्जुनावर फेकण्यासाठी आपल्या हातात घेतले. इंद्राचा हा संताप पाहून इतर देवही आपापली शस्त्रास्त्रे घेऊन इंद्राच्या मदतीला आले. स्वर्गाच्या राजाबरोबर युद्ध करण्याचे औद्धत्य दाखवणाऱ्या अर्जुन आणि कृष्ण या दोघा मानवांचा त्यांना नाश करायचा होता. तिथे जमलेले ऋषी चकित होऊन हे युद्ध पाहत होते. युद्धही चालू होते आणि खांडववनाचे जळणेही चालूच होते. कुणीच स्वतःला आवर घालीत नव्हते.

इतक्यात आकाशवाणी झाली, ''खांडववन जळण्यापासून वाचवण्याचा तुझा प्रयत्न तू थांबवला पाहिजेस. जळणाऱ्या अरण्यात तुझा मित्र तक्षक नव्हता. त्याच्या पुत्रालाही सुटका करून घेण्याची संधी तू दिली आहेस. या दोन मानवांना युद्धात हरवणं तुला शक्य नाही. हे दोघे म्हणजे नर आणि नारायण आहेत. ते अजिंक्य आहेत. आपल्या पुत्राबरोबरचं हे अनैसर्गिक युद्ध तू थांबवणं हेच योग्य.'' इंद्राने युद्ध थांबवले. तो कृष्ण आणि अर्जुन यांच्याकडे गेला आणि म्हणाला, ''आज तुम्ही दोघांनी देवांनाही अशक्य अशी गोष्ट साध्य केली आहे. तुम्हांला हवा तो वर तुम्ही माझ्याकडे मागा. मी तुमच्यावर प्रसन्न आहे.''

कृष्णाने हलकेच मान हलवली आणि तो स्मित करून बाजूला उभा राहिला. आपल्या पित्याला पाहून अर्जुन आनंदित झाला. त्याने इंद्राच्या पायांवर आपले डोके ठेवले आणि तो म्हणाला, ''तुमच्याकडे असलेली सर्व दिव्य अस्त्रं तुम्ही मला द्या.'' इंद्र त्याला म्हणाला, ''ती मी तुला नक्कीच देणार आहे. पण अजून ती देण्याची वेळ आलेली नाही. शंकरानं आपलं पाशुपत अस्त्र तुला दिलं, की मी माझी सर्व अस्त्रं तुला देईन.'' असे बोलून इंद्र स्वर्गलोकातील आपल्या घरी निघून गेला.

मय नावाचा एक असुर होता. खांडववनाच्या आगीत तो सापडला होता. तो बाहेर पडण्याचा प्रयत्न करीत असताना कृष्णाला दिसला. त्याला ठार करण्यासाठी कृष्णाने आपले सुदर्शन चक्र पाठवले. भ्यालेला आणि निराश झालेला मय अर्जुनाच्या पाया पडला आणि त्याने दयेसाठी त्याची प्रार्थना केली. अर्जुन त्याला म्हणाला, ''भिऊ नकोस.

तुला कसलीही इजा होणार नाही.'' अर्जुनानेच त्याला असे आश्वासन दिल्यामुळे कृष्णाने आपले सुदर्शनचक्र मागे घेतले. खांडववन अनेक तास जळत होते. शेवटी त्याची राख होऊन गेली. अग्नी, कृष्ण आणि अर्जुन या आपल्या मित्रांकडे गेला आणि त्यांना म्हणाला, ''माझं समाधान झालं. गेल्या अनेक वर्षांचं माझं स्वप्न मी तुमच्या मदतीमुळे पूर्ण करू शकलो. तुमच्या मदतीमुळे जे अशक्य होतं ते शक्य झालं.'' अग्नीने त्यांना आशीर्वाद दिला आणि तो अदृश्य होऊन निघून गेला.

यमुनेच्या तीरावर थंड हवेत कृष्ण आणि अर्जुन फिरायला निघाले. ते वातावरण हवेहवेसे वाटावे असे होते. यमुनेच्या पाण्यावरून येणाऱ्या थंडगार वाऱ्याच्या झुळका इतक्या ताज्यातवान्या करणाऱ्या होत्या की, खांडववनाची घटना त्यांना एखादे स्वप्न पडून जावे तशी वाटली. मातेच्या आलिंगनाप्रमाणे यमुनेने त्यांना शांत केले. काही वेळ ते तिथेच थांबले. कृष्ण आणि अर्जुन ज्या झाडाच्या बुंध्यावर बसले होते त्यावरून उठले. इतर मंडळींनी तंबू टाकले होते तिथे जावे आणि मग इंद्रप्रस्थाला परतावे, असे त्यांना वाटले. परतीची तयारी करण्याची वेळ आता झाली होती. पश्चिम क्षितिजावर सूर्य पोचला होता. सणासुदीला दिवे उजळतात, तसे सांध्यमेघ उजळले होते. लवकरच रात्र होणार होती, एखाद्या पांघरुणासारखी ती त्यांना झाकून टाकणार होती. त्यांना घाईने निघायला पाहिजे होते.

# सभापर्व

*न सा सभा यत्र न सन्ति वृद्धा न ते वृद्धा ये न वदन्ति धर्मम्।*
*नासौ धर्मो यत्र न सत्यमस्ति न तत् सत्यं यच्छलेनाभ्युपेतम्॥*

जेथे वृद्ध लोक नाहीत, ती सभा नव्हे. जे धर्माला अनुसरून भाषण करीत नाहीत, ते वृद्ध नव्हेत. ज्यात सत्य नाही, तो धर्म नव्हे. जे कपटाने भरलेले आहे, ते सत्य नव्हे.

**उद्योगपर्व**

*यत्र धर्मो ह्यधर्मेण सत्यं यत्रानृतेन च।*
*हन्यते प्रेक्षमाणानां हतास्तत्र सभासदः॥*

ज्या सभेत सभासदांच्या डोळ्यांदेखत धर्माचा अधर्माकडून, सत्याचा असत्याकडून खून केला जातो; त्या सभेतील सभासदांचा धिक्कार असो!

**उद्योगपर्व**

# मय सभागृह

ज्या वृक्षाच्या बुंध्यावर कृष्ण आणि अर्जुन बसले होते तिथून ते उठले आणि इतर मंडळींना भेटण्यासाठी त्यांच्या तंबूंकडे निघाले. वाटेत अचानक त्यांना मय याचा आवाज आला. मय त्यांच्यासमोर आला आणि त्याने त्यांच्या पायांवर डोके ठेवून नमस्कार केला. मय त्यांना म्हणाला, "मला तुम्ही जीवन दिलं आहे. माझं नाव मय. मी असुरांचा वास्तुशास्त्रज्ञ आहे. तुम्ही मला जे जीवदान दिलंत, त्याबद्दल मला कृतज्ञता व्यक्त करायची आहे. तुम्ही माझ्यावर केलेल्या उपकारांची मला परतफेड करायची आहे." अर्जुनाने स्मित केले आणि तो त्याला म्हणाला, "मी तुझ्यासाठी हे करू शकलो याचा मला आनंद आहे. तुझ्याकडून कसलीही परतफेड मला नको आहे. एखाद्या माणसासाठी काही चांगलं केलं, तर त्याबद्दल परतफेड न स्वीकारणं हे माझं तत्त्व आहे." परत जाण्यापूर्वी अर्जुन त्याला म्हणाला, "तू माझे कसलेही उपकार मानण्याचं कारण नाही. आपण आता चांगले मित्र झालो आहोत. हे समाधान मला पुरेसं आहे." इतके बोलून अर्जुन परत जायला निघाला. पण मय आपला हट्ट सोडीना. तो अर्जुनाला म्हणाला, "तू असं बोलावंस हे अर्थातच तुला शोभेसं आहे. पण तू माझ्यावर जी दया केलीस तिची परतफेड मी करतो आहे, असं तुम्ही समजू नका. मला फक्त माझी कृतज्ञता व्यक्त करायची आहे." हे ऐकूनही अर्जुनाचे मन बदलत नव्हते. मयाकडून काहीही स्वीकारण्याची त्याची मुळीच इच्छा नव्हती. पण मयाची मन:पूर्वकता अर्जुनाला जाणवली. अर्जुनाने क्षणभर विचार केला आणि तो मयाला म्हणाला, "मला स्वत:साठी

काही नको आहे. पण तुझंही समाधान व्हावं, असं मला वाटत आहे. तू असं काहीतरी कर की ज्यामुळे कृष्णाला आनंद होईल. कृष्णाचा आनंद हेच माझं समाधान.'' मयाने उत्सुकतेने कृष्णाकडे पाहिले. कृष्णाने आपले मन व्यक्त करण्याची तो वाट पाहू लागला.

कृष्ण हा विष्णूचा अवतार. धर्माची प्रतिष्ठापना करण्यासाठी त्याने पृथ्वीवर कृष्णाचा जन्म घेतला होता. या जगाला झोपेतून हलवून जागे करण्याची वेळ येऊन ठेपली आहे, याची कृष्णाला जाणीव झाली होती. कृष्ण हा नारायण आणि अर्जुन हा नर होता. आपला हेतू पूर्ण करण्यासाठी त्यांनी पृथ्वीवर जन्म घेतला होता. पापांचा भार आपल्याला सोसवत नाही, अशी तक्रार पृथ्वीमातेने त्याच्याकडे केली होती. मी तुझ्या मदतीला येईन, असे आश्वासन त्याने तिला दिले होते. या जगाचा भविष्यकाळ कृष्णाने आपल्या मन:चक्षूंनी पाहिला होता. या जगातल्या राजांच्या प्रेतांनी भरलेले कुरुक्षेत्राचे रणांगण त्याने पाहिले होते. त्याचे सेवक जय आणि विजय यांना त्याने दिलेले वचन त्याला आठवत होते. हिरण्याक्ष आणि हिरण्यकश्यपू या नावांनी त्यांनी पृथ्वीवर जन्म घेतला होता. कृष्णाने त्यांचा वध केला होता. पुढचा जन्म त्यांनी रावण आणि कुंभकर्ण या नावांनी घेतला होता. कृष्णाने त्यांचा वध केला होता. तिसरा आणि शेवटचा जन्म त्यांनी शिशुपाल आणि दंतवक्त्र या नावांनी घेतला होता. पृथ्वीवरच्या देहबंधनातून आता त्यांना कायमची मुक्ती कृष्ण देणार होता. या सर्व गोष्टींचा विचार करून कृष्णाने हे विनाशाचे सूत्र आपल्या हाती घेतले होते.

कृष्ण काही वेळ स्वत:शीच विचार करीत होता. तो मयाला म्हणाला, "तू मोठा वास्तुशास्त्रज्ञ आहेस, असं तू म्हणतोस. युधिष्ठिर मला अतिशय प्रिय आहे. तू त्याच्यासाठी एक राजवाडा बांधून दिलास, तर मला आनंद होईल. असा दुसरा राजवाडा कुठं असता कामा नये. युधिष्ठिरासाठी तू हे कर. तू हे केलंस, तर मला आणि अर्जुनालाही आनंद होईल.'' आपल्याला पांडवांसाठी काहीतरी करण्याची संधी मिळाली याचा मयाला अतिशय आनंद झाला. युधिष्ठिरासाठी राजवाडा बांधण्याची योजना त्याच्या मनात घोळू लागली.

ते इंद्रप्रस्थाला पोचले. त्यांनी त्या दिवसांत घडलेल्या सर्व विलक्षण घटना युधिष्ठिराच्या कानी घातल्या. त्यांनी मयाला त्याच्यासमोर उभा केला आणि मय तुझ्यासाठी राजवाडा बांधून देणार असल्याचे सांगितले.

युधिष्ठिराने इंद्रप्रस्थ नगरीत त्याचे स्वागत करून त्याचा गौरव केला. मय अगदी खूष झाला. पांडव आणि कृष्ण यांच्याबरोबर त्याने राजवाड्याच्या आकृतिबंधाची चर्चा केली. शुभमुहूर्त पाहून त्या दिवशी त्याने राजवाडा बांधायला सुरुवात केली. हा राजवाडा पुढे मयसभा या नावानेच ओळखला जाऊ लागला.

'आता मला द्वारकेला जाण्याची संमती दे,' अशी विनंती कृष्णाने युधिष्ठिराला केली. इंद्रप्रस्थाला येऊन कृष्णाला आता बरेच दिवस झाले होते. कृष्णाने जाऊ नये, असेच पांडवांना वाटत होते. युधिष्ठिर कृष्णाला म्हणाला, "कृष्णदेवा, आमच्या आयुष्याच्या नौकेला सुरक्षित मार्ग दाखवणारा तू तारा आहेस. प्रत्येक गोष्ट तू आम्हांला दिली आहेस. तू आमचा निरोप घ्यावास, या गोष्टीला आम्ही संमती कशी देणार? तू आमचं जीवन आहेस. आम्हांला सन्मार्ग दाखवण्यासाठी तू नेहमी आमच्याबरोबर हवास. आमचे विचार आणि कृती यांचा व्यवहार तुझ्या नियंत्रणाखालीच चालतो. तुझ्याशिवाय आमच्या अस्तित्वाला काहीच अर्थ उरणार नाही." मी नेहमी तुमच्याबरोबरच असेन, असे आश्वासन कृष्णाने युधिष्ठिराला दिले. तुम्ही जेव्हा बोलवाल तेव्हा मी हजर होईन, असे कृष्ण म्हणाला. कुंती, पांडव, द्रौपदी आणि सुभद्रा या सर्वांचा कृष्णाने निरोप घेतला. मिस्कील स्मित करून कृष्ण सुभद्रेला म्हणाला, "या माझ्या रथानं जाऊन तू तुझं काम फत्ते केलं आहेस. आता माझा रथ मी घेऊन जायला तुझी काही हरकत नाही ना?" हे शब्द बोलून कृष्ण रथारूढ झाला. सुभद्रा अजूनही लाजून उभी होती. दारुक हा सारथी त्याच्या जागी रथावर बसला होता. इतक्यात युधिष्ठिराने दारुकाला 'तू खाली उतर' अशी आज्ञा केली. दारुक खाली उतरल्यावर युधिष्ठिर त्याच्या जागेवर रथारूढ झाला. आपल्या हातात लगाम घेऊन युधिष्ठिराने काही वेळ रथ चालवला. द्वारकेला कृष्ण जायचा, तेव्हा त्याला निरोप द्यायची पांडवांची अशीच पद्धत होती. कृष्णाच्या डाव्या आणि उजव्या बाजूला अर्जुन आणि भीम हातात चामरे घेऊन उभे होते. नकुल व सहदेव यांनी कृष्णाच्या डोक्यावर छत्र धरलेले होते. प्रत्यक्ष आपल्या जीवनाहूनही अधिक प्रिय असलेल्या कृष्णाला निरोप देण्याची पांडवांची ही पद्धत होती. पांडवांनी केलेला हा सन्मान कृष्णाने मोठ्या प्रेमाने स्वीकारला. नगराच्या सीमेपर्यंत रथ येऊन पोचला, तेव्हा रथारूढ झालेले पांडव खाली उतरले. कृष्णाने मोठ्या प्रेमाने त्यांचा

निरोप घेतला आणि रथ द्वारकेच्या दिशेने निघाला. रथ डोळ्यांना दिसेपर्यंत त्याच्याकडे पाहत पांडव उभे होते. त्यांचे मन अर्थातच कृष्णासोबतच होते. कृष्णभरल्या हृदयानेच ते इंद्रप्रस्थाला परतले.

पांडवांसाठी राजवाडा बांधण्याच्या कामात मय गुंतला होता. मय अर्जुनाकडे आला आणि त्याला म्हणाला, "कैलास आणि मैनाक या दोन पर्वतांजवळ बिंदुसारस या नावाचं एक सरोवर आहे. त्या सरोवरात मी मूल्यवान रत्नांनी भरलेली भांडी पुरली आहेत. मयसभेच्या या बांधणीत मला आता त्यांचा उपयोग करायचा आहे. मी तिथं जाईन आणि ती रत्नं घेऊन येईन. भीमाला आवडेल अशी एक गदा माझ्याकडे आहे, माझ्याकडे देवदत्त या नावाचा एक शंख आहे, तो तुला आवडेल." अर्जुनाचा निरोप घेऊन मय कैलास पर्वतावर गेला. बिंदुसारस ही एक पवित्र जागा होती. शंकराच्या जटेतली गंगा तिथून बिंदू बिंदू करीत वाहत निघाली होती, म्हणून त्या जागेला बिंदुसारस हे नाव पडले होते. या जागेवरून गंगेचे सात प्रवाह निघाले होते. तीन प्रवाह पूर्व दिशेला, तीन पश्चिमेला आणि एक प्रवाह भगीरथामागून. या सरोवराजवळ नर आणि नारायण यांनी तपश्चर्या केल्यामुळे ही जागा पवित्र मानली गेली होती. मय तिथे जाऊन पोचला. तिथे पुरून ठेवलेली रत्ने त्याने ताब्यात घेतली. गदा आणि शंखही त्याने सोबत घेतले. ही रत्ने इंद्रप्रस्थ राजवाड्यापर्यंत नेण्यासाठी शेकडो सेवक त्याच्या मदतीला होते. इंद्रप्रस्थ नगरीत आल्यानंतर त्याने गदा भीमाला दिली आणि शंख अर्जुनाला दिला.

मयाने मयसभा बांधायला सुरुवात केली. या जगात अतुलनीय अशी सुंदर इमारत त्याला बांधायची होती. मयसभेची इमारत बांधण्यासाठी मयाला चौदा महिने लागले. इंद्राचा सुधर्म हा राजवाडाही त्याच्यासमोर फिका पडला असता. राजवाड्याबाहेरच्या मोकळ्या जागेत हंगाम असो वा नसो, बाराही महिने नाना तऱ्हांची फुले फुललेली असत. राजवाड्याच्या भिंती मूल्यवान रत्नांनी झळाळत होत्या. रत्ने अशा कौशल्याने भिंतींत बसवलेली होती की, त्यांची झळाळी दिसत असे; पण पाहण्याचा मुद्दाम प्रयत्न केल्याखेरीज रत्ने दिसत नसत. मय पांडवांकडे गेला आणि मयसभा बांधून झाल्याचे त्याने त्यांना सांगितले. सर्वत्र फिरून त्याने पांडवांना मयसभेचे दर्शन घडवले. मोठ्या दिवाणखान्याची वैशिष्ट्ये त्याने दाखवली. हे सर्व पाहून पांडव इतके थक्क झाले की,

त्यांच्या तोंडून शब्द फुटेना. पांडवांचा निरोप घेताना मय अर्जुनाला म्हणाला, "सूर्य आणि अग्नी यांच्याइतकाच तुझा हा रथ सामर्थ्यवान आहे. तुझ्या रथाला जोडलेले अश्व आहेत, तसे जगात दुसरे नाहीत. तुझ्या रथध्वजावर वानराची प्रतिमा आहे. म्हणून यापुढे तू कपिध्वज या नावानं ओळखला जाशील. तुझ्या रथाला जोडलेल्या शुभ्र अश्वांमुळे श्वेतवाहन म्हणूनही तू ओळखला जाशील. तू विजयी आणि सुखी हो!" अर्जुन आणि मय यांनी परस्परांना दृढ आलिंगन दिले. युधिष्ठिराने अनेक मूल्यवान भेटी देऊन मयाला निरोप दिला.

शुभमुहूर्तावर पांडवांनी मयसभेत प्रवेश केला. त्या दिवशी पांडवांनी गरिबांना आणि ब्राह्मणांना अनेक देणग्या दिल्या. मयसभेची कीर्ती चारी दिशांना पसरली. धृतराष्ट्राचे पुत्र सोडून देशोदेशीचे राजे हा अद्‌भुत, सुंदर राजवाडा पाहण्यासाठी येऊन गेले. मोठे भोजन योजले गेले आणि इंद्रप्रस्थ नगरी इंद्रलोकासारखी दिसू लागली. वेगवेगळ्या पर्वतांवरून ऋषीदेखील राजवाड्याचे दर्शन घेऊन गेले. राजवाडा पाहण्यासाठी आलेले अनेक राजपुत्र इंद्रप्रस्थ नगरीतच काही काळ थांबत आणि अर्जुनाकडून धनुर्विद्येचे शिक्षण घेत. अशा या विद्यार्थ्यांत सात्यकी हा प्रमुख होता. तो युयुधन या नावानेही ओळखला जाई. तो कृष्णाचा चुलत भाऊ होता. काही काळ पांडवांच्या सहवासात घालवण्यासाठी अर्जुनाचा जुना मित्र चित्रसेनही येऊन गेला. पांडव अतिशय आनंदीत होते.

सुभद्रा आता एका पुत्राची माता झाली होती. तिच्या या पुत्राचे नाव अभिमन्यू असे होते. पाच पांडवांपैकी प्रत्येकापासून एक असे पाच पुत्र द्रौपदीला झाले होते. युधिष्ठिरापासून प्रतिविंध्य, भीमापासून सुतसोम, अर्जुनापासून श्रुतकर्मा, नकुलापासून सतानीक आणि सहदेवापासून श्रुतसेन – असे हे पाच पुत्र होते. आपले पाचही पुत्र आता प्रस्थापित आणि सुरक्षित आहेत, याची कुंतीला खात्री पटली होती. ते सामर्थ्यशाली होते. कुंतीच्या पुत्रांचे काही वाईट करण्याची कुणातही हिंमत नव्हती. लाक्षागृहाला लागलेली आग तिला आठवली, एकचक्र इथे काढलेले काही महिने तिला आठवले. त्या दिवसांत ती अन्नालाही महाग झाली होती. ते काळोखाचे दिवस आता सरले होते, सूर्य उगवला होता. दुर्योधन आणि शकुनी यांच्या दुष्टाव्यापासून ते आता सुरक्षित झाले होते.

ही शांतता वादळापूर्वीची होती. तिचा अंदाज कुणालाही घेता येत नव्हता. आणखी थोड्याच महिन्यांनंतर पांडवांच्या नशिबी पुन्हा भटकंती येणार होती! या शोकात्म नाटकाचा तिसरा अंक आता सुरू होणार होता. जीवनाच्या वाटचालीत अनेक प्रसंग असे असतात की, जे मैलांचे दगड म्हणून स्मरणात राहतात. पण गतायुष्याकडे मागे वळून पाहिल्याशिवाय ते ओळखू येत नाहीत. पांडवांच्या जीवनात द्रौपदी आणि कृष्ण यांचा प्रवेश ही अशी गोष्ट होती. नारदाने पांडवांना दिलेली भेट हीही अशीच ठरणार होती.

## नारदांची इंद्रप्रस्थाला भेट

एक दिवस नारदमुनी युधिष्ठिराच्या दरबारात आले. पांडव आणि द्रौपदी यांनी त्यांचे आदरपूर्वक स्वागत केले. मयसभेची कीर्तीही नारदांच्या कानी आली होती. हा राजवाडा आणि त्यातले मयसभागृहही त्यांना पाहायचे होते. हे सगळे नारदाला दाखवायला युधिष्ठिर मोठ्या आनंदाने तयार झाला. आपले नवे खेळणे लहान मूल जसे प्रत्येकाला दाखवते, त्याप्रमाणे हे सर्व येत्या-जात्याला दाखवण्याचा उत्साह युधिष्ठिरात संचारला होता. नारदांनी मयसभागृह पाहिले आणि मोठ्या उत्साहाने ते आपल्याला आवडल्याचे सांगितले. त्यानंतर ते सगळे आधी बसले होते त्या सभागृहात आले. वेगवेगळ्या विषयांवरच्या गप्पागोष्टी झाल्यानंतर युधिष्ठिर नारदमुनींना म्हणाला, ''मुनिवर, तिन्ही लोकांत तुमची भ्रमंती असते. आमचं आहे तशी अनेक सुंदर सभागृहं तुम्ही पाहिलेली असणार. तुम्ही त्यांविषयी आम्हांला काही सांगाल काय?'' नारदमुनींनी मंद स्मित केले आणि ते म्हणाले, ''होय, अशा तऱ्हेची अन्य लोकांतली अनेक सभागृहं मी पाहिली आहेत. मी त्यांच्याविषयी जरूर तुम्हांला सांगेन. पण तुमच्या या सभागृहाशी

तुलना होऊ शकेल असं एकही सभागृह या पृथ्वीवर नाही. आता मी तुम्हांला यम, वरुण, इंद्र, रुद्र, ब्रह्मा यांच्या सुंदर सभागृहांविषयी सांगतो.''

ज्या सभागृहांचा उल्लेख केला होता, त्यांचं वर्णन करायला नारदांनी सुरुवात केली. प्रथम त्यांनी इंद्राच्या सभागृहाचे वर्णन केले. नारदमुनी युधिष्ठिराला म्हणाले, ''इंद्राचं अर्धं राज्य सूर्यवंशातील राजा हरिश्चंद्र यांचं होतं...'' त्यानंतर आणखी काही सभागृहांचे वर्णन करून नारदमुनी यमाच्या सभागृहाकडे वळले. पृथ्वीवरचे अनेक सम्राट आता तिथे आले होते. ययाती आणि नहुष हे त्यातले प्रमुख होते. कुरू घराण्यातील अनेक राजे तिथे आले होते. शंतनू आणि पंडू हे त्यातील प्रमुख होते. यानंतर नारदमुनींनी वरुण आणि कुबेर यांच्या सभागृहांचे वर्णन केले आणि त्यानंतर त्यांनी हे निवेदन संपवले.

काही वेळ युधिष्ठिर काहीही न बोलता शांत बसून होता. नारदमुनी त्याच्या बोलण्याची वाट पाहत होते. युधिष्ठिराने बोलायला सुरुवात केली. तो नारदांना म्हणाला, ''मुनिवर, आपलं बोलणं मी एकाग्रतेनं ऐकत होतो. मला एक गोष्ट जाणवली ती अशी, की पृथ्वीवरचे बहुतेक राजे हे यमलोकांत आहेत. मला असं वाटलं होतं, की ते इंद्रलोकांत असतील. इंद्राच्या अर्ध्या राज्यावर राजा हरिश्चंद्राचा हक्क आहे, असं तुम्ही म्हणालात. त्यानं असं काय केलं म्हणून त्याला हा सन्मान लाभला? माझा पिता शुद्ध चारित्र्याचा होता, तो कधीही असत्य बोलला नाही, मानवातला तो संत होता. पण राजा हरिश्चंद्राला जो सन्मान लाभला, तो त्याला लाभला नाही. असं का?'' नारदमुनींना हा प्रश्न ऐकून आनंद वाटला; कारण हीच गोष्ट सांगण्याचा हेतू मनात बाळगून ते तिथे आले होते. नारदमुनी युधिष्ठिराला म्हणाले, ''त्याचं कारण मी तुला सांगतो. सूर्यवंशातला थोर राजा हरिश्चंद्र हा त्रिशंकूचा पुत्र, तो विश्वामित्राचा आवडता होता. हरिश्चंद्र शक्तिशाली राजा होता. त्यानं पृथ्वीवरच्या सर्व राजांना जिंकून राजसूय यज्ञ केला होता. त्यामुळे त्याला इंद्राच्या सिंहासनाचा अर्धा हक्क प्राप्त झाला होता. मी तुझ्या पित्याला भेटलो आहे. तो मला म्हणाला की, 'माझे पुत्र आता पृथ्वीवरचे सर्वशक्तिमान राजे बनले आहेत. युधिष्ठिरानं जर राजसूय यज्ञ केला; तर मी आणि माझे आजोबा शंतनू इंद्रलोकांत राहू शकू.' युधिष्ठिरा, ही तुझ्या पित्याची इच्छा आहे. तुझे चार भाऊ आणि कृष्ण

यांची तुला मदत आहे. तू सहजपणे राजसूय यज्ञ करू शकशील. तू सगळं जग जिंकू शकतोस. तू राजसूय यज्ञ केलास; तर तुझा पिता, पूर्वज शंतनू आणि त्याचे पुत्र इंद्रलोकांत राहू शकतील. ही गोष्ट सोपी नाही, याची मला कल्पना आहे. पण हा यज्ञ तू आणि फक्त तूच करू शकतोस.'' असे बोलून नारदमुनींनी पांडवांना आशीर्वाद दिला आणि ते निघून गेले.

## युधिष्ठिराची इच्छा

नारदमुनींची भेट झाल्यापासून युधिष्ठिर खोल विचारात बुडून गेलेला असे. आतापर्यंत पांडव आपले आयुष्य शांतपणे जगत होते. युधिष्ठिर लोभी नव्हता. कुरूंच्या प्राचीन राज्याचा जो भाग त्यांचा चुलता धृतराष्ट्रांनी त्यांना दिला होता, त्यांत ते समाधानी होते. कौरवांनी वारंवार त्यांच्यावर अन्याय केला होता, ही गोष्ट खरी. पण पांडव सज्जन होते. मनात राग धरून बसणे ही गोष्ट युधिष्ठिराच्या स्वभावातच नव्हती. चुलत्याने दिलेली ओसाड जमीन त्याने कसलीही तक्रार न करता स्वीकारली. शक्यतो भांडण टाळावे, असाच त्याच्या मनाचा कल होता. पांडवांवर कृष्णाची कृपा असल्यामुळे त्यांनी ही ओसाड जमीन त्याच्या मदतीने सुपीक बनवली. हे सर्व इंद्राने केल्यामुळे त्यांनी या नगरीचे इंद्रप्रस्थ असे नामकरण केले. इथला राजवाडा आणि त्यातले सभागृह ही मय याने दिलेली भेट होती. या देणगीमुळे युधिष्ठिर अतिशय खूष झाला होता. तो आता शांतपणे आपले आयुष्य कंठीत होता. या शांत तळ्यात नारदांनी खडा टाकला आणि लाटांची खळबळ सुरू झाली. युद्ध करून जगातल्या सर्व राजांना जिंकण्याचा विचार युधिष्ठिराच्या मनात पूर्वी कधी आला नव्हता, तो आता वारंवार येऊ लागला. याचाच अर्थ राजसूय यज्ञ करणे असा

होता. तशी इच्छा युधिष्ठिराच्या पित्यानेही नारदमुनींकडे व्यक्त केली होती. युधिष्ठिराने ही गोष्ट सभागृहात चर्चेला ठेवली. प्रत्येकाने या गोष्टीचे उत्साहाने स्वागत केले.

युधिष्ठिराने कृष्णाला बोलावणे पाठवले. कृष्ण हा पांडवांचा मित्र आणि मार्गदर्शक होता. कृष्णाचा सल्ला घेऊनच कुठलाही निर्णय पांडव घेत असत. 'तू ताबडतोब इंद्रप्रस्थाला ये. आम्हांला तुझ्या मदतीची गरज आहे.' असा निरोप घेऊन युधिष्ठिराने आपला दूत द्वारकेला पाठवला. बलराम आणि इतरांचा निरोप घेऊन कृष्ण इंद्रप्रस्थाला यायला निघाला. कृष्ण इंद्रप्रस्थाला पोचला, तेव्हा युधिष्ठिराने त्याचे जिव्हाळ्याने स्वागत केले. आपण आपल्या सख्ख्या भावांकडे आलो आहोत, असेच कृष्णाला या जिव्हाळ्यामुळे वाटले. आल्यावर कृष्णाने थोडी विश्रांती घेतली आणि त्यानंतर तो युधिष्ठिराला भेटला. दिवाणखान्यात बसलेला युधिष्ठिर कृष्णाची वाट पाहत होता.

जो विषय युधिष्ठिराला दिवसरात्र अस्वस्थ करीत होता, तो विषय त्याने कृष्णाकडे काढला. नारदांची भेट आणि आपला पिता पंडू याने त्यांच्याकडे व्यक्त केलेली इच्छा त्याने कृष्णाला सांगितली. या सर्व गोष्टी तपशीलवार सांगितल्यानंतर युधिष्ठिर कृष्णाला म्हणाला, "कृष्णा, तू आमचा खरा मित्र आणि हितचिंतक आहेस. जे सत्य आहे, तेच तू सांगतोस. मी अगदी गोंधळून गेलो आहे. योग्य तो सल्ला तू मला दे."

काही क्षण कृष्ण अगदी गंभीर झालेला दिसला. काहीही न बोलता तो विचार करीत होता. वेगवेगळ्या क्षत्रिय राजांच्या शक्तीचा त्याने मनोमन अंदाज घेतला आणि तो म्हणाला, "इतर राजांना जिंकणं कठीण नाही. मला काळजी वाटते ती एका राजाची. त्याचं नाव जरासंध. तुला तो ठाऊक आहे. त्याला जिंकणं कठीण आहे. दामघोषाचा पुत्र शिशुपाल त्याचा चांगला मित्र आहे. आणखी एक राजा म्हणजे दंतवक्त्र. तो जरासंधाचा मित्र आहे. भगदत्त भीष्मकाचा पुत्र रुक्मी, पौंड्रक वासुदेव हे सर्व जरासंधाचे मित्र आहेत. असे चारी दिशांना त्याचे मित्र पसरलेले आहेत. जरासंधाचं शत्रुत्व आहे वृष्णी घराण्याशी. मी कंसाचा वध केला होता, हे तुला ठाऊक आहेच. तो जरासंधाचा जावई होता, तेव्हापासून जरासंध माझा सतत द्वेष करीत आला आहे. आम्ही अजूनही त्याचा वध करू शकलेलो नाही. आजपर्यंत अठरा वेळा त्यानं आमच्याशी युद्ध केलं, पण आम्ही त्याचा पराभव करू शकलेलो नाही.

त्याच्या सततच्या स्वाऱ्यांचं आम्हांला भय वाटल्यामुळे आम्ही मथुरा नगरी सोडून या द्वारकेला आलो. द्वारकेच्या एका बाजूला रैवतक पर्वत आणि दुसऱ्या बाजूला समुद्र असल्यामुळे जरासंध आणि त्याच्या स्वाऱ्या यांपासून आम्हांला सुरक्षित वाटतं. आमच्याजवळ असलेल्या रैवतक पर्वतापासून जरासंधाच्या जवळ असलेला गिरिव्रज पर्वत शंभर योजनं दूर आहे. आम्ही द्वारकेत स्थायिक झालो, हे कळल्यावर एक दिवस त्यानं आपली गदा द्वारकेवर फेकून मारली. प्रचंड वेगानं नव्याण्णव योजनांचं अंतर ओलांडून ती गदा आली आणि द्वारकेच्या भूमीत रुतून बसली. त्यानंतर मात्र त्यानं आम्हांला काही त्रास दिलेला नाही. युधिष्ठिरा, जरासंधाच्या काही मित्रांची नावं आता मी तुला सांगतो. एक म्हणजे तुझा चुलत भाऊ दुर्योधन. तू आणि जरासंध यांच्यात वितुष्ट आलं आहे हे कळलं, की तो जरासंधाच्या बाजूनं उभा राहाणार. याचा अर्थ भीष्म, द्रोण आणि कृप यांच्यासहित सर्व कौरव आपला पाठिंबा जरासंधाला देणार. तुझ्यावरच्या प्रेमामुळे ही वडील माणसं जरी युद्धात उतरली नाहीत, तरी राधेयाचं काय? अर्जुनाबरोबर युद्ध करून त्याचा नाश करण्याच्या संधीची तो वाटच पाहातो आहे. भार्गव ऋषींकडून मिळालेली दिव्य अस्त्रं राधेयाकडे आहेत. राधेयानं जरासंधाचाही पराभव केलेला आहे. तो जरासंधाहून समर्थ आहे. असे हे शत्रू तुझ्याविरुद्ध उभे असताना तू राजसूय यज्ञ करू शकशील, असं मला तरी वाटत नाही! जरासंधानं अठ्ठ्याण्णव राजांना कैद करून आपल्या तुरुंगात ठेवलं आहे. यज्ञ करून या राजांची मुंडकी भगवान शंकराला वाहायची, असा विचार जरासंधाच्या मनात आहे. तो असा वेडा माणूस आहे. पण तो इतका सामर्थ्यवान आहे, की त्याच्याकडे दुर्लक्ष करणं किंवा त्याचा पराभव करणं शक्य नाही. जोपर्यंत जरासंध जिवंत आहे, तोपर्यंत तू राजसूय यज्ञ करण्याच्या आशा बाळगण्यात काही अर्थ नाही. त्याचा जर वध आपण करू शकलो, तर मग काळजीचं कारण उरणार नाही. त्याचा वध केल्याचं कळलं, की इतर राजे तू आणि तुझे भाऊ यांना आव्हान देण्याची हिंमत करणार नाहीत. माझं मत मी तुला स्पष्ट सांगितलं. आता तू जरासंधाच्या वधाचा विचार कर. त्यानंतर बाकी सगळं सोपं आहे.''

हे सगळे ऐकल्यानंतर राजसूय यज्ञ करायचा विचार युधिष्ठिराने सोडून दिला. तो कृष्णाला म्हणाला, ''तू जी वस्तुस्थिती स्पष्टपणे

आम्हांला सांगितलीस, तशी दुसरा कुणीही सांगू शकला नसता. कृष्णा, तू दिलास तसा सल्ला अन्य कोणीही देऊ शकणार नाही. मी तुझा आभारी आहे. मला ही युद्धं आणि हे विजय नकोच वाटतात! या पृथ्वीवर राज्य करणाऱ्या थोर राजांच्या जीवनाचा विचार कर. जे राजे थोर होते, ते शांतताप्रेमी होते. या जगात शांतता प्रस्थापित करणं हेच सर्वांत श्रेष्ठ धोरण आहे. राजसूय यज्ञाची ही कल्पना मी सोडून देतो. आपण शांततेनं जगू या.'' भीमाचा या शांततेने जगण्याच्या धोरणाला पाठिंबा नव्हता. भीम युधिष्ठिराला म्हणाला, ''प्रिय बंधू, कुठलंही मोठं कार्य हे कठीण आहे, असं प्रारंभी वाटणारच. पण त्यामुळे आपल्या उत्साहावर पाणी पडता कामा नये. उपाय योजणारा कृष्ण आणि माझा अर्जुन आपल्या सोबत आहेत. मी जरासंधाचा वध करू शकेन, असं मला वाटतं. मी, कृष्ण आणि अर्जुन एकत्र येऊन हे सहज करू शकतो. जोपर्यंत कृष्ण आपल्या बाजूचा आहे, तोपर्यंत पराभवाचा विचार करण्याचं कारणच नाही. तू उगीचच पाय मागे घेतो आहेस. जरासंधाचा वध करणं सोपं आहे.''

कृष्ण म्हणाला, ''नाही, भीमा तसं नाही! तुला वाटतं तितकं हे सोपं नाही. जरासंध हा शंकराचा फार मोठा भक्त आहे. शंकराची त्याच्यावर कृपा आहे. आणखी एक गोष्ट अशी की, तो गुणी आणि उदार आहे. त्यानं अनेक राजांचं प्रेम मिळवलं आहे. राजसूय यज्ञ जरा बाजूला ठेव. पण तू जर त्याचा वध केलास, तर त्याच्या तुरुंगात सध्या असलेल्या अनेक राजांचा जीव वाचवल्याचं श्रेय तुला मिळेल. शंकराला प्रसन्न ठेवण्यासाठी यज्ञ करून या यज्ञात तुरुंगातल्या या सर्व राजांचा बळी देण्याचा विचार जरासंधानं केला आहे. जरासंधाच्या वधाचा विचार तू करावास, असं मला वाटतं.'' या विचाराला संमती देण्याचं युधिष्ठिरानं नाकारलं. तो म्हणाला, ''नाही, भीम आणि अर्जुन हे माझे दोन डोळे आहेत आणि कृष्णा, तू माझं हृदय आहेस. या तिघांना जर मी हरवून बसलो, तर माझ्या जगण्याला काय अर्थ उरणार? आणि म्हणूनच राजसूय यज्ञाच्या या कल्पनेचा पूर्णपणे त्याग करणं, हेच शहाणपणाचं ठरणार आहे.'' अर्जुन म्हणाला, ''बंधू, तू भितो आहेस कशासाठी? आपण क्षत्रियवंशात जन्म घेतला आहे. आपण लढवय्ये आहोत. युद्धाची कला आपण जाणतो, दिव्य अस्त्रांचा उपयोग करणंही आपण जाणतो. धर्माच्या मार्गावरून आपण कधीही ढळलेलो नाही. जरासंध

शक्तिमान आहे, यात शंका नाही. पण तो सद्वर्तनी राजा नाही. जो राजा कमी शक्तिवान राजांचा छळ करतो, तो राजा देवांना आवडत नाही. अन्यायी राजाची शक्ती अखेर व्यर्थच ठरते. अशा माणसाचा नाश करणं कठीण नाही. जे धर्माच्या मार्गावरून ढळत नाहीत, त्यांच्या पाठीशी देव उभा असतो. जरासंध आणि त्याच्या राक्षसी शक्तीचं जग नाहीसं करणं हे आपलं कर्तव्य आहे. या लढ्यात यश आपलंच आहे. आम्हा तिघांना मगध देशी पाठव. जरासंधाचा वध केल्यानंतर आम्ही चौघं चारी दिशांना जाऊन सगळं जग जिंकून आणू आणि तुझ्या पायाशी ठेवू.''

भीम आणि अर्जुन यांच्या तेजस्वितेचे कौतुक वाटून कृष्ण म्हणाला, ''थोर योद्ध्यांचे पुत्र शोभतील असंच भीम आणि अर्जुन यांचं बोलणं आहे. युधिष्ठिरा, या जगात आपलं वास्तव्य थोडा काळच असतं. मृत्यू अटळ आहे. तो दिवसाउजेडी येईल किंवा मध्यरात्रीही येईल. एखाद्यानं युद्धाला नकार दिला म्हणून त्याला अमरत्व प्राप्त होतं – असं मुळीच नाही. या लहानशा आयुष्यात कोणती कृती करायची, याचा निर्णय माणसानं वेळ न घालवता घेतला पाहिजे. हे करू की ते यावर विचार करीत बसायला वेळ नसतो. आपण जरासंधाला भेटून त्याला युद्धाचं आव्हान दिलं पाहिज़े. आपण आपल्या या शत्रूच्या देशात जाऊन त्याला युद्धाचं आव्हान देऊ या. शत्रूच्या घरात शिरण्यासाठी आपण आमंत्रणाची वाट पाहत बसणार आहोत काय? आपली महत्त्वाकांक्षा पूर्ण करण्याचा प्रयत्न आपण करू या. तू युद्धात जिंकलास, तर तू पृथ्वीचा राजा होशील आणि हरलास, तर तुला स्वर्गाची प्राप्ती होईल. यांपैकी काहीही वाट्याला आलं, तरी आपल्या नावाला शरमेचा कलंक लागणार नाही.'' युधिष्ठिर म्हणाला, ''कृष्णा, जरासंधाविषयी मला अधिक काही सांग. तुलाही आव्हान देण्याइतकी शक्ती त्याला कुठून आली? तो तुझ्याजवळ आला, तेव्हा ज्योतीवर पतंग जळून जातो तसा जळून कसा गेला नाही? तू त्याचा अजून पराभव कसा केला नाहीस, हे मला एक कोडंच आहे!'' हे ऐकल्यावर कृष्णाने त्यांना जरासंधाची गोष्ट सांगितली.

# जरासंध

बृहद्रथ नावाचा मगध देशाचा शक्तिशाली राजा होता. क्षत्रियात जे जे गुण असावेत, त्या सर्व गुणांचे दैवी देणे त्याला लाभले होते. गिरिव्रज पर्वताच्या पायथ्याशी त्याची राजधानी होती. पृथ्वीवर सूर्याची किरणे सर्वत्र पसरावीत, तशी त्याची कीर्ती सर्वत्र पसरली होती. काशीच्या राजकन्यांशी त्याचा विवाह झाला होता. त्या जुळ्या बहिणी होत्या. त्याला मूलबाळ नव्हते, हेच त्याचे दुर्दैव होते. तो आयुष्याला कंटाळला आणि आपल्या दोन्ही बायकांना घेऊन वनात निघून गेला. त्या वनात चंद्रकौशिक नावाचा ऋषी राहत होता. राजाने भक्तिभावाने त्याची पूजा केली. ऋषी राजावर प्रसन्न झाला. 'इतक्या तरुण वयात तू असा वनवासी का झालास?' असे ऋषीने त्याला विचारले. राजाने कारण सांगितले. ऋषीला त्याची दया आली. ऋषी आंब्याच्या झाडाखाली बसला होता. पिकलेला एक आंबा झाडावरून ऋषीच्या मांडीवर पडला. तो आंबा आपल्या हातात घेऊन चंद्रकौशिक ऋषी राजाला म्हणाला, "हे फळ तुझ्या पत्नीनं खाल्लं, की तिला पुत्र होईल. रानात राहू नकोस. तू तुझ्या राज्यात परत जा आणि चांगलं राज्य कर."

राजा पुन्हा आपल्या राज्यात परतला. राजाने त्या आंब्याचे दोन भाग केले आणि आपल्या दोन बायकांना खायला दिले. त्याच्या दोन्ही बायकांनी अर्ध्या अर्ध्या मुलाला जन्म दिला. राक्षसी जन्माचा हा प्रकार पाहून राजवाड्यातले सगळे लोक भेदरून गेले. बाळंतपण करणाऱ्या सेविकेने ते एकाच मुलाचे दोन अलग अलग तुकडे नगराच्या दरवाजाबाहेर फेकून दिले. त्या रात्री जरा नावाची एक राक्षसी अन्न शोधीत फिरत होती. एका मुलाच्या या दोन तुकड्यांवर फिरता फिरता तिचे लक्ष गेले. कोवळे मानवी मांस आता आपल्याला खायला मिळणार, या विचाराने ती अगदी खूष झाले. ते दोन तुकडे ती उचलून नेत असताना तिच्या हातून एकत्र आले. त्या क्षणी चमत्कार झाला. ते एकसंध झालेले दोन्ही तुकडे जिवंत झाले. हे पाहून ती जरा राक्षसी आश्चर्यचकित झाली. त्या

मुलाला ठार करून खायला तिचे मन होईना! ते मूल ती राजाकडे घेऊन गेली आणि त्याला म्हणाली, "हा तुझा पुत्र." तिने सगळी हकीकत राजाला सांगितली. राजाला अतिशय आनंद झाला. जरा राक्षसीने त्या पुत्राचे ते दोन तुकडे सांधलेले असल्यामुळे राजाने त्या पुत्राचे नाव जरासंध असे ठेवले. चंद्रकौशिक ऋषी राजाकडे आला आणि राजाला म्हणाला, "दैवी गुणांचं वरदान या पुत्राला लाभलेलं आहे. त्यामुळे कुठलाही सर्वसामान्य माणूस त्याचा वध करू शकणार नाही. तो शंकराचा भक्त होईल. त्याला शंकराच्या कृपेचा लाभ होईल."

कृष्ण पुढे म्हणाला, "जरासंध देवाधिदेव शंकराला प्रत्यक्ष भेटला आहे, अशी त्याची ख्याती आहे. अशा गुणी, शक्तिमान माणसाला कोण हरवू शकेल? गिरिव्रज पर्वतावरून जरासंधानं फेकलेल्या गदेविषयी मी तुला सांगितलं आहेच. भूमीत रुतून बसलेली ही गदा काढून घेण्याचा त्यानं खूप प्रयत्न केला. पण तो आपली रुतलेली गदा भूमीतून बाहेर काढू शकला नाही. गदा जवळ नसल्यामुळे जरासंध शक्तिहीन बनला आहे. पूर्वी होता, तसा तो आता अजिंक्य उरलेला नाही. आता त्याच्याशी युद्ध करणं शक्य आहे."

जरासंधाशी युद्ध करू नये, असेच युधिष्ठिराचे मत होते. पण भीम आणि अर्जुन युद्ध करायचेच या विषयी अगदी ठाम होते. कृष्ण म्हणाला, "जरासंधाच्या सैन्याचा पराभव करणं अशक्य आहे. पण त्याच्याशी एकट्याशी भीमानं युद्ध केलं, तर भीम त्याला ठार करू शकेल. युधिष्ठिरा, तू आम्हा तिघांना त्याच्या देशात पाठव. आम्ही तिघंजण आमची शक्ती एकवटून ही योजना यशस्वी करू. तू तुझ्या दोघा भावांना माझ्याबरोबर पाठव. मी त्यांचं रक्षण करीन. आम्ही नक्कीच विजयी होऊन परत येऊ."

युधिष्ठिराच्या मनावर इतका दबाव आणला गेला, की अखेर त्याला ही योजना मान्य करणे भाग पडले. कृष्ण, भीम आणि अर्जुन मगध देशाला जायला निघाले. त्यांनी शरयू आणि गंडकी या दोन नद्या पार केल्या. तिथून ते मिथिलेला पोहोचले. मिथिलेच्या सीमा ओलांडल्यावर त्यांचा प्रवास मगध देशाच्या दिशेने सुरू झाला. त्यानंतर त्यांनी गंगा नदी पार केली. काही अंतर पुढे गेल्यानंतर त्यांना गिरिव्रज पर्वत दिसू लागला. काही वेळाने ते मगध राजधानीत पोचले. तिथे त्यांना शंकराची

अनेक मंदिरे दिसली. त्यांनी तिथे भगवान शंकराची पूजा केली. मग त्यांनी स्नातकाचा वेष धारण केला. ज्याने नुकतेच आपले शिक्षण पूर्ण केले आहे, असा विद्यार्थी म्हणजे स्नातक. या तिघांनी मगध राजधानीत प्रवेश केला, तेव्हापासून राजावर संकट कोसळणार असल्याच्या सूचना देणाऱ्या अपशकुनी घटना घडू लागल्या. रंगीत कपडे घातलेल्या, गळ्यात पुष्पमाळा परिधान केलेल्या, अंगाला फासलेल्या चंदनाचा सुगंध उधळणाऱ्या या तिघांकडे मगध नगरीतले लोक आश्चर्याने पाहू लागले. त्यांचा वेष ब्राह्मणाचा होता, पण ते दिसत होते क्षत्रिय असल्यासारखे. रस्त्यावरून सिंहासारखे चालणाऱ्या या तिघांनी त्यांना पाहाणाऱ्या सर्वांना कोड्यात टाकले होते.

राजवाड्याच्या भिंतींवरून उडी टाकून या तिघांनी राजवाड्यात प्रवेश केला. राजवाड्याच्या दरवाजातून त्यांनी प्रवेश केला नाही. जरासंध त्या वेळी पूजा करण्यात मग्न झाला होता. त्याने या तिघा पाहुण्यांना पिण्यासाठी दूध आणि मध पाठवला आणि 'मध्यरात्रीपर्यंत थांबा, मग मी तुम्हांला भेट देईन' असा निरोप पाठवला. ते थांबले. मध्यरात्र झाली. जरासंध त्यांच्याजवळ आला आणि त्याने त्यांचा सन्मान केला. तो त्यांना म्हणाला, "तुम्ही स्नातक दिसता आहात. असे कपडे, या गळ्यातल्या पुष्पमाळा, अंगाला लावलेल्या चंदनाचा सुगंध या सर्व गोष्टी स्नातकांना वर्ज्य आहेत. माझ्या राजवाड्यातही तुम्ही अगदी वेगळ्याच पद्धतीनं प्रवेश केला आहे. जे माझे मित्र आहेत, ते दरवाजातून प्रवेश करतात. तुम्ही केलात, तसा प्रवेश फक्त शत्रूच करतात. मी पाठवलेल्या दूध-मधाचा स्वीकार तुम्ही केला नाही. असो! तुम्ही कोणीही असा, तुमचं माझ्या या नगरीत स्वागतच आहे. आता मात्र तुम्हांला माझ्या ब्राह्मण पूजेचा स्वीकार करावाच लागेल. पण तुम्ही ब्राह्मण आहात की नाही हे अजून ठरायचं आहे. मला असं वाटतं, की तुम्ही क्षत्रियच आहात. धनुर्धरांच्या खांद्याला पडतात तसे घट्टे तुमच्या खांद्यांना पडले आहेत. मला कारण ठाऊक नाही— पण कोणत्या तरी विशेष कारणामुळे तुम्ही हे वेगळं रूप धारण केलं आहे. मला सत्य काय आहे, ते सांगा. तुम्हांला माझ्याकडून काय हवं आहे?"

कृष्ण म्हणाला, "तुझा अंदाज अचूक आहे. आम्ही तुझे शत्रू आहोत. आम्ही भिंतीवरून उड्या मारून तुझ्या घरी आलो, कारण आम्हांला तुझ्याशी युद्ध करायचं आहे. आम्ही तुझे मित्र नसल्यामुळे

तुझं आतिथ्य आम्ही स्वीकारलं नाही. क्षत्रियांची ख्याती त्यांच्या शौर्याबद्दल आहे, मधुर भाषणाबद्दल नव्हे! तुझ्याबरोबर युद्ध करण्याच्या उद्देशानं आम्ही इथं आलो आहोत.'' हे ऐकून जरासंध कोड्यात पडला. तो म्हणाला, ''तुम्ही कोण आहात, तेच मला ठाऊक नाही. अशा परिस्थितीत तुम्ही माझे शत्रू आहात, असं कसं म्हणता? मी अनेकजणांना शत्रू केलं आहे, हे खरं आहे; पण त्यांच्यापैकी एकही शत्रू असा नाही, की मी ज्याला पाहिलेलं नाही. तुम्ही जर माझे शत्रू आहात, तर तुमच्या शत्रुत्वाचं कारण सांगा आणि तुम्ही कोण आहात हेही सांगा.''

कृष्ण म्हणाला, ''शत्रुत्वाचं कारण असं आहे, की तू बेकायदेशीरपणे अनेक राजांना रुद्राला बळी देण्यासाठी तुरुंगात ठेवलं आहेस. तुझं हे क्रौर्य आम्ही सहन करू शकत नाही. या असाहाय्य राजांचे हक्क उचलून धरण्यासाठी आम्ही आलो आहोत. आपल्या बरोबरीच्या राजांना ठार करून तुला स्वर्गप्राप्ती कशी होणार? बरोबरीच्या क्षत्रिय राजांचा वध करून तू धर्माच्या अधिष्ठात्या ईश्वराला प्रसन्न कसा करू शकणार आहेस? आम्ही कोण आहोत ते तुझ्यापासून लपवून ठेवण्याची आमची मुळीच इच्छा नाही. हा आहे तिसरा पांडव अर्जुन, हा युधिष्ठिरानंतरचा धाकटा भाऊ भीम, मी आहे कृष्ण. तुझी आणि माझी जुनी ओळख आहे. आमच्यापैकी कुणाही एकट्याशी युद्ध कर, असं तुला आमचं आव्हान आहे. कुणाशी युद्ध करायचं, हे तू ठरव.''

हे ऐकून जरासंध मोठ्याने हसला. प्रदीर्घ असे ते हास्य होते. त्याने कृष्णाकडे तुच्छतेने पाहिले आणि तो म्हणाला, ''अरे, तू माझ्याबरोबरच्या युद्धातून अठरा वेळा पळ काढलास आणि रैवतक पर्वतामागे दडून राहिलास; आणि आता तू माझ्या घरी येऊन मला युद्धाचं आव्हान देतो आहेस? तू गडगडणारा पण न बरसणारा उन्हाळी ढग आहेस. तू कंसाला फसवून त्याचा वध केलास. मी आहे जरासंध. माझ्यावर देवांची कृपा आहे, मी कुणालाही भीत नाही. तुम्ही माझ्याशी लढण्याच्या इच्छेनं इथं आला आहात. मी निश्चितच तुमची इच्छा पूर्ण करीन. पण कृष्णा, मी तुझ्याशी युद्ध करणार नाही, कारण तू भेकड आहेस. माझ्याहून कमी लायकीच्या माणसाशी मी लढणार नाही. हा अर्जुन तर अजून पोरगा आहे. आपल्यापेक्षा दुबळ्या माणसाशी लढणं योग्य नव्हे! हा तरुण मुलगा भीम बऱ्यापैकी शरीरयष्टी असलेला दिसतो आहे. भीमाशी मी लढणं योग्य ठरेल. मी त्याच्याशी युद्ध करीन.''

*"आपल्यापेक्षा दुबळ्या माणसाशी लढणं योग्य नव्हे!*
*हा तरुण मुलगा भीम बऱ्यापैकी शरीरयष्टी असलेला दिसतो आहे.*
*भीमाशी मी लढणं योग्य ठरेल. मी त्याच्याशी युद्ध करीन."*

आपण जिंकणार, अशी जरासंधाला खात्री होती. परंतु अपशकुनाने दुर्दैवाची सूचना दिल्यामुळे जरासंधाने आपला पुत्र सहदेव याला राज्याभिषेक केला आणि तो युद्धाला तयार झाला.

युद्ध सुरू झाले. दोघेही शक्तीने तुल्यबळ होते. मी श्रेष्ठ, असे कुणीच म्हणू शकला नसता. चौदा दिवस आणि चौदा रात्री सतत युद्ध चालू होते. कृष्ण आणि अर्जुन इतर अनेक लोकांप्रमाणे बाजूला उभे राहून हे युद्ध पाहत होते. भीम आणि जरासंध– कुणीच हार स्वीकारायला तयार नव्हता. पण काही वेळाने भीमाची सरशी होऊ लागली. ''भीमा, तू कोण आहेस, याची आठवण ठेव. तुझ्या पित्याचं स्मरण कर. तू वायूचा पुत्र आहेस, त्याचं स्मरण कर म्हणजे तुझ्यात पर्वत हलवण्याइतकी शक्ती निर्माण होईल. क्षत्रियांत तू सर्वांत शक्तिमान आहेस. तुझी इच्छा असेल, तर तू या जरासंधाला फाडून टाकू शकशील.'' हे ऐकल्यानंतर भीमाने आपल्या पित्याची प्रार्थना केली की, 'मला शक्ती दे!' तो जरासंधाशी नव्या उमेदीनं लढू लागला. त्याने जरासंधाचे पाय पकडून त्याला उभा फाडला! कृष्ण आणि अर्जुन हे पाहत होते. इतक्यात जरासंधाच्या देहाचे भीमाच्या हातातले दोन्ही तुकडे एक झाले आणि पूर्वीसारखाच एकसंध होऊन तो पुन्हा युद्धाला उभा राहिला. हे पाहून भीम आणि अर्जुन भेदरून गेले. जरासंध अजिंक्य आहे, हे त्यांना कळून चुकले!

युद्ध पुन्हा सुरू झाले. कृष्णाने भीमाकडे पाहिले आणि स्मित केले. कृष्णाच्या हातात केळीचे एक पान होते. त्याने ते फाडून त्याचे दोन भाग केले आणि ते जमिनीच्या दोन कोपऱ्यांत विरुद्ध दिशेला फेकून दिले. भीमाने या सूचनेचा अर्थ समजून घेतला. त्याने जरासंधाला फाडून त्याचे दोन भाग दोन कोपऱ्यांत फेकून दिले. शंकराची कृपा असलेला जरासंध आता ठार झाला होता.

राजवाड्यात एकच गोंधळ उडाला. काय करावे हे कोणालाच कळेना. कृष्ण, अर्जुन आणि भीम यांनी सर्व लोकांना धीर दिला आणि 'तुम्हांला कसलीही इजा होणार नाही' असे आश्वासन दिले. त्यानंतर हे तिघे जरासंधाच्या रथावर आरूढ होऊन गिरिव्रज पर्वताच्या शिखरावर गेले. जरासंधाने तिथे तुरुंगात ठेवलेल्या सर्व राजांची त्यांनी सुटका केली. आनंदामुळे त्या राजांच्या तोंडून शब्दही फुटेना! कृष्ण म्हणाला, ''आम्ही हे जे केलं, त्यात कसल्याही परतफेडीची अपेक्षा नाही.

इंद्रप्रस्थाचा राजा युधिष्ठिर राजसूय यज्ञ करणार आहे. युधिष्ठिराचे मित्र म्हणून तुम्ही सर्वांनी या यज्ञाला उपस्थित राहावं, इतकीच आमची अपेक्षा आहे.'' सर्व राजांनी हे आमंत्रण मोठ्या आनंदाने स्वीकारले.

कृष्ण, भीम आणि अर्जुन जरासंधाच्या राजवाड्यावर परत आले. जरासंधाचा पुत्र सहदेव हा तिथे होता. कृष्णाने त्याचा उजवा हात आपल्या हातात घेतला आणि त्याला म्हणाला, ''भिऊ नकोस, तुझा पिता थोर होता. पण त्यानं आपल्या पराक्रमाला चुकीचं वळण दिलं. त्यामुळे त्याचा वध करणं आम्हांला भाग पडलं. राज्याभिषेक होऊन तू राजा झालेलाच आहेस. पित्याचा पराक्रम आणि तुझा सुस्वभाव एक करून तू न्यायानं राज्य कर.'' कृष्णाने त्याला राजसूय यज्ञाविषयी सांगितले. आदरपूर्वक एकाग्रतेने हे सारे ऐकून सहदेवाने आपण यज्ञाला उपस्थित राहू असे सांगितले.

अशक्य वाटणारी गोष्ट भीमाने साध्य करून दाखवली होती. ते तिघेजण इंद्रप्रस्थाला परतले. त्या तिघाजणांना जिवंत परतलेले पाहून युधिष्ठिराला अतिशय आनंद झाला. आनंदाश्रूंनी भरलेल्या डोळ्यांनी त्याने तिघांनाही आलिंगन दिले. कृष्ण म्हणाला, ''युधिष्ठिरा, तुझ्या यशाच्या वाटेत असलेला काटा भीमाने नाहीसा केला आहे. वाट आता मोकळी झाली आहे. तुझा राजसूय यज्ञ आता कसल्याही अडथळ्याशिवाय पूर्ण होईल.'' जरासंधाशी झालेल्या युद्धाची, त्याचे दोन तुकडे जुळून तो पुन्हा जिवंत होण्याची सर्व थरारक हकीकत त्यांनी युधिष्ठिराला सांगितली.

कृष्ण द्वारकेला परत जायला निघाला. तो म्हणाला, ''इंद्रप्रस्थाला मी दिलेली भेट व्यर्थ ठरली नाही, याचा मला आनंद होतो आहे. मी लवकरच परत येईन. मध्यंतरीच्या काळात युधिष्ठिरा, तू तुझ्या भावांना चारी दिशांना पाठव. सर्वत्र विजय मिळवून त्यांना परत येऊ द्या. सगळ्या वृष्णी घराण्याबरोबर मी इथं राहीन. पण आता मात्र मला गेलंच पाहिजे.'' पांडवांना होय म्हणणे भागच पडले.

वृष्णी कुटुंबाला आता जरासंधाची भीती उरली नाही. कृष्णाला अतिशय आनंद झाला होता. ही बातमी द्वारकेला जाऊन त्याला स्वत: सांगायची होती. तो द्वारकेकडे वेगाने निघाला.

# राजसूय यज्ञ

इंद्रप्रस्थ नगरीत आनंदी आनंद उसळला होता, कारण युधिष्ठिर आता राजसूय यज्ञ करणार होता. जय्यत तयारी सुरू होती. युधिष्ठिराला मदत करण्यासाठी महर्षी व्यास हजर होते. चारी भावांना चारी दिशांना पाठवायचे आता ठरले होते. अर्जुनाने उत्तर दिशा, भीमाने पूर्व, नकुलाने पश्चिम व सहदेवाने दक्षिण या दिशांची निवड केली होती. वाटेवरचे अनेक राजे जिंकत अर्जुन शाल्व राजाच्या राजधानीत पोचला आणि त्याने शाल्वाचा पराभव केला. अर्जुनाचा पराभव कुणीही करू शकले नाही. विजय या नावाने अर्जुन ओळखला जाऊ लागला. नंतर अर्जुन भगदत्त राजाच्या प्रागज्योतिष या राजधानीत पोचला. राजा भगदत्त हा इंद्राचा मित्र होता. तो सुस्वभावी होता. लहान आणि मोठे या सर्वांना त्याच्याविषयी आदर वाटत असे. देवांनाही त्याच्याविषयी आदर वाटे. आठ दिवस आणि आठ रात्री अर्जुन आणि भगदत्त यांचे युद्ध झाले. भगदत्ताचा पराभव झाला. स्नेहभावनेने स्मित करीत तो अर्जुनाला म्हणाला, "तुझा पिता माझा मित्र होता. तू माझासुद्धा पराभव केलास. तुझा पराक्रम पाहून मी तुझ्यावर प्रसन्न झालो आहे. मी तुझ्यासाठी काय करू ते सांग." अर्जुनाने त्याला साष्टांग नमस्कार घालून आपला आदर व्यक्त केला आणि आपला भाऊ राजसूय यज्ञ करीत असल्याचे त्याला सांगितले. अर्जुनाने त्याला इंद्रप्रस्थाला येण्याचे आमंत्रण दिले. भगदत्ताने त्याच्या निमंत्रणाचा आदरपूर्वक स्वीकार केला.

अर्जुन रामगिरी पर्वताच्या दिशेने निघाला. आपल्या भटकंतीच्या काळात श्रीरामप्रभू तिथे काही काळ राहिल्यामुळे रामगिरी पर्वत पवित्र मानला जात असे. राजकन्या सीतेने तिथल्या पाण्यात स्नान केलेले असल्यामुळे तिथले पाणी पवित्र मानले जाई. अर्जुनाने इथे प्रसिद्ध त्रिगर्त बंधूंशी युद्ध केले. सुशर्मन हा त्यांचा नेता होता. अर्जुनाने त्यांचा पराभव केला. त्यामुळे त्रिगर्तबंधू आणि अर्जुन यांचे कायमचे शत्रुत्व निर्माण झाले. हे शत्रुत्व पुढे मोठे युद्ध होईपर्यंत टिकले, तेव्हापासून

त्रिगर्तबंधू स्वत:ला संसप्तक म्हणवून घेऊ लागले. अर्जुनाचा नाश करण्याची त्यांनी शपथ घेतली. त्यांची आणि दुर्योधनाची खूप मैत्री होती. अर्जुन त्यांना सोडून उत्तर दिशेने पुढे गेला. उत्तरेच्या अगदी शेवटच्या टोकाला तो पोचला. पर्वतांचा राजा असलेल्या मेरू पर्वताचे शिखर त्याने पाहिले. सोने झळकावे तसे ते सकाळच्या प्रकाशात झळकत होते. त्याच्याकडे पाहत अर्जुन नम्र भावाने उभा राहिला.

मेरू पर्वताच्या दक्षिणेकडील उतारावर जंबू नावाच्या वेलींचे रान बहरलेले आहे. या वेली नेहमी फुलांनी बहरलेल्या असतात. ही फुले अदृश्य रूपाने वावरणाऱ्या सिद्धांना अतिशय आवडतात. सिद्ध आणि चारण त्या जागेला जंबुद्वीप असेच म्हणतात. अर्जुनाने या जंबुद्वीपाचे दर्शन घेतले आणि तिथून तो गंधमादन पर्वतावर गेला. त्यानंतर परतीच्या प्रवासाला निघाला. अनेक साहसांनी भरलेला हा आनंदाचा प्रवास करीत अर्जुन इंद्रप्रस्थ नगरीला परत आला. या प्रवासात अर्जुन जिथे जिथे गेला, तिथे तिथे लोकांनी त्याला रत्ने आणि अनेक मूल्यवान भेटी दिल्या. यामुळेच तो धनंजय या नावानेही ओळखला जाऊ लागला.

ज्या दिशेला सूर्य उगवतो, त्या पूर्व दिशेला भीम गेला. मग पांचाळ देश ओलांडून तो मिथिला नगरीला पोहोचला. त्या नगरीच्या राजाशी युद्ध करून तो ते अगदी सहजपणे जिंकला. तिथून चेदी नगरीला जाऊन त्याने शिशुपालाची भेट घेतली. युधिष्ठिर राजसूय यज्ञ करणार असल्याचे त्याने शिशुपालाला सांगितले. शिशुपालाने त्याचे प्रेमाने स्वागत केले आणि 'आपण या यज्ञाला उपस्थित राहू' असे सांगितले. तिथून पुढे भीम कोसल, अयोध्या आणि अशी अनेक राज्ये जिंकीत गेला. मग तो गिरिव्रज पर्वतावर पोचला. मगध देशाचा तरुण राजा सहदेव याने त्याचा सन्मान केला. त्याला राजसूय यज्ञाचे निमंत्रण देऊन भीमाने आपली विजययात्रा संपवली आणि पूर्वेकडील देशांनी दिलेले विपुल धन घेऊन इंद्रप्रस्थ नगरीला परतला.

सहदेवाचा दौराही असाच यशस्वी झाला. त्याने दंतवक्त्र राजाचा पराभव केला. श्रेणीमान हा असाच एक शक्तिमान राजा होता. त्यालाही सहदेवाने युद्धात हरवले. विंद आणि अनुविंद या अवंतीच्या राजांचाही त्याने पराभव केला. तिथून सहदेव महिष्मती नगरीला पोचला आणि त्याने नील राजाचा पराभव केला. दक्षिणेकडील सर्व राज्ये त्याने युद्धात जिंकली.

राक्षसांचा राजा बिभीषण याच्याशी स्नेहाचे संबंध निर्माण व्हावेत, अशी सहदेवाची इच्छा होती. आपला पुतण्या घटोत्कच याचे त्याने स्मरण केले. घटोत्कच त्याच्यासमोर प्रकट झाला, "मी काय करावं अशी तुमची इच्छा आहे?" असे त्याने सहदेवाला विचारले. सहदेवाने त्याला प्रेमाने आलिंगन दिले आणि तो म्हणाला, "बिभीषणाच्या राजधानीत तू जा. लंका हे त्याच्या राजधानीचं नाव आहे. बिभीषण हा पुलस्तीचा पुत्र. रावण हा त्याचा भाऊ होता. तू बिभीषणाला राजसूय यज्ञाचं निमंत्रण दे." बिभीषणाची राजधानी लंका इथे घटोत्कच गेला. राम लंकेला गेला होता, तेव्हा त्याने वाटेत बांधलेला पूल घटोत्कचाला दिसला. त्याने भक्तिभावाने त्या पुलाला साष्टांग नमस्कार घातला आणि तो पुढे निघाला. तो लंकेला जाऊन पोचला. तो राजधानीत गेला. द्वारपालांना तो म्हणाला, "पांडव नृपती युधिष्ठिर याचा मी पुतण्या आहे. राजाला सांग, की कृष्णाचे मित्र पांडव हे भारतवर्षाचं राज्य करीत आहेत. इंद्रप्रस्थ ही त्यांची राजधानी आहे. पांडवांचा सर्वांत मोठा भाऊ युधिष्ठिर यानं राजसूय यज्ञ करायचं ठरवलं आहे. त्याचा सगळ्यात लहान भाऊ सहदेव यानं तुमच्या राजासाठी निरोप देऊन मला पाठवलं आहे." द्वारपालांनी हा निरोप बिभीषणाला कळवला. बिभीषणाने त्यांना दरबारात घेऊन या, असे सांगितले. घटोत्कचाने महान राजा बिभीषण याला पाहिले. बिभीषण हा ईक्ष्वाकू वंशाच्या श्रीरामाचा भक्त आहे, हे आठवल्यामुळे त्याने त्याला वाकून नमस्कार केला आणि तो नम्रपणे शांत उभा राहिला. बिभीषणाच्या शांत, उदात्त चेहऱ्याकडे पाहत असताना घटोत्कचाला आपला चुलता युधिष्ठिर याची आठवण झाली. मधुर शब्दांनी घटोत्कचाचे स्वागत केले गेले. बिभीषण म्हणाला, "लंका नगरी तुझं स्वागत करीत आहे. पांडवांविषयी मला अधिक माहिती सांग. मला त्यांच्याविषयी खूप काही जाणून घ्यायचं आहे. तू म्हणालास, की युधिष्ठिर हा धर्मपुत्र आहे. त्याची माहिती जाणून घ्यायला मी उत्सुक आहे." आपला पिता आणि चुलता यांची माहिती सांगणे हा घटोत्कचाच्या आनंदाचा विषय होता. आपला पिता हा वायूपुत्र आहे, हे घटोत्कचाने बिभीषणाला सांगितले. पांडव आणि त्यांचा पराक्रम या विषयीची सर्व माहिती त्याने बिभीषणापुढे ठेवली. पांडवांचे शौर्य, त्यांचे सौजन्य, त्यांचे कृष्णावरचे प्रेम ही सर्व माहिती ऐकून बिभीषणाला आनंद झाला. त्याने एका महान राजाचा दूत या नात्याने घटोत्कचाचा

सन्मान केला आणि त्याला रत्ने आणि इतर अनेक मूल्यवान वस्तू भेट म्हणून दिल्या. आपला निरोप आपल्या पुतण्याने इतक्या यशस्वी रीतीने पोचवल्याचे कळून सहदेवाला अतिशय आनंद झाला.

सहदेव पांड्य राज्यात गेला. अर्जुनाची पत्नी चित्रांगदा हिच्या नगरात तो गेला. तिने त्याचे जिव्हाळ्याने स्वागत केले. अर्जुनाच्या भावाला भेटल्याचा अतिशय आनंद तिच्या पित्याला झाला. अर्जुन आणि चित्रांगदा यांचा पुत्र बभ्रुवाहन याच्याशी त्याने सहदेवाची भेट घडवली. सहदेवाने त्यांना राजसूय यज्ञाचे निमंत्रण दिले. भेटलेल्या अनेक राजांनी दिलेल्या अनेक मूल्यवान भेटी घेऊन सहदेव इंद्रप्रस्थाला परतला.

पश्चिमेकडची आपली विजययात्रा संपवून नकुल आधीच परतला होता. त्याची आणि वृष्णी कुटुंबीयांची द्वारकेला भेट झाली होती. कृष्णाचा पिता वसुदेव आणि भाऊ बलराम यांना आणि वृष्णी कुटुंबातल्या इतर थोर मंडळींना त्याने राजसूय यज्ञाचे आमंत्रण दिले.

त्यानंतर लवकरच कृष्ण परत आला. युधिष्ठिराचा सन्मान करण्यासाठी तऱ्हांतऱ्हांच्या मूल्यवान भेटी तो सोबत घेऊन आला होता. मोठ्या आनंदाने युधिष्ठिराने त्याचे स्वागत केले. कृष्ण आणि व्यासमुनी यांनी राजसूय यज्ञाची सर्व तयारी केली होती. प्रारंभीचे पूजाविधी व्यासमुनींनी केले. दूतांकरवी सर्व राजांना निमंत्रणे पाठवली होती. सर्व वडील मंडळींना निमंत्रण देण्यासाठी युधिष्ठिराने नकुलला हस्तिनापुराला पाठवले. नकुल हस्तिनापुराला पोचला, तेव्हा सर्वांत वडील असलेल्या भीष्मांनी त्याचे स्वागत केले. युधिष्ठिर राजसूय यज्ञ करू इच्छित असल्याचे त्याने सर्व वडीलधाऱ्या मंडळींना आदरपूर्वक कळवले. मोठा भाऊ युधिष्ठिर राजसूय यज्ञासाठी तुम्ही सर्वांनी इंद्रप्रस्थाला येण्याची वाट पाहत आहे, असे त्याने सर्वांना निमंत्रण दिले. शकुनी आणि त्यांचे सर्व पुत्र तसेच राधेय यांनाही इतरांप्रमाणेच नकुलाने व्यक्तिशः भेटून निमंत्रण दिले. सर्व वडीलधाऱ्यांचे आशीर्वाद घेऊन नकुल इंद्रप्रस्थाला परत आला.

एकामागून एक पाहुणे येऊ लागले. सर्व राजे आले होते. पाहुण्यांना राहण्यासाठी नगरात अनेक सुंदर घरे बांधण्यात आली होती. पाहुणे म्हणून आलेल्या अनेक राजांसाठी साजेशी ही घरे होती. देवांची नगरी असावी तशी इंद्रप्रस्थ नगरी दिसत होती. युधिष्ठिराच्या खजिन्यात

धनाचा अक्षरश: पाऊस पडत होता. 'खजिन्याचा ताबा तुझ्याकडे असू दे,' असे कृष्णाने दुर्योधनाला सांगितले होते. पांडवांवर सगळीकडून होणारा आदराचा वर्षाव दुर्योधन पाहत होता. त्यांचे दिव्य वैभव त्याला दिसत होते. हे सर्व पाहून त्याच्या हृदयात काय जळत होते, ते फक्त त्यालाच ठाऊक होते. पांडवांचा नाश करण्याचा सतत प्रयत्न करूनही त्याचा काहीही उपयोग न होता उलट ते वैभवाच्या शिखरावर चढल्याचे त्याला पाहावे लागले होते. आपले हृदय फुटेल की काय, असे त्याला वाटले. पण त्याने आपल्या या भावना कोणालाही कळू दिल्या नाहीत.

राजसूय यज्ञाची प्रगती होत होती. तो अत्यंत यशस्वी ठरणार होता. असे हे आनंदाचे वातावरण सर्वत्र पसरलेले असताना राज्याभिषेकाचा दिवस उगवला. लोकमानस थरारून टाकणारी ती घटना होती. युधिष्ठिरावर आशीर्वादांचा वर्षाव करण्यासाठी सर्व ऋषी आले होते. नारदमुनीही तिथे हजर होते. त्यांचे मन वर्तमानकाळात नव्हते. ते भविष्याचा विचार करण्यात गुंग झाले होते. सिंहासनाजवळ बसलेल्या कृष्णाकडे त्यांनी पाहिले. त्याच्या ओठात कधीही न कोमेजणारे स्मित होते. ज्याच्या आसाभोवती सगळ्या भारताचे भविष्य फिरणार होते, असा कृष्ण नारदमुनींना दिसला. नारदांना कृष्णाच्या ओठातले स्मित दिसले नाही. कृष्णाचे डोळे नारदांना गंभीर आणि उदास दिसले. त्याच्या चेहऱ्यावरचे भाव कठोर होते. मग ज्याच्यामुळे क्षत्रियांच्या वंशाचा पूर्ण नाश होणार होता, तो निष्पाप राजा युधिष्ठिर याच्याकडे नारदमुनींनी पाहिले. मग त्यांनी द्रौपदीकडे पाहिले. तिच्याविषयी वर्तवले गेलेले भविष्य खरे होणार, याची त्यांना जाणीव झाली. मनातला द्वेष आणि संताप लपवण्यासाठी दुर्योधन आपले ओठ चावत बसला होता. शकुनी आपल्या कावेबाज नजरेने हे सर्व पाहत होते. त्यांच्या ओठांत तुच्छतेचे स्मित होते. मग उदात्त आणि उदार राधेयाकडे नारदमुनींनी पाहिले. बिचारा दुर्दैवी राधेय! जे त्याला आपला भाऊ म्हणून ओळखत नव्हते, त्यांच्याकडून राधेयाचा वध झाल्याचे चित्र नारदांना दिसले, अंध राजाचे सर्व पुत्र भीमाकडून ठार झालेले नारदमुनींना दिसले, क्षत्रियांच्या मृत देहांनी भरलेले कुरुक्षेत्र हे रणांगण नारदमुनींना दिसले. लौकिक इच्छांपासून मुक्त असलेल्या नारदमुनींना हे सर्व पाहून नाश पावलेल्या त्या सर्व राजांची कीव आली– अगदी प्रत्येकाची कीव आली.

# अग्रपूजेचा मान

राज्याभिषेकाचा समारंभ संपला. आता आलेल्या पाहुण्यांचा सन्मान करणे हे राजाचे कर्तव्य होते. भीष्म युधिष्ठिराला म्हणाले, ''हे ऋषी आणि राजे राजसूय यज्ञाला शुभेच्छा देण्यासाठी इथं आले आहेत. त्यांना अर्घ्य देऊन त्यांचा सन्मान करणं हे तुझं कर्तव्य आहे. पण त्यासाठी आधी तुला एक सन्माननीय पाहुणा निवडून प्रथम त्याचा पूजासन्मान करावा लागेल.'' त्याच्यावर सोपवलेल्या या जबाबदारीने युधिष्ठिर गोंधळून गेला. तो भीष्मांना म्हणाला, ''महाराज, याबाबतीत मी अज्ञानी आहे. तुम्ही माझे आजोबा आहात. प्रथम सन्मान करण्यासाठी मी कुणाची निवड करावी, हे तुम्हीच मला सांगा.'' भीष्म क्षणभर थांबले आणि म्हणाले, ''इथं जमलेल्या या सर्व राजांच्या सभेत कृष्ण सूर्यासारखा प्रकाशतो आहे. तो जर नसला, तर ही सर्व सभा आपली प्रतिष्ठा हरवून बसेल. सर्वश्रेष्ठ व्यक्ती म्हणून मी कृष्णाचंच नाव सुचवीन.'' कृष्णाचा सन्मान करणे हा युधिष्ठिराच्या आनंदाचा विषय होता. कृष्ण हा त्याचे सर्वस्व होता. युधिष्ठिराने सहदेवाला सन्मानपूजेचे सर्व साहित्य आणण्याची आज्ञा केली. सहदेव कृष्णाच्या पायाशी बसला. अश्रूभरल्या डोळ्यांनी त्याने कृष्णाचे पाय आपल्या हातात घेतले आणि धुतले. त्याने कृष्णाला अर्घ्य अर्पण केले. सन्मानपूजा संपली. कृष्ण आणि सहदेव यांच्यावर पुष्पवृष्टी झाली.

सर्व सभा शांत होती. सन्मानपूजेचा मान कृष्णाला दिला गेला, ही गोष्ट तिथे हजर असलेल्या काही राजांना आवडली नाही. नाराजीच्या भावनेने त्यांनी एकमेकांकडे पाहिले, पण प्रत्यक्षात मात्र कोणीही आपली नाराजी व्यक्त केली नाही. काही क्षणातच या शांततेचा भंग झाला. कोणीतरी तुच्छतेने हसल्याचा आवाज सर्वांना ऐकू आला.

ते तुच्छतेचे हास्य शिशुपालाचे होते. शिशुपाल उभा राहिला आणि म्हणाला, ''फारच छान! खरोखरच फारच छान! पूजासन्मान एका गुराख्याच्या पोराला दिला गेला! मोठमोठे शूर राजे मुक्या प्राण्यांप्रमाणे

हे दृश्य पाहत आहेत. मी तरी अधिक काय सांगणार? फारच छान!'' इतके बोलून शिशुपाल खाली बसला. सभा स्तब्ध होती. कुणीही एक शब्दही बोलला नाही. तुच्छतेने मोठ्याने हसत शिशुपाल पुन्हा उभा राहिला आणि म्हणाला, ''माझ्या प्रिय युधिष्ठिरा, एक तर तुला आमच्यापेक्षा अधिक दिसतं किंवा तुला काहीच दिसत नाही! या सभेत मोठ्या योग्यतेची इतकी माणसं बसलेली असताना तुमच्या या पोकळ वागण्याचा अर्थच मला कळत नाही! पांडव राजांना सभ्यतेची जाणीव असेल, असं मला वाटतं होतं. अशी चुकीची गोष्ट तुम्ही कराल, याची मला कल्पनाही नव्हती! राजांच्या या सभेकडे पाहा. इतके थोर थोर राजे इथं हजर असताना एका गुराख्याच्या पोराला सन्मानपूजेचा मान देणं हा निव्वळ वेडेपणा आहे! तुला दूरदृष्टी नाही हेच यातून सिद्ध होत आहे. इथं जमलेल्या अनेक सम्राटांना तू दुखावलं आहेस, हे तुला कळत नाही काय? आम्ही तुझ्या या राजसूय यज्ञाला आलो ते या यज्ञाला विरोध करण्याची शक्ती आमच्याकडे नव्हती म्हणून नव्हे. आम्ही इथं आलो ते तुझ्याविषयी आम्हांला अतिशय आदर वाटतो म्हणून! तू एक सदाचरणी व्यक्ती आहेस, असं आमचं मत होतं. तुला बरं वाटावं, म्हणून आम्ही या समारंभाला आलो.''

हे ऐकून संतापाने भीमाच्या हाताच्या मुठी वळल्या गेल्या, रागाने थरथरणाऱ्या ओठांनी अर्जुनाने युधिष्ठिराकडे पाहिले. गांडीव धनुष्य उचलण्याची परवानगी त्याच्याकडून अर्जुनाला हवी होती. सहदेवाचे डोळे आग ओकत होते, नकुलाने आपल्या तलवारीची मूठ पकडली होती. एकटा कृष्ण शांत होता. तो जराही अस्वस्थ झाला नव्हता. त्याने पांडवांकडे पाहिले आणि स्मित करून तो म्हणाला, ''तुम्ही संतापू नका. सर्व काही माझ्यावर सोपवा!''

शिशुपालाने आपली निंदेची बडबड सुरूच ठेवली. तो म्हणाला, ''हा राजा वसुदेव इथं आहे. इथं जमलेल्या राजांत तो ज्येष्ठ आहे. हा राजा द्रुपद तुझा सासरा. ज्येष्ठ वयाचा सन्मान तुला करायचा असेल, तर तू वसुदेवाची निवड कर. तुला तुझ्या नातेवाइकाची निवड करायची असेल, तर राजा द्रुपदाची तू निवड कर. आपल्या आदरणीय आचार्यांची निवड तुला करायची असेल, तर द्रोण, कृप आणि अश्वत्थामा हे इथं आहेत. श्रेष्ठ तपस्वी व्यक्तीची निवड तुला करायची असेल, तर व्यासऋषी इथं आहेत. श्रेष्ठ वीरपुरुषाची निवड तुला करायची असेल,

तर भीष्म इथं आहेत. इतकी थोर माणसं इथं असताना सन्मानपूजेसाठी तू कृष्णाची निवड करावीस? धनुर्धारी वीराची निवड तुला करायची असेल, तर हिरण्यधनुषाचा पुत्र एकलव्य इथं आहे. तो आजचा सर्वश्रेष्ठ धनुर्धर आहे, अर्जुनाहूनही तो उजवा आहे. भार्गवऋषींचा प्रिय शिष्य राधेय इथं आहे. त्यानं जरासंधाचा परभव केला होता. सन्मानपूजेसाठी तू ज्याची निवड केली आहेस, त्या कृष्णालाही ही गोष्ट जमली नव्हती. भगदत्त, कलिंग, विराट, दंतवक्त्र, शल्य, काम्भोज, अनुविंद यांचं काय? युधिष्ठिरा, या सर्वांपेक्षा कृष्ण श्रेष्ठ आहे, असं मानायला तुला वेड लागलं आहे काय? आपण योग्य तीच निवड केली आहे, असं जर तुला वाटत असेल, तर तू फार मोठी चूक करतो आहेस. जी पडेल ती किंमत देऊन या कृष्णाचं समाधान करायला हा कृष्ण तुझा गुरू नाही की जावई नाही की कोणी अत्यंत प्रिय नाही. आमचा अपमान करावा, यासाठी आम्हांला तू या राजसूय यज्ञाचं निमंत्रण दिलं आहेस! आतापर्यंत एक सदाचरणी व्यक्ती म्हणून आम्ही तुला ओळखत होतो. तू आपली ही कीर्ती आता स्वतःच्या हातानं नष्ट केली आहेस!''

कुणीच काही बोलत नव्हते. शिशुपालाचा आवाज फक्त गडगडत होता. प्रत्येकजण भारल्यागत त्याचे बोलणे ऐकत होता. त्याचा आवाज संतापाने अधिकाधिक वर चढत होता. तो म्हणाला, ''मला अत्यंत अपमानित वाटतं आहे. आत्तापर्यंत कृष्णानं जे जे मिळवलं आहे, ते सर्व लबाडी करून. आपला मामा कंस हा झोपी गेलेला असताना कृष्णानं त्याचा वध केला. तुझ्या भोळ्या भावांना तो गिरिव्रज पर्वतावर जरासंधाच्या घरी घेऊन गेला. हे त्यानं तुम्हांला मदत करावी म्हणून केलं, असं तुला वाटलं असेल! तसं मुळीच नाही! माझा मित्र जरासंध याला आपल्या गोड बोलण्यानं कृष्ण जिंकू शकला नाही. म्हणून या मूर्ख भीमाला कृष्णानं साधन म्हणून वापरला आणि त्याच्याकडून जरासंधाचा वध करवला. या गुराख्याला तू सन्मानपूजेचा मान देणं, हा मूर्खपणा, निर्बुद्धपणा आहे. तुझी मुलगी षंढाला देणं किंवा अंधाला सौंदर्य दाखवणं याइतकंच, हे मूर्खपणाचं आहे. इथं जमलेले इतर लोक हा अपमान सहन करू शकतील, पण मला ते शक्य नाही.'' इतके बोलून संतप्त सिंहासारखा शिशुपाल सभेतून उठून बाहेर गेला.

युधिष्ठिर शिशुपालाच्या मागून गेला आणि त्याला शांत करण्याचा

त्याने प्रयत्न केला. जे घडले त्यामुळे युधिष्ठिर अतिशय दुःखी झाला. तो शिशुपालाला म्हणाला, "तू असं बोलू नकोस. माझ्या आजोबांनी दिलेला सल्ला इथं सर्वांनी मानला आहे. मी तुला दुखावलं असेल किंवा तुझा अपमान केला असेल, तर ती माझी चूक आहे. तू मला क्षमा कर. मी कृष्णाचा सन्मान केला, तेव्हा तुझा किंवा इथं असलेल्या इतर कुणाचाही अपमान करण्याचा माझा हेतू नव्हता. कृष्ण आम्हांला कुणाहीपेक्षा मोठा वाटतो." युधिष्ठिराच्या शब्दांनी शिशुपालाचे समाधान झाले असते. पण भीष्म मधे पडले आणि म्हणाले, "युधिष्ठिरा, ज्यानं कृष्णाचा अपमान केला, त्याच्याशी तू इतक्या मऊपणे कशासाठी बोलतो आहेस? अधू डोळ्यांच्या या माणसाला कृष्णाचा मोठेपणा दिसणार कसा? केवळ आम्हीच नव्हे, तर तिन्ही लोकांनी सन्मान करावा अशी त्याची योग्यता आहे. अशा या सन्मानासाठी कृष्णाखेरीज अन्य कोणी योग्य आहे, असं मला वाटत नाही. या शिशुपालाच्या मूर्ख आणि द्वेषपूर्ण बडबडीकडे तू मुळीच लक्ष देऊ नकोस." सहदेव शिशुपालाला म्हणाला, "मी योग्य तेच केलं. कृष्णाहून कुणीच मोठा नाही. तो आमचा गुरू, मित्र आणि हितचिंतक आहे. तो आमचं सर्वस्व आहे. आम्ही कृष्णाचा केलेला सन्मान जर तुला योग्य वाटत नसेल, तर तुझ्याशी युद्ध करायला मी तयार आहे. तू कृष्णाचा अपमान करतो आहेस. अशी अपमानकारक बडबड करूनही आपण शिक्षेशिवाय इथून बाहेर पडू, असं तुला वाटत असेल; तर ते चुकीचं आहे."

शिशुपालाचे डोळे संतापाने लाल झाले. शिशुपालाचे मित्रही संतापले. संतापलेल्या राजांच्या आवाजाने ते सभागृह दुमदुमले. तलवारींचा खणखणाट ऐकू येऊ लागला. युधिष्ठिर भीष्मांना म्हणाला, "हे सगळे राजे संतापलेले दिसताहेत, काय करावं हे मला कळत नाही. अशा या प्रसंगी मी काय करावं, हे तुम्ही मला सांगा." भीष्म म्हणाले, "भिऊ नकोस. इथं कुत्रा सिंहावर भुंकण्याचा प्रयत्न करतो आहे. त्याच्याकडे लक्ष देण्याची गरज नाही. त्याला हवं असेल, ते त्याला बोलू द्या. स्वतःच्या आवाजावर तो खूष आहे." आपण आणि आपला राग यांच्याविषयी भीष्म एखाद्या बिनमहत्त्वाच्या गोष्टीविषयी बोलावे तसे बोलले हे शिशुपालाला सहन झाले नाही. त्याने भीष्मांवर अपमानांचा वर्षाव करायला सुरुवात केली. संतापाची आग ओकीत शिशुपाल भीष्मांना म्हणाला, "तुझं तथाकथित सदाचरण म्हणजे शुद्ध ढोंग आहे,

आजन्म ब्रह्मचारी राहण्याची तुझी शपथ ही तुझ्या षंढत्वाची द्योतक आहे.'' शिशुपालाचे हे औद्धत्य पाहून सगळी सभा अवाक् झाली. भीमाला हा सगळा प्रकार पाहून संताप अनावर झाला. तो भीष्मांना म्हणाला, "आजोबा, तुम्ही मुकाट्यानं हे सगळं ऐकून घेता, हे कसं काय? हा मनुष्य तुमचा अपमान करतो आहे, कृष्णाचा अपमान करतो आहे. तुम्ही दोघं आम्हांला आमच्या आयुष्याहून अधिक प्रिय आहात. तुमचा हा अपमान आम्ही निष्क्रिय राहून सहन करायचा? कृपा करा आणि या शिशुपालाला ठार करण्याची एक संधी मला द्या. मी शिशुपालाला ठार करीन.'' भीष्म म्हणाले, "भीमा, घाई करू नकोस. शिशुपालाचा वध कृष्णाच्या हातून व्हावा, असं देवांनी ठरवलेलं आहे. कृष्णाच्या आणि फक्त कृष्णाच्याच हातून तो मारला जाईल. आता आपण सगळं कृष्णावरच सोपवू या. मी तुला शिशुपाल आणि कृष्णाच्या हातून त्याचा वध होणार ही भविष्यवाणी यांची हकीकत सांगतो.''

## शिशुपालाचा वध

भीष्म म्हणाले, "शिशुपालाचा जन्म झाला, तेव्हा त्याला तीन डोळे आणि चार हात होते. त्याचं हे विचित्र राक्षसी रूप पाहून त्याचे आईबाप घाबरून गेले. इतक्यात आकाशवाणी झाली, की ज्याच्या हातून याचा वध होणार आहे त्याच्या मांडीवर या बाळालं ठेवलं, तर याचे अधिक असलेले हात आणि डोळे नाहीसे होतील. आपल्या मुलाच्या भविष्याविषयी त्याच्या आईला अतिशय काळजी वाटत होती. जो जो माणूस तिचं हे बाळ बघायला येई, त्याच्या त्याच्या मांडीवर ती आपल्या बाळाला ठेवून पाहत होती. दामघोषाच्या या विचित्र मुलाला पाहण्यासाठी एकदा बलराम आणि कृष्ण गेले. आपल्या नेहमीच्या पद्धतीप्रमाणे तिनं या बाळाला कृष्णाच्या मांडीवर ठेवलं त्या क्षणी त्या बाळाचे अधिक

असलेले हात आणि डोळे नाहीसे झाले. त्याचा मामेभाऊ असलेल्या कृष्णाच्या हातून आपल्या बाळाचा वध होणार, हे कळून शिशुपालाची आई अतिशय दुःखी झाली. ती वसुदेवाची बहीण होती. आपल्या पुत्राला जीवदान दे, अशी विनंती तिनं कृष्णाला केली. तिचं दुःख पाहून कृष्णाला वाईट वाटलं. तो तिला म्हणाला, 'काळजी करू नको. या तुझ्या बाळानं माझे केलेले शंभर अपराध मी माफ करीन. तुला दुःखी करू नये, असाच प्रयत्न मी करीन.'

दिवस उलटत होते. भीष्मकाचा पुत्र रुक्मी हा शिशुपालाचा मित्र होता. आपल्या बहिणीचं लग्न शिशुपालाशी करावं, अशी त्याची इच्छा होती. पण त्याची बहीण रुक्मिणी हिचं कृष्णावर प्रेम होतं. आपलं लग्न घरचे लोक शिशुपालाशी ठरवीत आहेत, असा निरोप तिनं कृष्णाला पाठवला. ज्या दिवशी तिचं शिशुपालाशी लग्न होणार होतं, त्याच दिवशी कृष्णानं तिला पळवून नेली. त्या दिवसापासून शिशुपाल कृष्णाचा द्वेष करीत होता. कृष्णाची कुणीही केलेली प्रशंसा किंवा केलेला त्याचा सन्मान त्याला सहन होत नसे. जिथं जिथं संधी मिळेल, तिथं तिथं तो कृष्णाचा अपमान करीत असे. शिशुपालाचे शंभर अपराध मी माफ करीन, असं वचन कृष्णानं दिलं होतं. ते शंभर अपराध केव्हाच होऊन गेले होते. आता कुठल्याही क्षणी कृष्ण त्याचा वध करील, अशी वेळ आली आहे आणि म्हणून भीमा, तू घाई करू नकोस. शिशुपालाच्या सर्व दुष्कृत्यांबद्दल त्याला शिक्षा करण्यासाठी नियती तयार आहे.''

शिशुपालाचा संयम आता संपुष्टात आला होता. शब्दांचा, सतत बोलल्या जाणाऱ्या शब्दांचा त्याला अगदी कंटाळा आला होता. त्याने भीष्मांना आणि कृष्णाला आव्हान दिले. तो म्हणाला, ''हिंमत असेल, तर माझ्याशी युद्ध कर. कोण श्रेष्ठ आहे हे जगाला पाहू द्या. मुलगी चोरून पळवून नेणं आणि कुणाशीही युद्ध न करता पळून जाणं म्हणजे शूर असणं नव्हे! नदीच्या पाण्यात स्नान करणाऱ्या असाहाय्य गोपींची वस्त्रं पळवून नेणं म्हणजे युद्ध करणं नव्हे. गोपींच्या नवऱ्यांना फसवून गोपींशी प्रेमचेष्टा करणं म्हणजे युद्ध करणं नव्हे. कृष्णा, शस्त्रं घेऊन समोरासमोर केलेलं युद्ध मी सुचवतो आहे. तू युद्धाला समोरासमोर उभा राहातोस की नाही, हे मला पाहायचं आहे!''

ही कटुता टाळावी, असे कृष्णाला वाटत होते. त्याचे युधिष्ठिरावर

अतिशय प्रेम होते. युद्धाने आणि शिशुपालाच्या वधाने राजसूय यज्ञाचे वातावरण बिघडू नये, अशीच त्याची इच्छा होती. यामुळेच तो शिशुपालाने केलेल्या अपमानांकडे दुर्लक्ष करीत होता. शिशुपाल त्याला जाणीवपूर्वक सतत डिवचत असूनही कृष्णाने आपल्या मनाची शांतता ढळू दिली नव्हती. पण हे आव्हान स्वीकारणे त्याला भागच होते. युद्धाचे आव्हान नाकारणे ही गोष्ट क्षत्रिय धर्मात बसणारी नव्हती. इच्छा नसूनही त्याने या बढाईखोराचे युद्धाचे आव्हान स्वीकारले. भीष्म कृष्णाला रथाकडे घेऊन गेले.

तिथे जमलेल्या सर्व राजांना उद्देशून कृष्ण म्हणाला, "शिशुपालानं किती गुन्हे केले आहेत हे इथं जमलेल्या सर्व राजांनी जाणून घ्यावं, अशी माझी इच्छा आहे. पहिल्यापासून हा मनुष्य वृष्णी घराण्याचा शत्रू आहे. आयुष्यभर त्यानं वृष्णींचा द्वेष केला आहे. मी प्राग्ज्योतिष या नगरीत गेलो असताना या माणसानं द्वारकेत प्रवेश केला आणि आग लावून दिली. माझे आजोबा उग्रसेन हे रैवतक पर्वतावर आपल्या सर्व मंडळींसह राहत असताना यानं त्यांच्यावर हल्ला करून त्यांचा छळ केला. माझे वडील म्हणजे याचे मामा यांनी यज्ञाला आरंभ करून त्याचा घोडा रवाना केला असताना यज्ञात विघ्न आणावं म्हणून यानं तो घोडा पकडला. अनेकांच्या बायका यानं पळवल्या आहेत. जरासंध हा वृष्णी घराण्याचा शत्रू होता. केवळ याच कारणासाठी यानं जरासंधाबरोबर मैत्री केली. शिशुपालानं सतत आम्हांला फार त्रास दिला आहे. याच्या पापांचा पाढा वाचायला मला वेळही नाही आणि माझी तशी इच्छाही नाही. मी याचा कधीच वध केला असता, याच्या आईला मी याचे शंभर अपराध पोटात घालीन असं वचन दिलं होतं म्हणून मी तसं केलं नाही. याचे शंभर अपराध कधीच पूर्ण झाले. पण तरीही मी संयम ठेवला, पण आता यानं मला युद्धाचं आव्हान दिलं आहे. वातावरण बिघडेल असं आज काही घडू नये, असंच मला वाटत होतं. आता मात्र या पाप्याचं वर्तन मला असह्य झालं आहे. माझे आणि वयोवृद्ध भीष्मांचे यानं केलेले अपमान आता सहन करणं मला शक्य नाही. आता मी याच्याशी युद्ध करीन आणि या पाप्यापासून जगाला मुक्त करीन."

दारुक हा सारथी असलेल्या रथावर कृष्ण आरूढ झाला. पतंगाने ज्योतीकडे पहावे, त्याप्रमाणे क्रोधाने लाल झालेल्या डोळ्यांनी शिशुपालाने कृष्णाकडे पाहिले. कृष्ण आणि शिशुपाल यांचे युद्ध सुरू झाले. या

अनपेक्षित घटनेने अवाक् झालेले सर्व राजे हे युद्ध पाहत उभे राहिले. यात युधिष्ठिर सर्वांत दुःखी होता. अनेक अपशकुन त्याने पाहिले. तो नारदांकडे गेला आणि या अपशकुनांचा अर्थ त्याने त्यांना विचारला. 'हे अपशकुन मोठ्या संकटाची सूचना देत आहेत.' असे नारद म्हणाले. हे अपशकुन शिशुपालाच्या मृत्यूचे भाकीत करीत आहेत, असा त्यांचा अर्थ नारदांनी लावला. यज्ञात विघ्न म्हणून कसलीही कटुता उत्पन्न होऊ नये, असे वाटणाऱ्या युधिष्ठिराला हे ऐकून फार दुःख झाले. दुःखी नजरेने तो हे युद्ध पाहू लागला. भीष्म मात्र पुन्हा तरुण झाल्यासारखे हे युद्ध पाहत होते. त्यांच्या ओठांत स्मित होते.

कृष्णाने आपले सुदर्शन चक्र शिशुपालावर फेकले.
या क्षणी त्याचे डोळे अथांग प्रेमाने भरून आले होते.
हे चक्र सूर्याप्रमाणे हवेतून गरगर फिरत गेले आणि
त्याने शिशुपालाचा शिरच्छेद केला.

कृष्ण आणि शिशुपाल यांचे युद्ध आता संपत आलेले होते. कृष्णाने आपले सुदर्शन चक्र शिशुपालावर फेकले. या क्षणी त्याचे डोळे अथांग प्रेमाने भरून आले होते. हे चक्र सूर्याप्रमाणे हवेतून गरगर फिरत गेले आणि त्याने शिशुपालाचा शिरच्छेद केला. एखादा मोठा वृक्ष कुऱ्हाडीचे घाव बसून जमिनीवर कोसळून पडतो, त्याप्रमाणे शिशुपाल कोसळून पडला. भूमीवर पडलेल्या त्याच्या देहातून एक ज्योती बाहेर पडली, ती ज्योती आकाशमार्गाने न जाता कृष्णाकडे वळली. ती कृष्णाच्या परमपूज्य पायांत अंतर्धान पावली. तिथे जमलेले सर्व लोक हे पाहत होते. ही प्राणज्योती कृष्णाच्या पायात का अंतर्धान पावली किंवा कृष्णाचे डोळे अथांग प्रेमाने का भरून आले, हे कुणालाच कळले नाही. हे असे का घडले हे केवळ कृष्णालाच ठाऊक होते. आपले सेवक जय आणि विजय यांना दिलेले वचन कृष्णाने खरे केले होते. आता त्यांच्यापैकी एकाला त्याने मानवी शरीराच्या बंधनातून कायमचे मुक्त केले होते. दंतवक्त्रही यानंतर असाच मुक्त होणार होता. कृष्णाच्या मनात हे विचार सुरू होते.

कृष्णाने हे जे केले त्यामुळे त्याच्यावर तिथे जमलेले अनेक राजे चिडले होते. पांडवांच्या मित्रांना आनंद झाला होता. ज्यांना आनंद झाला होता, त्यांच्यापेक्षा चिडलेल्या लोकांची संख्या अधिक होती. पण आपले मत व्यक्त करण्याचे धैर्य कुणातच नव्हते. ज्याची सुरुवात उत्तम झाली होती, त्या राजसूय यज्ञाचा शेवट असा विचित्र झाला. या प्रकारामुळे सगळ्यांचा आनंद नाहीसा झाला. नियतीने आखलेला मार्ग कुणीच बदलू शकत नाही.

# दुर्योधनाची फजिती

आपापल्या राज्यात जाण्यासाठी सर्व राजे आता तयार झाले होते. त्यांना सन्मानपूर्वक निरोप देण्यात युधिष्ठिर व्यग्र होता. या समारंभासाठी आलेल्या ऋषींचा त्याने आदरपूर्वक निरोप घेतला. कृष्ण त्यांच्याकडे आला आणि आता आपल्याला द्वारकेला परत गेलेच पाहिजे, असे त्याने युधिष्ठिराला सांगितले. तीव्र अनिच्छेने युधिष्ठिराने त्याला संमती दिली. सर्व पांडव, द्रौपदी, सुभद्रा आणि कुंती यांच्याकडून सन्मान स्वीकारीत कृष्णाने स्मितपूर्वक त्यांचा निरोप घेतला. कृष्ण द्वारकेला जायला निघाला की काही अंतर त्याचा रथ चालवीत त्याच्याबरोबर जायचे आणि त्याला निरोप द्यायचा, अशी पांडवांची पद्धत होती. त्याप्रमाणे पांडव कृष्णाबरोबर गेले आणि तिथून इंद्रप्रस्थाला परतले. कृष्णाच्या या वियोगाने पांडव अतिशय दुःखी झाले. कृष्ण त्यांचे जीवनसर्वस्व होता. इंद्रप्रस्थाहून कृष्णाला हा आपण अखेरचा निरोप देतो आहोत, याची पांडवांना मुळीच कल्पना नव्हती. त्यांची वाट पाहणाऱ्या भयानक प्राक्तनाची त्यांना जाणीव नव्हती. काही दिवसांनंतर त्यांच्याकडे जे काही होते, ते सर्व नष्ट होणार होते. कृष्णाची आणि त्यांची पुढली भेट काम्यक इथे होणार होती.

पांडव इंद्रप्रस्थ नगरीत परत आले. दुर्योधन, दुःशासन, शकुनी आणि राधेय यांच्याखेरीज सर्व पाहुणे आपापल्या घरी गेल्यामुळे इंद्रप्रस्थ नगरी अगदी रिकामी वाटत होती. हे चौघेजण त्यांना मयसभा पाहायची असल्यामुळे थांबले होते. ते थांबल्यामुळे युधिष्ठिराला अतिशय आनंद झाला होता. त्याने त्यांना अनेक सन्मान दिले आणि त्यांचे वास्तव्य सुखाचे व्हावे म्हणून सर्व प्रयत्न केले.

युधिष्ठिराचा निरोप घेण्यासाठी महर्षी व्यास त्याच्याकडे आले. ते आता परत जाणार होते. युधिष्ठिराने त्यांचा सन्मान केला आणि त्यांचा आशीर्वाद मिळावा यासाठी त्यांच्या पायांवर आपले डोके ठेवले. व्यास म्हणाले, ‘‘परमेश्वराच्या कृपेनं तुझा राजसूय यज्ञ पूर्ण झाला. तुझ्या

पित्याची इच्छा तू पूर्ण केलीस. तू आपल्या पित्याला आनंदी केलं आहेस. हे सर्व पाहून मलाही आनंद झाला आहे. कृपा करून आता मला जाऊ दे. राजसूय यज्ञ मी पाहिला.'' युधिष्ठिर व्यासांना म्हणाला, ''ऋषिवर, शिशुपालाच्या मृत्यूनंतर जे अपशकुन घडले, त्यांचा अर्थ आपण मला सांगावा, अशी माझी विनंती आहे. प्रज्ञावान पुरुषांचं म्हणणं आहे, की हे अपशकुन जगावर येणाऱ्या संकटाची सूचना देत आहेत. नारदमुनींचं म्हणणं आहे, की जगावर मोठं संकट कोसळणार आहे. काय घडून येणार आहे, ते तुम्ही मला सांगा.''

व्यासांचा चेहरा गंभीर आणि उदास झाला. त्यांनी पृथ्वीचा राजा असलेल्या युधिष्ठिराकडे दयामय दृष्टीने पाहिले आणि ते म्हणाले, ''वत्सा, तू म्हणालास, ते बरोबर आहे. शिशुपालाचा मृत्यू ही दुर्दैवी गोष्ट आहे. त्यानंतर घडलेल्या अपशकुनांचा अर्थ असा, की जगावर दुर्दैव कोसळणार असून ते चौदा वर्षं टिकणार आहे. इतकंच पुरेसं नाही. पृथ्वीवरच्या सर्व क्षत्रियांचा नाश होणार असून त्याला तू कारणीभूत होणार आहेस. दुर्योधनाची दुष्कृत्यं, भीमाची आणि अर्जुनाची शक्ती, द्रौपदीचा क्रोध या सर्व गोष्टी जागतिक विनाशाचं कारण ठरणार आहेत. माझं हे बोलणं ऐकून तुला दुःख होतं आहे, हे मला दिसतं आहे. पण दुःख करून काही उपयोग नाही. नियतीचे हेतू माणसाला कळत नाहीत आणि ते त्याला बदलताही येत नाहीत.'' या शब्दांनी युधिष्ठिराचे सांत्वन करून व्यासमुनी निघून गेले. युधिष्ठिर निराशेच्या खोल डोहात बुडून गेला. क्षत्रियांच्या नाशाला आपण कारणीभूत ठरणार आहोत, याचा अर्थ मात्र त्याला कळेना! त्याची विचारशक्ती गोठल्यागत झाली. तो याविषयी कोणाशी बोलूही शकेना.

मध्यंतरीच्या काळात दुर्योधन मयसभा पाहायला गेला. यापूर्वी त्याने असे काही पाहिले नव्हते. मयाने केलेली ही निर्मिती पाहून तो थक्क झाला. हे सौभाग्य पांडवांच्या वाट्याला यावे, ही गोष्ट मात्र त्याला सहन होईना. मयसभेचे एक खास वैशिष्ट्य होते. जो माणूस पांडवांविषयीच्या द्वेषभावनेने या सभेकडे पाहील त्याची फजिती व्हावी, अशी या सभेत काही ठिकाणांची रचना असुरांचा वास्तुशास्त्रज्ञ मय याने केली होती. मयसभा पाहत दुर्योधन चालत असताना पायांपुढे तळे आहे असे दिसले. त्याने सांभाळून पाय पुढे टाकला तर काय? तळे नसून ती पाण्याचा आभास निर्माण करणारी जमीन होती. हे

रचनाकौशल्य पाहून दुर्योधनाला हसू आले. दुर्योधन थोडा पुढे चालत गेला. आता त्याला पायांपुढे जमीनच दिसत होती, त्यामुळे सांभाळून पाय टाकण्याचे कारणच नव्हते. त्याने सहजपणे पाय पुढे टाकला. तिथे जमीन नसून तळे होते. दुर्योधन तळ्यात पडला आणि चिंब भिजून गेला. द्वेषबुद्धीने भरलेल्या दुर्योधनाच्या डोळ्यांना तळे दिसले नाही. त्याच्याबरोबर जे सेवक होते, त्यांनाही हा प्रकार पाहून हसू आले. त्यांनी युधिष्ठिराच्या आज्ञेवरून दुर्योधनाला सुके कपडे दिले. भीम, अर्जुन, नकुल-सहदेव आणि द्रौपदी यांना दुर्योधनाची ही फजिती पाहून हसू आवरेना. दुर्योधन चालत होता. आता त्याला तळे दिसले. त्याने सांभाळून पाऊल टाकले, तर तिथे पाणी नसून जमीन होती. दुर्योधनाची पुन्हा झालेली फजितीही हास्याला कारणीभूत ठरली. आता त्याला एक दरवाजा दिसला. तो त्या दरवाजातून पुढे जायला निघाला तर काय? तिथे दरवाजा नसून भिंत होती. दुर्योधनाचे डोके त्या भिंतीवर आदळले आणि त्याला चांगलेच लागले. ही सगळी फजिती पाहून हशामागून हशे फुटत होते. आपली फजिती पाहून द्रौपदी हसली, ही गोष्ट दुर्योधनाच्या मनाला विशेष लागली. हा त्याचा फार मोठा अपमान होता! आपल्याला काहीच झालेले नाही, असा आव दुर्योधनाने आणला आणि तो मयसभेबाहेर निघून गेला. त्याचे मन संतापाने भरून गेले होते.

दुर्योधनाने पांडवांचा निरोप घेतला आणि इंद्रप्रस्थ सोडून तो परत आपल्या घरी निघाला. दुःखाने आपले हृदय फुटून जाईल, असे त्याला वाटत होते. तो कुणाशीही बोलत नव्हता, आपल्या भावांशी आणि मित्रांशीही नाही. तासन्तास तो आपल्या दालनात बसून राही आणि नियतीने आपल्याला कसे फसवले याचा विचार करी! तो स्वतःशी म्हणे, ''पांडवांवर देवांची कृपा आहे, असं मला वाटतं. वारणावताला मी त्यांची रवानगी केली; तेव्हा हे यापुढे जिवंत दिसणार नाहीत, याची मला खात्री होती. पण त्या मूर्ख पुरोचनानं सगळा घोटाळा केला आणि पूर्वीपेक्षा पांडव अधिक समर्थ बनले. सामर्थ्यशाली राजा द्रुपद याचे ते जावई झाले. त्यांना ओसाड जमीन देण्यात आली होती, पण ती त्यांनी सुपीक केली; आणि आता तर ते या जगाचे राजे झाले आहेत. युधिष्ठिरानं राजसूय यज्ञ केला, त्यामुळे या जगाचे राजे ही मान्यता त्यांना लाभली आहे.'' या विचारांनी त्याच्या मनात गर्दी केली होती.

*दुर्योधनाने सहजपणे पाय पुढे टाकला. तिथे जमीन नसून तळे होते.*
*दुर्योधन तळ्यात पडला आणि चिंब भिजून गेला.*

कोणाशीही संबंध न ठेवता तो रात्रंदिवस एकांतवासात राहू लागला. आपले दु:ख आपल्या हृदयाशी कवटाळून तो एकटा बसू लागला.

राजपुत्र दुर्योधनाच्या मनातल्या बालपणीच्या असूयेने आता द्वेषाचे रूप धारण केले होते. या द्वेषानेच आता त्याचे मन व्यापून टाकले होते. काही बाबतीत तो आपल्या पित्यासारखा नव्हता. उदाहरणार्थ, त्याचा पिता हा केवळ लोभी माणूस होता, पण दुर्योधन हा केवळ लोभी नव्हता. तो त्याहून अधिक काही होता. धृतराष्ट्रांचा लोभ त्याच्या हृदयात लपलेला असे. तो भित्रा होता. तो दांभिकपणे आपल्या भावना लपवू शकत असे. पण दुर्योधनाला दंभाची चीड होती, तो स्पष्टवक्ता होता. सावधपणा हेच सूत्र असलेल्या आपल्या पित्याची वागण्याची पद्धत त्याला मुळीच आवडत नसे. आपले मन व्यक्त करण्याची हिंमत धृतराष्ट्रांत नव्हती. दुर्योधनाला आपले मन स्पष्टपणे व्यक्त करण्यात आनंद होत असे.

तरुण राजपुत्र दुर्योधन असा का झाला, याचा विचार आपण करू या. दुर्योधन हा उदार मनाचा राजपुत्र होता. त्याने राधेयाला अंगदेशाचा राजा केले, यावरून त्याचा उदारपणा सिद्ध होतो. त्यानंतर त्याने तेरा वर्षे राज्य केले. त्याच्या राज्यात प्रजा सुखी होती. तो चांगला माणूस होता. पण त्याच्यात एक भयानक दोष होता आणि तो म्हणजे असूया. पांडवांविषयी त्याच्या मनात असूयेची आग पेटली होती. हा त्याचा दोष त्याच्या अध:पतनाला कारणीभूत झाला.

द्रोणाचार्य प्रथम हस्तिनापुरात आले, तेव्हा ते सर्व राजपुत्रांना भेटले. अर्जुनाच्या वागण्याने ते प्रसन्न झाले. आपला पुत्र अश्वत्थामा याला त्यांनी बोलावले आणि ते अर्जुनाला म्हणाले, "प्रिय वत्सा अर्जुना, हा माझा पुत्र अश्वत्थामा आता तुझा आयुष्यभराचा मित्र झाला आहे." पण अश्वत्थाम्याचा कल अर्जुनाकडे नव्हता. त्याऐवजी तो दुर्योधनाचा परममित्र झाला. दुर्योधनाला खूष करण्यासाठी त्याने पांडवांचा मुक्काम होता त्या तळावर मध्यरात्री कत्तल करण्याचे भयानक कृत्य केले.

इथे आणखी एक गोष्ट लक्षात घेण्याजोगी आहे. कौरवांकडे अकरा अक्षौहिणी इतके सैन्य असतानाही पांडवांनी सात अक्षौहिणी इतकेच सैन्य मान्य केले. पांडवांची सद्भावना इथे दिसून आली. पांडवांची बाजू न्याय्य आहे आणि दुर्योधनाचे वागणे अक्षम्य आहे, हे सगळे जग

जाणत होते. पांडवांपेक्षा दुर्योधनाच्या सैन्याची संख्या अधिक होती. पण पांडवांच्या बाजूने असणाऱ्यांची संख्या अधिक होती, कारण ती रक्ताच्या नात्याची होती. भीष्म हे युद्धाला दुर्योधनाच्या बाजूने उभे होते. भगदत्तही दुर्योधनाच्या बाजूनेच लढण्यासाठी उभा होता. शल्य हा पांडवांना मदत करण्याच्या इच्छेने पांडवांकडे जात असे, पण तोही दुर्योधनाच्याच बाजूने लढणार होता; कारण दुर्योधनाने आपल्या बोलण्याची मोहिनी त्याच्यावर टाकून त्याला आपल्या बाजूला वळवले होते. दुर्योधनाने त्याच्यावर इतकी मोहिनी टाकली, की तो आपल्या बहिणीच्या पुत्रांविरुद्ध लढायला तयार झाला. राधेय हा एक सद्‌भावशील माणूस होता. पण तोही दुर्योधनाच्या बाजूने अन्याय्य कारणासाठी लढताना मरण पावला. बलरामाला भीमापेक्षा दुर्योधन अधिक आवडत असे.

सोन्यासारखे हृदय असलेल्या, अत्यंत उदार, क्षत्रियाला आवश्यक असलेल्या सर्व कलांमध्ये पारंगत असा हा दुर्योधन असूयेचा गुलाम झाला, ही त्याच्या आयुष्याची शोकांतिकाच ठरली. तसे नसते तर दुर्योधन हा एक थोर माणूस म्हणून मान्यता पावला असता!

## द्यूतगृह

होती ती परिस्थिती अधिक काळ तशीच चालू देणे शकुनींना शक्य नव्हते. त्यांनी पुनःपुन्हा दुर्योधनाशी विचारविनिमय केला. अखेर त्याला यश आले. इंद्रप्रस्थात दुर्योधन असताना जे काय घडले ते दुर्योधनाने शकुनीमामांना सर्व काही सांगितले. दुर्योधन शकुनीमामांना म्हणाला, "जोपर्यंत मी पांडवांचा नाश करीत नाही, तोपर्यंत मी सुखी होणार नाही. मला त्यांच्यावर मात केली पाहिजे. शकुनीमामा, माझ्यावर प्रेम आहे असं तुम्ही म्हणता, ते जर खरं असेल, तर मला या जगाचा राजा करणारा मार्ग दाखवा." शकुनी म्हणाले, "प्रिय वत्सा, पांडव किती

समर्थ झाले आहेत, ते तू स्वत: पाहिलं आहेस. युद्ध करून त्यांचा पराभव करणं शक्य नाही. पण पोलादी शस्त्रांहून अधिक ताकदीचं असं एक शस्त्र माझ्याकडे आहे. या जगातील सर्व संपत्ती मी तुझ्या मालकीची करू शकतो, हे करण्यासाठी रक्ताचा एक थेंबही सांडला जाणार नाही, तुझ्या नावाला बदनामीचा स्पर्शही होणार नाही. तुझी ही उदासीनता झटकून टाक आणि मी काय सांगतो ते तू ऐक.'' दुर्योधनाचा आपल्या कानांवर विश्वास बसेना. आपली भेकड योजना शकुनीमामा दुर्योधनाला सांगू लागले. ते बोलत असताना त्यांच्या ओठांवर कुटिल स्मित खेळत होते. शकुनीमामा दुर्योधनाला म्हणाले, ''या थोर युधिष्ठिराची एक भयानक दुबळीक आहे आणि ती म्हणजे जुगार खेळणे!'' शकुनीमामा काय सांगत आहेत, याचा अर्थबोध दुर्योधनाला होईना. शकुनीमामांनी अधिक काही सांगावे, असे त्याला वाटले.

शकुनीमामांनी पुन्हा बोलायला सुरुवात केली, ''जुगार खेळणं हे जबरदस्त व्यसन युधिष्ठिराला आहे, पण तो खेळण्याची कला त्याच्याजवळ नाही. आपला हेतू साध्य करण्यासाठी या गोष्टीचा उपयोग मी करून घेईन. फासे टाकण्याच्या कलेत मी अतिशय पारंगत आहे. माझ्याशी द्यूत किंवा जुगार खेळून मला हरवील असा जगात कोणीही नाही. माझं हे कौशल्य वापरून तुला आनंद होईल अशी गोष्ट मी घडवून आणीन. तू युधिष्ठिराला द्यूत खेळायचं निमंत्रण दे. आपलं सगळं राज्य मी या द्यूताच्या खेळीत त्याला पणाला लावायला लावीन. तू तुझ्या वडलांना हे सांगून त्यांची संमती मिळव. एखाद्या मुलाच्या हातातलं खेळणं काढून घ्यावं, तसं हे आहे. मी तुझ्यासाठी हे अगदी सहज करू शकेन.'' दुर्योधन म्हणाला, ''तुम्ही ही गोष्ट पिताजींना माझ्याहून अधिक चांगली पटवू शकाल. हा डाव सुरक्षितता देणारा आहे, ही गोष्ट पिताजींना पटवली पाहिजे. सुरक्षितता हे त्यांच्या जाणिवेचं मुख्य सूत्र आहे. माझ्या पिताजींना विदुरांची सतत भीती वाटत असते. तुमची योजना सुरक्षिततेची असल्याचं तुम्ही माझ्या पिताजींना पटवलं पाहिजे.'' हे करायला शकुनीमामा तयार झाले.

डावपेच आखणारे हे राजपुत्रांचे उपदेशक शकुनी धृतराष्ट्र राजाकडे गेले आणि त्यांना म्हणाले, ''इंद्रप्रस्थाहून परत आल्यापासून दुर्योधन अतिशय दु:खी आहे. तुम्ही त्याला बोलावून घ्या आणि त्याचं सांत्वन करा. तुमचा ज्येष्ठ पुत्र दु:खी असावा, हे योग्य नव्हे.'' राजाने आपला

पुत्र दुर्योधन याला बोलावून घेतले. राजा त्याला म्हणाले, "दुर्योधना, माझ्या पुत्रा, मी हे काय ऐकतो आहे? तू कशामुळे दु:खी झाला आहेस? माझ्या आयुष्याहूनही तू मला अधिक प्रिय आहेस. तुझ्या उदासीनतेचं कारण तू मला सांग. मी ते दूर करण्याचा प्रयत्न करीन." दुर्योधन म्हणाला, "माझ्या उदासीनतेचं कारण मी तुम्हांला सांगतो." दुर्योधनाने त्यांना इंद्रप्रस्थ इथे घडलेली सर्व हकीकत सांगितली. आपले हृदय पांडवांच्या असूयेने जळते आहे, असे तो म्हणाला. "पांडवांचे ग्रह इतके उच्चीचे असताना मी दु:खी व्हावं, यात आश्चर्य ते काय? तुमचेच शब्द वापरायचे झाल्यास 'त्या सद्वर्तनी मुलां'ची स्तुतिगीतं मी गावी, अशी तुमची अपेक्षा आहे काय? तुम्ही सगळे याहून वेगळं काही करीत नाही. मी त्यांचा द्वेष करतो, मला त्यांची संपत्ती हवी आहे, त्यांच्या भोवतीचं तेजोवलय मला विझवून टाकायचं आहे, मला त्यांचा नाश करायचा आहे, हे साध्य केल्याशिवाय मी सुखी होणार नाही." दुर्योधनाने पित्याकडे आपले मन मोकळे केले. हे ऐकून आता योग्य ती वेळ आली आहे, असे शकुनींना वाटले. त्यांनी युधिष्ठिरांला द्यूताचे निमंत्रण देण्याचा विषय काढला आणि या मार्गाने दुर्योधनाला जे हवे आहे, ते आपण मिळवून देऊ, असे सांगितले. शकुनी म्हणाले, "द्यूत खेळण्यासाठी हस्तिनापुराला येण्याचं निमंत्रण तुम्ही युधिष्ठिराला द्या. तो द्यूतात आपलं सगळं वैभव घालूवन बसेल, याची मला खात्री आहे."

शकुनीमामांनी सुचवलेल्या या योजनेवर दुर्योधन बेहद्द खूष झाला. तो म्हणाला, "पिताजी, तुम्ही याला संमती द्यायलाच हवी." हे ऐकून धृतराष्ट्रांच्या मनात भीती निर्माण झाली. ते म्हणाले, "माझे मंत्रिमंडळ याला संमती देईल की नाही, याची मला कल्पना नाही. मला त्यांच्याशी चर्चा करावी लागेल." हे ऐकताच दुर्योधन उतावीळ होऊन म्हणाला, "तुम्हांला ठाऊक आहे, की विदुरांच्या नेतृत्वाखाली काम करणारं तुमचं मंत्रिमंडळ या गोष्टीला मुळीच संमती देणार नाही. तुम्ही जर मंत्रिमंडळाचा सल्ला घ्याल आणि तुमचेच शब्द वापरून सांगायचं झाल्यास 'या पापी विचारा'पासून मला दूर ठेवाल, तर मी आत्महत्या करीन." काही क्षण तो शांत राहिला आणि म्हणाला, "तुमच्या दृष्टीनं धर्माची प्रतिमा असलेले युधिष्ठिर आणि विदूर यांच्याबरोबर तुम्ही सुखानं रहा. माझा विचारही तुम्ही करू नका." धृतराष्ट्रांना संमती देणे भागच पडले. तो

म्हणाला, "ठीक आहे. मी कुणाचाही सल्ला घेत नाही. शकुनी, तू जा आणि वास्तुशास्त्रज्ञांना बोलावून हस्तिनापुराच्या शेजारी असलेल्या जयंता या उपनगरात सुंदर सभागृह बांधायला घे. सभागृह पूर्ण झालं, की तू पांडवांना हे सभागृह पाहण्याचं निमंत्रण दे. तुम्ही द्यूत खेळा. मी सर्व काही तुझ्या हाती सोपवतो." शकुनी आणि दुर्योधन यांना जे हवे होते, तेच घडून आले होते. त्यांची हृदये आनंदाने गाऊ लागली!

सभागृह बांधण्याचे काम सुरू झाले. हे वृत्त विदुरांच्या कानी गेले. ते राजा धृतराष्ट्रांकडे गेले आणि त्यांना म्हणाले, "जयंता येथे सभागृह बांधणार असल्याचं मी ऐकलं. पांडवांना निमंत्रण दिलं जाणार आहे, हेही मला कळलं. या अचानक आतिथ्याचं कारण काय? पांडवांबरोबर द्यूत खेळलं जाणार आहे, असंही माझ्या कानी आलं आहे. बंधू धृतराष्ट्रा, तुला झालं आहे तरी काय? दूरच्या नगरात तिथं पांडव सुखानं जगत आहेत. खुद्द दुर्योधनानंच त्यांना असं हद्दपार केलं आहे. तुमच्यापासून ते कितीतरी दूर आहेत. आता तरी तू सुखी असावंस ना? तुझं अजूनही समाधान झालेलं नाही? तुझ्या भावांच्या मुलांबरोबर तू असा निर्दयपणे का वागतो आहेस? खरोखरीच तू अगदी हृदयशून्य आहेस." विदुरांचे हे बोलणे ऐकून धृतराष्ट्र रागावले. विदूर पुढे म्हणाले, "हे द्यूताचं प्रकरण तुझ्या भल्याचं नाही. हा द्यूताचा खेळ तुझ्या मुलांत नव्या भांडणाचं कारण ठरेल. तेव्हा ही तयारी ताबडतोब थांबव." रागाच्या स्वरांत धृतराष्ट्र म्हणाले, "असं काहीही होणार नाही. द्यूत हा राजपुत्रांनी खेळण्याचा खेळ आहे. थोडा वेळ आनंदात जावा, यासाठी ते खेळणं असतं. माझ्या आणि भीष्मांच्या समोर असं काही होणार नाही आणि जरी काही झालं तरी ते फार वाईट असणार नाही. काहीही होवो किंवा तुम्ही काहीही म्हणा, द्यूताच्या खेळाला माझी पूर्ण संमती आहे." हे ऐकून विदूर अतिशय नाराज झाले. पण शांत राहाणे त्यांना भाग होते. आपला आणि आपल्या पुत्रांचा नाश करण्याचे राजाने ठरवले होते, त्याला कोण काय करणार?

सभागृह बांधून तयार झाले. दुर्योधनापेक्षाही धृतराष्ट्र अधिक उत्तेजित झाले होते. त्यांनी विदुरांना बोलावून घेतले आणि ते त्यांना म्हणाले, "खांडवप्रस्थ इथं तू जावंस, अशी माझी इच्छा आहे. माझा पुतण्या युधिष्ठिर याला तू माझा निरोप कळव, तो असा, की मी एक सुंदर सभागृह बांधलंय, ते तू पाहायला ये. तुझ्यासाठी मय यानं सभागृह

बांधल्याचं मी ऐकलं आहे. आता तू आमचं हे सभागृह येऊन पाहा. द्यूत हा तुझा आवडता खेळ आहे. तो आमच्याबरोबर खेळून तू आपला वेळ आनंदानं घालवू शकतोस. तू युधिष्ठिराला माझा हा निरोप दे. तो माझी आज्ञा मोडणार नाही. तो नक्की इथं येईल. त्याला जितक्या लवकर इथं आणता येईल, तितक्या लवकर आण.'' गरीब बिचाऱ्या विदुरांनी हे संकट दूर करण्याचा पुन्हा एकदा प्रयत्न केला, पण तो व्यर्थ ठरला. धृतराष्ट्र आपल्या निर्णयावर अगदी ठाम होते! जड हृदयाने विदूर इंद्रप्रस्थाला जायला निघाले.

## इंद्रप्रस्थाला निरोप

युधिष्ठिराने विदुरांचे मोठ्या प्रेमाने स्वागत केले. पांडवांचे विदुरांवर अतिशय प्रेम होते. सगळे आपापल्या स्थानावर बसल्यानंतर युधिष्ठिर विदुरांना म्हणाला, "तुमच्या चेहऱ्यावर आनंद दिसत नाही. हस्तिनापुरात कोणी आजारी आहे काय की तुमची स्वतःची प्रकृती तेवढी बरी नाही? माझ्या चुलत्यांची प्रकृती बरी आहे ना? तुम्ही इतके उदास का दिसता आहात, ते मला सांगा.'' विदूर म्हणाले, "तुझे चुलते आणि त्यांचे पुत्र यांची प्रकृती उत्तम आहे. धृतराष्ट्रांनी तुला माझ्याकरवी एक निरोप पाठवला आहे.'' विदुरांनी राजाचा निरोप सांगितला. निरोप ऐकून युधिष्ठिर गोंधळात पडला. आपल्या चुलत्याला तो चांगलाच ओळखत होता. त्यामुळे त्याला विश्वासघाताचा वास आला. पण हा निरोप तर अगदी साधा होता. काही क्षण तो विचारात पडला आणि म्हणाला, "डोळ्यांना दिसतं त्याहून यात अधिक काही आहे. आपल्या पुत्रांबरोबर द्यूत खेळण्यासाठी आम्ही हस्तिनापुराला जावं, अशी राजाची इच्छा आहे, असं तुम्ही म्हणालात. मला असं वाटतं, की द्यूत हा सगळ्या गोष्टींचा गाभा आहे. तेच राजाचं उद्दिष्ट आहे. आता मी ते पाहू शकतो.

मला असं वाटतं, की हे द्यूत धृतराष्ट्र आणि पंडू यांच्या पुत्रांत होणाऱ्या भांडणाचं कारण ठरेल. तुमचं मत जाणून घ्यायला मी उत्सुक आहे. तुम्हांला माझं म्हणणं पटतं का?'' विदूर म्हणाले, ''माझ्या उदासीनतेचं हेच कारण आहे. द्यूत खेळणं योग्य नव्हे, असं माझं मत आहे. ही गोष्ट चुकीची आहे. हे मी धृतराष्ट्रांना पटवून देण्याचा प्रयत्न केला, पण ते माझं ऐकायला तयार नाही. ही आज्ञा देऊन त्यांनी मला तुझ्याकडे पाठवलं आहे.''

द्यूत खेळण्याचे परिणाम काय, याचा काही प्रमाणात युधिष्ठिराला अंदाज होता. ''माझ्याबरोबर द्यूत कोण खेळणार आहेत, त्यांची नावं तुम्हांला ठाऊक आहेत काय?'' असे युधिष्ठिराने विदुरांना विचारलं. विदूर म्हणाले, ''दुर्योधनाचा दुष्ट वृत्तीचा मामा शकुनी आणि विविंशती, पुरुमित्र, चित्रसेन हे दुर्योधनाचे तीन भाऊ तुझ्याबरोबर द्यूत खेळणार आहेत.'' युधिष्ठिर म्हणाला, ''त्यांनी सर्वोत्तम खेळाडूंची निवड केली आहे. मी या खेळात दुबळा आहे. फासे टाकण्याच्या कलेतला शकुनी हा फार मोठे जादूगार आहेत. मी काय करू शकणार? परमेश्वरानं जसं ठरवलेलं असतं, तसंच या जगात घडून येतं. मी नियतीपुढे असाहाय्य आहे. मी त्यांची आज्ञा पाळणारच, हे माझं तत्त्व राजाला ठाऊक आहे. हे माझं राज्य धृतराष्ट्रांच्या मालकीचं नाही आणि त्यांची आज्ञा पाळायला मी बांधील नाही. पिता जर पित्यासारखा आपल्या पुत्राशी वागला, तर पुत्रानं पित्याची आज्ञा पाळली पाहिजे. पण इथं तशी परिस्थिती नाही. धृतराष्ट्रांना माझ्या भाग्याचा आनंद नाही. द्यूतगृह पाहण्यासाठी आणि काही दिवस आपल्या सहवासात घालवण्यासाठी राजानं मला निमंत्रित केलं आहे. खरं म्हणजे या गोष्टी वरवरच्या आहेत. खरी गोष्ट त्याला हवी आहे ती माझ्याबरोबर द्यूत खेळण्याची! मला हे स्पष्ट दिसतं आहे. मला द्यूत खेळणं मुळीच आवडत नाही. हा खेळ अखेर नाशाकडे नेतो. पण तरीही त्यांची आज्ञा पाळली पाहिजे, हा अलिखित कायदा आहे. खेळाचं निमंत्रण आलं, तर ते स्वीकारणं हा क्षत्रियांचा धर्म आहे. या सर्व गोष्टींमुळे मी हे निमंत्रण नाकारणार नाही, याची माझ्या चुलत्याला खात्री आहे. नियती आपल्या मार्गानं चालू दे! अगदी नकोशा असणाऱ्या हस्तिनापूराला मी तुझ्यासोबत येतो.''

कुंती, द्रौपदी आणि आपले भाऊ यांना घेऊन युधिष्ठिर हस्तिनापूराला गेला. जुलमी राजा आणि निर्दय नियती त्याला ओढून नेत होती!

# फासे पडले

लवकरच पांडव हस्तिनापुराला पोचले. कौरवांनी त्यांचे जिव्हाळ्याने स्वागत केले. त्यांच्या मुक्कामाची अतिशय सुंदर आणि सर्व सोयींनी परिपूर्ण व्यवस्था केली गेली होती. वडीलधाऱ्यांना पांडवांनी प्रणाम केला आणि आपल्या चुलत बंधूंची भेट घेतली. त्यानंतर पांडव आपल्या मुक्कामाच्या जागी गेले. त्या रात्री त्यांनी तिथे अगदी छान विश्रांती घेतली. कौरवांनी सर्व व्यवस्था अगदी विचारपूर्वक केलेली पाहून पांडवांना साश्चर्य आनंद वाटला. 'तुम्ही येऊन चार दिवस माझ्यासोबत रहा,' हे राजाने दिलेले निमंत्रण निदान यावेळी तरी मन:पूर्वक दिलेले होते, अशी त्यांना जाणीव झाली.

दिवस उजाडला. आयुष्यातला एक भयानक दिवस म्हणून हा दिवस त्यांच्या स्मरणात कायमचा कोरला जाणार होता. सुगंधी पाण्याने स्नान करून आणि सणासुदीचे कपडे नेसून पांडव आपल्या दालनांबाहेर पडले. दुर्योधन आणि त्याच्या सोबतच्या इतरांनी त्यांना नवे सभागृह पाहण्यासाठी जयंतपुरा या उपनगरात नेले. सभागृह दाखवणे हे केवळ वरवरचे कारण होते. पांडवांना हस्तिनापूरात येण्याचे निमंत्रण देण्यामागचे खरे कारण होते, त्यांच्याशी द्यूत खेळणे.

सभागृह पाहून झाल्यानंतर पांडव हस्तिनापूराला परत आले. आपण सगळे बसून द्यूत खेळू या, अशी सूचना शकुनींनी केली. अनेक वाईट गोष्टींना कारणीभूत झालेला द्यूत हा जुगाराचा खेळ आपण खेळणार नाही, असे युधिष्ठिर म्हणाला. हा खेळ म्हणजे मैत्रीचा नाश, हा खेळ म्हणजे विष आहे, असेही तो म्हणाला. हे ऐकून शकुनी म्हणाले, "युधिष्ठिरा, अशक्य गोष्टी शक्य असल्याचं तू सांगतो आहेस. द्यूत हा एक साधा खेळ आहे. आपलं सर्वस्व इथं थोडंच पणाला लावायचं आहे? काही वेळ आनंदात घालवणारा हा इतर खेळांसारखाच एक खेळ आहे." यावर युधिष्ठिर शकुनींना म्हणाला, "तुम्ही माझं म्हणणं समजून घेतलेलं नाही. मला लबाडीनं धन जिंकणं आवडत नाही. तुम्ही

काही म्हणा, हा खेळ फसवाफसवीचा खेळ आहे, असं मला वाटतं, द्यूताचे फासे हातात घेतले, की शहाण्याचा मूर्ख माणूस होतो. हा खेळ माणसाची विचारशक्ती नष्ट करतो. तो दारूसारखा आहे, माणसाच्या सद्‌गुणांचा तो नाश करतो. द्यूताच्या या ज्वरानं एकदा माणसात प्रवेश केला, की कशानंही त्याला बरं करणं शक्य नाही. हा खेळ खेळणं भयानक रोगाप्रमाणे टाळलं पाहिजे. आपण द्यूत खेळायला नको.''

त्याच्याकडे तुच्छतेने पाहून शकुनी म्हणाले, ''या युधिष्ठिरानं राजसूय यज्ञ करून द्रव्य मिळवलं. ते त्याला हातातून निसटू द्यायचं नाही. अखेर हे धन त्याला नवीनच मिळालं आहे! ते त्याला ठेवून घेऊ द्या. युधिष्ठिरा, आमचं हे आव्हान स्वीकारण्याची हिंमत तुझ्यात नसेल, तर तू मुळीच द्यूत खेळू नकोस.'' शकुनींच्या या बोलण्यामागच्या सुराने युधिष्ठिर दुखावला गेला. तो म्हणाला, ''मी भ्यालेलो नाही किंवा मला तुमच्यासारखा धनाचा लोभही नाही. तुम्हांला हेही ठाऊक आहे, की मला कोणी द्यूत खेळण्याचं आव्हान दिलं, तर मी ते नाकारणार नाही. मी खेळायला निश्चितच तयार आहे. माणसाच्या सर्व शहाणपणापेक्षा प्राक्तन बलवत्तर असतं. माझ्याबरोबर कोण खेळणार आणि पण काय लावला जाणार, हे मला सांग.'' दुर्योधन म्हणाला, ''तू जितकी मूल्यवान रत्नं आणि धन पणाला लावशील, तितकं मी पणाला लावीन. माझ्या वतीनं शकुनीमामा तुझ्याशी खेळतील.'' युधिष्ठिर म्हणाला, ''हे नियमाला धरून नाही. असं पूर्वी कधीही झालेलं नाही. प्रत्यक्ष तूच खेळलं पाहिजेस आणि तूच पण लावला पाहिजेस.'' शकुनी म्हणाले, ''दुर्योधन म्हणतो तसं व्हायला काहीच हरकत असण्याचं कारण नाही. तुला खेळायचं नाही, म्हणून तू काही ना काही सबबी पुढे करतो आहेस. तुला जर खेळायचं नसेल, तर तसं स्पष्ट सांग.'' यावर युधिष्ठिर काहीच बोलू शकला नाही.

हळूहळू सभागृह भरून गेलं. भीष्म, द्रोण, कृप, विदूर हे सर्वजण तिथे हजर होते. राजा धृतराष्ट्रही तिथे होते. द्यूत खेळायला सुरुवात झाली, फासे टाकले गेले. युधिष्ठिराने आपल्याकडची रत्ने, दागिने, संपत्ती सर्व पणाला लावली. राजपुत्र दुर्योधन म्हणाला, ''तुझ्याप्रमाणेच मीही या सर्व गोष्टी पणाला लावतो.'' शकुनीने फासे हातात घेतले. त्याने ते कौशल्याने हलवून जमिनीवर टाकले. ''जिंकलोऽ'' शकुनी मोठ्याने ओरडले. युधिष्ठिराने हजारो सोन्याची नाणी आणि रत्नखचित

माळा दिल्या. पुन्हा तोच पण लावला गेला. पुन्हा फासे टाकले गेले. ''जिंकलोऽ'' असे पुन्हा शकुनी मोठ्याने ओरडल्याचे सर्वांच्या कानी आले. आता सभागृह स्तब्ध झाले होते.

खेळ चालू राहिला. जुगाराचा ज्वर गरीब बिचाऱ्या युधिष्ठिराच्या रक्तात शिरला होता. खेळीमागून खेळी सुरू राहिला होती. त्या भयानक खेळाचे ''जिंकलो'' हे शकुनींनी उच्चारलेले एकसुरी ध्रुवपद पुन:पुन्हा कानी येत होते. तो आता केवळ आनंदाचा उद्‌गार उरला नव्हता! युधिष्ठिर हळूहळू सतत हरत गेला. दागिने, रथ, सोने, घोडे, संपत्ती, हत्ती, सेना, दास, खजिना, धान्याचे कोठार, भांडीकुंडी या युधिष्ठिराच्या सर्व गोष्टी ''जिंकलो'' या शकुनीच्या ऐकू येणाऱ्या घोषणांनी गिळून टाकल्या. आता कोणीतरी मध्यस्थी करून हे थांबवले पाहिजे, असा विचार विदुरांच्या मनात आला. ते धृतराष्ट्रांना म्हणाले, ''महाराज, तुमच्या कानांना जरी सुखाचं वाटलं नाही, तरी माझं म्हणणं तुम्हांला ऐकून घेतलं पाहिजे. वैद्यानं दिलेल्या औषधाची चव आजारी माणसाला आवडणार नाही. पण आपला आजार नाहीसा व्हावा, असं जर वाटत असेल; तर त्यानं ते औषध सेवन केलं पाहिजे. तुझा हा प्रिय पुत्र जन्माला आला तेव्हाची ती वेळ तुला आठवत असेलच. त्यावेळी भयानक अपशकुन घडून आले होते. असं का होत आहे, असं तू मला विचारलंस, तेव्हा मी तुला म्हणालो, की तुझा हा पुत्र जगाच्या नाशाला कारणीभूत होणार आहे. या जगाला वाचवण्यासाठी तू आपल्या या पुत्राचा वध कर, असं मी तुला म्हणालो होतो. पण तू माझं ऐकलं नाहीस. पण आता ती वेळ आली आहे, यावर तू विश्वास ठेव. हा द्यूताचा खेळ असाच चालू राहिला, तर या जगाचा नाश होईल. पांडवांवर होणाऱ्या अन्यायाबद्दल तो करणाऱ्याला शिक्षा ही होणारच. आपल्या पुत्रांचे मृत्यू पाहावे लागल्यामुळे वार्धक्यात फार मोठं दु:ख तुम्हांला भोगावं लागणार. शूरवीर पांडवांवर तू अन्याय करू नकोस. लोभ ही एक भयानक गोष्ट आहे. लोभाचा हा रोग तुम्हांला झाला आहे आणि तुमच्याकडून वारसाहक्कासारखा तो तुमच्या पुत्रांकडेही गेला आहे. पांडवांना युद्धात हरवण्याची शक्ती तुझ्या पुत्रात नाही आणि म्हणून लबाडांच्या राजाची मदत घेऊन तो पांडवांना फसवून जिंकण्याचा प्रयत्न करतो आहे. कृपा करून हे थांबवा. याचे परिणाम भयानक होतील. कृपा करा आणि हे थांबवा.'' राजा धृतराष्ट्र उत्तरादाखल

यावर एक शब्दही बोलला नाही!

यानंतर सभागृहात शांतता पसरली. जमिनीवर फाशाच्या सोंगट्या टाकल्याचा आणि शकुनीने 'जिंकलो' ही घोषणा केल्याचा – हे दोनच आवाज ऐकू येत होते. कुणीच बोलत नव्हते. दुर्योधनाने आपला चेहरा विदुरांकडे वळवला. तो विदुरांशेजारी येऊन उभा राहिला आणि त्यांना म्हणाला, "आमच्यासमोर इतरांची स्तुती करण्यात तुम्ही कुणालाही हार जाणार नाही. ही गोष्ट माझ्या बालपणापासून मी पाहत आलो आहे. तुम्ही नेहमीच पांडवांची बाजू उचलून धरली आहे. मी तुम्हांला कधीही आवडलेलो नाही. तुम्ही सतत माझी निंदाच केली आहे. ज्या हातानं तुम्हांला अन्न भरवलं, त्या हातांशी तुम्ही कृतघ्न झालात. माझ्या पित्याला माझ्याविषयी वाटणारी नैसर्गिक ममता तुम्ही नष्ट करण्याच्या प्रयत्नात आहात. तुम्ही आमचे हितचिंतक आहात, असं तुम्ही म्हणत असला; तरी ते खरं नाही, ते खोटं आहे – असंच मला वाटतं. आमच्यासाठी तुम्ही दुःख करू नका. आम्ही सुखात आहोत. तुम्ही तुमच्या लाडक्या पुतण्यांसाठी दुःख करा, कारण आता काही क्षणातच ते भिकारी होणार आहेत. याबद्दल मी शकुनीमामांचा ऋणी आहे. तुम्ही मला भविष्याबद्दल धोक्याच्या सूचना दिल्या आहेत; पण ज्या परमेश्वरानं मला या जीवनाच्या प्रवासाला पाठवलं, त्यानं लिहून ठेवलेलं भविष्य कुणीही बदलू शकत नाही. माझ्याशी किंवा माझ्या पित्याशी बोलून तुम्ही आमच्या भविष्याचा मार्ग बदलू शकता, अशी स्वतःची खुषमस्करी करणं सोडून द्या. मला काही काळ एकटं राहू द्या. माझ्या पित्याशी तुम्ही मगाशी बोललात, तसं पुन्हा बोलू नका." इतके बोलून दुर्योधन तिथून निघाला आणि जिथे द्यूताचा खेळ सुरू होता तिथे गेला.

द्यूताचा खेळ सुरू होता. शकुनींनी क्रूर स्मित केले आणि ते म्हणाले, "युधिष्ठिरा, तुमच्याकडे असलेलं सर्व भौतिक वैभव तुम्ही द्यूतात हरला आहात. आता तुमच्याजवळ काहीच उरलेलं नाही. जे आपलं म्हणता येईल, असं जर काही तुमच्याकडे असलं, तर तुम्ही ते आता पणाला लावा. राजपुत्र दुर्योधन आतापर्यंत जे जिंकला आहे ते सर्व पणाला लावील. तू जर जिंकलास, तर आतापर्यंत तू जे हरलास ते सर्व परत मिळवशील." खेळाच्या वेड्या नादात युधिष्ठिराचे डोके ठिकाणावर राहिले नव्हते. काही वेळ तो विचार करीत निःशब्द बसून राहिला. अचानक त्याने आपल्या मनाशी निर्णय घेतला आणि तो

म्हणाला, "पणाला लावण्यासारखं अजूनही माझ्याकडे काही आहे. माझा कृष्ण वर्णाचा धाकटा भाऊ नकुल याला मी पणाला लावतो." खेळ सुरू झाला आणि शकुनींनी घोषणा केली, "मी जिंकलो." युधिष्ठिर म्हणाला, "आता मी माझा शहाणा भाऊ सहदेव याला पणाला लावतो. त्याच्याशी तुलना होईल असा दुसरा कोणीही नाही. त्याला पणाला लावणं मला नको आहे, पण त्याला पणाला लावणं मला भाग आहे." फासे टाकले गेले. "मी जिंकलो," शकुनी ओरडले. शकुनी म्हणाले, "माद्रीचे पुत्र तू हरला आहेस. पण अजून दोन भाऊ उरले आहेत. पण ते पणाला लावण्याच्या योग्यतेचे आहेत, असं तुम्हांला वाटत नाही. तुझं बरोबर आहे. नकुल आणि सहदेव तुला अतिशय प्रिय आहेत आणि म्हणून तू त्यांना पणाला लावलंस, पण खरं म्हणजे तुझ्या या पणाचं मूल्य आमच्या पणाच्या मूल्याशी समान आहे, असं आम्हांला वाटत नव्हतं. पण तरीही आम्ही मनाचं औदार्य दाखवलं आणि नकुल, सहदेवाला पणाला लावू दिलं. ते जाऊ द्या. आम्ही जिंकलो आहोत. उरलेले दोन भाऊ पणाला लावण्याच्या योग्यतेचे नाहीत, असं तुला वाटतं आणि मलासुद्धा ते पटतं. पण खेळ चालू ठेवायचा असेल, तर तुम्हांला काहीतरी मार्ग शोधाला लागेल. कदाचित माद्रीच्या पुत्रांपेक्षा इतर दोघे खूप वरचढ आहेत, असं तुला वाटत असेल. तुझं मन मागेपुढे होतं आहे, याचं हेच कारण असावं." शकुनी युधिष्ठिराच्या उत्तराची वाट पाहत राहिले.

शकुनींचे हे बोलणे ऐकून युधिष्ठिर संतप्त झाला. शकुनींचे शब्द आगीसारखे त्याचे हृदय जाळीत गेले. युधिष्ठिर म्हणाला, "कृपा करून असं काही बोलू नका. आम्हा भावांत भांडण लावून देण्याचा तुमचा विचार दिसतो आहे. पण ते तुम्हांला कधीही शक्य होणार नाही. हा अर्जुन. त्याच्या तोडीचा जगात कोणी नाही. मी त्याला पणाला लावतो." शकुनींनी फासे टाकून घोषणा केली. "मी जिंकलो" युधिष्ठिर म्हणाला, "हा भीम, हा आमचा सेनाप्रमुख आहे. तुमच्या सगळ्यांपेक्षा त्याची शक्ती मोठी आहे. आता मी या भीमाला पणाला लावतो." फासे टाकले गेले. "मी जिंकलो" शकुनींनी घोषणा केली. युधिष्ठिर म्हणाला, "आता मी स्वतःला पणाला लावतो." फासे टाकले गेले. "मी जिंकलो" शकुनींनी घोषणा केली. सभागृहात शांतता पसरली. काही क्षणातच शकुनींच्या मुखातून शब्द उकळत्या शिशासारखे निघाले, "अजून

तुमच्याकडे द्रौपदी आहे. तिचा पण तुम्ही हरलेला नाही.'' हे ऐकताच शकुनीच्या मस्तकावर घाव घालण्यासाठी भीमाने आपली गदा सरसावली. पण नजरेच्या खुणेने अर्जुनाने त्याला थांबवले. युधिष्ठिराची विचारशक्ती त्याच्या नियंत्रणाबाहेर गेली होती. युधिष्ठिर म्हणाला, ''पांडवांची पट्टराणी द्रौपदी हिला मी आता पणाला लावतो.'' अखेरच्या खेळीचे फासे टाकले गेले. ''मी जिंकलो.' शकुनींनी द्यूताच्या खेळातली आपली अखेरची घोषणा केली. पांडव आपले सर्वस्व हरले होते.

## द्रौपदी दासी झाली

धक्का बसलेल्या सभागृहात शांतता पसरली. विदूर आपल्या हातांनी आपले डोके धरून सापासारखे फूत्कार टाकीत होते. त्यांचा चेहरा खाली वाकला होता. द्रौपदीवर केल्या गेलेल्या अन्यायाबद्दल ते जणू काही धरणीमातेची क्षमा मागत होते. भीष्मांच्या आणि इतरांची पाचांवर धारण बसली होती. फक्त धृतराष्ट्र आनंदी दिसत होते. ते सारखे विचारीत होते, ''आता काय जिंकलो? आणि आता? आणि आता?'' कौरवांनी केलेल्या विजयघोषांनी सगळे सभागृह दणाणून जात होते. दुर्योधन शकुनीमामांजवळ आला. त्याने शकुनींना प्रेमाने आलिंगन दिले. तो म्हणाला, ''हा माझ्या आयुष्यातला सर्वांत आनंदाचा दिवस आहे आणि त्याचा लाभ मला तुमच्यामुळे झाला.''

दुर्योधन विदुरांना म्हणाला, ''द्रौपदी आता आमची दासी झाली आहे. तुम्ही जा आणि आता तिला इथं घेऊन या. दास आणि दासी यांच्यासाठी केलेल्या प्रवेशद्वारातून तिला आत येऊ द्या. इथल्या सर्व कामांची तिला माहिती करून घेतली पाहिजे.'' विदूर उभे राहिले आणि दुर्योधनाला म्हणाले, ''दुर्योधना, अजूनही उशीर झालेला नाही. आणखी पुढे जाऊ नकोस. स्वत:ला कळत नसताना वाघाला चिथावणी देणाऱ्या

हरिणासारखा तू आहेस. विष ओकणाऱ्या भयानक नागांप्रमाणे हे पांडव आहेत, हे तू ध्यानात घेतलं पाहिजेस. त्यांना चिथावणी देऊ नकोस. द्रौपदी ही तुझी दासी नव्हे, तिचा अपमान होता कामा नये. द्रौपदीला पणाला लावण्याचा अधिकार युधिष्ठिराला नव्हता. मला याची खात्री आहे. मी बोललेलं तुला आवडत नाही, हे मला कळतं आहे. मी तुझा हितचिंतक नाही, असं तुला वाटतं आहे. पण मी तुझा हितचिंतक आहे. पांडवांच्या भयानक क्रोधाचा मी तुला आगाऊ इशारा देतो आहे. तू जर माझं ऐकलं नाहीस; तर तुझा, तुझ्या भावांचा आणि मित्रांना नाश अटळ आहे. कौरवांचं स्वागत करण्यासाठी नरकलोक तयारी करीत आहे.'' विदुरांच्या बोलण्याचा दुर्योधनावर काहीही परिणाम झाला नाही. त्यांनी वेदनेने अश्रू ढाळले आणि ते म्हणाले, ''आता मी तरी काय करणार? जो बघायचं टाळतो. त्याच्यासारखा आंधळा नाही आणि जो ऐकायचं टाळतो, त्याच्यासारखा बहिरा नाही. नशिबात त्यांच्यासाठी काय वाढून ठेवलं आहे, हे त्यांना कळत नाही.'' विदूर इतकेच बोलून थांबले.

दुर्योधन म्हणाला, ''यापेक्षा वेगळं काहीच बोलू न शकणाऱ्या या खालच्या जातीतल्या माणसाचं आम्ही खूप ऐकून घेतलं. आता ते पुरे झालं.'' दुर्योधनाने आजूबाजूला पाहिले. दरबारातल्या एका सेवकाकडे त्याची नजर गेली. दुर्योधनाने त्याला बोलावून घेतले आणि वृद्ध, शहाणे, सद्‌गुणी लोक हजर असलेल्या त्या सभेत तो त्याला म्हणाला, ''प्रातिकामी, स्त्रियांच्या दालनात जा आणि आमची दासी द्रौपदी हिला सांगा, की ती आता आमची झाली आहे. तिनं दरबारात हजर राहावं, अशी तिचा धनी आणि स्वामी राजपुत्र दुर्योधन याची इच्छा आहे.'' हे ऐकून सेवकाच्या डोळ्यांत भीती दिसली. हे पाहून दुर्योधन त्याला म्हणाला, ''मघाशी माझ्या चुलत्यांनी ज्याचं वर्णन केलं, त्या पांडवांच्या क्रोधाची तुला भीती वाटत आहे काय? विदुरांना आम्ही आणि आमचं वागणं कधीच आवडलेलं नाही, हे तुला माहीत नाही काय? तू भिऊ नकोस. सगळे पांडव आता आमचे दास झाले आहेत.'' तो सेवक स्त्रियांच्या दालनात गेला आणि द्रौपदीला म्हणाला, ''द्रौपदी, तू आता दुर्योधनाची दासी झाली आहेस. जुगाराचा ज्वर चढून तुझा पती तुला पणाला लावून डाव हरला आणि हा डाव कौरवांनी जिंकला. तुझा धनी आणि स्वामी दुर्योधन याची अशी इच्छा आहे, की तू दरबारात हजर

राहावंस.'' हे ऐकून द्रौपदीला धक्का बसला. ती म्हणाली, ''तू हे काय सांगतो आहेस? याचा अर्थ काय. पणाला लावण्यासाठी माझ्या पतीकडे दुसरं काही नव्हतं काय? त्यांचं डोकं फिरलं आहे काय? मला पणाला लावून ते जुगार कसा काय खेळू शकतात?'' तो सेवक म्हणाला, ''राजा युधिष्ठिर जुगारात आपलं सगळं धन हरला. मग तो आपले भाऊ पणाला लावून हरला. मग तो स्वत:ला पणाला लावून हरला आणि अखेरीस तो तुला पणाला लावून हरला.'' द्रौपदी म्हणाली, ''दरबारात जा आणि युधिष्ठिर आधी स्वत:ला पणाला लावून हरला, की आधी मला पणाला लावून हरला ही माहिती काढून आण.'' तो सेवक युधिष्ठिराकडे गेला द्रौपदीने विचारलेला प्रश्न त्याला सांगितला आणि त्याचे उत्तर विचारले.

सेवकाने विचारलेला हा प्रश्न ऐकल्यावर आपली जीवनशक्ती देहाबाहेर वाहून चालली असल्याची भावना युधिष्ठिराने अनुभवली. द्रौपदीच्या प्रश्नाला तो उत्तर देऊ शकला नाही. हे कळताच दुर्योधन संतप्त झाला आणि म्हणाला, ''त्या बाईला स्वत: इथं येऊन हा प्रश्न विचारू द्या.'' तो सेवक द्रौपदीकडे गेला आणि त्याने तिच्या प्रश्नाचे उत्तर युधिष्ठिराने दिले नाही हे सांगून तिला दुर्योधनाची आज्ञा कळवली. तो म्हणाला, ''कौरवांच्या विनाशाला सुरुवात झाली आहे, हे मला कळत आहे. तुझा असा अपमान केल्यामुळे राजपुत्र दुर्योधनाचा नाश होईल.'' पण द्रौपदी ठामच राहिली आणि त्या सेवकाला म्हणाली, ''तू पुन्हा दरबारात जा आणि माझ्या पतीला विचार, की मी काय करू? मी फक्त त्याचीच आज्ञा पाळीन, अन्य कुणाचीही नाही.'' तो सेवक दरबारात गेला आणि त्याने द्रौपदीचा हा निरोप युधिष्ठिराला कळवला. बिचाऱ्या युधिष्ठिराने मान खाली घातली आणि म्हणाला, ''तिला सांग, माझी अशी इच्छा आहे, की तिनं दरबारात यावं आणि तिथं हजर असलेल्या वडीलधाऱ्यांना हा प्रश्न विचारावा, की तिच्या पतीचा निर्णय योग्य होता की अयोग्य?'' भ्यालेला तो सेवक पुन्हा द्रौपदीकडे जायला तयार होईना. तिच्या क्रोधाची त्याला भीती वाटत होती. दुर्योधनाने प्रथम त्या सेवकाकडे पाहिले आणि नंतर आपला भाऊ दु:शासन याच्याकडे पाहिले आणि तो म्हणाला, ''दु:शासना, हा सेवक भ्यालेला दिसतो आहे. आता तूच तिच्या दालनात जा आणि तिला इथं दरबारात घेऊन ये. ती तुला काय करणार आहे? आता ती आमची दासी आहे.''

दुर्योधनाचा धाकटा भाऊ दुःशासन द्रौपदीला आणण्यासाठी तिच्या दालनात गेला.

दुःशासन द्रौपदीच्या समोर उभा राहिला आणि हसून तिला म्हणाला, "ये! ये! आमच्या राजपुत्रानं तुला जिंकलं आहे. आता तुला आपल्या लाडक्या पतींची भीती वाटण्याचं मुळीच कारण नाही. कसलाही संकोच न बाळगता आता तू दुर्योधनाकडे येऊ शकतेस. तुझे हे कमळांसारखे डोळे तू कुरुसम्राट दुर्योधनाकडे वळवावेस, हे अगदी योग्य आहे." दंश व्हावा तशी द्रौपदी बसल्या जागेवरून उठून उभी राहिली. हे सगळे दुःशासन मजेत पाहत होता. तो मोठ्याने हसला आणि द्रौपदीला म्हणाला, "इतक्या नम्रतेनं तू वागण्याचं कारण नाही. तुझे पती हे आमचे चुलत भाऊ आहेत." भ्यालेल्या नजरेने तिने दुःशासनाकडे पाहिले आणि ती वेगाने गांधारीच्या महालाकडे जाऊ लागली. संतप्त चालीने दुःशासन तिच्याजवळ गेला आणि तिचे लांब केस त्याने आपल्या हातांनी पकडले. ही गोष्ट भयंकर होती. राजसूय यज्ञात द्रौपदीचे केस पवित्र जलाने शुद्ध केले गेले होते. हे केस असे धरणे म्हणजे जो पुढे दंश करून जीव घेणार आहे अशा सर्पाला धरण्यासारखे होते. दुःशासन तिला ओढीत दरबाराकडे घेऊन गेला. वादळात उन्मळून पडलेल्या वृक्षासारखी द्रौपदी दिसत होती. तिच्या सगळ्या विनवण्या जणू बहिऱ्या कानांवर पडत होत्या. दुःशासन तिला म्हणाला, "तू आमची दासी आहेस. ज्या दुर्योधनानं तुला जिंकलं आहे, त्याची तू दासी आहेस. द्यूताच्या खेळात त्यानं तुला जिंकलं आहे. तुझा पती युधिष्ठिर यानं तुला पणाला लावली होती. तो डाव हरला. तू दरबारात यावंस, दरबारात तू तुझा प्रश्न वडीलधाऱ्यांना विचारावास, अशी युधिष्ठिराची इच्छा आहे. आमचा राजा दुर्योधन यानं तुला घेऊन दरबारात ये, अशी आज्ञा मला केली आहे. तू जर स्वतःच्या इच्छेनं माझ्याबरोबर आली नाहीस, तर तुला ओढून नेणं मला भाग पडेल." दुःशासनाने द्रौपदीच्या लांब केसांना धरून तिला खेचत नेली. या सगळ्या प्रकारात ओढाताणीमुळे तिचे वस्त्र चुरगळून गेले होते, अश्रूंनी भिजून गेले होते. अशा अवस्थेत द्रौपदीने कौरवांच्या दरबारात प्रवेश केला.

# द्रौपदीचा प्रश्न

अश्रू ढळण्यासाठी द्रौपदीच्या डोळ्यांत आता अश्रूच उरले नव्हते. तिचे डोळे संतापाने भरले होते. संताप आणि चीड यांनी थरथरणाऱ्या आवाजात ती म्हणाली, "या महान सभेत मी पाहते आहे महान व्यक्ती, प्राचीन कुरू घराण्यातील वडीलधारी माणसं– जी त्यांच्या धार्मिक वृत्तीबद्दल प्राचीन काळापासून विख्यात आहेत. तुम्ही सगळे इथं आहात. तुम्ही इथं हजर असूनही इथं दुर्वर्तनानं आपलं डोकं वर काढलं आहे! हे शक्य आहे काय? सत्तेचं मद्य प्यालेला एक माणूस इथं आहे. त्यानं आपल्या क्रूर वृत्तीच्या भावाला मला खेचून या दरबारात आणण्याची आज्ञा केली आहे आणि तुम्ही सगळे हे पाहता आहात! धर्माची जणू प्रतिमाच असलेला माझा पती इथं आहे. ज्या दरबारात ही गोष्ट घडू शकते, त्या दरबाराला सद्‌वर्तन सोडून गेलं आहे – असाच याचा अर्थ आहे. मी माझ्या पतीला प्रश्न विचारला, की द्यूताच्या खेळात तो स्वत:ला पणाला लावून आधी हरला, की मला पणाला लावून आधी हरला. माझ्या प्रश्नाचं उत्तर त्यानं दिलं नाही आणि आता मला या दरबारात खेचून आणण्यात आलं आहे. भीष्म आणि द्रोण यांच्यासारखी माणसं या गोष्टीला संमती देत आहेत! याचा अर्थच हा, की या दरबारात धर्म उरलेला नाही. मी तुम्हा सगळ्यांना एक प्रश्न विचारते, माझा प्रश्न अगदी साधा आहे. तो असा, की तुम्ही मला या माणसाची दासी मानता, की एक स्वतंत्र स्त्री म्हणून माझं अस्तित्व मान्य करता?"

आपल्या डोळ्यांच्या कोपऱ्यातून तिने आपल्या पतींकडे पाहिले. ती संतापाने उकळत होती. आपल्या पतींचा क्रोध पेटून उठावा, अशा धारदार नजरेने तिने त्यांच्याकडे पाहिले. यापेक्षा आपल्याला मरण आले तर बरे, असे युधिष्ठिराला वाटले. संपत्ती, राज्य हे सर्व तो द्यूतात हरून बसला होता. पण त्याची त्याला विशेष फिकीर वाटली नाही. डोळ्यांतल्या संतापाच्या अग्नीने जाळणारे द्रौपदीचे डोळे त्याला सहन

होईनात. एक वेळ शत्रूने विश्वासघाताने केलेला बाणांचा वर्षाव पुरला, पण द्रौपदीचे हे पाहाणे नको – असे त्याला वाटले. त्याने आपली मान खाली घातली.

द्रौपदीने भीष्मांकडे पाहिले आणि ती म्हणाली, "प्रज्ञा आणि विद्या यांचे तुम्ही आगर आहात. तुमच्यासारखं शहाणपण अन्य कुणात नाही, असं मानलं जातं. आजोबा, मी दासी आहे की नाही या प्रश्नाचं उत्तर तुम्ही द्याल काय?" भीष्म म्हणाले, "तुझ्या प्रश्नाचं योग्य उत्तर द्यायला मी असमर्थ आहे. धर्माची सूक्ष्म रूपं जाणणं ही फार कठीण गोष्ट आहे. स्वत:ला जुगारात पणाला लावून जेव्हा एखादा माणूस डाव हरतो आणि आपण जिंकलो गेल्याचं मान्य करतो, तेव्हा तो द्यूत खेळून काहीही पणाला लावू शकत नाही आणि म्हणूनच तुला पणाला लावण्याचा युधिष्ठिराला काहीही अधिकार नाही. पण या गोष्टीचा आणखीही एका दृष्टीनं विचार करता येतो. पुरुष हा स्वतंत्र असो, की दास असो, त्याचा त्याच्या बायकोवर हक्क असतो. तो स्वत:ला जरी पणाला लावून हरला, तरी आपल्या बायकोवरचा त्याचा हक्क तसाच राहातो. त्यामुळे तू स्वतंत्र आहेस, असं मी खात्रीपूर्वक म्हणू शकत नाही. द्यूताच्या खेळात शकुनीचा हात धरणारा कोणीही नाही, हे युधिष्ठिराला ठाऊक होतं. पण असं असूनही तो स्वत:च्या इच्छेनं त्याच्याशी द्यूत खेळला. हरत असूनही तो खेळत राहिला आणि त्यानं तुला पणाला लावलं. मी तुझ्या प्रश्नाचं उत्तर देऊ शकत नाही."

द्रौपदी संतप्त झाली. ती म्हणाली, "तुम्ही असं सुचवू पाहाता आहात, की माझे पती स्वेच्छेनं द्यूत खेळायला बसले. तुमचा नातू दुर्योधन आणि त्याचा मामा शकुनी यांनी त्याला द्यूत खेळण्याचं आव्हान दिलं. द्यूत खेळण्याचं कसब माझ्या पतीकडे नाही, हे ठाऊक असल्यामुळे शकुनीनं त्यांना आपल्याबरोबर खेळायला घेतलं. माझे पती युधिष्ठिर द्यूत खेळायला तयार नव्हते. तसं ते विदूरकाकांकडे बोलले होते, पण हा फसवा खेळ खेळायला त्यांना भाग पाडलं गेलं. जुगाराचे फासे टाकण्याच्या कलेतला शकुनी हा जादूगारच आहे. माझे पती जिंकण्याची मुळीच शक्यता नव्हती आणि तुम्हा सर्वांना हे ठाऊक होतं, तरीही तुम्ही सगळे हे पाहत बसला. हा अन्याय तुम्हांला दिसला नाही काय? हा खेळ अन्याय्य होता, हे तुम्हांला कळत नव्हतं काय? तुम्ही हा खेळ थांबवायला हवा होता. तुम्ही तर दुर्योधनराजाचे आजोबा

आहात. तुमच्यापैकी कोणीही हा खेळ थांबवण्याचा प्रयत्न केला नाही. पापी दुर्योधन जे काही करीत होता, त्याबद्दल तुम्ही कोणीही त्याला दटावलं नाही आणि आता तुम्ही मला सांगता आहात, की माझे पती स्वेच्छेनं द्यूत खेळायला बसले, त्यांनी स्वेच्छेनं मला पणाला लावली. माझे पती स्वतःला पणाला लावून डाव हरले आणि त्यानंतर त्यांनी मला पणाला लावली, हे अयोग्य आहे ही गोष्ट तुम्ही जाहीर करायला नको होती काय? मी काय बोलते आहे, याकडे कृपा करून लक्ष द्या. या सभेला मी प्रश्न विचारते आहे– ज्या सभेत वडीलधारी माणसं नाहीत, ती सभाच नव्हे! जे न्याय्य आहे ते बोलत नाहीत, ती वडीलधारी माणसंच नव्हेत. जिथं सत्य नाही, तिथं न्याय नाही. सत्य हट्टाला चिकटून बसते, तेव्हा ते सत्य उरत नाही.''

जिचे शब्द अग्नीसारखे होते, जिच्या डोळ्यांतून अश्रूंची धार लागली होती अशा द्रौपदीकडे पाहून दुःशासन मोठ्याने हसला आणि म्हणाला, ''तू दुर्योधनाची दासी आहेस. धर्माच्या सूक्ष्म पदरांची काळजी तुला कशासाठी? तू दासी आहेस. आपल्या या नव्या धन्याला खूष करणं हा तुझा धर्म आहे. तुझा हा नवा धनी म्हणजे महान कुरुसम्राट दुर्योधन आहे.'' आपल्या डोळ्यांतल्या अग्नीने जाळून टाकील अशा नजरेने द्रौपदीने दुःशासनाकडे पाहिले. पण ती एक शब्दही बोलली नाही! एखाद्या पानासारखे भीमाचे शरीर थरथरत होते. संतापलेल्या शब्दांनी तो आपला भाऊ युधिष्ठिर याला म्हणाला, ''तुझ्या वेडाचे दुष्परिणाम पाहा. आपली सर्व संपत्ती गेली. जे जे आपल्या मालकीचं होतं, ते ते तू पणाला लावलंस. मी एक शब्दही बोललो नाही, मी हरकतही घेतली नाही. मग तू आम्हा भावांना पणाला लावलंस, पण तेही मी संयमानं सहन केलं. कारण तू माझा गुरू आहेस, माझा वडीलभाऊ आहेस आणि आम्ही कायमचे तुझे आहोत. पण हे बंधुराजा, त्या पशूनं द्रौपदीला या पापी सभागृहात खेचून आणलेली तू पाहातोस. मी हे सहन करू शकतो, असं तुला वाटतं काय? आता मला हे अधिक सहन होत नाही. सहदेवा, अग्नी घेऊन ये. या माझ्या भावाचे हात मला जाळून टाकायला हवेत.''

भीमाचा संताप पाहून अर्जुन दुःखी झाला. खाली मान घालून बसलेल्या युधिष्ठिराकडे पाहून त्याला वाईट वाटले. त्याचा हा मोठा भाऊ कालपर्यंत राजा होता आणि आता तो दुर्योधनाचा दास झाला

होता. अर्जुन म्हणाला, "भीमा, तू हे काय बोलतो आहेस? तुला झालं आहे तरी काय? ज्याला आपण पित्यासमान मानलं, त्या आपल्या या वडील बंधूशी तू कधीही उद्धटपणानं वागला नव्हतास." भीम म्हणाला, "खरं आहे! एकेकाळी त्याला मान देऊन मी त्याच्याशी वागलो. पण तेव्हा तो अगदी वेगळा माणूस होता. पण आता त्याचे हात जाळून टाकण्याच्या योग्यतेचे आहेत. मी त्याला आणि त्याच्या जळलेल्या हातांना इथून फेकून देईन! हे दृश्य पाहा. तुझं रक्त उकळत नाही काय? तुला हे सहन होतं?" भीमाचे सांत्वन करण्यासाठी अर्जुन म्हणाला, "होय, मलाही चीड आलेली आहे. पण आपला भाऊ आपल्याइतकाच संतप्त झाला आहे, हे तुला कळत नाही काय? तो स्वत:विषयीच्या रागानं जळतो आहे. शक्य असतं, तर त्यानं स्वत:चेच हात जाळून घेतले असते! तो आता कोलमडलेला माणूस झाला आहे! त्याच्यावर रागावून त्याच्या दु:खात भर घालू नकोस. आपल्यात भांडणं व्हावीत, असंच कौरवांना सतत वाटत आलेलं आहे. एकाच देहात पाच प्राण असावेत, त्याप्रमाणे आजवर आपण एकत्र राहिलो. तू जर त्याच्याविरुद्ध बंड करून उठलास, तर तू कौरवांची इच्छा पूर्ण करशील. कौरवांचं सध्या पुरेसं समाधान झालेलं आहे. आपण आपल्या भावाशी भांडून या समाधानात भर घालू या नको." भीमाला राग आवरत नव्हता. पण अर्जुनाने त्याला त्याचा राग नियंत्रणात ठेवायला लावला. दुर्योधन आणि दु:शासन यांच्या डोक्यावर गदेचे घाव न घालण्याचा प्रयत्न करणाऱ्या भीमाला पाहणे ही एक भयंकर गोष्ट होती. दडपून ठेवलेल्या संतापाचे सुस्कारे तो टाकीत होता. पण त्याला शांत राहणे भाग होते.

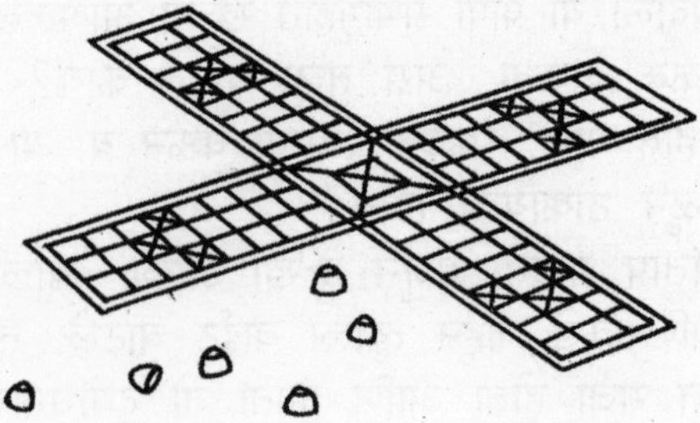

# अपमानांच्या डागण्या

द्रौपदीची आणि पांडवांची ही अवस्था पाहून धृतराष्ट्रांच्या एका पुत्राचे मन द्रवले. त्याचे नाव होते विकर्ण. तो उभा राहिला आणि द्रौपदीला म्हणाला, ''तुझं म्हणणं बरोबर आहे. या सभागृहात सदाचरणाला स्थान उरलेलं नाही. या भयानक गुन्ह्याबद्दल आम्ही नरकलोकांत पाठवण्यास योग्य आहोत. इथं हजर असलेले सदाचरणी पुरुष भीष्म, द्रोण, धृतराष्ट्र आणि इतर वडीलधारे यांनी तुला पणाला लावण्याच्या या कृत्याला हरकत घेतली नाही आणि आताही हे सगळे मौन धारण करून का बसले आहेत? धृतराष्ट्रांचा निषेध करून जे सत्य आहे ते बोलण्याचं तुमच्यापैकी एकातही धैर्य नाही काय?'' कुणीही एक शब्द बोलला नाही. विकर्णाच्या शूर बोलण्याचे स्वागत फक्त सभागृहातल्या शांततेने केले. विकर्णाने आपले हात घट्ट धरले आणि तो म्हणाला, ''ठीक आहे. मग आता मी मला काय वाटतं ते बोलतो. द्रौपदी पण हरलेली नाही. युधिष्ठिराला तिला पणाला लावण्याचा अधिकार नव्हता आणि म्हणून कौरव राजपुत्राला तिला आपली दासी मानण्याचा अधिकार नाही. राजांच्या मार्गात चार धोके असतात असं शहाणी माणसं म्हणतात. पहिला धोका : शिकारीचा, दुसरा धोका : मद्यपानाचा, तिसरा धोका : जुगार खेळण्याचा आणि चौथा धोका : स्त्रियांविषयीच्या अतिमोहाचा. हे चार धोके माणसाला तर्कशुद्ध विचारांपासून दूर ठेवतात. युधिष्ठिराचं असंच झालं. जुगाराचा ज्वर त्याला चढला, तेव्हा त्याचं वागणं त्याच्या नियंत्रणात राहिलं नाही. तो मूर्खासारखा वागला. त्याला जुगाराच्या डावाचं आव्हान देण्यात आलं, तेव्हा त्यानं द्रौपदीला पणाला लावण्याचा निर्णय घेतला. खरं तर ही गोष्ट त्याला शकुनीनंच सुचवली होती आणि त्यानं ती मान्य केली होती. पण द्रौपदीला पणाला लावण्याचा त्याला अधिकारच नव्हता; कारण द्रौपदी ही त्याची एकट्याची बायको नव्हती, ती पाच पांडवांची बायको होती. आमच्या आजोबांचा युक्तिवाद या बाबतीत चुकीचा आहे. आपल्या बंधूंची संमती न घेता

युधिष्ठिरानं द्रौपदीला पणाला लावली आणि म्हणून द्रौपदी ही दासी नाही, कौरव सम्राटानं तिला जिंकलेली नाही, ती स्वतंत्र आहे.'' विकर्णाचे हे भाषण ऐकून सगळी सभा थरारून गेली. त्याच्या स्वच्छ आणि स्पष्ट विचारसरणीने सगळे थक्क झाले. द्रौपदी दासी नाही, याबद्दल सगळ्यांची खात्री पटली. विकर्णावर राधेय संतापला. तो उभा राहिला आणि म्हणाला, ''विकर्णा, तू स्वत:ला फारच शहाणा समजतो आहेस. भीष्म, द्रोण, धृतराष्ट्र आणि इतर शहाणी माणसं यांची खात्री पटलेली आहे, की द्रौपदी ही दासी आहे. तुझ्या पोरकट उत्साहामुळे आणि शौर्याचा चुकीचा अर्थ घेतल्यामुळे ही सर्व वडीलधारी माणसं चूक आहेत आणि तूच एकटा या सर्वांपेक्षा शहाणा आहेस, असा तुझा समज झाला आहे. ती जर दासी नसती आणि ती दासी नाही असं तिच्या पतींना वाटलं असतं, तर त्यांनी तिला इथं दरबारात आणू दिली असती काय? तिनं सेवकाबरोबर निरोप पाठवला; तेव्हा युधिष्ठिरानंच तिला दरबारात ये, असं कळवलं. तिला दासी म्हणणं योग्य नाही, असं तू म्हणतोस. पण पांडवांच्या बाबतीत धर्माचा विचार करण्याची जरुरी आहे, असं मला वाटत नाही. पांडव हे सदाचरणी नाहीत. एक स्त्री पाच पुरुषांची बायको असते, हे तुम्ही कधी ऐकलं आहे काय? असं अनैतिक वागणारे हे लोक आहेत आणि म्हणून द्रौपदीला दरबारात बोलावून घेण्यात काही चूक आहे, असं मला वाटत नाही. आपल्या दालनापलीकडचं जगच जिनं पाहिलेलं नाही अशी कोणी शालीन स्त्री नव्हे ही द्रौपदी! ती एक सामान्य स्त्री आहे. तिला दरबारात बोलावून सर्वांसमोर उभी करण्यात काही चूक आहे, असं मला वाटत नाही. तू तिच्याविषयी विशेष विचार करण्याचं कारण नाही. ती एक निर्लज्ज स्त्री आहे. तिला इथं बोलावून तिच्या शीलाचा आपण अपमान करतो आहे, असं वाटण्याचं काहीच कारण नाही. तिचे पती जसे दास आहेत, तशीच तीही दासी आहे. दु:शासना, हे पाच पांडव आणि द्रौपदी यांच्या अंगावरचे कपडे काढून घे आणि ते या वस्त्रांचा कायदेशीर धनी दुर्योधन यांना देऊन टाक; कारण या दासांना आणि दासीला ही वस्त्रं धारण करण्याचा अधिकारच नाही.''

राधेयाचे हे निष्ठुर शब्द ऐकून पांडवांनी आपल्या अंगातले वरचे कपडे काढून समोर टाकले आणि त्यांचा ढीग केला. इतक्यात अचानक दु:शासन पुढे झाला आणि बळाने द्रौपदीच्या अंगावरचे कपडे ओढून

काढू लागला. हा प्रकार पाहून द्रौपदीच्या काळजात धडकी भरली. तिने एकामागून एक आपल्या पतींकडे पाहिले. या अप्रतिष्ठेपासून तिला वाचवण्याचा त्यांनी कसलाही प्रयत्न केला नाही. त्यांना मदतीसाठी आवाहन करणे व्यर्थ आहे हे तिला कळून चुकले. कोणीतरी मदतीला येईल, या भावनेने ती इथे तिथे पाहू लागली. कोणीही पुढे सरसावला नाही. ती म्हणाली, "मी असं ऐकलं आहे, की जेव्हा मोठं संकट येतं आणि कोणीही मदतीला येऊ शकत नाही, तेव्हा परमेश्वराला शरण जावं. तोच मला मदत करील." तिने आपले हात नमस्कारासाठी जुळवले. तिच्या डोळ्यांतून अश्रूंची धार लागली होती. तिने देवाचा धावा सुरू केला, "हे कृष्णा, हे वासुदेवा, जे असाहाय्य आहेत त्यांचा तू अखेरचा आधार आहेस असं म्हणतात. तू माझं सर्वस्व आहेस. माझ्यासमोर मला धाक घालणारा धोका उभा आहे, त्याकडे तू दुर्लक्ष करू नकोस. जिथं जिथं भक्त तुझी स्तुती गातो, तिथं तिथं तू हजर असतोस असं म्हटलं जातं. मी असं मानते, की तू इथं आहेस आणि मी तुला शरण जाते. माझं रक्षण करायचं की नाही, ते तू ठरव." भक्तीच्या या भावनेने द्रौपदी भारली गेली होती. शत्रूंच्या शब्दांचा तिच्यावर काहीही परिणाम होत नव्हता. ती दु:शासनाचा प्रतिकारही करीत नव्हती. आपले हात जोडून आणि डोळे मिटून ती उभी होती.

दु:शासनाने तिच्या अंगावरची वस्त्रे ओढायला सुरुवात केली. ती सहज त्याच्या हातात आली, कारण द्रौपदी जराही प्रतिकार करीत नव्हती. भीतीचा धक्का बसलेले सभागृहातले सर्व लोक हे पाहत होते. इतक्यात एक चमत्कार घडला. अंगावरचे वस्त्र संपेचना. ते जितके ओढावे तितके ते अधिक लांबत चालले. परमेश्वराची कृपा जशी अनंत असते, तसे ते वस्त्र जणू अनंत होते. वस्त्र ओढून ओढून दु:शासन अगदी थकून गेला. द्रौपदीला विवस्त्र करण्याचे प्रयत्न त्याने सोडून दिले. ती कोणीतरी चेटकीण आहे, असे त्याला वाटले. नाहीतर हे असे होणे कसे शक्य होते? शेवटी दु:शासनाने आपले प्रयत्न सोडून दिले आणि खजील चेहऱ्याने तो थकून खाली बसला.

इतक्यात भीमाच्या आवाजाने शांततेचा भंग केला. त्याने आपले बळकट हात संतापाने चोळले आणि तो म्हणाला, "हे सर्व क्षत्रियांनो, मी काय बोलतो आहे ते ऐका. या पापी दु:शासनाला ठार करून मी जर त्याचं रक्त प्यालो नाही, तर जिथं माझे पूर्वज आहेत त्या

स्वर्गलोकांत मला प्रवेश मिळणार नाही. अत्यंत नीच अशी पापी माणसं ज्या नरकात पाठवली जातात, तिथं मला जावं लागेल. या दु:शासनाचं हृदय विदीर्ण करून मी त्याचं रक्त पिईन, हे मी शपथेवर सांगतो.'' भीमाकडे पाहून दु:शासन आणि सगळे कौरव हसले. राधेय म्हणाला, ''दु:शासना, तू शांत का आहेस? सेवकांच्या दालनात तू तिला घेऊन जा. तिथं तिला कोणती कामं करायची आहेत, याची माहिती तिला करून घेऊ द्या.'' बिचारी द्रौपदी कण्हत म्हणाली, ''मी दासी नाही.'' सभेतल्या वडीलधाऱ्या माणसांना तिने आवाहन केले. पण कोणीही तिच्या मदतीला आला नाही. सर्वजण मूग गिळून बसले होते. प्रत्येकजण दुर्योधनाला भिऊन होता. अपवाद फक्त विदुरांचाच होता. कुठल्याही परिस्थितीत द्रौपदी ही दुर्योधनाची दासी नाही आणि विकर्णाने जे सांगितले ते बरोबर होते, हे विदूर पुन:पुन्हा सांगत होते. पण त्यांच्या बोलण्याकडे कुणीही लक्ष दिले नाही.

दुर्योधन द्रौपदीकडे पाहून हसला आणि म्हणाला, ''पुन:पुन्हा तू प्रश्न विचारणं आता थांबव. आपण दासी नाही, हे पुन:पुन्हा सांगणंही पुरे झालं. तुझं आम्ही पुष्कळ ऐकलं. ते सगळं आता तात्पुरतं बाजूला ठेवू या. तुझे पाच पती इथं हजर आहेत. अजूनपर्यंत त्यांच्यापैकी एकानंही तुझ्या प्रश्नाचं उत्तर दिलेलं नाही. तुझ्या दास्यातून तुला मुक्त करण्याचाही त्यांनी प्रयत्न केलेला नाही. तुझी प्रतिष्ठा उघड्यावर आणली गेली, तेव्हाही ते शांतच होते. मी युधिष्ठिर बोलण्याची वाट पाहत आहे. तू त्याची आहेस की माझी आहेस, हे त्यालाच सांगू द्या. तुझं भविष्य आपण त्यानंतर ठरवू या.'' कुत्सित हास्य करून दुर्योधनाने आपले बोलणे थांबवले. युधिष्ठिर अजूनही खाली मान घालून बसला होता. तो एक शब्दही बोलला नाही. दुर्योधन हसला आणि म्हणाला, ''द्रौपदी, पाहा, तुझे पती एक शब्दही बोलत नाहीत. मी तुझ्या प्रश्नाचं उत्तर देतो. तू स्वतंत्र आहेस. आमच्यापैकी कुठल्याही पुरुषाची निवड करायला तू स्वतंत्र आहेस. दासी होण्यासाठी तुझा जन्म झालेला नाही. राज्यकर्त्या सम्राटाची राणी होण्यासाठी तुझा जन्म आहे. प्राक्तनाची ज्यांच्यावर कृपा नाही अशा तुझ्या या पाच पतींचा त्याग कर आणि आमच्यापैकी कुणाची तरी पती म्हणून निवड कर. आता यापुढे तुझ्यावर आपला कसलाही हक्क नाही, हे युधिष्ठिराला या सभेत जाहीर करू द्या. त्यानंतर तू तुझ्या पतीची निवड करू शकतेस.''

तीक्ष्ण बाणासारखे दुर्योधनाचे शब्द होते. भीमाला ते सहन झाले नाहीत. तो म्हणाला, "माझ्या भावाविषयी मला आदर नसता, तर मी तुम्हांला पूर्वीच ठार केलं असतं. या माणसाचे आपण गुलाम आहोत, असं त्यानं जाहीर केलं; तेव्हा त्याचा शब्द आम्ही मानला. युधिष्ठिराला आम्ही देवाहूनही अधिक मानतो. आम्ही हृदयापासून, आत्म्यापासून त्याचे आहोत. त्याचे शब्द आम्ही धर्मग्रंथाप्रमाणे मानतो. युधिष्ठिराचे शब्द आम्ही मानले नसते, तर हा अन्याय आम्ही होऊच दिला नसता. आमचा भाऊ आपण तुमच्याकडून जिंकला गेल्याचं मानतो. तेव्हा द्यूताच्या खेळात आम्हीही तुमच्याकडून जिंकले गेलो आहोत, असंच मानतो. तसं जर नसतं, तर हा पापी दु:शासन आमच्या पत्नीचे केस धरून तिला ओढीत इथं आणू शकला असता काय? त्यानंतर तो जगू शकला असता काय? माझ्या या बळकट बाहूंकडे पाहा. त्यांचं सामर्थ्य पाहा. कुणीही, अगदी प्रत्यक्ष इंद्रसुद्धा या माझ्या बाहूंना भिडू शकणार नाही. ज्याच्याविषयी मला आदर आहे अशा माझ्या भावानं धर्माच्या बेड्या माझ्या हातात घातल्या आहेत. माझा भाऊ अर्जुन यानं माझ्या हातांवर नियंत्रण ठेवलं आहे. युधिष्ठिराचा होकार असता, तर मी तुम्हांला चिरडून ठार केलं असतं." स्वत:वर ताबा ठेवण्याच्या प्रयत्नांमुळे भीमाला धाप लागली होती. त्याची छाती जोराने वरखाली होत होती. त्याच्या चेहऱ्यावरून घामाच्या धारा निथळत होत्या. कौरवांना चिरडण्यापासून आपल्या हातांना दूर ठेवण्याचा भीमाचा प्रयत्न त्याची कीव यावी, असाच होता.

राधेय म्हणाला, "द्रौपदी, माझं ऐक. तू दासी आहेस, ही वस्तुस्थिती आहे. दासाला मालकीहक्क नसतो. ज्या अर्थी तुझे पती दास आहेत, त्या अर्थी त्यांची मालकी तुझ्यावर असू शकत नाही. धृतराष्ट्रांचे पुत्र आता तुझे धनी आहेत. तू आता आमच्या राजाच्या जनानखान्यात जा. कौरवांपैकी कुणालाही तू आपला पती निवड. तो तुला द्यूताच्या खेळात पणाला लावणार नाही. जी स्त्री दासी आहे, तिला आपला नवा धनी निवडण्याचा अधिकार आहे." राधेयाचे हे शब्द भीमाच्या कानांत बाणांसारखे घुसले. त्याने युधिष्ठिराकडे पाहिले आणि तो म्हणाला, "राधेय जे सांगतो आहे, त्याबद्दल मी त्याला दोष देत नाही. दासाचे हक्क याविषयी तो बोलतो आहे. मी तुला दोष देतो. तू मूर्खासारखा वागला नसतास, तर आपले हे शत्रू आपल्याला असं बोलू शकले

असते काय?'' सर्पाप्रमाणे फुत्कार टाकणाऱ्या भीमाला आपल्या रागावर नियंत्रण ठेवणे भाग होते.

राधेयाचे शब्द ऐकून दुर्योधनाला आनंद झाला. तो युधिष्ठिराला म्हणाला, ''तू इथं असल्यामुळे भीम, अर्जुन, नकुल, सहदेव हे तुझे भाऊ काहीच बोलत नाहीत. द्रौपदीच्या प्रश्नाला उत्तर दे, असं मी तुला सांगतो आहे. तू तिला स्वतंत्र स्त्री मानतोस की दासी?'' युधिष्ठिराने या प्रश्नाचे उत्तर दिले नाही. नव्यानेच हाती आलेल्या सत्तेच्या मदाने झिंगलेल्या दुर्योधनाने आपला प्रिय मित्र राधेय याच्याकडे हसून पाहिले. दुष्ट स्मिताने उजळलेल्या चेहऱ्याने त्याने भीमाकडे पाहिले. त्याच्या नजरेत उपरोध होता. भीम आपल्याकडे पहातो आहे, याची खात्री झाल्यानंतर दुर्योधनाने द्रौपदीला बसण्यासाठी आपली डावी मांडी दाखवली.

## भयंकर प्रतिज्ञा

अंगावर पाय पडल्यामुळे दुखावलेल्या नागासारखा भीम दुर्योधनाकडे झेपावला. तापलेल्या धातूप्रमाणे लाल झालेल्या डोळ्यांनी त्याने दुर्योधनाकडे पाहिले आणि तो म्हणाला, ''तुझी ही मांडी जर मी फोडली नाही, तर जिथं माझे पूर्वज आहेत, त्या स्वर्गलोकांत मला प्रवेश मिळणार नाही. मी माझ्या गदेनं दुर्योधनाची मांडी फोडीन. नाहीतर मला अनंतकाळचा नरकवास प्राप्त होईल.'' राधेयाने भीमाकडे तुच्छतेने पाहिले आणि तो म्हणाला, ''दुःशासना, तू रेंगाळतो आहेस कशासाठी? या द्रौपदीला तू स्त्रियांच्या दालनात घेऊन जा. दुर्योधना, तू हिला स्वत:साठी ठेवू शकतोस.'' दुःशासनाने द्रौपदीला पुन्हा एकदा ओढण्याचा प्रयत्न केला. तिने पुन्हा एकदा भीष्म, द्रोण, धृतराष्ट्र या वडील माणसांना विनवले. पण कुणीही एक शब्दसुद्धा बोलले नाही. विदुरांनी तिचे

सांत्वन करण्याचा व्यर्थ प्रयत्न केला. दुर्योधनाच्या मनात खोलवर दडलेल्या उदात्ततेला आवाहन करण्याचा त्याने पुन्हा प्रयत्न केला. पण त्याचा काहीही उपयोग झाला नाही.

भीम पुन्हा एकदा आपला क्रोध व्यक्त करण्यासाठी म्हणाला, "मी दुर्योधनाला ठार करीन, अर्जुन राधेयाला ठार करील. द्यूताच्या खेळात प्रवीण असलेल्या या शकुनीला माझा भाऊ सहदेव ठार करील. मी तुम्हांला पुन्हा एकदा सांगतो. कृपा करून काळजीपूर्वक ऐका. जेव्हा युद्ध सुरू होईल, तेव्हा या सगळ्या गोष्टी घडतील. मी माझ्या गदेनं दुर्योधनाला ठार करीन आणि त्याच्या मस्तकावर माझा पाय ठेवीन, आणि मी अगदी खात्रीपूर्वक सांगतो, की दुःशासनाच्या हृदयातलं रक्त मी पिईन."

अर्जुन म्हणाला, "भीमा, जे आपल्या घरात सुरक्षित बसलेले असतात, त्यांना बाहेर कोणते धोके त्यांची वाट पाहत आहेत, ते कधीही कळू शकत नाही. तुझे शब्द खरे होतील. भीमाच्या क्रोधाच्या तडाख्यातून आपली सुटका करून घेतलेला माणूस मी अजून पाहिलेला नाही. दुर्योधन, दुःशासन, शकुनी आणि राधेय या चौघांचे रक्त ही भूमी प्राशन करील. याविषयी जराही शंका नको." अर्जुनाने भीतिदायक शपथ घेतली. तो म्हणाला, "मी गंभीरपणे प्रतिज्ञा करतो, की मी माझ्या भावाची आज्ञा पाळीन. राधेय आणि त्याचे सर्व अनुयायी यांना मी युद्धात ठार करीन. हिमवान पर्वत आपल्या स्थानावरून ढळेल, सूर्य आपल्या नेमलेल्या कक्षेतून बाहेर जाईल, चंद्र आपल्या शीतलतेला पारखा होईल; पण मी माझ्या शपथेपासून ढळणार नाही."

सहदेव सभेला उद्देशून म्हणाला, "शकुनी, गांधारांच्या नावाला लागलेला तू कलंक आहेस. तुला प्रिय असलेले द्यूतातले फासे तुझा प्राण घेणारे तीक्ष्ण बाण ठरतील. मी शपथ घेऊन सांगतो, की मी तुला आणि तुझ्या नातेवाइकांना ठार करीन. युद्धात माझ्यासमोर उभं राहण्याचं धैर्य तू दाखवशील, अशी मला आशा आहे. माझ्याशी लढण्याची हिंमत जर तू दाखवलीस, तर मी तुला ठार करीन हे मी शपथेवर सांगतो. हे अगदी निश्चित आहे."

नकुल म्हणाला, "माझ्या भावांनी दुर्योधन, दुःशासन, राधेय आणि शकुनी यांना ठार करण्याची शपथ घेतलेली आहे. मी तुम्हांला वचन देतो, की मी शकुनीचा पुत्र उलुक याला ठार करीन. नजिकच्या

भविष्यात जे युद्ध होणार आहे, त्यात हे सगळे पांडवांच्या हातून मारले जातील, याविषयी माझी खात्री आहे.''

पांडवांनी या शपथा घेतल्या, तेव्हा त्यांच्यावर पुष्पवृष्टी झाली. अर्जुन म्हणाला, ''या पाप्यांना ठार करण्याचं पुढे ढकलण्याची माझी मुळीच इच्छा नाही, युद्धासाठी थांबण्याचीही माझी इच्छा नाही. युधिष्ठिर मध्ये पडला नसता, तर यांना आम्ही आताच ठार केलं असतं.'' संतापाने लाल झालेले डोळे, हातात गांडीव धनुष्य, क्रोधामुळे वेगात होणारा श्वासोच्छ्वास – असा अर्जुन या जगातल्या पाप्यांचा नाश करणारा प्रत्यक्ष मृत्यूच दिसत होता. अर्जुनाच्या संतापामुळे पृथ्वी भयाने कापू लागली. भीमापेक्षाही अर्जुनाचा संताप अधिक भयकारी होता. युधिष्ठिराने अर्जुनाचा हात प्रेमाने आणि कृतज्ञतेने आपल्या हातांत घेतला आणि तो म्हणाला, ''अर्जुना, क्रोधाच्या भरात स्वतःचं विस्मरण होऊ देऊ नकोस. संतापाच्या भरात धर्माला विसरू नकोस. मी राधेयाचे शब्द ऐकले, तेव्हा त्याला जाळून टाकावं, असं मलासुद्धा वाटलं. पण मी त्याच्यावर रागावू शकलो नाही. मी त्याच्या पायांकडे पाहिलं आणि माझा राग नाहीसा झाला. राधेयाचे पाय पाहून मला आपल्या मातेच्या पायांची आठवण झाली.''

अर्जुनाने आपला राग आवरला. त्या एवढ्या मोठ्या सभागृहात शांतता पसरली. परिस्थितीचे गांभीर्य धृतराष्ट्रांच्या ध्यानात आले. पांडवांनी घेतलेल्या शपथा ऐकून त्यांचे हृदय भयाने कापू लागले. ते म्हणाले, ''माझ्या पुत्रा, तू मूर्खपणा करून शुद्धात्मा द्रौपदीचा अपमान केला आहेस. तुझा मृत्यू आता निश्चित आहे.'' सांत्वनाच्या सुरात ते द्रौपदीला म्हणाले, ''तू मागशील तो कुठलाही वर मी तुला देईन. आपण काय करत आहोत हे कळत नसलेल्या माझ्या पुत्राला तू क्षमा कर.'' द्रौपदी म्हणाली, ''कृपा करून मला हा वर द्या, माझा पती युधिष्ठिर याची बंधनातून सुटका करा. तो या पाप्याचा दास नाही, हे जाहीर करा.'' धृतराष्ट्रांनी तसे केले. त्याने द्रौपदीला दुसरा वर माग, असे सांगितले. यावेळी द्रौपदीने भीम, अर्जुन, नकुल, सहदेव यांची मुक्तता केली. धृतराष्ट्रांनी तसे केले आणि तिचे समाधान करण्यासाठी तिसरा वर माग, असे सांगितले. द्रौपदी म्हणाली, ''धर्माच्या मर्यादा ओलांडून जाण्याची माझी इच्छा नाही. मला लोभी व्हायचं नाही. दोन वरांपेक्षा अधिक वर मला नको आहेत. माझे पती आता बंधनातून

मोकळे झाले आहेत, याहून अधिक मोठं दुसरं समाधान नाही.''

पांडवांविषयी आता तुच्छतेने बोलण्याची राधेयाची पाळी होती. राधेय म्हणाला, ''पांडवांच्या नशिबानं द्रौपदीनं तराफा होऊन त्यांना बुडण्यापासून वाचवलं आहे. एका स्त्रीनं वाचवावं हे त्यांचं मोठं नशीब आहे.'' हे ऐकून भीम सणकून उठला होता, पण युधिष्ठिराने पुन्हा त्याला आवरले. दुर्योधन, राधेय आणि धृतराष्ट्रांचे अनेक पुत्र संतापाने सभागृह सोडून निघून गेले. पांडवांना बंधनातून मुक्त केले, हे त्यांना मुळीच आवडले नव्हते. युधिष्ठिर आपल्या चुलत्याला म्हणाला, ''तुमची आज्ञा आम्ही सतत पाळत आलो. आम्ही आता काय करावं, हे आपण सांगितलंत; तर तसं आम्ही करू.'' धृतराष्ट्र काहीशा आवेगाने म्हणाले, ''मी तुमच्यावर आणि तुमच्या नम्रतेवर प्रसन्न आहे. तुम्ही शहाणे आणि चांगले आहात, तुम्ही उदार मनाचे आहात. आज ज्या गोष्टी घडल्या त्यांची आठवण तुम्ही ठेवू नका. चांगली माणसं इतरांतल्या चांगल्या गोष्टी पाहातात आणि वाईट गोष्टींकडे दुर्लक्ष करतात. कृपा करून दुर्योधनानं केलेली पापं विसरून जा. द्यूताच्या खेळात तुम्ही जे जे हरलात, ते सर्व तुम्ही आज परत घेऊन जा. तुम्ही तुमच्या खांडवप्रस्थाला परत जा. ज्या भूमीवर तुमचं राज्य आहे, तिथं तुम्ही परत जा. आज जे काही घडलं, ते एखाद्या दुःस्वप्नासारखं तुम्ही विसरून जा. माझ्या पुत्राविषयी मनात सद्भावना बाळगून तुम्ही तुमच्या घरी जा.'' युधिष्ठिर मान वाकवून हे सगळे ऐकत होता. त्याने सर्व वडील मंडळींचा निरोप घेतला आणि तो आपले भाऊ आणि द्रौपदी यांच्यासह रथारूढ झाला. त्यांचा रथ इंद्रप्रस्थाच्या दिशेने निघाला.

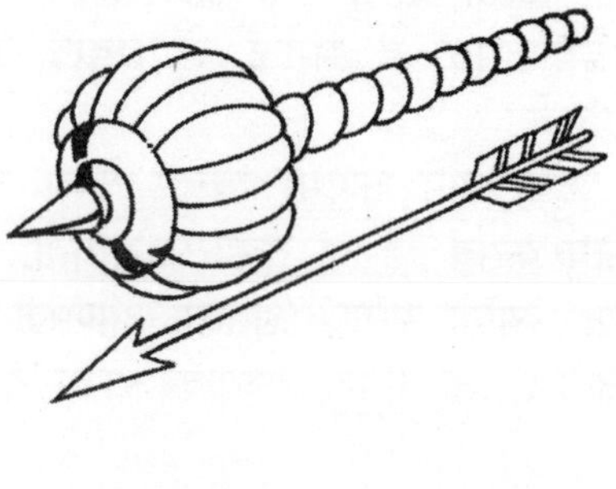

# पुन्हा मांडला डाव

पांडव निघून जात असलेले दु:शासनाने पाहिले. राधेय आणि शकुनी यांच्याबरोबर दुर्योधन जिथे बसला होता तिथे तो गेला. तो त्यांना म्हणाला, "पिताजींनी पांडवांचं होतं ते सर्व त्यांना परत केलं. आता ते इंद्रप्रस्थाला निघाले आहेत." दुर्योधन संतापला. तो आपल्या पित्याकडे गेला आणि म्हणाला, "पिताजी, हा काय वेडेपणा आहे? इतकं सगळं घडून गेलं असताना तुम्ही हे कसं करू शकलात? डोळ्यांत आणि हृदयात विष धारण करणाऱ्या नागांसारखे पांडव आता पूर्वीपेक्षा अधिक धोकादायक झाले आहेत. यापूर्वीही ते आमच्याहून अधिक बलवान असल्यामुळे त्यांचं राज्य हिरावून घेण्यासाठी अशा मार्गांचा विचार आम्हांला करावा लागला. आम्ही यशस्वी झालो होतो. त्यामुळे पूर्वी कधीही झाला नव्हता असा त्यांचा अपमान करण्याची योजना आम्ही आखली. अशा तऱ्हेनं त्यांचा राग पराकोटीला पोचवल्यानंतर आता तुम्ही त्यांना आमच्यावर सूड उगवण्याची संधी प्राप्त करून दिलीत. पिताजी, वेडे झाल्यामुळे तुम्ही हे केलं असणार. अगदी आतासुद्धा अर्जुन, भीम आणि ते दोघे जुळे नकुल-सहदेव आपली शस्त्रं परजत आपल्या शपथा पूर्ण करण्याचा मार्ग शोधत असणार. इंद्रप्रस्थाला पोचल्यावर ते शांत बसून राहतील, असं तुम्हांला वाटतं काय? आपल्या कन्येचा असा अपमान झाल्याचं कळल्यानंतर राजा द्रुपद शांत बसून राहील काय? प्रत्यक्ष अग्नीनंच ज्याला जन्म दिला आहे असा धृष्टद्युम्न हे कळल्यावर स्वस्थ बसून राहील काय? तुमच्या वेडेपणामुळे हे सगळं जे घडलं आहे, ते पुन्हा मार्गावर आणलं पाहिजे."

दुर्योधनाने क्षणभर विचार केला आणि तो म्हणाला, "तुम्ही आता काय करावं, हे मी तुम्हांला सांगतो. पिताजी, पांडवांना पुन्हा बोलावून घ्या. त्यांना सांगा, 'द्यूताचा आणखी एक डाव खेळला जाऊ द्या. जो जिंकेल, तो संपूर्ण राज्यावर राज्य करील. जो डाव हरेल, त्यानं बारा

वर्षं वनवास पत्करला पाहिजे. त्यानं आणि त्याच्या भावांनी तेरावं वर्षं अज्ञातवासात काढलं पाहिजे. अज्ञातवासात असताना ते जर ओळखले गेले, तर पुन्हा बारा वर्षं वनवास त्यांनी पत्करला पाहिजे.' पिताजी, त्यांना पुन्हा बोलावून घ्या. तुम्ही त्यांना निमंत्रण दिलंत, तर ते नकार देणार नाहीत. शकुनीमामा द्यूताचे फासे टाकत असताना डाव कोण जिंकणार हे वेगळं सांगायला नको! पांडवांना वनवास पत्करावा लागणं अटळ आहे. या तेरा वर्षांच्या काळात मी माझं सामर्थ्य इतकं वाढवीन, की आपलं राज्य पुन्हा जिंकून घेण्याची संधीच त्यांना मिळणार नाही."

या दुष्ट कटाची योजना दरबारात हजर असलेल्या कुणालाच मान्य झाली नाही. राजा धृतराष्ट्र आपल्या पुत्राच्या हातातले खेळणे होता. पांडवांची सर्व संपत्ती आपली होईल, या लालसेने त्याचे मन पुन्हा एकदा व्यापले गेले. गांधारीला हे कळले, तेव्हा ती म्हणाली, "माझ्या पुत्रा, विदुरांनी दिलेल्या सल्ल्याप्रमाणे जन्मताच आम्ही तुझा नाश केला असता, तर बरं झालं असतं. या अन्यायाचं मूळ कारण तू आहेस. अजूनही वेळ गेलेली नाही. माझं ऐक. तू पश्चात्ताप करशील आणि पुढचं पाप करायचं टाळशील, तर पांडव आपल्या शपथा विसरतील आणि तुला जीवदान देतील. तुझ्या पित्याची आर्जवं करू नकोस. त्यांच्यावर सहज प्रभाव टाकता येतो." धृतराष्ट्र म्हणाले, "माझ्या पुत्रानं माझ्याकडं काही मागितलं, तर मी त्याला नकार देऊ शकत नाही." त्याने पांडवांना हस्तिनापुरात परत येण्याचा निरोप पाठवला. निरोप घेऊन जाणारा सेवक युधिष्ठिराला म्हणाले, "राजानं– तुमच्या चुलत्यानं तुम्हांला हस्तिनापुरात परत बोलावलं आहे. तू द्यूताचा आणखी एक डाव खेळावास आणि त्यानंतर सर्व काही ठरवलं जावं, अशी त्याची इच्छा आहे."

युधिष्ठिर हा दैववादी होता. तो म्हणाला, "प्रत्येकानं काय करावं हे परमेश्वरानं ठरवून ठेवलेलं आहे. सुदैव वाट्याला येतं की दुर्दैव, हे सगळं प्राक्तनाच्या हाती आहे. आपल्या हाती काहीच नाही. काय करावं हे आपण ठरवू शकत नाही. ते आधीच ठरलेलं आहे. मी ज्याचा द्वेष करतो, तो खेळ मला पुन्हा खेळावा लागणार. या खेळात मी माझं सर्वस्व घालवून बसणार, हे ठाऊक असूनसुद्धा मला पुन्हा खेळलंच पाहिजे." पांडव हस्तिनापुराला परतले.

# वनवासी पांडव

तेच सभागृह होते. तोच द्यूताचा खेळ. दुष्ट स्मित ओठांत असलेला तोच शकुनी. सगळे अगदी तसेच होते. फक्त युधिष्ठिराचे मन अतिशय दु:खी होते. सर्वसामान्य माणसाने आपल्या भावना व्यक्त केल्या असत्या– राजाविरुद्धचा राग! पण युधिष्ठिराने तसे केले नाही. तो द्यूताचा डाव खेळायला खाली बसला. शकुनींनी पणाची माहिती त्याला दिली. शकुनी म्हणाले, ''हा एक फासा कसा पडतो, यावर आपलं सगळं नशीब अवलंबून आहे. जो जिंकेल, तो कुरूंच्या संपूर्ण राज्याचा स्वामी होईल. जो डाव हरेल, त्याला बारा वर्षांचा वनवास भोगावा लागेल. तेरावं वर्ष अज्ञातवासाचं असेल. अज्ञातवासात असताना जर कोणी ओळखला गेला, तर त्याला पुन्हा बारा वर्षांचा वनवास भोगावा लागेल.'' युधिष्ठिराने मान खाली वाकवून आपल्याला पणाचे स्वरूप मान्य असल्याचे जाहीर केले. युधिष्ठिराला द्यूत खेळण्यापासून रोखण्याचा प्रत्येकाने प्रयत्न केला. पण त्याने कुणाचेही ऐकले नाही. तळ्याच्या पृष्ठभागासारखा त्याचा चेहरा शांत होता. शकुनींनी फासे हातात घेऊन टाकले. ''मी जिंकलो.'' शकुनी ओरडले.

पांडवांनी वनात जाण्याची तयारी केली. झाडाच्या सालीचे आणि हरणाच्या कातड्याचे कपडे त्यांनी परिधान केले. दु:शासन आणि धृतराष्ट्रांच्या इतर पुत्रांनी त्यांना विशेषत: भीमाला टोमणे मारायला सुरुवात केली. भीम संतापला. संतापाने उसासे टाकणाऱ्या भीमाकडे पाहून दु:शासन त्याला गाय म्हणाला; इतर कौरवांनीही त्याची टर उडवायला सुरुवात केली. भीम आता अतिशय संतापला. समुद्राकडे वेगाने धावणाऱ्या नदीप्रमाणे त्याचा संताप उफाळून आला. तो म्हणाला, ''तुझ्यासाठी तुझ्या लबाड मामानं आमचं राज्य जिंकलं, तेव्हा आता आपल्याला कसलाच अटकाव नाही असं तुला वाटू लागलं आहे. पण थांब, युद्ध सुरू होण्याचा दिवस उजाडेपर्यंत थांब. मी शपथ घेऊन सांगतो, की राजाच्या शंभर पुत्रांना मी ठार करीन. मी पुन्हा शपथ घेतो

आणि तुम्हांला आठवण करून देतो, की मी दु:शासनाचं रक्त पिईन. मी त्याची छाती फोडीन त्या क्षणी त्याला आजच्या या प्रसंगाची आठवण करून देईन.'' श्वास घेण्यासाठी भीम थांबला. त्यानंतर तो म्हणाला, ''आणखी चौदा वर्षांनी तुम्ही ठार मारले जाल.'' एखाद्या सिंहासारखा भीम त्याच्या भावांसोबत निघाला.

युधिष्ठिराने एकामागून एक सर्व वडीलधाऱ्यांचा निरोप घेतला. कुणीच काही बोलले नाही. विदूर म्हणाले, ''देव तुमचं संरक्षण करील आणि तुमच्या शपथा पूर्ण करण्यासाठी तुम्हांला मदत करील. धृतराष्ट्रांच्या पुत्रांचा नाश होईल. युधिष्ठिरा, आली वेळ तू सहन केली पाहिजेस. चांगली वेळ पुन्हा इथं येईल. तुझी आई कुंती हिला तू मागे ठेव. वनात तुमच्याबरोबर राहाणं तिला झेपणार नाही. मी तिची माझ्या आईसारखी काळजी घेईन. शांतपणे जा. आपण पुन्हा भेटू.'' विदुरांनी कुंतीविषयी दाखवलेल्या आपलेपणामुळे युधिष्ठिराला समाधान वाटले. त्याने भीष्मांना साष्टांग नमस्कार घातला आणि तो आपल्या प्रदीर्घ हद्दपारीवर निघाला.

सगळे नगर उदासीनतेत बुडून गेले. नगरातल्या रुंद रस्त्यांवरून पांडव चालत जात असताना लोक त्यांच्याकडे पाहत होते. रडून लाल झालेले द्रौपदीचे डोळे त्यांना दिसत होते. तिच्या लांब केसांनी तिचा चेहरा आणि खांदे झाकले होते. तिने आपले केस मोकळे सोडले होते. दु:शासनाच्या रक्ताने ओल्या झालेल्या हातांनी तिचा भीम तिचे केस बांधणार होता. हृदय विदीर्ण करणारे आणखी एक दृश्य तिथे दिसत होते आणि ते म्हणजे पांडवांचे त्यांची आई कुंती हिला सोडून वनात जाणे! काल तिने आपल्या पुत्रांना राजे म्हणून पाहिले होते आणि आता ती त्यांना झाडाच्या सालीचे आणि हरणाच्या कातड्याचे कपडे घातलेल्या रूपात पाहत होती. त्यांच्या अंगावरचे सर्व अलंकार काढून टाकलेले होते, त्यांच्या माना खाली वाकलेल्या होत्या. तिने द्रौपदीला आलिंगन दिले आणि ती म्हणाली, ''ही तुझी अवस्था व्हायला कारणीभूत असलेल्या माझ्या पुत्रांची काळजी घे. तू चांगली स्त्री आहेस. तसं नसतं तर माझे आणि कौरवांचे पुत्र तुझ्या डोळ्यांतल्या अग्नीनं जळून खाक झाले असते. तुझं तुझ्या पतींवर प्रेम असल्यामुळे ते अजून जिवंत आहेत. माझे तुला आशीर्वाद आहेत. चांगले दिवस उजाडेपर्यंत धीर धर. माझ्या लाडक्या सहदेवाला मी तुझ्या हाती सोपवते आहे. माता घेईल तशी त्याची काळजी घे.'' द्रौपदी म्हणाली, ''तसंच होवो.'' असे

*विदूर म्हणाले, "तू आणि तुझे पुत्र तुम्ही धर्म विसरला आहात,*
*पण युधिष्ठिर धर्म विसरलेला नाही. तो चांगला माणूस आहे.*
*आपण रागानं पाहिलं, तर हे सगळं नगर जळून राख होईल,*
*हे युधिष्ठिराला ठाऊक आहे."*

म्हणून तिने पांडवांबरोबर कुंतीचा निरोप घेतला. काही अंतर ती पांडवांबरोबर चालत गेली. दु:ख अनावर होऊन ती मोठमोठ्याने रडू लागली. पांडव पुढे गेले. विदुरांनी कुंतीचे सांत्वन केले आणि ते तिला परत मागे घेऊन आले. पांडव वेगाने चालत गेले – त्या तिरस्करणीय हस्तिनापुरापासून दूर.

धृतराष्ट्र एकटेच आपल्या दालनात बसले होते. एकट्याने बाहेर येण्याची त्यांना भीती वाटत होती. त्यांनी विदुरांना बोलावणे पाठवले. ते आले, तेव्हा धृतराष्ट्रांनी त्यांना विचारले, ''विदुरा, हे काय चाललंय? मला भीती वाटते. निघून जाण्यापूर्वी पांडव काय म्हणाले, ते मला सांग. त्यांनी नगर कसं सोडलं, ते मला सांग. सगळं मला सांग.'' विदूर म्हणाले, ''हस्तिनापुरातील सर्व नागरिकांना पांडवांबरोबर वनात जाण्याची इच्छा होती. युधिष्ठिरानं अश्रूभरल्या डोळ्यांनी त्यांची समजूत घातली आणि त्यांना परत पाठवलं. मी त्या लोकांना पाहिलं. ते आपल्या हातांनी, कपड्यांनी आपले अश्रू पुसत होते. पाठमोऱ्या पांडवांना ते पाहत होते, ते त्यांना नीट दिसत नव्हते, कारण त्यांचे डोळे अश्रूंनी भरले होते. युधिष्ठिराला आपला चेहरा वस्त्रानं झाकून चालताना मी पाहिलं, भीम आपल्या शक्तिमान हातांकडे पाहत चालत होता. आपल्या भावांसोबत चालताना अर्जुन वाळू उधळत होता, सहदेवाचा चेहरा मलीन दिसत होता, नकुलाचं शरीर माती आणि राख यांनी माखलं होतं, द्रौपदीचा चेहरा तिच्या सुगंधित केसांनी झाकला गेला होता. ती सारखी रडत होती. या सहाजणांमागून त्यांचे गुरू धौम्य हे चालत होते. दक्षिणेकडच्या कोपऱ्यातून ते कुश गवत उपटत होते आणि आपल्या मुखानं रुद्र आणि यम यांची स्तुती करणारे सामवेदातले मंत्र म्हणत होते.''

पांडवांच्या या हालचालींना काही सूचक अर्थ आहे काय, असा प्रश्न धृतराष्ट्रांनी विदुरांना विचारला. विदूर म्हणाले, ''अर्थातच आहे. तू आणि तुझे पुत्र तुम्ही धर्म विसरला आहात, पण युधिष्ठिर धर्म विसरलेला नाही. तो चांगला माणूस आहे. आपण रागानं पाहिलं, तर हे सगळं नगर जळून राख होईल, हे युधिष्ठिराला ठाऊक आहे. आपल्या क्रोधभरल्या नजरेनं हे नगर जळून जाऊ नये, म्हणून तो आपला चेहरा झाकून चालला आहे; भीम आपल्या शक्तिमान हातांकडे सारखा बघतो आहे; कारण त्याच्या मनात तुमचा सूड घेण्याचे विचार

सारखे येताहेत; अर्जुन वाळू उधळत चालला आहे. या वाळूसारखाच तो बाणांचा वर्षाव करून तुझ्या सगळ्या कुटुंबाला ठार करील; आपल्याला कोणी ओळखू नये म्हणून सहदेवानं आपला चेहरा मलीन ठेवला आहे. आता शेवटी उरला नकुल. पाचही भावांत तो सर्वांत देखणा आहे. नगरातल्या तरुण स्त्रियांनी वासनाभरल्या डोळ्यांनी आपल्याकडे पाहू नये, अशी त्याची इच्छा आहे आणि म्हणून त्यानं आपल्या शरीराला राख आणि माती फासून घेतली आहे. द्रौपदीच्या डोळ्यांतून अश्रू वाहत आहेत आणि तिनं आपले केस मोकळे सोडले आहेत. यातून ती असं सुचवते आहे, की तेरा वर्षांनंतर तुझ्या घरातल्या स्त्रिया आपल्या पतींचे, पुत्रांचे अंत्यविधी पार पाडण्याच्या वेळी असेच केस मोकळे सोडून रडतील. धौम्य ऋषी कुश गवत उपटून साम वेदातले रुद्र आणि यम यांची स्तुती करणारे मंत्र म्हणत आहेत याचा अर्थ धृतराष्ट्रांच्या पुत्रांचा अंतकाळ जवळ आला आहे, पांडव बोलून दाखवत नाहीत, करून दाखवतात. माझ्या बंधू, तू ध्यानात ठेव, पांडवांनी ज्या गोष्टी करण्याची प्रतिज्ञा केली आहे, त्या गोष्टी ते करतील. घडून येणारे अपशकुन विनाश ही एकच गोष्ट सुचवत आहेत.''

संतापून, वैतागून विदूर राजा धृतराष्ट्रांच्या दालनातून बाहेर निघून गेले. विदूर निघून जाण्याच्या आधी काही वेळ नारदमुनी तिथे आले. ते म्हणाले, ''आणखी चौदा वर्षांनी सर्व कौरवांचा नाश होईल. धृतराष्ट्रा, तू आणि तुझे पुत्र केल्या अन्यायाची फळं भोगतील. तोपर्यंत तुम्ही तुमचं राज्य आणि कुमार्गानं गोळा केलेली संपत्ती भोगू शकाल; पण कृपा करून हे जराही विसरू नका, की तुझ्या मनाची शांती ही खोटी आहे. तुझ्या पुत्रांचा नाश होईल.'' भविष्याच्या विचारानं राजाला भ्यालेल्या अवस्थेत सोडून नारदमुनी तिथून निघून गेले.

त्यानंतर किती तरी वेळ राजा धृतराष्ट्र उदासीनतेत बुडून गेले होते. राजाचा विश्वासू सारथी संजय त्यांना म्हणाला, ''सगळं जग तुम्ही आपल्या मालकीचं करून घेतलं आहे. पांडवांचं जे जे होतं ते सर्व तुमच्या मालकीचं झालं आहे. असं असूनही तुम्ही असे उदास का दिसता?'' धृतराष्ट्रांनी त्याला पांडवांच्या कृती आणि विदुरांनी लावलेला त्यांचा अर्थ यांच्याविषयी सांगितले. नारदमुनींनी वर्तवलेले भविष्य आणि भविष्याविषयी त्याला वाटणारी भीती यांच्याविषयीही सांगितले.

संजय म्हणाला, ''मला तुमच्याविषयी मुळीच वाईट वाटत नाही. सभागृहातलं तुमचं वागणं अक्षम्य होतं. तुमच्या पुत्रांपेक्षाही तुमचं वागणं अधिक वाईट होतं. माझं तुमच्याकडे बारीक लक्ष होतं. विदुरांचा सल्लाही तुम्ही ऐकला नाही. तुमच्या पापी कृत्यांची फळं आता तुम्ही भोगता आहात. पांडव परत येतील आणि तुमच्या पुत्रांचा नाश करतील, तेव्हा भयानक आयुष्य तुमच्या वाट्याला येईल.''

त्या दिवसापासून राजा धृतराष्ट्र आपली मन:शांती पार हरवून बसले. काळीज पोखरणाऱ्या काळज्यांसोबत ते आयुष्य कंठू लागले. ज्या दिवशी धर्माकडे त्यांनी पाठ फिरवली, त्या दिवशी मन:शांती त्यांना सोडून गेली.

# वनपर्व

*अस्मिन्महामोहमये कटाहे सूर्याग्निना रात्रिदिवेन्धनेन।*
*मासर्तुदर्वीपरिघट्टनेन भूतानि कालः पचतीति वार्ता।।*

जगाच्या अत्यंत मोह पाडणाऱ्या कढईत दिवसरात्रीच्या सरपणावर सूर्याच्या उष्णतेने ऋतू अन् महिन्यांच्या पळीने काळ सारे ढवळत सर्व सजीवांना शिजवत आहे.

**वनपर्व**

*अहन्यहनि भूतानि गच्छन्तीह यमालयम् ।*
*शेषाः स्थावरमिच्छन्ति किमाश्चर्यमतःपरम् ।।*

रोजच्या रोज या इहलोकातील प्राणी यमसदनाला जात असताना पाहूनही बाकीचे लोक 'आपण चिरंजीव आहोत' असे मानतात, यापरते आश्चर्य ते कोणते?

**वनपर्व**

# काम्यक वन

पांडवांनी वेगाने प्रवास केला. होईल तितक्या लवकर हस्तिनापुराच्या सीमे बाहेर पडावे हाच एक विचार युधिष्ठिराच्या मनात होता. ते गंगेच्या तीरावर पोचले. तिथे प्रमाणवत नावाचा छोट्या झाडीचा प्रदेश होता. त्या झाडीत त्यांनी दिवस आणि रात्र घालवली. त्यांच्याजवळ अन्न नव्हते. गंगेचे स्वच्छ, मधुर पाणी ते प्याले– फक्त तेवढेच, अधिक काही नाही. अत्यंत थकलेल्या शरीराने आणि मनाने त्यांनी ती कष्टदायक रात्र झाडांच्या सावलीत घालवली. अशी त्यांच्या वनवासाची पहिली रात्र गेली.

युधिष्ठिराने नको नको म्हणून विनवण्या करूनही अनेक ब्राह्मण त्यांच्यासोबत आले होते. तेही प्रमाणवत इथे पांडवांसोबत राहिले. रात्र संपली. सकाळी युधिष्ठिर त्या ब्राह्मणांना म्हणाला, "बारा वर्षांच्या काळासाठी आम्हांला या रानात हद्दपार करण्यात आलेलं होतं. आमचं अन्न मिळवण्यासाठी आम्हांला शिकार करावी लागते. फळंमुळं खाऊन आम्हांला राहावं लागतं. इंद्रप्रस्थात असताना मी तुमची सेवा करू शकत होतो, तशी इथे करू शकणार नाही. तेव्हा कृपा करून तुम्ही नगरात परत जा आणि आम्हांला आमच्या नशिबावर सोडा!" पण ते ब्राह्मण आपला हट्ट सोडीनात. त्यांनी नगरात परत जायला नकार दिला. तिथे राहण्यासाठी होणारा सर्व त्रास ते पांडवांबरोबर वाटून घ्यायला तयार झाले. या ब्राह्मणांना पोसण्याचे साधन नसल्यामुळे युधिष्ठिर अतिशय दु:खी झाला. आपले गुरू धौम्य आणि आपले भाऊ यांना त्याने हे सांगितलं.

पांडवांनी मदतीसाठी सूर्याची प्रार्थना करावी, असे धौम्य ऋषींनी पांडवांना सुचवले. ते म्हणाले, "पृथ्वीवरचं सर्व अन्न आणि वैभव यांचा सूर्य हा स्वामी आहे. तुम्ही त्याची पूजा करून मदतीसाठी त्याची प्रार्थना कराल, तर तो नक्कीच तुम्हांला मदत करील." युधिष्ठिराने सूर्याची एकाग्रतेने पूजा केली. त्याने अन्नग्रहण केले नाही, तो झोपलाही नाही. त्याच्या या पूजा-प्रार्थनेने सूर्य प्रसन्न झाला आणि त्यांच्यासमोर प्रत्यक्ष येऊन उभा राहिला. तो म्हणाला, "तुम्हांला आणि इतरांना सुखी करण्यासाठी तुम्ही करत असलेल्या तपावर मी प्रसन्न आहे. मी बाराही वर्षं तुम्हांला अन्न पुरवीन. मी तुम्हांला हे तांब्याचं भांडं देतो. ते तुम्ही घेऊन जा. ते सर्वकाळ भरलेलं राहील. या भांड्यातून द्रौपदीनं वाढायला सुरुवात केली, की ती मनात आणील ते अन्न या भांड्यात तयार असेल. कधीही न संपणारी समृद्धी या भांड्यात असेल." युधिष्ठिराने कृतज्ञतेने त्या भांड्याचा स्वीकार केला. तो गुरू धौम्य आणि आपले भाऊ यांना म्हणाला, "आता माझं दुःख संपलं. माझ्यावर अवलंबून असणाऱ्या या ब्राह्मणांना आता मी जेवू घालू शकेन."

ते सगळे काम्यक नावाच्या वनाकडे जायला निघाले. मध्यंतरीच्या काळात धृतराष्ट्रांचे दिवस मानसिक क्लेशात गेले. पांडवांना आपण किती अन्यायाने वागवले, हे आता त्यांना जाणवत होते. आपल्या स्वतःच्या कृत्याचे परिणाम भोगण्याची त्यांच्यात हिंमत नव्हती. त्यांनी विदुरांना बोलावणे पाठवले. त्यांनी आपल्या शंका त्यांच्यासमोर मांडल्या आणि ते म्हणाले, "सगळेजण आमच्याकडे तुच्छतेनं आणि रागानं पाहातात. लोकांचं आमच्यावर प्रेम नाही आणि राजघराण्यातील इतरांचंही नाही. मी अतिशय दुःखी आहे, कृपा करून तुम्ही माझं सांत्वन करा." विदूर म्हणाले, "मी तुम्हांला फक्त एकच गोष्ट सुचवू शकेन आणि माझी खात्री आहे की, ती तुम्हांला आवडणार नाही. पण तुम्ही मला विचारलं आहे म्हणून मी सांगतो. तुम्हांला जर तुमच्या पापांचा खरोखरीच पश्चात्ताप झाला असेल, तर तुम्ही पांडवांना बोलावून घ्या आणि संबंध सुधारून घेण्याचा प्रयत्न करा. तुम्ही त्यांचं राज्य त्यांना परत केलं पाहिजे. माणूस हा पापी विचारांनी आणि कृत्यांनी भरलेला असतो. भविष्याकडे पाहून वर्तमानकाळात कसं वागावं, हे त्याला कळत नाही. पण तुम्हांला आता काय होणार, हे कळलं आहे. तुम्ही तुमच्या पुतण्यांशी ज्या प्रकारे वागलात, त्याचं तुम्हांला वाईट वाटतं आहे.

तुम्ही पश्चात्ताप करा. पश्चात्तापाच्या अग्नीत मोठमोठी पापं जळून खाक होतात. शकुनीनं ज्या चुका तुम्हांला करायला लावल्या, त्या सुधारण्याची संधी तुम्हांला प्राप्त झालेली आहे. पांडवांना तुम्ही बोलावून घेतलंत आणि त्यांचं राज्य त्यांना परत केलंत, तर तुम्हांला कायमची कीर्ती प्राप्त होईल. पण हे जर तुम्ही केलं नाही, तर तुमच्या सर्व पुत्रांचं मरण पाहण्याची मनाची तयारी तुम्ही करून ठेवा. पांडवांनी ज्या शपथा घेतल्या, त्या केवळ शब्द आहेत – असं मानू नका. पांडव हे कृतिशूर पुरुष आहेत. शपथ घेतल्याप्रमाणे ते कृती करतील. तुम्हांला घेरून टाकत असलेली शोकांतिका तुम्ही बदलू शकता. युधिष्ठिर हा तक्रारी कुरवाळीत बसणारा माणूस नाही. तुम्हांला पश्चात्ताप झाल्याचं एकदा त्याला कळलं, की आपल्या भावांना तुमच्याविषयी वाटणारा द्वेष तो सोडून द्यायला लावील. असं आणि केवळ असं वागूनच तुम्ही भयानक भविष्यकाळ बदलू शकता. तुम्हांला तुमच्या पुत्राविषयी वाटणाऱ्या प्रेमाचा त्याग केला पाहिजे. हे प्रेम निरोगी नाही आणि चांगलंही नाही.'' विदुरांचे हे शब्द ऐकून धृतराष्ट्र अस्वस्थ झाले.

ते विदुरांना म्हणाले, ‘‘मी हे कसं करू शकेन? माझ्या भावाच्या मुलांसाठी माझ्या पहिल्या पुत्रावरच्या माझ्या प्रेमाचा त्याग मी कसा काय करू शकेन? तुझ्या बोलण्यामुळे माझं मुळीच समाधान झालेलं नाही. माझ्याशी सांत्वनाचे शब्द बोल, असं मी तुला सांगितलं. पण तुम्ही तुमच्या शब्दांनी मला दुखावता आहात आणि अशक्य असलेली गोष्ट करायला मला सांगता आहात. तुझं इथे असणं मला नको आहे. तू इथे रहा किंवा मला सोडून निघून जा. तुला बरं वाटेल, ते तू कर.'' असे कठोर शब्द बोलून धृतराष्ट्र आपलं दालन सोडून गेले. विदूर तिथे एकटेच राहिले. राजाला शांत करण्याचा प्रयत्न न करण्याची विदुरांची ही पहिली वेळ. हस्तिनापूर सोडून पांडवांबरोबर वनात राहण्याचा त्यांनी निर्णय घेतला.

पांडव आता गंगेचा तीर सोडून निघाले होते. धृशद्‌वती नदी त्यांनी ओलांडली आणि ते यमुना नदीच्या तीरावर येऊन पोचले. यमुना नदी ओलांडून ते पश्चिम दिशेकडे निघाले. सरस्वती नदीच्या तीरावर त्यांना काम्यक वन दिसले. तिथे काही वेळ राहायचे, असे त्यांनी ठरवले. विदूर त्यांना तिथे भेटले. हस्तिनापूरहून विदूर एकटेच त्यांच्या रथातून निघाले होते. युधिष्ठिराभोवती रानातले लोक आणि ब्राह्मण असलेले

विदुरांना दिसले. विदुरांना पाहून युधिष्ठिराला अतिशय आनंद झाला. तो आपल्या भावांना म्हणाला, "विदुरकाका का आले आहेत, हे मला कळत नाही. कदाचित शकुनींच्या सांगण्यावरून आम्हांला द्यूत खेळायचं आमंत्रण देण्यासाठी आमचे प्रिय चुलते धृतराष्ट्र यांनी त्यांना पाठवलं असणार किंवा कदाचित दुर्योधनाकडून युद्धाचं आव्हान घेऊन विदुरकाका आले असतील. तसं असेल, तर तुला आणि अर्जुनाच्या गांडीव धनुष्याला आनंद होईल. थोडा वेळ थांबू या, मग ते कशासाठी आले आहेत ते समजेल."

पांडवांना असे वनात राहत असलेले पाहून वृद्ध विदुरांचे मन दु:खाने हेलावले. युधिष्ठिराला त्यांचे सांत्वन करावे लागले. राजा धृतराष्ट्र आणि आपण यांच्यात मतभेद झाल्याचे विदुरांनी त्यांना सांगितले. ते निघून जाण्यापूर्वी राजा धृतराष्ट्र आपल्याला, 'तुला ज्यांच्याविषयी सहानुभूती वाटत असेल, त्यांच्यासोबत तू रहा. मला तुझी मदत नको आणि राज्यकारभारात सल्लाही नको.' असे म्हणाल्याचे सांगून विदूर म्हणाले, "म्हणून मी तुमच्याकडे आलो." वृद्ध विदुराच्या प्रेमाने युधिष्ठिर भारावून गेला. त्यांनी काही वेळ एकत्र घालवला.

राजा धृतराष्ट्रांचे आपल्या पुत्रांनंतर विदुरांवरच प्रेम होते. त्यामुळे विदुरांशिवाय त्याला राहवेना. त्यांच्या सहवासातला बराचसा वेळ त्यांचे विरोध करणारे बोलणे ऐकून घ्यावे लागत असले, तरी विदुरांच्या सहवासात राजा सुखी असे. चांगुलपणाचे मूर्तिमंत रूप म्हणजेच विदूर, असे राजा धृतराष्ट्र मानत असे. ज्यांचा स्वभाव शुद्ध आणि चांगला नसतो, अशा लोकांना चांगुलपणाचे गूढ आणि जबरदस्त आकर्षण वाटत असते. या नियमाला धृतराष्ट्र अपवाद नव्हते. त्यांना विदुरांशिवाय राहवेना. आपला सारथी संजय याला रानातून विदुरांना परत आणण्यासाठी राजाने पाठवले. संजय काम्यक वनात गेला आणि त्याने राजाच्या मन:स्थितीची माहिती विदुरांना दिली. 'आपल्या अपराधांची क्षमा करून विदुरांनी परत यावं,' हा राजाचा निरोप संजयाने विदुरांना दिला. अत्यंत करुण अशी ती विनंती होती. चांगली माणसे फार काळ राग धरून राहत नाहीत, ज्यांच्यावर प्रेम असते त्यांच्याबाबतीत तर नक्कीच नाहीत. आपल्या भावाचे दोष आणि क्षुद्रवृत्ती ठाऊक असूनही विदुरांचे त्यांच्यावर प्रेम होते. विदुरांनी पांडवांचा निरोप घेतला आणि ते हस्तिनापुराला जायला निघाले.

# मैत्रेयाचा शाप

विदुरांची काम्यक वनाला भेट आणि त्याचे परत हस्तिनापुराला येणे या गोष्टी दुर्योधन आणि त्याचे अनुयायी उत्सुकतेने पाहत होते. ते एकत्र बसून त्यावर चर्चा करीत होते. दुर्योधन म्हणाला, "पिताजी, माझं एक वेळ ऐकणार नाहीत, पण विदुरांचं मात्र ऐकतील! कदाचित विदुरांनी माझ्या पिताजींना पटवून दिलं असेल, की पांडवांना परत बोलावलं पाहिजे आणि त्यांचं राज्य परत केलं पाहिजे. आता आपण काय करायचं?'' हे ऐकून शकुनींना गंमत वाटली! ते म्हणाले, "पांडव हे सदाचरणी आहेत. बारा वर्षं वनवास आणि एक वर्ष अज्ञातवास ही अट त्यांनी मान्य केल्याचं वचन त्यांनी दिलं आहे. एकदा दिलेलं वचन पांडव मोडणार नाहीत. परत येण्यासाठी त्यांची आर्जवं करून काहीच उपयोग होणार नाही. खूष करण्यासाठी भेटीच्या वस्तू पाठवून त्यांचा राग शमणार नाही. त्यांना आपल्याविषयी वाटणारं प्रेम आपण नष्ट करून टाकलं आहे, हे तुला दिसत नाही काय? तुझं भय हे पोरकट आहे!'' राधेय दुर्योधनाला म्हणाला, "आपल्या मामांच्या या लबाडीच्या योजना मला पसंत नाहीत. आपण युद्ध का करायचं नाही? आपण सैन्य गोळा करून रानात त्यांच्यावर हल्ला करू या. आपण सहज त्यांचा नाश करू शकतो. त्यानंतर आपल्याला सुखशांतीनं राहता येईल.'' राधेयाची सूचना दुर्योधनाने उचलून धरली. रानात पांडवांवर हल्ला करायचे त्यांनी ठरवले. अगदी त्याच वेळी त्यांना या बेतापासून परावृत्त करण्यासाठी व्यासमहर्षी तिथे हजर झाले. ते धृतराष्ट्रांना म्हणाले, "तू तुझं आणि तुझ्या पुत्रांचं पुरेसं नुकसान करून घेतलं आहेस. कृपा करून आता तुझ्या हेकेखोर पुत्राच्या या वेड्या योजनेला मान्यता देऊ नकोस. काही असो, तुझ्या पुत्रांचा नाश हा ठरलेलाच आहे. तेरा वर्षांनंतर आपला वनवास संपवून पांडव राजपुत्र परत आल्यानंतर त्यांचं राज्य जर त्यांना दिलं गेलं नाही, तर या जगाचा नाश ओढवेल. या अन्यायाचं कारण तू आहेस. पांडवांबरोबरचे संबंध सुधारण्यासाठी

तू आपल्या पुत्राला समजावून सांग. ते जर तो करणार नसेल, तर निदान येती तेरा वर्षं त्यांना शांततेनं राहू द्या. त्यानंतर काय होईल, हे सांगणं कठीण आहे. पण ते आताच होऊ देऊ नकोस.''

व्यास निघून गेल्यानंतर थोर ऋषी मैत्रेय कौरवांच्या दरबारात आले. ते वनातून आले आहेत, हे कळल्यानंतर धृतराष्ट्रांनी त्यांना पांडवांची खुशाली विचारली. मैत्रेय ऋषी म्हणाले, ''माझी आणि पांडवांची भेट झाली. खरं म्हणजे त्याच कारणासाठी मी इथं आलो आहे. आपल्या भावाच्या पुत्रांना तू जी वागणूक दिली आहेस, ती पाहून मला आश्चर्याचा धक्का बसला. हे कसं काय होऊ शकलं? तू आणि भीष्म हजर असताना तुम्ही हे कसं काय होऊ दिलंत? असं दिसतं, की तुम्ही दरोडेखोरांसारखे वागलात. तुमची कीर्ती तुम्ही घालवून बसला आहांत.'' मैत्रेयांनी दुर्योधनाला आपल्याजवळ बोलावले आणि सौम्य शब्दांत ते त्याच्याशी बोलले. त्याचे वागणे चुकीचे आहे आणि त्याने शक्य असेल तितके प्रेम पांडवांना द्यावे, असे त्यांनी त्याला सांगितले. ते असेही म्हणाले, ''तरुण मनुष्या, तू हेही ध्यानात ठेव, की पांडव हे शक्तिमान आहेत. भीम आणि अर्जुन यांचा विचार कर. हिडिंब, बक आणि जरासंध यांच्या वधाविषयी तुम्ही अज्ञानी आहात, असं मुळीच नाही. भीमानं आता किर्मीराचाही वध केला आहे. पांडवांशी शांततेचे संबंध ठेवण्याचं तुम्ही का टाळता आहात?''

दुर्योधनाने या बोलण्याला जराही महत्त्व दिले नाही. पायाच्या अंगठ्याने मातीवर आकृत्या रेखीत ओठात उद्धट स्मित आणून तो त्या पाहत बसला. एकदा तर त्याने मांडी थोपटून ऋषींना सुचवले की, तुमच्या बोलण्याची मला मुळीच पर्वा नाही. त्याचा हा उद्धटपणा पाहून मैत्रेय ऋषींना चीड आली. ते म्हणाले, ''भीमाची शपथ खरी होईल, असा माझा तुला शाप आहे. भीमानं तुझी मांडी फोडली, की तुला मरण येईल.'' धृतराष्ट्रांनी त्यांना शांत करण्याचा प्रयत्न केला. मैत्रेय म्हणाले, ''मी शाप दिला आहे. त्यानं जर पांडवांशी शांततेचे संबंध प्रस्थापित केले, तर माझा हा शाप मी मागे घेतल्यात जमा होईल.'' मैत्रेय निघून जात होते, तेव्हा त्यांनी थांबावे आणि किर्मीराच्या वधाविषयी सांगावे, अशी राजाची इच्छा होती पण मैत्रेयांनी नकार दिला. ते म्हणाले, ''तुम्ही सगळे त्या दुर्दैवी मुलांवर द्वेषानं जळता आहात. भीमाची स्तुती ऐकणंही तुम्हांला सहन होत नाही. या विदुरानी

याविषयी ऐकलं आहे. त्याला विचार. तो सगळं सांगेल.'' असे रागाने बोलून मैत्रेय तिथून निघून गेले.

किर्मीराच्या वधाविषयी धृतराष्ट्रांना माहिती ऐकायची होती. विदुरांनी त्यांना सांगितले की, ''हस्तिनापुराहून निघाल्यानंतर पांडव काम्यक वनाकडे जात असताना तीन रात्री उलटल्या. वाटेत एका रात्री त्यांना एका महाभयंकर राक्षसाने अडवले. युधिष्ठिराने त्याला 'तू कोण आहेस?' असे विचारले. 'मी बक याचा भाऊ किर्मीर आहे,' असे तो म्हणाला. तो असेही म्हणाला, 'मी इथं राहातो आणि इथं येणाऱ्या मूर्ख प्राण्यांना आणि माणसांना मी ठार करतो. तू कोण आहेस?' युधिष्ठिराने त्याला त्याच्या प्रश्नाचे उत्तर दिले. भीमसुद्धा तिथे आहे, हे कळल्यावर किर्मीर म्हणाला, 'माझी इच्छा पूर्ण करण्याची वेळ आली आहे. हिडिंब आणि बक यांच्या वधाचा सूड घेण्याची मी वाट पाहत होतो. बक माझा भाऊ होता आणि हिडिंब हा माझा प्रिय मित्र होता. भीम हा या माझ्या आवडत्या लोकांचा मृत्यू ठरला. मी माझा सूड घेईन. मी भीमाला ठार करीन.' त्याने भीमाला लढण्यासाठी निमंत्रण पाठवले. आपले गांडीव धनुष्य घेऊन अर्जुन आपल्या भावाच्या मदतीसाठी तयार झाला. भीम त्याला हसून म्हणाला, 'अर्जुना, गांडीव धनुष्याची गरज नाही. हा किडा मारण्यासाठी दोघांची गरज नाही.' नेहमीच्या पद्धतीप्रमाणे भीमाने बाजूला असलेला एक वृक्ष उपटून हातात घेतला आणि किर्मीरावर हल्ला केला. भयंकर युद्ध झाले. पण अखेर भीमाने किर्मीराच्या पाठीचा कणा मोडून त्याला ठार केले.'' विदूर म्हणाले, ''आता पांडव जिथं आहेत, त्या काम्यक वनाकडे जाताना वाटेत मला ही हकीकत कळली.'' मैत्रेयाने म्हटल्याप्रमाणे भीमाच्या शक्तीचा परिचय करून देणारी ही गोष्ट ऐकून धृतराष्ट्र राजा भ्याला आणि विचारात पडला.

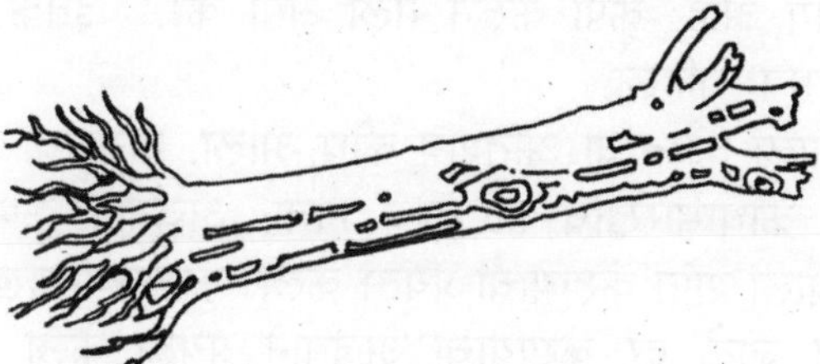

# कृष्णाची शपथ

पांडवांना भेटण्यासाठी कृष्ण काम्यक वनात गेला. त्याच्याबरोबर धृष्टद्युम्न, धृष्टकेतू, शौर्याबद्दल विख्यात असलेले केकय बंधू हे होते. वृष्णी घराण्यातले वीरही कृष्णाबरोबर गेले होते. पांडव आणि त्यांची राणी द्रौपदी यांची परिस्थिती पाहून त्यांना धक्काच बसला. ते युधिष्ठिराच्या भोवती बसले. कृष्ण म्हणाला, "पृथ्वीला रक्ताची तहान लागली आहे. दुर्योधन, दुःशासन, शकुनी आणि राधेय या चौघा पाप्यांचं रक्त ती प्राशन करील. आपण सगळे इथं जमलो आहोत. जे घडलं ते ऐकून जगातील सगळ्या राजांना धक्का बसला आहे. युधिष्ठिरा, त्यांच्या सांगण्यावरून तू वनवासात का गेलास? तो खेळही नैतिक नव्हता किंवा ही परिस्थिती तुमच्यावर लादण्याचा त्यांना अधिकार नव्हता. आपण सगळे हस्तिनापुरावर चालून जाऊ या. मी माझं सैन्य माझ्याबरोबर आणलं आहे, हे वीर तुम्ही घ्या. सगळं भारतवर्ष तुमच्या बाजूचं आहे. आपण कौरवांचा सहज नायनाट करू शकतो." युधिष्ठिर म्हणाला, "नाही, कृष्णा. मी चूक केली आहे आणि त्या चुकीचं प्रायश्चित्त म्हणून हा वनवास मी भोगतो आहे. मी, माझे भाऊ आणि माझी लाडकी राणी आम्ही सर्वांनी हा वनवास भोगलाच पाहिजे. माझ्या चुकीचं प्रायश्चित्त त्यांना भोगावं लागणार आहे. भूतकाळाला पुन्हा बोलावण्यासाठी मी काहीही द्यायला तयार आहे. पण मी ते करू शकत नाही. प्राक्तन कठोर आहे. मला हे भोगलंच पाहिजे. थोर व्यास महर्षींनी मी इंद्रप्रस्थाला असताना मला हे भविष्य सांगितलं होतं. कृष्णा, तुझी विनंती नाकारणं मला भाग आहे. कृपा करून मला क्षमा कर." इतके बोलून युधिष्ठिर शांत बसून राहिला.

कृष्णाला कौरवांचा अतिशय क्रोध आला. असुरांचा नाश करतानाच्या रुद्राच्या क्रोधासारखाच हा क्रोध होता. अर्जुनाने कृष्णाला– आपल्या प्रिय मित्राला शांत करण्याचा प्रयत्न केला. कृष्णाच्या देखण्या चेहऱ्यावरचे संतापाचे जाळे दूर करण्याचा अर्जुनाने प्रयत्न केला. कृष्ण म्हणाला,

''युधिष्ठिरा, तुझं आणि माझं आयुष्य एकमेकांत गुंफलं गेलं आहे. मी तुझा आहे आणि तू माझा आहेस. आपण एकमेकांचे आहोत. आपल्याला कोणीही वेगळं करू शकत नाही. जे तुझ्यावर प्रेम करतात, ते माझ्यावर प्रेम करतात. तुझे शत्रू हे माझे शत्रू आहेत. माझ्या शत्रूंचा नाश केल्याखेरीज मी स्वस्थ बसणार नाही. त्यांचा नाश होईल. या लोभी क्षत्रियांच्या रक्तानं ही भूमी भिजवीन आणि जो सर्वांत उत्तम पुरुष आहे त्याला मी राज्याभिषेक करीन. मी हे करीन, अशी शपथ घेतो. होय, मी शपथेवर सांगतो, मी हे करीन.''

द्रौपदीला प्रिय असलेल्या कृष्णाला आणि भाऊ धृष्टद्युम्न याला तिने पाहिले, तेव्हा तिचे दुःख अतिशय तीव्र झाले. आठवणीत कायमसाठी कोरल्या गेलेल्या त्या दिवशी तिने भोगलेले दुःख, राधेय, दुर्योधन, दुःशासन यांनी केलेले तिचे अपमान पुन्हा ताजे होऊन मनात जागे झाले. हृदय दुभंग होईल, असे वाटावे इतक्या आवेगाने ती रडू लागली. कृष्णाचा कौरवांवरचा क्रोध युधिष्ठिराच्या शांत वागण्याच्या इतका विरुद्ध होता की, तो पाहून द्रौपदीला समाधान वाटले. अश्रूंनी चमकणाऱ्या डोळ्यांनी तिने कृष्णाकडे पाहिले. ती म्हणाली, ''कृष्णा, माझ्याकडे पाहा. आपल्या शौर्याबद्दल ज्यांची सगळ्या जगात ख्याती आहे, त्या पांडवांची मी आवडती राणी आहे, जो अग्नीचाच अवतार आहे, अशा धृष्टद्युम्नाची मी बहीण आहे. कृष्ण माझा सखा आहे. पण असं असूनही माझ्यावर हा प्रसंग ओढवला. कृष्णा, त्यांनी माझा अपमान केला. त्यांनी मला दरबारात खेचत नेलं आणि मी त्यांची दासी असल्याचं भर दरबारात त्या पशूंनी जाहीर केलं. भीष्म आणि धृतराष्ट्र तिथं हजर होते, पण त्यांनी विरोधाचं बोटही उचललं नाही. त्यांनी काही केलं नाही, ते काही बोलले नाहीत. आता तुला माझ्या पतींविषयी सांगते. भीमानं शंभर राक्षस ठार केले, त्याचा उपयोग काय? अर्जुन प्रत्यक्ष इंद्राशी लढला म्हणून काय झालं? नकुल आणि सहदेवांनी मिळवलेल्या विजयांचा उपयोग काय? राजसूय यज्ञ करून युधिष्ठिर सगळ्या जगाचा राजा ठरला, याचा माझ्याशी काय संबंध? राजसूय यज्ञाच्या वेळी पवित्र जलानं माझे केस धुवून त्यांचं शुद्धीकरण केलं होतं. ते माझे केस धरून मला ओढत दुःशासनानं दरबारात आणलं, तेव्हा माझ्या पतींनी मौन का धारण केलं होतं? यापेक्षा अधिक भयंकर काही असू शकतं का? तुझ्या अपार दयेमुळे कौरवांच्या

''स्वर्गाचं त्याच्या उंचीवरून पतन होईल, हिमालयाची शिखरं तिथून निखळून खाली कोसळतील, समुद्र शुष्क होतील, ही पृथ्वी थरथर कापेल आणि तिचे दशलक्षावधी तुकडे पडतील; पण या कृष्णाचे शब्द कधीही निरर्थक, पोकळ ठरणार नाहीत.''

दरबारात विवस्त्र केली जाण्यापासून मी वाचले, तरीही माझे हे पती शांत बसले होते. युधिष्ठिर धर्माविषयी मोठा आव आणून बोलत असतो, पण पत्नी अपमानित होत असताना तिचं संरक्षण करणं, हा सर्वोच्च धर्म नाही काय? ते स्वतःला क्षत्रिय म्हणवतात, पण क्षत्रिय या शब्दाचा अर्थ त्यांना कळलेला नाही. यांचं शौर्य मेलं आहे, ते पुरुष नाहीत.''

द्रौपदीच्या डोळ्यांतून अश्रूंची धार लागली होती. ती अधिक काही बोलू शकली नाही. कृष्णाने आपल्या बोटांनी हळुवारपणे तिचे अश्रू पुसले. कृष्णाचे डोळेही अश्रूंनी ओले झाले होते. त्याने द्रौपदीचे सांत्वन करण्याचा प्रयत्न केला. तो म्हणाला, ''द्रौपदी, आणखी थोडा काळ थांब. तुझे अश्रू व्यर्थ जाणार नाहीत. तू आता रडते आहेस, तशाच कुरू घराण्यातल्या स्त्रिया रडतील. अर्जुनाचे बाण जेव्हा आपली तहान राधेयाच्या रक्तानं शमवतील, तेव्हा त्या रडतील. भीमाचे हात जेव्हा दुःशासनाच्या रक्तानं लाल होतील, तेव्हा त्या रडतील. भीमानं मांड्या फोडलेला पापी दुर्योधन जेव्हा रणांगणावर पडलेला असेल, तेव्हा त्या रडतील. मी तुला शपथेवर सांगतो, की या गोष्टी निश्चित घडून येतील. कोणीही मला थांबवू शकत नाही, कोणीही नाही. माझी शपथ ऐक. स्वर्गाचं त्याच्या उंचीवरून पतन होईल, हिमालयाची शिखरं तिथून निखळून खाली कोसळतील, समुद्र शुष्क होतील, ही पृथ्वी थरथर कापेल आणि तिचे दशलक्षावधी तुकडे पडतील; पण या कृष्णाचे शब्द कधीही निरर्थक, पोकळ ठरणार नाहीत. सर्व कौरवांचं मरण तू पाहाशील. रडू नकोस, माझ्या प्रिय भगिनी, तू रडू नकोस.''

द्रौपदीचे हुंदके देऊन रडणे कृष्णाचे शब्द ऐकून हळूहळू थांबले. कृष्ण म्हणाला, ''युधिष्ठिरा, ही दुर्घटना घडल्याचं मी द्वारकेला असताना कळलं असतं, तर मी कसल्याही निमंत्रणाशिवाय हस्तिनापुराला धावून गेलो असतो. द्यूताचा खेळ मी थांबवला असता. हा गुन्हा घडत असताना भीष्म आणि धृतराष्ट्रांना तो थांबवायला मी लावला असता. पण त्यावेळी मी शाल्व देशात गेलो होतो. मला शाल्व आणि सौभ यांच्याशी लढायचं होतं. सौभ हा शिशुपालाचा मित्र होता. मी द्वारकेत नव्हतो, इंद्रप्रस्थाला गेलो होतो. आपल्या मित्राच्या वधाचा सूड घेण्यासाठी त्यानं द्वारकेतल्या लोकांचा छळ करायला सुरुवात केली. त्यांच्याशी लढण्यासाठी मी गेलो. त्यांचा वध केल्यानंतर मी द्वारकेला परतलो.

संकटाची सूचना देणारे अपशकुन होत होते. मी द्वारकेत असताना तुझ्यावर झालेल्या अन्यायाची हकीकत मला कळली. तुला भेटावं आणि तुझ्याशी या विषयी बोलावं, म्हणून मी इथं आलो. मला असं वाटलं, की तू तुझं राज्य परत मिळवावं, म्हणून मी तुझं मन वळवू शकेन. तू रानात आता तेरा दिवस घालवले आहेस. एक दिवस म्हणजे एक वर्ष अशीही एक व्याख्या आहे. तेव्हा युधिष्ठिरा, आता तू आपल्या राज्यासाठी लढलास; तर तू आपलं वचन मोडलंस, असं होणार नाही. तुझं काय म्हणणं आहे?'' युधिष्ठिराने कृष्णाकडे पाहून स्मित केले, पण तो काहीच बोलला नाही. कृष्णानेही स्मित केले आणि तो म्हणाला, ''जशी तुझी इच्छा, तसं तू करावंस. पण कौरवांचा अंत जवळ आला आहे. आम्ही तुला राजा म्हणून लवकरच पाहू. या माझ्या हातांनी मी तुझ्या मस्तकावर मुकुट ठेवीन. तू याची खात्री बाळग.'' कृष्णाने एकामागून एकेका पांडवांचा निरोप घेतला, धृष्टद्युम्नाने आपली बहीण आणि मेहुणे यांचा निरोप घेतला. त्याने आपला प्रिय मित्र असलेल्या भीमाला दृढ आलिंगन दिले. धृष्टकेतूबरोबर केकय बंधूंनी पांडवांचा निरोप घेतला. कृष्णाची गंभीर शपथ आणि आपले आश्वासक शब्द पांडवांसाठी आधार म्हणून मागे ठेवून ते सगळे निघून गेले.

## द्वैतवन

कृष्ण आणि इतर सर्वजण निघून गेल्यानंतर पांडवांनी आपसात बसून चर्चा केली. युधिष्ठिर म्हणाला, ''आपल्याला बारा वर्षं रानात राहायचं आहे. नगरातल्या लोकांना इथं येणं सोपं नाही. जिथं चांगली माणसं, ऋषी राहातात, अशी जागा इथं असली पाहिजे. आपण कुठं जावं?'' अर्जुन म्हणाला, ''तू आमचा गुरू आहेस. आमच्यापेक्षा या गोष्टींची तुला अधिक माहिती आहे. तू जी जागा निवडशील, तिथं

आपण राहू या. मला असं वाटतं, की द्वैतवन या नावानं ओळखलं जाणारं वन आपल्याला उत्तम सोयीचं होईल. मी तीर्थयात्रेला गेलो असताना मी ते पाहिलं होतं.'' युधिष्ठिराने अर्जुनाची सूचना मान्य केली. काम्यक वन सोडून पांडव द्वैतवनाच्या दिशेने निघाले. एखादे सुंदर चित्र असावे, तसे ते वन होते. ते रानापेक्षा एखादी बाग असावी असे वाटत होते. डोळ्यांना आनंद देणारे उंच, दांडगे वृक्ष तिथे होते. या वृक्षांवर मोर आणि बुलबुल पक्ष्यांची घरटी होती.

युधिष्ठिराने वनातल्या ऋषींची भेट घेतली. आपल्या मुलांचे करावे तसे या ऋषींनी पांडवांचे स्वागत केले, रानातल्या चांगल्या माणसांना पांडव असे प्रिय होते. हे वनात राहाणे युधिष्ठिराला अतिशय आनंदाचे झाले. स्वभावतःच तो शांतताप्रेमी होता. ऐहिकाचा त्याग केलेल्या ऋषींचा सहवास त्याला आनंदाचा वाटला. आपले चुलते आणि चुलतभाऊ यांच्या वागण्याने दुखावला गेलेला, हस्तिनापूर नगरातल्या लोकांच्या क्षुद्र वृत्तीला वैतागलेला युधिष्ठिर द्वैतवनातल्या ताज्या निर्मळ हवेने, तिथल्या उदात्त वृत्तीच्या माणसांच्या सहवासाने सुखावला. युधिष्ठिराने तिथे आत्मशांती अनुभवली. त्याच्या दुखावलेल्या हृदयाला द्वैतवन हे जणू औषधच सापडले होते.

वनात बांधलेल्या आश्रमात पांडव राहत असताना त्यांच्याकडे एक प्रसिद्ध पुरुष पाहुणा म्हणून आला. हा पाहुणा म्हणजे थोर मार्कंडेय ऋषी होत. त्यांना योग्य आदराने आणि सन्मानाने पांडवांनी त्यांचे स्वागत केले. आश्रमात त्यांच्याभोवती पांडव आणि द्रौपदी बसली. अचानक मधुर स्मिताने मार्कंडेय ऋषींचा चेहरा उजळला. ते एक सुंदर दृश्य होते. शंकराच्या वरामुळे ऋषी मार्कंडेय नेहमी सोळा वर्षांचे आहेत इतके तरुण दिसत. ओठात उमटलेल्या या स्मितामुळे ते याहूनही अधिक तरुण दिसत होते. त्यांचे हे स्मित पाहून युधिष्ठिराला गोंधळल्यागत झाले. तो म्हणाला, ‘‘ऋषिवर, तुमच्या स्मितानं मी गोंधळून गेलो आहे. आतापर्यंत जे जे लोक आम्हांला भेटायला आले, ते आमच्यावर आलेलं हे संकट पाहून दुःखी तरी झाले किंवा जे काही हे घडलं त्यामुळे रागावले. पण इथं येऊन स्मित करणारे तुम्ही पहिलेच! तुमच्या स्मिताचं कारण तुम्ही सांगाल काय?''

मार्कंडेयांच्या ओठांत अजूनही स्मित होतेच. ते म्हणाले, ‘‘युधिष्ठिरा, तुझ्यावरचं हे संकट पाहून मला आनंद झालेला नाही. उलट तुमची ही

परिस्थिती पाहून मला दुःख झालेलं आहे. तू, तुझी पत्नी आणि भाऊ यांची ही परिस्थिती पाहून मला एका थोर पुरुषाची आठवण झाली. तो थोर पुरुष म्हणजे दशरथाचा पुत्र श्रीराम. राम हा शुद्धात्मा होता. तुझ्याप्रमाणेच तोही आपली पत्नी सीता आणि भाऊ लक्ष्मण यांच्याबरोबर दंडकारण्यात फिरला. त्यालासुद्धा आपल्या पित्याच्या आज्ञेमुळे चौदा वर्षं वनवासात काढावी लागली. त्याचं प्रसिद्ध असलेलं कोदंड धनुष्य घेऊन ऋष्यमूक पर्वताच्या उतारावर चालताना मी त्याला पाहिलं आहे. पृथ्वीवर अवतरलेल्या इंद्रासारखा तो होता. शौर्याच्या बाबतीत त्याच्याशी कुणाचीही तुलना नव्हती. मृत्यूपेक्षाही भयंकर त्याचा क्रोध होता. धर्मापासून न ढळण्याची वृत्ती असल्यामुळे तो वनात झाडाच्या सालीची आणि हरिणाच्या कातड्याची वस्त्रं नेसून राहिला. पूर्वीचे सगळे थोर राजे सत्याच्या मार्गावरून चालणारे असल्यामुळे ते लोकांना आठवतात. भगीरथ आणि हरिश्चंद्र यांचा विचार कर. सूर्य आपल्या कक्षेत फिरतो, समुद्र आपली सीमा न ओलांडता राहतो, तो या थोर राजांच्या पुण्याईमुळे. युधिष्ठिरा, तुझ्यामुळे श्रीरामाची आठवण झाली. आलेली सर्व संकटं ओलांडल्यानंतर त्यानं या सर्व जगावर राज्य केलं, तूही तसंच करशील. तू सगळ्या जगावर राज्य करशील. मला हे ठाऊक आहे. तू लोकांच्या मनात कायमचा राहाशील.'' मार्कंडेय काही दिवस पांडवांबरोबर राहिले. नंतर त्यांना आशीर्वाद देऊन त्यांनी त्यांचा निरोप घेतला. 'काही दिवसांनी मी परत येईन,' असे त्यांनी वचन दिले.

ब्रह्माचे घर असावे तसे ते अरण्य दिसत होते. वेदमंत्रपठणाचे संगीत तिथे सदैव ऐकू येत असे. द्वैतवनात शांतता नांदत होती. त्याच्या शांत स्वभावानुसार युधिष्ठिर द्वैतवनात अतिशय आनंदित होता, ऋषींच्या सहवासात तो सुखी होता. इंद्रप्रस्थात असतानाही दरबारात विद्वान आणि प्रज्ञावान लोकांची वेदान्तावर चर्चा ऐकत असताना त्याला असाच आनंद होत असे. काही दिवसांपूर्वी हस्तिनापुरात असताना उसळलेल्या वादळाच्या पार्श्वभूमीवर द्वैतवनातील हे वास्तव्य त्याला मन:शांतीचे वाटले. ऋषींच्या आपसातील चर्चा ऐकत असताना त्याला ऐहिक मालमत्तेच्या क्षणभंगुरतेची जाणीव झाली. प्रत्येक गोष्टीच्या खऱ्या मूल्याचा त्याला साक्षात्कार झाला. आपले राज्य गेले हे काही फार मोठे नुकसान नव्हे, हे त्याला मनोमन कळले. वनवासात असतानाही सुखी असलेल्या रामाचा विचार मार्कंडेय ऋषींनी सुचवल्याप्रमाणे

त्याच्या मनात आला. जो खऱ्या अर्थाने नि:स्वार्थ असतो, त्याच्या शारीरिक गरजा फार थोड्या असतात. ज्या प्रमाणात आत्म्याचा विकास होतो, त्या प्रमाणात शारीरवासना कमी होत जातात. स्वभावात संतत्व असलेला युधिष्ठिर हे वनवासी आयुष्य आनंदाने जगत होता.

पण द्रौपदी आणि भीम यांचे असे नव्हते. हे दोघेही द्वैतवनात दु:खी होते. दु:ख आणि मनस्ताप यांनी भीमाचे हृदय दुभंग व्हायला आले होते. दैवाची निष्ठुरता आणि युधिष्ठिराचा मूर्खपणा यामुळे द्रौपदीची जी परिस्थिती झाली होती, ती पाहून असाहाय्य संतापाने भीम आपले हात चोळीत बसे. तो कोणाशीही बोलत नसे, तो एकटा राही. त्याला झोप येत नसे, अन्न जात नसे. हस्तिनापुरातला तो भयानक दिवस आठवून त्याचे दिवसरात्र दु:खात जात. संतापामुळे आणि झोपू न शकल्यामुळे त्याचे डोळे नेहमी लाल दिसत. सूड घेण्याचे विचार दिवसरात्र त्याच्या मनात येत. अचानक मध्येच तो दात चावत असे आणि गदा त्वेषाने आकाशात उंचावून म्हणत असे, ''त्यांना थांबू द्या. त्यांना फक्त थांबू द्या. मी त्यांना ठार करीन. त्या सर्वांना मी ठार करीन.'' भीमाला शांत करणे कुणालाच शक्य होत नसे. भीमाच्या या दु:खाला अर्जुन काहीच करू शकत नसे. त्याचे दोन्ही भाऊ त्याला प्रिय होते. त्याला त्या दोघांविषयीही आदर होता. ते दोघेही अगदी वेगळे होते. अर्जुनाने आपले अनेक दु:खी दिवस आपल्या भावाला शांत करण्यात घालवले. युधिष्ठिराच्या निष्क्रियतेचे कारण काय, हे त्याने भीमाला समजावून सांगितले. द्रौपदीने जर सहकार्य केले असते, तर प्रश्न सोपा झाला असता; पण तिची मन:स्थिती भीमाइतकीच वाईट होती. वनवासात युधिष्ठिर स्थिरचित्त होता. पण द्रौपदी आणि त्याचे इतर भाऊ अतिशय दु:खी होते.

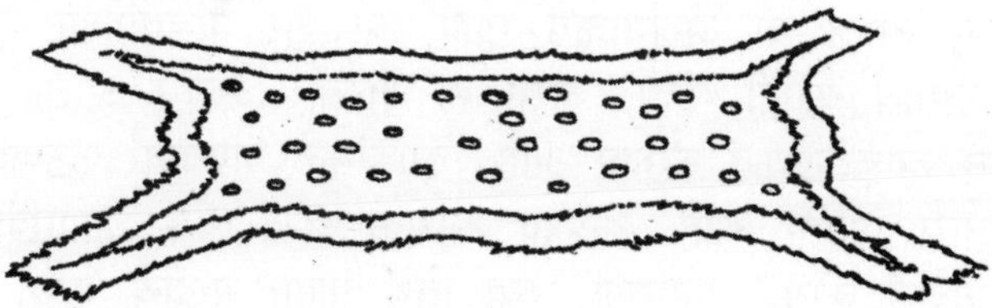

# युधिष्ठिराचा संयम

एक दिवस द्रौपदी आणि पांडव त्यांच्या आश्रमाच्या पुढल्या दाराच्या अंगणात बसले होते. पांडवांकडे पाहून द्रौपदीने आपल्या दु:खाला वाट करून दिली. ती युधिष्ठिराला म्हणाली, "महाराज, राजवाड्यात राहत असलेल्या तुम्हांला आता या परिस्थितीत राहाताना पाहून माझं हृदय दुभंग होतं. राजवाड्यात मऊ बिछान्यांवर झोपणाऱ्या तुम्हांला आता या गवताच्या बिछान्यावर झोपताना पाहून मला रडू कसं आवरता येईल? राजवाड्यात असताना तुमच्याभोवती राजे असत, विनयानं देव सभोवताली बसलेल्या इंद्रासारखे तुम्ही दिसत होता. पण आता तुमच्याभोवती हे ऋषी आहेत आणि तुम्ही स्वत: संन्यासी असल्यासारखे दिसता आहात. राजवाड्यात असताना मी माझ्या हातानं तयार केलेल्या चंदनाचा सुगंध तुमच्या हातांना येत असे. आता तेच तुमचे हात धुळीनं आणि राखेनं माखलेले दिसत असताना मी रडू कसं आवरू? राजवाड्यात असताना तलम रेशमी कपडे तुमच्या अंगावर असत आणि आता तिथं दिसत आहेत झाडांच्या खरखरीत सालींचे कपडे! मी तुमच्या भावांकडे बघते, तेव्हा माझं दु:ख अधिकच तीव्र होतं. महाराज, या भीमाकडे पाहा. तो आकाशाकडे पाहत शून्यात डोळे लावून बसला आहे! रानातलं फळामुळांचं अन्न तो पोटभर खाऊ शकत नसल्यानं तो बारीक झाला आहे. तो इथं सुखी कसा होऊ शकेल? आजूबाजूचं रानटी धान्य गोळा करून त्याला घरी येताना मी बघते, तेव्हा हे दृश्य मी कसं सहन करू शकणार? हस्तिनापुरात प्रवेश करून आपल्या सर्व शत्रूंना ठार करायला तो तयार आहे. तो वाट पाहतो आहे तुमच्या परवानगीची. महाराज, आता या अर्जुनाकडे पाहा. या शूर पांडवांपेक्षा तुल्यबळ असा जगात कोणी नाही. असा हा शूरवीर अर्जुन आता एकटा, तळ्यात दगड टाकत बसला आहे, दगडांमुळे पाण्यावर उठणारे तरंग तासन्‌तास पाहतो आहे. यापेक्षा अधिक दु:खदायक आणखी काही असू शकतं काय? महाराज, त्या तिथं पाहा. माद्रीचे कृष्ण वर्णाचे

देखणे पुत्र हातात फळांची टोपली धरून वावरत आहेत. या कुशल तलवारबहाद्दरांनी हे काम करणं योग्य आहे काय? सरणावर सुखानं मृत्यू स्वीकारणाऱ्या त्यांच्या मातेनं आपल्या मुलांसाठी भविष्यात हेच स्वप्नं पाहिलं होतं काय? थोर पांडवांवर कोसळलेलं हे संकट पाहायला तुमचे वडील आणि माद्री जगले नाहीत, हे त्यांचं भाग्य होय! हे पाहून माझं हृदय जळतं. पण सगळं असं असूनही तुम्ही हसू शकता? क्षत्रियांत तुम्ही अगदी वेगळे आहात. इथं आल्यापासून मी तुम्हांला बघते आहे. आलेल्या संकटांनी तुम्ही जराही त्रस्त झालेले दिसत नाही. संतापानं आणि अपमानानं दिवसरात्र मी जळते आहे. पण तुमच्यावर याचा काहीही परिणाम झालेला दिसत नाही! जो क्षत्रिय आपला क्रोध व्यक्त करीत नाही, तो क्षत्रिय नव्हेच मुळी! महाराज, संयम या गुणावर तुमचा फार विश्वास आहे. पण जिथं नको तिथं संयम चुकीचा आहे. तुम्ही आता संयम सोडला पाहिजे. ही वेळ संयमाची नव्हे. तुमच्या शत्रूंच्या बाबतीत तुम्ही संयमी आणि क्षमाशील असता कामा नये. क्रोध हा क्षत्रियाचा एकमेव अलंकार आहे. प्रत्येक गोष्टीची योग्य असलेली जागा आणि वेळ असते. क्रोध, द्वेष आणि निर्दयता हीच आता चारित्र्याची व्याख्या आहे. क्रोध आणि संयम हे दोन्ही गुण आवश्यक आहेत, हे मला ठाऊक आहे. पण संयम या गुणाचं तुम्ही स्तोम माजवू नका. सतत क्रोध हा आत्मविकासाला योग्य नाही, हे मला मान्य आहे. पण सतत संयम हाही आत्मविकासाला पोषक नाही. प्रत्येक माणसात, विशेषत: क्षत्रियात या दोन्ही गुणांचा योग्य मेळ असला पाहिजे. सतत संयम बाळगणाऱ्या धन्याचा त्याचे सेवकही आदर करणार नाहीत. महाराज़, मी काय म्हणते आहे, ते काळजीपूर्वक ऐका. कृपा करून काहीतरी लढाऊ वृत्ती दाखवा. तुमच्याभोवती ब्राह्मण आणि ऋषी आहेत; त्यामुळे तुम्ही समाधानी आहात, हे उघड दिसतं आहे. आसक्ती ही अर्थशून्य आहे असं मानणाऱ्या तुमच्या भोवतीच्या ब्राह्मणांपैकी तुम्ही एक आहात – असा लोकांचा तुमच्याविषयी गैरसमज अगदी सहजपणे होण्याची शक्यता आहे. माझी तुम्हांला कळकळीची विनंती आहे, की माझ्यासाठी नाही, तरी तुमच्या दु:खी भावांसाठी तुम्ही लढाऊ वृत्ती धारण करावी.''

द्रौपदीचे हे बोलणे युधिष्ठिराने ऐकले. आपली राणी द्रौपदी हिच्यावर त्याचे अतिशय प्रेम होते. सतत रडत असलेल्या द्रौपदीला पाहून तो

दुःखी झाला. त्या एका दिवसाच्या आपल्या वेडेपणामुळे आपल्या सर्व भावंडांना दुःख भोगावे लागले, यामुळे त्याला स्वतःची चीड आली. आपल्यावर झालेल्या अन्यायाला त्याने फारसे महत्त्व दिले नाही. त्याला स्वतःला ऐहिक गोष्टींची विशेष आसक्ती कधीच वाटली नव्हती. पण त्याचे भाऊ आणि त्याची पत्नी वेगळी होती. ज्या पातळीवर तो होता, त्या पातळीवर ती कशी येणार होती? ती पातळी होती – आनंद आणि वेदना, सुख आणि दुःख समान मानून जगण्याची. द्रौपदी म्हणाली होती त्याप्रमाणे तो खरोखरीच संन्यासी होता. पण इतरांनीही संन्यासी व्हावे, अशी अपेक्षा करण्याचा त्याला अधिकार नव्हता. त्यांना त्याची निष्क्रियता आवडत नव्हती. पण ते काय करणार होते? धर्माच्या शृंखलांनी ते जखडले गेले होते. कितीही मोह झाला; तरी धर्माच्या पथावरून त्यांनी ढळता कामा नये, या विचारांमुळे युधिष्ठिराला द्रौपदीविषयी अतिशय दुःख वाटलं. तो धर्माचा पुत्र होता आणि ती अग्नीची कन्या होती. दोघांचे स्वभाव एकमेकांशी मिळतेजुळते कसे होणार?

युधिष्ठिराने तिला आपल्याजवळ बसवून घेतले. आपल्या वस्त्राच्या खरखरीत कापडाने त्याने तिचे नाजूक डोळे पुसले. तो म्हणाला, "माझ्या लाडक्या राणी, मी तुझ्याकडे आणि माझ्या भावांकडे पाहातो, तेव्हा मला काहीच वाटत नाही – असा समज कृपा करून तू करून घेऊ नकोस. मी इतका हृदयशून्य आहे, असं तुला वाटतं काय? जो क्रोध तुझ्या हृदयात आहे, तो माझ्याही हृदयात आहे. पण ही वेळ चुकीची आहे, आपला क्रोध व्यक्त करण्याची ही वेळ नव्हे. तू चुकते आहेस. संयम बाळगण्याची ही वेळ आहे. क्रोध ही भयानक गोष्ट आहे. तो शहाणपणाचे अंतर्चक्षु अंध करून टाकतो, तो आत्म्याचा नाश करतो, तो माणसाला चुकीच्या गोष्टी करायला लावतो. तुला वाटतो तसा क्रोध हा अलंकार नव्हे. आपण संयमाची सवय लावून घेतली पाहिजे. संयम पाळणं जितकं कठीण, तितकी आपली संयम पाळण्याची इच्छा अधिक तीव्र असली पाहिजे. ही तेरा वर्षं आपण सोसली पाहिजेत, तसं वचन मी दिलं आहे, दिलेला शब्द मी मोडू शकत नाही. यावेळी आपला क्रोध आपण ताब्यात ठेवला पाहिजे. माझं हे बोलणं तुला रुचत नाही, याची मला कल्पना आहे. आपण वस्तुस्थितीला तोंड दिलं पाहिजे. माझा क्रोध प्रकट करण्याची ही वेळ नव्हे. मी असं बोलतो आहे, म्हणून तू माझ्यावर रागावू नकोस."

युधिष्ठिराच्या या बोलण्यानं द्रौपदी शांत झाली नाही. क्रोधानेच जणू तिचे रूप घेतले होते. ती म्हणाली, ''या जगात नशीब ही सर्वशक्तिमान गोष्ट आहे, असं मला वाटतं. मी तुम्हांला तुमच्या बायकोच्या आणि भावांच्या दु:खाकडे बघायला लावते आहे आणि तुम्ही मला धर्माच्या महानतेविषयी सांगता आहात. तुमचा धर्म म्हणजे ऋषींजवळ बसून या जगाच्या अतीत असलेल्या जगाविषयी भाषणं ऐकणं. आपल्या माणसांपेक्षा त्यांच्या सहवासात तुम्ही अधिक सुखी असता. या तुमच्या धर्मासाठी तुम्ही सर्वस्वाचा त्याग करायला तयार आहात. एका पारड्यात तुमचा धर्म आणि दुसऱ्या पारड्यात आम्ही सगळे घातल्यास आमचं पारडं अगदी हलकं होईल. आम्हा सर्वांवरील तुमच्या प्रेमापेक्षा तुमचं हे धर्माचं वेड अधिक शक्तिमान आहे. कसल्या संयमाविषयी तुम्ही बोलता आहात? मला त्याविषयी काहीही ठाऊक नाही, तो मला परका आहे.''

युधिष्ठिराने तिच्याकडे पाहून स्मित केले आणि तो म्हणाला, ''संयम हा स्वच्छंदी स्त्रीसारखा आहे. आपलं राहण्याचं ठिकाण म्हणून ती काही माणसांची निवड करते. तिची तुझ्यावर मर्जी नाही. मला हे दिसतंच आहे. युधिष्ठिर ही एकमेव व्यक्ती तिच्या कृपेला पात्र आहे, असं तुम्ही मानता. तिनं दुर्योधनाची निवड केली नाही, तिनं तुमची कोणाचीही निवड केली नाही. तिनं माझी निवड केली, हा माझा गौरव आहे. तिनं केलेली माझी निवड चुकीची होती, असं तिच्या मनाविरुद्ध वागून मी तिला वाटू देणार नाही.''

काही वेळ ते सगळे शांत बसले होते. युधिष्ठिर आणि द्रौपदी यांचे बोलणे ऐकणारा भीम त्यांच्याजवळ आला आणि म्हणाला, ''बंधू, धर्माविषयी बोलून उपयोग काय? तुमच्या या धर्मानं आम्हांला कुठं आणून ठेवलं आहे ते पाहा. सत्याच्या मार्गावरून आम्ही कधीही ढळलो नव्हतो. त्याचं काय फळ आम्हांला मिळालं? तेरा वर्षं पशूंप्रमाणे रानात कंठण्याचं आमच्या वाट्याला आलं आणि कौरवांच्या वाट्याला? त्यांनी रीतसर युद्ध करून आमचं राज्य जिंकलं काय? नाही. द्यूताच्या खेळाचा व्यूह रचून आम्हांला हरवलं. मंत्र घातल्यावर साप निष्प्रभ होतो; तसं आम्ही तुझ्या शब्दांनी झालो. आमच्यावर दडपण आल्यामुळे आम्ही शांत राहिलो. अर्जुनाचं गांडीव धनुष्य त्याच्या हाताशी होतं, माझी गदा माझ्याजवळ होती; पण तुम्ही आम्हांला त्यांना ठार मारू

दिलं नाही. तुम्ही आम्हांला शांत राहाणं भाग पाडलंत. आमच्या डोळ्यांसमोर आमचं राज्य घेतलं गेलं. पण तुम्ही दुखावले जाल, म्हणून आम्ही एक शब्दही बोललो नाही. भर दरबारात त्यांनी द्रौपदीचा अपमान केला, तेव्हाही आम्हांला शांतच राहावं लागलं. आणि आता या तुमच्या धर्मानं आमचं काय केलं आहे, ते तुम्हीच पाहा. शिकारी मागे लागलेल्या जनावरांसारखे आम्ही रानात फिरतो आहोत. शिपाई मागे लागलेल्या गुन्हेगारांप्रमाणे तेरा वर्षं आम्हांला कंठावी लागणार. तुमच्या धर्मानं हे ताट आमच्या पुढे वाढून ठेवलं आहे! आणि त्या अधर्माचं काय? ज्या आमच्या राज्यावर त्यांचा हक्क नव्हता, ते राज्य या अधर्मानं त्यांना घेऊ दिलं. जी संपत्ती त्यांनी मिळवलेली नाही, ती या अधर्मानं त्यांना दिली आणि त्यांची लायकी नसूनही या अधर्मामुळे ते सुखशांतीनं जगत आहेत. न्याय्य मार्गानं त्यांनी हे राज्य मिळवलं असतं, तर तुमचं संयमावरचं भाषण योग्य ठरलं असतं. पण माझ्या बंधू, त्यांनी हे राज्य अन्यायानं मिळवलं आहे. त्यांनी तुला ठकवलं आहे. काटा काट्यानं काढावा लागतो. त्यांनी स्वीकारलेल्या अन्याय्य मार्गाशी त्याच मार्गानं लढा दिला पाहिजे. पांचाळ देशाची राजकन्या असलेली द्रौपदी झाडाच्या सालीचं वस्त्र नेसून या रानात राहत असलेली पाहून तुझे डोळे भरून येत नाहीत काय? ती कोण होती आणि आता कोण आहे हे पाहून तुझं रक्त उकळत नाही काय? माझ्या प्रिय बंधू, कृपा कर आणि तुझ्याभोवती जमलेल्या या ब्राह्मणांचा निरोप घे. तुझं धनुष्य आणि बाण हातांत घे. आपण हस्तिनापुरावर चाल करून जाऊ या. आपण त्यांचा नाश करू शकतो. आता आपण धर्माची प्रतिष्ठापना कुरू घराण्यात करू. गेली काही वर्षं तिथून धर्माचा लोप झाला आहे. आपण पाचजण म्हणजे अग्नी आहोत. बघता बघता आपण कौरवांचा नाश करू. ऐहिक गोष्टीतला रस जो पार घालवून बसला आहे, अशा माणसासारखा तू वागू नकोस. तू क्षत्रियासारखा वाग.''

भीमाचे हे बोलणे ऐकल्यानंतर युधिष्ठिर काही क्षण शांत बसला. तो म्हणाला, ''तू जे बोलला आहेस, त्याबद्दल मी तुला दोष देत नाही. थेट खोलवर पोचून जखमी करणाऱ्या बाणांसारख्या तुझ्या या शब्दांच्या वर्षावाबद्दलही मी तुला दोष देत नाही. भीमा, तुझ्या शब्दांतला विखार झोंबरा आहे, पण तुझं म्हणणं बरोबर आहे. होय. तू माझ्यावर केलेला दोषारोप योग्य आहे. हे संकट माझ्यामुळे तुमच्यावर ओढवलं. मी द्यूत

खेळायला बसलो; तेव्हा तर्कशुद्ध विचार करण्याची माझी शक्ती मी घालवून बसलो आहे, हे मला कळलं होतं. शकुनी धूर्त होते. मी माझं सर्वस्व घालवून बसावं, यासाठी द्यूताचे फासे कसे टाकावे – हे शकुनी जाणून होते. जे व्हायचं ते होऊन गेलं आहे. मी आधी माझी सगळी संपत्ती हरलो. त्यानंतर माझ्या प्राणांहून प्रिय असणाऱ्या तुम्हा भावांना मी दास केलं. नंतर मी द्रौपदीला पणाला लावून हरलो. या गोष्टींविषयी विचार करणंसुद्धा भयानक आहे. तुम्ही दोघांनी जळत्या शब्दांनी मला जखमी केलंत, तेव्हा मी ते शांतपणे सहन केलं; कारण त्यात तुमची काही चूक नव्हती. पण तुम्हांला जर असं वाटत असेल, की तुमच्या दोषारोप करणाऱ्या या बोलण्यामुळे चूक काय बरोबर काय या विषयीचे माझे विचार मी बदलीन, तर ते चुकीचं आहे. बारा वर्षं वनवासात आणि एक वर्ष अज्ञातवासात राहण्याचं वचन मी दिलं आहे, दिलेलं वचन मी मोडणार नाही. या पृथ्वीवरील सर्व संपत्तीपेक्षा सत्य हे अधिक मोलाचं आहे, असं मी मानतो. तेरा वर्षं संपल्यानंतर दुर्योधनानं आपलं राज्य परत द्यायला जर नकार दिला, तर भीमा, तुला जसा हवा आहे तसा राग मला येईल. त्यानं हे आपलं राज्य चोरलेलं आहे. आपलं राज्य आपल्याला परत द्यायला दुर्योधन नकार देईल, याची मला खात्री आहे. त्यानंतर तू कौरवांशी तुझ्या इच्छेप्रमाणे युद्ध करू शकतोस, भीमा, कौरवांच्या प्रेतांवर तू नाचू शकतोस, अर्जुन राधेयावर आणि त्याच्या नातेवाइकांवर सूड उगवू शकतो, सहदेव शकुनीला आणि नकुल शकुनीच्या पुत्राला ठार करू शकतो. तुम्ही सगळे सुखी व्हाल. द्रौपदी, तुझ्या शत्रूंची प्रेतं पाहून तुझे डोळे निवतील. मीसुद्धा तुमच्याबरोबर त्यांच्याशी लढेन, माझ्या मनातला राग उफाळून येईल, तेरा वर्षं हृदयात ठेवलेला राग मी प्रकट करीन. कौरवांनी दरबारात असह्य अपमान करूनसुद्धा शांत बसलेला युधिष्ठिर तो मीच आहे, यावर कोणाचा विश्वास बसणार नाही. पण माझ्या प्रिय भीमा, हे सगळं तेरा वर्षांनंतर. आता नाही. आपला चुलता धृतराष्ट्र शांतपणे जगू शकेल, असं तुला वाटतं का? त्यानं आणि त्याच्या पुत्रांनी आमचं हे राज्य अन्याय्य मार्गानं मिळवलं आहे. या पापामुळे तो आपली मन:शांती हरवून बसला आहे. तेरा वर्षं संपल्यानंतर काय होणार, या भीतीनं नीच वृत्तीचा धृतराष्ट्र दिवसरात्र तळमळतो आहे. असं पाप करणारा माणूस मृत्यूपेक्षाही भयंकर अशा यातना भोगतो.

त्या दिवशी तुमच्या क्रोधाला वाट देण्यापासून मी तुम्हांला का थांबवलं? याचं कारण असं, की उतावळेपणानं आपण चुकीची गोष्ट करून बसू नये. भीमा, योग्य ती संधी आपल्याला प्राप्त होईल. त्यावेळी धर्माच्या सीमेचं उल्लंघन न करता तुम्हांला जे हवं ते तुम्ही करू शकता. पण आता नाही. तुम्हांला रुचत नसलं, तरी माझं म्हणणं तुम्ही ऐकलं पाहिजे. मला धर्माच्या मार्गावरून कोणीही ढळवू शकत नाही.''

## व्यासांचा सल्ला

युधिष्ठिराचे भावनावेगाचे बोलणे ऐकल्यानंतर भीम आणि द्रौपदी एक शब्दही बोलू शकली नाही. दोघेही शांत बसून होते. इतक्यात व्यासमहर्षी तिथे आले. त्यांच्या आगमनामुळे भीम आणि द्रौपदी यांच्याबरोबरचे आपले बोलणे थांबणार, यामुळे युधिष्ठिराला अगदी हलके वाटले. सर्वजण व्यासांच्या पाया पडले आणि त्यांच्या बोलण्याची वाट पाहू लागले. व्यास म्हणाले, ''तुमच्या सर्वांच्या मनात काय चाललं आहे, हे मी जाणतो. भीमा, वेळ अजून आलेली नाही, असं तुमचा भाऊ म्हणतो; तेव्हा तो सत्य बोलत असतो. तू एखाद्या लहान मुलासारखा आहेस. काहीतरी करण्यासाठी तू उतावीळ असतोस. पण माझ्या वत्सा, तुला आपल्या विरोधकांच्या शक्तीची कल्पना नाही. मोठमोठे वीर त्यांच्या बाजूचे आहेत. भूरिश्रवा आणि त्याचा भाऊ शाल हे दुर्योधनाच्या बाजूचे आहेत. तुझे आजोबा भीष्म आणि प्रिय गुरू द्रोण यांनी दुर्योधनाला वचन दिलं आहे, की ते त्याच्या बाजूनं लढतील आणि त्याच्यासाठी आपला प्राणही अर्पण करतील. अश्वत्थामा हा दुर्योधनाचा अतिशय चांगला मित्र आहे. तुला हे ठाऊकच आहे, की राधेय हा दुर्योधनाचा दुसरा प्राण आहे. राधेय हा दुर्योधनाचा एकनिष्ठ मित्र आहे. हे सर्व लोक कौरवांच्या बाजूनं उभे आहेत. वडील माणसांचं

तुझ्यावर प्रेम असलं, तरी ते लढणार आहेत दुर्योधनाच्या बाजूनं, हे मला ठाऊक आहे.

"राधेय, द्रोण आणि भीष्म हे तिघंही भगवान भार्गवांचे शिष्य आहेत. त्यांना दिव्य अस्त्रांची माहिती आहे. तू शक्तिमान आहेस यात शंका नाही; पण तुमची बाजू धर्माची नसताना तुम्ही आता हल्ला केलात, तर तुम्ही सगळे त्यांच्याकडून मारले जाल. म्हणजे त्यांचा हेतू साध्य होईल. माझा सल्ला घ्या. अग्नीनं खांडववन जाळावं, असं अर्जुनाला वाटत असल्यामुळे त्याला इंद्राशी लढा द्यावा लागला, हे तुम्ही सगळे जाणताच. इंद्राचा पराभव झाला. आपल्या पुत्राच्या पराक्रमानं प्रसन्न झालेला इंद्र म्हणाला, 'वेळ येईल तेव्हा माझ्याजवळची सर्व अस्त्रं मी तुम्हांला देईन. भगवान शंकर आपलं पाशुपत हे अस्त्र तुम्हांला देईल, तेव्हा मीही माझी सर्व अस्त्रं तुम्हांला देईन.' आता वेळ आली आहे. युधिष्ठिरा, तू आता अर्जुनाला उत्तरेला पाठवायला हवंस. त्यानं तप करून शंकराला प्रसन्न केलं पाहिजे. शंकर त्याला आपलं पाशुपत अस्त्र देईल आणि इंद्र आपल्याजवळची सर्व अस्त्रं त्याला देऊन टाकील. इंद्र आपल्या घरी अर्जुनाला घेऊन जाईल. आपलं तप पूर्ण करून अर्जुन परतल्यानंतर काही वर्षांनी जे युद्ध होणार आहे, त्यात तुमचा पराभव कोणीही करू शकणार नाही. युद्ध होणार आहे, याची भीमा, तू खात्री बाळग. मला हे ठाऊक आहे. आतापासूनच युद्धाची तयारी करायला अर्जुनाला सांग." व्यासांचे हे शब्द ऐकून भीमाचे डोळे चमकले. पुढे युद्ध होणार हे नक्की असल्यामुळे वनवासाची ही वर्षे सुसह्य होतील, असे त्याला वाटले. व्यास म्हणाले, "द्वैतवनात तुम्ही बराच काळ राहिला आहात. आता परत काम्यक वनात जा. या द्वैत वनानं तुम्हांला जखडून ठेवलं आहे. काहीतरी बदल तुम्हांला हवा आहे." इतके बोलून व्यास निघून गेले.

सरस्वती नदीच्या तीरावरील काम्यक वनाकडे पांडव निघाले. तिथे काही दिवस सुखात राहिल्यानंतर युधिष्ठिराने अर्जुनाला व्यासांच्या सल्ल्याची आठवण करून दिली. युधिष्ठिर म्हणाला, "अर्जुना, लवकरच होणार असलेल्या युद्धासाठी आपण तयार व्हायला हवं. युद्ध होणार हे व्यासांप्रमाणे मलाही वाटतं. अर्जुना, तू माझी एकमेव आशा आहेस. हे युद्ध जिंकण्यासाठी मी तुझ्यावर अवलंबून आहे. महान भार्गवांचे शिष्य असलेल्या भीष्म, द्रोण, राधेय यांचा नाश तू केला पाहिजेस. तू

आता उत्तरेला जा आणि तुझ्या तपानं शंकराला प्रसन्न कर.'' युद्धाची तयारी करण्याच्या विचारानेही अर्जुन आनंदाला.

पांडवांच्या वनवासाचे ते सहावे वर्ष होते. उत्तरेच्या प्रवासाची अर्जुनाने तयारी केली. आपली पत्नी द्रौपदी आणि आपले भाऊ यांचा त्याने निरोप घेतला. एकमेकांपासून दूर निघून जाण्याचा हा अगदी नाजूक क्षण होता. पण काही काळ हा विरह सोसावाच लागणार होता. अर्जुनाशिवाय राहाणे त्यांना सोपे नव्हते. अर्जुन तीर्थयात्रेला गेला होता, तेव्हाची परिस्थिती वेगळी होती. पण तेव्हाही अर्जुनाला पाठवण्याची युधिष्ठिराची इच्छा नव्हती. अर्जुनाचा विरह सहन करणे युधिष्ठिरालाही कठीण गेले.

## पाशुपत अस्त्र

द्रौपदी, आपले भाऊ, गुरू धौम्य आणि काम्यक वनातले अन्य ऋषी यांचा निरोप घेऊन अर्जुन उत्तरेच्या दिशेने निघाला. काही काळाने त्याच्या प्रवासाचा वेग वाढला. गंधमादन पर्वत त्याने ओलांडला. राजसूय यज्ञाच्या विजययात्रेच्या वेळी त्याने तो पाहिला होता. तो पर्वत पुन्हा दिसेल, ही आशा अर्जुन मनात बाळगून होता. त्याचे दर्शन झाले, तेव्हा अर्जुनाला खूप आनंद झाला. एखादा जुना मित्रच आपले स्वागत करतो आहे, असे अर्जुनाला वाटले.

अर्जुनाने हिमवान पर्वत ओलांडला आणि इंद्रकिल या पर्वतशिखरापर्यंत तो पोचला. तिथे राहून तपश्चर्या करण्याचे त्याने ठरवले. तिथे बसलेले एक ऋषी अर्जुनाला दिसले. त्या ऋषींनी त्याची विचारपूस केली आणि इतक्या भीतिदायक स्थळी तू कशासाठी आलास, असे त्याला विचारले. ते ऋषी म्हणाले, ''सर्वसामान्य माणसं इथंवर पोचत नाहीत. या जगाचा त्याग ज्यांनी केला आहे, त्यांच्यासाठी ही जागा आहे. पण तू

तर योद्धा दिसतो आहेस. तुझ्या अंगात चिलखत आहे आणि तुझ्याकडे धनुष्य आणि बाण आहेत. ही जागा अशी आहे, की जिथं माणसं दुसऱ्याला जिंकण्यासाठी नव्हे, तर स्वतःला जिंकण्यासाठी येतात. आम्ही इथं शांतीचा शोध घेतो, युद्धाचा नव्हे! आपल्याजवळची शस्त्रं टाकून दे आणि इथं शांततेत विश्राम कर.'' आपल्या शस्त्रांचा त्याग करण्याचे अर्जुनाच्या मनात नव्हते. त्या ऋषींनी त्याला धाक दाखवण्याचा प्रयत्न केला. पण अर्जुन आपला हट्ट सोडीना. अखेर त्या ऋषींनी आपले खरे रूप प्रकट केले. तो ऋषीच्या वेषातील इंद्र होता. तुला काय हवे, असे त्याने अर्जुनाला विचारले. अर्जुनाने त्याच्या पायांवर डोके ठेवले, व्यासांनी दिलेल्या सल्ल्याविषयी त्याला सांगितले. तो म्हणाला, ''महाराज, तुमचं राज्य असलेल्या इंद्रलोकांत जाण्याची माझी इच्छा नाही. तुमची भेट झालेल्या माणसाला जी सर्व सुखं मिळतात, ती मला नको आहेत. द्रौपदी आणि माझे भाऊ यांना रानात सोडून दिव्य अस्त्रांवरील प्रभुत्वाच्या शोधात मी निघालो आहे. लवकरच युद्ध होणार आहे, या एकाच गोष्टीचा विचार माझ्या मनात आहे. त्यासाठी आम्ही तयार व्हायला हवं आहे. महाराज, योग्य वेळ आली, की तुमच्याजवळची अस्त्रं तुम्ही मला द्याल, असं पूर्वी तुम्ही मला सांगितलं आहे. ती वेळ अजून आलेली नाही, असं तुम्हांला वाटतं आहे काय? पापी दुर्योधनावर आम्हांला सूड घ्यायचा आहे. कृपा करून आम्हांला मदत करा.'' इंद्राने आपल्या पुत्राचे हात आपल्या हातात घेतले आणि तो म्हणाला, ''माझ्या पुत्रा, दुःख करू नकोस. मी सर्व अस्त्रं तुला देईन. पण त्या आधी भगवान शंकरांची भेट तुला घ्यायला हवी. तुला इथं तप केलं पाहिजे. त्यानं शंकर प्रसन्न होऊन तुला पाशुपत अस्त्र देतील. त्यानंतर मी तुला भेटेन.'' इतके बोलून इंद्र अदृश्य झाला.

तप करून शंकराला प्रसन्न करणे या एकाच गोष्टीची ओढ अर्जुनाला लागली होती. त्याचा जगाशी काहीही संबंध उरलेला नव्हता. अशा अवस्थेत तो किती काळ राहिला, हे त्याचे त्याला कळले नाही. तो तपात इतका मग्न झाला की, तहानभुकेचीही शुद्ध त्याला राहिली नाही. कोणती उत्कट इच्छा मनाशी बाळगून तो हे तप करीत होता, हे शंकराला ठाऊक होते. अर्जुनाच्या भक्तीचे फळ त्याला मिळण्याची वेळ आता आली आहे, असे शंकराला वाटले. शंकराने किराताचे रूप

एकाच विजेचे दोन लोळ पर्वतशिखरावर कोसळावेत
तसे ते दोन बाण त्या वराहाच्या शरीरात घुसले.
वराहाचा प्राण गेला आणि तो जमिनीवर पडला.

घेतले. धनुष्य आणि बाण त्याच्या हातात होते. त्याची पत्नी पार्वती त्याच्या सोबत होती. तिनेही किराताचाच पोशाख केला होता. ते इंद्रकिल पर्वतावर आले. त्यांनी रानात प्रवेश केला, तेव्हा रान अगदी शांत होते. इतक्यात रानटी वराहाचे रूप घेतलेला एक राक्षस तिथे आला. मूक असे त्याचे नाव होते. त्याने अर्जुनावर हल्ला केला. अर्जुन त्याला म्हणाला, "तू माझा तपोभंग करीत आहेस. मला यमलोकांत पाठवण्याची तुझी इच्छा दिसते, पण मीच तुला तिथे पाठवतो." अर्जुनाने धनुष्यावर बाण चढवला आणि त्या वराहावर सोडण्याच्या तयारीने तो उभा राहिला. त्याच वेळी किरातरूपी शंकर प्रकट झाला आणि म्हणाला, "थांब, हा वराह माझा आहे. तो ठार मारण्यासाठी मी आलो. त्याची शिकार करण्याचा तुला अधिकार नाही. थांब!" किराताच्या बोलण्याकडे अर्जुनाने दुर्लक्ष केले. त्याने बाण सोडला. तो त्या वराहाच्या शरीरात घुसला. त्याचवेळी त्या किरातानेही सोडलेला बाण त्या वराहाच्या शरीरात घुसला. एकाच विजेचे दोन लोळ पर्वतशिखरावर कोसळावेत तसे ते दोन बाण त्या वराहाच्या शरीरात घुसले. वराहाचा प्राण गेला आणि तो जमिनीवर पडला. त्या क्षणी त्या वराहाने आपले राक्षसाचे मूळ रूप घेतले आणि त्या जखमी वराहाच्या शरीरातून तो बाहेर पडला.

आपल्या पत्नीसोबत आलेल्या त्या किराताकडे अर्जुनाने वळून पाहिले. त्या दोघांच्या उपस्थितीमुळे तो संपूर्ण पर्वत एका विलक्षण प्रकाशाने उजळून निघाला. अर्जुनाने त्या किराताला विचारले, "तू कोण आहेस? पर्वताच्या उतारावर असलेल्या रानटी पशूंचं तुला भय वाटत नाही, असं दिसतं. तू सोबत तुझ्या पत्नीलाही घेऊन आला आहेस. हे स्थळ स्त्रियांनाच काय पण पुरुषांनाही धोक्याचं आहे, हे तुला ठाऊक नाही काय? तू किरातासारखा दिसतो आहेस, पण तरीही शिकारीचे नियम तुला ठाऊक नाहीत असं दिसतं आहे. या वराहानं माझ्यावर हल्ला केला, तेव्हा त्याला ठार करण्यासाठी म्हणून मी माझ्या धनुष्याला बाण जोडला. तू सोडलेला बाणही या वराहाच्या शरीरात घुसला. तुला हे करण्याचा मुळीच अधिकार नव्हता. मृत पित्याची धनदौलत वारसाहक्कानं त्याच्या दोन पुत्रांत विभागली जावी, तसं हे झालं आहे. शिकारीच्या नियमांचं तू उल्लंघन केलं आहेस. मला तुझा राग आला आहे. मी तुला ठार मारणार आहे." अर्जुनाने आपले

धनुष्य घेतले आणि तो त्या किराताबरोबर लढायला तयार झाला.

त्या किराताने अर्जुनाकडे पाहून मोहक स्मित केले. हळुवार आवाजात तो त्याला म्हणाला, ''मी आधीच या वराहावर नेम धरला होता. तो आधीच माझा होता. तो हल्ला करण्यासाठी तुझ्या दिशेनं धावला, पण तो मेला माझ्या बाणानं. तू उद्धट तरुण आहेस, तू अतिशय घमेंडखोर आहेस, आपल्या शौर्याविषयी तुझे भलतेच गैरसमज आहेत. तू कितीही फुशारक्या मारल्यास, तरी तू मला ठार करू शकणार नाहीस. खरं तर मरणाचा धोका तुलाच आहे. हा वराह माझा आहे. तू या वराहाच्या शरीरात मारलेला बाणही माझा आहे. तुझ्यात पुरुषार्थ असेल, हिंमत असेल; तर या वराहाच्या शरीरातून तुझा बाण काढून घे.'' असे म्हणून स्मित करीत शंकर उभा राहिला. या रानटी किरातावर अर्जुन संतापला होता, तपोभंग झाल्यामुळे तो चिडला होता. त्या किराताचे शब्द त्याला बोचले होते. त्या किराताचे आव्हान स्वीकारून त्याच्याशी द्वंद्वयुद्ध करण्यास तो तयार झाला.

विषारी सर्पाप्रमाणे असणारे बाण दोघेही एकमेकांवर सोडू लागले. अर्जुनाने त्या किराताला आपल्या बाणांनी वस्त्राप्रमाणे वेढून टाकले. पण हे सर्व वेढणारे बाण एखाद्या नाजूक रेशमी वस्त्राप्रमाणे तो किरात फेकून देत असे. तो जराही अस्वस्थ होत नव्हता. त्याच्या ओठातले स्मित अधिकाधिक मोहकपणे प्रकट होत होते. अर्जुन अगदी हतबल होऊन गेला. त्याच्या बाणांचा त्या किरातावर कसलाही परिणाम होत नव्हता. अर्जुन स्वत:शी म्हणाला, 'हा किरात अतिशय देखणा आहे. हिमवान पर्वताच्या तरुण शिखराप्रमाणे तो दिसतो आहे. सर्वसामान्य किरातांपेक्षा हा वेगळा आहे. कदाचित स्वर्गलोकातला हा देव वेष बदलून इथं आला असेल. कोणीही असला, तरी तो कणखर योद्धा दिसतो आहे. या माणसाबरोबर लढणं ही सुखाची गोष्ट आहे.' नुसत्या बाणांऐवजी अर्जुनाने अस्त्र फेकायचे ठरवले. आतापर्यंत अर्जुनाने सोडलेले सगळे बाण कसलीही दुखापत न करता त्या किराताच्या शरीराला स्पर्श करून खाली पडले होते. गारांच्या पावसाचा वर्षाव होत असताना पर्वत जसा शांत उभा असतो, तसा तो उभा होता.

इतक्यात अर्जुनाच्या लक्षात आले की, त्याच्या बाणांचा भाता रिकामा झालेला आहे. या गोष्टीचे अर्जुनाला आश्चर्य वाटले. असे होता कामा नये. अर्जुनाने आपले गांडीव धनुष्य हातात घेतले आणि त्याचा

प्रहार किराताच्या कपाळावर केला. पण तरीही, काहीही झालेले नाही अशा आविर्भावात तो किरात उभा होता. आता अर्जुन अगदी वेडापिसा झाला. त्याने आपली तलवार हातात घेतली आणि तो हसत उभ्या असलेल्या किरातावर चालून गेला. त्याने किराताच्या मस्तकावर वार केला. ती तलवारही अर्जुनाच्या इतर शस्त्रास्त्रांप्रमाणे निष्प्रभ ठरली. अर्जुनाने झाडाची फांदी घेऊन, दगड घेऊन त्या किरातावर हल्ला केला; पण आपले वेड लावणारे स्मित करीत तो किरात निर्भय उभा होता.

अर्जुनाने आता त्याला मुष्टियुद्धाचे आव्हान दिले. लोखंडाप्रमाणे असलेल्या बुक्क्यांनी ते एकमेकांवर प्रहार करू लागले. पाहाणाऱ्याला भीती वाटावी असे ते मुष्टियुद्ध होते. तो किरात अगदी निर्भय होता. तो फारच शक्तिमान आहे, याची जाणीव अर्जुनाला झाली. अर्जुन आता थकव्यामुळे गळून गेल्यागत झाला. अर्जुन त्या किरातावर अतिशय संतापला. एक सामान्य किरात आपल्यावर युद्धात मात करतो आहे, या जाणिवेने अर्जुन अतिशय अस्वस्थ झाला; पण तरीही तो लढत राहिला. काही वेळ थकव्यामुळे अर्जुन बेशुद्ध झाला, पण शुद्धीवर येताक्षणी तो पुन्हा लढू लागला. पण आता लढणे जमेना. अनेक जखमांतून वाहाणाऱ्या रक्तामुळे त्याचे शरीर लाल झाले होते.

अर्जुन अतिशय दु:खी झाला. त्याने आपल्या मनात भगवान शंकरांची प्रार्थना केली. तिथेच उगवलेल्या रानटी फुलांची त्याने एक माळ केली, मातीचे शिवलिंग केले, ती माळ त्याने शिवलिंगाला घातली आणि डोळे मिटून त्याने शंकराची प्रार्थना केली. त्याने डोळे उघडले आणि पाहिले तर त्याला शिवलिंगावरची माळ दिसेना. ती फुलांची माळ त्या किराताच्या मस्तकावर होती. अर्जुनाने त्या किराताचा पायांवर डोके ठेवले आणि आपल्या डोळ्यांतून वाहाणाऱ्या अश्रुधारांनी त्याचे पाय धुतले. भगवान शंकरांनी मोहक स्मित करीत त्याच्याकडे पाहिले आणि ते म्हणाले, ''मी तुझ्यावर प्रसन्न झालो आहे. तुझं शौर्य महान आहे, तुझं युद्धकौशल्य विशेष आहे, तुझ्याशी तुलना होऊ शकेल असा दुसरा योद्धा या जगात नाही. तुझ्यासारखा दुसरा क्षत्रिय माझ्या पाहण्यात नाही. तू अजिंक्य ठरशील. शौर्याच्या बाबतीत तू माझ्याबरोबरीचा आहेस. मी तुला मागशील, तो वर द्यायला तयार आहे. युद्धात तू तुझ्या सर्व शत्रूंचा पराभव करशील.''

अर्जुनाने शंकरांच्या पायांवर डोके ठेवले आणि त्यांची क्षमा मागितली. शंकरांनी त्याला हातांनी धरून उभा केला. अर्जुन शंकरांना म्हणाला, "तुमचं पाशुपत हे अस्त्र तुम्ही मला द्यावं, अशी माझी इच्छा आहे. तुमच्या मूळ रूपात तुम्ही मला दर्शन द्यावं, अशी माझी प्रार्थना आहे." शंकर म्हणाले, "माझं पाशुपत हे अस्त्र मी तुला नक्कीच देईन. हे अस्त्र तुला द्यावं अशी तुझी योग्यता आहे की नाही हे मला पाहायचं होतं, म्हणून मी किराताचं रूप घेऊन आलो. माझं समाधान झालं आहे. हे अस्त्र द्यायला तू समर्थच नव्हेस, तर योग्यही आहेस. वाईट माणसाच्या हातात हे अस्त्र जाणं धोक्याचं आहे, कारण त्यानं सगळ्या जगाचा नाश होऊ शकतो. माझा तुझ्यावर पूर्ण विश्वास आहे. अत्यंत गरज असल्याशिवाय तू त्याचा वापर करणार नाहीस." शंकर आणि पार्वती या दोघांनी अर्जुनाला आपल्या मूळ रूपात दर्शन दिले. मग त्यांनी पाशुपत अस्त्र त्याला दिले. ते अस्त्र सोडण्याचा आणि परत मागे घेण्याचा मंत्र त्यांनी अर्जुनाला शिकवला. अत्यंत आनंदाने आणि नम्रतेने अर्जुनाने त्याचा स्वीकार केला. स्वर्ग आणि पृथ्वी आनंदित झाली. भगवान शंकर अर्जुनाला म्हणाले, "तुझा पिता इंद्र तुझी वाट पाहत आहे. स्वर्गात त्याचं तुझ्याशी काही काम आहे." भगवान शंकराच्या उपस्थितीने इंद्रकिल पर्वत उजळला होता. तो प्रकाश अचानक मावळला. भगवान शंकर अदृश्य झाले होते.

## अस्त्रांची प्राप्ती

अर्जुनाचे मन अतिशय उल्हसित झाले होते. भगवान शंकरांनी त्याला प्रत्यक्ष दर्शन दिले होते. या आनंदातून त्याचे मन बाहेर पडत नव्हते. त्याच प्रभावाखाली तो होता. अचानक त्याला मोत्यासारखा शुभ्र पांढरा प्रकाश अवतीभोवती दिसू लागला. हजारो रत्नांनी उधळावा

तसा तो प्रकाश होता. त्याला एक विलक्षण दृश्य दिसले. स्वर्गातले सर्व देव इंद्रकिल पर्वताच्या शिखराकडे येत होते. सागरांचा देव वरुण, संपत्तीचा देव कुबेर, मृत्यूचा देव यम, स्वर्गाचा देव इंद्र हे देव त्याला दिसले. हे सर्व देव त्याच्याजवळ आले आणि त्यांनी त्याला आशीर्वाद दिला.

यम म्हणाला, ''शंकरानं तुला प्रत्यक्ष दर्शन दिलं आहे. आता तुझ्यासमोर मोठ्या आनंदानं आम्ही प्रकट होत आहोत. तू तुझ्या सर्व शत्रूंना युद्धात जिंकशील. तुझी कीर्ती सदैव टिकून राहील. मी मोठ्या आनंदानं तुला माझं अस्त्र देतो. कृष्ण तुम्हांला मदत करीत असल्यामुळे तुम्ही सर्व पृथ्वीचे राजे व्हाल.'' वरुण म्हणाला, ''मी वरुण. मी पश्चिमेचा देव आहे. मी सागरांचा देव आहे. तुझ्या शौर्यावर प्रसन्न होऊन मी तुला भेटायला आलो आहे. अत्यंत शक्तिशाली असं माझं वरुणास्त्र मी तुला देतो. लवकरच होणाऱ्या युद्धात तुला त्याची फार मोठी मदत होईल. याचा उपयोग तू विवेकानं कर. यमाच्या अस्त्राइतकंच हे अस्त्र शक्तिमान आहे. कुबेर म्हणाला, ''मी उत्तर दिशेचा देव आहे. माझं नाव कुबेर. पृथ्वीवर आणि स्वर्गात असलेल्या सर्व संपत्तीचा मी देव आहे. आपल्या सर्व शत्रूंचा नाश करून पृथ्वीवरील सर्व संपत्ती तू जिंकशील. मी माझं अस्त्र तुला देतो. त्याचा उपयोग करण्यासाठी तू अगदी योग्य आहेस.'' इंद्राने आपल्या पुत्राला आलिंगन दिले आणि तो म्हणाला, ''मी अतिशय आनंदित आहे. मला तुझा अभिमान वाटतो. आजवर कुठल्याही माणसाला जे जमलेलं नाही, ते तू साध्य केलं आहेस. माझ्या राज्यात तुझ्यासाठी काम आहे. तिथं जाण्याची तू तयारी कर. मी तुला माझा रथ पाठवतो. माझी सर्व अस्त्रं मी तुला देतो.'' इंद्रकिल पर्वताच्या शिखरावर जमलेले सर्व देव पाहून अर्जुनाचे मन अतिशय नम्र झाले. अश्रूंनी गळा भरून आल्यामुळे अर्जुनाला एक शब्दही बोलता येईना. तो त्यांच्या पाया पडला आणि त्याने त्यांचा योग्य तो सन्मान केला. तो म्हणाला, ''मी एक मर्त्य माणूस आहे आणि तुम्ही देव आहात. पांडवांवर तुमचं अतिशय प्रेम असल्यामुळे तुम्ही माझ्यावर कृपा केली आहे. या मानवी डोळ्यांनी तुम्हांला प्रत्यक्ष पाहण्याचं भाग्य मला लाभलं आहे. तुमच्या या कृपेची परतफेड कशी करावी, हे मला समजत नाही.'' अर्जुनाची ही नम्रता पाहून सर्व देव प्रसन्न झाले. त्यांनी अर्जुनाला आशीर्वाद दिला आणि ते अंतर्धान पावले.

हे सर्व घडून गेले, तरी अर्जुन सारखा त्याचाच विचार करीत राहिला. तो अद्‌भुत दिवस त्याच्या मनातून जाईना. त्याचे मन इतके उत्तेजित झाले होते की, आपण यातून बाहेर पडू शकू असे त्याला वाटेना! त्या आनंदाचा थकवा त्याला आला होता. इतक्यात त्याला इंद्राचा रथ दिसला. तो पर्वतशिखरावर उभा होता. इंद्राचा सारथी मातली स्मित करीत अर्जुनाकडे आला आणि म्हणाला, "तू आता स्वर्गलोकांत चल. तुझ्या पित्याला तिथं तुझी गरज आहे. तू ताबडतोब तिथं चल." अर्जुन म्हणाला, "होय, मी लवकर तयार होतो. राजसूय, अश्वमेध यांच्यासारखे यज्ञ केल्यामुळे ज्याचं दर्शन होतं; तो स्वर्गलोक या मानवी डोळ्यांनी पाहण्याची ही संधी मला मिळाली, हे माझं परमभाग्य होय. या पृथ्वीवरचं आयुष्य संपल्यानंतर आपण या स्वर्गलोकांत जावं, असं इथल्या प्रत्येक क्षत्रियाला वाटत असतं. या स्वर्गलोकांत प्रवेश मिळावा, यासाठीच आम्ही धर्माच्या मार्गावरून चालतो. मी तुझ्याबरोबर स्वर्गलोकात येतो."

## ऊर्वशीचा संताप

गंगेच्या पाण्यात स्नान करून अर्जुन शुद्ध झाला. गंगेचा तिथे उगम होता. त्याने पर्वताच्या आत्म्याला साद घातली आणि तो म्हणाला, "हे महान मंदार पर्वता, मी तुला प्रणाम करतो. पंचेंद्रियांच्या अतीत जे पोहोचले आहेत, त्या ऋषींचं तू घर आहेस. स्वर्गाची आकांक्षा धरणारे प्रथम तुझ्याकडे येतात. तपस्व्यांना तुझ्या कृपेमुळेच आपली आध्यात्मिक जगातली आकांक्षा पूर्ण करता येते. हे पर्वतांच्या राजेश्वरा, मी आता तुझा निरोप घेतो. तुझ्या आश्रयाखाली माझे दिवस सुखाचे गेले. तुझ्या नद्या, तुझे उतार, तुझी दाट अरण्यं ही माझ्या डोळ्यांना लाभलेली मेजवानी होती. तुझ्या झाडांवरची फळं मी पोटभर खाल्ली. तुझ्या

फुलांचा सुगंध घेऊन येणाऱ्या वाऱ्याच्या झुळकांनी मला शांतवलं. तुझ्या हृदयात उगम पावलेल्या निर्झरांनी मला मन:शांती दिली. आईच्या मांडीवर शांत झोपणाऱ्या बालकाला मिळते, तशी विश्रांती या तुझ्या उतारांनी दिली. तुझ्या या उतारांवर घालवलेले सुखाचे दिवस मी प्रेमानं आणि कृतज्ञतेनं आठवीन. आता मी तुला साष्टांग नमस्कार घालतो आणि तुझा निरोप घेतो. मला आशीर्वाद दे.'' झाडांच्या फांद्यांमधून नि:श्वास थरारला. जणू काय पर्वताने त्याचे शब्द ऐकले होते. अश्रूभरल्या डोळ्यांनी अर्जुनाने इंद्रकिल पर्वताचा निरोप घेतला. या पर्वतानेच त्याला शंकराचे दर्शन घडवले होते. आपल्या पित्याने पाठवलेल्या रथावर तो आरूढ झाला.

अमरावती या इंद्राच्या नगरात ते पोचले. ज्यांच्याविषयी त्याने ऐकले होते, ते स्वर्गीय वृक्ष त्याने पाहिले. सुंदर आणि रुंद रस्त्यांवरून इंद्राच्या घरी पोचले. सारथी मातलीने हात पुढे करून अर्जुनाला रथातून खाली उतरवले. मातली अर्जुनाला इंद्राच्या दरबारात घेऊन गेला. इंद्र आपल्या सिंहासनावरून खाली उतरला. त्याने अर्जुनाचे हात आपल्या हातात घेतले आणि त्याला आपल्याजवळ सिंहासनावर बसवले. सिंहासनावर एकाऐवजी दोन इंद्र बसले आहेत असेच आता दिसत होते. इंद्र अर्जुनाला मायेने स्पर्श करायचा, प्रेमाने त्याचे मस्तक थोपटायचा. इंद्र अर्जुनाकडे पुन:पुन्हा पाहून स्मित करायचा. ते दोघे सिंहासनावर बसलेले चंद्रसूर्य आहेत, असेच वाटत होते. ते दोघेही अतिशय आनंदात होते. पिता आणि पुत्र आता एकत्र आले होते.

दरबारात संगीत आणि नृत्य सुरू होते. आपल्या पित्याच्या दरबारातल्या मेनका, रंभा, ऊर्वशी आणि तिलोत्तमा या अप्सरा अर्जुनाने पाहिल्या. त्या नृत्य करीत होत्या. उत्कट उत्सुकतेने अर्जुन हे सर्व पाहत होता. अप्सरांचे गाणे अर्जुनाने ऐकले. आपण प्रत्यक्ष इंद्राच्या दरबारात आहोत, या जाणिवेने अर्जुन अगदी थरारून गेला होता.

अर्जुन हे नृत्य पाहत असताना, संगीत ऐकत असताना इंद्राची आवडती अप्सरा ऊर्वशी सावळ्या सुंदर अर्जुनाकडे आकर्षित झाली. इंद्राचा हा पुत्र दुसरा मदन असावा, तसाच दिसत होता. ऊर्वशीचे हृदय अर्जुनावर जडले. तो आपला प्रेमिक आहे, असाच विचार तिच्या मनात घोळू लागला. तो आपल्या शेजारी असून प्रेमभरल्या डोळ्यांनी आपल्याकडे पाहत स्मित करीत आहे, असा भास तिला होऊ लागला. तो तिला

झोप लागू देईना. तो आपल्याला हवाच; असे तिच्या मनाने घेतले.

चंद्र आपल्या प्रकाशाने झळाळत होता. रात्र असूनही दिवस असावा तसे वाटत होते. प्रेमभावनेचा ताण ऊर्वशीला सहन होईना. अचानक ती आपल्या बिछान्यातून उठली आणि अर्जुनाच्या राजवाड्याकडे निघाली. तिचे केसही बांधलेले नव्हते. चंद्राभोवती ढग खेळावेत, तसे ते तिच्या खांद्यांभोवती खेळत होते. आपल्या हातांवर आणि मानेवर तिने फुलांच्या वेण्या बांधल्या होत्या. तिच्या सुंदर आकृतीत कुठेही दोष काढायला जागा नव्हती. मेघांच्या रंगांचे तलम वस्त्र नेसून तिने आपल्या मादक सौंदर्याने ऋषींनाही मोहात पाडले होते!

अर्जुनाच्या राजवाड्याच्या दरवाजातून ऊर्वशी थेट अर्जुनाच्या शयनमहालाकडे पोचली. बिछान्यात झोपलेल्या अर्जुनाला तिने आपण कोण आहोत हे सांगितले. अर्जुन लगबगीने उठला आणि त्याने तिचे आदरपूर्वक स्वागत केले. वासनाभरल्या डोळ्यांनी अर्जुनाकडे पाहत ती उभी राहिली. अर्जुन अगदी गोंधळून गेला. अर्जुनाने आपली नजर भूमीकडे वळवली. ऊर्वशीच्या धुंद डोळ्यांना तो आपले डोळे भिडवू शकला नाही. तो तिच्या पाया पडला आणि म्हणाला, "मी तुझं स्वागत करतो. तू प्रसन्न व्हावीस यासाठी मी काय करावं, हे मला कळत नाही. तू अतिशय घाईत दिसते आहेस. तू इथं येण्याचं कारण काय हे मला सांगशील काय?" ऊर्वशीने त्याच्याकडे पाहून स्मित केले आणि ती म्हणाली, "आज इंद्राच्या दरबारात तू माझ्यावर डोळे खिळवून होतास, तेव्हा मी तुला पाहिलं. यापूर्वी तुझ्यासारखा दुसरा कोणीही मी पाहिला नव्हता. मला तू हवा आहेस. तुझ्या विचारांमुळे माझ्या डोळ्यांतली झोप उडून गेली आहे. तू मला जवळ घे आणि माझ्या या यातनांचा शेवट कर. तुझ्याविषयीच्या प्रेमभावनेनं मी जळते आहे."

हे ऐकून अर्जुन लाजला, बावरून गेला. तिने केलेल्या प्रेमाच्या उघड अभिव्यक्तीमुळे त्याला धक्का बसला. त्याने आपले दोन हात आपल्या दोन कानांवर ठेवले आणि तो म्हणाला, "मला हे शब्द ऐकायचे नाही. माझ्या पित्याच्या दरबारात मी तुझ्याकडे पाहिलं हे तुझं म्हणणं बरोबर आहे. पण याचं कारण आमचे पूर्वज महान पुरुरवा यांची तू प्रेयसी होतीस हे आहे. ते तुझ्या प्रेमानं कसे घायाळ झाले, तू त्यांच्यावर कसं प्रेम केलंस – ही त्यांच्या जीवनातली प्रेमकथा मी ऐकली आहे. त्यामुळे जिला मी पूर्वी पाहिलेलं नाही, अशा माझ्या

आईकडे पाहावं, तसं मी तुझ्याकडे पाहिलं. मी कल्पना केली होती त्यापेक्षाही तू सुंदर आहेस. मी तुझ्याकडे इतका वेळ आणि इतक्या उत्कटतेनं पाहिलं, याचं हे कारण होतं. तू माझ्या या वागण्याचा चुकीचा अर्थ घेऊ नकोस. माता म्हणून मी तुझ्याकडे पाहतो. तू अशा तऱ्हेनं बोलू नकोस. मातृप्रेमामुळेच मी तुला इतका आवडलो आहे. यापेक्षा मी वेगळ्या दृष्टीनं तुझ्याकडे पाहावं, अशी अपेक्षा तू बाळगू नकोस.''

ऊर्वशीनं पुन्हा स्मित करून अर्जुनाकडे पाहिले आणि ती म्हणाली, ''तुला कळलेलं नाही. अप्सरांना वय नसतं, आम्ही चिरतरुण असतो. सर्वसामान्य माणसं ज्या नियमांनी बांधलेली असतात, ते नियम आमच्यासाठी नसतात. तुझ्या पित्याच्या दरबारातल्या आम्ही नर्तिका आहोत. आम्ही प्रत्येकाच्या असतो. तू मला जवळ केलंस; तर त्यामुळे तू नैतिकतेचं उल्लंघन करतो आहेस, असं तू मानण्याचं कारण नाही. मी केवळ एक नर्तिका आहे. माझ्या प्रेमाचा तू स्वीकार केलास, म्हणजे तुझ्या हातून पाप घडलं – असं मुळीच नाही. माझं तुझ्यावर प्रेम आहे. तू मला निराश करू नकोस. तुला धर्माचं बरंच ज्ञान आहे, असं दिसतं. माझी इच्छा पूर्ण कर, असं म्हणून जवळ आलेल्या स्त्रीचं समाधान करणं हा पुरुषाचा धर्म आहे, हे तुला ठाऊक नाही काय? माझा स्वीकार तू केलाच पाहिजेस.''

आलेल्या या संकटामुळे अर्जुन अगदी बावरून गेला. हे त्याला मुळीच आवडले नाही. त्याचा आत्मा या गोष्टीच्या केवळ विचारामुळे शरमेने संकोचला. तो म्हणाला, ''कृपा करून मी काय सांगतो ते ऐक. तू सुंदर आहेस. मला हे सगळं कळतं आहे. पण तू मला मातेसारखी, माझ्या कुंतीमातेसारखी आहेस. कुंती, माद्री आणि इंद्रदेवाची राणी शचिदेवी यांच्याइतकी तू मला पूज्य आहेस. तू आमच्या वंशाची माता आहेस. आम्ही पुरुरव्याच्या वंशातले आहोत, याचा आम्हांला अभिमान आहे. मी तुझ्या पाया पडतो. तू माझी माता आहेस. मला असली विनंती करून तू मला दु:खी करू नकोस. तुझ्याकडे वेगळ्या दृष्टीनं मला पाहता येणार नाही. मी तुझं समाधान करू शकत नाही, तू मला क्षमा कर.''

संतापाने आणि निराशेने ऊर्वशी वेडीपिशी झाली. असा अनुभव तिला पूर्वी कधीच आला नव्हता. तिला अर्जुनाची भयंकर चीड आली.

तिचे ओठ संतापाने थरथरू लागले. रागाने लाल झालेल्या डोळ्यांनी तिने अर्जुनाकडे पाहिले आणि ती म्हणाली, ''तू पुरुष आहेस, असं मला वाटलं होतं. माझी मन:स्थिती समजण्याइतकी मर्दुमकी तुझ्यात असेल, अशी माझी कल्पना होती. पण माझी कल्पना खोटी ठरली. तू माझा अपमान केला आहेस. माझं प्रेम नको, तर आता माझा शाप तू घे. आपल्या पौरुषाची तुला घमेंड आहे. माझा तुला शाप आहे, की तुझं पौरुष नष्ट होईल आणि तू हिजडा बनशील. नाच करून तू स्त्रियांची करमणूक करशील.'' ऊर्वशीचे शरीर संतापाने थरथरत होते. अश्रू आणि अग्नी तिच्या डोळ्यांत एकाच वेळी होते. अर्जुनाजवळून ऊर्वशी निघून गेली. तिचा भयानक शाप घेऊन अर्जुन तिथे एकटा उभा होता.

आलेल्या संकटाने अर्जुन पुरता गोंधळून गेला. त्याची ती रात्र अगदी वाईट गेली. सकाळ झाली, तेव्हा तो आपला मित्र चित्रसेन याच्याकडे गेला. त्याने ऊर्वशीची सगळी हकीकत त्याला सांगितली. चित्रसेन इंद्राकडे गेला आणि त्याने ऊर्वशीने अर्जुनाला दिलेल्या शापाची माहिती इंद्राला दिली. इंद्राने अर्जुनाला बोलावून घेतले आणि त्याचे सांत्वन केले. तो त्याला म्हणाला, ''आजवर जे कुठल्याही ऋषीला जमलं नाही, ते तू साध्य केलं आहेस. आजवर कोणीही, अगदी मीसुद्धा, सौंदर्यवती ऊर्वशीचा मोह आवरू शकलेलो नाही. तिनं तुला दिलेल्या शापाची मुदत एक वर्षाचीच करावी, असं मी तिला सांगेन. पण एका वर्षाचा शाप तुला भोगावाच लागेल. या शापाचा तुला उपयोग होईल. तेराव्या वर्षी जेव्हा तू अज्ञातवासात असशील, तेव्हा ऊर्वशीचा हा शाप तुझ्या उपयोगी पडेल.'' अर्जुनाला या शापाचे मोठे समाधान वाटले. त्यामुळे त्याचा मोठा प्रश्न सुटणार होता. आपला पिता इंद्र आणि मित्र चित्रसेन यांच्या सहवासात अमरावतीत त्याने काही वेळ मोठ्या आनंदात काढला. इंद्राने आपल्या जवळची दिव्य अस्त्रे त्याला दिली. चित्रसेन गंधर्वाकडे अर्जुन गाणे आणि नृत्य शिकला. सर्व ललितकलांवर त्याने प्रभुत्व मिळवले. सर्व वाद्ये त्याला वाजवता येऊ लागली. त्याने त्यांच्यावर आपली हुकमत मिळवली.

एक दिवस लोमास ऋषी इंद्राकडे आले होते. इंद्राच्या सिंहासनावर त्याच्या शेजारी अर्जुनाला बसलेला त्यांनी पाहिला. ते स्वत:शी विचार करू लागले, 'हा पृथ्वीवरचा क्षत्रिय आहे. हा विशेष सन्मान मिळवण्यासाठी

त्यानं कोणता यज्ञ केला असावा?' त्यांचे विचार ओळखून इंद्र त्यांना म्हणाला, "ऋषिवर, तुमच्या मनात कोणते विचार चालले आहेत, हे मला कळलं आहे. हा कोणी साधासुधा क्षत्रिय नाही. हा अर्जुन आहे. कुंतीपासून मला झालेला हा माझा पुत्र आहे. दिव्य अस्त्रं शिकण्यासाठी तो माझ्याकडे आला आहे. मी तुम्हांला आठवण करून दिली, तर तुम्ही त्याला ओळखाल. नर आणि नारायण या थोर ऋषींना तुम्ही ओळखता. एक दिव्य उद्दिष्ट साध्य करण्यासाठी त्यांनी या पृथ्वीवर जन्म घेतला. पृथ्वीनं भगवान विष्णूंकडे तक्रार केली, तिला सोसवत नाही इतका पापांचा भार वाढला आहे. भगवान विष्णू तिला म्हणाले, की पापांच्या या भारापासून तुला मुक्त करण्यासाठी मीच पृथ्वीवर जन्म घेतो. भगवान विष्णूनं वृष्णी घराण्यात कृष्णाचा जन्म घेतला आणि नर म्हणजे माझा पुत्र अर्जुन. लवकरच या पृथ्वीवर मोठा रक्तपात होईल. त्यामुळे साचलेल्या विषापासून ती मुक्त होईल. इथं आलेल्या अर्जुनाला मी थांबवून घेतलं; कारण त्यानं माझ्या शत्रूंचा नाश करावा, अशी माझी इच्छा आहे. निवातकवच हे ते शत्रू. माझा पुत्र हे करील आणि मग पृथ्वीवर परत जाईल. माझी एक इच्छा तुम्ही पुरवावी, अशी माझी विनंती आहे. कृपा करून तुम्ही पृथ्वीवरील काम्यक वनात जा. तिथं युधिष्ठिर, त्याची पत्नी द्रौपदी आणि त्याचे तीन भाऊ राहत आहेत. त्यांना अर्जुनाचा विरह अतिशय तीव्रतेनं जाणवतो आहे. तुम्ही युधिष्ठिराचं सांत्वन करा आणि त्याला सांगा, की अर्जुनाला आता दिव्य अस्त्रं प्राप्त झाली आहेत, त्यानं चित्रसेन गंधर्वाचं शिष्यत्व पत्करून सर्व ललित कलांवर प्रभुत्व मिळवलं आहे, ललित कला आणि धनुर्विद्या यांच्यावर त्याच्याइतकं प्रभुत्व असलेला या जगात दुसरा कोणी नाही. स्वर्गलोकांतल्या युद्धात मला मदत करण्यासाठी तो आला आहे. अर्जुनाच्या विरहामुळे त्यांना झालेलं दुःख तुम्ही विसरायला लावा. त्यांना तीर्थयात्रेला जायला सांगा. माझ्यासाठी हे एवढं करा." "निश्चित करतो," असे म्हणून लोमास ऋषी इंद्र आणि अर्जुन यांना आशीर्वाद देऊन पृथ्वीवर येण्यासाठी निघाले.

# तीर्थयात्रा

अनेक अडचणींना तोंड देत पांडव काळ कंठीत होते. अर्जुन सर्व भावांचा लाडका होता. अर्जुनाची मोहक उपस्थिती आणि झळाळणारे स्मित यांची उणीव त्यांना सारखी भासत होती. युधिष्ठिर अतिशय दु:खी होता. अर्जुनाच्या दुराव्याचे दु:ख तर होतेच, पण त्याबरोबरच भीम आणि द्रौपदी यांच्या सतत दोषारोप करून बोलण्याचेही दु:ख होते. भीम आणि द्रौपदी त्याला सतत सांगत की, त्याने हा वनवास स्वीकारला, ही त्याची फार मोठी चूक होती. त्यांना संधी दिली असती, तर त्यांनी कौरवांचा नाश केला असता. युधिष्ठिराची सहनशीलता आता संपत आली होती. पण तरीही तो द्रौपदीचे सांत्वन करीत होता आणि भीमाला संयम या सद्‌गुणाचे महत्त्व सांगत होता. युधिष्ठिराची परीक्षा पाहणारा तो काळ होता. अर्जुनही त्याच्या सोबत नव्हता. भीम युधिष्ठिरावर दोषारोपांचा भडिमार करू लागला असताना अर्जुनाने युधिष्ठिराची बाजू घेतली असती.

भीम युधिष्ठिराला पटवून देण्याचा प्रयत्न करीत होता की, त्याने अर्जुनाला हिमालयात शंकराला प्रसन्न करण्यासाठी तप करायला पाठवायला नको होते. भीम त्याला म्हणाला, "ही तू केलेली आणखी एक चूक. तुझ्या मूर्खपणामुळे आम्हांला वनवास भोगावा लागला. आम्ही क्षत्रियांसारखं वागावं हे तुला नको आहे. आम्ही संन्यासी होऊन राहावं, असं तुला वाटतं. संन्यासी असणं हे तुला आवडतं आणि आम्ही तसंच व्हावं, ही तुझी इच्छा आहे. असं हे आयुष्य जगणं ब्राह्मणांना ठीक आहे, पण क्षत्रियांना नाही. क्षत्रियांचा जन्म लढण्यासाठी आहे आणि हे सगळं पुरेसं नाही म्हणून की काय, तू अर्जुनाला तप करण्यासाठी पाठवलंस. पाठवलंस असं म्हणण्यापेक्षा त्याला हद्दपार केलंस असं म्हणणं हेच योग्य ठरेल. इहलोकाचा संन्यास घेतला नसेल, तर क्षत्रियाला तप करताना मी कधीच पाहिलेला नाही. अर्जुनानं दिव्य अस्त्रं कशासाठी मिळवली? याचा अर्थच असा की, तुझा अर्जुनाच्या किंवा माझ्या

शक्तीवर विश्वास नाही. मूठभर पापी लोकांना ठार करण्यासाठी तपाची काहीच जरुरी नाही. आम्ही ते प्रहरभरात केलं असतं. पण नाही! तू या गोष्टीला संमती दिली नसतीस. चीड यावी अशा सौम्य आणि संयमी पद्धतीनं तुला सर्व गोष्टी करायला हव्या आहेत. अर्जुन निघून गेला त्याला आता एक वर्ष होत आलं. या रानातल्या आयुष्याचा आम्हांला कंटाळा आला आहे. कृपा करून अर्जुन तप करायला गेला आहे तिथून त्याला बोलावून घे. आम्ही हस्तिनापुरावर चाल करून जाऊ आणि त्या सर्वांना ठार करू. आमच्यासाठी तू हे केलंच पाहिजेस.''

आपल्या लाडक्या भावाच्या तोंडचे हे संतप्त उद्‌गार ऐकणे युधिष्ठिराला कठीण गेले. आपल्या सर्व भावांत भीम हा युधिष्ठिराचा सर्वांत अधिक लाडका होता. त्यामुळे त्याच्या या कठोर बोलण्याने तो फारसा दुखावला गेला नाही. तो भीमाशी सौम्य शब्दांत बोलण्याचा प्रयत्न करीत होता. त्याच वेळी बृहदाश्व ऋषी तिथे आले. त्यांच्या आगमनामुळे युधिष्ठिराला त्यांच्याविषयी कृतज्ञता वाटली. त्याने आपल्या दुःखाला त्यांच्याकडे वाट करून दिली. गेल्या सहा वर्षांत घडलेल्या गोष्टी त्याने बृहदाश्व ऋषींना सांगितल्या. तो त्यांना म्हणाला, ''महाराज, माझ्याइतका दुसरा कमनशिबी मनुष्य तुमच्या पाहण्यात आला आहे काय?'' बृहदाश्व ऋषींनी त्याचे सांत्वन करण्याचा प्रयत्न केला. काळोखाचे हे दिवस लवकरच संपतील, असे त्यांनी युधिष्ठिराला सांगितले. त्यांनी त्याला निषध देशाचा राजा नल याची गोष्ट सांगितली. नलराजासुद्धा द्यूताच्या खेळात आपले राज्य घालवून बसला होता. नलराजाने हालअपेष्टा कशा सोसल्या आणि आपले राज्य परत कसे मिळवले, याची गोष्ट त्यांनी त्याला सांगितली. द्यूताचा खेळ खेळूनच नलराजाने आपले राज्य परत मिळवले. नलराजा द्यूत खेळायला शिकला. द्यूत खेळण्याच्या या विशिष्ट कलेला अक्षहृदय असे नाव होते. बृहदाश्व ऋषी म्हणाले, ''अक्षहृदय कसं खेळावं, हे मी तुला शिकवतो. मग द्यूताच्या डावात तुला कुणीही हरवू शकणार नाही.'' अक्षहृदय शिकण्याच्या कल्पनेने युधिष्ठिर थरारून गेला. तो ती शिकला, पांडवांच्या मनावरचा उदासीनतेचा अंधार नाहीसा झाला आणि बृहदाश्व ऋषींनी त्यांचा निरोप घेतला.

नारदमुनी युधिष्ठिराकडे आले आणि त्याला म्हणाले की, ''तू आता तीर्थयात्रेला जा.'' युधिष्ठिराने याबाबतीत आपले गुरू धौम्य ऋषी यांचा सल्ला घेतला. त्यांनीही या कल्पनेला दुजोरा दिला. त्यांनी

युधिष्ठिराला चारही दिशांतल्या तीर्थस्थानांची माहिती दिली आणि 'तुम्ही शक्य तितक्या लवकर निघा' असे सांगितले. ते तीर्थयात्रेवर चर्चा करीत असताना तिथे लोमास ऋषी आले. काम्यक वनातील युधिष्ठिराच्या आश्रमात ते युधिष्ठिराला भेटले आणि त्यांनी त्याला इंद्राबरोबर झालेल्या बोलण्याची माहिती दिली. त्यांनी इंद्राचा निरोप त्याच्याच शब्दांत सांगितला, "युधिष्ठिरा, तुझा भाऊ अर्जुन सध्या माझ्याकडे आहे. तुझ्या परवानगीनं मी त्याला माझ्याकडे ठेवून घेतो. त्याच्या मदतीची मला जरुरी आहे. त्यानं माझं काम केलं, की मी त्याला तुझ्याकडे परत पाठवतो." लोमास ऋषींनीही युधिष्ठिराला तीर्थयात्रेला जाण्याचा सल्ला दिला. ते म्हणाले, "मीही तुझ्याबरोबर येईन आणि या तीर्थस्थानांना भेट देईन. मला त्यांची सर्व माहिती आहे." अर्जुनाची आणि त्याच्या कर्तृत्वाची माहिती कळल्यामुळे युधिष्ठिराला अतिशय आनंद झाला. काम्यक वनात ते तीन रात्री राहिले आणि चौथ्या दिवशी भारतवर्षातील पवित्र तीर्थस्थानांना भेट देण्यासाठी निघाले.

प्रथम ते नैमिष नावाच्या वनात गेले. गोमती नदी तिथून वाहते. त्यानंतर गंगेचे पिवळेसोनेरी पाणी यमुनेच्या मध्यरात्रीच्या निळ्या आकाशासारख्या पाण्याला जेथे मिळते, त्या प्रयाग नावाच्या तीर्थस्थानाला गेले. इथे गंगा-यमुनेच्या पाण्यात मिसळून सरस्वती नदी नाहीशी होते. या ठिकाणाला त्रिवेणी संगम असे नाव आहे. ते दृश्य फार सुंदर होते. त्यानंतर त्यांनी महानदीला भेट दिली. ही नदी अतिशय पवित्र मानली जाते. पांडवांची तिथे अगस्त्य ऋषींशी भेट झाली. पावसाळ्याचे चार महिने त्यांनी तिथे घालवले. लोमास ऋषींनी पांडवांना अगस्त्य ऋषींच्या थोरवीची माहिती करून दिली. पांडवांचे काही दिवस तिथे अतिशय आनंदात गेले. तिथून ते नंदा आणि परमनंदा या दोन नद्यांच्या तीरांकडे निघाले. त्यानंतर ते हेमकूट पर्वतावर पोचले. या तीर्थयात्रेतील प्रत्येक स्थळाला त्याचा इतिहास होता. या इतिहासाची सुंदर ओळख लोमास ऋषींनी पांडवांना करून दिली. लोमास ऋषी अतिशय कुशल निवेदक होते. हे दिवस त्या सर्वांचे अतिशय सुखात गेले.

पांडवांनी आता आपल्या प्रवासाचा रोख पश्चिमेकडे वळवला. त्यांनी गोदावरी, दक्षिणेकडच्या नद्या, अगस्त्य तीर्थ आणि भारतीय महासागर ही सर्व स्थळे पाहिली. त्यानंतर भारतवर्षाच्या पश्चिम किनाऱ्यावरील

नद्या त्यांनी पाहिल्या आणि शेवटी ते प्रभास इथे आले. बलराम आणि कृष्ण यांनी त्यांचे मोठ्या उत्साहाने स्वागत केले. पांडवांनी वृष्णींबरोबर बरेच दिवस घालवले. आपल्या प्रवासातल्या अनेक हकीकती त्यांनी वृष्णींना सांगितल्या. अर्जुन इंद्राच्या सहवासात आनंदात आहे, हे कळून बलराम आणि कृष्ण यांना आनंद झाला. अर्जुनाशिवाय राहणे कृष्णाला फार कठीण गेले. त्याला सारखी अर्जुनाची आठवण येत असे. सगळे वृष्णी पांडवांभोवती जमले आणि गेल्या काही वर्षांत घडलेल्या दुर्दैवी घटनांची त्यांनी चर्चा केली.

बलराम भावनावेगाने कृष्णाला म्हणाला, "हे मला मुळीच आवडत नाही. कुरू घराण्याचा राजा असलेल्या या युधिष्ठिराकडे पाहा. केसांच्या जटा झालेल्या, झाडाच्या साली आणि हरणाचं कातडं यांचे कपडे घातलेल्या अशा रूपात तो दिसतो आहे. जिच्या सौंदर्याला तुलना नाही, अशी ही द्रौपदी वल्कलं नेसली आहे. हे तुला सहन होतं काय? याबद्दल तू काहीच करत नाहीस हे कसं? कुरू घराण्यातली सगळी वडील माणसं हजर असताना हे कसं काय होऊ शकतं? भीष्म आणि द्रोण हे होऊ कसं देतात? धृतराष्ट्रांच्या कुटुंबावर हा कायमचा कलंक आहे. या भावांना हद्दपार करून रानात राहायला पाठवणं, ही भयंकर गोष्ट आहे. पांडवांना हद्दपार करून रानात पाठवणं आणि त्यांचं राज्य भोगणं ही गोष्ट दुर्योधन करील, अशी माझी अपेक्षा नव्हती. कृष्णा, आपण कौरवांवर चाल करून जाणं आणि त्यांना धडा शिकवणं, हे अगदी योग्य होईल. नकुल आणि सहदेव या जुळ्या भावांची स्थिती पाहिली की, माझं रक्त रागानं उकळतं. भीमाकडे पाहा. केवढी त्याची शक्ती! भिकारी आणि यात्रेकरू यांच्यासारखे त्याचे कपडे दिसताहेत! ही शरमेची गोष्ट आहे. एके काळी राजांनी वेढलेल्या युधिष्ठिराला मी पाहिलं, आता त्याच्याभोवती संन्यासी दिसताहेत. पांडवांची ही दैना बघून मला अतिशय दुःख होतं. या पृथ्वीच्या डोळ्यांसमोर हा अन्याय होत असताना ती दुभंग कशी होत नाही? कृष्णा, सात्यकी, चला. आपण कौरवांशी युद्ध करून पांडवांचं राज्य त्यांना परत मिळवून देऊ या."

सात्यकी म्हणाला, "महाराज, वेळ अजून परिपक्व झालेली नाही. हद्दपारीची तेरा वर्षं संपल्यानंतरच युद्धाला सुरुवात करायची, असं युधिष्ठिरानं निश्चित ठरवलेलं आहे. पांडवांचं राज्य दुर्योधन सहजासहजी

परत करील, अशी कल्पनाही करणं शक्य नाही. युद्ध हे होणारच. हे युद्ध भयंकर असेल. आपण सगळे लढू. वृष्णी आणि पांडव हे एकत्र आले असताना त्यांना तोंड देण्याची ताकद कोणात आहे? युधिष्ठिर युद्धाची परवानगी देईपर्यंत आपण थांबू या.'' कृष्ण म्हणाला, ''बंधू, सात्यकी म्हणतो ते बरोबर आहे. युधिष्ठिर सहनशीलता दाखवतो आहे, ती सामर्थ्य कमी पडतं म्हणून नव्हे! आपण जे वचन दिलं, ते त्याला पाळायचं आहे; म्हणून तो संयम दाखवतो आहे. जगातल्या सर्व संपत्तीपेक्षा सत्य मोठं आहे, असं युधिष्ठिर मानतो. आपण त्याच्या इच्छेला मान दिला पाहिजे. आपल्याला जे हवं आहे ते युद्ध होण्याची वेळ फार दूर नाही.''

आपल्या भावना समजून घेणारे कोणीतरी आहे, हे कळून युधिष्ठिराला अतिशय आनंद झाला. रानात राहायला आल्यापासून तो भीमाचे आणि द्रौपदीचे बोलणे ऐकत होता. तो अनेकदा त्यांच्याकडून दुखावला गेला असल्यामुळे कृष्णाचा पाठिंबा असलेले सात्यकीचे सहानुभूतीपर शब्द ऐकून त्याच्या डोळ्यांत पाणी आले. तो म्हणाला, ''बलराम महाराजांच्या क्रोधानं कौरवांचा नाश करायला सुरुवात केली आहे. हा आगीचा वणवा पूर्ण पेटण्यासाठी सात्यकी आणि कृष्ण यांच्या स्पर्शाची जरुरी आहे. मला भविष्यकाळाची भीती वाटत नाही. कौरवांचा नाश झाल्यानंतर भीम आणि द्रौपदी यांना आनंद होईल, हे मला ठाऊक आहे. तुम्हांला आमच्याविषयी प्रेम वाटतं, याबद्दल मी कृतज्ञ आहे.''

प्रभासहून पांडव पुढल्या प्रवासाला निघाले. ते उत्तरेच्या दिशेने गेले आणि सरस्वती नदीच्या तीरावर पोचले. शिबी राजाच्या आयुष्यातल्या कबूतर आणि ससाण्याच्या घटनेने या ठिकाणाला पवित्र बनवले होते. त्यांना आता गंगा नदी दिसली. ते मैनाक पर्वतावर पोचले. पवित्र पर्वतांपैकी हा एक. त्यानंतर ते कैलास पर्वतावर थांबले. बिंदुसारस हा गंगा नदीचा उगम त्यांनी पाहिला. सात प्रवाह त्यांनी पाहिले. त्यातले तीन पूर्वेकडे, तीन पश्चिमेकडे वाहत गेले होते आणि सातवा प्रवाह भगीरथामागून गेला होता. युधिष्ठिराने मंदार पर्वताची प्रार्थना केली. त्याने गंगा आणि यमुना या नद्यांची प्रार्थना केली. ही जागा त्यांना विश्रांती आणि मन:शांती देणारी वाटली. मंदार पर्वताच्या उतारावर भीम आपले दु:ख विसरून गेला आणि अतिशय आनंदी झाला.

# हिमशिखरांकडे

मंदार पर्वत चढून जाण्याचे पांडवांनी ठरवले. ही गोष्ट अतिशय कठीण होती. नाजूक शरीराची द्रौपदी ही चढण पार कशी करणार, याची काळजी युधिष्ठिराला वाटत होती. 'मी तिला उचलून नेईन,' असे भीम म्हणाला. अर्जुनाला भेटण्याची द्रौपदीला ओढ होती आणि इंद्राच्या घरून परत यायला निघाल्यावर तो मंदार पर्वतावर उतरणार होता. भीम म्हणाला, "मी तिला उचलून नेईन. तुमच्यापैकी कोणालाही आता चढवत नाही असं वाटलं, की मी त्याला उचलून नेईन." पहाटेची वेळ होती. पर्वतशिखराला लाल आणि सोनेरी रंगांनी रंगवीत सूर्य उगवला होता. अतिशय सुंदर असे ते दृश्य होते, हवा उत्साहवर्धक होती. पर्वत चढायला सुरुवात केली, तेव्हा कोणीच दमले नाही. पण सूर्य जसा वर आला, तसा चढण्याचा थकवा जाणवू लागला. गंधमादन नावाच्या शिखरावर ते पोचले. तिथली हवा नाना तऱ्हांच्या सुगंधांनी भरलेली होती.

त्या सर्वांना अर्जुनाला भेटण्याची उत्सुकता लागली होती. अर्जुन दूर गेल्याला आता पाच वर्षे झाली होती. पर्वत चढणारे पांडव हे कालवाकालव करणारे दृश्य होते. युधिष्ठिराला कष्टांची सवय नव्हती. पर्वत चढून जाणे त्याला फारच कठीण जात होते. त्याच्या मनात एकच विचार होता आणि तो म्हणजे अर्जुनाला भेटण्याचा. अर्जुन अस्त्रविद्या शिकण्यासाठी गेला होता, कारण पांडवांना युद्ध जिंकायचे होते. दुसऱ्या कुठल्याही विषयावर ते बोलत नव्हते. नर आणि नारायण यांनी केलेल्या तपाबद्दल जो प्रसिद्ध होता, त्या बदरी नावाच्या आश्रमापाशी ते पोचले. युधिष्ठिर म्हणाला, "आता मला पाऊल पुढे टाकता येईल, असं वाटत नाही. ज्वर चढावा, तसं माझं शरीर पेटून उठलं आहे. मला धाप लागली आहे. मी बेशुद्ध पडेन, असं मला वाटतं आहे." तो हे बोलत असताना काळोख पसरला.

पावसाच्या काळ्या ढगांनी आकाश भरून गेले, चहू दिशांनी

सोसाट्याचा वारा वाहू लागला. ते एक विलक्षण दृश्य होते. जमीन, पर्वत आणि आकाश धुळीने वेढले गेले. ते एकमेकांशी बोलू शकले नाहीत. वाऱ्याचा आवाज कान बधिर करून टाकणारा होता, छोट्या डोंगराएवढे बुंधे असलेले वृक्ष कोसळून पडले. असे वाटत होते की, आकाश पर्वतांवर उतरून येते आहे. कोसळून पडलेल्या वृक्षांनी सगळ्या वाटा अडवल्या होत्या. द्रौपदीला उचलून घेऊन चालणे आणि त्याच वेळी वाटेत पडलेले वृक्ष बाजूला करणे या गोष्टी आपल्या शक्तीमुळे भीम करीत होता. पण भीमालासुद्धा निसर्गापुढे आपला पराभव मान्य करावा लागला. पंचमहाभूतांची शक्ती इतकी प्रचंड होती की, तिच्याबरोबर लढणे शक्य नव्हते. भीम थकून खाली बसला. त्याचे भाऊ आणि द्रौपदीही खाली बसली.

वाऱ्याचा वेग कमी झाला. असा पाऊस त्यांनी कधी पाहिला नव्हता. पाण्याचे थेंब बाणांहूनही तीक्ष्ण होते. वादळ पर्वतांना संतापाने झोडून काढत होते. निसर्गाचा क्रोध आणि त्याच्यासमोर माणसाची असाहाय्यता पाहत युधिष्ठिर स्तंभित होऊन खाली बसला होता. तो बोलू शकत नव्हता, फक्त बघू शकत होता. पर्वतावरचे पाषाण निखळून पडत होते. आपण जर आपल्या क्रोधाला व्यक्त होऊ दिले, तर त्याला बरेचसे या निसर्गासारखेच रूप प्राप्त होईल, असा विचार युधिष्ठिराच्या मनात आला. वृक्षांना मुळासकट उपटून फेकून देत नद्या वाहत होत्या. वृक्ष अचानक एकामागून एक कोसळून पडत होते. भव्यतेच्या बाबतीत या दृश्यांची बरोबरी होऊच शकली नसती.

शेवटी पाऊस एकदाचा थांबला. आकाश स्वच्छ झाले. आतापर्यंत काळ्या ढगांच्या मागे दडलेला सूर्य आता आपले सर्व वैभव घेऊन प्रकट झाला. प्रकाशाच्या आणि जीवनाच्या देवाकडे पाहून पृथ्वीने स्मित केले. सगळे काही पुन्हा ठीक आहे, असेच जणू ते स्मित सांगत होते. थकलेल्या यात्रेकरूंना या दृश्याने नवा हुरूप दिला. पांडवांनी पुन्हा पर्वत चढायला सुरुवात केली. थोडा वेळ ते चालून गेले आणि नाजूक द्रौपदी राणीला थकवा सोसवेना. प्रवासाच्या ताणामुळे ती बेशुद्ध झाली. नकुल तिच्याकडे धावत गेला. त्याने तिचे डोके आपल्या मांडीवर ठेवले. युधिष्ठिर आणि इतर पांडव तिच्याकडे धावून गेले. युधिष्ठिराने तिचे डोके थोपटले आणि तिला शुद्धीवर आणण्याचा प्रयत्न केला. त्याला तिची दया आली. तिच्या या दुःखाला आपण

कारण आहोत, या जाणिवेमुळे त्याला स्वत:ची चीड आली. त्याने पाणी आणवले आणि तिच्या चेहऱ्यावर शिंपडले. नकुल-सहदेव यांनी तिची पावले हळुवार हातांनी चोळली. द्रौपदी आता शुद्धीवर येऊ लागली. चालल्यामुळे तिच्या पावलांना कातरे पडून फोड आले होते. युधिष्ठिर म्हणाला, ''द्रौपदी, तुझ्या या अपराधी पतीला क्षमा कर. तुझ्या पित्यानं जेव्हा आम्हांला विचारलं, की तुम्ही कोण आहात; तेव्हा मी त्यांना म्हणालो, की आम्ही पांडव आहोत. तुझी कन्या कमळांचं एक तळं सोडून दुसऱ्या तळ्यात प्रवेश करते आहे. माझ्या या बोलण्याची आता आठवण झाली, की मला कापरं भरतं. माहेर सोडून तू निघालीस, तेव्हा तुझा पिता म्हणाला होता, 'पांडवांसारखे पती तुला लाभलेले आहेत. तू अतिशय सुखी होशील.' द्रौपदी, आणि आम्ही तुला काय सुख दिलं ते पाहा. पांडवांशी विवाह झाल्यापासून दु:खाशिवाय तुझ्या वाट्याला काहीही आलेलं नाही. कुणीही देणार नाही, असे शाप मी स्वत:ला देतो आहे. चुकीचं वागलेल्या या तुझ्या पतीला क्षमा कर आणि त्याच्याकडे दयेच्या, क्षमेच्या दृष्टीनं पाहा.''

द्रौपदीने राजा युधिष्ठिराचे सांत्वन केले आणि ती म्हणाली की, ''नशिबानं दु:ख द्यायचं, असं ठरवल्यानंतर त्याच्यापुढे कुणाचंच काही चालत नाही.'' युधिष्ठिर भीमाला म्हणाला, ''द्रौपदी एक पाऊलही पुढे टाकू शकणार नाही. तुला किंवा नकुल-सहदेवाला तिला उचलून न्यावं लागेल, किंवा तुम्ही घटोत्कचाला मदतीसाठी बोलवा. तो शक्तिमान आहे आणि त्याची आपल्यावर भक्ती आहे. त्याला निरोप पाठवलात, की तो ताबडतोब हजर होईल. तसं करणं हाच उत्तम मार्ग आहे. तू-सुद्धा थकला आहेस. द्रौपदीला उचलून घेऊन पुढची वाट आता तू चालू शकणार नाहीस.'' भीमाने आपला पुत्र घटोत्कच याचे मनात स्मरण केले. विचार मनात येतो, त्याहूनही कमी वेळात घटोत्कच त्यांच्यासमोर हजर झाला. भीमाने त्याला प्रेमाने आलिंगन दिले. आपल्या पुतण्याला पाहून युधिष्ठिरालाही आनंद झाला. त्याच्या जन्मापासून तो युधिष्ठिराला प्रिय होता. भीम घटोत्कचाला म्हणाला, ''माझ्या पुत्रा, तुझी माता द्रौपदी हिच्याकडे पाहा. ती चालू शकत नाही. या पर्वतावरून तू तिला उचलून नेलं पाहिजेस. हळू चाल म्हणजे तिला त्रास होणार नाही.'' घटोत्कचाने द्रौपदीला उचलून घेतली आणि तो चालू लागला. घटोत्कचाबरोबर त्याचे दांडगे मित्र होते. त्यांनी

इतरांना उचलून घेतले. धौम्य आणि लोमास हे ऋषीच फक्त स्वतः चालत होते. सर्वांनी आता वेगाने प्रवास सुरू केला. काही वेळातच त्यांना कैलास पर्वताचे शिखर दिसू लागले.

घटोत्कचाने त्यांना तिथे काही वेळ थांबवले. चिरंतन सूर्यप्रकाशाची ती भूमी होती. पर्वताच्या शिखरावर सूर्यकिरण सतत खेळत होते. तिथे राहणाऱ्या ऋषींनी या सर्वांचे स्वागत केले. तिथल्या बदरी आश्रमात त्यांचे काही दिवस फार सुखात गेले. बिंदुसारस हा गंगेचा उगम त्यांना तिथून दिसत होता. मैनाक पर्वतही त्यांना दिसत होता. तिथे ते अतिशय सुखात होते. इतके दिवस जी लाभली नव्हती, ती मनःशांती युधिष्ठिराला इथे लाभली.

## हनुमान भेट

बदरी आश्रमाच्या अवतीभोवती निसर्गाने आपले सौंदर्य उधळून दिले होते. तिथे फुललेल्या फुलांसारखी फुले इतरत्र कुठेही दिसत नव्हती. शब्दांनी व्यक्त होऊ शकणार नाही असे तिथले सौंदर्य होते. एक दिवस समोर पसरलेले सौंदर्य पाहत द्रौपदी बसली होती. इतक्यात अचानक वाऱ्याबरोबर वाहत तिच्यासमोर एक फूल येऊन पडले. अतिशय सुंदर अशा त्या फुलाला वेड लावील असा सुगंध होता. तिने ते फूल आपल्या हातात घेतले आणि कितीतरी वेळ ती त्याच्याकडे पाहत बसली. त्याच वेळी भीम तिथे आला. द्रौपदीने त्याला आपल्याजवळ बोलावले आणि ती म्हणाली, "भीमा, या फुलाकडे पाहा तरी! त्याचा वास घे, अद्भुत सुगंध आहे! मला हे फूल अतिशय आवडलं आहे! तू मला अशी आणखी काही फुलं आणून देशील काय?" द्रौपदीला खूष करण्याची संधी मिळाली', याचा भीमाला आनंद झाला. तो तात्काळ त्या फुलाच्या शोधात निघाला. सुगंधाचा मागोवा घेत तो

शोध घेऊ लागला. शिकारी कुत्रा जसा आपल्या शिकारीचा माग घेत जातो, तसा तो सुगंधाचा माग घेत फुलाचा शोध घेत गेला. तो सुगंध त्याला चिडवीत आव्हान देत होता. तो शोध घेत किती दूर गेला आहे, याची खुद्द त्यालाच कल्पना नव्हती. त्याच्या मनात हजारो विचार येत होते. त्याचे पाय यंत्रासारखे पुढे जात होते. आपण बरेच अंतर चालून गेलो आहोत, याची अचानक त्याला जाणीव झाली. त्याने आपला शंख फुंकला आणि तो पुढे जाऊ लागला. त्याच्या शंखाच्या आवाजाने आपापल्या गुहेत झोपलेले सगळे सिंह जागे झाले. भीम आणखी पुढे गेला.

महान हनुमान त्या रानात राहत होता. तो झोपलेला होता. भीमाच्या शंखाच्या आवाजाने आपल्या गाढ झोपेतून तो जागा झाला. त्याने आपली शेपटी उगारली आणि ती जमिनीवर आपटली. तो आवाज पर्वतांतल्या सर्व गुहांत घुमला. तो आवाज भीमाने ऐकला. तो आवाज आपल्याला आव्हान देतो आहे, असे त्याला वाटले. त्या आवाजाच्या दिशेने शोध घेत भीम जाऊ लागला. एका मोठ्या दगडावर बसलेला एक भला मोठा वानर त्याला दिसला. त्या वानराला पाहून भीम थक्क झाला. असा वानर त्याने पूर्वी कधी पाहिला नव्हता. भीमाची वाट अडवून तो वानर अगदी शांतपणे बसला होता. भीम त्याच्याजवळ गेला. भीमाच्या पावलांचा आवाज ऐकून त्याने आपले डोळे अर्धे उघडले. तो भीमाला म्हणाला, ‘‘तरुण माणसा, तू इतका आवाज कशासाठी करतो आहेस? तुझ्या शंखाच्या आवाजानं मला झोपेतून उठवलं. या भागात राहणारी सगळी माणसं प्राण्यांकडे दयेच्या भावनेनं पाहतात. तू या भागात नवा दिसतो आहेस. इथं राहणाऱ्या प्राण्यांची तुला कदर नाही. तू कुठून आलास? तू कोण आहेस? याच्या पुढचं अरण्य बिकट आहे. मी हे दयाबुद्धीनं तुला सांगतो आहे. माझं तू ऐकशील, अशी मला खात्री आहे. ही काही फळं इथं आहेत. ती तू खा. इथं काही वेळ विसावा घे आणि तू जिथून आलास तिथं परत जा. याच्यापुढे तू जाऊ शकत नाहीस. मी तुला सत्य तेच सांगतो आहे.’’ माणसासारखे बोलणाऱ्या या विचित्र वानराकडे पाहून भीम त्याला म्हणाला, ‘‘तू कोण आहेस, हे मला कळेल काय? तू सामान्य वानर नाहीस. वानराचं रूप घेतलेला, तू कोणीतरी देव दिसतोस. आता माझ्याविषयी म्हणशील, तर मी वायुपुत्र आहे. कुंती ही माझी माता.

माझं नाव आहे भीमसेन– पण मला सगळे भीम असंच म्हणतात. वनवासात असलेल्या पांडवांपैकी मी एक आहे.'' त्यानं त्याला पांडवांची आणि लवकरच जो तिथे येणार होता त्या अर्जुनाची माहिती सांगितली. त्या वानराने भीमाकडे पाहून स्मित केले आणि तो म्हणाला, ''मी तुझी वाट अडवून बसलो आहे. मला जागेवरून हलता येत नाही. माझा सल्ला तू स्वीकार आणि आल्या वाटेनं परत जा.'' आता आपला संताप उसळणार, असे भीमाला वाटू लागले. भीम अतिशय अस्वस्थ झाला. तो त्या वानराला म्हणाला, ''मला तुझा सल्ला नको आहे. मला पुढे जायचं आहे आणि मी घाईत आहे. तू माझ्या वाटेतून बाजूला हो. तू बाजूला झाला नाहीस, तर पस्तावशील.'' तो वानर भीमाला म्हणाला, ''मी तुला आधीच सांगितलं आहे. म्हातारपणामुळे मला जागचं हलवत नाही. माझ्या सल्ल्याप्रमाणे परत न जाता जर तू पुढे जायचं ठरवलंस, तर तुला माझ्या देहावरून पुढे जावं लागेल.''

या सगळ्या प्रकाराने भीम अगदी वैतागला होता. कपाळाला आठ्या घालून तो त्या वानराला म्हणाला, ''तू माझ्याहून वडील आहेस. तू माझी वाट अडवून बसला आहेस. मी तुझ्या शरीरावरून पुढे जाणं हे योग्य नव्हे. ते वडील माणसाशी अनादरानं वागणं होईल. पण तू अगदी हटूनच बसलास, तर मला तसं करणं भाग पडेल! महान हनुमानानं समुद्र ओलांडताना जसं केलं, तसं मला करावं लागेल.'' तो वानर म्हणाला, ''ज्या हनुमानाविषयी तू बोलतो आहेस, तो कोण आहे? तुला त्याच्याविषयी आदर दिसतो आहे. त्याचं नाव तू ज्या पद्धतीनं उच्चारतो आहेस, त्यावरूनच हे कळतं आहे. तू त्याच्याविषयी बोलतोस, तेव्हा तुझा आवाज भावपूर्ण आणि कोमल होतो. मला सांग, हा हनुमान आहे तरी कोण?'' त्या वानराने भीमाकडे वळून पाहिले. त्याच्या थट्टेखोर नजरेमुळे भीम संतापला. भीम म्हणाला, ''तू वानर आहेस आणि तुला हनुमान कोण हे ठाऊक नाही?'' वानराकडे तुच्छतेने हसून पाहत भीम म्हणाला, ''हनुमान हा सर्व वानरांत श्रेष्ठ आहे. तो माझा थोरला भाऊ आहे, तो फार मोठा विद्वान आहे. त्याच्या थोर कार्याबद्दल आणि त्यानं केलेल्या रामाच्या सेवेबद्दल तो विख्यात आहे. रामाची पत्नी सीता जेव्हा हरवली, तेव्हा हा माझा भाऊ समुद्र ओलांडून गेला आणि त्यानं रामाचा, सांत्वन करणारा निरोप सीतेला पोचवला. त्याच्या सामर्थ्यापुढे कोणीही टिकाव धरू शकलेला नाही!

पण जर गरजच पडली, तर तुझ्याबरोबर लढण्याची शक्ती माझ्यात आहे. या रानाच्या अगदी हृदयात जाऊन मला पोचायचं आहे. कृपा करून माझी वाट सोड. पण तू जर माझं ऐकलं नाहीस, तर मला माझी शक्ती दाखवावी लागेल. माझी तशी इच्छा नसली, तरी मला तुला ठार करावं लागेल.''

भीमाची ही उतावीळ पाहून हनुमानाने स्वत:शीच स्मित केले. तो भीमाला म्हणाला, ''कृपा करून माझ्यावर रागावू नकोस. माझ्या वयाकडे दयेनं पाहा. तुझ्या वाटेत माझी शेपटी आलेली आहे. ती तू बाजूला कर म्हणजे तुझी वाट मोकळी होईल. मग तू पुढे जाऊ शकतोस.'' भीमाने त्याच्याकडे मेहरबानीचे स्मित करीत पाहिले आणि आपल्या डाव्या हाताने तो त्या वानराची शेपटी उचलू लागला. त्याला ती उचलून बाजूला करता येईना. भीमाला आश्चर्य वाटले. त्याने आपल्या दोन्ही हातांनी शेपटी हलवण्याचा प्रयत्न केला. शेपटी हलेचना. या अनपेक्षित अपयशामुळे भीमाच्या कपाळाला आठ्या पडल्या. त्याने पुन:पुन्हा शेपटी उचलण्याचा प्रयत्न केला, पण शेपटी जिथे होती तिथेच राहिली. मंद स्मित करीत वानर शांतपणे हा सगळा प्रकार पाहत होता. भीमाला आपला पराभव मान्य करणे भाग पडले. त्याने शरमेने मान खाली घातली.

भीम त्या वानराजवळ गेला, त्याला साष्टांग नमस्कार घातला आणि तो म्हणाला, ''मी तुला कठोर शब्द बोललो, याबद्दल मला क्षमा कर. माझ्या उद्धटपणानं सौजन्याच्या मर्यादा ओलांडल्या. तू वयानं माझ्यापेक्षा वडील आहेस. जो तुला मुलासारखा आहे, त्याच्या अपराधांकडे तू दुर्लक्ष कर. मी उद्धटपणानं वागलो, याचं मला वाईट वाटतं. कृपा करून मला क्षमा कर.'' भीमाचे डोळे अश्रूंनी भरून आले. तो म्हणाला, ''तू कोण आहेस, हे मला सांग. तू वानरांचा राजा आहेस. तू कोण आहेस, हे मला जाणून घ्यायचं आहे.'' वानराने भीमाकडे पाहून स्मित केले आणि तो म्हणाला, ''मी कोण आहे हे तुला सांगण्यासाठी मीही उत्सुक आहे. मी वायूचा पुत्र. माझं नाव हनुमान आहे.''

हे शब्द हनुमानाच्या तोंडून बाहेर पडताक्षणीच भीम आणि हनुमान या दोघांनी एकमेकांना दृढ आलिंगन दिले. दोघांच्या डोळ्यांतून अश्रू वाहू लागले. 'माझ्या बंधू' असे पुन:पुन्हा भीम म्हणे आणि त्याच्या

भीमाने पुन:पुन्हा शेपटी उचलण्याचा प्रयत्न केला,
पण शेपटी जिथे होती तिथेच राहिली.
मंद स्मित करीत वानर शांतपणे हा सगळा प्रकार पाहत होता.

डोळ्यांतून अश्रू वाहू लागत. एकमेकांशी ते बराच काळ बोलत होते. आपण आपल्या भावाला भेटलो, या भावनेने भीम अगदी थरारून गेला होता. त्याच्या वाट्याला आलेले ते दुर्मीळ सौभाग्य होते. "तुझ्या शक्तीचं कौतुक म्हणून आणि आजच्या आपल्या भेटीचं स्मरण म्हणून मला तुला एक वर द्यायचा आहे." भीमाने त्याच्याकडे वर मागितला नाही. तो म्हणाला, "तू आमच्या बाजूनं उभा आहेस, याचा अर्थ कौरव मारले जातील, असा आहे हे मला कळतं." हनुमान म्हणाला, "युद्ध सुरू झालं, की अर्जुनाच्या रथावरच्या ध्वजाच्या काठीशेजारी मी बसेन. माझ्या बुभु:कारानं उत्साह देणाऱ्या घोषणा करीत मी आपल्या सैन्यात नवं जीवन ओतेन आणि शत्रुसैन्याला धडकी भरवीन. मी सतत तुमच्यासोबत राहीन. पण आता तू तुझ्या वाटेनं जाऊ शकतोस. वाट बिकट आणि धोक्याची आहे. तू अतिशय सावध राहायला हवंस." दोघाही भावांनी एकमेकांना आलिंगन दिले आणि निरोप घेतला.

बंधू हनुमानाच्या भेटीने हृदय भरून गेलेला भीम उत्तरेच्या दिशेने निघाला. अजूनही सुगंधाचा मागोवा घेत तो चालत होता. द्रौपदीला जी फुले हवी होती त्या हजारो फुलांनी नदीचा काठ भरून गेला होता. वेड लावणारा त्या फुलांचा सुगंध हवेत भरून राहिला होता. ती कुबेराची फुलबाग होती. राक्षस त्या बागेचे रक्षण करीत होते. भीमाने फुलांच्या बागेत प्रवेश केला. एक परका माणूस बागेत प्रवेश करीत असल्याचे राक्षसांनी पाहिले. ते भीमाजवळ आले आणि म्हणाले, "या बागेत प्रवेश करण्याचं धैर्य दाखवणारा तू कोण आहेस? ही बाग कुबेराची आहे आणि या बागेत प्रवेश करण्याची परवानगी कुणालाही नाही." अस्वस्थ होऊन भीम म्हणाला, "मी पांडवांपैकी एक आहे. माझं नाव भीम. माझी पत्नी द्रौपदी हिला एक फूल मिळालं. तिला ते इतकं आवडलं, की ती म्हणाली, 'मला असली आणखी फुलं हवीत.' तेव्हा ही काही फुलं तोडून नेण्यासाठी मी इथं आलो आहे." राक्षस त्याला फुले तोडू देईनात. ते म्हणाले, "ही सगळी फुलं राजा कुबेर याची आहेत. त्यांना स्पर्श करण्याची कुणालाही परवानगी नाही. तुला ही फुलं जर हवी असतील, तर तू आमच्या राजाजवळ जा आणि त्याची परवानगी घे." भीम म्हणाला, "नाही! मी कशाला तुमच्या राजाची परवानगी घेऊ? मी कशासाठी भीक मागू? मी क्षत्रिय आहे. मी मेहरबानीसाठी कुणाचीही याचना करीत नाही. ही फुलं नदीच्या काठावर उगवली आहेत. नदी

कुणाच्याही मालकीची नाही आणि तिच्या काठावर उगवलेली फुलंही कुणाच्या मालकीची नाहीत. माझ्या द्रौपदीसाठी ही सुगंधी फुलं मी घेऊन जाणारच. कोणीही मला रोखू शकत नाही.'' असे म्हणून भीम त्या फुलांच्या दिशेने निघाला.

राखणदार राक्षसांनी त्याच्यावर हल्ला केला. आपल्या हातांनी आणि गदेने भीमाने बहुतेक राक्षसांना ठार केले. त्याने तोडता येतील तितकी फुले तोडून घेतली. एखाद्या रानटी हत्तीसारखा एक माणूस फुलांच्या बागेत शिरल्याचे कुबेराला कळले. कुबेर हसला आणि म्हणाला, ''हा भीमच असला पाहिजे. त्याला हवी तितकी सुगंधी फुलं तोडू दे, त्याच्याशी लढू नका, तो माझा मित्र आहे.'' कुबेराच्या सेवकांनी भीमाला हा निरोप दिला. कुबेराने दाखवलेल्या स्नेहामुळे भीम प्रसन्न झाला.

इतका वेळ झाला, तरी भीम आलेला नसल्यामुळे युधिष्ठिर आणि द्रौपदी काळजीत पडली. भीम ज्या दिशेने गेला होता, त्या दिशेने त्याचा शोध घेत घटोत्कचाला सोबत घेऊन युधिष्ठिर निघाला. लवकरच ते कुबेराच्या फुलबागेजवळ आले. तिथे त्यांना भीमाने ठार केलेल्या राक्षसांची प्रेते दिसली. नदीच्या काठावर हातांत फुले घेऊन बसलेला भीमही त्यांना दिसला. युधिष्ठिर लगबगीने त्याच्याजवळ गेला आणि त्याला दृढ आलिंगन दिले. कुबेर तिथे आला आणि त्याने त्यांचे सन्मानपूर्वक स्वागत केले. आपल्याबरोबर काही दिवस रहा, अशी विनंती कुबेराने त्यांना केली आणि त्यांनी ती मान्य केली. युधिष्ठिराला आता दक्षिण दिशेने आणखी पुढे जायचे होते. त्याची चर्चा त्याने भीमाशी केली. इतक्यात आकाशवाणी झाली : 'आता आहात त्याच्यापुढे तुम्ही जाता कामा नये. तुम्ही बदरीला परत जा. अर्जुन तुम्हांला पृथ्वीवर लवकरच भेटेल.' आकाशवाणीने केलेल्या आज्ञेनुसार ते बदरीकडे जाण्यासाठी निघाले. तिथे त्यांचे दिवस सुखात गेले, पण अर्जुन केव्हा एकदा भेटतो अशी उतावीळ त्यांना लागून राहिली होती.

# अर्जुन परतला

जसजसे दिवस उलटत होते, तसतशी अर्जुनाला भेटण्याची त्यांची उतावीळ वाढत होती. अर्जुनाला भेटल्याशिवाय एक दिवसही आपण जगू शकणार नाही, असेच त्यांना वाटत होते. ते जिथे राहत होते, त्या आश्रमाभोवतीचा निसर्ग चित्रासारखा होता. आतापर्यंत सारखे रानात चालत राहिल्यामुळे आश्रमातला हा मुक्काम म्हणजे सुदैवाची देणगी आहे, असेच त्यांना वाटले. हजारो रंगांच्या फुलांची वस्त्रे झाडे नेसली होती. वनवासात द्रौपदीच्या चेहऱ्यावर पहिल्यांदाच तजेला दिसला. फुलांकडे आणि झाडांकडे घटका घटका ती बघत राही. तिचे हृदय आनंदाने नाचू लागे. जिथे ती स्वत: जाऊन फुले वेचू शकत नव्हती, तिथली फुले भीम तिच्यासाठी आणून देई. इतके असूनही त्यांच्या मनात सतत विचार येत असत ते अर्जुनाचे आणि केवळ अर्जुनाचे. अर्जुन त्यांना भेटल्याला आता पाच वर्षे होऊन गेली होती. आता विरह त्यांना सहन होत नव्हता. प्रत्येक दिवस आणि रात्र त्यांना एका वर्षासारखी वाटत होती!

नेहमीसारखेच ते रानात भटकत असत. एक दिवस त्यांना चकित करणारे एक दृश्य दिसले. पर्वताच्या शिखरावर एक अलौकिक असा प्रकाश त्यांना दिसला! त्या प्रकाशाकडे पांडव टक लावून पाहत होते. हळूहळू तो प्रकाश जवळ येतो आहे, असे त्यांना वाटले. आता त्यांना कळले की, एक रथ त्यांच्याकडे येतो आहे. त्या रथात अर्जुनाला पाहून ते आश्चर्याने थक्क झाले. रथातून उडी मारून अर्जुन खाली उतरला आणि त्यांच्या जवळ गेला. युधिष्ठिर, भीम आणि गुरू धौम्य यांच्या तो पाया पडला. आश्रमातल्या लोमास आणि इतर ऋषींना त्याने वंदन केले. अर्जुनाशी बोलण्यासाठी प्रत्येकजण उत्सुक आणि उत्तेजित झाला होता. अर्जुनाकडे मंत्रमुग्ध झाल्यागत पाहत द्रौपदी उभी होती, जशी काय पहिल्यांदाच त्याला पाहत होती. तिच्या पापण्या मिटत नव्हत्या. कोणीच बोलत नव्हते आणि प्रत्येकजण बोलत होता. ते अद्‌भुत वाटावे असे दृश्य होते. पाचही पांडव एकत्र आले होते. पोकळी भरून

निघाली होती. आता अर्जुन त्यांच्याबरोबर होता. समाधानाच्या प्रकाशाने प्रत्येकाचा चेहरा उजळला होता.

इंद्राचा सारथी मातली याचे पांडवांनी यथोचित स्वागत केले. त्याने पांडवांचा निरोप घेतला आणि तो इंद्राकडे जायला निघाला. लहान मुलाला घ्यावे त्याप्रमाणे युधिष्ठिराने अर्जुनाला आपल्या मांडीवर बसवले आणि त्याचे लाड केले. इंद्राने द्रौपदीसाठी पाठवलेल्या भेटवस्तू अर्जुनाने तिला दिल्या. रत्नांनी मढलेले ते दागिने होते. काही वेळाने सर्वांच्या हृदयाची धडधड शांत झाली आणि इतक्यात बाहेरून लोकांचा उत्तेजित आवाज ऐकू आला. युधिष्ठिराला भेटण्यासाठी इंद्र आला होता. इंद्र आपल्या रथातून खाली उतरला, तेव्हा पांडवांनी त्याचे मोठ्या सन्मानाने स्वागत केले. इंद्राने या स्वागताचा स्मितपूर्वक स्वीकार केला. इंद्र काय बोलतो हे ऐकण्यासाठी सगळे त्याच्याभोवती गोळा झाले. इंद्र त्यांना म्हणाला, "तुमच्यावरची संकटं नाहीशी होतील, शत्रूंना भ्यायचं तुम्हांला कारण उरणार नाही. तुम्ही सर्व जगावर राज्य कराल." इंद्र काही क्षण थांबला आणि त्यांना म्हणाला, "आता तुमचा अर्जुन तुम्हांला परत मिळाला आहे. तेव्हा आता तुम्ही पर्वत उतरून काम्यक वनातील तुमच्या आश्रमात परत जा. माझ्या मदतीसाठी तुम्ही अर्जुनाला पाठवलंत, याबद्दल तुमचे आभार मानण्यासाठी मी आलो. त्याचं शौर्य पाहून मी प्रसन्न झालो आहे. स्वर्गलोकांतली सर्व हकीकत तो तुम्हांला सांगेल. तुमची सर्वांची भेट झाली, याचा मला आनंद झाला आहे. आणखी काही वर्षांनी तुमचे काळोखाचे दिवस संपतील. आता तुम्ही काम्यक वनातील आश्रमात जा."

इंद्र निघून गेल्यानंतर पांडव काम्यक आश्रमाकडे जायला निघाले. आश्रमात जाऊन पोचल्यानंतर ते सगळे अर्जुनाभोवती बसले. त्याच्या अनेक साहसांविषयी माहिती सांगण्यास युधिष्ठिराने त्याला सांगितले. त्या सर्व हकीकतीत त्यांना सहभागी करून घेणे ही अर्जुनाच्या दृष्टीने मोठ्या आनंदाची गोष्ट होती. साहसांचे स्मरण ही थरारून टाकणारी गोष्ट असते. इंद्रकिल पर्वत आणि त्याच्या उतारांवर केलेल्या तपाविषयीची हकीकत त्याने आधी सांगितली. वराहाच्या शिकारीवरून किराताशी झालेल्या युद्धाचे त्याने वर्णन केले. थरारून सोडणारे ते निवेदन होते. ते ऐकत असताना युधिष्ठिराला आपल्या भावाचा अभिमान वाटला. भीम वारंवार अर्जुनाला हातांनी थोपटून शाबासकी देत होता. भावाची

भेट झाल्यामुळे त्याचे डोळे आनंदाश्रूंनी भरले होते. अर्जुनाचा विरह त्याला अतिशय जाणवला होता. अर्जुनाने त्यांना स्वर्गलोकांतील इतर देवांनी दिलेल्या भेटवस्तूंची माहिती दिली. मग इंद्राची आणि ऊर्वशीची भेट, चित्रसेनाकडून घेतलेले नृत्यसंगीताचे धडे यांची हकीकत सांगत आपल्याला स्वर्गलोकात कशासाठी नेण्यात आले ते त्याने सांगितले.

अर्जुन म्हणाला, ''स्वर्गलोकात माझा काळ सुखाचा गेला. एक दिवस माझा पिता इंद्र मला म्हणाला, 'तू माझं एक काम केलं पाहिजेस. निवातकवच या नावाचे काही असुर आहेत. ते मला अतिशय त्रास देताहेत. ते खोल समुद्रात राहातात. आम्हांला ते अजिंक्य आहेत. तू त्यांच्याशी युद्ध करून त्यांचा नाश करावास अशी माझी इच्छा आहे.' इंद्राने रत्नखचित मुकुट माझ्या मस्तकावर ठेवला आणि तो म्हणाला, 'या मुकुटामुळे आजपासून तू कीर्ती या नावानं ओळखला जाशील.' दरबारातल्या ऋषींनी मला आशीर्वाद दिला. मातली रथ घेऊन आला. निवातकवच असुरांशी युद्ध करण्यासाठी मी निघालो. स्वर्गलोक आणि पृथ्वी इथली अनेक सुंदर स्थळं पाहत मी त्या असुरांच्या नगरीत पोचलो. इंद्र निवातकवचांबरोबर युद्ध करण्यासाठी पुन्हा आला आहे, अशी तिथल्या लोकांची समजूत झाली. माझ्या शंखाचा ध्वनी कानी पडताच युद्धासाठी नगराबाहेर आले. माझं आव्हान त्यांनी स्वीकारलं. युद्धाला सुरुवात झाली.

''हे असुर युद्धात कुशल होते. जादू त्यांना वश होती. या मायेशी लढणं मला फारच कठीण गेलं. प्रारंभी असं झालं, पण नंतर या असुरांना मी हाताळू शकलो. मी त्यांच्यावर माझ्या मोहिनी अस्त्राचा प्रयोग केला. मी त्या सर्वांवर मात केली. मायेचा त्याग करून ते सरळसरळ युद्धात उतरले. ते उत्तम योद्धे होते. पण माझ्याकडे दिव्य अस्त्रं होती. मी वज्र या इंद्राच्या खास अस्त्राचा त्यांच्यावर प्रयोग केला. या अस्त्रानं त्यांच्यावर मात केली. हे अस्त्र विजेसारखं त्यांच्यावर कोसळलं. या अस्त्रानं त्यांच्या कवचांचे तुकडे तुकडे केले. कोसळलेल्या डोंगरांसारखे निवातकवच दिसत होते. मी इतका चांगला लढलो की, मातलीनं माझी खूपच प्रशंसा केली. अशी लढाई आपण पूर्वी कधी पाहिली नव्हती, असं तो म्हणाला.

''निवातकवचांना ठार मारल्यानंतर मी त्यांच्या नगरात प्रवेश केला. ते सुंदर नगर होतं. हे नगर इतकं श्रीमंत कसं झालं, असं मी मातलीला

विचारलं. इंद्राचं अमरावती नगरदेखील इतकं सुंदर नव्हतं. मातली म्हणाला की, पूर्वी ते इंद्राचंच नगर होतं. पण निवातकवचांनी आपल्या तपानं ब्रह्माला प्रसन्न केलं आणि ते नगर जिंकलं. ते अजिंक्य बनले. देवांचंही त्यांच्यापुढे काही चालेना आणि म्हणूनच त्यांना ठार करण्यासाठी देवांना माझी गरज होती. मी देव नाही, मी मर्त्य आहे. आम्ही इंद्राची राजधानी अमरावतीला परतलो.

"परत येताना आम्ही एक तरंगतं नगर पाहिलं. ते अद्‌भुत दृश्य पाहून मी अगदी थक्क झालो. मातली मला म्हणाला, 'अर्जुना, नगराचं नाव हिरण्यपुरी असं आहे. पुलोमा नावाची एक स्त्री या नगराची मालकीण आहे. तिला कालकेय या नावानं ओळखले जाणारे अनेक पुत्र आहेत. त्यांच्याबरोबर ती या नगरात राहते. ब्रह्मांच्या वरामुळे या असुरांना देव मारू शकत नाहीत. तू निवातकवचांचा जसा नाश केलास, तसा या कालकेयांचा नाश कर.' आम्ही कालकेयांच्या नगराकडे निघालो. मी कालकेयांना युद्धाचं आव्हान दिलं. त्यांना अजूनपर्यंत असं आव्हान कोणी दिलेलंच नव्हतं. इतके ते सुरक्षित होते. पण आता ते युद्ध करण्यासाठी बाहेर आले. युद्धाला सुरुवात झाली. त्यांच्याशी लढणं प्रारंभी मला कठीण गेलं. पण माझ्याकडे पाशुपत अस्त्र होतं. मी त्या अस्त्राचा उपयोग केला आणि त्या सर्व कालकेयांना ठार केलं. मग आम्ही स्वर्गलोकात अमरावतीला परतलो. इंद्रानं मोठ्या आनंदानं आमचं स्वागत केलं. मातलीनं इंद्रांना दोन्ही युद्धांची हकीकत सांगून माझी आणि माझ्या पराक्रमाची प्रशंसा केली. तातांनी मला आलिंगन दिलं आणि आशीर्वाद दिला. मला माझा अतिशय अभिमान वाटला. तात मला म्हणाले, 'निवातकवच आणि कालकेय यांचा वध करून तू माझं फार मोठं काम केलं आहेस. मी तुझ्यावर प्रसन्न आहे. युधिष्ठिराचं भाग्य थोर म्हणून त्याला तुझ्यासारखा भाऊ लाभला. तू त्याच्याशेजारी उभा असताना त्याला भविष्याची काळजी करण्याचं कारण नाही. सगळे कौरव आता मृतांत जमा आहेत.' तातांनी मला अभेद्य असं चिलखत दिलं. त्यांच्याबरोबर माझे काही दिवस सुखात गेले. काही दिवसांनी तात मला म्हणाले, 'आपली निरोप घेण्याची वेळ आता आली आहे. तुझे भाऊ आणि द्रौपदी तुझी आतुरतेनं वाट पाहत आहेत. त्यांनी तुला माझ्याकडे पाठवलं, त्याला आता बरीच वर्षं झाली आहेत. युधिष्ठिरानं माझ्याकडे आनंदानं दिलेली ही ठेव मला आता

त्याला परत केली पाहिजे.' तातांनी मातलीला त्याचा रथ आणायला सांगितलं. माझ्या पित्याचा, चित्रसेनाचा आणि त्यांच्या दरबारातल्या सर्व ऋषींचा मी निरोप घेतला. मी अतिशय वेगानं प्रवास करीत तुम्हांला भेटण्यासाठी आलो. या क्षणी मी अत्यंत सुखी आहे. या आनंदापुढे स्वर्गातली सर्व सुखं फिकी आहेत.''

ते आणखी काही दिवस बदरी आश्रमात राहिले. त्यांच्यासोबत आता अर्जुन असल्यामुळे आजूबाजूचे सर्व पर्वत त्यांना वेगळेच दिसू लागले! आपल्याला आवडलेली अनेक सुंदर स्थळे त्यांनी अर्जुनाला दाखवली. तिथे त्यांचा वेळ मोठ्या आनंदात गेला, पण आता त्यांना भविष्यकाळाचा विचार करणे भाग होते. काम्यक वनात परत जाण्याची वेळ आली आहे, असे त्यांनी ठरवले. काळ फार वेगाने निघून गेला आहे, याची त्यांना जाणीव झाली. बारा हा भयंकर आकडा आता दोनावर आला होता. वनवासाची दहा वर्षे त्यांनी संपवली होती. भीम, अर्जुन, नकुल, सहदेव हे युधिष्ठिराकडे आले आणि त्याला म्हणाले की, आपला प्रिय चुलतभाऊ दुर्योधन याची आठवण करण्याची आता वेळ आली आहे.

भीम म्हणाला, ''होय, बंधू! आपण घेतलेल्या कठोर शपथा आठवण्याची वेळ आली आहे. त्या पापी दुर्योधनाची आठवण करण्याची वेळ! आपल्यावर लादल्या गेलेल्या वनवासाचं हे अकरावं वर्षं आहे. आणखी दोन वर्षं आपल्याला काढायची आहेत. आपल्याला अज्ञातवासात काढायचं एक वर्ष मला माझ्या डोळ्यांसमोर दिसतं आहे. त्यांच्यापासून दूर जाऊन बराच काळ लोटला आहे. एखादं दुःस्वप्न आपण विसरून जातो, तसं ते आपल्याला विसरून गेले असतील. ते मूर्खांच्या नंदनवनात राहत आहेत. एव्हाना तू या जगाचा त्याग करून हिमवान पर्वताच्या उतारावर राहणाऱ्या ऋषींची भूमिका घेतली असशील, असाही विचार त्यांनी केला असेल. या सुंदर गंधमादन पर्वतावरून उतरून इंद्रानं सांगितल्याप्रमाणे आपण आता काम्यक वनात गेलं पाहिजे. हिमालयात गेलेले पांडव अर्जुनाची भेट झाल्यानंतर आता परतले आहेत, याची आठवण आपण दुर्योधनाला करून दिली पाहिजे. आपल्या प्रिय चुलत्यानं त्याच्या गुप्त हेरांकडून अर्जुनानं केलेल्या प्रगतीविषयी माहिती मिळवली असणारच. आपण पर्वतावरून मैदानावर उतरल्याचं कळलं, की त्यांच्या पोटात भीतीचा गोळाच उठणार. आपण या जगाचा त्याग

करून बदरी आश्रमात राहायला गेलो आहोत, असा त्यांचा गैरसमज होता कामा नये. आपण परत आल्याचं कळलं, की आपण घेतलेल्या शपथा आपण विसरलो नाही, हेही त्यांना कळेल. हे सुंदर स्थळ सोडून जाणं नको वाटतं. आपल्या वनवासाची आपण इथं घालवलेली वर्षं सर्वांत सुखाची होती. आपण अरण्यवासात आहोत, असं इथं मुळीच वाटत नव्हतं. या स्थळानं आपल्यावर मोहिनी घातली आहे. इथं द्रौपदी अतिशय सुखी होती. हीच एक जागा आहे, की जिथं तिचं स्मित मी पाहिलं. पण महाराज, आपल्याला इथून गेलं पाहिजे. आणखी तीन वर्षांनी तुम्ही या जगाचे राजे झालेले असणार. बलराम, सात्यकी आणि कृष्ण उतावीळ होऊन हे भयंकर दिवस केव्हा संपतात, याची वाट पाहत आहेत. आता आपण खाली मैदानांवर उतरू या.''

## शापित नहुष

पर्वत उतरून मैदानावर जाण्याच्या प्रवासाला पांडव निघाले. त्यांनी सर्व आश्रमवासीयांचे आणि आजूबाजूला राहणाऱ्यांचे निरोप घेतले. गंधमादन पर्वत सोडून जाणे ही पांडवांना अतिशय दुःख देणारी गोष्ट होती. ते मागे वळून सारखे त्या पर्वताकडे पाहत होते. लोमास ऋषींनी त्यांना शुभेच्छा दिल्या आणि ते इंद्राची राजधानी अमरावतीला परत गेले. त्यांचा वियोग होणार, याचे अतिशय दुःख युधिष्ठिराला झाले. त्यांच्या सहवासात त्याचे दिवस अतिशय आनंदात गेले होते. त्यांच्याकडून तो बऱ्याच गोष्टी शिकला होता. प्रसिद्ध प्रश्रावण पर्वत पांडवांनी ओलांडला. मग ते कैलास पर्वतावर आले. त्याला पाहून आपण आपल्या जुन्या मित्राला भेटतो आहोत, असे पांडवांना वाटले. पांडव वृषपर्वांच्या आश्रमात पोचले. तिथे त्यांनी काही वेळ मोठ्या आनंदात घालवला.

एक दिवस भीम शिकारीला गेला होता. तो रानात इथे तिथे भटकत होता. अचानक त्याला एक प्रचंड मोठा अजगर दिसला. विश्वास बसू नये इतका तो मोठा होता. भीमाने यापूर्वी इतका मोठा अजगर कधी पाहिला नव्हता. आपल्याला धोका आहे, हे भीमाला कळण्यापूर्वीच त्या अजगराने भीमाला आपल्या मिठीत कवटाळले. त्या अजगराचा भीमाच्या अंगाला स्पर्श झाल्याक्षणी भीमाला जाणवले की, त्याच्या अंगातली सर्व शक्ती गळून गेली आहे. त्या अजगराची ही शक्ती पाहून भीम थक्क झाला. भीमाने त्याला विचारले, ''तू कोण आहेस? मला काय करायची तुझी इच्छा आहे? मी भीम नावाचा पांडव आहे. मी युधिष्ठिराचा धाकटा भाऊ आहे. मी अनेक सिंह, वाघ आणि हत्ती हाताळले आहेत. मी त्यांना अगदी सहजपणे ठार केलं आहे. पण तुझं मला आश्चर्य वाटतं. माझ्यावरही मात करणारी ही तुझी शक्ती आहे तरी कसली?'' भीमाला आपल्या वेटोळ्यात घट्ट पकडलेला अजगर म्हणाला, ''मला भूक लागली आहे. तू अगदी योग्य वेळी आलास, हे माझं भाग्य. मी कोण आहे, हे तुला सांगायचं झाल्यास ती एक दीर्घ कथाच होईल. मी एक मोठा राजा आहे. शापामुळे मी या पृथ्वीवर या रूपात आहे. मी माझ्या मुक्तीची वाट पाहत आहे.''

तो अजगर काही क्षण थांबला आणि त्याने आपल्या आयुष्याची कथा पुढे सांगायला सुरुवात केली. ''राजा नहुषाचं नाव तुझ्या कानी आलेलं असणारच. मीच तो नहुष. मला माझ्या सत्तेचा मद चढला होता. एकदा मी उद्धटपणानं अगस्त्य ऋषींचा अपमान केला. त्यांनी मला तू अजगराच्या रूपानं पृथ्वीवर वावरशील, असा शाप दिला. त्यांनी मला स्वर्गातून खाली फेकून दिलं आणि आज मी या अवस्थेत इथं आहे. मी किती काळ असा आहे, हे माझं मलाच ठाऊक नाही. मला पश्चात्ताप झाला, तेव्हा अगस्त्य ऋषी मला म्हणाले, 'तू बराच काळ या पृथ्वीवर राहशील. काही काळ गेल्यानंतर चांद्र वंशाचा राजा युधिष्ठिर तुझी सुटका करील. मला इतकंच आठवतं. माझ्या बाकी सर्व स्मृती पार पुसून गेल्या आहेत. अगस्त्य ऋषी मला म्हणाले की, राजा युधिष्ठिर धर्मशास्त्रावरील तुझ्या सर्व प्रश्नांची उत्तरं देईल आणि तो येईल तेव्हा या पृथ्वीवरील सर्वांत शक्तिमान पुरुष माझ्या वेटोळ्यात मी पकडलेला असेल. तो सर्वांत शक्तिमान पुरुष तूच असावास आणि तू युधिष्ठिराचा भाऊ असणार. माझ्या सुटकेची वेळ बहुधा आलेली

असावी. माझं नशीब तरी पाहा! मला तू आवडतोस आणि माझी इच्छा नसूनही मला तुला ठार करावं लागणार! मला हे केलं पाहिजे, कारण तो मला मिळालेल्या शापाचा भाग आहे.''

नहुषाचे बोलणे भीमाच्या हृदयाला भिडले. राजा नहुषाची त्याला दया आली. तो नहुषाला म्हणाला, ''मी तुझ्यावर जरासुद्धा रागावलेलो नाही. मला या अवस्थेत मरावं लागतं आहे, याचं मला वाईट वाटतं आहे. मला मरण येईल ते क्षत्रियासारखं, एखाद्या पशूसारखं नव्हे, अशी मला आशा होती. मला मरणाचं दु:ख नाही. माझ्या भावांना माझी गरज असताना मी त्यांना सोडून जातो आहे, याचं मला दु:ख होतं आहे. मी त्यांना ओलीस ठेवल्यागत त्यांची अवस्था आहे. लवकरच जे युद्ध होणार आहे, ते जिंकण्यासाठी ते माझ्यावर विसंबून आहेत. अर्जुन अर्थात आहेच. तो माझ्यानंतरचा भाऊ. सर्व प्रकारच्या युद्धांच्या कलेत तो निष्णात आहे. देवांकडून त्यानं दिव्य अस्त्रं मिळवली आहेत. मी मेलो, तरी काही हरकत नाही. माझा भाऊ या पृथ्वीचा राजा होईल. माझी द्रौपदी आणि माझी आई यांना माझा वियोग जाणवेल. माझ्यावर प्रेम करणारे माझे भाऊ माझ्या मृत्यूचा शोक करतील. त्यांना सगळ्यांना एकटं सोडून मला मरण येत आहे, याचं मला दु:ख होतं आहे. मला मरणाचं भय नाही. मी दुर्योधनाची मांडी फोडीन आणि दु:शासनाचं रक्त प्राशन करीन, हे मी द्रौपदीला दिलेलं वचन पूर्ण करण्याआधी मला मरण येत आहे, याचं मला दु:ख आहे. पण त्याला इलाज नाही. जे नियतीला मंजूर, तेच होणार.'' नहुषाने आपल्या वेटोळ्यात भीमाला घट्ट पकडले होते. त्याला हलताही येत नव्हते. भीमाला ठार करावे, असे नहुषाला मुळीच वाटत नव्हते; पण त्याला तसे करणे भाग होते. ही त्याच्या मनाविरुद्ध असलेली गोष्ट करण्याचा तो निर्धार करीत होता.

अनेक अपशकुन युधिष्ठिराने पाहिले. भीम कुठे आहे, असे तो प्रत्येकाला विचारीत होता. भीम शिकारीला गेला आहे, असे द्रौपदीने त्याला सांगितले. भीमाला परत यायला इतका वेळ लागल्यामुळे युधिष्ठिर अगदी काळजीत पडला होता. भीमाला शोधण्यासाठी तो निघाला. पावलांचे ठसे, मोडलेली झुडपे आणि तुटलेल्या फांद्या यांच्यावरून भीम कुठल्या वाटेने गेला, हे युधिष्ठिराला कळत होते. माग काढीत युधिष्ठिर बराच दूर गेला आणि अचानक त्याला अजगराच्या

वेटोळ्यात अडकलेला भीम दिसला. ते भयानक दृश्य पाहून आपल्या हृदयाचे स्पंदनच थांबले आहे, असे युधिष्ठिराला वाटले. आपले सगळे धैर्य एकवटून तो भीमाला म्हणाला, "माझ्या बाळा, हे आहे तरी काय? काय झालं आहे तुला? तू या वेटोळ्यात सापडलास कसा? तू स्वत:ला सोडवू शकत नाहीस काय?" भीमाने त्याला सर्व हकीकत सांगितली आणि आपल्या शक्तीचा काहीही उपयोग होत नाही, असेही तो म्हणाला. तेव्हा युधिष्ठिर त्या अजगराला म्हणाला, "तू कोण आहेस, हे मला ठाऊक नाही. तुझी शक्ती मात्र मला दिसते आहे. तू सामान्य सर्प नाहीस. माझ्या भावाच्या शक्तीवर मात करील, असा अजून कोणीही या जगात नव्हता. मी त्याचा वडीलभाऊ आहे. कृपा करून तुला कसलं अन्न हवं, ते मला सांग. तू मागशील ते अन्न मी तुला आणून देईन. पण तू माझ्या भावाला सोड. तो मला अतिशय प्रिय आहे."

नहुष म्हणाला, "मी नहुष आहे." हे ऐकताच युधिष्ठिराने त्याला साष्टांग नमस्कार घातला. नहुष, त्याचे पूर्वज यांची नावे प्रसिद्ध होती. नहुष इंद्राच्या घरी राहत होता. नहुषाचे नाव पृथ्वीवर आदरणीय होते. अशा या नहुषाला अजगराच्या रूपात आपण पाहतो आहोत, यावर युधिष्ठिराचा विश्वास बसेना. नहुषाने त्याला अगस्त्य ऋषीचा शाप आणि युधिष्ठिराकडून त्याची मुक्तता ही सर्व हकीकत त्याला सांगितली. तो युधिष्ठिराला म्हणाला, "आताच माझ्या सुटकेची मला संधी आहे. तुझ्या भावाचं जीवन माझ्या विळख्यात आहे. धर्मशास्त्रावरच्या माझ्या प्रश्नांची तू उत्तरं दिलीस, तर मी भीमाची मुक्तता करीन आणि तुला माझी शापातून मुक्तता करता येईल."

हा विचित्र प्रसंग होता. भावाचे आयुष्य धोक्यातून बाहेर काढण्यासाठी युधिष्ठिराला धर्मशास्त्रावरच्या प्रश्नांची उत्तरे द्यावी लागणार होती. युधिष्ठिर नहुषाला म्हणाला, "ठीक आहे. मी तुझ्या प्रश्नांची उत्तरं देण्याची शर्थ करीन." नहुषाने त्याला प्रश्न विचारायला सुरुवात केली. नहुषाचा पहिला प्रश्न असा होता : "ब्राह्मण या शब्दाची व्याख्या कोणती?" युधिष्ठिर म्हणाला, "ज्याच्याकडे सत्याचरण, औदार्य, सहानुभूती, क्रौर्याचा तिरस्कार आणि तप करण्याची क्षमता हे गुण आहेत; त्याला ब्राह्मण म्हणावं." नहुषाने दुसरा प्रश्न विचारला : "परमज्ञान म्हणजे काय?" युधिष्ठिर म्हणाला, "ज्याला परमज्ञान

*"तुझ्या भावाचं जीवन माझ्या विळख्यात आहे.
माझ्या प्रश्नांची तू उत्तरं दिलीस, तर मी भीमाची मुक्तता करीन
आणि तुला माझी शापातून मुक्तता करता येईल."*

झालं आहे, तो सुख आणि दुःख या गोष्टी समान मानतो आणि म्हणून परमज्ञानी हा कधी दुःखी होऊच शकत नाही.'' त्यानंतर नहुषाने समाजव्यवस्था, वर्णाश्रम आणि त्याचे चार विभाग, जगण्याचे आणि वागण्याचे नीतिनियम यांविषयी प्रश्न विचारले. युधिष्ठिराने सर्व प्रश्नांची अचूक आणि स्पष्ट उत्तरे दिली. ही उत्तरे देत असताना युधिष्ठिराची नम्रता व्यक्त होत होती. 'हे तुझ्या प्रश्नाचं उत्तर आहे' असे युधिष्ठिर कधीही म्हणाला नाही. प्रश्नाचे उत्तर देताना तो म्हणायचा, 'तुझ्या प्रश्नाचं सर्वांत समाधानकारक उत्तर हे असावं, असं मला वाटतं.' युधिष्ठिराच्या ग्रंथातले एखादे पान उसने घेऊन त्यापासून ऐकणाऱ्याला जराही न दुखावता आपली मते सौम्यपणे आणि कौशल्याने कशी व्यक्त करावीत, हे शिकण्यासारखे होते. सौम्यता अणि शब्दांनी कुणालाही न दुखावणे या दोन्ही कलांवर युधिष्ठिराचे प्रभुत्व होते.

युधिष्ठिराच्या संतत्वावर आणि विद्वत्तेवर नहुष प्रसन्न झाला. तो म्हणाला, ''तू फार मोठा माणूस आहेस. आजवर मी जी प्रज्ञावान माणसं पाहिली, त्यांच्याहून मोठा. तुझ्या भावाची माझ्या विळख्यातून मी आनंदानं सुटका करतो आहे. तुझी ओळख झाल्यानंतर तुझ्या भावाला ठार मारणं कसं शक्य आहे?'' भीमाची सुटका झाल्यामुळे युधिष्ठिराला अतिशय आनंद झाला. नहुषासारख्या बुद्धिमान राजाची भेट झाली, याचाही त्याला आनंद झाला होता. ते बोलत असताना भीमाचे आयुष्य धोक्यात होते, हे युधिष्ठिर विसरूनही गेला होता. राजा नहुषाने विचारलेले सर्व प्रश्न युधिष्ठिराला अतिशय आवडले होते. आता युधिष्ठिराने नहुषाला प्रश्न विचारले आणि त्याने त्यांची उत्तरे दिली. दोघांचाही वेळ बघता बघता निघून गेला.

इतक्यात आकाशातून रथ येताना दिसला. तो पृथ्वीवर आला आणि त्यांच्याजवळ येऊन उभा राहिला. राजा नहुषाने आपला अजगराचा देह फेकून दिला आणि शाप मिळण्यापूर्वी होता तसा तेजस्वी राजबिंडा देह धारण केला. राजा नहुषाने पांडवांचा निरोप घेतल्यावर त्याचा रथ आकाशमार्गाने निघाला. काही क्षणांतच तो रथ दिसेनासा झाला. भीम आणि युधिष्ठिर यांनी एकमेकांना दृढ आलिंगन दिले आणि ते आश्रमाकडे निघाले. या विलक्षण अनुभवाने दोघांचीही मने थरारून गेली होती.

वृषपर्व आश्रमात आणि प्रश्रावण पर्वताच्या उतारावर पांडव एक वर्ष राहिले. मग त्यांनी पुन्हा मैदानाच्या दिशेने प्रवास सुरू केला. मोठ्या

वेगाने ते प्रवास करीत होते. ते सरस्वती नदीच्या तीरावर आले. त्यांनी नदी ओलांडली आणि ते द्वैतवनात आले. पूर्वी ते इथे राहिले होते. त्यांना भेटण्यासाठी व्यासमहर्षी इथे आले होते. शंकराला प्रसन्न करून घेण्यासाठी तप करायला अर्जुनाला उत्तरेकडे पाठव, असे त्यांनी युधिष्ठिराला सांगितले होते. या सगळ्या गोष्टी होऊन गेलेल्याला फार काळ लोटला आहे, असेच त्यांना वाटले. वनवासाची अकरा वर्षे त्यांनी संपवली होती. आता एक वर्ष वनवास आणि एक वर्ष अज्ञातवास अशी दोन वर्षे संपल्यानंतर या भयानक वनवासातून त्यांची सुटका होणार होती. त्यानंतर युद्ध या एकाच गोष्टीचा ते विचार करीत होते. पांडवांचे कौरवांशी युद्ध. भीमाचा चेहरा हळूहळू उजळत गेला होता. तो आनंदी दिसत होता. अशा रीतीने पांडवांचे दिवस चालले होते.

## आणखी दोन वर्षे

पाऊस पडायला सुरुवात झाली. फार जोराचा पावसाळा होता. पांडवांनी पावसाळ्याचे मोठ्या आनंदाने स्वागत केले. सरस्वती नदी पूर्ण भरली होती. अतिशय सुंदर असे ते दृश्य होते. पावसाळा संपायला आला, तेव्हा पांडवांनी द्वैतवन सोडले आणि ते काम्यक वनात गेले.

काम्यक वनात पांडव आल्याचे कृष्णाला कळले. पांडव भेटल्याला बराच काळ लोटला होता. इंद्राच्या अमरावतीहून परत आलेला आपला मित्र अर्जुन याला भेटण्याची त्याची इच्छा होती. आपली पत्नी सत्यभामा हिच्यासह कृष्ण पांडवांना भेटण्यासाठी काम्यक वनात आला. कृष्ण भेटल्यामुळे पांडवांचा आनंद हृदयात मावेना. कृष्ण आपल्या रथातून उतरण्यापूर्वीच पांडवांनी त्याच्याभोवती कडे करून आपले प्रेम व्यक्त केले. कृष्ण जेव्हा जेव्हा भेटे, तो तो दिवस पांडवांना उत्सवासारखा

वाटे – मग तो इंद्रप्रस्थात भेटो की काम्यक वनात. रथातून उतरलेल्या कृष्णाने अर्जुनाला पुन:पुन्हा आलिंगन दिले. द्रौपदीने सत्यभामेचे मोठ्या उत्साहाने स्वागत केले. पांडव अतिशय आनंदात होते. कृष्ण शेजारी उभा असताना त्यांना कसलीही उणीव भासत नसे.

अर्जुनाच्या पराक्रमाचे सर्वांना कौतुक वाटत असल्याचे कृष्णाने सांगितले. कृष्ण द्रौपदीला म्हणाला, ''सुभद्रा आणि तिचा पुत्र अभिमन्यू आनंदात आहेत. अभिमन्यूनं धनुर्विद्येवर प्रभुत्व मिळवलं आहे. या विद्येत तो आपल्या पित्याहूनही अधिक प्रवीण झाला आहे. तुझे पाच पुत्र आता माझ्याबरोबर द्वारकेत आहेत. धृष्टद्युम्नानं त्यांना शिक्षणासाठी माझ्याकडे ठेवलं आहे. हे सारे सहाही जण धिप्पाड आणि सशक्त दिसताहेत. आपल्या वडलांच्या प्रतिमा असेच ते आहेत.'' कृष्ण युधिष्ठिराला म्हणाला, ''युधिष्ठिरा, अकरा वर्षं निघून गेली. आता आणखी दोन वर्षं कशासाठी थांबायचं? आपलं सैन्य तयार आहे. धृष्टद्युम्न आपला पिता आणि भाऊ यांच्यासह सैन्य घेऊन तयार आहे. केकय बंधूही युद्धासाठी तुझ्या परवानगीची वाट पाहताहेत. आपण सगळे हस्तिनापुराला जाऊ या आणि धृतराष्ट्राच्या पुत्रांशी युद्ध पुकारू या. आपण आता हल्ला केला, तर ते आश्चर्यानं गडबडून जातील. तुला काय वाटतं?'' युधिष्ठिराने कृष्णाकडे पाहून स्मित केले आणि तो म्हणाला, ''कृष्णा, तुला माझ्या भावना ठाऊक आहेत. धर्माच्या मार्गावरून जराही ढळलेलं मला नको आहे. उरलेली दोन वर्षं कशीबशी काढावीत, असं मला वाटतं. ही गोष्ट कठीण आहे, विशेषत: माझ्या भीमाला कठीण आहे. पण त्याला इलाज नाही. मला माझं कर्तव्य केलं पाहिजे. तुझा सल्ला मी स्वीकारू शकत नाही. तू मला क्षमा कर.'' कृष्णाने भीमाकडे पाहून स्मित केले आणि तो म्हणाला, ''भीमा, आपण थांबू या. फक्त आणखी दोन वर्षं. त्यानंतर आपण जितकं संतापायचं असेल, तितकं संतापू शकतो.'' त्यानंतर बोलण्याचा ओघ इतर विषयांकडे वळला. पांडवांनी सांगितलेले आपले विविध अनुभव कृष्ण ऐकत होता.

इतक्यात मार्कंडेय ऋषी तिथे आले. मार्कंडेय ऋषी सर्वांचे आवडते होते, कारण ते कथाकथन अतिशय उत्तम करीत. ते सगळे मार्कंडेयांच्या भोवती बसले. कृष्ण मार्कंडेयांना म्हणाला, ''कृपा करून आम्हांला खूप गोष्टी सांगा. गोष्टी सांगितलेल्या मी ऐकल्या, त्याला बरीच वर्षं

लोटली. मला झोपवताना माझी आई मला गोष्टी सांगायची. मी एकामागून एक गोष्टी ऐकायचो, पण झोपायचो नाही. खूप खूप प्राचीन काळच्या गोष्टी मला फार आवडतात. हे जग कसं निर्माण झालं, प्रत्येक जीव कसा निर्माण झाला, या विषयावरच्या गोष्टी मला खूप आवडतात. थोर पुरुष आणि थोर स्त्रिया यांच्या कथाही मला फार प्रिय आहेत. ऋषीवर, तुम्हांला प्रत्येक गोष्टीविषयी सर्व काही ठाऊक आहे. कृपा करून आम्हांला गोष्टी सांगा. खूप गोष्टी सांगा. तुमच्याकडून गोष्टी ऐकायला आम्हांला फार आवडतं.'' इतक्यात नारदमुनीही तिथे हजर झाले. ते सगळे मार्कंडेयांनी सांगितलेल्या गोष्टी ऐकू लागले. ज्ञानाची महत्ता, तपश्चर्येची शक्ती, महापूर आला, तेव्हा विष्णूने घेतलेला मत्स्यावतार, लहान मुलाचे रूप घेऊन अश्वत्थाच्या पानावर झोपलेला परमेश्वर, कृत, त्रेता, द्वापार आणि कली या युगांची वैशिष्ट्ये, दुंधुमार, कुवलाश्व, अंगिरस या ऋषींच्या गोष्टी, अग्निदेव आणि त्यांचे स्वाहावरचे प्रेम, देवांसाठी शंकराचा पुत्र कुमार याने जिंकलेले युद्ध अशा अनेक विषयांवरच्या गोष्टी मार्कंडेय सांगू लागले आणि या गोष्टी सर्वांनी एकाग्रचित्ताने ऐकल्या. गोष्टी ऐकता ऐकता वेळ कसा गेला, हे त्यांना कळले नाही!

कृष्ण अनेक दिवस पांडवांबरोबर राहिला आणि मग द्वारकेला परत गेला.

दुर्योधनाचे शांततेचे दिवस आता संपत आले होते. तेरा वर्षे हा खूप मोठा काळ आहे, असे त्याला वाटले होते; पण पांडवांच्या वनवासाचा काळ आता संपत आला होता, तो संपण्यासाठी आता फक्त दोनच वर्षे उरली होती. हा काळ वाढवता कसा येईल, याचा विचार करीत दुर्योधन आता बसला होता. एकदा एक ब्राह्मण धृतराष्ट्रांच्या दरबारात आला. धृतराष्ट्रांनी त्याला नेहमीप्रमाणे पांडवांची खुशाली विचारली. पांडव सोसत असलेल्या अडचणी, भीमाची शक्ती, शंकराकडून अर्जुनाने मिळवलेले पाशुपत अस्त्र, कालकेय आणि निवातकवच यांचा त्याने केलेला वध या सगळ्या गोष्टी त्याने धृतराष्ट्रांना सांगितल्या. त्यांना ज्या गोष्टी ऐकायच्या नव्हत्या, त्या त्यांना त्या 'मूर्ख' ब्राह्मणाकडून ऐकाव्या लागल्या. तो ब्राह्मण निघून गेल्यानंतर धृतराष्ट्र पांडवांवर आपण केलेल्या अन्यायाबद्दल आणि आपल्या पापकृत्यांबद्दल शोक करू लागले. त्यांचे हे वागणे त्यांचा पुत्र दुर्योधन याला मुळीच

आवडले नाही. पांडवांपेक्षा आपण अधिक शक्तिमान आहोत, हे दुर्योधन, राधेय आणि शकुनी यांनी धृतराष्ट्रांना पटवण्याचा प्रयत्न केला.

दुर्योधन, दुःशासन, राधेय आणि शकुनी या चौघांनी पांडवांना दुःख देण्याचा एक मार्ग शोधून काढला. आपला मित्र दुर्योधन याला बरे वाटेल, असे वागण्याचा राधेयाचा सतत प्रयत्न असे. तो दुर्योधनाला म्हणाला, "माझ्या मित्रा, आता तू या जगाचा राजा आहेस. तुझे शत्रू आता रानटी श्वापदांप्रमाणे रानात हिंडत आहेत. माझ्या डोक्यात एक कल्पना आली आहे. ती जर तू अमलात आणलीस, तर तू पांडवांना दुःख देऊ शकशील. आपल्या शत्रूचं वैभव पाहणं यांसारखी दुसरी दुःखदायक गोष्ट जगात नाही. आपली स्वतःची संपत्ती आणि राज्य घालवून बसण्याच्या दुःखाहून ते दुःख अधिक मोठं आहे. आपण सगळे काम्यक वनात जाऊ या आणि तिथं काही दिवस राहू या. ही आपली आनंदाची सहल असेल. आपण आपले सेवक सोबत घेऊन सपत्निक तिथं जायचं. आपलं सगळं वैभव पाहून पांडव रागानं आणि असूयेनं पेटून उठतील. तुमच्या बायकांना पाहून द्रौपदी द्वेषानं जळू लागेल. आपण काम्यक वनात जाऊ या." राधेयाची सूचना दुर्योधनाने मान्य केली. तो म्हणाला, "राधेया, तू मला अतिशय प्रिय आहेस. तुझे शब्द नेहमी माझ्या कानांना गोड वाटतात. पांडव ज्या अडचणी सोसत आहेत, त्यांविषयी मी ऐकलं आहे. मला हे सगळं माझ्या डोळ्यांनी पाहायचं आहे. झाडाच्या सालीची वस्त्रं नेसलेल्या भीमाला आणि अर्जुनाला मला पाहायचं आहे, इंद्रप्रस्थात माझ्याकडे पाहून हसलेल्या द्रौपदीचा गर्व भुईसपाट झालेला आणि तिच्या डोळ्यांना अश्रूंची धार लागलेली मला पाहायची आहे. तुझी सूचना उत्तम आहे, असं मला वाटतं. आता या सहलीसाठी पुरेशी कारणं शोधून काढ."

कारणे शोधून काढण्यासाठी राधेयाने सगळी रात्र झोपेशिवाय घालवली. दुसरे दिवशी सकाळी तो दुर्योधनाकडे गेला आणि म्हणाला, "आपण काय केलं पाहिजे हे मी तुला सांगतो. द्वैतवनाच्या शेजारीच आपली गायवाडी आहे. गायींची तपासणी करायची आहे, असं निमित्त करून आपण तिथं जाऊ या. आपण जाऊ नये, यासाठी महाराजांना कुठलंच कारण सापडणार नाही. त्यांची परवानगी दरबारात मिळाली, की नंतर खरं कारण त्यांना सांगू. आपल्या हृदयातली इच्छा आपण

अशा रीतीनं पूर्ण करू शकू.'' शकुनींनी नेहमीप्रमाणे उत्साहाने या योजनेला मान्यता दिली. ते एकत्र आले आणि आनंद व्यक्त करण्यासाठी मोठ्याने हसले, हातात हात गुंफले. गायींची तपासणी करण्याची निरुपद्रवी कल्पना त्यांनी दरबारात मांडली आणि राजाची परवानगी मिळवली. त्यानंतर त्यांनी खरे कारण राजाला सांगितले. राजाला ही कल्पना आवडली नाही. ही कल्पना धोक्याची आहे, असे त्यांना वाटले. ते म्हणाले, ''जवळच असलेल्या काम्यक वनात पांडव आहेत. तुमच्यावर युधिष्ठिराचा राग आहे. द्रौपदी तिथं आहे. पांडव तुमच्यावर हल्ला करून सूड उगवतील. अर्जुनाच्या वाढत्या सामर्थ्याची तुम्हांला कल्पना आहे. तुमची योजना मूर्खपणाची आहे. मला ती आवडलेली नाही. तुम्ही तिथं जाऊ नका.'' त्यांनी व्यक्त केलेल्या भयाला हसून शकुनी म्हणाले, ''युधिष्ठिर सद्‌गुणी आहे, हे तुम्हांला ठाऊक आहे. त्याचे भाऊही सद्‌गुणी आहेत. ते आम्हांला इजा करणार नाहीत.'' मनात नसताना राजाने त्यांना संमती दिली.

## अपमानित दुर्योधन

कौरव द्वैतवनात गेले. राधेय, शकुनी, दु:शासन, दुर्योधन हे त्यांच्यापैकी प्रमुख होते. ते अतिशय आनंदी आणि उत्साही होते. त्यांच्यामागून मोठा आणि गाजावाजा करणारा लवाजमा येत होता. त्यांच्या बायका आणि सेवक त्यांच्यासोबत होते. द्वैतवनातल्या एका सुंदर तळ्याकाठी ते पोचले. त्यांनी तिथे मुक्काम केला. गायींची तपासणी त्यांनी सुरू केली. ती लवकरच संपली. राजा दुर्योधनाने गुराख्यांना पैसे आणि भेटवस्तू दिल्या आणि नंतर ते रानात शिकारीला गेले. सहलीचा आनंद मिळवण्यावर त्यांचा भर होता. काम्यक वन सोडून पांडव द्वैतवनात आल्याचे त्यांना कळले होते. दुर्योधनाच्या

गुप्तहेरांनी ही बातमी आणली होती. दुर्योधनाने त्या क्षणी तळ्यात पोहायला जाण्याचा निर्णय घेतला. याचे कारण तळ्याच्या शेजारच्या भागातच पांडवांचा मुक्काम होता. दुर्योधन आपल्या सगळ्या बायकांना घेऊन तळ्याकाठी गेला.

कुणी एक गंधर्व आपल्या लवाजम्यासहित तळ्याकाठी आला होता. दुर्योधनाच्या सेवकांनी ही गोष्ट दुर्योधनाला सांगितली. हे ऐकून दुर्योधन संतापला. त्याने त्या गंधर्वाला निरोप पाठवला की, 'कौरवांचा सम्राट तिथे त्याच्या राण्यांसह आल्यामुळे तू तलाव सोडून निघून जा.' दुर्योधनाचे सेवक हा निरोप घेऊन गेले. त्या गंधर्वाने या निरोपाला मुळीच महत्त्व दिले नाही. तो हसला आणि दुर्योधनाच्या सेवकांना म्हणाला, "तुमच्या मूर्ख राजाला जाऊन सांगा, की त्याची आज्ञा पाळायला मी बांधलेलो नाही. स्वर्गलोकातले रहिवासी त्याच्या आज्ञा पाळतील, असा त्याचा गैरसमज दिसतो आहे. तुम्हांला जर तुमचा जीव वाचवायचा असेल, तर ताबडतोब चालू लागा. इथं काय घडलं, याची हकीकत तुमच्या राजाला कळवा."

गंधर्वाचा हा उद्धट निरोप ऐकून दुर्योधन संतापला. त्याने आपले सैन्य गोळा केले आणि तो तळ्याकडे निघाला. कौरवांचा राजा आपले सैन्य घेऊन युद्ध करण्यासाठी तळ्याकडे येतो आहे, हे गंधर्वाला कळले. त्याने आपल्या सैन्याला लढण्याचा हुकूम दिला. गंधर्वांच्या शक्तीमुळे दुर्योधनाचे सैन्य घाबरून गेले. पण राधेय मात्र मुळीच भ्याला नव्हता. त्याने आपले सैन्य गोळा केले आणि गंधर्वांबरोबर लढायला सुरुवात केली. दुर्योधनाच्या सैन्याला आता पराभवाचा धोका दिसू लागला. दुर्योधन, शकुनी, दुःशासन आणि इतरांनी आता राधेयाला साथ दिली आणि ते गंधर्वांबरोबर लढू लागले. राधेय आपल्या सैन्याचा पराभव करतो आहे, हे कळल्यामुळे गंधर्वांचा प्रमुख युद्धात उतरला. त्याने तुंबळ युद्ध केले. त्याच्यापुढे दुर्योधनाच्या सैन्याचा टिकाव लागेना. पण तरीही राधेय लढत होता. पण गंधर्वाच्या सैन्यापुढे त्याचेही काही चालेना. त्याने रथातून उडी घेतली आणि तो पळून गेला. राधेयासाठी अतिशय शरमेची अशी ही गोष्ट होती. हे पाहिल्यामुळे कौरवसैन्य अतिशय भिऊन गेले. दुर्योधन लढत होता. त्याने शत्रूला पाठ दाखवली नाही. दुर्योधनाचा रथ त्याच्या हातातून गेला. तो जमिनीवर उभा राहून लढू लागला. पण गंधर्वाच्या सैन्यासमोर त्याचा

निभाव लागला नाही. गंधर्वाने दुर्योधनाचे केस पकडले, त्याचे दोन्ही हात पाठीशी दोरखंडाने बांधले आणि त्याला आपल्या रथात घालून तो घेऊन गेला. दु:शासन आणि त्याचे भाऊ यांची हीच गत झाली. त्यांच्या बायकांनाही गंधर्व घेऊन गेला.

दुर्योधनाच्या परिवाराला धडकी भरली. निराश होऊन मागे उरलेले लोक युधिष्ठिराच्या आश्रमात आले, म्हणाले, ''धृतराष्ट्रांचे पुत्र आणि त्यांच्या बायका यांना एक गंधर्व पकडून घेऊन जातो आहे. तुम्ही त्याचा पाठलाग करा आणि आमच्या राजाची सुटका करा.'' हे ऐकून भीम म्हणाला, ''छान झालं! हे ऐकून मला अतिशय आनंद झाला आहे. त्यांनी जे केलं, त्याची त्यांना शिक्षा मिळाली. त्यांनी आमचा छळ केला. आम्ही जे पूर्वीच करायला हवं होतं, ते कोणीतरी आता केलं. धैर्य दाखवून दुष्ट माणसांना शिक्षा करणारी शूर माणसं अजूनही या जगात आहेत. रानात भटकणाऱ्या आमचे हाल पाहून आपल्या डोळ्यांना मेजवानी देण्याच्या हेतूनं हा माणूस इथं आला. जो दुसऱ्यांचं वाईट करू इच्छितो, त्याचंच वाईट होतं! ही बातमी ऐकून मला अतिशय आनंद झाला आहे.''

दुर्योधनाच्या प्राक्तनाबद्दल भीमाने व्यक्त केलेला आनंद युधिष्ठिराला आवडला नाही. तो म्हणाला, ''तू जे बोललास, ते मला आवडलं नाही. आपल्या चुलतभावाचे हे सेवक आपली मदत मागण्यासाठी इथं आले आहेत. आपण चुलत भावंडं आहोत आणि भावंडांत गैरसमज होण्याची नेहमीच शक्यता असते. पण असं झालं, तरी आपण चुलतभाऊ आहोत ही वस्तुस्थिती मागे उरतेच. ते आहेतच आपले चुलतभाऊ. ते आपले शत्रू आहेत, कबूल आहे. पण तरीही त्यांच्याशी आपलं रक्ताचं नातं आहे. आमच्यात एकमेकांत मैत्रीचे संबंध नसतील, पण तिसऱ्या माणसाच्या विरोधात आपली एकजूट व्हायला हवी. आपण शंभराच्या विरोधात पाचजण आहोत. पण आमच्या समान शत्रूच्या विरोधात आम्ही एकशेपाचजण आहोत. गेली काही वर्षं आमच्या दु:खाला ते कारणीभूत आहेत, हे मला मान्य आहे. ते पापी आहेत. वैभव दाखवून आपल्याला चिडवण्याच्या हेतूनं ते इथं आले आहेत, मला हे ठाऊक आहे. पण माझ्या प्रिय भीमा, आपली मदत मागण्यासाठी ते आले आहेत, हे तू पाहिलं पाहिजेस. त्यांच्या बायका आणि इतर निष्पाप माणसं यांचा छळ होतो आहे. आपल्या कुटुंबाची

कीर्ती पणाला लागली आहे. तू युद्धाला तयार हो. अर्जुन, नकुल, सहदेव यांना तुझ्यासोबत घे. ताबडतोब नीघ.''

भीम संतापला. त्याचे डोळे रागाने लाल झाले. तो म्हणाला, ''माझ्या बंधू, हे तू काय करण्याचा प्रयत्न करतो आहेस? त्यांनी जे केलं आहे, ते तू जरी सहजपणे विसरलास; तरी मी विसरू शकत नाही. ते त्यांच्या पापांची फळं भोगताहेत. हे आपण फार पूर्वीच करायला पाहिजे होतं. पण आता कुणीतरी दुसरा ते आपल्यासाठी करतो आहे. हा गंधर्व आपलं हित इच्छिणारा आहे, असंच मी मानतो. आता तो आपला मित्र आहे. कृपा करून आम्हांला आमच्या दुष्ट चुलतभावांच्या मदतीला जायला सांगू नकोस. त्यांच्या कर्माची फळं ते भोगताहेत.'' मदतीसाठी हाका मारणाऱ्या दुर्योधनाचा आणि त्याच्या सोबतच्या इतरांचा आवाज दुरून ऐकू आला. सौजन्यशील, उदात्त मनाचा युधिष्ठिर स्वत:ला आवरू शकला नाही. आपल्या भावाकडे त्याने संतापून पाहिले आणि तो म्हणाला, ''तुला तुझी शरम नाही का वाटत? जे करायची शपथ तू घेतली आहेस, ते तू दुसऱ्या कोणाला तरी करू देतो आहेस. तू ताबडतोब नीघ आणि दुर्योधनाची सुटका कर. ते आपल्याकडे मदतीसाठी आले आहेत. ते आपल्याशी कसे वागले आहेत, याविषयी बोलणं आपल्याला शोभत नाही. त्यांच्या नशिबाला जे आलं आहे, त्याला ते योग्य आहेत किंवा नाहीत याविषयी आपण बोलू नये. ज्याच्यावर जुलूम होतो आहे, त्याचं संरक्षण करणं हे क्षत्रियाचं पहिलं कर्तव्य आहे, हे तुला ठाऊक नाही काय? जो सूड तुला दुर्योधनावर घ्यायचा आहे, तो तू तिसऱ्या माणसाकरवी घेता कामा नये. भीमा, तू आधी दुर्योधनाची सुटका कर. त्यानंतर जेव्हा वेळ येईल, तेव्हा जे करायची इच्छा तू बाळगली आहेस, ते तू करू शकतोस. अर्जुन, नकुल, सहदेव यांना बरोबर घेऊन दुर्योधनाच्या सुटकेसाठी जर तू गेला नाहीस, तर मी जाईन. आपले चुलतभाऊ आणि त्यांच्या निष्पाप बायका यांच्यावर मी हे संकट येऊ देणार नाही. चूक त्यांची आहे, याची मला खात्री आहे. पण तो मुद्दा वेगळा आहे. आपण आपलं कर्तव्य केलं पाहिजे. तू जायला तयार आहेस काय की मी तयार होऊ?''

आपल्या भावाचे हे भावपूर्ण बोलणे ऐकून भीम शांत झाला. युधिष्ठिराला काय सांगायचे आहे, ते त्याला कळले. 'आपण जे केलं

पाहिजे, ते दुसरा कोणीतरी करतो आहे,’ हे वाक्य ऐकल्यावर भीमाला शरम वाटली. तो म्हणाला, “बंधू, मी ताबडतोब जाऊन दुर्योधनाची सुटका करण्याचं वचन देतो.” अर्जुन म्हणाला, “गंधर्व दुर्योधनाची सुटका करतो, हे मी पाहीन. त्यानं जर सुटका केली नाही, तर सगळ्या गंधर्वांचं रक्त ही पृथ्वी प्राशन करील.” कौरवांना ज्या दिशेने नेले होते, त्या दिशेने हे चौघे पांडव निघाले. कैदी घेऊन जाणारे गंधर्वांचे सैनिक त्यांना दिसले. पांडवांनी त्यांना रोखले आणि कैद्यांना सोडण्याची विनंती केली, पण ते ऐकेनात. ते म्हणाले, “आमच्या धन्यानं या कैद्यांना आणण्याची आम्हांला आज्ञा केली आहे आणि ही आज्ञा आम्हांला पाळलीच पाहिजे!” अर्जुन म्हणाला, “विवेकाची भाषा तुम्हांला कळत नाही, तेव्हा तुमच्याबाबतीत मला सौजन्याचा त्याग करावा लागणार. मला दुसरा मार्गच दिसत नाही. मला तुमच्याशी युद्धच करावं लागणार.” चौघाहीजणांनी गंधर्वांच्या सैनिकांवर तीक्ष्ण बाण सोडायला सुरुवात केली.

जोराचे युद्ध झाले. गंधर्व काही कमी प्रतीचे योद्धे नव्हते. दुर्योधन आणि त्याच्या परिवारातील निष्पाप स्त्रिया यांची सुटका करणे हे आपले तातडीचे कर्तव्य आहे, याची जाणीव युधिष्ठिराच्या बोलण्याने बाकी पांडवांना झाली होती. दुर्योधनाची आता सुटका केल्यानंतर पुढे मग योग्य वेळ येताच ते स्वत: त्याच्याशी युद्ध करू शकले असते. युधिष्ठिराने अतिशय हुशारीने त्यांच्या मर्मस्थानावर बोट ठेवले होते. आपल्या सैन्याची परिस्थिती पाहिल्यानंतर गंधर्वांचा प्रमुख युद्धात उतरला आणि लढू लागला. तो आकाशातून लढत होता. गदा आणि बाण यांचा मारा तो वरून करीत होता. अशा तऱ्हेची ही लढाई अर्जुन सहजपणे हाताळू शकत होता. गंधर्व भूमीवर उतरला आणि त्याने स्वत:ची ओळख करून दिली. तो गंधर्व कोण हे कळले, तेव्हा अर्जुन थक्क झाला. तो कुठला तरी एक गंधर्व नव्हता. अर्जुन त्याला चांगला ओळखत होता. अनेकदा ते एकत्र आले होते. तो अर्जुनाचा गुरू आणि प्रिय मित्र चित्रसेन गंधर्व होता. अर्जुन इंद्राच्या दरबारात असताना चित्रसेनाने त्याला नृत्य आणि संगीत शिकवले होते. त्याची ओळख पटताच अर्जुनाने आपले धनुष्य खाली टाकले आणि तो चित्रसेनाकडे धावत गेला. दोघा मित्रांनी एकमेकांना प्रेमाने आलिंगन दिले.

अर्जुनाने चित्रसेनाकडे स्मित करून पाहिले आणि तो म्हणाला,

“माझ्या मित्रा, हा काय प्रकार आहे? आमच्या दुर्योधनाला आणि त्याच्या परिवाराला कैद करून तू का घेऊन चालला आहेस?” चित्रसेन म्हणाला, “ती एक दीर्घकथा आहे. मी जे सांगतो आहे ते काळजीपूर्वक ऐक. ‘आमचा दुर्योधन’ असा तू ज्याचा प्रेमानं उल्लेख केला आहेस, द्वैतवनात आला तो गायींची तपासणी करण्यासाठी नव्हे! तुम्ही दुःखात असलेले आनंदानं पाहण्यासाठी तो इथं आला, सदाचरणी युधिष्ठिराला वल्कलं नेसलेला पाहायला तो इथं आला, शक्तिमान भीमाला रानातल्या वास्तव्यामुळे अशक्त आणि आजारी झालेला पाहण्यासाठी तो इथं आला, माद्रीचे देखणे पुत्र संन्याशासारखे दिसत असलेले, अंगावर चिंध्यांचे कपडे असलेले पाहण्यासाठी तो इथं आला, द्रौपदीची दैना पाहून हसण्यासाठी तो इथं आला, पित्याच्या घरून नुकत्याच परतलेल्या आणि दुःखात असलेल्या अर्जुना, तुला अशा या दीन अवस्थेत पाहण्यासाठी तो इथं आला! अर्जुना, तुझा पिता इंद्र याला त्यांचे हेतू ठाऊक होते. त्यानं मला सांगितलं, की पृथ्वीवर जा आणि दुर्योधनाबरोबर युद्ध करून त्याला कैद कर. त्याची सुटका करण्यासाठी अर्जुनाला आणि त्याच्या भावांना युधिष्ठिर पाठवील. अर्जुन हा तुझा मित्र आणि शिष्य आहे. हे सगळं तू अर्जुनाला सांगू शकतोस. पांडवांनी त्याची ही केलेली अशी सुटका त्याला धडा शिकवील. पांडवांचे उपकार घेतल्याच्या अपमानाखाली त्याला राहावं लागेल. तुझ्या पित्यानं मला अशी आज्ञा केली. आता या पाप्यांची मी सुटका करीन, पण त्यांना मी तुझ्या ताब्यात देणार नाही. तुला युधिष्ठिरानं पाठवलं आहे. या कैद्यांना मी त्याच्या ताब्यात देईन. तो यांचं काय करायचं इच्छील, ते करील.”

ते सगळे युधिष्ठिराकडे गेले. त्याने चित्रसेन गंधर्वाच्या ताब्यातल्या सर्व कैद्यांची सुटका केली आणि तो म्हणाला, “माझ्या प्रिय चित्रसेना, यांची सुटका केल्याबद्दल मी तुझा आभारी आहे. ‘कैदेतून आमची सुटका कर’ अशी आमच्या चुलतभावानं आम्हांला विनंती केली असताना आम्ही त्याला तुझ्या कैदेत राहू दिलं, असा कलंक आता आमच्या नावाला लागणार नाही. यांचं बंधन आता संपलं आहे. ते त्यांना हवं तिथं आता जाऊ शकतात.” चित्रसेन गंधर्वलोकात परत गेला. युधिष्ठिराने दुर्योधनाकडे पाहिले. त्याच्या नजरेत सौजन्य आणि कीव होती, जराही द्वेष नव्हता. तो दुर्योधनाला म्हणाला, “दुर्योधना, पुन्हा असं मूर्खासारखं वागू नकोस. द्वेषातून कधीही सुख मिळत नाही. आता तू तुझ्या राज्यात

परत जा. तुला माझ्या शुभेच्छा आहेत.''

आपला हा प्रचंड अपमान झाल्यामुळे खाली मान घालून युधिष्ठिराच्या समोरून दुर्योधन निघून गेला.

## प्रायोपवेशन

आपले सैन्य घेऊन दुर्योधन आपल्या राज्यात परतला. काही अंतर गेल्यानंतर त्याने आपले सैन्य हस्तिनापुरात परत पाठवले आणि तो एकटा मागे राहिला. तो चालत चालत तिथल्या एका एकांतस्थळी गेला. सगळ्या गोष्टींना विटलेला दुर्योधन तिथे एके ठिकाणी बसला. त्याचे काळाचे भान हरवले होते. त्याचे दुःख त्याच्या चेहऱ्यावर प्रतिबिंबित झाले होते. राहूचे ग्रहण लागलेल्या चंद्रासारखा तो दिसत होता. त्या एकांतस्थळी तो किती वेळ बसून होता, याचे भान त्याला नव्हते. इतक्यात त्याला त्याच्या मागून राधेयाचा आवाज ऐकू आला. राधेय म्हणाला, ''तू गंधर्वांच्या सैन्याचा पराभव केलास, ही सुदैवाची गोष्ट आहे. आपण भेटू, असं मला वाटलं नव्हतं. माझ्यावर झालेल्या बाणांच्या वर्षावाला मी तोंड देऊ शकलो नाही. मी खूप प्रयत्न केला, पण माझ्या शक्तीबाहेरचं ते काम होतं. मयाच्या मदतीनं तो लढत होता. रणांगण सोडणं मला भाग पडलं. मी काही करू शकलो नाही. तुझ्यासारखा दुसरा कोणी नाही. तू जे केलंस, ते मी करू शकलो नाही. तू त्यांना त्यांच्या राज्यात परतून लावलंस. मी तुझं अभिनंदन करतो.''

बिचारा दुर्दैवी दुर्योधन अभिनंदनाचे हे बोलणे फार वेळ सहन करू शकला नाही. त्याच्या डोळ्यांतून अश्रू वाहू लागले, त्याच्या आवाजात वेदना दाटून आली. तो राधेयाला म्हणाला, ''माझ्या मित्रा, तुला काहीच माहीत नाही, असं मला दिसतं आहे. गंधर्वांच्या सैन्याचा मी पराभव केला, असं तुला वाटतं आहे. मी नाही, माझा मामा नाही,

माझे भाऊ नाहीत, आम्ही कोणीच त्यांना तोंड देऊ शकलो नाही. आमचा पूर्ण पराभव झाला.'' जे घडले होते, ते सगळे दुर्योधनाने राधेयाला सांगितले. अर्जुनाने गंधर्वाला 'तू आमच्या दुर्योधनाची आणि त्याच्यासोबत असलेल्या स्त्रीपरिवाराची सुटका केली पाहिजेस,' असे सांगितले, याची माहिती दिली. दुर्योधन पुढे म्हणाला, ''हा गंधर्व अर्जुनाचा मित्र आहे. त्याचं नाव चित्रसेन असं आहे. त्यानं पांडवांना आमच्या सर्व योजनांची माहिती दिली. आम्ही कोणत्या हेतूनं द्वैतवनात आलो, हेही त्यानं त्यांना सांगितलं. मला हे सगळं फार भीतिदायक वाटलं. मला असं वाटतं, की मला शिक्षा करण्यासाठी इंद्रानं या गंधर्वाला पाठवलं आहे. आम्ही इथं कोणत्या हेतूनं आलो, हे त्यानं पांडवांना सांगितल्याचं मला कळलं; तेव्हा मला माझी शरम वाटली. पृथ्वी दुभंग व्हावी आणि तिनं मला गिळून टाकावं, अशी मी प्रार्थना केली. आम्हांला युधिष्ठिराच्या समोर नेलं गेलं. आमचं काय करायचं हे त्याच्यावर सोपवण्यात आलं. राधेया, याच्याहून अपमानकारक काही असू शकतं, असं तुला वाटतं काय? ज्याच्यावर अन्याय केला; त्याच्यासमोर न्याय मिळावा म्हणून उभं राहावं – याहून दुःखदायक दुसरं काही असू शकेल काय? मी, माझे सगळे भाऊ, आमच्या बायका आम्ही सगळे हातपाय बांधलेल्या अवस्थेत आमच्या कट्टर शत्रूसमोर उभं होतो आणि आमच्या या शत्रूनं आम्हांला क्षमा केली होती. युद्धात त्यांचा पराभव करण्याची मी आशा बाळगली होती आणि पराभव करणं जर शक्य झालं नाही, तर मी युद्धात मरण पत्करणार होतो. जो माणूस युद्धात मरण पत्करतो, तो स्वर्गात जातो. रणांगणावर मरण येणं हा माझा गौरव होता. राधेया, सर्वांत दुःखदायक काय घडलं ते ऐक. युधिष्ठिरानं त्याच्या सौजन्यशील नजरेनं माझ्याकडे पाहिलं आणि स्मित केलं. तो मला म्हणाला, 'दुर्योधना, असा मूर्खपणा पुन्हा करू नको. द्वेषातून कधीही सुख निर्माण होत नाही. तू तुझ्या राज्यात परत जा. माझ्या तुला शुभेच्छा आहेत.' राधेया, ऐकलंस ना? युधिष्ठिरानं मला शुभेच्छा दिल्या. या घटनेनंतर मला तोंड दाखवायला जागा उरली नाही. आता मी एक गोष्ट पक्की ठरवली आहे. माझा प्राण या देहातून निघून जाईपर्यंत मी इथून हलणार नाही. मी अन्नपाण्याशिवाय राहीन. अशा तऱ्हेनं माझा जीव द्यायचा मी ठरवलं आहे. माझा सगळा परिवार घेऊन तू हस्तिनापुरात जा. मी त्या नगरात येणार नाही.

आजपर्यंत मी माझ्या शत्रूंच्या मस्तकांवर पाय ठेवून चाललो, शत्रूंच्या छातीवर मी नाचलो, आता माझ्याच दोषानं माझा नाश केला. मी त्यांच्याशी कसा बोलू? माझं भाग्य आणि माझं राज्य यांच्या जोरावर मी आजवर गर्विष्ठपणे, उद्धटपणे वागलो आणि आता माझ्या मूर्खपणामुळे, माझ्या गर्विष्ठपणामुळे मी स्वत:ला या दशेला घेऊन आलो. आता या जागेवर मी उपोषण करून मरेन, हा एकच मार्ग आहे. शत्रूच्या दयेमुळे मला माझं जीवन परत मिळालं आहे. असं जीवन मी जगू कसा शकेन? हा भयानक अपमान माझ्या वाट्याला आला आहे. आजवर मी माझी प्रतिष्ठा गर्वानं जपत आलो. पांडव आता माझ्याकडे बघून हसतील. मला ते सहन होणार नाही. मी मरण पत्करीन. तोच एक मार्ग आहे.''

याच वेळी दु:शासन तिथे आला. राजा दुर्योधन दु:शासनाला म्हणाला, ''दु:शासना, मी काय सांगतो ते ऐक. मी आता नसेन, तेव्हा तू राजा हो. राधेय आणि शकुनी यांच्या मदतीनं तू राज्य कर. तू सर्वार्थानं राजा हो. तू अपराध्याला शिक्षा करशील, तेव्हा न्याय आणि करुणा यांचा मिलाफ झाला पाहिजे. तू हे सर्व विदुरकाकांकडून शिकून घे. ते उत्तम शिक्षक आहेत.'' दुर्योधन राधेयाकडे आला आणि त्याने त्याला प्रेमाने आलिंगन दिले. तो राधेयाला म्हणाला, ''या राज्यात तुझ्याबरोबर सहभागी होण्याची आशा मी बाळगली होती, पण ते सगळं स्वप्न होतं. आता जे घडलं आहे, ते वास्तव आहे.''

दु:शासनाने दुर्योधनाचे पाय धरले. अश्रूंनी त्याचे डोळे भरून गेले होते. तो दुर्योधनाला जाऊ देईना. तो म्हणाला, ''माझ्या बंधू, तू ही कसली चूक करतो आहेस? काय म्हणून तू मरण पत्करणार आहेस? तू मला हे काय करायला सांगतो आहेस? आकाश पृथ्वीवर कोसळो किंवा सूर्य त्याच्या कक्षेतून ढळो, तू मला सांगतो आहेस तसं मी मुळीच करणार नाही. मी असं होऊ देणार नाही. तू मरण पत्करणार आणि मी राजा होणार? महाराज, हेच का आपलं माझ्यावरचं प्रेम? पांडवांप्रमाणेच आम्हा कौरव बांधवांतही प्रेमाचा अनुबंध आहे. आम्ही तुझा गौरव करतो, तू आमचं सर्वस्व आहेस, तू आम्हांला सोडून जायचं ठरवलंस; तर आमच्यापैकी कोणी जगू शकेल काय? कृपा करून आमच्याशी असं वागू नकोस.'' दुर्योधन एखाद्या लहान मुलासारखा मोठ्याने रडू लागला. त्याचे दु:ख असह्य होते. राधेय त्याला म्हणाला,

“इथं दुःख करण्यासारखं काहीही नाही. आम्ही केलेली ही पोरकट मस्करी होती. आम्हांला वाटलं होतं तशी ती यशस्वी झाली नाही. आपण ती विसरून जायला हवी. पांडव मोठ्या मनाचे आहेत, हे आपल्याला पूर्वीपासून ठाऊक होतं. पांडवांनी आपलं कर्तव्य केलं; कारण ज्याच्यावर अन्याय होतो आहे, त्याला मदत करणं हे क्षत्रियाचं कर्तव्य आहे. ही एक दुर्दैवी घटना होती. तू आता आपलं मन घट्ट केलं पाहिजेस. तुला हळवं राहून चालणार नाही. असा हा टोकाचा निर्णय घेऊन तू आम्हांला दुखावता कामा नये. हा विचार सोडून दे आणि परत हस्तिनापुराला ये. अशी दुर्घटना जर झाली, तर आमच्यापैकी कोणी जगू शकेल काय? दुर्योधनाला जर मरण आलं, तर आम्ही या जगात जगण्यासारखं काय उरेल? नाही, काहीही उरणार नाही. तू राज्यात परत चल आणि न्यायानं, प्रेमानं राज्य कर. माझं ऐक. आम्ही तुझ्याशिवाय जगू शकत नाही. तू आमच्याबरोबर राज्यात परत चल. तू जर परतला नाहीस, तर मी परत जाईन असं तुला वाटतं काय? मी तुझ्या पायाशी बसून राहीन. जोपर्यंत तू जिवंत आहेस, तोपर्यंत मी जिवंत राहीन. त्याहून अधिक एक क्षणही मी जिवंत राहाणार नाही.”

एव्हाना शकुनी तिथे हजर झाले होते. करमणूक झाल्याचे स्मित करीत ते दुर्योधनाकडे पाहत होते. ते दुर्योधनाला म्हणाले, “राधेय आणि दुःशासन यांनी तुला जे सांगितलं, ते सगळं तू ऐकलं आहेस. असल्या क्षुल्लक गोष्टीला तू इतकं महत्त्व द्यावंस, हे बरोबर नाही. आत्महत्या करणं क्षत्रियाला शोभत नाही. मी तुझ्यासाठी जिंकलेलं राज्य आणि संपत्ती तू घालवून बसतो आहेस. तुझं दुःख नेभळं आहे. यातनांच्या अनुभवानं त्याला परिपक्वता आलेली नाही, उदारहृदयी पांडवांच्या मोठेपणाला तू तुझ्या दुःखाचं गालबोट लावू नकोस. तुझ्या सज्जन चुलतभावांशी तुझं वागणं दुष्टपणाचं होतं, अशी तुझी खात्री पटली असेल; तर तू त्यांच्यापेक्षाही उदारपणे वागून त्यांच्या औदार्याची परतफेड करू शकतोस. तुझ्या कीर्तीला कलंक लागला, असं जर तुला वाटत असेल; तर कुंतीच्या पुत्रांना त्यांचं राज्य परत देऊन हा कलंक तू पुसून टाकू शकतोस. तू जर असं केलंस, तर तिन्ही लोकांत तुझ्या नावाचा महिमा गाजेल. पांडवांशी मैत्री कर. युधिष्ठिरानं आपल्या भावासारखं तुला वागवलं. तू त्याच्याशी तसाच वागू शकतोस. तू असं का करीत नाहीस? असं वागणं हेच योग्य ठरेल. पण असं वागण्याऐवजी

रागावल्यावर रडका चेहरा करून बसणाऱ्या मुलासारखा वागतो आहेस. मूर्खपणा करू नकोस. तू स्वत: जिवंत असशील, तरच तू तुझ्या शत्रूंना ठार करू शकशील. मूर्खपणाचे विचार सोडून दे.''

दुर्योधन कुणाचेच ऐकेना. 'मला एकटा सोडा,' असेच त्याने सर्वांना सांगितले. त्याने कुश गवत भूमीवर पसरलं आणि ध्यान करण्यासाठी तो त्यावर बसला. त्याचा सर्व लवाजमा आणि परिवार त्याच्यापासून दूर काही अंतरावर गेला आणि तिथे त्यांनी आपला मुक्काम ठेवला. दुर्योधनाने सगळी रात्र कुश गवतावर बसून काढली. एकटा असताना आपली समाधी लागली आहे, असे त्याला वाटले. कदाचित त्याच्या धूर्त दुष्ट मनाने त्याच्याशी संवाद साधला असावा. त्याचा पश्चात्ताप ओसरत होता. कोणीतरी त्याच्याशी बोलतो आहे, असे त्याला वाटले. तो ऐकू लागला : ''तू पृथ्वीवर राज्य करशील. कशासाठी तू मरण स्वीकारतोस? राधेय, दु:शासन, द्रोण आणि अश्वत्थामा हे तुझ्या बाजूनं लढण्यासाठी उभे आहेत. तुला मदत करणारे अनेक मित्र आहेत. पांडवांना किंवा त्यांच्या औदार्याला घाबरण्याचं तुला काय कारण आहे? तू त्यांना सहज ठार करू शकतोस.''

## दुर्योधनाचा राजसूय

सकाळी राधेय दुर्योधनाकडे आला आणि आत्महत्या करणे कसे चुकीचे आहे, हा विचार त्याने सोडून द्यावा हे त्याने त्याला पुन्हा एकदा सांगितले. तो दुर्योधनाला म्हणाला, ''गंधर्वांच्या सैन्याविरुद्ध उभं राहून पांडवांनी तुला मदत केली याचा अर्थ तू त्यांना जे दु:ख दिलंस, त्याचा विसर त्यांना पडला आहे – असा तू मुळीच घेऊ नकोस. त्यांना सगळं आठवतं आहे. तुला भविष्यकाळाची भीती वाटण्याचं कारण नाही. मी अर्जुनाला ठार करीन, तू भीमाला ठार करशील, उरलेल्या तिघा

पांडवांना कुणीही ठार करू शकेल. निराशा झटकून टाक आणि उभा रहा. नवा दिवस उगवला आहे. माझ्या हृदयात नवी आशा उगवली आहे. माझी विनंती तू नाकारणार नाहीस, हीच ती आशा.'' राधेयाचे शब्द आणि एखादे स्वप्न पडावे तसा आदल्या रात्रीचा अनुभव यांनी दुर्योधनाला नवे जीवन दिले. स्मित करीत तो उठून उभा राहिला. राधेयाचे हात त्याने आपल्या हातात घेतले आणि तो म्हणाला, ''राधेया, तू म्हणतोस ते बरोबर आहे. मूर्खासारखा मी आत्महत्या करणार होतो, पण त्यातून तू मला वाचवलंस. मी आत्महत्या करणार नाही. माझे जे शत्रू आहेत, त्या पांडवांशी लढण्यासाठी मी जिवंत राहीन. ते माझे भाऊ नाहीत. मी त्यांना ठार करून या जगाचं राज्य करीन, नाहीतर मी युद्धात मरण पत्करून स्वर्गाचा लाभ घेईन. माझा विचार पक्का आहे.'' आनंदी मनाने ते सगळे हस्तिनापुराला परतले.

कौरवांचे सैन्य हस्तिनापुरात पोचले होते. ते येत असल्याची बातमी आधीच पोचली होती. रानात काय घडले, ते प्रत्येकाला कळले होते. त्याविषयी भीष्मांनी दरबारात हट्टी दुर्योधनाशी बोलण्याचा प्रयत्न केला. भीष्म म्हणाले, ''रानात काय घडलं ते पाहा. गंधर्वाशी तू लढू शकला नाहीस. तुझ्या सगळ्या आशा ज्यावर केंद्रित झाल्या आहेत, तो राधेयसुद्धा लढू शकला नाही. पांडव हे सज्जन आणि उदार आहेत. तुझ्यापेक्षा आणि तुझ्या मित्रांपेक्षा ते अधिक चांगले योद्धे आहेत. तू त्यांच्याशी तह करून शांतता का प्रस्थापित करीत नाहीस?'' हे ऐकून दुर्योधन मोठ्याने हसला आणि दरबाराबाहेर निघून गेला. या सगळ्यांच्या वागण्याने भीष्म वैतागले आणि आपल्या महालात निघून गेले.

त्यानंतर दुर्योधन राधेयाला म्हणाला, ''युधिष्ठिरानं केलेला राजसूय यज्ञ मी पाहिला; तेव्हापासून मलाही राजसूय यज्ञ करावा; असं वाटू लागलं आहे. तुझ्या मदतीनं मी तो करू शकेन, अशी मला खात्री वाटते.'' राधेय म्हणाला, ''अगदी निश्चित! तू यज्ञाची सर्व व्यवस्था कर आणि त्या वेळात मी तुला विरोध करण्याची हिंमत दाखवणाऱ्या राजांना जिंकून येतो.'' दुर्योधनाने पुरोहितांना बोलावून घेतले आणि तो त्यांना म्हणाला, ''मला राजसूय यज्ञ करायचा आहे. तुम्ही त्याची सर्व व्यवस्था करा.'' पुरोहित म्हणाले, ''युधिष्ठिर आणि तुझा पिता हे जोपर्यंत जिवंत आहेत, तोपर्यंत तू राजसूय यज्ञ करणं हे योग्य नव्हे. पण यज्ञ करायचाच, असा जर तुझा आग्रह असेल; तर अर्थातच तो

करायला हवा. तू जागा निश्चित कर. ही जमीन तू तुझ्या हातांनी नांगरली पाहिजेस आणि सभागृहाची इमारत उभी केली पाहिजेस. यज्ञाला सुरुवात करण्यापूर्वी तुला विरोध करणाऱ्या राजांना जिंकून तू जिंकायला हवंस.'' दुर्योधनाने या सर्व अटी मान्य केल्या.

विरोध करणाऱ्या राजांना जिंकून घेण्यासाठी राधेय निघाला. तो येण्यापूर्वी यज्ञाची व्यवस्था पूर्ण करण्यासाठी वेगाने काम सुरू झाले. प्रत्येक गोष्ट तयार होती. कुरुसम्राट करीत असलेल्या राजसूय यज्ञाला येण्याचे आमंत्रण सर्व राजांना देण्यासाठी दूत रवाना झाले. दु:शासनाने एक दूत पांडवांकडे पाठवला. तो त्या दूताला म्हणाला, ''पांडवांकडे जा आणि त्यांना उपस्थित राहण्याचं निमंत्रण दे.'' तो दूत पांडवांकडे गेला आणि त्यांना म्हणाला, ''कौरवसम्राट दुर्योधन राजसूय यज्ञ करणार आहे. सर्वांना निमंत्रणं गेली आहेत. धृतराष्ट्र आणि त्याच्या पुत्रानं तुम्हांला हस्तिनापुरात येण्याचं निमंत्रण देण्यासाठी मला पाठवलं आहे.'' युधिष्ठिर त्या दूताला म्हणाला, ''दुर्योधन राजसूय यज्ञ करतो आहे, हे ऐकून मला अतिशय आनंद झाला आहे. यज्ञाला येण्याचं निमंत्रण आम्ही जर मोकळे असतो, तर नक्कीच स्वीकारलं असतं. पण तेरा वर्षं उलटून गेल्याखेरीज आम्ही हस्तिनापुरात प्रवेश करू शकत नाही.'' भीम म्हणाला, ''तेरा वर्षं उलटल्यानंतर आम्ही हस्तिनापुरात प्रवेश करू. तिथं आम्ही यज्ञ करू. या यज्ञात तुझा राजा आणि त्याचे सर्व अनुयायी हे बळीचे बोकड असतील. हा माझा निरोप तुझ्या राजाला जाऊन सांग.'' दूत परत गेला आणि घडलेले सर्व दुर्योधनाला सांगितले.

मोठ्या दिमाखाने आणि वैभवाने दुर्योधनाने राजसूय यज्ञ केला. अनेक राजे यज्ञाला उपस्थित होते. त्यातले काही कौरवांचे मित्र होते, तर काही राधेयाने जिंकलेले होते. प्रत्येकाच्या हृदयात आनंद भरून राहिला होता. आपल्या पुत्राने राजसूय यज्ञ केला, याचा अतिशय आनंद धृतराष्ट्रांना झाला होता. काहीजणांनी मात्र दुर्योधनाच्या यज्ञाशी पांडवांच्या राजसूय यज्ञाची तुलना केली आणि ते म्हणाले, ''इंद्रप्रस्थात जो राजसूय झाला, त्याच्याशी दुर्योधनाच्या या यज्ञाची तुलनाही करता येणार नाही. त्या यज्ञासारखं वैभव त्याच्या अल्पांशानंही या यज्ञाला नाही. युधिष्ठिराचा राजसूय याहून कितीतरी पटींनी अधिक वैभवशाली होता.'' पण सर्वसामान्य लोकांना दुर्योधनाचा हा समारंभ उत्तम वाटला.

युधिष्ठिराच्या राजसूय समारंभाशी तुलना करता येईल, असाच हाही समारंभ होता, असे त्यांचे मत होते.

समारंभ संपल्यानंतर दुर्योधनाने सर्व वडीलधाऱ्या व्यक्तींचा सन्मान केला आणि तो आपल्या दरबारात परतला. त्याने राधेयाला आलिंगन दिले आणि तो म्हणाला, "राधेया, तुझ्या मदतीमुळेच मी हा राजसूय यज्ञ करू शकलो. तुझ्या मदतीनंच मी पांडवांचा या जगातून नाश करीन आणि या सर्व जगावर राज्य करीन. मला कोणीही प्रतिस्पर्धी उरणार नाहीत." राधेय म्हणाला, "अनेकदा मी हेच बोललो आहे. पण तुमच्या आनंदासाठी मी ते पुन्हा सांगतो. युद्धात मी अर्जुनाचा वध करीन, अशी मी प्रतिज्ञा करतो, हे जोपर्यंत मी करीत नाही, तोपर्यंत तुझ्या हृदयाच्या गाभ्यापर्यंत माझा प्रवेश होणार नाही. ही माझी प्रतिज्ञा मी जोपर्यंत पूर्ण करीत नाही; तोपर्यंत मी माझे पाय धुणार नाही, मांसाहार करणार नाही, मद्य प्राशन करणार नाही."

आपल्याविषयी राधेयाची ही भक्ती पाहून दुर्योधनाला अतिशय आनंद झाला. तो म्हणाला, "या महान राधेयाचा मला आधार असताना मी भविष्याची चिंता कशाला करू? माझ्या दृष्टीनं पांडव हे मृतांतच जमा आहेत."

## जयद्रथ

पांडवांच्या वनवासाचे ते अखेरचे वर्ष होते. आता त्यांनी अकरा वर्षे पुरी केली होती. हे वर्ष त्यांना अतिशय कठीण होते. युधिष्ठिर त्यांच्यात सर्वांत अधिक दुःखी होता. आपल्या मूर्खपणामुळे द्रौपदीला आणि आपल्या भावांना हे सारे हाल सोसावे लागले, याचे युधिष्ठिराला अतिशय वाईट वाटत होते. या विचारांनी त्याने अनेक रात्री झोपेशिवाय काढल्या होत्या. जीव न घेता सतत वेदना देणारा बाण आपल्या उरात

कायमचा खुपसून ठेवला आहे, असे त्याला वाटत होते. त्या अविस्मरणीय दिवशी त्याच्याविषयी इतरांनी बोललेला प्रत्येक शब्द त्याला आठवत होता. आपल्या हृदयातला राग नियंत्रणात ठेवण्याचा तो सतत प्रयत्न करीत होता. त्याला असा दु:खी पाहून इतर भाऊ एक शब्दही बोलत नव्हते. त्यांना अतिशय वाईट वाटत होते.

हस्तिनापुराहून युधिष्ठिराचे हेर आले आणि त्यांनी त्याला राधेयाने घेतलेल्या प्रतिज्ञेविषयी माहिती दिली. ही गोष्ट ऐकून युधिष्ठिर अत्यंत अस्वस्थ झाला. सामने झाले त्या दिवसापासून युधिष्ठिर आपली मन:शांती हरवून बसला होता. राधेयाच्या थोरवीची त्याला जाणीव होती आणि राधेय आपली प्रतिज्ञा खरी करील या भीतीमुळे त्याचा जीव व्याकूळ झाला होता. अर्जुनाचा मोठेपणा त्याला ठाऊक होता, पण तरीही राधेय त्याच्यापेक्षा वरचढ आहे, असेही त्याला वाटत असे. युधिष्ठिराची अस्वस्थता वाढत होती. द्वैतवनात राहण्याचा आता आपल्याला कंटाळा आला आहे, वर्षाचे उरलेले दिवस आता आपण परत काम्यक वनात जाऊन राहू या – असे तो आपल्या भावांना म्हणाला. भावांनी त्याला संमती दिली. द्वैतवन सोडून आपल्याबरोबरच्या सर्वांना घेऊन ते काम्यक वनाकडे जायला निघाले.

पाचही पांडव एक दिवस शिकारीला गेले होते. धौम्य ऋषींबरोबर एकटी द्रौपदी आश्रमात राहिली होती. त्याचवेळी सिंधू देशाचा राजा जयद्रथ आश्रमाच्या जवळून जात होता. तो शाल्व देशात जायला निघाला होता. आश्रमाच्या दारात उभी असलेली द्रौपदी जयद्रथाला दिसली. ती कोण हे त्याला ठाऊक नव्हते. त्याला एक सुंदर स्त्री दिसली होती, इतकेच. रात्रीच्या वेळी कडाडणारी वीज जशी आकाश उजळून टाकते, तसे द्रौपदीने ते गडद रान आपल्या सौंदर्याने उजळून टाकले होते. जयद्रथ आपल्या मित्राला म्हणाला, "मला ती स्त्री हवी आहे. तू जा आणि ती कोण आहे याची चौकशी करून ये." त्याने सांगितल्याप्रमाणे त्या मित्राने केले. तो परत आला आणि कीव केल्यागत हसून जयद्रथाला म्हणाला, "मला वाईट वाटतं, माझ्या मित्रा, तिला स्पर्श करणंही धोक्याचं आहे. पराक्रमी पांडवांची ती पत्नी आहे. शहाणा असशील, तर तिच्याविषयीच्या सर्व आशा सोडून दे आणि ठरल्याप्रमाणे शाल्व देशाला जा. आपण ताबडतोब इथून निघू या."

आपल्या मित्राचा सल्ला जयद्रथाने मानला नाही. तो आश्रमात

गेला. आपण जयद्रथ असल्याचे त्याने द्रौपदीला सांगितले आणि पांडवांचे कुशल विचारले. द्रौपदी त्याला म्हणाली, ‘‘आपल्याला पाहून मला आनंद झाला आहे. आपण या आसनावर बसा आणि काही वेळ थांबा. पांडव शिकारीला गेले आहेत. थोड्या वेळानं ते येतीलच. मग त्यांच्याशी आपली भेट होईल.’’ जयद्रथ आपल्या मनातले बोलू लागला. तो म्हणाला की, ‘‘मी तुला पाहिलं आणि तुझ्या प्रेमात पडलो. जे तुला सुख आणि सुरक्षितता देऊ शकत नाहीत, अशा तुझ्या या नवऱ्यांना तू सोड आणि माझ्याबरोबर ये.’’ त्याचे हे बोलणे ऐकून द्रौपदीला धडकी भरली. आपला मेहुणा–दु:शालेचा नवरा असे काही बोलू शकेल, हे तिच्या कल्पनेपलीकडचे होते. तिचे संतापाचे आणि तिरस्काराचे शब्द ऐकून तो अधिकच हट्टाला पेटला. त्याने तिला उचलले आणि तो आपल्या रथाकडे घेऊन गेला. जयद्रथाच्या सैन्यासमोर धौम्य ऋषी काहीच करू शकत नव्हते. गरीब बिचाऱ्या द्रौपदीच्या किंकाळ्या ऐकत ते असाहाय्य होऊन पाहत राहिले. पांडव येण्याची वाट बघणे इतकेच ते करू शकत होते.

काही अपशकुन घडलेले युधिष्ठिराला दिसले आणि त्याला जाणीव झाली की, कसले तरी संकट आपल्यावर येते आहे. पांडव तातडीने आश्रमाकडे जायला निघाले. जयद्रथ द्रौपदीला उचलून घेऊन गेल्याचे त्यांना धौम्य ऋषींकडून कळले. पाचही पांडव जयद्रथाचा शोध घेत निघाले. त्यांनी जयद्रथाला गाठले आणि त्याला आव्हान दिले. शिकारीला गेलेले पांडव इतक्या लवकर परत येतील, असे जयद्रथाला वाटले नव्हते. त्याचे आणि पांडवांचे युद्ध सुरू झाले. जयद्रथाच्या सैन्याचा सामना करणे सोपे नव्हते, पण पांडवांनी त्या सैन्याचा धुव्वा उडवला. सिंधू देशाचा राजा जयद्रथ याचा बघता बघता पराभव झाला. द्रौपदीला आपल्या रथात तशीच सोडून जयद्रथाने रथातून बाहेर उडी टाकली आणि तो पळून गेला. त्या रथाकडे सहदेव धावत गेला. द्रौपदीला बांधलेले दोर सोडवून त्याने तिची सुटका केली. द्रौपदीला घेऊन सहदेव त्या रथातून उतरला. जयद्रथाच्या सैन्यावर भीमाने बाणांचा प्रचंड वर्षाव सुरू केला. अर्जुनाने भीमाला थांबवले. तो भीमाला म्हणाला, ‘‘भीमा, ही कत्तल थांबव. ज्याच्यामुळे हे सगळं घडलं, तो युद्धातून पळून गेला आहे. बिचाऱ्या सैनिकांना ठार करण्यात अर्थ काय? धन्याचा त्यांना हुकूम आहे, म्हणून ते लढताहेत. त्यांच्यावरचा

तुझा हल्ला शौर्याला शोभणारा नाही.'' भीम युधिष्ठिराला म्हणाला, ''माझ्या आदरणीय बंधू, तू आपल्या राणीला आश्रमात घेऊन जा. अर्जुन, नकुल आणि सहदेव यांनाही सोबत घेऊन जा. आता माझ्याविषयी म्हणशील, तर ज्यानं द्रौपदीच्या अंगावर हात टाकला, त्या नराधमाला ठार केल्याशिवाय मी इथून हलणार नाही. असं करणारा माणूस नंतर जिवंत राहिलेला मी अजून पाहिलेला नाही.'' युधिष्ठिर म्हणाला, ''माझं ऐक. मी तुला त्याला ठार मारू देणार नाही. हे करायला माझी मना आहे. तो आपल्या कुटुंबाचा जावई आहे. आपली आई गांधारी आणि धाकटी बहीण दुःशाला यांच्यासाठी त्याला आपण सोडून दिलं पाहिजे.''

पळून गेलेल्या राजा जयद्रथाला भीम आणि अर्जुन यांनी गाठला. त्यांनी कठोर शब्दांनी त्याची निर्भर्त्सना केली. ती सहन न होऊन बिचारा जयद्रथ युद्धाला उभा राहिला. भीम आणि अर्जुन यांनी त्याचा सहज पराभव केला. केवळ इतक्यानेच भीमाचे समाधान झाले नाही. भीमाने त्याचे केस धरले, त्याला जमिनीवर लोळवला आणि त्याचे मस्तक आपल्या पायाखाली तुडवले. जयद्रथ बेशुद्ध झाला. जमिनीवर आडव्या पडलेल्या जयद्रथापासून भीमाला अर्जुनाने मोठ्या कष्टाने दूर केले. जयद्रथाचे केस वेडेवाकडे कापून भीमाने त्याला विद्रूप केले. जयद्रथ शुद्धीवर आला असल्याचे भीमाला कळले. तो जयद्रथाला म्हणाला, ''अरे भिकार किड्या, तू अजून जिवंत आहेस, याचं तुला आश्चर्य वाटतं आहे काय? तू अजून जिवंत राहिलास ते माझ्यामुळे नव्हे! तुला ठार करावं, असंच मला वाटत होतं. तू वाचलास तो माझ्या भावामुळे. माझा भाऊ युधिष्ठिर याचं गांधारी मातेवर अतिशय प्रेम आहे. पराभूत शत्रूचा छळ करू नये, असं मानणाऱ्या अर्जुनामुळे तू वाचलास. तुला ठार करायला मी जराही मागेपुढे पाहणार नव्हतो. मी तुला माझ्या भावापुढे उभा करतो. तुझं काय करायचं, हे त्यालाच ठरवू दे.'' अर्जुन आणि भीम या कैद्याला घेऊन युधिष्ठिराकडे गेले. जयद्रथाकडे पाहून युधिष्ठिराला त्याची दया आली. त्याला सोडून दे, असे त्याने भीमाला सांगितले. जयद्रथ मान खाली घालून निघून गेला. पांडवांकडून त्याचा फार मोठा अपमान झाला होता. या अपमानाखेरीज दुसरा कोणताही विचार त्याच्या मनात येत नव्हता. आपल्या राज्यात परत जायला तो तयार नव्हता.

*अर्जुन आणि भीम जयद्रथाला घेऊन युधिष्ठिराकडे गेले. जयद्रथाकडे पाहून युधिष्ठिराला त्याची दया आली. त्याला सोडून दे, असे त्याने भीमाला सांगितले.*

तिथे गंगेच्या तीरावर जयद्रथाने तपश्चर्येला सुरुवात केली. आपल्या तपाने शंकराला प्रसन्न करून घेण्याचे त्याने ठरवले. बरेच दिवस तो तिथे तप करीत राहिला. त्याच्या तपाने प्रसन्न होऊन भगवान शंकर त्याच्यापुढे प्रकट झाले आणि त्यांनी 'तुला काय हवं आहे?' असे त्याला विचारले. जयद्रथ म्हणाला, "सर्व पांडवांना युद्धात पराभूत करावं, अशी माझी इच्छा आहे." भगवान शंकर त्याला म्हणाले, "हा प्रश्नच येत नाही. तुला हा वर देणं मला शक्य नाही. पांडवांना जिंकणं किंवा त्यांना ठार मारणं शक्य नाही. मी स्वतः जरी त्यांच्याशी लढलो, तरी मी त्यांना जिंकू शकणार नाही. ते अजिंक्य आहेत. प्रत्यक्ष विष्णूचा अवतार असलेल्या कृष्णाचं त्यांना संरक्षण आहे. पण अर्जुन आणि कृष्ण हजर नसताना जर तुझी आणि पांडवांची गाठ पडली; तर तू त्यांना युद्धाचं आव्हान देऊ शकशील, इतकी शक्ती मी तुला देतो. याहून अधिक काही मी तुला देऊ शकत नाही." निदान इतके तरी आपल्याला मिळाले, याचा जयद्रथाला अतिशय आनंद झाला.

जयद्रथाविषयीची ही घटना घडून गेल्यानंतर काही दिवसांनी पांडवांना भेटण्यासाठी मार्कंडेय ऋषी काम्यक वनात आले. मन दुखावलेल्या युधिष्ठिराला त्यांच्या येण्यामुळे खूप बरे वाटले. गोष्टी सांगून आणि सल्ला देऊन ते युधिष्ठिराचे सांत्वन करीत असत. एकदा ते त्याला म्हणाले, "दुर्दैवाला तोंड द्यावं लागणारा तू एकटाच राजा आहेस, असं मानू नकोस." याचे उदाहरण म्हणून त्यांनी त्याला निषध देशाच्या नल राजाची गोष्ट सांगितली होती. आता त्यांनी त्याला रामायणाची आणि सावित्रीची गोष्ट सांगितली. शहाणपणा आणि पतिभक्ती यांच्या जोरावर सावित्रीने यमालाही थोपवून धरले होते. मूर्तिमंत शहाणपण असेच मार्कंडेय ऋषी होते. युधिष्ठिर किती दुःखी आहे, हे त्यांना ठाऊक होते. आत्मनिर्भर्त्सनेच्या आगीत जळत असलेल्या दुर्दैवी युधिष्ठिराचे वनवासाचे शेवटचे वर्ष त्यांनी सुसह्य केले.

वनवासाचे शेवटचे वर्ष पांडवांना पूर्वीच्या वर्षांहून अधिक क्लेशाचे गेले. उरलेला हा काळ त्यांना असह्य वाटत होता. एक वर्ष आणि अधिक काही महिने आणि त्यानंतर ते धृतराष्ट्रांच्या पुत्रांना अन् दुष्ट राधेयाला ठार करणार होते. राधेयाविषयी युधिष्ठिराला वाटणारी भीती दिवसेंदिवस वाढत होती. द्यूताचा डाव सुरू होता, तेव्हा राधेय अतिशय क्रूर शब्दांनी द्रौपदीला बोलला होता. त्यावेळी आपल्या भावांपेक्षाही

युधिष्ठिर अधिक अस्वस्थ झाला होता. रात्रंदिवस आपला देह ज्वराने पेटतो आहे, असे त्याला वाटत होते. भीमाला आणि द्रौपदीला संयम पाळा, असे तो इतके दिवस सांगत आला होता. 'आमच्या दुःखाविषयी तुला काहीच वाटत नाही,' असा आरोप हे दोघे त्याच्यावर करीत असत. इतके क्षमाशील, सहनशील असणे क्षत्रियाच्या बाबतीत अस्वाभाविक आहे - असे त्यांचे म्हणणे होते. पण संयम पाळणे, धर्माच्या मार्गावरून पाऊल न ढळू देणे ही गोष्ट युधिष्ठिराला किती कठीण जात होती याची त्यांना कल्पनाही नव्हती. युधिष्ठिराच्या संयमाचा बांध आता फुटण्याची वेळ आली होती. तो न बोलता हा सगळा ताण सोसत होता. आपले दुःख, आपली वेदना तो कुणालाही दिसू देत नव्हता. वनवासाचे अखेरचे महिने असे गेले. तो इतका अस्वस्थ झाला की, पुन्हा आपली मुक्कामाची जागा बदलावी असे त्याला वाटू लागले. तेव्हा तो पुन्हा आपल्या भावांसह चित्रासारख्या सुंदर असलेल्या द्वैतवनात राहायला गेला.

## मरणाचे सरोवर

पांडव तेव्हा द्वैतवनात राहत होते. तिथला त्यांचा मुक्काम आता काही महिन्यांपुरताच उरला होता. एक दिवस युधिष्ठिराला विनंती करण्यासाठी एक ब्राह्मण त्याच्याकडे आला. तो युधिष्ठिराला म्हणाला की, त्याच्या झोपडीत एक हरीण शिरले आणि अग्नी करण्यासाठी ठेवलेल्या काटक्या घेऊन गेले. या काटक्या एकमेकांवर घासून जो अग्नी निर्माण करतात त्याला अरणी असे म्हणतात. सकाळी उठल्यानंतर या काटक्या घासून आधी अग्नी तयार करण्याचा हा धार्मिक विधी असतो. या अग्नीची आधी पूजा केली जाते आणि मगच दिवसाची सुरुवात होते. कुठलेही घर या अग्नीशिवाय असता कामा नये. त्या

ब्राह्मणावर हे संकटच आले होते. त्या हरिणाच्या शिंगात अडकलेल्या काटक्या परत आणून देण्याची विनंती त्याने पांडवांना केली. पांडव उठले आणि त्या हरिणाचा शोध घेत निघाले. बऱ्याच अंतरावर त्यांना ते हरीण दिसले, पण अचानक दृष्टिआड झाले. काय करावे हे पांडवांना कळेना. त्या ब्राह्मणाचे समाधान आपण करू शकत नाही, यामुळे युधिष्ठिर दु:खी झाला. मनाने उदास झालेले, तहानभुकेने व्याकूळ झालेले पांडव एका विशाल वटवृक्षाखाली बसले आणि हे संकट आपल्यावर का आले, याचा विचार करू लागले. विनंती घेऊन आलेल्या ब्राह्मणाचे आपण समाधान करू शकत नाही, हे पांडवांच्या दृष्टीने संकटच होते. नकुल युधिष्ठिराला म्हणाला, "आपण धर्माच्या मार्गावरून कधीही ढळलेलो नाही. असं असताना आपल्यावर हे संकट का यावं?" युधिष्ठिर त्याला म्हणाला, "वत्सा, संकटं कधी एकटी येत नाहीत, अनेक संकटांना सोबत घेऊनच ती येतात, हे तुला ठाऊक नाही काय? त्यांना सहन करणं इतकंच आपण करू शकतो. त्यांच्या येण्याची कारणं शोधणं हे आपलं काम नव्हे. त्यांना आपल्याकडे पाठवण्यात आलं आहे. आपण त्यांना सहन केलं पाहिजे."

भीम म्हणाला, "हे संकट आपल्यावर का आलं, त्याचं कारण मला कळलं आहे. त्या पापी दु:शासनानं द्रौपदीला दरबारात खेचत आणली, तेव्हा मी जर त्याला ठार केलं असतं; तर हे संकट आपल्यावर आलं नसतं. त्याला मी जिवंत राहू दिला, हे माझ्या हातून पाप घडलं. हे संकट त्या पापाचं फळ आहे." अर्जुन म्हणाला, "त्या दिवशी राधेयानं द्रौपदीचा अपमान केला, तेव्हा मी सहनशीलता दाखवायला नको होती. माझ्या हातून हे पाप घडलं आहे. त्याचे शब्द माझ्या काळजात घुसले, तरीही मी त्याला ठार केलं नाही. त्यामुळे हे संकट आलं आहे." सहदेव म्हणाला, "त्या दिवशी शकुनी द्यूत खेळत असतानाच मी त्याला ठार केला असता, तर आमच्यावर हे संकट आलंच नसतं." हे ऐकून युधिष्ठिर त्यांच्याकडे पाहून हसला आणि म्हणाला, "भूतकाळाकडे पाहून जर-तर करण्याची ही वेळ नव्हे. आपल्याला लागलेली असह्य तहान भागवायची कशी, हाच या क्षणीचा खरा प्रश्न आहे. नकुल, तू झाडावर चढ आणि आजूबाजूला कुठं पाणी दिसतं का ते पाहा. तहानेनं आपण मरतो आहोत." सांगितल्याप्रमाणे त्याने केले. नकुल म्हणाला, "काही अंतरावर पाण्याचं सरोवर मला दिसतं आहे."

हे ऐकून सर्वांना आनंद झाला. युधिष्ठिर त्याला म्हणाला, "वत्सा, ताबडतोब जा आणि सर्वांसाठी पाणी घेऊन ये." नकुल धावतच त्या सरोवराकडे गेला.

नकुल सरोवराकडे पोचला. ते थंडगार पाणी जणू प्राशनाचे निमंत्रणच देत होते. तो जवळ गेला आणि ते पाणी पिणार, इतक्यात कुठूनतरी आवाज आला. तो आवाज म्हणाला, "माझ्या प्रश्नांची उत्तरं जोपर्यंत तू देत नाहीस, तोपर्यंत तू हे पाणी पिता कामा नयेस किंवा ते घेऊन जाता कामा नयेस." त्याला अतिशय तहान लागली होती. त्याने त्या आवाजाच्या बोलण्याकडे दुर्लक्ष केले आणि ते थंडगार पाणी तो प्याला. त्या क्षणी नकुल मरून पडला.

उरलेले पांडव नकुल पाणी घेऊन येण्याची वाट पाहत होते. बराच वेळ झाला, तरी नकुल परत येईना. तेव्हा त्याचा शोध घेण्यासाठी युधिष्ठिराने सहदेवाला पाठवले. सहदेव सरोवराकडे गेला. तिथे त्याला आपला भाऊ मरून जमिनीवर पडलेला दिसला. ते दृश्य पाहून त्याला धक्काच बसला. पण तरीही त्याला लागलेली तहान इतकी जबरदस्त होती की, तो त्याच्याप्रमाणेच त्या सरोवराचे पाणी प्याला. त्यालाही त्या अज्ञात आवाजाने 'पाणी पिऊ नकोस,' असा इशारा दिला होता. पण त्यानेही तो ऐकला नाही. आपला भाऊ नकुल याच्याप्रमाणे तोही मरून पडला. युधिष्ठिराने त्यानंतर अर्जुनाला आणि मग भीमाला पाठवले. तेही परत आले नाहीत. युधिष्ठिर कोड्यात पडला, त्याच्या मनात अनेक कुशंका येऊ लागल्या. तेव्हा तो स्वतःच त्या सरोवराकडे जायला निघाला. तो तिथे पोचला, तेव्हा त्याला धक्काच बसला. त्याचे सगळे भाऊ मरून पडलेले त्याला दिसले.

युधिष्ठिर सुन्न झाला. तो म्हणाला, "हे झालं तरी कसं? युद्ध झाल्याची एकही खूण इथे दिसत नाही. हे चौघेजण लढल्याशिवायच मारले गेले, यावर विश्वास ठेवणं अशक्य आहे. काहीतरी विश्वासघात झाल्याचं दिसतं आहे. हे कसं झालं असेल?" दुःखाने हृदय भरलेला युधिष्ठिर आपल्या लाडक्या भावांच्या मृत देहांकडे पाहत उभा राहिला. त्याच्या गुडघ्यातले बळ गेल्यासारखे झाले. आपण आता बेशुद्ध पडणार, असे त्याला वाटू लागले. कसाबसा तो जमिनीवर बसला. हे इतके भयंकर संकट होते की, त्याचे डोळेच सुकून गेले, अश्रू उरलेच नाहीत. आपल्या दोन्ही हातांत आपले डोके धरून निश्चल बसलेला

युधिष्ठिर दगडात कोरल्यासारखा दिसत होता. तो स्वत:शीच म्हणाला, 'आता आमच्या चुलतभावांना आनंद होईल. दुर्योधनाचं स्वप्न प्रत्यक्षात आलं. शकुनीला जे करायचं होतं, ते घडून आलं. कसलीही चाहूल लागू न देता त्यांनी पाठवलेल्या हेरांनी माझ्या भावांचा वध केलेला दिसतो आहे. माझ्या आईच्या आणि द्रौपदीच्या डोळ्यांतल्या प्रश्नांना आता मी काय उत्तर देऊ? या माझ्या चारही भावांना माझ्यामुळे इतकी वर्षं दु:ख भोगावं लागलं आणि आता आमचं स्वातंत्र्य अगदी जवळ आलं असताना माझ्या या भावांचा वध झाला! या जगात मी आता कसा जगू? त्यांच्याऐवजी मी का नाही मारला गेलो? त्यांच्यावर अशी उडी घालणारा तो मृत्यू आहे कुठं? त्यानं अजून माझ्यावर का उडी घातली नाही?' दु:खामुळे युधिष्ठिर जणू वेडा झाला होता! त्याचे डोळे त्या सरोवराच्या थंड पाण्याकडे वळले आणि त्याची तहान जागी झाली. तो पाण्याजवळ गेला आणि आता पाणी पिणार, इतक्यात तो अपार्थिव आवाज त्याला ऐकू आला. 'काही प्रश्नांची उत्तरं दिल्याशिवाय तू पाणी पिता कामा नये,' असे तो आवाज म्हणाला. तो आवाज कुणाचा हे कळावे, म्हणून युधिष्ठिर सभोवार पाहू लागला. तेव्हा तो आवाज म्हणाला, "तुझे भाऊ एकामागून एक इथं आलेले मी पाहिले. पाणी पिऊ नका, असं मी त्यांना सांगितलं; पण त्यांनी माझं ऐकलं नाही. ते पाणी प्याले आणि मरून पडले. मी यक्ष असून हे सरोवर माझ्या मालकीचं आहे." युधिष्ठिराचे अश्रू गळ्यात दाटून त्याचा आवाज घोगरा झाला होता. त्याने त्या यक्षाला विचारले, "तू कोण यक्ष आहेस? रुद्रांपैकी तू एक आहेस काय? तू मारुतांचा प्रमुख आहेस काय? प्रचंड शक्तिमान अशा माझ्या भावांचा एका फटक्यात जीव घेणारा तू आहेस तरी कोण? माझे भाऊ अजिंक्य आहेत. कोणीही अगदी देवसुद्धा त्यांच्यापैकी एकाचाही वध करू शकत नव्हता. पण तू तर या चौघांनाही ठार मारलंस. ते आपला जीव वाचवण्यासाठी लढूही शकले नाहीत. तुझं मला कौतुकही वाटतं आहे आणि भयही वाटतं आहे. ज्यानं माझ्या भावांची अशी अवस्था केली, तो कोण आहे, हे मला कळायला हवं आहे. तुझी शक्ती पाहून मी थक्क झालो आहे. कृपा करून माझ्यासमोर प्रकट हो. मला तुला पाहायचं आहे." यक्ष युधिष्ठिरासमोर प्रकट झाला. तो भीतिदायक दिसत होता.

यक्षाच्या शक्तीला युधिष्ठिराने प्रणाम केला आणि तो म्हणाला,

"तुझ्या दर्शनानं माझा सन्मान झाला आहे. माझ्या विनंतीला तू मान दिलास, हा तुझा मोठेपणा आहे. मी तुझा कृतज्ञ आहे." यक्ष युधिष्ठिराला म्हणाला, "तुझ्या भावांनी माझं ऐकलं नाही. मी तुलाही सांगतो आहे, की हे सरोवर माझं आहे. तू माझ्या काही प्रश्नांची उत्तरं जोपर्यंत देत नाहीस, तोपर्यंत तू या सरोवराचं पाणी पिता कामा नयेस." युधिष्ठिर म्हणाला, "यक्षदेवा, तू जे सांगतो आहेस, त्याकडे दुर्लक्ष करून मी तुझा अपमान करणार नाही. तू म्हणतोस, की हे सरोवर तुझं आहे. तसं असेल, तर तुझी परवानगी मिळेपर्यंत या पाण्याला स्पर्शही करायचा मला अधिकार नाही. तुझ्या अटी मला मान्य आहेत. तू मला प्रश्न विचार. माझ्या कुवतीनुसार त्यांची उत्तरं देण्याचा मी प्रयत्न करीन."

## यक्षप्रश्न

यक्ष युधिष्ठिराला म्हणाला, "तुझा भाऊ अर्जुन यानं आपला जीव वाचवण्यासाठी लढण्याचा प्रयत्न केला. आपल्या बाणांनी मला ठार करण्याची धमकी त्यानं दिली. त्याच्याकडे असलेली दिव्य अस्त्रं त्यानं माझ्यावर फेकली, पण त्यांचा माझ्यावर काहीही परिणाम झाला नाही. मी त्याला माझ्या प्रश्नांची उत्तरं द्यायला सांगितलं. पण त्यानं नकार देऊन तो पाणी प्याला आणि मरून पडला. तुझी नम्रता पाहून मी प्रसन्न झालो आहे. मी तुला नीतिशास्त्रावरचे काही प्रश्न विचारणार आहे. त्यांची उत्तरं तू दे.

युधिष्ठिर म्हणाला, "मला मान्य आहे."

मग प्रश्नोत्तरे सुरू झाली...

प्रश्न : सूर्य कोणामुळे उगवतो?

उत्तर : ब्रह्ययामुळे सूर्य उगवतो.

प्रश्न : त्याची साथ कोण करतो?

उत्तर : त्याची साथ देव करतात.

प्रश्न : सूर्याला कोण मावळायला लावतं?

उत्तर : धर्म सूर्याला मावळायला लावतो.

प्रश्न : सूर्याची प्रस्थापना कशात असते?

उत्तर : सूर्याची प्रस्थापना सत्यात असते.

प्रश्न : माणूस विद्वान कशामुळे होतो?

उत्तर : श्रुतींच्या अभ्यासामुळे माणूस विद्वान होतो.

प्रश्न : माणसाला महानतेची प्राप्ती कशामुळे होते?

उत्तर : तपोबलामुळे माणसाला महानतेची प्राप्ती होते.

प्रश्न : माणसाचा खरा स्नेही कोण?

उत्तर : स्थिर बुद्धी हाच माणसाचा खरा स्नेही.

प्रश्न : या स्थिर बुद्धीची प्राप्ती कशी होते?

उत्तर : वडीलधाऱ्यांची सेवा केल्यानं बौद्धिक समृद्धी लाभते.

प्रश्न : ब्राह्मणांना पवित्र का मानतात?

उत्तर : कारण ते वेदांचा अभ्यास करतात.

प्रश्न : कोणत्या आचरणामुळे ब्राह्मण धर्मनिष्ठ मानले जातात?

उत्तर : तपाचरणामुळे.

प्रश्न : ब्राह्मणांना दैवी का मानलं जात नाही?

उत्तर : कारण ब्राह्मण हे मर्त्य असतात.

प्रश्न : क्षत्रियांची महत्ता कशात असते?

उत्तर : क्षत्रियांची महत्ता त्यांच्या शस्त्रांत असते.

प्रश्न : क्षत्रियांना पावित्र्य कशामुळे लाभतं?

उत्तर : यज्ञ केल्यामुळे.

प्रश्न : मर्त्य असल्यामुळे ब्राह्मण दैवी ठरत नाहीत, मग क्षत्रियांचं काय?

उत्तर : भयामुळे क्षत्रिय दैवी ठरत नाहीत.

प्रश्न : एखादा माणूस सर्व प्रकारची इंद्रियसुखं घेतो. तो बुद्धिमान आहे, लोक त्याचा आदर करतात, तो लोकप्रिय आहे. तो श्वासोच्छ्वास करतो; तरीही तो जिवंत नाही, असं म्हणतात. का?

उत्तर : कारण तो देवांना, अतिथींना, सेवकांना आणि पितरांना काही देत नाही.

प्रश्न : पृथ्वीपेक्षा अधिक वजनदार कोण?

उत्तर : मातेचं वजन पृथ्वीहून अधिक.
प्रश्न : स्वर्गाहूनही अधिक उच्च कोण?
उत्तर : पिता.
प्रश्न : वाऱ्याहूनही अधिक चपळ कोण?
उत्तर : मन.
प्रश्न : गवताहूनही अधिक संख्या कुणाची?
उत्तर : मनातल्या विचारांची.
प्रश्न : सर्वांत मोठा सद्‌गुण कोणता?
उत्तर : औदार्य.
प्रश्न : सर्वांत मोठी कीर्ती कोणती?
उत्तर : दान देणाऱ्याची.
प्रश्न : स्वर्गाहून श्रेष्ठ काय?
उत्तर : सत्य.
प्रश्न : सर्वांत मोठं सुख कोणतं?
उत्तर : सदाचरण.
प्रश्न : माणसाचा आत्मा कोण?
उत्तर : त्याचा पुत्र.
प्रश्न : देवांनी माणसाला दिलेला मित्र कोण?
उत्तर : माणसाची पत्नी.
प्रश्न : माणसाचा मुख्य आधार कोण?
उत्तर : मेघ.
प्रश्न : माणसाचा मोठेपणा कशात आहे?
उत्तर : दानात.
प्रश्न : सर्वांत प्रशंसा कशाची होते?
उत्तर : कौशल्याची.
प्रश्न : सर्वांत मूल्यवान ठेवा कोणता?
उत्तर : ज्ञान.
प्रश्न : सर्वांत मोठी मिळकत कोणती?
उत्तर : आरोग्य.
प्रश्न : सर्वांत मोठं सुख कोणतं?
उत्तर : समाधान.
प्रश्न : या जगात सर्वश्रेष्ठ कर्तव्य कोणतं?

उत्तर : कुणालाही इजा न करणं.
प्रश्न : कुणावर नियंत्रण ठेवलं की पश्चात्ताप कधीही होत नाही?
उत्तर : मनावर.
प्रश्न : कशाचा त्याग केल्यावर तुम्ही लोकांना आवडता?
उत्तर : गर्वाचा.
प्रश्न : कशाचा त्याग केल्यावर तुम्ही श्रीमंत होता?
उत्तर : वासनेचा.
प्रश्न : कशाचा त्याग केला की पश्चात्ताप होत नाही?
उत्तर : क्रोधाचा.
प्रश्न : कशाचा त्याग केल्यानं माणूस सुखी होतो?
उत्तर : लोभाचा.
प्रश्न : सन्मार्गाची स्थापना कोण करतो?
उत्तर : जे चांगले आहेत, ते चांगला मार्ग स्थापन करतात.
प्रश्न : संन्यासाची खूण कोणती?
उत्तर : स्वधर्मपालन.
प्रश्न : खरा ताबा कोणता?
उत्तर : मनावरचा ताबा.
प्रश्न : क्षमा म्हणजे काय?
उत्तर : शत्रुत्व सहन करणं.
प्रश्न : शरम म्हणजे काय?
उत्तर : करू नये अशा कृत्यापासून परावृत्त होणं.
प्रश्न : ज्ञान कशाला म्हणतात?
उत्तर : दिव्यत्वाचं ज्ञान हे खरं ज्ञान.
प्रश्न : शांती म्हणजे काय?
उत्तर : हृदयाची शांती ही खरी शांती.
प्रश्न : दया म्हणजे काय?
उत्तर : सर्वांच्या सुखाची इच्छा करणं.
प्रश्न : साधेपणा म्हणजे काय?
उत्तर : भावनांचा समतोल म्हणजे साधेपणा.
प्रश्न : कुठला शत्रू अजिंक्य असतो?
उत्तर : क्रोध.
प्रश्न : कुठला रोग कधीही बरा होत नाही?

उत्तर : लोभ.

प्रश्न : कुणाला प्रामाणिक मानावं?

उत्तर : जो सर्वांच्या सुखाची इच्छा करतो त्याला.

प्रश्न : अप्रामाणिक कुणाला मानावं?

उत्तर : ज्याच्या ठिकाणी दया नाही त्याला.

प्रश्न : अज्ञान म्हणजे काय?

उत्तर : स्वतःच्या कर्तव्यांचं ज्ञान नसणं.

प्रश्न : गर्व म्हणजे काय?

उत्तर : आपण कर्ता आहोत किंवा दुःख भोगणारे आहोत, अशी जाणीव.

प्रश्न : आळस म्हणजे काय?

उत्तर : आपलं कर्तव्य न करणं.

प्रश्न : दुःख म्हणजे काय?

उत्तर : अज्ञान म्हणजे दुःख.

प्रश्न : सहनशीलता म्हणजे काय?

उत्तर : इंद्रियांना ताब्यात ठेवणं.

प्रश्न : खरं स्नान किंवा प्रक्षालन कोणतं?

उत्तर : मनाची अस्वच्छता दूर करणं.

प्रश्न : दया म्हणजे काय?

उत्तर : सर्व जिवांचं रक्षण करणं.

प्रश्न : दुष्टता म्हणजे काय?

उत्तर : इतरांविषयी वाईट बोलणं.

प्रश्न : माणूस ब्राह्मण कशामुळे होतो? आचरणामुळे? जन्मामुळे? अध्ययनामुळे? विद्वत्तेमुळे?

उत्तर : जन्म, अध्ययन, विद्वत्ता यांपैकी कशानंही माणूस ब्राह्मण होत नाही. आचरणामुळे माणूस ब्राह्मण होतो. ज्याचं आचरण निर्दोष, तो माणूस निर्दोष असतो. दुराचरणामुळे माणसाची कायमची अपकीर्ती होते. माणसाचं वर्तन जर योग्य नसेल, तर ब्राह्मण होण्यासाठी वेदांचा अभ्यास उपयोगी पडत नाही.

प्रश्न : जो सर्वांना आवडेल असं बोलतो, त्याला कोणतं पारितोषिक मिळतं?

उत्तर : तो सर्वांना आवडतो – हेच पारितोषिक.

प्रश्न : जो विवेकानं वागतो, त्याला काय मिळतं?

उत्तर : तो ज्याची इच्छा धरतो ते मिळतं.

प्रश्न : खूप मित्र असणाऱ्या माणसाला काय मिळतं?

उत्तर : तो समाधानानं जगतो.

प्रश्न : सद्‌गुणांची भक्ती करणाऱ्याला काय मिळतं?

उत्तर : त्याला परलोकात सुखासन प्राप्त होतं.

प्रश्न : या जगातली सर्वांत आश्चर्यकारक गोष्ट कोणती?

उत्तर : मोजता येणार नाहीत इतकी माणसं दररोज मरणाच्या मंदिरात प्रवेश करीत असतात. हे दृश्य पाहूनही मागं उरलेली माणसं आपण इथं कायम राहाणार आहोत, आपण अमर आहोत असा विश्वास बाळगतात. यापेक्षा आश्चर्यकारक काही असू शकतं काय?

प्रश्न : सन्मार्ग कोणता?

उत्तर : युक्तिवाद कोणत्याही निश्चित निष्कर्षाकडे नेत नाही. एका श्रुतीच्या अर्थापेक्षा दुसऱ्या श्रुतीचा अर्थ वेगळा असतो. ज्याचं मत अचूक मानावं, असा एकही ऋषी नाही. धर्म आणि कर्तव्य यांच्याबद्दलचं सत्य गुहेत दडलेलं असतं आणि म्हणून ज्याच्यावरून थोर माणसं चालत गेली आहेत, तोच सन्मार्ग मानावा.

प्रश्न : बातमी कशाला म्हणावे?

उत्तर : अज्ञानानं भरलेलं हे जग एखाद्या कढईसारखं आहे. सूर्य हा अग्नी आहे. दिवस आणि रात्री इंधन आहेत. महिने आणि ऋतू लाकडी दांडा आहेत. या जगाच्या कढईत सर्व प्राणिमात्रांना शिजवणारा काळ हा स्वयंपाकी आहे. हीच बातमी आहे.

प्रश्न : खरा माणूस कोणाला म्हणावं?

उत्तर : प्रत्येकाच्या सत्कृत्यांचा अहवाल स्वर्गापर्यंत जाऊन पोचतो आणि सगळ्या पृथ्वीवर पसरतो. ज्याचा हा अहवाल टिकून राहतो, त्यालाच माणूस म्हणावं.

प्रश्न : सर्व प्रकारची संपत्ती ज्याच्याकडे आहे, असा माणूस कोण?

उत्तर : जो माणूस आवड आणि नावड, सुख आणि दुःख, भूत आणि भविष्य या गोष्टी समान मानतो; त्याच्याकडेच सर्व प्रकारची संपत्ती आहे, असं मानावं.

ही उत्तरे ऐकून यक्ष युधिष्ठिराला म्हणाला, "तू दिलेली उत्तरं ऐकून

मी प्रसन्न झालो आहे. या जगातला तू सर्वांत शहाणा आणि सद्‌गुणी माणूस आहेस. माझी प्रसन्नता व्यक्त करण्यासाठी मी तुला एक वर देईन. तुझ्या कोणत्याही एका भावाला जिवंत करून मी तुला परत देतो. यासाठी कोणत्या भावाची निवड करायची, हे ठरवण्याचं स्वातंत्र्य तुला आहे.'' हे ऐकून युधिष्ठिर यक्षाला म्हणाला, ''कृपा करून माझा श्यामल, तरुण, देखणा भाऊ नकुल याला परत जिवंत करून पाठव.'' युधिष्ठिराने नकुलची निवड केलेली पाहून यक्ष थक्क झाला. तो युधिष्ठिराला म्हणाला, ''मला तुझं आश्चर्य वाटतं. भीम तुला आवडतो, हे मला ठाऊक आहे. युद्धात विजय मिळवण्यासाठी तू अर्जुनावर अवलंबून आहेस. गेली काही वर्षं तो या विजयाचीच तयारी करतो आहे. भीम किंवा अर्जुन यांची निवड तू का केली नाहीस? धृतराष्ट्रांच्या सर्व पुत्रांना भीमानं ठार केलं असतं. शक्तिमान शरीर आणि जबरदस्त क्रोध असलेला भीम तुला प्रिय आहे. जिवंत करण्यासाठी तू भीमाचं नाव का सुचवलं नाहीस? अर्जुनाचं का नाही? नकुलाचं नाव तू का सुचवलंस?''

युधिष्ठिर म्हणाला, ''धर्मापासून ढळण्यापेक्षा मी मरण पत्करणं पसंत करीन. मी धर्मापासून कदापि ढळणार नाही, हे जगाला कळावं, अशी माझी इच्छा आहे. कुंती आणि माद्री या माझ्या पित्याच्या दोन भार्या होत्या. या दोघींचेही पुत्र जगावेत, अशी माझी इच्छा आहे. मी कुंतीचा पुत्र आणि नकुल माद्रीचा पुत्र आहे. या माझ्या दोन्ही मातांवर माझं सारखंच प्रेम आहे. एकीचं हृदय दुःखी आणि दुसरीचं आनंदी, असं मी करणार नाही आणि म्हणून माझ्या भावांपैकी नकुल हा जिवंत झाला पाहिजे.''

युधिष्ठिराची उदात्तता पाहून यक्ष अतिशय प्रसन्न झाला. तो म्हणाला, ''तू थोर आहेस. तुझ्यासारखा दुसरा माणूस कधीही आणि कोठेही मला दिसणार नाही. तुझ्या सगळ्या भावांना मी जिवंत करतो.''

ज्या क्षणी तो हे बोलला; त्या क्षणी गाढ झोपेतून जागे व्हावे, तसे त्याचे चारही भाऊ उठून उभे राहिले. त्यांची तहानभूक आणि थकवा नाहीसा झाला होता.

युधिष्ठिराने आपल्या भावांना पुनःपुन्हा आलिंगन दिले. त्याच्या डोळ्यांतून अश्रू वाहू लागले. तो यक्षाच्या पाया पडला आणि म्हणाला, ''यक्षदेवा, तू कोण आहेस हे जाणून घेण्याची माझी इच्छा आहे. तू यक्ष

नाहीस. धर्माच्या बारीकसारीक छटा कुठलाही यक्ष जाणत नाही. तू त्या जाणतोस. तू स्वर्गलोकातला कोणी देव असला पाहिजेस. आम्हांला प्रिय असा तू कोणीतरी आहेस. कदाचित तू आमचा पिता पंडू असावास. तू कोणीही अस, पण तू जो आहेस तसा प्रकट हो. तू कोण आहेस, हे जाणून घ्यायला मी अतिशय उत्सुक आहे.''

आपले भीतिदायक रूप यक्षाने टाकून दिले आणि आपल्या मूळ नैसर्गिक रूपात तो प्रकट झाला. त्याने युधिष्ठिराकडे हसून पाहिले आणि तो म्हणाला, ''मी तुझा पिता धर्म आहे. मला तुला भेटून तुझ्याशी बोलायचं होतं. मी तुझ्यावर प्रसन्न झालो आहे. या तुझ्या भावांबरोबर तू हे जग जिंकशील. पण तू त्याआधीच माझं राज्य जिंकून घेतलं आहेस. न्यायबुद्धी हे ते माझं राज्य आहे. तू जे जिंकलं आहेस, त्याच्यासमोर या पृथ्वीवरचे सर्व विजय क्षुल्लक आहेत. तुझं महान नाव लोक सदैव स्मरतील. कलियुगात जे कोणी तुझं नाव उच्चारतील, ते मला प्रिय होतील. ही महानता चार नावांनाच लाभली आहे : निषधराज नल, तुझं नाव, श्रीरामाची पत्नी सीता आणि चौथं नाव आहे तुम्हांला सर्वांना प्रिय असलेल्या कृष्णाचं. ब्राह्मणाच्या झोपडीतून चोरीला गेलेल्या अरणी या काटक्या मीच चोरल्या होत्या. तू या सरोवराकडे यावंस, अशी माझी इच्छा होती. तू त्या अरणी आता त्या ब्राह्मणाला देऊ शकतोस. मी तुला आणखी एक वर देतो. तुझा बारा वर्षांचा वनवास संपला आहे. शेवटचं आणि अत्यंत कठीण वर्ष आता आलं आहे. तुमच्या सर्वांच्या अंगावर धर्माचं चिलखत आहे. माझी तुमच्यावर कृपा असल्यामुळे मी तुम्हांला आश्वासन देतो, की अज्ञातवासाच्या शेवटच्या वर्षांत तुम्हांला कोणीही ओळखणार नाही. अज्ञातवासाच्या काळात तुम्हांला इच्छा होईल तिथं तुम्ही जाऊ शकता. तुम्ही कोण आहात, हे कोणीही ओळखू शकणार नाही.''

युधिष्ठिराला अनावर आनंद झाला. तो आपल्या पित्याला भेटला होता. तो त्याच्या पाया पडला आणि त्याच्या पायांचे त्याने पुनःपुन्हा चुंबन घेतले. त्याने आपल्या पित्याच्या पायांवर डोके ठेवले, तेव्हा त्याला रडू आवरेना. तो त्यांना म्हणाला, ''प्रभो, मला आयुष्यात दुसरं काहीही नको आहे. तुमच्या दिव्य रूपाचं दर्शन मला झालं. मी माझ्या पित्याला पाहिलं. तुम्ही दिलेले सगळे वर मी कृतज्ञतापूर्वक स्वीकारीन. पण हे धर्मदेवा, तुमच्याकडून आणखी एक वर मला हवा आहे.'' धर्म

म्हणाले, "तुला हवा तो वर माग. मी तो तुला देईन." युधिष्ठिर म्हणाला, "धर्मदेवा, मी माझ्या सहा भयंकर शत्रूंवर युद्धात विजय मिळवावा, असा मला वर द्या. मोह, क्रोध, लोभ, डस्वार्थ, औद्धत्य आणि असूया हे ते शत्रू आहेत. माझं मन सदैव सत्याला धरून राहील, हा वर मला द्या. याशिवाय या जगात मला काहीही नको आहे."

धर्माने स्मित केले आणि तो युधिष्ठिराला म्हणाला, "वत्सा, जे तुझ्याजवळ आहे, तेच तुला देण्याची गरज नाही. तू तुझ्या शत्रूंवर आधीच विजय मिळवला आहेस. माझ्या मुलांनो, जा आणि सुखी व्हा. तुमचं दुःख लवकरच संपेल. मी तुमच्या बाजूचा आहे. मी जिथं आहे, तिथं सदैव विजय असेल. जिथं कृष्ण, तिथं मी सदैव असेन. जोपर्यंत तू माझं स्मरण करतो आहेस, तोपर्यंत तुला कोणीही इजा करू शकणार नाही. माझ्या तुम्हांला शुभेच्छा आहेत."

पांडवांची वनवासाची बारा वर्षे संपत आली होती. अत्यंत कठीण असे अज्ञातवासाचे अखेरचे वर्ष उरले होते. त्यांना अज्ञातवासात असताना ओळखण्याचा आणि पुन्हा बारा वर्षे वनवासात पाठवण्याचा दुर्योधन जास्तीत जास्त प्रयत्न करणार, हे त्यांना ठाऊक होते. पहिल्या बारा वर्षांपेक्षा अज्ञातवासाचे हे वर्ष पांडवांना कठीण वाटत होते. पण पांडव जराही भ्याले नाहीत. धर्माच्या आश्वासनाने त्यांना नवा हुरूप आला होता. पांडव अज्ञातवासाच्या योजना आखू लागले.

विराटपर्व

*बकवच्चिन्तयेदर्थान् सिंहवच्च पराक्रमेत्।*
*वृकवच्चावलुम्पेत शशवच्च विनिष्पतेत्॥*

बगळ्याप्रमाणे आपल्या उद्दिष्टावर लक्ष ठेवावे, सिंहाप्रमाणे पराक्रम गाजवावा, लांडग्याप्रमाणे बेसावध शत्रूवर अचानक हल्ला करावा आणि कोंडीत सापडल्यास सशाप्रमाणे अलगद निसटून जावे.

**शान्तिपर्व**

# अज्ञातवास

आपल्या अवतीभोवती राहणाऱ्या सर्व माणसांना युधिष्ठिराने एकत्र बोलावले आणि तो त्यांना म्हणाला, "आम्ही पांडवांनी बारा वर्षं वनवासात आणि एक वर्ष अज्ञातवासात काढायचं असं ठरलं आहे, हे तुम्ही जाणता. तुमची सर्वांची सोबत असल्यामुळे वनवासाची ही बारा वर्षं आम्ही पूर्ण केली. तुमची साथसंगत नसती, तर आमचं हे दुर्दैव सहन करणं आम्हांला कठीण गेलं असतं. वनवासाची बारा वर्षं आता संपली आहेत. तेव्हा आता तुमचा निरोप घ्यायला तुम्ही आम्हांला परवानगी द्यावी, अशी आमची विनंती आहे. आता हे तेरावं वर्ष आम्हांला अज्ञातवासात काढायचं आहे. या काळात कोणीही आम्हांला ओळखता कामा नये, आम्ही कुठं आहोत हे कोणालाच कळता कामा नये. हे वर्ष संपलं, की माझं राज्य मला परत मिळेल आणि तुमचा सहवास मला कायमचा, अगदी कायमचा लाभेल." हे बोलत असताना युधिष्ठिराचा आवाज त्याच्या मुखातून बाहेर फुटेना. दुःखाने तो खाली कोसळला. तो जवळजवळ बेशुद्ध झाला होता. या साऱ्या लोकांना सोडून कुठेतरी अज्ञातवासात आपण जायचे आहे; हा विचारच त्याला सहन होईना.

धौम्य ऋषींनी युधिष्ठिराचे सांत्वन केले आणि ते पांडवांना म्हणाले की, काळ्या ढगांना बाजूला सारून सूर्य जसा आपल्या तेजासह प्रकट होतो; त्याप्रमाणेच हे अज्ञातवासाचे वर्ष संपले, की पांडव आपल्या तेजासह प्रकट होतील. भीमाने युधिष्ठिराला शांत केले आणि त्याला हुरूप दिला. युधिष्ठिराने वनवासी सोबत्यांचा निरोप घेतला. त्यांनी

पांडवांना शुभेच्छा दिल्या आणि ते परत गेले. द्रौपदी आणि धौम्य ऋषी यांच्यासोबत पांडव एकांतस्थळी गेले आणि भविष्यकाळाच्या योजनांचा विचार करू लागले. युधिष्ठिर म्हणाला, ''आपल्या अज्ञातवासासाठी कुठल्या ठिकाणाची निवड आपण करावी, याविषयी तुमची मतं मला जाणून घ्यायची आहेत. दुर्योधन आणि त्याचे हेर यांच्यापासून आपण सुरक्षित असलं पाहिजे.'' अर्जुन म्हणाला, ''अनेक सुंदर स्थळं आहेत. त्यातली काही आपण निवडू शकतो. पांचाळ, मत्स्य, शाल्व, विदेह, द्वारका, कलिंग, मगध ही नावं मी सुचवू शकतो. विराट ही नगरी एखाद्या चित्रासारखी सुंदर आहे, असं मी ऐकलं आहे. अशी आणखीही काही नगरं आहेत. अशा नगरात आपल्याला कोणी ओळखू शकणार नाही. तू यातलं कोणतंही नगर निवड, तुझी निवड आम्हांला मान्य असेल.'' युधिष्ठिर म्हणाला, ''सर्व गोष्टींचा विचार करता तू सुचवलेलं मत्स्य देशातलं विराट ही नगरी आपल्या दृष्टीनं सोईस्कर आहे, असं मला वाटतं. पांचाळ किंवा द्वारका इथं जायला मला आवडलं असतं, पण दुर्योधन आधी या ठिकाणी आपला शोध घेण्याची शक्यता आहे. इतर जे देश आहेत, त्यांच्या राजांविषयी मला फारशी माहिती नाही; पण मत्स्य देशाचा राजा हा चांगला माणूस आहे. त्याच्या औदार्याबद्दल तो प्रसिद्ध आहे. शिवाय तो तरुण नाही. तो मला नक्कीच आवडेल. आपण पुढले बारा महिने विराट या नगरीतच घालवू, हे आता नक्की ठरलं. पण तिथं आपण कुठला वेष घेऊन राहायचं? तेसुद्धा आपण आताच ठरवायला हवं.''

हे तेरावे वर्ष पांडवांना जसे काळजीचे वाटले, तसे ते त्यांना साहसाचेही वाटले. त्या वर्षीच्या योजनांची ते उत्साहाने चर्चा करू लागले. पण अचानक युधिष्ठिराचे धाकटे भाऊ खिन्न झाले. अर्जुन युधिष्ठिराला म्हणाला, ''तू या पृथ्वीचा राजा आहेस. वनवासातल्या बारा वर्षांत तुला कोणाचीही आज्ञा पाळावी लागली नाही. तू कोणाच्याही आज्ञेखाली कसा राहू शकशील? कुठल्याही राजाचा मांडलिक तू कसा राहू होशील? तू कुठल्याही धन्याचा चाकर असता कामा नये, मला ही कल्पनाही सहन होत नाही.'' युधिष्ठिराने स्मित केले आणि अर्जुनाचा हात आपल्या हातात घेतला. त्याने अर्जुनाचे डोळे हळुवार पुसले आणि तो म्हणाला, ''अर्जुना, दुःखी होऊ नकोस. मी कुणाचाही अपमान सहन करणार नाही. मी राजाचा दरबारी नव्हे, राजाचा मित्र होईन. माझं

ऐक. मी राजाकडे जाईन आणि माझं नाव कंक आहे, असं त्याला सांगेन. या जगात ज्याला फारसा रस राहिलेला नाही, अशा माणसाला शोभतील अशी वस्त्रं मी परिधान करीन. वेद आणि तत्त्वज्ञान यांचं माझं ज्ञान सखोल आहे, असं मी त्याला सांगेन. तुळशीच्या आणि स्फटिकाच्या माळा मी माझ्या गळ्यात घालीन आणि सारा दिवस मी जपमाळ ओढीत बसेन. मी द्यूत खेळण्यात प्रवीण आहे, असंही मी त्याला सांगेन.'' इथे युधिष्ठिराचा चेहरा मिस्कील स्मिताने उजळला. त्याच्याकडे पाहणाऱ्या भीमाकडे त्याने पाहिले आणि त्यानंतर भूमीकडे नजर वळवली. लज्जेची भावना त्याच्या चेहऱ्यावर उमटली. युधिष्ठिर पुढे म्हणाला, ''मी सारा दिवस त्याच्या सहवासात राहीन. माझे हे बारा महिने आनंदात जातील, असं मला वाटतं आहे.'' युधिष्ठिराचे विचार सर्वांना आवडले. मत्स्य देशाचा राजा आपल्या भावाला सन्मानाने वागवील, अशी त्यांना खात्री होती.

युधिष्ठिर भीमाला म्हणाला, ''माझ्या लाडक्या भीमा, अज्ञातवासाचे बारा महिने तू आपली शक्ती आणि क्रोध नियंत्रणाखाली कसा ठेवशील? द्रौपदीला हव्या असलेल्या काही फुलांसाठी तू राक्षसांच्या सगळ्या सैन्याचा नाश केलास. मनाविरुद्ध जरा काही झालं, की तुझे डोळे तांब्यासारखे लाल होतात. बारा महिने इतरांच्या आज्ञा झेलत तू विराटनगरीत कसा काय राहशील, हे मला कळत नाही. माझ्या भीमा, तुझ्या काय योजना आहेत?'' भीम हसून म्हणाला, ''माझ्या प्रिय बंधू, तू माझी काळजी करू नकोस. मी कोणती भूमिका करायची, हे मी ठरवलं आहे. राजाच्या स्वयंपाकघरातला मी मुख्य स्वयंपाकी होणार. स्वयंपाक करणं हा माझा आवडता छंद आहे, हे तुला ठाऊक आहे. चवदार पदार्थ तयार करण्याची मला आवड आहे. माझ्या या सगळ्या आवडींचा आता मी फायदा घेईन. मी राजाकडे जाईन आणि तुझ्या स्वयंपाकघराचा ताबा तू माझ्याकडे दे, असं मी त्याला सांगेन. कुस्ती खेळण्यात मी फार प्रवीण आहे, हेही मी त्याला सांगेन. त्याची व्यायामशाळा मी माझ्या ताब्यात घेईन, कुस्तीची कला मी तरुण मुलांना शिकवीन. राजाला हे आवडेल, याची मला खात्री आहे. मी पूर्वी कुठं काम केलं आहे, असं त्यानं विचारलं; तर मी सांगेन, की मी युधिष्ठिराच्या स्वयंपाकघरात काम केलं आहे. युधिष्ठिर आता वनवासात असल्यानं मला इतरत्र काम शोधणं भाग पडलं आहे. मत्स्य देशाचा

राजा हा युधिष्ठिरासारखाच आहे, असं मी ऐकल्यामुळे त्याच्याकडे काम करण्याची माझी इच्छा आहे. माझ्या सांगण्यावर त्याचा विश्वास बसेल अशी माझी खात्री आहे. माझं नाव बल्लव आहे असं मी सांगेन."

युधिष्ठिर अर्जुनाला म्हणाला, "माझ्या प्रिय अर्जुना, तुझ्या काय योजना आहेत? आपलं शौर्य लपवून एखाद्या लाचार सेवकासारखा तू कसा वागू शकशील, हे मला कळत नाही! माझ्यामुळे तुम्हांला हा त्रास भोगावा लागतो आहे, त्याचं मला वाईट वाटतं." अर्जुन म्हणाला, "माझा बदललेला वेष कोणता असेल, याचा विचार मी आधीच करून ठेवला आहे. ऊर्वशीनं दिलेला शाप तुला आठवत असेलच. एका वर्षासाठी तो शाप मला भोगावा लागणार, असं इंद्रानं मला सांगितलं आहे. या वर्षी तो उपयुक्त ठरेल, असंही त्यानं मला सांगितलं आहे. सव्यसाची असल्यानं माझ्या दोन्ही खांद्यांवर घट्टे आहेत, हे सगळ्यांना ठाऊक आहे. त्यांच्यामुळे मी ओळखला जाता कामा नये. बायका घालतात तसा पोलका मी घातला, तरच हे घट्टे मी झाकू शकेन. मी लांब केस ठेवीन, कारण त्यांनी माझे रुंद खांदे झाकले जातील. नाचणं, गाणं, वाद्यं वाजवणं या कला मला उत्तम येतात आणि या कला मी उत्तम शिकवू शकतो, असंही मी राजाला सांगेन. राजाला मी असंही सांगेन, की तुझ्या जनानखान्यातल्या स्त्रियांना या कला मी शिकवीन. ऊर्वशीच्या शापामुळे एक वर्ष माझ्यात पुरुषत्व राहणार नसल्यामुळे जनानखान्यात माझी नेमणूक करण्यात राजाच्या मनात कसलीही कुशंका असणार नाही. माझं नाव बृहन्नडा आहे, असं मी सांगेन."

युधिष्ठिराने नकुलाकडे पाहिले आणि तो म्हणाला, "माझ्या प्रिय वत्सा, माझ्या देखण्या नकुला, तुझं सौंदर्य आणि तुझा रुबाब तू लपवणार कसा? तू अतिशय संवेदनशील आहेस, तू चटकन दुखावला जातोस. ही सेवकाची भूमिका तू कितपत निभावू शकशील?" नकुलाने स्मित केले आणि तो म्हणाला, "माझ्या प्रिय बंधू, अश्वांना शिक्षण देण्याच्या कलेत मी निपुण आहे, हे तुला ठाऊक आहे. त्यांना वश कसं करून घ्यायचं, हे मी जाणतो. मी सांगितलेलं ते ऐकतात, मला हवं ते मी त्यांच्याकडून करवून घेऊ शकतो. हे माझं कौशल्य राजाला मी दाखवून देईन. आपल्या अश्वशाळेत तो मला काम करू देईल. राजाचे घोडे माझ्या ताब्यात असतील. माझं नाव ग्रांथिक आहे असं मी सांगेन."

युधिष्ठिराने शेवटी सहदेवाला बोलावलं आणि तो त्याला म्हणाला, ''सहदेवा, माझ्या वत्सा, तू बृहस्पतीहून बुद्धिमान आहेस, शुक्राचार्यांहून तू राजकारणात चतुर आहेस, पाच पांडवात सर्वांत शहाणा तूच आहेस, तू सर्वज्ञ आहेस. तुझ्याशी तुलना होऊ शकेल, असा अन्य कोणी नाही. आमच्या मातेचा तू लाडका आहेस. आम्ही हस्तिनापूर सोडून निघालो; तेव्हा तू भेटणार नाहीस, याचं तिला अतिशय दुःख झालं. एका सामान्य माणसाचा सेवक म्हणून तुला मी कसं काम करू द्यावं? माझ्या सहदेवा, तुझ्या काय योजना आहेत?'' सहदेवाने हलकेच स्मित केले आणि तो म्हणाला, ''बंधुराज, मी आता लहान बाळ राहिलेलो नाही. माझ्या भावांइतक्याच चतुराईनं मी राजाला हाताळू शकेन. माझं गाईंविषयीचं ज्ञान मी राजाला दाखवून देईन. विराट हा असा राजा आहे, की गोधन हीच त्याची मोठी संपत्ती आहे. माझा भाऊ जसा घोड्यांना हाताळू शकतो, तसा मी गाई-बैलांना हाताळू शकतो. माझं नाव तंतिपाल आहे, असं मी सांगेन!''

युधिष्ठिराने द्रौपदीकडे पाहिले. तुझ्या मनात कोणत्या योजना आहेत, हा प्रश्न तिला विचारताना तो दुःखी झाला. तो म्हणाला, ''द्रौपदी, तू आम्हांला आमच्या प्राणांहूनही अधिक प्रिय आहेस. तू आमच्या मातेचीही लाडकी आहेस, तू अतिशय नाजूक आहेस, तू कष्ट कसे करू शकशील? तू काय करणार आहेस? तुझी आणि तुझ्या संवेदनशील स्वभावाची मला फार काळजी वाटते. आधीच तू खूप त्रास सहन केला आहेस. असेच आणखी बारा महिने तुला काढायचे आहेत. मला सांग, तू काय करणार आहेस?'' द्रौपदीने त्याच्याकडे पाहून प्रेमळ स्मित केले आणि ती म्हणाली, ''महाराज, तुम्ही अस्वस्थ का होता? या जगाचे राजे असलेले तुम्ही जर सेवकाची हलकी कामं करू शकता, भीम जो तुमच्याशिवाय कोणाचीही आज्ञा मानत नाही, तो जर राजाच्या स्वयंपाकघरात काम करतो, इंद्रालाही आव्हान देणारा जगातला सर्वश्रेष्ठ धनुर्धर माझा अर्जुन जर नाचगाणी करण्याचं काम करतो, श्यामल, देखणा नकुल जर घोड्यांच्या शाळेत काम करतो, बुद्धिमान आणि कुलीन सहदेव गोशाळेत काम करतो; तर अज्ञातवासातले हे बारा महिने सुरक्षित आणि लवकर जावेत यासाठी जे लहानसं काम माझ्या वाट्याला येईल ते मी करू नये काय? माझं नाव सैरंध्री आहे, असं मी सांगेन. मी राणीला सांगेन, की स्त्रियांना नटवण्याच्या कामात

मी प्रवीण आहे. मी राणीला सांगेन, की निरनिराळ्या प्रकारच्या शंभर केशरचना मी करू शकते, फुलांचे तऱ्हातऱ्हांचे हार मी गुंफू शकते आणि मी तिला दाखवून देईन, की तिच्या अंगाला लावण्यासाठी तऱ्हातऱ्हांचे सुगंध माझ्याकडे आहेत. माझ्यातली ही सगळी कौशल्यं माहीत झाल्यानंतर मला आपल्यासोबत राहण्याची संधी राणी कधीही नाकारू शकणार नाही. मी माझी काळजी घेईन. आपण विराटनगरीत जाऊ या.'' या सगळ्या योजना ऐकून युधिष्ठिर खूष झाला. नवे साहस करायला त्याचे मन उत्सुक झाले. पांडवांनी द्वैतवन सोडले आणि ते काम्यक वनात गेले. तिथून ते यमुनेच्या तीरावर पोचले. वाटेत अनेक सुंदर वने आणि उद्याने त्यांनी पाहिले. मत्स्य देशाच्या सीमेवर ते पोचले. तिथे त्यांनी धौम्य ऋषींचा निरोप घेतला. युधिष्ठिर म्हणाला, ''तुम्ही पांचाळ देशात द्रुपदाच्या दरबारात जा. आम्ही कुठं आहोत, ते द्रुपदालाही सांगू नका. त्याला इतकंच सांगा, की पांडवांच्या अज्ञातवासाला प्रारंभ होतो आहे आणि त्यांनी मला तुझ्या दरबारात पाठवलं आहे. पांडवांनी द्वैतवन सोडलं आहे, याहून अधिक त्याला काहीही सांगू नका.''

द्रौपदी म्हणाली, ''राजधानीचं नगर अजून खूप दूर आहे. मी खूप थकले आहे. आपण रात्रीची इथंच विश्रांती घेऊ आणि सकाळी प्रवासाला निघू.'' आणखी काही अंतर पुढे जाऊन मग विश्रांती घ्यावी, असे युधिष्ठिराच्या मनात होते आणि म्हणून त्याने काही अंतर द्रौपदीला उचलून न्या, असे नकुल-सहदेव यांना सांगितले. नकुल आणि सहदेव हे आधीच अतिशय थकले होते. विराटनगरीच्या सीमेपर्यंत अर्जुनाने द्रौपदीला उचलून नेले. तो तिला उचलून नेतो आहे, हे दृश्य सुंदर होते. वल्कले परिधान केलेला अर्जुन वक्षाशी विद्युतरेखा धरलेल्या पावसाळी ढगासारखा दिसत होता.

# शमीवर शस्त्रे

अज्ञातवासाच्या काळात शस्त्रे कुठे ठेवावीत, हा पांडवांसमोरचा मोठा प्रश्न होता. "ही शस्त्रं सोबत घेऊन जर आपण नगरात प्रवेश केला, तर रस्त्यात खळबळ माजेल. कोणाचंही लक्ष आपण वेधून घेता कामा नये. आपला प्रिय चुलतभाऊ दुर्योधन यानं जागोजाग आपले हेर पेरलेले आहेत." असे युधिष्ठिर म्हणाला, तेव्हा सर्व भावांचे यावर एकमत झाले. युधिष्ठिर त्यानंतर म्हणाला, "हे गांडीव धनुष्य तर प्रसिद्ध आहे. ते कुणाला दिसता कामा नये. आपल्यापैकी कुणीही एकजण जरी सशस्त्र दिसला, तरी ही वार्ता हस्तिनापुरात पोहोचेल. मग पाचजणांच्या शस्त्रांचं काय? ही शस्त्रं काळजीपूर्वक गुंडाळून कुणालाही दिसणार नाहीत अशा ठिकाणी ठेवली पाहिजेत. अज्ञातवास संपल्यावर पुढल्या वर्षी ती नेण्यासाठी आपण येऊ शकतो." अर्जुन म्हणाला, "हे स्मशान आहे. ते नगराच्या अगदी पलीकडे आहे आणि तो तिथं पाहा- या स्मशानात एक प्रचंड मोठा शमी वृक्ष आहे. त्याच्या फांद्या बळकट आणि पानांनी गडद भरलेल्या आहेत, तो वृक्ष दिसायला अगदी भीतिदायक वाटतो. इथं सहसा कोणी फिरकत असेल, असं वाटत नाही. आपण ही शस्त्रं कातड्यात अशी गुंडाळू, की बघणाऱ्याला ते प्रेतच गुंडाळून ठेवलं आहे, असं वाटलं पाहिजे. हे शस्त्रं गुंडाळलेलं बोचकं आपण वृक्षाच्या सर्वांत उंच असलेल्या फांदीवर ठेवू. ते काय ठेवलं आहे हे तपासून पाहण्याचं धैर्य कुणाला होईल, असं मला वाटत नाही. हे काम उरकलं की आपण नगरीत जाऊ या. रात्री मात्र आपण इथं स्मशानातच राहू या, द्रौपदीही फार थकली आहे, नगरीत आपण उद्या प्रवेश करू."

युधिष्ठिराने अर्जुनाच्या या सूचनेला संमती दिली. त्याने सगळी शस्त्रे एकत्र गोळा केली. आजवर त्यांना या शस्त्रांचीच सोबत होती. आपल्या गांडीव धनुष्याची दोरी अर्जुनाने सोडली आणि ते हळुवारपणे एका कातड्यात गुंडाळले. धनुष्याची दोरी सोडण्यापूर्वी अर्जुनाने एकदा

''माझी प्रार्थना ऐकण्यासाठी सर्व देवांनी इथं हजर राहावं, अशी माझी विनंती आहे.
आम्हांला जिवापाड प्रिय असलेल्या या शस्त्रांचं सर्व देवांनी रक्षण करावं.''

तिचा टणत्कार केला. 'पुन्हा आपण भेटू'च असेच जणू त्याला म्हणायचे होते. शस्त्रे अशी गुंडाळून ठेवल्यानंतर सगळ्यांचे डोळे ओले झाले. परमेश्वराची प्रार्थना करण्यासाठी युधिष्ठिराने हात जोडले आणि तो म्हणाला, ''माझी प्रार्थना ऐकण्यासाठी सर्व देवांनी इथं हजर राहावं, अशी माझी विनंती आहे. आम्हांला जिवापाड प्रिय असलेल्या या शस्त्रांचं सर्व देवांनी रक्षण करावं. आमचं अज्ञातवासाचं वर्ष संपलं की ही शस्त्रं मला किंवा अर्जुनाला परत करावीत, अशी माझी विनंती आहे. भीमानं मागणी केली, तरी ती त्याच्याकडे दिली जाऊ नयेत. त्याचा स्वभाव संतापी आहे. धृतराष्ट्रांच्या पुत्रांची त्याला चीड आहे. त्यांच्यावर सूड उगवण्यासाठी मी नसताना भीम या शस्त्रांची मागणी करील. हे वर्ष पूर्ण होण्याच्या आत तो असं करणं शक्य आहे. हे देवांनो, या शस्त्रांचं रक्षण करा. आम्ही अज्ञातवासात जाताना तुम्ही आम्हांला आशीर्वाद द्या. या काळात आम्ही ओळखले जाऊ नयेत; कारण तसं झालं, तर पुन्हा बारा वर्षांचा वनवास आमच्या वाट्याला येईल. धृतराष्ट्रांच्या पुत्रांबरोबर आम्हांला युद्ध करायचं आहे. आमच्या अज्ञातवासाची अखेर या युद्धात होणार आहे. आम्हांला आशीर्वाद द्या.''

युधिष्ठिर स्वत: झाडावर चढला आणि तिथे त्याने शस्त्रांचे गाठोडे ठेवून दिले. युधिष्ठिर झाडावरून खाली उतरला. अश्रूभरल्या डोळ्यांनी त्याने भीमाकडे पाहिले. युधिष्ठिराने भीमाला आलिंगन दिले. कितीतरी वेळ त्याला आपले अश्रू आवरत नव्हते. आपल्या प्रेमळ हातांनी त्याने भीमाला थोपटले आणि त्याचे सांत्वन केले. आता तिथून निघून जाण्याच्या तयारीत पांडव होते. तिथे हजर असलेले काही गावकरी, पांडव करीत असलेला हा झाडावर चढून तिथे गुंडाळलेले प्रेत ठेवण्याचा आणि नंतर मंत्र म्हणण्याचा विधी पाहत होते. सगळे पांडव रडत असलेले आणि एकमेकांचे सांत्वन करीत असलेले त्यांनी पाहिले. हृदय फुटून जावे इतक्या आवेगाने रडत असलेली द्रौपदी त्यांना दिसली. हे गावकरी पांडवांजवळ आले. पांडवांनी त्यांना सांगितले की, तो त्यांच्या आईचा मृतदेह आहे. त्यांच्या परंपरेनुसार अंत्यविधी करता कामा नये, मृतदेह झाडाला टांगून तसाच अनेक वर्षे ठेवला पाहिजे. कोणी जर मृतदेहाच्या गाठोड्याला स्पर्श केला, तर तत्क्षणी त्याला मरण येईल. त्या गावकऱ्यांचा यावर विश्वास बसला. पांडवांच्या जवळ जाण्याचं

धैर्यही त्यांना होईना. ते तिथून पळून गेले. त्यांच्या अंधश्रद्धाळू स्वभावाकडे पाहून युधिष्ठिराला हसू आले. तिथे एक गाय मरून पडलेली युधिष्ठिराला दिसली. तो सहदेवाला म्हणाला, ''ही पाहा, एक गाय मरून पडलेली आहे. आपण तिचं कातडं काढू आणि ते फांदीवर ठेवलेल्या मृतदेहाभोवती गुंडाळू.'' त्यांनी तसे केले. तसे करणेच शहाणपणाचे होते, कारण हवेचा परिणाम होऊन शस्त्रे खराब झाली असती. पांडव तिथून परत जाण्यासाठी निघाले. सारखे मागे वळून ते गुंडाळून ठेवलेल्या शस्त्रांकडे पाहत होते, ते दुःखाचे निःश्वास टाकत होते. आता त्यांना भावी काळाचा विचार करणे आवश्यक होते. आता एकमेकांना भेटण्याची संधी त्यांना मिळणार नव्हती. आतापर्यंत ते वनवासात असले, तरी एकत्र राहत होते. पण आता अज्ञातवासाचे हे वर्ष त्यांना वेगवेगळे राहावे लागणार होते, त्यांना एकमेकांशी कोणीतरी परके असल्याप्रमाणे वागावे लागणार होते. ही गोष्ट अतिशय असह्य होती. तशीच वेळ आली आणि एकमेकांशी संवाद साधावा लागला, तर सोयीचे व्हावे म्हणून आपली नावेही त्यांनी ठरवली होती. जय, जयेश, विजय, जयत्सेन आणि जयद्बाल अशी ती नावे होती.

सकाळ झाली. त्यांनी सर्वांनी नदीत अंघोळ केली. युधिष्ठिराने आपल्या नव्या भूमिकेची वस्त्रे परिधान केली. त्याने आपल्या भावांचा आणि द्रौपदीचा निरोप घेतला आणि तो राजवाड्याकडे निघाला. लवकरच तो तिथे पोचला. विराट राजा दिसायला उमदा होता. राजाला पाहून युधिष्ठिराला आनंद झाला. तो धीटपणे राजाजवळ गेला. त्याने राजाला प्रणाम केला नाही. युधिष्ठिर त्याच्यासमोर नुसताच उभा राहिला. एक राजा दुसऱ्या राजाला भेटतो आहे, असेच ते दृश्य होते. मत्स्य देशाच्या राजाने त्याच्याकडे पाहिले आणि तो स्वतःशीच म्हणाला, 'ही व्यक्ती कोण असावी बरं? त्यानं मला प्रणाम केला नाही. पण तरीही माझा अपमान झाला आहे, असं मला वाटलं नाही. उलट, मी उठून उभं राहावं आणि त्याचा सन्मान करावा, असंच मला वाटलं. मला असं वाटतं आहे, की मी जर त्याला प्रणाम केला नाही, तर मी त्याचा अपमान केला असं त्याला वाटेल. त्यानं ब्राह्मणाचा पोशाख केला आहे, पण त्याचं चालणं क्षत्रियासारखं आहे. एखाद्या वाघासारखा तो चालतो आहे. असं वाटतं आहे, की या जगावर राज्य करण्यासाठीच तो जन्माला आला आहे. तो कोण आहे मला ठाऊक नाही. त्याच्या

उमद्या हालचालींचा माझ्यावर प्रभाव पडतो आहे. त्याला आनंद होईल, असंच मला वागलं पाहिजे.'

राजाच्या मनात हे विचार येत असताना युधिष्ठिर त्याच्या सिंहासनाजवळ पोचला होता. राजा आपल्या सिंहासनावरून उठला आणि युधिष्ठिर उभा होता तिथे चालत गेला. त्याने त्याचा हात आपल्या हातात घेतला आणि तो म्हणाला, "तुझ्यासारख्या ब्राह्मणाची भेट झाल्यामुळे माझा सन्मान झाला आहे. तुला जे हवं ते करायला मला आनंद होईल." अगदी साध्या शब्दांत आणि थोडक्यात युधिष्ठिरानं त्याला आपली माहिती सांगितली. युधिष्ठिराला असत्य बोलायचे नव्हते पण सत्य लपवायचे होते. तो म्हणाला, "इंद्रप्रस्थाचा राजा युधिष्ठिर याचा मी फार जवळचा मित्र होतो. युधिष्ठिराला द्यूताच्या खेळामुळे आपले भाऊ आणि पत्नी यांच्यासह वनवासात जावं लागलं, हे तुला ठाऊक असेलच. मी आणि युधिष्ठिर एकमेकांना इतके प्रिय आहोत, की मी त्याचा आत्मा आहे असं म्हटलं तरी चालेल. माझं नाव कंक असं आहे. मी माझा संपूर्ण वेळ युधिष्ठिराबरोबरच घालवीत असे. त्याच्याइतकाच मलाही द्यूताचा खेळ आवडतो. युधिष्ठिर द्यूत खेळला आणि हरला, त्या वेळच्या त्याच्या खेळापेक्षा माझं या खेळातलं प्रावीण्य अधिक आहे. मला माहीत असल्याशिवाय कोणतीही गोष्ट तो करत नसे. पण युधिष्ठिर आता कुठंतरी लपून बसला आहे. तो आणि त्याचे भाऊ यांच्यावर कोसळलेल्या दुर्दैवाचं मला दुःख वाटतं. तुझी मदत मिळावी, म्हणून मी आलो आहे. युधिष्ठिराप्रमाणेच तूही मनानं मोठा आहेस, असं मला सांगण्यात आलं आहे. म्हणून मी तुझ्याकडे आलो आहे. ज्याला मी माझा म्हणावं असा कोणीच आता उरलेला नाही. मला पिता नाही, माता नाही, माझ्यावर अवलंबून आहे, असं कोणी नाही. माझं म्हणावं असं माझ्याकडे काहीही नाही. सुख आणि दुःख या दोन्ही गोष्टी आज मला समान आहेत. सर्व इच्छांपासून मी मुक्त झालो आहे. शांतीच्या शोधार्थ मी तुझ्याकडे आलो आहे. मला शांती मिळेल काय?"

युधिष्ठिराच्या बोलण्यामागची प्रतिष्ठा जाणवून राजा विराट प्रभावित झाला. त्याच्याकडे आदरपूर्वक पाहून तो त्याला म्हणाला, "आपल्या उपस्थितीनं आपण आमच्या नगरीत सन्मान केला आहे. तुम्ही माझ्यासोबत आहात, याचा मला आनंद होतो आहे. द्यूत खेळण्याची मलासुद्धा

अतिशय आवड आहे. तो उत्तम कसा खेळावा हे मला शिकवणारा खेळाडू भेटला, याचा मला आनंद होतो आहे. माझं राज्य आणि माझी संपत्ती तुझीच आहे, असं तू मान.'' युधिष्ठिर म्हणाला, ''हे राजा, या सगळ्या संपत्तीची मला गरज नाही. मला तुझ्याकडून एकच वर हवा आहे. कोणीही स्पर्श केलेलं अन्न मी खाणार नाही. मी फक्त एकदाच आणि रात्री अन्न खाईन. हे व्रत एक वर्ष पाळण्याची मी शपथ घेतली आहे. या माझ्या विक्षिप्त वागण्यामुळे तुझा अपमान होणार नाही, अशी मला आशा आहे.'' राजाने युधिष्ठिराची ही अट मान्य केली. अशा रीतीने या दोन राजांची पहिली भेट संपली.

## विराटनगरीत

काही दिवसांनंतर भीमाने विराटनगरीत प्रवेश केला. हातात झारा घेऊन तो नगरातल्या रस्त्याने चालत निघाला आणि राजवाड्याकडे आला. त्याच्या सौष्ठवपूर्ण शरीरसंपदेकडे पाहून सर्व लोक थक्क झाले. त्याने शांतपणे राजवाड्यात प्रवेश केला आणि तो राजाच्या दरबारात आला. अशा तऱ्हेने त्याला येताना कोणीही अडवले नाही. राजाने त्याच्याकडे पाहिले आणि त्याला तो आवडला. भीम सिंहासनाजवळ आला आणि राजाला म्हणाला, ''मत्स्य देशाच्या राजावर परमेश्वराची कृपा असो. महाराज, तुमच्या उदार स्वभावाबद्दल आणि संकटग्रस्तांविषयी तुम्हांला वाटणाऱ्या सहानुभूतीबद्दल मी ऐकल्यामुळे तुमच्या दरबारात आलो आहे. मी उत्तम स्वयंपाकी आहे. आत्मस्तुती करणं योग्य नव्हे, हे मला ठाऊक आहे; पण ती करण्याशिवाय माझा इलाजच नाही, कारण माझी शिफारस करणारं कुणीही नाही. मी एक हजार चवदार पदार्थ शिजवू शकतो. तुमच्यासाठी मनाजोगता स्वयंपाक करण्याची तुम्ही मला संधी दिलीत, तर मी आभारी होईन.''

राजाने त्याच्याकडे पाहिले आणि तो म्हणाला, "जी सेवा करण्याची संधी तू माझ्याकडे मागतो आहेस, त्याहून फारच वरच्या दर्जाचा तू दिसतो आहेस. तू कोणीतरी वेष बदललेला राजपुत्र आहेस, असं मला वाटतं आहे. हत्तीवर किंवा रथावर बसून सैन्याला आज्ञा देणाऱ्या सेनापतीचीच भूमिका तुला योग्य ठरेल. तरुण मुला, तू स्वयंपाक्यासारखा दिसत नाहीस." भीम मिस्कीलपणे हसला आणि म्हणाला, "महाराज, आपण म्हणता ते बरोबर आहे. मी व्यवसायानं बल्लव किंवा स्वयंपाकी नाही. मी कुस्तीगीर पेहलवान आहे. जगातल्या कुठल्याही कुस्तीगिराचा मी पराभव करू शकतो. स्वयंपाक हा माझा छंद आहे. या छंदामुळे जेव्हा स्वयंपाक करण्याची संधी मिळते, तेव्हा मला अतिशय आनंद होतो. तुमची व्यायामशाळाही मी उत्तम प्रकारे सांभाळीन, तरुण मुलांना त्यांचं शरीर सामर्थ्यवान करण्यासाठी मी उत्तम व्यायाम शिकवीन. तुमच्या स्वयंपाकघरात स्वयंपाक्याचंही मी काम करीन." राजा म्हणाला, "अतिशय देखणं असं तुझं व्यक्तिमत्त्व आहे. तू माझ्या सेवेत आलास, याचा मला आनंद होतो आहे. तू नुसताच स्वयंपाकी राहाणार नाहीस, माझ्या स्वयंपाकघराची सर्व व्यवस्था तुझ्या हुकमतीखाली असेल, स्वयंपाकघराची देखरेख तू कर आणि इतर स्वयंपाकी तुझ्या हाताखाली शिकतील हे तू पाहा. माझ्या व्यायामशाळेचाही प्रमुख तूच असशील. तू माझ्या सेवेत आहेस, याचा मला आनंद आहे." भीम म्हणाला, "महाराज, आपल्या या दयाळू शब्दांबद्दल मी आपला ऋणी आहे. माझं नाव बल्लव असं आहे. मी ताबडतोब माझ्या कामावर रुजू होतो." लपण्याची जागा मिळवण्यात दोघे पांडव यशस्वी झाले. युधिष्ठिर हजर असल्यामुळे विराटाच्या दरबाराला नवी झळाळी आली. आवडीचे काम मिळाल्यामुळे भीमही आनंदात होता.

अर्जुनाने विराटाच्या दरबारात प्रवेश केला. त्याने वाढवलेले लांब केस त्याचे खांदे झाकून टाकत होते. पोवळ्यांच्या आणि मोत्यांच्या माळा त्याने आपल्या गळ्यात घातल्या होत्या, लाल रंगाच्या रेशमाचे वस्त्र त्याने परिधान केले होते, तो अतिशय सुंदर दिसत होता. त्याच्या अंगावरची स्त्रीची वस्त्रे त्याचे शरीरवैभव झाकून टाकीत होती आणि झाकून टाकीत नव्हतीही. ग्रहणकालात चंद्र दिसतो, तसा तो दिसत होता. अर्जुन सरळ विराटाच्या सिंहासनाकडे गेला आणि म्हणाला, "माझं नाव बृहन्नडा. मी नर्तिका आहे. स्त्रीनं शिकाव्यात अशा सर्व

ललितकलांत मी प्रवीण आहे. फुलांच्या तऱ्हातऱ्हांच्या वेण्या माझ्यासारख्या कोणीही करू शकत नाही. संगीत आणि नृत्य या दोन्ही कला मी एका गंधर्वाकडून शिकले आहे. या कलांत माझी बरोबरी करणारा अन्य कोणीही नाही. आपल्या दरबारात राहून आपल्या कन्येला नृत्य आणि संगीत या कला शिकवाव्यात, अशी माझी इच्छा आहे. आपण माझी विनंती मान्य कराल, अशी मला आशा आहे.''

अर्जुनाच्या बोलण्यातले मार्दव पाहून राजा प्रसन्न झाला. राजा म्हणाला, "तू नर्तिका आहेस, असं तुझं म्हणणं आहे. पण मला तर तू योद्धा – धनुर्धर– असल्यासारखा दिसते आहेस. तुझ्या छातीकडे आणि बाहूंकडे पाहिलं, की तू जर धनुर्विद्या शिकला असतास; तर उत्तम धनुर्धर झाला असतास, असं मला वाटतं आहे. तू मला आवडली आहेस. आता मला सांग, तू म्हणते आहेस, त्याप्रमाणे खरोखरीच तू अर्धी स्त्री आणि अर्धा पुरुष किंवा बृहन्नडा आहेस काय? तू धनुर्धर आहेस. मी माझं राज्य तुझ्या हाती सोपवतो. मी आता वृद्ध झालो आहे. तू माझ्या मुलासारखा माझ्याकडे रहा. मी माझं राज्य आणि माझ्याकडे जे जे आहे ते सर्व तुला देतो. माझं राज्य तू कर. तू नर्तिका नव्हे, तर राजा होण्याच्या योग्यतेचा आहेस.''

अर्जुनाने संकोच व्यक्त करणारे सुंदर स्मित केले आणि तो म्हणाला, "महाराज, मी फक्त एकच तार छेडू शकते आणि ती म्हणजे वीणेची. मला एकच कला येते आणि ती म्हणजे नर्तनकला. राजकन्या उत्तरेला मी शिकवीन. मी तिला जगातली सर्वश्रेष्ठ नर्तिका करीन.'' राजा म्हणाला, "तुझ्या इच्छेप्रमाणे होईल. तू माझ्याकडे रहा.'' राजाने आपली सुंदर कन्या उत्तरा हिला बोलावून घेतले आणि तिला सांगितले की, ही तुझी नवी मैत्रीण आहे, ती आजपासून तुला संगीत आणि नृत्य शिकवणार आहे. राजा उत्तरेला म्हणाला, "ती उच्च कुळातली व्यक्ती आहे. ती सर्वसामान्य नर्तिका नाही. राणीला योग्य अशा आदरानं तिच्याशी वाग. तुझ्या महालात तिला घेऊन जा.'' राजा विराटाच्या सुंदर आणि गोड स्वभावाच्या मुलीला आपण शिकवणार, याचा अर्जुनाला आनंद झाला. उत्तराच्या मैत्रिणीही तिच्याबरोबर नृत्यकला शिकू लागल्या. अर्जुनाचा अज्ञातवास त्याच्या कल्पनेपेक्षाही आनंदाचा ठरला होता.

राजा विराट आपल्या अश्वांची तपासणी करीत होता. हे काम करीत

असताना कृष्णवर्णाचा एक देखणा तरुण त्याला दिसला. तो या घोड्यांकडे पाहत होता. त्याच्या डोळ्यांत घोड्यांविषयीचे प्रेम दिसत होते. राजा विराटाच्या मनात विचार आले, 'याच्याइतका देखणा पुरुष मी पूर्वी कधी पाहिलेला नाही. मला त्याची ओढ वाटते. घोड्यांवर त्याचं प्रेम आहे, असं दिसतं. घोड्यांविषयी त्याला सर्व माहिती आहे, असं वाटतं. ज्या पद्धतीनं त्यांच्याकडे तो बघतो आहे, त्यावरूनच हे कळतं. त्याला माझ्यासमोर बोलावून घेऊन तो कोण आहे, ते विचारलं पाहिजे.' राजाच्या मनात असे विचार येत असतानाच नकुल त्याच्यासमोर येऊन उभा राहिला. राजाला प्रणाम करून तो म्हणाला, "उपजीविका मिळवावी, या हेतूनं मी आपल्या नगरात आलो आहे. अश्वविद्येत मी प्रवीण आहे. तुम्ही मला आपला सेवक म्हणून ठेवून घ्याल, तर माझ्यावर मोठे उपकार होतील." राजा विराट म्हणाला, "माझी अश्वशाळा मी तुझ्या ताब्यात देतो. अश्वांचा एक तज्ज्ञ प्रेमानं त्यांची काळजी घेऊन त्यांना सांभाळतो आहे, यासारखी आनंदाची दुसरी गोष्ट नाही. माझी खात्री आहे, की मी माझ्या घोड्यांना सुरक्षित हातांत सोपवतो आहे. तू घोड्यांच्या तबेल्यात काम करणारा पोरगा वाटत नाहीस. तू कुठल्या तरी उच्च जातीचा आहेस, असं वाटतं. काम मागण्यासाठी तू माझ्याकडे आलास हे कसं काय? कष्टाची कामं करायची तुला सवय आहे, असं मला वाटत नाही. कुणाला तरी आज्ञा द्यायची तुझी योग्यता आहे." नकुलाने काही न बोलता नुसतेच स्मित केले. विराट म्हणाला, "माझ्या अश्वशाळेची व्यवस्था तू पाहायची." राजाने आणखी काही प्रश्न विचारले नाहीत, याचे नकुलाला फार बरे वाटले. तो राजाला म्हणाला, "माझं नाव ग्रांथिक आहे. तुम्हांला प्रसन्न ठेवण्यासाठी मी प्रयत्नांची पराकाष्ठा करीन." ज्यांच्यावर अतिशय प्रेम आहे त्या घोड्यांबरोबर राहायची संधी मिळाली, याचा नकुलाला फार आनंद झाला. इंद्रप्रस्थात असताना होता तसाच तो इथेही सुखी झाला.

विराटाच्या दरबारात सर्वांत शेवटी प्रवेश सहदेवाने केला. त्याने गुराख्याचा वेष केला होता. हातात काठी घेतलेला सहदेव गोकुळातल्या कृष्णासारखा सुंदर दिसत होता. सहदेव राजाकडे आला आणि त्याला म्हणाला, "कृपा करून तुमच्या राज्याच्या गोशाळेत मला काम द्या. तुमच्या गोधनाची मी उत्तम काळजी घेईन, मी गाईंचा तज्ज्ञ आहे. मी त्यांची धार काढली, तर त्या अधिक दूध देतील, त्या निरोगी आणि

सुंदर होतील, माझं नाव तंतिपाल असं आहे. गायी ही तुमच्या राज्याची मुख्य संपत्ती आहे. तुम्ही मला तुमच्या राज्याच्या गोशाळेचं काम द्या.'' विराटराजाने सहदेवाकडे पाहिले आणि तो म्हणाला, ''तू कोणीही अस, तू चांगले दिवस पाहिले आहेस असं तुझ्याकडे पाहून वाटतं. असलं हलकंसलकं काम तुला द्यावं, अशी तुझी योग्यता खालच्या दर्जाची नाही. विराटनगरीत मी तुझं स्वागत करतो. कुठल्याही याचकाला मी नकार देत नाही. माझ्या गोधनाची सर्व व्यवस्था आपल्या हाती घेऊन तू माझ्यावर उपकारच करतो आहेस. मी या बाबतीत सुदैवी आहे, याचा मला आनंद होतो आहे.''

अशा रीतीने पांडवांनी सत्प्रवृत्त आणि उदार हृदयाच्या राजाच्या नगरीत प्रवेश केला. वनवास व अज्ञातवास झाल्यापासून प्रथमच पांडवांनी हे समाधान अनुभवले. त्यांचा मुख्य प्रश्न त्यांनी सोडवला होता. अज्ञातवास हा आता काही काळाचाच प्रश्न होता. त्यानंतर ते या जगावर राज्य करणार होते.

## सैरंध्री

सैरंध्री या नावाने द्रौपदीने नगरीत प्रवेश केला. जुने आणि मळके कपडे घातलेल्या द्रौपदीच्या सौंदर्याकडे रस्त्यावरून येणारे-जाणारे लोक पाहत राहिले. तिने आपले लांब मोकळे केस उजव्या हाताने धरले होते. तिचा चेहरा स्मिताने उजळला होता. राणीच्या राजवाड्याच्या दिशेने ती वेगाने चालत होती. राजा विराटाची राणी राजवाड्याच्या सज्जातून पाहत होती. तिचे नाव सुदेष्णा होते. ती केकय राजाची कन्या होती. द्रौपदीचे सौंदर्य आणि तिचे व्यक्तिमत्त्व जाणवून तीही तिच्याकडे पाहत राहिली होती. द्रौपदीच्या ओठांतले स्मित नाहीसे झाल्याचे तिला दिसले. रस्त्यावरचे लोक द्रौपदीच्या मागून हसत चालले होते. लोकांच्या

या टवाळीने द्रौपदी भ्याली होती आणि तिने आपल्या चालण्याचा वेग वाढवला होता. लोकांचा टवाळीचा हशा मोठा होत गेला. सोबत कुणीही नसलेल्या एकट्या द्रौपदीकडे पाहून सुदेष्णा राणीला वाईट वाटले, तिला तिची दया आली. "ताबडतोब जा आणि तिला इथं घेऊन या," असे राणीने आपल्या दासींना सांगितले. लोकांच्या गर्दीत एकटी असलेल्या द्रौपदीकडे या दासी गेल्या आणि तिला म्हणाल्या, "आमच्या राणीनं तुला बोलावलं आहे." द्रौपदीने राजवाड्यात प्रवेश केला आणि ती राणीसमोर उभी राहिली.

आपले लांबसडक मोकळे केस द्रौपदीने अजूनही हातात धरले होते. आता तिने त्यांचे वेटोळे करून पाठीशी धरले. राणी आपल्या आसनावरून उठून उभी राहिल्याचे तिला दिसले. रस्त्यावरच्या टवाळकीच्या अनुभवाने भ्यालेली द्रौपदी थरथर कापत होती, ती अपमानित झाली होती. तिचे भ्यालेले डोळे पाहून सुदेष्णा राणीला खूप वाईट वाटले. तिने द्रौपदीचा हात आपल्या हातात घेतला आणि तिला आपल्या बाजूला बसवले. तिने द्रौपदीला विचारले, "तू इतकी सुंदर आहेस. तू अशी एकटी कशी? तू अविवाहित कशी? अजून एखादा पुरुष तुझ्या प्रेमात कसा नाही पडला? तो आपल्याला आवरू कसा शकला? तू आमच्या नगरीत का आलीस? तू कुठून आलीस?" द्रौपदी म्हणाली, "राणी, मी उपजीविका शोधण्यासाठी तुझ्याकडे आले. माझं नाव सैरंध्री मी प्रसाधनाच्या कलेत प्रवीण आहे. पांडवांची राणी द्रौपदी हिची मी दासी होते. पांडव रानात निघून गेले आणि मी मागेच राहिले. बिचाऱ्या दुर्दैवी पांडवांच्या राणीला माझ्या प्रसाधनाची गरज राहिली नाही. तुझ्या चांगल्या स्वभावाविषयी मी ऐकलं आणि माझ्या कलेचं तू कौतुक करशील, म्हणून मी तुझ्याकडे आले. माझं इथं येणं व्यर्थ ठरणार नाही, अशी मला आशा आहे."

सुदेष्णा राणीने सैरंध्रीला राजवाड्यात आपल्या सोबत ठेवून घेण्याचे ठरवले आणि तू इथे सुखाने राहाशील, असे आश्वासन दिले. सुदेष्णा तिला म्हणाली, "हा राजवाडा तुझाच आहे, असं समजून तू इथं रहा. पांडवांच्या राणीसोबत तू राहिली होतीस, असं तू म्हणालीस. तिथं तुला अनेक विशेष हक्क प्राप्त झाले असणार. तुला एकटं, शांतपणे विचार करीत बसायचं असेल; तेव्हा तू माझ्या सुंदर बगिच्यात बसू शकतेस. तू खूप दुःख सोसलं आहेस, असं तुझ्याकडे पाहून मला वाटतं आहे.

तुझं दुःख काय होतं, हे मी तुला विचारू शकते काय?'' द्रौपदीच्या डोळ्यांतले अश्रू आता मोकळेपणाने वाहू लागले. राणीने तिला आपल्या मांडीवर बसवले आणि लहान मुलाचे करावे तसे तिचे सांत्वन केले. द्रौपदी म्हणाली, ''पाच गंधर्व माझे पती आहेत. शापामुळे मला सोडून दूर जाणं त्यांना भाग पडलं. तो शाप वर्षाच्या अखेरीस संपेल. माझ्या पतींपासून यापूर्वी मी कधीही दूर राहिलेली नाही, म्हणून मी दुःखी आहे. पांडवांची राणी मला म्हणायची, की पाच पती असणं या क्वचित आढळणाऱ्या गोष्टीमुळे तिचं आणि माझं साम्य आहे. माझे हे काळोखाचे दिवस वर्षभरात संपतील, याची मला खात्री आहे. तुझ्या रूपानं मला आई आणि बहीण या दोघींचा लाभ झाला आहे.''

काही क्षण सुदेष्णा काहीही बोलली नाही. नंतर ती म्हणाली, ''मला फक्त एकच गोष्ट सांगायची आहे. एका गोष्टीचा माझ्या मनाला त्रास होतो आहे. राजाला, माझ्या पतीला स्त्रीसौंदर्याचा फार मोह पडतो. तो जर तुझ्या प्रेमात पडला तर काय?'' द्रौपदी म्हणाली, ''त्याची काळजी तू करू नकोस. राजाला मला पाहायची संधी देऊन तू माझ्यावर दाखवलेल्या दयेचा मी दुरुपयोग करणार नाही. मी आतल्या खोल्यांतच राहीन, कोणीही मला पाहू शकणार नाही. माझा अपमान करणाऱ्याला माझे पती ठार करतील. ज्यामुळे तुला दुःख होईल, असं काहीही घडणार नाही, याची काळजी मी घेईन. तू माझ्यावर विश्वास ठेव.'' द्रौपदीच्या प्रेमळ आणि कोमल शब्दांनी सुदेष्णेच्या हृदयाला स्पर्श केला. द्रौपदी म्हणाली, ''माझ्या फक्त दोनच विनंत्या आहेत. टाकलेलं अन्न मी खाणार नाही आणि कुणाचेही पाय मी दाबून देणार नाही. ही कामं मी केलेली माझ्या पतींना आवडणार नाहीत.'' राणी तिला म्हणाली की, यापैकी कुठलेही काम तिला करावे लागणार नाही.

# कुस्त्यांची स्पर्धा

पांडवांची राणी द्रौपदी राणीच्या महालात फुलांच्या वेण्या गुंफीत बसली, युधिष्ठिर विराटाचा मित्र बनला, भीम स्वयंपाकी, अर्जुन नृत्यकलेची शिक्षिका, नकुल अश्वशाळेत आणि सहदेव गोशाळेत काम करणारे चाकर बनले. दैवगती गहन आहे हेच खरे. ज्याची कल्पनाही करता येऊ नये, अशा तऱ्हेने ती आपला खेळ खेळते. पण आश्चर्याची गोष्ट अशी की, पांडव सुखात होते आणि द्रौपदीही आनंदात होती. राजा विराट उदार हृदयाचा होता आणि त्याची पत्नीही तशीच होती. सुंदर विराटनगरीत पांडव आपला काळ आनंदाने घालवत होते. वनवासाची बारा वर्षे सरली. अज्ञातवासाच्या एका वर्षातले तीन महिने संपले होते. आता फक्त नऊ महिनेच उरले होते.

पांडवांच्या अज्ञातवासाच्या विराटनगरीतील चौथ्या महिन्यात शंकरपूजेचा मोठा उत्सव नगरात सुरू झाला होता. कुस्त्यांची स्पर्धा हे या उत्सवातले एक मोठे आकर्षण होते. आपले कौशल्य दाखवण्यासाठी सगळ्या जगातले कुस्तीगीर या स्पर्धेत उतरले होते. अतिशय प्रेक्षणीय अशा या स्पर्धा होत्या. राजा विराट आपल्या सर्व लवाजम्यासहित कुस्त्यांच्या या स्पर्धा पाहत बसला होता.

परदेशातून आलेल्या एका कुस्तीगीर मल्लाने या स्पर्धेत भाग घेतला होता. विराटनगरीतील सर्व कुस्तीगीर मल्लांचा त्याने पराभव केला. कुस्तीच्या आखाड्याच्या मध्यभागी तो उभा राहिला आणि मोठ्या आवाजात म्हणाला, "जगातला सर्वश्रेष्ठ कुस्तीगीर मल्ल मीच आहे. मला आव्हान देईल, असा दुसरा मल्ल या जगात नाही. वाघ आणि सिंह यांच्यापेक्षाही माझी ताकद मोठी आहे." आत्मप्रशंसेची त्याची ही उद्धट बडबड असह्य होती. विराटनगरीतल्या मल्लांनी राजाच्या वाट्याला निराशाच आणली. राजा म्हणाला, "या परदेशी कुस्तीगिराचं आव्हान स्वीकारील, असा एकही मल्ल माझ्या राज्यात नाही काय? त्याला धडा शिकवील, असा आपल्या राज्यात कोणी नाही?" युधिष्ठिर

राजाच्या बाजूला बसला होता. तो म्हणाला, "इंद्रप्रस्थ नगरीत मी राजा युधिष्ठिराबरोबर असताना एक कुस्तीगीर मल्ल पाहिला. मी त्याचं तंत्र पाहिलं आहे. या परदेशी मल्लाचा तो नक्की पराभव करील. सुदैवाची गोष्ट अशी, की या क्षणी हा मल्ल या राजवाड्यातच आहे. तो तुझ्या राज्यातल्या व्यायामशाळेची व्यवस्था पाहतो आहे. राजा, तू त्याला बोलावून घे. माझी खात्री आहे, की तो या परदेशी मल्लाला माती चारील." युधिष्ठिराची ही सूचना ऐकून राजा विराट अगदी खूष झाला. विराटाची कीर्ती सावरणारा राज्यात कोणीतरी आहे, हे कळून राजाला आनंद झाला. त्याने भीमाला बोलावून घेतले.

विराट म्हणाला, "बल्लवा, कंक मला म्हणतो आहे, की त्यानं तुला पांडवांच्या इंद्रप्रस्थ नगरीत कुस्ती खेळताना पाहिलं आहे. या परदेशी मल्लाचा तू कुस्तीत पराभव करू शकशील, असं त्याला वाटतं आहे. कृपा करून मला सांग, या बढाईखोर मल्लाचा तू पराभव करू शकशील काय?" भीमाने आखाड्याच्या मध्यभागी उभ्या असलेल्या त्या परदेशी मल्लाला पाहिले. भीम त्याचे आव्हान सहज स्वीकारू शकला असता. पण तसे करण्याच्या आड त्याचा अज्ञातवास येत होता. कुस्ती खेळण्याच्या तंत्रावरून आपण भीम आहोत, हे ओळखले जाण्याची भीती त्याला वाटत होती. पण आता राजानेच त्याला बोलावणे पाठवले होते आणि तेही त्याचा भाऊ युधिष्ठिर याच्या सूचनेवरून. भावानेच त्याचे नाव सुचवले असल्यामुळे त्या परदेशी मल्लाशी कुस्ती खेळण्यास भीम तयार झाला. भीम राजा विराटाला म्हणाला, "महाराज, मी या माणसाशी कुस्ती खेळेन आणि अगदी नक्की त्याचा पराभव करीन. माझ्या कुस्ती खेळण्याच्या पद्धतीची राजा युधिष्ठिर नेहमी प्रशंसा करीत असे. मी बराच काळ आपल्या सेवेत आहे. आपण मोठ्या ममतेनं मला वागवलं आहे. आपल्या प्रेमाची आणि दयेची या निमित्तानं मी लहानशी परतफेड करण्याचा प्रयत्न करीन. शंकराच्या कृपेनं या माणसाचा मी पराभव करीन आणि मत्स्य देशाची कीर्ती गाजत ठेवीन." भीमाने मल्लयुद्धाची तयारी केली. कुस्तीगिराचे घट्ट कपडे घालून त्याने क्रुद्ध चित्त्यासारखा कुस्तीच्या आखाड्यात प्रवेश केला. प्रेक्षकांची उत्सुकता अगदी शिगेला पोचली होती. सगळीकडून ते मोठमोठ्याने घोषणा देत होते.

कुस्ती सुरू झाली. सिंहासारखी गर्जना करीत भीम हल्ला करीत

होता. भीती वाटावी अशी ती लढत होती. आपली सगळी शक्ती एकवटून भीम लढत होता. कुस्ती जिंकून त्याला राजाला प्रसन्न करायचे होते आणि आपल्या भावाचा शब्द खाली पडू द्यायचा नव्हता. क्रीडाप्रेमी युधिष्ठिराला या परदेशी मल्लाचे आव्हान न स्वीकारताच परत जाऊ द्यायचे नव्हते. त्यासाठीच त्याने भीमाला कुस्ती खेळण्याची सूचना दिली होती. आपले नाव आणि कीर्ती जपणे आता भीमाच्या हाती होते. ते दोन्ही मल्ल एकमेकांवर आदळणाऱ्या प्रचंड पर्जन्यमेघांसारखे दिसत होते. सगळे प्रेक्षक आपल्या आसनांना खिळून बसले होते. ते इतके एकाग्र झाले होते की, त्यांच्या घोषणाही बंद झाल्या होत्या. कुस्तीची अशी लढत प्रेक्षकांनी पूर्वी कधीही पाहिली नव्हती. भीमाने त्या परदेशी मल्लाला उचलला आणि हवेत चाकासारखा गरगर फिरवला. तो मल्ल बेशुद्ध झाला. भीमाने त्याला भूमीवर आदळला आणि ठार केला. भीमाची ताकद पाहून राजा अतिशय खूष झाला. जगातल्या अजूनपर्यंत तरी सर्वश्रेष्ठ ठरलेल्या मल्लाला आमच्या नगरीतल्या मल्लाने ठार केले, याचा विलक्षण अभिमान लोकांना वाटला.

विराट राजाला भीम आवडत होताच, पण या घटनेनंतर राजाचे भीमावरचे प्रेम अधिकच वाढले. पांडव अज्ञातवासाचे हे शेवटचे वर्ष मोठ्या आनंदाने घालवत होते. ते वातावरणच असे सुखाचे होते. बऱ्याच काळानंतर त्यांनी अशी शांती अनुभवली होती. गेली काही वर्षे त्यांनी इतका अन्याय आणि वाईट वागणूक सोसली होती की, विराट राजाचे प्रेम म्हणजे आपल्या दुखावलेल्या हृदयावर लावले गेलेले वेदनाशामक औषधी मलम आहे, असेच त्यांना वाटले. महिने भराभर उलटत होते. दहा महिने बघता बघता दहा दिवसांसारखे उडून गेले. आपण आनंदात असलो की, काळ भरभर निघून जातो असे वाटते; पण आपण दुःखात असलो की, काळ रेंगाळतो आहे, असे वाटते. बारा वर्षांचा वनवास पांडवांना प्रदीर्घ वाटला होता. हा वनवास संपल्यानंतरचे अज्ञातवासाचे समोर असलेले तेरावे वर्ष पांडवांना भयकारक वाटत होते. हे तेरावे वर्ष अतिशय कठीण जाणार, असे पांडवांना वाटले होते. पण प्रत्यक्षात तेच सर्वांत सुखाचे वर्ष ठरल्याचा अनुभव पांडवांना येत होता.

# राधेयाचे स्वप्न

पूर्वी एकदा युधिष्ठिराला भेटण्यासाठी लोमास पृथ्वीवर आले होते. तेव्हा ते खास त्याच्याचसाठी असलेला इंद्राचा निरोप घेऊन आले होते. निरोप असा होता : 'मला ठाऊक आहे, की तुझ्या मनात सारखी एक भीती असते आणि ती म्हणजे राधेयाची. राधेय अर्जुनाचा वध करील, असं तुला वाटतं. राधेय हा भार्गव ऋषींचा शिष्य आहे आणि तो अर्जुनापेक्षा चांगला धनुर्धर आहे. अर्जुन पृथ्वीवर परत आला, की मी या गोष्टीची काळजी घेईन.' युधिष्ठिराने ही गोष्ट कुणालाच सांगितली नव्हती. युधिष्ठिराला आपण दिलेले वचन इंद्राला आता आठवले. राधेयाची शक्ती त्याच्याकडून हिरावून घेण्यासाठी काहीतरी करण्याचा त्याने निश्चय केला.

पांडवांच्या अज्ञातवासाचे तेरावे वर्ष सुरू होते. एका रात्री राधेय हिमाहूनही शुभ्र अशा आपल्या शय्येवर झोपला होता. मध्यरात्र झाली होती. आपला पुत्र राधेय याच्यासाठी प्रेमाने हृदय भरून आलेला सूर्य ब्राह्मणाच्या रूपात राधेयाच्या स्वप्नात आला आणि त्याला म्हणाला, "राधेया, माझं ऐक. मी तुला आता जे काही सांगणार आहे, ते तुझ्या भल्यासाठी. तू अतिशय सज्जन आणि सत्यवादी आहेस. तू एक व्रत घेतलं आहेस. माध्यान्हीच्या वेळी सूर्याची पूजा तू करत असताना कोणीही याचक तुझ्याकडे आला, तर त्याच्या सर्व इच्छा तू पूर्ण करतोस, त्याला रिकाम्या हातानं कधीही परत जाऊ देत नाहीस. तो जे मागेल, ते त्याला देतोस. तू त्याच्या विनंतीला कधीही नाही म्हणत नाहीस. या तुझ्या व्रताचा फायदा घेऊन पांडवांचा हितचिंतक इंद्र उद्या एक विनंती घेऊन तुझ्याकडे येणार आहे. ब्राह्मणाचं रूप घेऊन तो तुझ्याकडे येईल. तुझं कवच आणि कुंडलं यांची तो मागणी करील. ती तू त्याला देऊ नकोस. ही कवच-कुंडलं ज्याला अदितीकडून मिळाली होती, अशा कोणीतरी तुला दिलेली आहेत. ती तुला कुणी दिली, हे मी सांगणार नाही, कारण मी ते सांगता कामा नये, असं माझ्यावर बंधन आहे. इंद्र कवच-कुंडलांची मागणी करील; तेव्हा 'दुसरं काहीही माग,'

असं तू त्याला सांग. तुझं सगळं राज्य तू त्याला देऊ कर. कवच-कुंडलं सोडून दुसरं काहीही देतो, असं तू सांग. तुझ्या कानातली कुंडलं जर गेली, तर तू लवकर मरशील. दैवाचे कसलेही आघात परतवण्याचे सामर्थ्य तुझ्या या कवचात आहे. ते अभेद्य चिलखत आहे. कवच आहे, तोपर्यंत तू अभेद्य आहेस. तुझ्या अंगावर कवच-कुंडलं आहेत, तोपर्यंत तुझा कोणीही पराभव करू शकणार नाही. पण ती तुझ्या अंगावरून उतरली गेली, की तुझा पराभव होईल आणि तू मारला जाशील. ही कवच-कुंडलं अमृतात बुडवली गेली आहेत. दिव्य अमृत हे देवांचं अन्न आहे. तुला जगणं जर प्रिय असेल, तर कवच-कुंडलांचं रक्षण तू केलं पाहिजेस.''

त्या ब्राह्मणाच्या बोलण्यातला कळवळा राधेयाच्या हृदयाला भिडला. तो म्हणाला, ''तुला मी अतिशय आवडतो, असं दिसतं. तू कोणी सर्वसामान्य ब्राह्मण नाहीस. उद्या काय होईल, हे तू सांगू शकतोस. कृपा करून तू कोण आहेस, हे मला सांग. माझ्या हिताची तुला काळजी वाटते. या एवढ्या मोठ्या जगात माझी आई राधा हिचा अपवाद सोडल्यास अशी ममता मला कुणीही दिलेली नाही. वेदनांनी भरलेल्या या जगात मी जगतो आहे माझ्या आईसाठी. तसंच दुर्योधनाचं माझ्यावर प्रेम आहे. त्याला प्रसन्न ठेवण्यासाठी मी जगतो आहे. माझ्याबाबतीत विचारशील, तर या जीवनाचं जरासुद्धा आकर्षण मला वाटत नाही. आजवर माझ्या वाट्याला आलेल्या सुखदुःखांचा माझ्यावर काहीही परिणाम झालेला नाही. राधा आणि दुर्योधन यांच्यानंतर माझ्यावर प्रेम करणारी तू तिसरी व्यक्ती आहेस. तू कोण आहेस, हे जाणून घेण्याची उत्सुकता मला आहे.''

सूर्य म्हणाला, ''प्रकाशाचे हजारो किरण असलेला मी सूर्य आहे. माझं तुझ्यावर अतिशय प्रेम आहे. तुझ्या शत्रूंनी तुला लुबाडलेलं मला नको आहे; आणि म्हणून हे सगळं जग झोपलेलं असताना मी तुझ्याकडे आलो. मी जसं सांगतो, तसं कर. तुला दीर्घायुष्य लाभावं, म्हणून मी हे बोलतो आहे.'' राधेयाने त्याच्या पायांवर डोके ठेवले आणि तो म्हणाला, ''माझ्या देवा, तुझी निवड मी माझा देव म्हणून केली आहे. दुसऱ्या कुठल्याही देवाची मी पूजा करीत नाही. तू माझं इष्टदैवत आहेस. तुला मी प्रत्यक्ष पाहू शकलो, हे माझं भाग्य. इंद्राच्या बाबतीत मला सावध करण्यासाठी तू आला आहेस. तू माझा हितचिंतक

आहेस. कवच-कुंडलं देऊ नकोस, ती म्हणजेच तुझं जगणं आहे, असं तू मला सांगतो आहेस.

"तुला मला काही सांगायचं आहे. मी स्वीकारलेल्या व्रताचा तू रोजचा साक्षी आहेस. तू जेव्हा सर्वोच्च स्थानी पोचतोस, तेव्हा मी तुझी पूजा करतो. माझी पूजा संपते, तेव्हा माझ्याकडे काही मागण्यासाठी माझ्यापुढे हात पसरणाऱ्या याचकाची मी वाट पाहतो. हे याचक जे मागतात, ते मी देतो. देवा, माझं हे व्रत गेली कित्येक वर्षं तू पाहतो आहेस. सूतपुत्र हे नाव माझ्या नावाला कलंकासारखं चिकटलं, तेव्हा मी हे व्रत घेतलं. सतत प्रयत्न करून मी ज्ञान, कीर्ती आणि पुण्य मिळवीन, असं मी म्हणालो. सर्वश्रेष्ठ धनुर्धराकडून मी धनुर्विद्या शिकलो, पण मी सूतपुत्र असल्यामुळे ती विद्या निष्फळ ठरली. या व्रतामुळे फार मोठं पुण्य मी जोडलं आहे. जिला मी अनेक वर्षं मुकलो होतो, ती मनःशांती या व्रतामुळे मला लाभली. मी दान देतो, तेव्हा मी सुखी असतो. एखादी गोष्ट जितकी आवडीची, तितकी ती देऊन टाकण्याचं समाधान मोठं. एखाद्या याचकानं माझा प्राण मागितला, तर तोही मी देईन. जे दान मी दिल्यानं पांडवांचा फायदा होणार आहे, जे दान मी देणं म्हणजे माझ्या प्राणांचीच किंमत देणं आहे, त्या दानाचीच इंद्रानं जर याचना केली; तर मी ते द्यायला नकार देईन, असं तुला वाटतं काय? मी माझ्या प्रेमात कधीही पडलेलो नाही. ते देऊन टाकायला माझी मुळीच हरकत नाही.

"माझं चांगलं नाव होणं ही एकच गोष्ट मला हवी आहे. दीर्घायुष्याचा मोबदला घेऊन माझं नाव विकायला मी तयार नाही. इंद्र याचक म्हणून जे मागेल, त्याला जर मी नकार दिला; तर त्या क्षणी माझ्या कीर्तीचा मृत्यू ओढवेल. दाता राधेय म्हणून मी कमावलेलं नाव अशा नकाराच्या क्षणी मरण कवटाळील. मला दीर्घायुष्य लाभेल, पण माझ्या अपकीर्तीचं आयुष्य त्याहून दीर्घ असेल. अपकीर्तीच्या दीर्घायुष्याची नव्हे, तर कीर्ती लाभल्या क्षणी मृत्यू येण्याची इच्छा धरावी. ज्यानं वृत्र या दैत्याचा वध केला, जो स्वर्गलोकाचा स्वामी आहे, तो जर एक भिकारी म्हणून माझ्या दाराशी आला; तर तो जे मागेल ते त्याला देणं हे मी माझं भाग्य समजतो. तो पांडवांवर प्रेम करणारा असेल, तो पांडवांचा पक्षपाती असेल, माझ्या व्रताचा फायदा घेऊन तो माझी शक्ती हिरावून घेणारा असेल – मला त्याची पर्वा नाही. मला एकच गोष्ट ठाऊक आहे

आणि ती म्हणजे नियतीनं आपलं लक्ष्य म्हणून माझी निवड केली आहे. माझ्या बाबतीत अनेक गोष्टी घडून आल्या आहेत. त्या सर्व गोष्टींचं तात्पर्य एकच आहे आणि ते म्हणजे – राधेयाचा पराभव आणि अर्जुनाचा विजय. नियतीनं माझ्या विरुद्ध केलेले सर्व कट मी जाणून आहे. माझा जन्म विजयासाठी नाही, हे मला ठाऊक आहे. पण तरीही कर्तव्य म्हणून मी ज्याचा स्वीकार केला आहे, त्यापासून मी ढळणार नाही. जो सर्वांत मोठा दाता आहे, जो आपल्या समृद्धीनं या जगाला जगवतो असा इंद्र जर वर मागण्यासाठी माझ्यापुढे उभा राहिला; तर तो ज्याची याचना करील ते त्याला देणं हे माझं परमभाग्य आहे, असं मी मानतो.

"कीर्ती या स्त्रीला मी माझी वधू म्हणून निवडली आहे. माझ्या जीवनापेक्षाही कीर्तीवर माझं अधिक प्रेम आहे. ज्यानं कीर्ती मिळवली आहे, अशा माणसाला स्वर्गलोकाचा लाभ होतो. अपकीर्ती म्हणजे विनाश. कीर्ती माणसाला नवजीवन देते, ती माणसाला तारुण्य देते, आईप्रमाणे ती माणसाचं संरक्षण करून त्याची काळजी घेते. इंद्राला जे हवं ते द्यायला मी नकार दिला, तर मला दीर्घायुष्य लाभेल यात शंका नाही; पण मृत्यूनंतरच्या माझ्या नावाला अपकीर्तीचा कलंक लागेल. कीर्ती माणसाचं जीवन व्यापून टाकते. प्रत्येक गोष्ट नाश पावणारी असलेल्या या जगात कीर्ती ही एकच शाश्वत गोष्ट आहे. या पृथ्वीवरचं जीवन ती शुद्ध करते आणि जीवनापेक्षाही ती दीर्घायुषी असते. हे माझं शरीर नष्ट होईल आणि मला शाश्वत जीवनाची प्राप्ती होईल. ही संधी मी गमावून बसावं, असं तुला वाटतं काय? मी माझ्या शक्तीची शर्थ करून लढेन. माझ्या प्रिय मित्राला प्रसन्न करण्यासाठी मी माझ्या शत्रूंना ठार करीन. मी कीर्ती मिळवीन. जे रणांगणावर मरण पावतात, त्यांना स्वर्गाचा लाभ होतो. मी रणांगणावर लढताना मृत्यू पत्करीन. कीर्तीचं रक्षण करण्यासाठी मी माझा प्राण अर्पण करीन. इंद्र जे मागेल, ते मी त्याला देईन – हे निश्चित आहे."

सूर्य म्हणाला, "राधेया, तुझ्यावर माझं अतिशय प्रेम आहे. तेव्हा हा वेडेपणा करू नयेस, असं मी तुला पुन्हा एकदा सांगतो. तू तुझ्या पत्नीच्या आणि तुझ्या मुलांच्या सुखाचा बळी देतो आहेस. हे युद्ध जिंकण्यासाठी तुझ्यावर अवलंबून असलेल्या तुझ्या मित्राला तू दुःखी करतो आहेस. तुला कीर्ती मिळेल हे खरं आहे; पण ज्या कीर्तीचा

उपभोग घ्यायला तूच जिवंत नसशील, त्या कीर्तीचा उपयोग काय? जी कीर्ती तुला हवी आहे, ती तुला मरणाच्या दारी घेऊन जाईल. तुझ्या शरीराची राख झाल्यानंतर तुझी ही राख उरेल, तिला तू मिळवलेल्या कीर्तीचा उपयोग काय? तुझ्यावर प्रशंसेचा वर्षाव होईल, पण ती ऐकायला तू इथं नसशील. तू माझ्यावर नेहमीच प्रेम केलं आहेस. माझंही तुझ्यावर प्रेम आहे. आपल्या या प्रेमासाठी एक गोष्ट मी तुझ्याकडे मागतो : तुला प्रिय असलेलं हे तुझं जीवन तू पांडवांना देऊन टाकू नकोस. तुझा मृत्यू जवळ आला आहे, या कल्पनेनं मी असा अस्वस्थ का होतो आहे, हे मी तुला सांगू शकेन; पण मला ते सांगता येणार नाही. तुझ्यावरच्या प्रेमामुळे एका देवानं तुला ही कवच-कुंडलं दिली आहेत, त्यांचा तू त्याग करू नकोस – इतकंच मी सांगेन. राधेया, अर्जुनाचा वध करणं ही एकच तुझी आकांक्षा आहे. तुझ्या अंगावर कवच-कुंडलं असतील, तरच हे शक्य आहे. कवच-कुंडलं जर असतील, तर तू जिंकला जाशील. कवच-कुंडलं आहेत, तोपर्यंत इंद्र किंवा रुद्र किंवा विष्णू हेही तुझा पराभव करू शकणार नाहीत. अर्जुनाचा वध करण्याची तुझी आकांक्षा जर तुला पूर्ण करायची असेल, तर उद्या इंद्राच्या याचनेला तू होकार देता कामा नयेस.''

सूर्याच्या प्रेमाने राधेय भारावून गेला. तो म्हणाला, ''ज्याची पूजा मी केली आहे, असा तू एकच देव आहेस. ज्याला मी माझा म्हणेन, असा मला कोणीही नाही. मला पिता नाही. तो कोण आहे, हे मला ठाऊक नाही. माझी माता कोण, हेही मला ठाऊक नाही. मी जन्मलो त्या क्षणी तिनं माझा त्याग केला. माझ्यावर प्रेम करणारं कोणीही नाही. तू, फक्त तू आणि तूच एक असा आहेस, की जो मला प्रिय आहे. माझ्यावर तुझं प्रेम असल्यामुळे मला सावध करण्यासाठी तू आलास. तू स्वतःशी म्हणालास, 'राधेय माझा भक्त, त्याला मरणाचा धोका आहे. मला त्याचं रक्षण केलं पाहिजे.' तुझ्या दयेची परतफेड कशी करावी, हे मला कळत नाही. तू प्रसन्न व्हावास, यासाठी मी काहीही करीन. पण असं असूनही तुझी आज्ञा मी पाळू शकत नाही. मी तुझ्याकडे क्षमेची भीक मागतो. भयाचा अनुभव मी कधीच घेतलेला नाही. मरणाचं भय मला कधीच वाटलेलं नाही. पण एका गोष्टीची मात्र मला फार भीती वाटते. ती म्हणजे असत्य. मी स्वतःशी खोटं वागू शकत नाही. मी जे व्रत घेतलं आहे, त्यापासून मी ढळणार नाही.

याचकाला कधीही विन्मुख पाठवणार नाही, हे ते व्रत आहे. माझे प्राण कोणी मागितले, तरी हरकत नाही. उद्या इंद्र जे मागेल, ते मला दिलंच पाहिजे. तुझ्या प्रेमळ हातांनी मला आशीर्वाद दे. कृपा कर आणि मला शाश्वत कीर्ती दे.''

सूर्य म्हणाला, ''सदाचरणाच्या मार्गावरून तुला कोणीही ढळवू शकत नाही. मरण स्वीकारील, पण धर्माच्या मार्गावरून ढळणार नाही अशा युधिष्ठिराहूनही तू श्रेष्ठ आहेस. मला तुझा अभिमान वाटतो. इंद्राला कवच आणि कुंडलं यांचं दान केल्यानंतर त्यानं जर तुला 'वर माग –' असं सांगितलं, तू त्याची वासवीशक्ती माग. तुझ्या कवच-कुंडलांची थोडीशी भरपाई त्यामुळे होईल.'' राधेयाच्या स्वप्नातून सूर्य अंतर्धान पावला. राधेय झोपेतून जागा झाला आणि उरलेली रात्र जे स्वप्न पाहिले त्याचा विचार करीत राहिला. त्याला झोप येईना. पहाट होण्याची तो वाट पाहत राहिला.

## अनोखा याचक

पूर्वेला सूर्य उगवला, अगदी सावकाश, उगवणारा दिवस म्हणजे आपल्या मुलाचा मृत्यू हे त्याला ठाऊक असल्यामुळे जणू काही त्याला उगवावे, असे वाटत नव्हते! सूर्य माध्यान्हीला जाण्याची राधेय उतावीळ होऊन वाट पाहत होता. त्याचे शरीर कसल्यातरी विचित्र ज्वराने जळत होते, पेटत्या कोळशासारखे त्याचे डोळे लाल झाले होते. दुपार झाली होती. राधेयाची सूर्यपूजा संपली होती. तो इंद्र येण्याची वाट पाहत होता.

ब्राह्मण आला. भावना उत्तेजित झाल्यामुळे राधेयाची छाती धडधडू लागली. हात पसरून ब्राह्मण राधेयासमोर उभा राहिला. ''कृपा करून दान दे.'' असे तो ब्राह्मण म्हणाला. रोजच्या प्रथेनुसार राधेयाने

ब्राह्मणाच्या पायावर डोके ठेवले. राधेयाने सन्मानपूर्वक ब्राह्मणाला बसायला आसन दिले. राधेय त्याच्या समोर हात जोडून उभा राहिला आणि म्हणाला, ''तू जे मागशील, ते मी तुला देईन. कृपा कर आणि तुझी इच्छा सांग.'' ब्राह्मण म्हणाला, ''इतर ब्राह्मणांना हव्या असतात; त्या संपत्ती, गायी, सोने या गोष्टी मला नको आहेत. मला तुझी कवच-कुंडलं हवी आहेत.'' राधेयाने स्वत:शीच स्मित केले आणि तो म्हणाला, ''तुझी विनंती विचित्र आहे. ही कवच-कुंडलं माझ्या शरीरावेगळी नाहीत. यांच्यापेक्षा ज्यांची किंमत कितीतरी अधिक आहे, अशी कवच-कुंडलं मी तुला देतो. मी तुला माझं राज्यही देतो. पण ही कवच-कुंडलं काढता येणार नाहीत.'' ब्राह्मण म्हणाला, ''तू सर्वश्रेष्ठ दाता आहेस, असं मी ऐकलं आहे. मला फक्त कवच-कुंडलं हवी आहेत. मला दुसरं काहीही नको. तू सत्यशील आणि सदाचरणी आहेस, अशी तुझी कीर्ती आहे. ती खरी आहे, हे तू दाखव. तुझ्या शरीरापासून ही कवच-कुंडलं कापून वेगळी कर आणि मला दे. तू दिलेलं किंवा देऊ शकशील, असं सर्वांत मोठं दान हे आहे.'' राधेयाने स्वत:शीच अधिक मोठे स्मित केले आणि तो म्हणाला, ''ही कवच-कुंडलं सामान्य नाहीत. तू यांचं तेज पाहून यांच्याकडे आकर्षित झालेला दिसतोस. देवांचं अन्न असलेल्या अमृतात ही बुडवलेली आहेत. मला दीर्घायुष्य लाभावं, मरणापासून माझं रक्षण व्हावं म्हणून मला ती देण्यात आली आहेत. युद्धात मी अर्जुनाला ठार करीन, असं वचन मी दुर्योधनाला दिलं आहे. त्यासाठी ही कवच-कुंडलं मला धारण केली पाहिजेत. यासाठीच ती तू माझ्याकडेच राहू दे, अशी विनंती मी तुला करतो आहे.'' पण तो ब्राह्मण हट्ट सोडीना. त्याला कवच-कुंडलेच हवी होती, दुसरे काही नको होते.

राधेय हसला आणि म्हणाला, ''देवा, तू कोण आहेस, हे मला ठाऊक आहे. तू इंद्र आहेस. तू सर्वांत मोठा दाता आहेस. तुझ्या समृद्धीमुळे पृथ्वीला तिचं जीवन आणि संपत्ती यांचा लाभ होतो. एक म्हण आहे ती अशी : दान हे पर्जन्यासारखं आहे. तू माझ्यासमोर उभा राहून याचना करतोस, यामुळे मी अगदी संकोचून गेलो आहे. आम्हा मर्त्य मानवांना दान देणं, हा तुझा अधिकार आहे. तू देवांचा प्रमुख आहेस. संकटांपासून माझं रक्षण करणारी कवच-कुंडलं तुला देणं म्हणजे माझे प्राण देणंच आहे, हे तुला माझ्यापेक्षाही अधिक ठाऊक

आहे. पण त्याची मला पर्वा नाही. मी दिलेलं दान महान इंद्र स्वीकारतो आहे, हाच माझा आनंद आणि माझा सन्मान आहे. माझे प्राण मी तुला द्यायला तयार आहे.''

राधेयाने आपल्या शरीरातून कवच आणि कानांतून कुंडले कापून काढली. ती त्याने ब्राह्मणाच्या पायांवर ठेवली. राधेयाच्या मुखावर एक वेगळेच तेज दिसत होते. तत्त्वासाठी हा त्याग करताना त्याला अतिशय आनंद झाला होता. कुठल्याही भावनेचे मूल्य हे तुम्ही तिच्यासाठी किती त्याग करता यावर अवलंबून असते. धर्मासाठी आपण आपले प्राण अर्पण करीत आहोत, या गोष्टीचा राधेयाला अतिशय आनंद झाला होता. त्याचा हा आनंद इतका मोठा होता की, त्याच्या डोळ्यांतून आनंदाश्रू वाहत होते. इंद्राचे डोळेही ओले झाले होते. राधेयावर आकाशातून पुष्पवृष्टी झाली. इंद्र म्हणाला, ''तुझ्यासारखा दुसरा माणूस मी कधीही पाहिलेला नाही, तुझ्यासारख्या उदात्त माणसाला यापूर्वी भेटलेलो नाही, मी तुझ्याकडे येणार असल्याचं तुला सूर्यानं सांगितलं होतं. कवच-कुंडलं मला दिली, तर त्याचा परिणाम काय होईल हे तुला पूर्णपणे ठाऊक होतं. पण तरीही आयुष्यभर जपलेल्या उदात्त भावनांसाठी तू आपले प्राण मला देऊ केलेस. तुला काय हवं, ते तू माझ्याकडे माग. वज्र हे जे माझं वैयक्तिक अस्त्र आहे, ते सोडून मी तुला काहीही देईन.''

राधेयाने स्मित केले आणि तो म्हणाला, ''देवा, दान दिल्यानंतर त्याच्या मोबदल्यात काही मागणं हे अयोग्य आहे. जो खरा दाता आहे, त्याला हे शोभत नाही. दानाची शोभाच त्यामुळे निघून जाते. पण तरीही या प्रसंगी मी तुझ्याकडे वर मागणार आहे. असं का याचं कारणही मी तुला सांगतो. अर्जुनावर तुझं प्रेम असल्यामुळे आणि पांडवांचा तू पक्षपाती असल्यामुळे तू असं एक कृत्य केलं आहेस की, जे योग्य आहे असं कोणीही म्हणणार नाही. पृथ्वीवरचा आणि स्वर्गलोकातला सर्वश्रेष्ठ दाता असलेला तू माझ्याकडे मी माझ्या जीवनाचा त्याग करावा, अशी मागणी केली आहेस. याचकाला मी कधीही नाही म्हणणार नाही, या माझ्या व्रताला तू आवाहन केलंस. जगाच्या निंदेपासून तुला वाचवण्यासाठी मी तुझ्याकडे एक वार मागतो. हे देवा, मला तुझ्याविषयी अतिशय आदर असल्यामुळे जगानं तुझ्याविषयी वाईट बोलू नये, असं मला वाटतं आणि म्हणून तू ज्या शक्तीनं तुझ्या

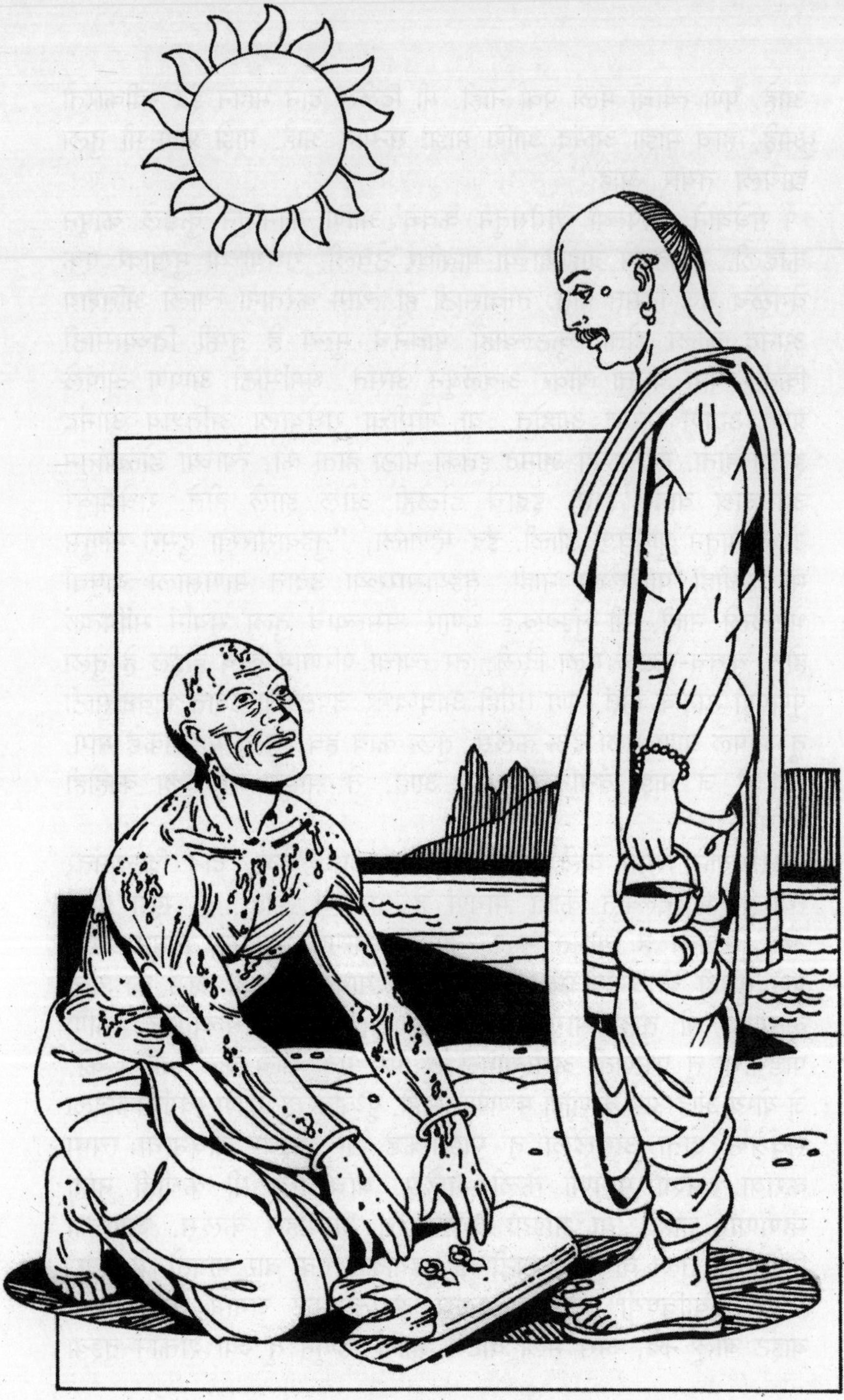

*इंद्र म्हणाला, "मला आज तू जिंकलंस. तुला हवा तो वर मी देतो. जिथून तू कवच-कुंडलं कापलीस, तुझ्या शरीरावर जखमेचा वण राहणार नाही."*

शत्रूंचा नाश केलास ती वासवीशक्ती मला दे. म्हणजे माझी कवच-कुंडलं नसल्याची काहीशी भरपाई होईल; आणि हे जग म्हणेल, की इंद्रानं राधेयाची कवच-कुंडलं घेतली, पण त्या मोबदल्यात अतिशय प्रभावी असं हे अस्त्र त्याला दिलं. कृपा करून वासवीशक्ती मला दे आणि सज्जनांच्या निंदेचा विषय होणं टाळ.''

एका मर्त्य मानवाच्या मनाचा हा मोठेपणा पाहून इंद्र थक्क झाला. हा माणूस एका क्षणात इतक्या उंचीवर चढला होता की, जिथून तो स्वर्गाच्या राजाकडे तुच्छतेने पाहू शकेल, हे इंद्राला जाणवले. इंद्र म्हणाला, ''स्वर्गाच्या राजाला आज तू जिंकलंस. तुला हवा तो वर मी देतो. जिथून तू कवच-कुंडलं कापून दिलीस, त्या तुझ्या शरीराच्या भागांवर जखमेचा वण राहाणार नाही. तू आजवर होतास त्याहून अधिक कीर्तिमान होशील. वासवीशक्ती मी तुला देतो पण त्याचा उपयोग तुला तुझ्या एकाच शत्रूवर करता येईल आणि तोही एकदाच. हे अस्त्र तू ज्याच्यावर फेकशील, तो तुझा शत्रू ठार होईल. पण त्याचा पुन्हा उपयोग करता येणार नाही, ते माझ्याकडे परत येईल.''

राधेय म्हणाला, ''मला हे अस्त्र एकदाच आणि एकाच शत्रूवर वापरायचं आहे.'' इंद्र म्हणाला, ''मला ठाऊक आहे या अस्त्राचा उपयोग तुला अर्जुनावर करायचा आहे. पण जोपर्यंत अर्जुनाला कृष्णाचं संरक्षण आहे; तोपर्यंत त्याला कोणीही इजा करू शकत नाही, माझं हे अस्त्रही नाही. परमेश्वराचा अवतार असलेल्या कृष्णानं पांडवांचं रक्षण करण्याची जबाबदारी स्वतःवर घेतली आहे. राधेया, वासवीशक्ती त्याच्यासमोर क्षीण ठरेल.'' इंद्राच्या या बोलण्याला राधेयाने महत्त्व दिले नाही. हे इंद्राचे अस्त्र आपल्याला मिळाले, यावर तो खूष होता. तो म्हणाला, ''मी युद्ध जिंकेन, अशी अजूनही मला आशा वाटते. मी अर्जुनाला ठार करीन, अशी मला आशा आहे. माझ्या आशा फसव्याही असतील, पण मला त्याची पर्वा नाही. तुझं हे अस्त्र माझ्याकडे आहे. माझी कवच-कुंडलं जरी माझ्याकडे नसली, तरी ज्यानं आपल्या सर्व आशा माझ्यावर केंद्रित केल्या आहेत त्या माझ्या मित्राला मी मदत करू शकेन. मी समाधानी आहे.''

इंद्र म्हणाला, ''तू हे युद्ध जिंकतोस, की हरतोस ही क्षुल्लक गोष्ट आहे. तू शाश्वत कीर्ती जिंकली आहेस. सर्वश्रेष्ठ दाता म्हणून तुला भावी पिढ्या ओळखतील. तुझ्या कानातली कुंडलं तू दिलीस, म्हणून

यापुढे कर्ण या नावानं ओळखला जाशील. जराही कच न खाता तू तुझ्या शरीराचाच भाग असलेलं कवच कापून दिलंस, म्हणून वैकर्तन या नावानंही तू ओळखला जाशील. प्राक्तनाला आव्हान देऊन काळावर आपलं नाव कोरणारा पुरुष म्हणून तुला जग ओळखेल. कायमची, अगदी कायमची ज्याची आठवण लोक ठेवतील – असा तुझ्यासारखा माणूस क्वचितच असतो. दान हे पर्जन्यासारखं असतं, अशी म्हण असल्याचं तू म्हणालास. पण राधेया, आजपासून ही म्हण दान हे कर्णासारखं असतं, अशी होईल. जोपर्यंत हे जग आहे, तोपर्यंत तुझं नाव राहील. आता मला गेलं पाहिजे.''

राधेयाने इंद्राच्या पायावर डोके ठेवले आणि तो म्हणाला, ''माझ्या देवा, माझी तुला एकच विनंती आहे. तुझ्या रूपानं आज मला एक मित्र मिळाला आहे. मी तुला आवडतो; असं दिसतं आहे. मी जर खरोखरच तुला आवडत असेन, तर तू माझ्यावर एक मेहरबानी करशील काय? गेली कित्येक वर्षं माझा जन्म या गोष्टीमुळे मी अतिशय दुःख भोगतो आहे. माझा जन्म हा विषय अशा एका गूढतेनं झाकला गेला आहे, की हे कोडं सोडवण्याचा मी प्रयत्न करतो; तेव्हा माझा मेंदू अगदी सुन्न होऊन जातो. हे गूढ तू मला उकलून दाखवशील काय? मी कोण आहे, ते तू मला सांगशील काय? माझा पिता कोण? माझी माता कोण? माझ्या या दुःखाचा तू शेवट नाही का करू शकणार?''

राधेयाची कणव येऊन इंद्रानं त्याच्याकडे पाहिले. इंद्र त्याला म्हणाला, ''मी तुला सांगू शकलो असतो, तर मला बरं वाटलं असतं. पण ते फार काळजीपूर्वक जपलेलं रहस्य आहे. तुला ते कळता कामा नये, अद्यापतरी कळता कामा नये.'' राधेयाने खांदे उडवून आपली नाराजी व्यक्त करीत इंद्राच्या बोलण्याचा स्वीकार केला. प्राक्तनासमोर आपण निष्प्रभ असल्याचे त्याला कळले होते. काही हरकत नाही, अशा अर्थाने त्याने आपल्या डोळ्यांतले अश्रू पुसले आणि इंद्राला प्रणाम केला. आपला उजवा हात वर करून इंद्राने राधेयाला आशीर्वाद दिला आणि तो म्हणाला, ''तुझ्या नावाचा सुगंध भावी पिढ्यांना लाभो. जे तुझं नाव उच्चारलेलं ऐकतील, तुझ्या त्यागाची कथा जे ऐकतील; ते सत्याच्या मार्गावरून कधीही ढळणार नाहीत.''

राधेय आणि इंद्र यांच्यावर स्वर्गातून पुष्पवृष्टी झाली. वाऱ्याची

थंडगार झुळूक आली, पावसाच्या थेंबांनी पृथ्वी ओली झाली. पृथ्वीने स्मित केले. इंद्र अंतर्धान पावला. इंद्राने राधेयाचे लौकिक जीवन हिरावून घेतले, पण त्याला शाश्वत जीवन दिले.

## सेनापती कीचक

राणी सुदेष्णा हिचे द्रौपदीवर प्रेम होते. द्रौपदी ही एके काळी पांडवांच्या राणीची मैत्रीण असल्यामुळे सुदेष्णा तिला आपल्या मैत्रिणीप्रमाणेच वागवत असे. तिचे वागणे सौम्य आणि सुंदर असल्यामुळे ती सर्वांना प्रिय झाली होती. विराटाच्या राणीच्या राजवाड्यात तिने अज्ञातवासातले दहा महिने काढले.

सुदेष्णा राणीला एक भाऊ होता. कीचक असे त्याचे नाव होते. राजा विराट याच्या सैन्याचा तो सेनापती होता. पांडवांनी विराटनगरीत प्रवेश केला, तेव्हा कीचक तिथे नव्हता. तो वेगवेगळ्या राजांशी युद्ध करून त्यांना जिंकण्याच्या दौऱ्यावर गेला होता. अनेक विजय मिळवून तो विराटनगरीत परतला. त्याचे स्वागत करण्यासाठी विराटनगरीत मोठा उत्सव सुरू झाला. उत्सव संपल्यावर कीचक आपली बहीण राणी सुदेष्णा हिला भेटण्यासाठी तिच्या महालात गेला. त्याच्या बहिणीचा तो लाडका होता. त्याने काही वेळ तिच्या सहवासात घालवला आणि तो आपल्या राजवाड्यात परत आला. परत जाताना वाटेत तो सुदेष्णाची बाग पाहण्यासाठी थांबला. वसंत ऋतूचं आगमन झालेले असल्यामुळे बागेतली झाडे फुलांनी बहरली होती. सौंदर्याने भारलेली अशी ती बाग होती.

ती सुंदर बाग पाहण्यासाठी कीचक काही क्षण तिथे थांबला. अचानक त्याने त्या बागेत प्रवेश केला. त्याने का प्रवेश केला असेल? कदाचित सुगंधाची झुळूक आल्यामुळे असेल, कदाचित फुलांनी लगडलेल्या

फांदीने त्याला आवाहन केले असेल! त्याने बागेत केलेला प्रवेश, तिथल्या फुलांमधून त्याने मारलेला फेरफटका ही त्याच्या नशिबाचीच करणी होती. त्याच्या दृष्टीस सैरंध्री पडली. ती सुंदर होती. याआधीही कीचकाने अनेक सुंदर स्त्रिया पाहिल्या होत्या. पण सैरंध्रीत असे काही होते की, तिने त्याला जणू आपला दास केले होते.

काही वेळ शांततेत घालवावा, म्हणून द्रौपदी त्या बागेत गेली होती. एकटे बसून काही विचार करायचा असला, तर बागेत जाऊन बस, असे सुदेष्णा राणीने तिला सांगितले होते. विजयी कीचकाने नगरात प्रवेश केला. द्रौपदीला राजसूय यज्ञाच्या काळात भीम, नकुल, सहदेव आणि अर्जुन यांनी नगरात केलेल्या प्रवेशाची आठवण झाली. एकांतात अश्रू ढाळण्यासाठी द्रौपदीने या फुलांच्या बागेचा आश्रय घेतला होता. पण अचानक तिला कळले की, बागेत ती एकटी नाही. तिच्याकडे पाहत असलेला कीचक तिला दिसला. कामभावनेने उद्दीपित असे त्याचे डोळे पाहून ती तिथून पळाली. कीचक तिच्या मागून धावला. त्याने तिला गाठली. तो म्हणाला, "तू कोण आहेस? माझ्या बहिणीच्या या महालात मी अनेकदा आलो आहे, पण यापूर्वी मी तुला कधीच पाहिलेली नाही. मला तू दिसलीस, तेव्हा मी चकित झालो. स्त्री इतकी सुंदर असू शकते, हे मला माहीत नव्हतं. इतके दिवस तू कुठं लपून राहिली होतीस? यापूर्वी मी तुला पाहिलं नाही हे कसं काय? तू कोण आहेस? तू एकटी का आहेस? तू तुझं असणं इथं फुकट घालवते आहेस."

द्रौपदीने त्याच्याकडे पाहिले नाही. आपली नजर भूमीवर रोखून ती म्हणाली, "माझं नाव सैरंध्री. मी तुझ्या बहिणीसाठी फुलांच्या वेण्या करते. मी तिची सेविका आहे. मला इथं येऊन काही महिनेच झाले. कृपा करून तुम्ही मला जाऊ द्या."

कीचक म्हणाला, "माझ्या बहिणीसाठी फुलांच्या वेण्या गुंफणारी! तू सुंदर स्त्री आहेस! ज्या क्षणी मी तुला पाहिलं, त्या क्षणी मी तुझा दास झालो. तू तुझं आयुष्य इथं फुकट घालवते आहेस. माझ्या गर्विष्ठ बहिणीची सेविका होण्यापेक्षा तुझी लायकी खूपच वरची आहे. या स्त्रियांच्या महालात तुझं सौंदर्य फुकट जात आहे. तुझ्या सौंदर्यानं मला जिंकलं आहे. वसंत ऋतूच्या सुगंधानं पक्ष्याला ग्लानी येते, तसं मला झालं आहे. तुझ्याशिवाय मला काहीही सुचत नाही. तू माझ्या बहिणीच्या केशरचना करत बसावंस, असं मला मुळीच वाटत नाही. मला हे सहन

होणार नाही. ही सेवा, तिनं तुझी करायला हवी. तिची जुनी वस्त्रं तू का वापरतेस? हा अपमान तू का सहन करतेस? राणी होण्यासाठी तुझा जन्म झालेला आहे. माझ्या सोबत ये आणि माझी राणी हो. मला तू हवी आहेस. माझ्या सर्व स्त्रियांचा मी त्याग करीन. मी त्यांना तुझ्या दासी करीन. मीही तुझा दास होईन. तुझी लहानशी इच्छाही तुझी आज्ञा आहे, असंच मी मानीन. माझ्यावर कृपा कर. माझ्याजवळ ये. माझ्या हृदयात मी तुझ्यासाठी जागा निर्माण केली आहे. आता तू इथं अधिक काळ राहता कामा नये. मी तुला माझ्या प्रसादात ठेवीन. या विराट राज्याची मी तुला राणी करीन. मी इथं सर्वांत सामर्थ्यवान आहे. राजा– माझा मेहुणा – हा इथला नावापुरता राजा आहे. माझ्याविरुद्ध जाण्याची त्याची हिंमत नाही. तू माझ्या बाहूंत ये. मला प्रसन्न केल्याचा तुला पश्चात्ताप होणार नाही. माझं तुझ्यावर किती प्रेम जडलं आहे, याची तुला कल्पनाही नाही. तुझ्यासाठी मी कशाचाही त्याग करीन. माझं नाव, मी आजवर मिळवलेली कीर्ती या सगळ्या गोष्टी मी तुझ्या प्रेमाच्या वेदीवर धूपासारख्या जाळीन. मी तुझ्याशिवाय जगू शकत नाही. तू मला माझं जीवन दे.'' कीचकाने तिच्या पायांवर डोके ठेवले आणि तो रडू लागला. आपल्या भावनांमुळे कीचक एखादी स्त्री असावी तसा झाला होता.

द्रौपदीने त्याच्याकडे पाहिले आणि ती म्हणाली, ''मी तुझ्या बहिणीच्या राजवाड्यातली सेविका आहे. तुझ्यासारख्या राजपुत्रानं माझ्याशी असं बोलावं हे योग्य नव्हे. तुझ्यापेक्षा माझा दर्जा खूपच खालचा आहे. जन्मानं, पदानं, दर्जानं तुझ्याबरोबरीच्या अनेक स्त्रिया तुला मिळू शकतील. तू माझ्याशी असं बोलता कामा नयेस, हे गैर आहे. तुझं हे बोलणं मला मुळीच पसंत नाही. पुरुष आपल्या पत्नीशी अशा तऱ्हेनं बोलू शकतो, अन्य स्त्रीशी नाही. मी अविवाहितही नाही. जिथं माझा सन्मान धोक्यात येणार नाही, अशा ठिकाणी माझ्या पतींनी मला राहायला सांगितलं; म्हणून मी तुझ्या बहिणीच्या राजवाड्यात आले. मी पाच गंधर्वांची पत्नी आहे. तुझी मागणी मला मान्य नाही. जर माझ्या पतींना हे कळलं, तर ते तुला ठार करतील. तू पाताळात असंलास, तरी तिथं येऊन ते तुला ठार करतील. त्यांच्या क्रोधापासून तू स्वतःला वाचवू शकणार नाहीस. मला तुझी दया येते आणि म्हणून वेळ निघून जाण्यापूर्वी सावध व्हायला मी तुला सांगते आहे. आपले

पापी विचार आवर आणि इथून निघून जा. मी याविषयी कुणालाही सांगणार नाही. मी तुला क्षमा करीन.'' निघून जाण्यापूर्वी द्रौपदी वळली. जाताना ती कीचकाला पुन्हा म्हणाली, ''मी तुला एकदा सांगते. तुला तुझा जीव प्रिय असेल, तर माझ्या वाटेला न जाता इथून जा. तू फुलांचा हार आहे, असं समजून मरणाचा फास तू तुझ्या गळ्याभोवती घेतला आहेस, ज्योतीला फळ समजून तिच्यावर पतंगाप्रमाणे तू उडी घेतो आहेस, तू स्वत:ला आणि तुझ्यावर प्रेम करणाऱ्या सर्वांना ठार करतो आहेस, तू महान सैनिक आहेस, तू मोठं नाव आणि त्याहून मोठी कीर्ती मिळवली आहेस, वेडेपणानं हे सर्व व्यर्थ घालवू नकोस. मी तुला सावध करते आहे.'' असं म्हणून सैरंध्री निघून गेली.

बराच वेळ कीचक भूमीला खिळून राहिल्यागत उभा होता. तो काहीही करू शकत नव्हता. एका सामान्य फुलवाल्या मुलीविषयी वाटणारे प्रेम त्याला अग्नीप्रमाणे जाळत होते. त्याचे डोळे पेटले होते, त्याचा श्वासोच्छ्वास वेगाने सुरू होता, त्याला ती हवीच होती. होय, त्याला ती हवीच होती. तो आपल्या बहिणीच्या राजवाड्यात गेला. त्याला पाहून तिला आश्चर्य वाटले. काही वेळापूर्वीच तो तिला भेटून गेला होता. कीचक तिच्या बिछान्यावर कोसळून पडला. सुदेष्णेला त्याची काळजी वाटली. ती त्याच्याजवळ गेली आणि म्हणाली, ''कीचका, अरे काय झालंय तुला? मला भेटून गेलास, तेव्हा तर तू ठीक होतास. तुला काही झालं आहे का? बरं नाही का वाटत?'' तिच्या प्रश्नाचे उत्तर द्यायला कीचकाने काही वेळ घेतला आणि तो म्हणाला, ''माझ्या बहिणी, तुझ्यासाठी फुलं गुंफणारी ती बाई कोण आहे, हे मला सांग. कोण आहे ती सुंदर स्त्री? ती तुझ्याकडे केव्हा आली? ती कुठून आली? मी नुकती तिला पाहिली. ती मला हवी आहे. माझी हो, असं मी तिला सांगितलं; पण तिनं नकार दिला. मला ती मिळाली नाही, तर मी मरून जाईन. प्रेम ही गोष्ट इतकी वेदनामय असते, याची मला कल्पना नव्हती. मी दु:खी झालो आहे. माझ्यावर अग्नीचा वर्षाव होतो आहे, असं मला वाटतं आहे. तिचा विचार करतो, तेव्हा माझं शरीर थरथरू लागतं. माझ्या बहिणी, मला सांग, ती माझी कशी होईल? तू मला मदत केली पाहिजेस.''

आपला भाऊ असा दु:खी झालेला पाहून सुदेष्णेला वाईट वाटले. आपल्या भावावर तिचे फार प्रेम होते. त्याला शांत करण्यासाठी ती

त्याच्या बाजूला बसली. ती म्हणाली, “कीचका, अकरा महिन्यांपूर्वी ती आपल्या राजवाड्यात आली आणि ‘माझी राहण्याची सोय कर,’ अशी तिनं मला विनंती केली. मी तिची चांगली काळजी घेईन, असं वचन मी तिला दिलं आहे. तिचं वागणं अतिशय चांगलं आहे. इथं ती सर्वांना प्रिय झाली आहे. पाच गंधर्व तिचे पती असल्याचं पहिल्याच भेटीत तिनं मला सांगितलं. कोणी जर तिचा अपमान केला, तर तिचे पती येतील आणि त्याला ठार करतील, असं ती म्हणाली. एकदा राजानं– म्हणजे माझ्या पतीनं तिला पाहिलं. ती त्यांच्या मनात भरली. त्यांनी तिला मागणी घालायचा विचार केला. मी त्यांना सौम्य शब्दांत सांगितलं, की ही गोष्ट शक्य नाही, कारण तिचे पाच पती तिचे रक्षणकर्ते आहेत. तेव्हापासून तिच्याविषयीचे त्यांचे विचार हे फक्त विचारच राहिले आहेत! महाराजांनी तिच्या पतींचा धसका घेतला आहे. ती मला म्हणाली, की तिच्या पतींचा क्रोध हा रानातल्या वणव्याहूनही भयंकर आहे. कीचका, माझ्या प्रिय बंधू रे, तू तिचा विचारही करू नको. तुला जे हवं ते मी देईन. माझ्या सेवेत कितीतरी दासी आहेत. त्यांच्यापैकी कुणाचीही निवड कर; पण सैरंध्रीला तू विसरून जावंस, अशी माझी इच्छा आहे.”

कीचकाने तिच्याकडे पाहिले आणि तो हसला. तो म्हणाला, “माझ्या प्रिय बहिणी, एकदा सैरंध्रीला पाहिल्यानंतर मी दुसऱ्या कुठल्याही स्त्रीचा विचार तरी कसा करू शकेन? तीच मला हवी आहे. अग्नीसारखी ती तेजस्वी आहे, ज्वालेसारखं तिचं शरीर आहे आणि या ज्वालेतून उडालेल्या ठिणग्या म्हणजे तिचे डोळे आहेत, तिचे केस म्हणजे तिचे तेज झाकू पाहाणारा जणू धुराचा ढग आहे, तिचं सौंदर्य असाधारण आहे. तिचं सौंदर्य वर्णू पाहाणारी भाषा हतबल होते. तिचं सौंदर्य वेगळं करून त्याचं वर्णन करणं म्हणजे चंपकपुष्पाचा गंध वेगळा काढून त्याचं वर्णन करण्यासारखं आहे. रक्तवर्ण माणकाचं तेज किंवा पाचूमधली गार हिरवी आग तू धरू शकशील, पण तिचं सौंदर्य तुझ्या हाती येणार नाही. माझ्या प्रिय भगिनी, मला ती हवीच आहे. तिचे पती असलेल्या पाच गंधर्वांचा तू उल्लेख केलास. मला त्यांची काय पर्वा? मी योद्धा नाही काय? मी माझ्या एका हातानं हजार गंधर्व ठार करू शकेन. मग मी पाच गंधर्वांची पर्वा कशासाठी करावी? तुला स्त्रियांची काही माहिती नाही. देखणा, शक्तिमान आणि सुंदर वाणी असलेला पुरुष जर स्त्रीनं पाहिला; तर ती त्याचा मोह आवरू शकत नाही. हे कुठल्याही स्त्रीच्या

बाबतीत खरं आहे– अगदी पतिनिष्ठ असलेल्या स्त्रीच्या बाबतीतही. ही सैरंध्री कामुक स्त्री आहे, असं मला वाटतं. आपला पती सतत आपल्या सोबत असावा, असं वाटणारी ती स्त्री आहे. पुरुषाच्या आलिंगनात नसेल, तर दुःखी होणारी ती स्त्री आहे. तू म्हणतेस की, तिला पाच पती आहेत, पण गेले अकरा महिने ती त्यांच्यापासून दूर आहे. त्यामुळे ती मला चटकन वश होईल, अशी मला खात्री आहे. तिच्यासारख्या कामुक स्त्रीला इतके महिने पुरुषाशिवाय एकटी राहिल्यानंतर पुरुषाचा मोह आवरणं सोपं नाही. तिची प्रतिक्रिया अतिशय सुंदर असेल. ती मला तृप्त करील आणि मला ठाऊक आहे, की मी तिला तृप्त करीन. ती एकांतात माझ्यासोबत असली पाहिजे इतकंच! ती व्यवस्था तू कर. बाकीचं सगळं मी सांभाळून घेईन. मी तिला आपलीशी करीन.''

हे संकट आपल्या भावावर यावे, असे सुदेष्णेला वाटत नव्हते. त्याच्या भविष्यातला धोका तिला अंत:प्रेरणेने जाणवला होता. सैरंध्रीने दिलेली धमकी केवळ पोकळ शब्द नव्हेत, हे ती जाणून होती. सैरंध्रीवर प्रेम करणारा आपला भाऊ मरणाशी शृंगार करू पाहतो आहे, हे तिला कळले होते. तिला त्याची अतिशय काळजी वाटली. आपला भाऊ सुखी व्हावा, असे तिला वाटत होते. ती म्हणाली, ''माझ्या प्रिय कीचका, तू हा मूर्खपणा का करतो आहेस? सैरंध्रीचा अपमान केलास, तर तू जिवंत राहाणार नाहीस. माझ्या लाडक्या भावाचा वध व्हावा, असं मला वाटत नाही. यासाठीच हे सगळं मी तुला सांगते आहे, पण तू आपला हट्ट सोडायला तयार नाहीस. मला जे शक्य आहे, ते मी तुझ्यासाठी करीन. तू आता इथून निघून जा. थोड्या काळानं मी सैरंध्रीला तुझ्याकडे पाठवते. तुझ्या प्रासादातून माझ्यासाठी थोडं मद्यासव घेऊन ये, असं मी तिला सांगते. तू तिचं मन जिंकू शकलास, तर ठीक. पण तू जर जिंकू शकला नाहीस; तर तुझ्या भविष्याची मला चिंता वाटते, भीती वाटते.''

कीचकाने आपल्या बहिणीला आलिंगन दिले आणि तो म्हणाला, ''माझ्या बहिणी, तुझ्यासारखं दुसरं कोणीही नाही. तू माझ्यावर दाखवलेली ही दया मी कधीही विसरणार नाही.'' कीचक घाईघाईने तिच्या महालातून बाहेर पडला. जणू त्याची नियतीच त्याला पराणी लावून खेचत नेत होती.

# दरबारात सैरंध्री

सुदेष्णा राणीने एक-दोन दिवस वाट पाहिली. तिला कळले की, तिचा भाऊ आजारी पडल्यागत बिछान्याला खिळला आहे. त्याच्या मानसिक पीडेमुळे तो वेदना सोशीत होता. राणीने सैरंध्रीला बोलावून घेतले. ती म्हणाली, "माझा भाऊ कीचक यानं क्वचितच मिळणारी मद्यासवं आणली आहेत. मला त्यांची तहान लागली आहे. तू ताबडतोब माझ्या भावाच्या प्रासादात जा आणि त्याच्याकडून माझ्यासाठी थोडं मद्यासव घेऊन ये." हे ऐकून द्रौपदीला धक्काच बसला. कीचकाच्या पापी योजनांत राणीही सहभागी होईल, हे तिला स्वप्नातही खरे वाटले नसते. तिने एक उष्ण सुस्कारा टाकला. ती म्हणाली, "देवी, कृपा करून तू मला तिथं पाठवू नकोस. तुझ्या भावाच्या माझ्याविषयी चुकीच्या कल्पना आहेत. त्यानं आधीच माझ्याशी लगट करण्याचा प्रयत्न केला आहे. मला त्याच्या महालात जायचं नाही. मला मदत मिळावी, म्हणून मी तुझ्या घरी आले. गेले अनेक महिने तू मला संरक्षण दिलं आहेस. तुझ्या भावाच्या घरी मला पाठवून ते सगळं तू फुकट घालवलंस, असा त्याचा अर्थ होईल. त्याच्या इच्छेपुढे मान तुकवण्याची तो माझ्यावर सक्ती करील. मी तिथं जाणार नाही. मला मदत करायला तुझ्याशिवाय कोणीही नाही. माझं भलं कर. तू स्वत: एक स्त्री आहेस. तुझ्यावर अवलंबून असलेल्या एका असाहाय्य स्त्रीवर तू दया कर. तुझ्या भावाकडे माझ्याऐवजी दुसरी कुणीतरी पाठव. दुसरी कुठलीही गोष्ट तू मला करायला सांग, मी ती करीन; पण कीचकाच्या प्रासादात मला पाठवू नकोस."

राणी सुदेष्णा हे ऐकून द्रौपदीवर संतापली. ती म्हणाली, "मला तू जायला हवी आहेस. माझ्या भावाविषयी तू ज्या तऱ्हेनं बोललीस, ते मला मुळीच आवडलेलं नाही. स्त्रियांची अब्रू घेणाऱ्यांपैकी तो नाही. मी सांगितलेलं काम टाळण्यासाठी तू हा विचार करते आहेस. तो तुझ्याशी चुकीचं वागणार नाही. माझ्या सेविकांना चांगलं वागवलं पाहिजे, हे

त्याला ठाऊक आहे. लवकर जा आणि मला थोडं मद्यासव घेऊन ये. मला तहान लागली आहे.'' तिची आज्ञा पाळणे सैरंध्रीला भाग पडले. राणीने दिलेले सुवर्णाचे पात्र सैरंध्रीने हातांत घेतले आणि ती कीचकाच्या प्रासादाकडे जायला निघाली. कीचक ती येण्याची वाटच पाहत होता. ती प्रासादाजवळ आलेली पाहून तो तिचे स्वागत करण्यासाठी पुढे झाला. प्रेमभरल्या आवाजात तो तिला म्हणाला, ''अखेर तू आलीस एकदाची! मी इतका वेळ तुझी वाट पाहत बसलो आहे. माझ्या लाडके, ये! तू उभी राहिली आहेस हे उचित नाही. ही पाहा, मी तुझ्यासाठी शय्या तयार ठेवली आहे. माझ्यासोबत ये आणि तिथं विसावा घे. तुझा प्रियकर म्हणून माझा स्वीकार कर. आपण मद्य घेऊ आणि या भेटीचा आनंद साजरा करू.''

द्रौपदी म्हणाली, ''महाराज, आपली सोबत करायला मी इथं आलेली नाही. राणीनं तुमच्या प्रासादातून थोडं मद्यासव घेऊन येण्यासाठी मला इथं पाठवलं आहे. तिनं दिलेलं हे सोन्याचं पात्र लवकर मला भरून द्या.'' कीचक मोठ्यानं हसला आणि म्हणाला, ''माझ्या लाडके, असं कसं बरं? आता तू माझ्याकडे आली आहेस, तर मी तुला लवकर कशी जाऊ देईन? हे मद्यासव मी दुसऱ्या कुणाबरोबर पाठवून देईन. तू इथंच थांब. मला तृप्त कर आणि मगच इथून जा.'' कीचक तिच्याजवळ आला आणि तिचा हात आपल्या हातात घेण्याचा त्याने प्रयत्न केला. भयातून निर्माण झालेल्या आवेशाने द्रौपदीने त्याला जमिनीवर ढकलून दिले आणि ती पळत सुटली. विराटाच्या दरबाराच्या दिशेने ती धावत सुटली. युधिष्ठिर तिथे होता आणि त्याचे संरक्षण तिला हवे होते. हातातले सोन्याचे पात्र जमिनीवर फेकून देऊन शक्य तितक्या वेगाने ती धावत सुटली. कीचक तिच्या मागे धावला. तिचे केस हातात धरून त्याने तिला जमिनीवर लोळवली. त्याने तिला आपल्या लाथेचा तडाखा दिला. द्रौपदी बेभान झाली. एखाद्या ढगासारखे पाठीवर लोंबणारे केस घेऊन ती विराटाच्या दरबाराकडे धावत सुटली.

राजाने तिच्याकडे पाहिले, युधिष्ठिराने तिच्याकडे पाहिले. एक शब्दही कोणी बोलला नाही. योगायोगाने भीम तिथे आलेला होता. त्याने या दृश्याकडे नजर टाकली. त्याचे डोळे आगीसारखे पेटले होते. त्याचे श्वास जणू ज्वाळा झाले होते. त्याने कीचकाला त्या तिथेच ठार केले असते. जवळच असलेले एक झाड उपटून घेण्यासाठी तो वळला.

पण युधिष्ठिराने आपल्या नजरेने त्याला थांबवले. तो भीमाला म्हणाला, ‘‘तुझ्या चुलीसाठी तुला लाकडं हवी असतील, तर या झाडाच्या फांद्या तू तोडू नकोस. हे लाकूड फारच ओलं निघेल. या झाडावर तुझी शक्ती फुकट घालवू नकोस. हे झाड पुरेसं सुकलं की, या तुझा अपमान करणाऱ्या झाडाचा तू नाश करू शकतोस. वेळ अजून परिपक्व झालेली नाही.’’ त्याला काय म्हणायचे आहे, हे भीमाला कळले. उतावळी कृती करून त्यांनी भविष्यकाळाचा नाश करता कामा नये. भीमाने थांबले पाहिजे. भीमाने भूमीवर नजर रोखली आणि काहीही न बोलता तो उभा राहिला.

द्रौपदीने हे सारे पाहिले. ती युधिष्ठिरावर संतापली. तिने राजाकडे पाहिले आणि ती म्हणाली, ‘‘महाराज, तुमच्या राज्यात तुम्ही हे कसं घडू देता? संरक्षण मिळावं म्हणून मी तुमच्याकडे आले आहे. मला सतावणाऱ्या या माणसापासून तुम्ही माझं रक्षण केलं पाहिजे. मला पाच पती आहेत, पण ते या माणसाला शिक्षा करू शकत नाहीत. ते मूग गिळून बसले आहेत. तुमच्याशिवाय दुसरा आसरा नाही. तुम्ही मला विनाशापासून वाचवलं पाहिजे. माझी तुम्हांला विनंती आहे.’’ राजा एक शब्दही बोलला नाही. तो काहीच करू शकत नव्हता. शक्तिमान कीचक त्याचा सेनापती होता. त्याच्या मनाविरुद्ध वागणे त्याला परवडणारे नव्हते. कठोर शब्द वापरून तो कीचकाशी बोलू शकत नव्हता. जे काय चालले होते, ते पाहण्यापलीकडे कुणीही काही करू शकत नव्हता. राजा म्हणाला, ‘‘जे माझ्यासमोर घडलेलं नाही, त्यावर मी निर्णय देऊ शकत नाही. या घटनेचा शेवट मी पाहिला. सर्वस्वी दोष कीचकाचाच आहे, याची खात्री पटल्याशिवाय मी काहीही करू शकत नाही. तुला लाथेनं तुडवावं, असं त्याला का वाटलं, हे मला कसं कळणार? कदाचित त्यानं हे योग्यही केलं असेल. मला ठाऊक नाही. कृपा करून तू इथून निघून जा.’’

राजा विराटाच्या या कणाहीन वागण्यावर युधिष्ठिर संतापला. घामाने त्याच्या भुवया ओल्या झाल्या. आपला राग काबूत ठेवणे त्याला भाग होते. तो आपल्या प्रिय पत्नीला म्हणाला, ‘‘तू राणीच्या महालात परत जाशील, तर बरं होईल. आतापर्यंत जे घडलं, ते तुझ्या पतींना कळलं असणार. ते संतापले असणार, यात शंका नाही. ही वेळ योग्य नाही, असं वाटल्यामुळेच तुझ्या सुटकेसाठी त्यांनी झेप घेतलेली

नाही. तुला मदत करण्याची घाई त्यांनी केली नाही, म्हणून तू त्यांच्यावर संतापणं हे योग्य नाही. कृपा करून संयम राख. योग्य वेळ येईल, तेव्हा तुझा सर्व त्रास संपेल. या क्षणी ते तुझ्या मदतीला येत नाहीत, कारण तसं केलं; तर इतक्या वर्षांची त्यांची तपश्चर्या व्यर्थ जाईल, असं त्यांना वाटतं. ती तपश्चर्या त्यांना पुन्हा करायची नाही. तू त्यांच्याशी सहकार्य करावंस आणि आणखी पंधरा दिवस हा त्रास सहन करावास, अशी त्यांची अपेक्षा आहे. त्यानंतर तू हे नगर सोडून तुझ्या पतींकडे जाऊ शकतेस. मग ते तुझ्या इच्छेप्रमाणे वागायला मोकळे असतील. तुला माहीत आहेच, की सध्या ते आपला शाप भोगत आहेत. त्यांच्या शापाचा काळ आणखी पंधरा दिवसांनी संपेल.''

द्रौपदी आपल्या जागेवरून हलली नाही. राजा युधिष्ठिर पुन्हा तिला समजावण्याच्या सुरांत म्हणाला, ''राजा विराट हा सज्जन माणूस आहे. तो अन्याय करतो आहे, असं मानणं योग्य नव्हे. पुरुषांच्या समोर तू खूपच रडतेस. ही नम्रता नव्हे. तू राजवाड्यात परत जा. एखाद्या नटीसारखं तुझं वागणं अतिशयोक्त आहे. इथं फार वेळ तू थांबता कामा नयेस.'' नटी हा शब्द द्रौपदीला बोचला. जळत्या नजरेने तिने युधिष्ठिराकडे पाहिले आणि ती म्हणाली, ''शहाण्या मनुष्या, तू बोलतोस, ते बरोबर आहे. तू मला नटी म्हणालास. तुला तसं म्हणण्याचा अधिकार आहे. पण एक गोष्ट तुला सांगते. माझ्या सर्वांत मोठ्या पतीला द्यूत खेळायचं व्यसन असल्यामुळे माझे बाकीचे पती भेकड बनले आहेत.''

तोंडावर आलेले केस द्रौपदीने मागे लोटले. तिने आपले वस्त्र नीट केले. सगळ्या दरबाराकडे, विशेषत: युधिष्ठिराकडे तिने जळत्या नजरेने पाहिले आणि ती दरबाराबाहेर पडली. तिच्यासाठी आपला जीवही द्यायला तयार असले; तरी अज्ञातवासात आपली ओळख पटता नये, यासाठी पांडव आपला क्रोध आवरून, आपले शौर्य लपवून चूपचाप बसले.

## भीम आणि सैरंध्री

द्रौपदी आपल्या खोलीत परत आली. तिने स्नान केले. तिला रडू आवरेना. हृदय फुटून जावे इतक्या आवेगाने ती हुंदके देऊ लागली. सुदेष्णा तिच्याजवळ येऊन बसली. तिने विचारले, "तू अशी का रडतेस? इतकं कसलं दुःख तुला होतं आहे?" द्रौपदीला तिची चीड आली. ती म्हणाली, "काय होईल याची कल्पना असूनही तू तुझ्या भावाच्या महालात मला पाठवलंस आणि आता मी का रडते आहे, असं तू मला विचारतोस?" द्रौपदीने बराच वेळ शांत राहिली. त्यानंतर तिने राणीला जे घडले ते सर्व सांगितले. ती म्हणाली, "मला मुळीच चिंता वाटत नाही. माझ्या पतींना सगळं कळलं आहे. आता जराही वेळ न दवडता ते तुझ्या भावाला ठार करतील." सुदेष्णा तिथून उठली आणि निघून गेली. तिला आपल्या भावाच्या आयुष्याची काळजी वाटू लागली.

द्रौपदी तिथे एकटी बसली होती, किती वेळ हे तिचे तिलाच ठाऊक नव्हते! द्वेष ही एकच गोष्ट तिच्या हृदयात भरून राहिली होती. तिला कीचकाची चीड आली होती. तो जिवंत राहता कामा नये, असाच निर्णय तिने घेतला. त्याने वासनेच्या नजरेने तिच्याकडे पाहण्याची हिंमत केली होती. हा अपमान पुरेसा होता. तो मेलाच पाहिजे. द्रौपदी एक ज्वाला होती. ती त्याला जाळून नष्ट करणार होती. ती खाईना, ती झोपेना. अखेरीस तिने काय करायचे याचा निर्णय घेतला.

त्या रात्री सर्वजण झोपले असताना द्रौपदी उठली आणि निर्धाराने पावले टाकीत भीम जिथे झोपला होता त्या खोलीत गेली. भीम गाढ झोपेत होता. द्रौपदी त्याच्या बाजूला जाऊन बसली. बराच वेळ ती त्याच्याकडे पाहत बसली होती. तिने भीमाला झोपेतून जागे केले. भीम उठला आणि बिछान्यावर बसला. वीणेच्या स्वरांसारख्या मधुर आवाजात ती त्याला म्हणाली, "भीमा, माझ्या भीमा, मी दिवसरात्र वेदना भोगत असताना तू झोपू कसा शकतोस? की तूही तुझ्या भावाप्रमाणेच कठोर

हृदयाचा आहेस? जोपर्यंत कीचक जिवंत आहे, तोपर्यंत तू झोपू कसा शकतोस? मला दुःख भोगायला लावून तुला झोप येतेच कशी? तू एकच अशी व्यक्ती आहेस, की जिला मी माझं दुःख सांगून मदतीसाठी आवाहन करू शकते. भीमा, तू मला सुखी कर.'' भीम म्हणाला, ''हे कृत्य तू अविचारानं करते आहेस. तुला जर माझ्या बिछान्यात कोणी पाहिलं, तर आपली दोघांचीही बदनामी होईल. तू इथं यायला नको होतंस. आता मला लवकर सांग, तू इथं का आलीस? आपली ओळख आहे हे कुणालाही कळण्याअगोदर इथून निघून जा.''

द्रौपदी काही वेळ शांत बसली. मग अचानक तिने बोलायला सुरुवात केली. कीचक आपल्याला कसा त्रास देतो आहे, हे तिने भीमाला सांगितले. ती भीमाला म्हणाली, ''तू दरबारात हजर होतास. युधिष्ठिर कसा बोलला, हे तू ऐकलं आहेस. मला त्यांच्याकडे मदतीसाठी जाणं कसं शक्य होतं? मला त्यांच्याविषयी मुळीच आदर वाटत नाही, त्यांना आत्मसन्मान नाही, ते भावनाशून्य आहेत, त्यांना फक्त जुगार खेळता येतो. त्याशिवाय ते दुसरं काही करू शकत नाही. मला हवी असलेली प्रत्येक गोष्ट तू आजवर करत आलास. तुझं माझ्यावर प्रेम आहे. माझ्या मनातलं मी तुलाच सांगू शकते. कीचकाला ठार केलं जात नाही; तोपर्यंत मी जेवू शकणार नाही, मी झोपू शकणार नाही. मी हे युधिष्ठिराशी किंवा अर्जुनाशीही बोलू शकत नाही. नकुल आणि सहदेव हे युधिष्ठिराला बांधील. जी गोष्ट युधिष्ठिराला आवडणार नाही, ती गोष्ट ते कधीही करणार नाहीत. तू एकटाच असा आहेस, की जो प्रसंगी युधिष्ठिराची नाराजी पत्करून मला हवं ते करील. तुझी मदत मागण्यासाठी मी आले आहे. गेले अनेक महिने मी फार दुःख भोगते आहे. मी आतापर्यंत कोणाची दासी म्हणून काम केलेलं नाही. पण आता दळण करून राजा आणि राणीसाठी सुगंधी खळ करण्याचं काम मला करावं लागतं आहे. हे माझे हात पाहा. ते कसे होते हे तुला आठवत असेलच. पण आता सतत दळण केल्यामुळे त्यांना घट्टे पडले आहेत.''

द्रौपदीने आपले हात भीमाच्या पुढे केले. तिच्या सुंदर, सुकुमार हातांना घट्टे पडलेले त्याने पाहिले. तिचे दोन्ही हात भीमाने आपल्या मुखावर ठेवले आणि तो रडू लागला. थोड्या वेळाने त्याने स्वतःला सावरले आणि तो म्हणाला, ''माझ्या प्रिय द्रौपदी, माझं ऐक. माझं

तुझ्यावर किती प्रेम आहे, हे तुला ठाऊक आहे. तू काही मागितलंस आणि मी तुला नकार दिला, असं कधी झालं आहे काय? पण यावेळी आपल्याला संयम ठेवायला हवा. मी कीचकाला दरबारातच ठार केला असता, पण मी तसं केलं नाही; कारण अगदी ऐन वेळेवर युधिष्ठिरानं तसं करू नको, अशी दिलेली सूचना. त्याला काय म्हणायचं आहे, ते मला कळलं. गेली काही वर्षं जे घडलं आहे, ते मी विसरलो आहे असं तुला वाटतं काय? हस्तिनापूरचा दरबार मी विसरलो आहे, असं तुला वाटतं काय? आपल्या स्वातंत्र्याची पहाट व्हायला किती दिवस आहेत, ते मी मोजतो आहे. माझ्या राणी, आपण अतिशय सावध राहिलं पाहिजे. आपला अज्ञातवास संपायला फार थोडे दिवस आता उरले आहेत. फक्त पंधरा दिवस आणि त्यानंतर मी कीचकाला ठार करीन. आताच मी उतावळेपणा करता कामा नये. मी त्याला आताच जर ठार केला, तर मी ओळखला जाईन. तसं जर झालं, तर आपल्याला पुन्हा वनवासात जावं लागेल. तसं होऊ नये, यासाठी मी आणखी थोडे दिवस तुला संयम पाळायला सांगतो आहे. श्रीरामाची प्रिय पत्नी सीता हिनं संयम पाळून सर्व त्रास सोसला नाही काय? दमयंतीचा विचार कर. संयमानं दुःख सहन करणाऱ्या अनेक राण्यांचा विचार कर. कीचकाला ठार करीन, असं वचन मी तुला देतो आहे. ज्यानं बक आणि हिडिंब यांना ठार केलं आहे, त्या या भीमाला हे काम कठीण नाही. मला तुला इतकंच सांगायचं आहे, की वेळ अजून परिपक्व झालेली नाही. आणखी पंधरा दिवस तू त्रास सहन कर. त्यानंतर तू हृदयाशी बाळगलेली इच्छा मी पूर्ण करीन. आपला अज्ञातवास जोपर्यंत संपत नाही, तोपर्यंत उघड्यावर आपली ओळख दाखवता येणार नाही. कीचकाला लढण्याचं आव्हान देऊन मी त्याला ठार करीन, पण आता नाही. संयम बाळग, असं युधिष्ठिरानं मला सांगितलं आहे.''

द्रौपदीला हे मुळीच पटले नाही. ती म्हणाली, ''तू इतका हृदयशून्य असशील, असं मला वाटलं नव्हतं. आता माझं असं कुणीच उरलं नाही. आता मरणाचाच मार्ग माझ्यासाठी उरला आहे. तू जर कीचकाला ठार मारलं नाहीस; तर विष पिऊन मी आत्महत्या करीन, याची खात्री बाळग.'' द्रौपदीचे हे बोलणे ऐकून भीमाला अतिशय वाईट वाटले. त्याने तिच्या इच्छेप्रमाणे करायचे ठरवले. त्याने तिला आपल्या मिठीत घेतले, तिचे अश्रू हळुवार बोटांनी पुसले आणि तो तिला म्हणाला,

"द्रौपदी, माझ्या राणी, रडू नकोस. तू रडते आहेस ही गोष्ट मला सहन होत नाही. मी उद्या कीचकाला ठार करीन. तू उद्या त्याला नृत्यशाळेत भेटीची वेळ ठरवून दे आणि बोलाव. तिथं बिछाना आहे आणि तू त्याला रात्री भेटशील, असं कळव. तो तिथं येईल असं पाहा, मग त्याला मी ठार करतो. आता झालं का तुझं समाधान? तुझ्या चेहऱ्यावर समाधान दिसू दे."

बऱ्याच दिवसांनंतर त्या रात्री द्रौपदी हसली. ती म्हणाली, "भीमा, माझं समाधान झालं. तूच फक्त माझ्यावर प्रेम करणारा शूर पती आहेस. तू मला पती म्हणून लाभलास, याबद्दल मी परमेश्वराचे आभार मानते." द्रौपदीने भीमाचा निरोप घेतला आणि ती सावधपणे आपल्या खोलीत परत गेली.

सकाळी कीचक द्रौपदीकडे आला आणि म्हणाला, "दरबारात काल काय घडलं, ते तू पाहिलंस ना? राजा मला भितो. तो मला आपल्या नियंत्रणात ठेवू शकत नाही. तू केलेलं आवाहन ऐकून घेणारा इथं कोणीही नाही. सैरंध्री, तू तुझ्या मनाची तयारी कर आणि माझी पत्नी हो." द्रौपदीने मधुर स्मित केले. कीचकाचा क्षणभर डोळ्यांवर विश्वास बसेना. द्रौपदी त्याला म्हणाली, "इतके दिवस मी तुला नकार देत आले; कारण मला माझ्या पतींची भीती वाटत होती. ते मला आणि तुला ठार करतील, याचं मला भय होतं. पण मी त्यांचा संशय दूर केला आहे. तुझ्याजवळ आले, तरी आता मी सुरक्षित असेन. मला मार्ग सापडला आहे. तू कुणालाही सांगणार नाहीस, असं वचन मला देत असलास; तर आपण कुठं भेटायचं ती जागा मी तुला सांगेन. कुणालाही कळणार नाही अशी ती जागा आहे. राजानं नृत्यासाठी एक दिवाणखाना नुकताच बांधला आहे, हे तुला ठाऊक आहे. नृत्य शिकणाऱ्या मुली तिथं दिवसा असतात. रात्र झाली, की त्या आपापल्या घरी जातात. रात्री तो दिवाणखाना रिकामा असतो. तिथं शय्येची सोय आहे, हेही मला ठाऊक आहे. रात्री तू तिथं एकटा आलास, तर मी तुझी वाट पाहीन. पण आपल्या एकांतात भेटण्याच्या जागेविषयी कुणालाच, अगदी कुणालाच कळता कामा नये. जे तुला देणं योग्य आहे, ते तिथं आज रात्री मी तुला देईन."

तिच्यावरच्या प्रेमामुळे कीचक अगदी वेडापिसा झाला होता. सैरंध्री आपल्याला मिळणार या विचाराने तो सुखावला. तिच्या सर्व अटी

त्याने मान्य केल्या. तो म्हणाला, "अगदी नक्की! मी एकटा येईन. आपल्या प्रेयसीला आपण कुठल्या एकांतस्थळी भेटणार आहोत, हे कुठलाही प्रेमिक कधी कुणाला सांगत नाही. तू माझा स्वीकार केलास, याबद्दल मी तुझा आभारी आहे. मी नृत्यशाळेच्या दिवाणखान्यात तू सुचवलेल्या वेळी येईन.'' असे बोलून कीचकाने द्रौपदीचा निरोप घेतला. द्रौपदी भीमाला भेटली आणि आजची रात्री ही खरी रात्र आहे, तिने त्याला सांगितले. मग ती अगदी उतावीळ होऊन रात्र केव्हा होते याची वाट पाहत राहिली. दिवस संपण्याची वाट सहा डोळे पाहत होते. प्रत्येक क्षण हा एका वर्षासारखा आहे, असे या सर्वांना वाटत होते.

## नृत्यशाळा

मध्यरात्र जवळ येत होती. एखाद्या स्त्रीसारखे तलम रेशमी वस्त्र अंगाभोवती लपेटून भीम स्वयंपाकघरातून हळूच बाहेर पडला. द्रौपदी त्याची वाट पाहत होती. दोघेही सावधपणे नृत्यशाळेच्या दिवाणखान्यात जाऊन पोचले. अंधारात पलंगाच्या दिशेने दोघेही चालत गेले. भीम पलंगावर झोपला. तिथल्या एका खांबामागे द्रौपदी उभी राहिली. ते कीचकाची वाट पाहत होते. कीचकही उतावीळ होऊन रात्रीची वाट पाहत होता. सारा वेळ तो स्वतःला गौरवीत होता. प्राक्तनाच्या या बळीला दिवस फारच प्रदीर्घ आहे असे वाटत होते. कीचक देखणा होता. पण आज तो पूर्वी कधी नाही इतका देखणा दिसत होता. विझण्यापूर्वी दिवा जसा अधिक तेजस्वी दिसतो, तसे कीचकाचे आजचे देखणेपण होते.

कीचकाने नृत्यशाळेच्या दिवाणखान्यात प्रवेश केला. दिवाणखान्यात मोठाल्या खिडक्यांतून आत आलेल्या चांदण्याचा प्रकाशच फक्त तिथे होता. कीचक पलंगाकडे गेला. पलंगावर कोणीतरी पहुडले आहे, हे

त्याला कळले. तो पलंगाच्या अगदी जवळ गेला आणि म्हणाला, "अखेर तू माझी व्हायला कबूल झालीस! मी अगदी खूष आहे. माझ्या लाडके, आजच्या या रात्रीची मी किती तळमळून वाट पाहिली आहे, याची तुला कल्पना नाही. सूर्याची असह्य चीड मला आली होती. माझ्याकडे पाहा. आज मला भेटलेल्या सर्व स्त्रिया म्हणाल्या की, तू अतिशय सुंदर दिसतो आहेस. माझं हे आजचं सौंदर्य मला माझ्या आनंदानं दिलं आहे, याची त्यांना कल्पनाही नव्हती! मी तुझ्यासाठी मरतो आहे. आता वेळ घालवू नकोस. मला तुझ्या मिठीत घे." कीचक पलंगाजवळ गेला आणि पलंगावर झोपलेल्या व्यक्तीने पुढे केलेला हात त्याने आपल्या हातात घेतला. कीचकाचे हात वासनेने गरम झाले होते. आपले हात घट्ट हातात घेतले गेले आहेत, हे कीचकाला कळले. एका क्षणात विजेच्या चमकाऱ्यासारखे त्याला कळले की, त्याचे हात हातात घेणारे हात स्त्रीचे नाहीत! पुरुषाच्या हातांनी त्याचे हात घट्ट धरले होते. शय्येवर झोपलेली व्यक्ती हळूहळू उठत असल्याचे त्याला दिसले. ती स्त्री नव्हती.

कीचक काही विचार करण्यापूर्वीच त्याला भीमाचा आवाज ऐकू आला. भीम त्याला म्हणाला, "आजवर दिसत आलो, त्यापेक्षा आज आपण अधिक देखणे दिसतो आहोत – असं तुला वाटतं आहे. ते खरंच असणार, कारण तुझ्या प्रेमात पडलेली एक बाई तुला भेटणार आहे. तिचं नाव मरणाबाई असं आहे. गेले काही दिवस ती सारखी तुझ्यामागे आहे, पण तू तिला मिठीत घ्यायचं नाकारलं आहेस. आपल्या प्रियकराचा लाभ तिला व्हावा, यासाठी तिनं माझी मदत मागितली आहे. मी इथं आहे. आपले पाच पती हे इंद्राच्या वज्रासारखे भयंकर आहेत, असं सैरंध्री म्हणाली. ते केवळ पोकळ शब्द होते, असं तू समजू नकोस. मी तिच्या पाच पतींपैकी एक आहे. ये, माझ्याशी युद्ध कर, मी तुला मरणाघरी पोचवतो." भीम उडी घेऊन पलंगावरून उतरला. सुगंधी द्रव्य लावलेले कीचकाचे केस त्याने हातात धरले आणि त्याला जमिनीवर लोळवला.

युद्ध सुरू झाले. भीमाने आपल्या शक्तिमान हातांनी कीचकाला आवळण्याचा प्रयत्न केला. जिवाच्या कराराने ते लढत होते. हिंस्र श्वापदांसारखे आवाज ते करीत होते. प्रत्येकाचा प्रयत्न आपल्या प्रतिस्पर्ध्याला ठार करण्याचा होता. रानातल्या वाघांसारखे गर्जना करीत ते एकमेकांवर

तुटून पडत होते. कीचकाने आपल्या गुडघ्यांनी रेटून भीमाला भुई दाखवली. पण भीम मुळीच डगमगला नाही. तो चपळाईने उठून उभा राहिला. पुन्हा लढाई सुरू झाली. भीमाची ताकद कीचकाहून भारी होती. संतापामुळे त्याची ताकद दुप्पट झाली होती. नृत्यशाळेच्या दिवाणखान्यात आपल्यावर असा अचानक हल्ला होईल, याची कीचकाला कल्पना नव्हती. वासनांधतेमुळे त्याला दुबळीक आली होती, त्याचे गुडघे लढण्याच्या स्थितीत नव्हते, प्रेमाचे नाटक करणाऱ्या स्त्रीने त्याला फसवले होते. सुदेष्णेच्या बागेत सैरंध्रीला पाहिल्यापासून तो इतका बेचैन झाला होता की, काही रात्री त्याला झोपही लागली नव्हती. या सगळ्या परिस्थितीमुळे एरवी तो लढला असता, तसा उत्तम लढू शकत नव्हता.

दुर्दैवी कीचकाला आपल्या दोन्ही हातांनी धरून भीमाने जमिनीवर निजवला आणि आपले दोन्ही गुडघे त्याच्या छातीवर दाबून धरले. अनेक हत्तींची शक्ती असलेल्या आपल्या हातांनी भीमाने कीचकाचे नरडे आवळले. या मरणाच्या पकडीतून कीचक सुटू शकला नाही. तो हळूहळू चिरडला जात होता. त्याच्या कुडीतून प्राण निघून गेला.

भीमाचा क्रोध अजूनही शांत झाला नव्हता. एखाद्या पशूप्रमाणे कीचकाचा मृतदेह त्याने लाथांनी तुडवला. कीचकाच्या मृतदेहाचा चेंदामेंदा झाला. त्याने दिवा आणून तो देह द्रौपदीला दाखवला आणि तो म्हणाला, "पाहा माझ्या राणी, मी त्याला ठार केला आहे. आता झालं ना तुझं समाधान?" द्रौपदीच्या डोळ्यांत आनंद मावत नव्हता. स्त्रीचा वेष घेतलेल्या मृत्यूसारखी ती दिसत होती. 'तू आता तुझ्या खोलीत परत जा,' असे द्रौपदीला सांगून नृत्यशाळेच्या दिवाणखान्यातून भीम निघून गेला.

द्रौपदी तिथे एकटी होती. तिच्या आनंदाला सीमा नव्हती. नृत्यशाळेच्या रक्षकांना तिने बोलावलं आणि ती त्यांना म्हणाली, "या माणसाच्या नशिबी काय आलं ते पाहा. यानं माझ्यावर बलात्कार करण्याचा प्रयत्न केला. माझ्या गंधर्व पतींचा क्रोध ओढवून घेऊ नको, असं मी त्याला बजावलं. पण त्यानं माझी पर्वा केली नाही. शेवटी या कीचकाला माझ्या पतीनं ठार केलं. या आणि पाहा." अनेक दिवे आणून रक्षकांनी दिवाणखान्यात प्रवेश केला. कीचकाचा मृतदेह पाहून त्यांना धडकीच भरली. ते बाहेर गेले आणि सैरंध्रीच्या गंधर्व पतीने कीचकाचा चेंदामेंदा

केल्याची बातमी जो भेटेल त्याला सांगत सुटले. कीचकाचे नातेवाईक, भाऊ तिथे धावत गेले. राजा आणि राणी यांनी तिथे येऊन अश्रू ढाळले.

सकाळ झाली. कीचकाच्या अंत्यविधीला सुरुवात झाली. कीचकाचा देह प्रेतवस्त्रात गुंडाळला गेला. उपकीचक या नावाने ओळखले जाणारे त्याचे एकशेपाच भाऊ त्याचा देह स्मशानात नेण्याच्या तयारीत होते. इतक्यात त्यांना द्रौपदी दिसली. ती एका खांबाला टेकून हा सर्व प्रकार पाहत होती. तिला पाहताच कीचकाच्या भावांचा राग उफाळून आला. ते म्हणाले, "हिच्यामुळे आमच्या भावाचं मरण ओढवलं. त्याला ती हवी होती. त्याला ती मिळू दे. तिलाही आपण तिरडीवर बांधू आणि त्याच्याबरोबर हिचंही दहन करू. त्यामुळे त्याच्या आत्म्याला शांती मिळेल." ते राजा विराटाकडे गेले आणि कीचकाच्या मृत देहाबरोबर सैरंध्रीलाही जिवंत जाळण्याची परवानगी त्यांनी मागितली. कीचकाच्या सामर्थ्यशाली भावांना नाही म्हणण्याची हिंमत राजा विराटाला झाली नाही. त्याने होकार दिला. उपकीचकांनी तिला पकडली आणि तिरडीवर बांधली. ते द्रौपदीला म्हणाले, "तू तुझ्या प्रेमिकाबरोबर जावं, हेच योग्य आहे. त्याचं निधन झालं म्हणून तू त्याचा त्याग करणं योग्य नव्हे. तू त्याला यमाच्या घरी पाठवलं आहेस. तूही त्याच्यामागून यमाच्या घरी जा."

हे ऐकून द्रौपदीने केलेला आक्रोश सगळ्या राजवाड्यात ऐकू आला. ती म्हणाली, "हे जय, जयेश, विजय, जयत्सेन, जयद्बल – माझ्या पतींनो! कृपा करून या आणि मला सोडवा. कीचकाचे हे भाऊ मला जाळण्यासाठी स्मशानात घेऊन चालले आहेत. ते कीचकाच्या मृतदेहाबरोबर मलाही जाळणार आहेत. माझ्या प्रिय पतींनो, तुम्ही कुठं आहात? या दुर्दैवाच्या तावडीतून माझी सुटका करा." सैरंध्रीच्या रूपातील द्रौपदीचा हा आक्रोश भीमाच्या कानी पडला. त्याने लगेच तिला प्रत्युत्तर दिले. तो म्हणाला, "मी इथं आहे. मी तुझा आवाज ऐकला आहे. मी तुझं रक्षण करीन." भीम फार मोठ्या अडचणीत सापडला होता. त्याने कीचकाला ठार केले, तेव्हा रात्र होती. काळोखात कोणालाही न दिसता भीम तिथून निसटून जाऊ शकला. मात्र आता तर दिवसाचा लख्ख प्रकाश सर्वत्र पसरला होता. पण त्याला जाणे भाग होते. राजवाड्याच्या भिंतीवरून उडी मारून जवळच्या वाटेने तो

स्मशानात पोचला. प्रेतयात्रा तिथे पोचण्याच्या अगोदरच भीम तिथे पोचला होता. त्याने एक झाड उपटून आपल्या हातात घेतले होते. त्याने उपकीचकांवर हल्ला केला. त्याला कोणी ओळखण्याच्या आत हे काम त्याला संपवायचे होते. जिवाच्या कराराने भीम लढत सुटला. त्याच्या क्रोधाने त्याला नवी शक्ती दिली होती. त्याने त्या सर्वांना ठार केले. असे काही होईल, अशी त्यांना कल्पनाही नव्हती. अनपेक्षित अशा या हल्ल्याला तोंड देण्याची त्यांची मुळीच तयारी नव्हती. स्मशानात हातात झाड घेऊन हल्ला करणारा हा कोणी मर्त्य मानव नव्हे, अशी त्यांची भावना असल्यामुळे मनातून त्यांनी आधीच हाय खाल्ली होती. शेवट व्हायचा तोच झाला. कीचकाच्या भावांचे मृतदेह स्मशानभूमीवर पसरले. ताटीवर बांधलेल्या द्रौपदीला दोर तोडून भीमाने सोडवले. राजवाड्यात जा, असे भीमाने तिला सांगितले. भीमही परत गेला. जणू काही घडलेच नाही, असे तो वागत होता. त्याने स्नान केले आणि तो आपल्या कामाला लागला.

घडलेल्या घटनांमुळे सर्व नगरभर भयाची लाट पसरली. भीतीच्या नजरेने सगळे द्रौपदीकडे पाहू लागले. राजा आपल्या पत्नीला म्हणाला, "ही स्त्री अतिशय सुंदर आहे. तिच्याकडे पाहून सर्व पुरुष तिच्यावर प्रेम करू जातात. परिणाम असा होतो, की तिचे पती या दुर्दैवी पुरुषांना ठार करतात. तिला आपल्या राज्यात ठेवणं धोक्याचं आहे, असं मला वाटतं. आता यापुढे तू तिला इथं राहू देणार नाहीस, तिनं स्वत:साठी वेगळं घर शोधावं – असं तू तिला सांग." सुदेष्णेने सैरंध्रीला बोलावले आणि ती तिला म्हणाली, "सैरंध्री, तुला जिथं हवं तिथं तू जाऊ शकतेस. तू अतिशय सुंदर आहेस. तुझ्या इथं राहण्याची आम्हांला भीती वाटते. तू प्रत्येकाला मरण देतेस. तुझ्यामुळे माझ्या लाडक्या भावावर मरण ओढवलं आणि तीच गत माझ्या एकशेपाच भावांची झाली. तू दुष्ट स्त्री आहेस. मी तुला प्रेम दिलं, त्याचा तू दुरुपयोग केलास. मी तुझ्यावर केलेल्या उपकारांची, तू अपकारांनी फेड केलीस. तुला गरज होती, तेव्हा मी तुला आसरा दिला. ज्यांचा उल्लेख तू केला आहेस, त्या तुझ्या गंधर्व पतींकडे आता तू परत जाऊ शकतेस. आता तुला मी माझ्याकडे ठेवू शकत नाही."

द्रौपदी म्हणाली, "माझ्या राणी, मी तुझ्या दु:खाला कारण झाले, याचं मला वाईट वाटतं. ही शोकांतिका होऊ नये, यासाठी मी खूप

प्रयत्न केला. असे परिणाम घडून येतील, हे तुला मी अनेकदा सांगून पाहिलं. पण तू किंवा तुझा भाऊ कीचक दोघांनीही माझं ऐकलं नाही. कृपा करून आणखी तेरा दिवस, आणखी फक्त तेरा दिवस तू थांब. ज्या शापामुळे माझे पती कष्ट सोसताहेत, त्या शापाचा काळ आणखी तेरा दिवसांनी संपेल. त्यानंतर मी तुझा निरोप घेऊन निघून जाईन. मी हे तुझ्या आणि राजाच्या हितासाठी सांगते आहे. तू आणि राजा यांनी केलेल्या उपकारांबद्दल माझे गंधर्व पती कृतज्ञ राहातील. आपल्या भावावर अतिशय प्रेम करणाऱ्या तुला मला पाहताक्षणी माझा द्वेष वाटावा, हे मी समजू शकते. इथं माझ्याविषयी कुणालाही प्रेम वाटत नाही, हे मला ठाऊक आहे. पण आता आणखी फक्त तेरा दिवस तू माझा सहवास सहन कर. आपण असं केलं तेच योग्य केलं – असं तुला भविष्यकाळात वाटेल, यावर तू विश्वास ठेव.'' सैरंध्रीच्या विनंतीला होकार देणे सुदेष्णेला भाग पडले. ती म्हणाली, ''तू अतिशय सामर्थ्यशाली आहेस. तुझ्यासमोर आम्ही असाहाय्य आहोत. तू मला मदत कर, अशी माझी तुला विनंती आहे. तुझ्या पतींना आमचा नाश करायला लावू नकोस. माझं माझ्या पतीवर प्रेम आहे. माझं सुख तुझ्या हातांत आहे. तू आमचं रक्षण कर.'' सुदेष्णेने आपले डोळे आपल्या पदराने पुसले आणि ती आपल्या महालातून निघून गेली.

## हस्तिनापूरची सभा

पांडव कुठे लपून बसले आहेत, याचा शोध घेण्यासाठी दुर्योधनाने सर्व देशांत आपले हेर पाठवले होते. त्याचा हा शोध निष्फळ ठरला होता. एकामागून एक ते सर्व हेर हस्तिनापुरात परत आले. राधेय, द्रोण, भीष्म आणि दुर्योधनाचे भाऊ दुर्योधनाभोवती बसले होते. दुर्योधनाचे हेर त्याच्याकडे आले आणि म्हणाले, ''महाराज, सर्व जगभर आम्ही पांडवांचा

शोध घेतला. ते कुठंही दिसले नाहीत. आम्ही सर्व रानं धुंडाळली, पण तिथंही ते नव्हते. आम्ही द्वारकेला गेलो आणि तिथं शोध घेतला. तोही व्यर्थ ठरला. लोकही पांडवांची माहिती असल्याचं बोलत नव्हते. पांडव पांचाळ देशातही नाहीत. त्यांचं निधन झालं असावं, असा आमचा अंदाज आहे. आता आपण कोणाच्याही शत्रुत्वाशिवाय जगाचं राज्य उपभोगू शकता. आम्ही जगभर हिंडत असताना एक बातमी आमच्या कानी आली. सगळीकडचे लोक तिच्याविषयी बोलत होते. आपल्यालाही ती ऐकावीशी वाटेल. मत्स्य देशाचा सेनापती कीचक आपल्याला आठवत असेलच. मध्यरात्रीच्या वेळी कोणीतरी अज्ञात व्यक्तीनं कीचकाला ठार केलं. एका स्त्रीमुळे त्याचं हे मरण ओढवलं, असं लोक म्हणतात. उपकीचक या नावानं ओळखले जाणारे त्याचे भाऊही त्याच गंधर्वानं ठार केले. तो गंधर्व हा त्या स्त्रीचा पती आहे, असं लोक म्हणतात. बातमी अशी ही एकच आम्हांला कळली. पांडव कुठं आहेत याचा मात्र मुळीच पत्ता लागला नाही. ते जिवंत आहेत, याला पुरावा नाही. पृथ्वीतलावरून ते अदृश्य झाले आहेत.''

पांडवांचा शोध घेण्याचे कष्ट घेतल्याबद्दल दुर्योधनाने त्या हेरांना बक्षीस दिले आणि त्यांचा निरोप घेतला. त्याने काही वेळ स्वत:शीच विचार केला आणि तो म्हणाला, ''पांडव कुठं गेले आहेत, याचा शोध आपण घेतला पाहिजे. वेळ अगदी थोडा आहे, याची आपल्याला जाणीव आहे. काही दिवसांनीच त्यांचा अज्ञातवासाचा काळ संपेल आणि ते उघड्यावर प्रकट होतील. त्यांची दडण्याची जागा आपण शोधली पाहिजे. या बाबतीत आपण यशस्वी झालो नाही, तर परत आल्यावर ते आपलं राज्य मागतील. आपण अधिक कार्यक्षम हेर पाठवले पाहिजेत. हेर म्हणत आहेत त्याप्रमाणे कदाचित पांडवांचं निधनही झालं असेल. तसं असलं तर उत्तमच!''

द्रोणाचार्य उठून उभे राहिले आणि म्हणाले, ''दुर्योधना, असल्या पोकळ आशा बाळगू नकोस. युधिष्ठिर आणि त्याचे भाऊ यांच्यासारख्या लोकांना अकाली मरण येत नाही. ते दीर्घायुषी असतात. त्यांची दडण्याची जागा शोधण्याचं तू इतकं मनावर का घेतलं आहेस? अवैध मार्गांचा उपयोग करून तूच त्यांना वनवासात पाठवलंस. तेरा वर्षं संपत्तीचा तू उपभोग घेतलास. आता या वर्षाचा शेवट होईपर्यंत तू का थांबत नाहीस? ते परत आल्यावर आपलं राज्य मागतील. तू ते त्यांना

परत का देऊ नयेस? तू तसं केलंस, तर तुझ्या कीर्तीला मरण नाही.''

द्रोणाचार्यांनंतर भीष्माचार्य उठले आणि त्यांनी आपले विचार मांडले. ते म्हणाले, ''द्रोणाचार्य म्हणत आहेत, ते बरोबर आहे. पांडवांचा नाश होणं शक्य नाही. त्यांचं निधन झालं असणंही शक्य नाही. दुर्योधना, तुला आणि तुझ्या पित्याला माझा सल्ला रुचणार नाही, हे मला ठाऊक आहे. तरीसुद्धा मला काय वाटतं, हे मी सांगणार आहे. हजार गोष्टी बडबडून शक्ती फुकट घालवण्यात काय अर्थ आहे? मला जे सांगायचं आहे ते मी एका वाक्यात सांगतो : धर्म जेथे, विजय तेथे. माझ्या वत्सा, पांडवांचा शोध घेण्यात तू आपली शक्ती फुकट जाळतो आहेस. मी तुला एक खूण सांगतो. जिथं युधिष्ठिर राहातो, ती जागा अधिक फलदायी असेल. असूया, औद्धत्य, क्रोध यांना तिथं थारा नसेल. तिथं राहणारे लोक ईश्वराची भीती बाळगणारे असतील. ते सगळे युधिष्ठिरासारखेच असतील. तिथं वेळच्या वेळी पाऊस पडेल, युधिष्ठिर राहातो तिथली भूमी उत्तम पीक देईल, फुलं मधुर सुगंध त्याच्यासाठी देतील, फळं अधिक रसदार असतील, गाई अधिक गोड दूध देतील. जिथं युधिष्ठिर राहत असेल, तिथली हवा अधिक उत्साहवर्धक असेल. पांडवांचा शोध घ्यायचा असेल; तर मी वर्णिलेलं हे वैभव जिथं असेल, तिथं तुझ्या हेरांना पाठव. राजदरबारातला मनुष्य त्याच्या राजासमोर जसं बोलेल, तसं मी हे सगळं बोललो. पण आता या तरुण राजाचा आजोबा म्हणून मला थोडं बोलायचं आहे. 'दुर्योधना, तू नेहमीच मला प्रिय आहेस. तुझं वागणं चुकीचं असतानाही मी तुझी बाजू घेतली आहे. पण आता मी काय सांगतो आहे ते ऐक. पांडवांनी खूप त्रास सोसला आहे. तू राजपुत्र आहेस. त्या पदाला शोभेसा तुझा स्वभाव आहे. तुझ्या मनात असेल, तर तू अतिशय उदार होऊ शकतोस. पांडवांना त्यांचं राज्य परत देण्याचा निर्णय तू का घेऊ नयेस? तू आता तरुण पोरगा राहिलेला नाहीस आणि पांडवही आता त्या वयाचे राहिलेले नाहीत. मोहवश असणारं तुमचं तरुण वय आता उरलेलं नाही. आता या आयुष्यातली जी काही वर्षं उरलेली असतील, ती शांततेनं का जगू नयेत? वाढत्या वयाबरोबर मनाचा कठोरपणा मावळत जातो. तेरा वर्षं संपल्यानंतर आता हे भांडण तुम्ही मिटवू शकत नाही का? तुम्ही स्वत:चा नाश का करून घेता आहात?''

भीष्माचार्यांचे हे बोलणे दुर्योधनाला रुचले नाही. आपली नाखुषी

व्यक्त करीत तो म्हणाला, "नाही, आजोबा, असं होऊच शकत नाही. पांडवांचा मला वाटणारा द्वेष मी पुसून टाकू शकत नाही. ते माझे शत्रू आहेत. मी त्यांचं राज्य त्यांना परत देणार नाही. ते कुठं दडून राहिले आहेत, ते शोधून काढण्यासाठी मी आकाशपाताळ एक करीन आणि त्यांना बारा वर्षं पुन्हा वनवासात पाठवीन."

कृपाचार्य म्हणाले, "दुर्योधना, तू आत्महत्या करण्याचं ठरवलेलं मला दिसतं आहे. इथं असलेल्या सर्वांनाच हे जाणवतं आहे. पांडवांना ग्रासणाऱ्या ग्रहणातून त्यांची सुटका होण्याची वेळ जवळ आली आहे. त्यांचं राज्य त्यांना परत देणार नाही, असं तू म्हणतो आहेस. म्हणजे तू युद्ध करायचं ठरवलं आहेस, हे उघड आहे. तसं असल्यास तू आतापासून सैन्याची जमवाजमव करणं योग्य होईल. होऊ घातलेल्या या युद्धात तुला कोण मदत करतील, याचा विचार कर. तुझे मित्र कोण आहेत, याचा शोध घे. संतापलेले पांडव भयंकर विष असलेल्या सर्पांसारखे असतील. ते तुला सोडणार नाहीत आणि म्हणून तू आतापासून युद्धाची तयारी केली पाहिजेस. वेळ कमी आहे. तू वेगवेगळ्या राजांना व्यक्तिशः भेटून त्यांना तुझ्या बाजूनं उभं राहण्याची विनंती केली पाहिजेस. मी पांडवांना ओळखतो, म्हणून तुला सांगतो, की या सर्व राजांच्या मदतीची तुला गरज भासेल."

कृपाचार्यांच्या बोलण्यामागचा विचार दुर्योधनाला समजला. तो बराच वेळ शांतपणे विचार करीत बसला. अचानक तो उभा राहिला आणि त्याने पांडवांच्या मागावर पाठवलेल्या त्या हेरांना बोलावून घेतले. कीचकाच्या मृत्यूची बातमी त्याने त्यांना पुन्हा तपशीलवार सांगायला सांगितली. त्यांच्या तोंडून ती ऐकल्यावर त्याने त्यांना जाऊ दिले. त्याने काही वेळ विचार केला आणि तो म्हणाला, "होय, तसंच असलं पाहिजे. ही गोष्ट सगळ्या जगाला माहीत आहे, की शक्ती, पराक्रम आणि शौर्य याबाबतीत इंद्राला भारी असे चौघेजण आहेत. मी तुम्हांला त्यांची नावं सांगतो : बलराम, भीम, शल्य आणि कीचक असे ते चौघेजण आहेत. पाचवा कोणीही नाही. या गुणांबाबत या चौघांची स्पर्धा चाललेली असते. प्रत्येक बाबतीत ते तुल्यबळ ठरतात. भीम जिवंत आहे – त्याअर्थी पांडव जिवंत आहेत – या निर्णयापर्यंत आपण आलो आहोत. भीम जिवंत आहे, तेव्हा त्यानंच कीचकाचा वध केला असणार, ही गोष्ट पटण्यासारखी आहे. या गोष्टींचा विचार करा.

एका वर्षापूर्वी मत्स्य देशाच्या राणीच्या दरबारात एक विलक्षण स्त्री येते आणि तिचे पती असलेल्या पाच गंधर्वांचा उल्लेख करते. बुद्धीचा एक कण असलेला माणूसही सांगू शकेल, की ही स्त्री – सैरंध्री म्हणजे द्रौपदी आहे, दुसरी तिसरी कोणी नाही. द्रौपदी ही सुंदर स्त्री आहे, ही गोष्ट खरी. आपण सगळे कीचकाला ओळखतो. सुंदर स्त्रीचा मोह तो कधीही आवरू शकला नाही. मानवी देह धारण करणाऱ्या या नागिणीवर प्रेम करण्याचा त्यानं प्रयत्न केला. गंधर्वाच्या वेषात असलेल्या भीमाकडून तिनं कीचकाला ठार करवला. कीचकाच्या वधाचं याहून वेगळं स्पष्टीकरण देताच येणार नाही. हातात एकही शस्त्र नसताना कीचकाला युद्धात कोण ठार करू शकेल? केवळ भीमच ही गोष्ट करू शकेल. कीचक ज्या पद्धतीनं ठार केला गेला, ती आता पाहा. त्याचे हात आणि पाय त्याच्या छातीपर्यंत, अगदी हनुवटीपर्यंत रेटलेले होते. आपला प्रिय चुलतभाऊ भीम याचं हे खास तंत्र आहे, हे तुम्ही ओळखलं नाही काय? नृत्यशाळेच्या दिवाणखान्यात मध्यरात्री भेटणं आणि रहस्यमय वध या गोष्टी हेच सांगतात, की इथं गुप्तता हा परवलीचा शब्द होता, गुप्तता अत्यंत आवश्यक होती. भीम आणि ती स्त्री यांना आपण ओळखले जाऊ, ही फार मोठी भीती होती. असा हा एका राक्षसिणीच्या प्रेमात पडलेल्या भोळ्या माणसाचा अमानुष वध. ज्याचा वध झाला, तो दुर्दैवी माणूस म्हणजे कीचक.''

थोडा वेळ थांबून दुर्योधन म्हणाला, ''युधिष्ठिर कुठं राहत असेल, याचं आपल्या प्रिय आजोबांनी केलेलं वर्णन मत्स्य देशाशी तंतोतंत जुळतं. मी पाठवलेले बडबडे हेर जे बोलले, त्यावरून या सर्व गोष्टी माझ्या ध्यानात आल्या. आपले प्रिय चुलत बंधू कुठं दडून राहिले आहेत, हे आता आपल्याला कळलं आहे. ते विराटनगरीत आहेत. पांडव तिथं वेष बदलून राहत असले पाहिजेत. आपण ताबडतोब मत्स्य देशावर स्वारी करू या. आपण त्यांचं सगळं गोधन ताब्यात घेऊ. राजाला जर धोका असेल, तर त्याच्या रक्षणासाठी पांडव लढल्याशिवाय राहाणार नाहीत. उंदरांच्या बिळात धूर सोडून जसे आपण त्यांना बाहेर काढतो; त्याप्रमाणे पांडव जिथं दडले असतील, तिथून त्यांना आपण बाहेर काढू. तेरावं वर्ष पूर्ण होण्यापूर्वी त्यांना आपण ओळखलं, की आपण पुन्हा बारा वर्षं त्यांना वनवासात पाठवू शकू. आपलं नक्की ठरलं. मत्स्य देशावर स्वारीची तयारी करा. आमची अशी सूचना आहे.

याहून अधिक चांगली योजना असेल, तर ती ऐकून घ्यायला आमचे कान तयार आहेत.''

त्रिगर्तांचा राजा सुशर्मा हा राधेय आणि दु:शासन यांच्याशी चर्चा करीत होता. तो म्हणाला, ''महाराज, मत्स्य देशाचे आणि माझे चांगले संबंध नाहीत. कीचक, केकय बंधू आणि शाल्व यांच्या मदतीनं मत्स्य देशाच्या राजानं माझा पुन:पुन्हा पराभव केला आहे. आता कीचकाचा मृत्यू झाल्यामुळे मत्स्य देशाचा सहज पराभव करून राजाचं सर्व गोधन मला ताब्यात घेता येईल. राजा विराट याचं राज्य खरोखरीच समृद्ध आहे. त्याचा सेनापती कीचक याचा मृत्यू झाल्यामुळे राजा विराट अगदी असाहाय्य झाला आहे. मत्स्य देशावर आपण स्वारी करणार असाल, तर तुमच्यासोबत मीही असेन. विराटाबरोबरच्या युद्धात माझी तुम्हांला खूप मदत होईल.''

राधेय म्हणाला, ''सुशर्मा म्हणतो ते खरं आहे. माझी अशी सूचना आहे की, आपण आपल्या एकत्र सैन्याचे दोन विभाग करू या आणि शत्रूच्या देशावर दोन वेगवेगळ्या दिशांनी हल्ला करू या. तसं केलं, तर आपला विजय नक्की आहे.''

दोघांचेही बोलणे दुर्योधनाने ऐकून घेतले आणि तो म्हणाला, ''दु:शासना, आपलं सैन्य एकत्र कर. वेळ थोडा आहे. आपले आदरणीय आजोबा, कृप, द्रोण आणि अश्वत्थामा यांना सैन्याचं नेतृत्व करू द्या. राधेय, मी आणि शकुनीमामा अर्थातच तिथं असू. इतर भावांबरोबर तूही असशील. सुशर्माला त्याचं सैन्य घेऊन उद्या हल्ला करू द्या. त्याला विराटाचं सगळं गोधन ताब्यात घेऊ द्या. विराटनगरीच्या दक्षिणेकडून तो हल्ला करील. आपल्या गोधनाच्या रक्षणाचा राजा अर्थातच प्रयत्न करील. पांडव त्याच्या मदतीला येतीलच. मी आणि इतर कौरव बाह्य सीमेवर पोहोचू. त्रिगर्त हल्ला करतील, त्याच्या दुसऱ्या दिवशी नगराच्या दक्षिणेकडून आम्ही गोधन ताब्यात घेऊ. या दोन्ही प्रयत्नांत आपण यशस्वी होऊ हे निश्चित. मत्स्य देशाचा पराभव, त्याचं गोधन मिळवणं आणि पांडव कुठं दडून बसले आहेत ते शोधून काढणं ही आपली उद्दिष्टं आहेत. हे आता नक्की ठरलं की, नवा चंद्र उगवल्याच्या आठव्या दिवशी सुशर्मा विराटावर हल्ला करील आणि नवव्या दिवशी आम्ही हल्ला करू. आता ही बैठक आपण विसर्जित करू.''

सभागृह रिकामे झाले. विराटावर स्वारी करण्याची तयारी जोरात सुरू झाली. आपले सैन्य गोळा करण्यासाठी सुशर्मा त्याच्या नगरात गेला. सर्वांची मने विलक्षण उत्तेजित झाली होती.

## गाईंची चोरी

विराटाच्या गाई चोरल्या जात होत्या. तिथे असलेले गुराखी त्यांचे रक्षण करायला असमर्थ ठरले. हा हल्ला अगदी अचानक होता. गुराख्यांच्या डोळ्यांसमोर गाई नेल्या जात होत्या. ते काहीच करू शकत नव्हते. बाण आणि बरच्या यांच्यासमोर ते असाहाय्य होते. गाईंचे गोठे सोडून त्यांनी राजाच्या दरबाराकडे धाव घेतली. ते रडतभेकत म्हणाले, "महाराज, शत्रूंपासून आमचं रक्षण करा. नगरीत घुसलेल्या शत्रूंनी आमच्या सगळ्या गाई पळवून नेल्या आहेत." राजाने ताबडतोब मोठे सैन्य गोळा केले आणि तो गुन्हेगारांचा शोध घेत निघाला. शतानीक, मदिराश्व आणि सूर्यदत्त हे राजाचे भाऊ त्याच्या मदतीला आले. शंख हा विराटाचा सर्वांत मोठा मुलगा आपल्या पित्यासोबत त्याच्या मदतीसाठी थांबला. उत्तम चिलखते घालून ते शत्रूंबरोबर लढण्यासाठी निघाले.

राजाच्या रथाला जोडण्यासाठी घोडे आणले जात असताना युधिष्ठिर राजाजवळ आला आणि त्याला म्हणाला, "अनेक गोष्टी मला येतात, त्यातली लढाई ही एक गोष्ट आहे. रथारूढ होऊन, अश्वारूढ होऊन कसं लढावं हे मला ठाऊक आहे. तुझा स्वयंपाकी बल्लव हाही उत्तम योद्धा आहे. तुझ्या घोड्यांचे आणि गायींचे रक्षण करणारे जे दोन तरुण आहेत, तेही चांगले योद्धे आहेत. तुझी जर हरकत नसेल, तर तुझ्या शत्रूंबरोबर लढून आम्ही तुला मदत करू." मदतीचे हे आश्वासन मिळाल्यामुळे राजाला आनंद झाला. त्याने शतानीकाला बोलावले

आणि तो म्हणाला, "या चौघांना रथ आणि शस्त्रं दे. कंक म्हणतो, की ते उत्तम योद्धे आहेत. ताबडतोब तू युद्धासाठी आवश्यक ते सर्व साहित्य देऊन त्यांची तयारी कर." ते सर्व तयार झाले. आपण योग्य तीच गोष्ट करतो आहोत, असे युधिष्ठिराला वाटले. गेले काही महिने त्यांना आश्रय देऊन राजाने त्यांच्यावर जे उपकार केले होते, त्यांची परतफेड करणे हे योग्य होते. त्रिगर्तांचा राजा सुशर्मा हा इथे शत्रू होता. तो प्रसिद्ध होता. युधिष्ठिराने अर्जुनाकडूनही त्याचे नाव ऐकले होते. नगर सोडून सैन्य रणांगणाच्या दिशेने निघाले.

युद्धाला सुरुवात झाली. त्रिगर्त बंधू हे शक्तिमान योद्धे होते. कीचक जर जिवंत असता, जर त्याने शत्रूचे सैन्य बघता बघता जमीनदोस्त केले असते. तो नसल्यामुळे राजाला शत्रूचे सैन्य भयकारक वाटले. मृत सैनिकांच्या देहांनी रणांगण आधीच भरून गेले होते. विराट राजाला पांडवांची मदत मिळाली, हे त्याचे भाग्य. रानजाळीत होणारा वणवा आठवावा, असे पांडवांचे लढणे होते. पांडव जिथे गेले, तिथे त्यांच्या मागून शत्रूंचा विनाश गेला. विराटाचे सैन्य इतका प्रतिकार कसा करते आहे, याचे राजा सुशर्माला आश्चर्य वाटले. तसेच आश्चर्य त्याला मत्स्यसेनेचे युद्धकौशल्य पाहून वाटले.

सर्व सैन्याचे नेतृत्व युधिष्ठिर करीत होता. सैन्यव्यूहाची रचना त्याने गरुडाच्या आकाराची केली होती. गरुडाचे डोके जिथे येते, तिथे स्वत: युधिष्ठिर लढत होता. नकुल आणि सहदेव या गरुडाच्या पंखांचे रक्षण करीत होते आणि या गरुडाच्या शेपटीच्या टोकाला भीम लढत होता. या व्यूहरचनेमुळे शत्रूंवर ते अतिशय परिणामकारक हल्ला करू शकत. युधिष्ठिराने हजारो शत्रुसैनिक ठार केले. भीमाने याच्या दुप्पट शत्रुसैनिक ठार केले. नकुल आणि सहदेव त्यांच्याहूनही जबरदस्त ठरले. नकुलाचे बळी युधिष्ठिराच्या तिप्पट आणि सहदेवाचे बळी चौपट होते. पांडवांची अशी उत्तम मदत मिळाल्यामुळे उत्तेजित होऊन शतानीकही चांगला लढला. विळी जशी भाताचे शेत कापत जाते, तसा राजा विराट शत्रू कापत चालला होता. सुशर्मा आणि राजा विराट यांचेही द्वंद्वयुद्ध झाले. जमिनीवरची धूळ उडून सगळे रणांगण व्यापले गेले होते. सूर्यासमोर हा धुळीचा पडदा आल्यामुळे सगळ्या रणांगणावर काळोख पसरला होता. रणांगणावर अचानक पसरलेल्या या काळोखात त्रिगर्तांचा राजा सुशर्मा याने मत्स्य देशाचा राजा विराट याला कैद केले. विराटाच्या धनुष्याचे

दोन तुकडे झाले होते. तो असाहाय्य झाला होता. विराटाला त्याच्या रथातून उचलून सुशर्माच्या रथाकडे नेण्यात आले. इतक्यात काळोख नाहीसा झाला. आपला राजा कैद झाल्याचे सैनिकांना दिसले. त्यामुळे सैन्यात घबराट पसरली. सैनिक रणांगणातून पळून जाऊ लागले.

हा सर्व प्रकार युधिष्ठिर पाहत होता. तो भीमाला म्हणाला, "राजा विराट याला शत्रूंनी कैद केलं आहे. या शत्रूंचा राजा सुशर्मा याला असं वाटतं आहे, की विराट राजाला मदत करणारा कोणीही नाही. विराटाच्या मदतीला तू जावंस, असं मला वाटतं." जवळच असलेला एक वृक्ष उपटून हातात घेण्यासाठी भीम पुढे झाला. युधिष्ठिराने स्मित केले आणि तो म्हणाला, "बल्लवा, कृपा करून तसं करू नकोस. या अज्ञातवासात आपल्याला कोणी ओळखता कामा नये. तू तुझं हे तंत्र वापरलंस, तर तू कोण आहेस हे सुशर्मा ओळखील. इतर सर्वसामान्य योद्धे लढतात, तसाच तू लढ आणि आपलं काम कर. वृक्ष उपटून हातात घेऊ नकोस." भीम मोठ्याने हसला आणि म्हणाला, "तू म्हणतोस, ते बरोबर आहे. मी आता निघतो." भीम, नकुल आणि सहदेव आपापल्या रथावर आरूढ झाले आणि सुशर्माच्या दिशेने निघाले. त्यांच्यामागून युधिष्ठिरही निघाला. हे चौघे जोरदार लढले. रथात बसूनच राजा विराट आपली गदा घेऊन लढला. डोळ्याची पापणी लवते न लवते इतक्या वेळात भीमाने राजा सुशर्माच्या रथावर उडी घेतली.

भीम सुशर्माला म्हणाला, "आमचा राजा आणि आमचं गोधन यांना तू फार त्रास देतो आहेस. गोधनाचं रक्षण करण्यासाठी ठेवलेल्या गुराख्यांना तू जखमी केलं आहेस. काहीही कारण किंवा चिथावणी नसताना तू मत्स्य देशाशी युद्धाला सुरुवात केली आहेस. यासाठी मी तुला का ठार करू नये?" भीमाने अगदी सहज त्याचा पराभव केला. त्याने सुशर्माला बेशुद्ध केले आणि त्याचे हातपाय बांधून टाकले. भीमाने विराटाची सुटका केली. त्याने सुशर्माला युधिष्ठिरासमोर आणले. हातपाय बांधलेल्या आपल्या शत्रूला पाहून युधिष्ठिराला हसू आले. तो म्हणाला, "बल्लवा, या पाप्याला सोडून दे." पण भीम सुशर्माला सोडायला तयार होईना. तो सुशर्माला म्हणाला, "सुशर्मा, तुला जर तुझे प्राण वाचवण्याची इच्छा असेल, तर तू सर्व लोकांसमोर, माझ्या आणि तुझ्या सैनिकांसमोर जाहीरपणे कबूल कर, की तू आमच्या

डोळ्याची पापणी लवते न लवते इतक्या वेळात
भीमाने राजा सुशर्माच्या रथावर उडी घेतली.

राजाचा दास आहेस. तू असं करणं हे युद्धाच्या नियमांना धरून आहे. तुला हे नियम पाळलेच पाहिजेत.'' भीमाकडे पाहून युधिष्ठिराने स्मित केले आणि तो म्हणाला, ''बल्लवा, त्याचा आणखी अपमान करू नकोस. त्याचा युद्धात पराभव झाल्यामुळे तो आधीच दास झाला आहे. पुन्हा दास झाल्याची जाहीर कबुली द्यायला लावून तू त्याला शरमिंदा करू नकोस. त्याला सोडून दे.'' भीमाने सुटका केल्यावर सुशर्मा तिथून निघून गेला. त्याचे तोंड शरमेने जळत होते. विराटाचे सर्व गोधन परत मिळवले गेले. शत्रूचा पूर्ण परभव झाला होता. राजा विराट पांडवांवर प्रसन्न झाला होता. त्या रात्री रणांगणावर तंबू उभारून पांडव तिथेच राहिले.

युधिष्ठिराचे आभार मानायला राजा विराटाकडे शब्द अपुरे पडले. तो म्हणाला, ''तू केलेल्या मदतीची परतफेड कशी करावी, हे मला समजत नाही. आज हे युद्ध तुम्ही चौघांनी मला जिंकून दिलंत. तुम्ही जर अगदी योग्य वेळी मला मदत केली नसती, तर मी सुशर्माचा बळी ठरलो असतो. जे माझ्या मालकीचे आहे, ते सर्व मी तुम्हांला देईन. मी परतफेड कशी करावी, हे तुम्ही मला सांगा.''

युधिष्ठिर म्हणाला, ''आम्ही थोडी फार मदत तुला करू शकलो, याचा मला आनंद होतो आहे. आम्ही जे केलं, ते आमचं कर्तव्यच होतं. गेले काही महिने तू आम्हांला केलेल्या मदतीबद्दल कृतज्ञता व्यक्त करण्याचा हा आमचा मार्ग होता. तू ज्याला आम्ही केलेले उपकार म्हणतो आहेस, त्यांची परतफेड करण्याची जरुरी नाही. आम्ही विशेष काही केलं आहे, असं मुळीच नाही.'' या बोलण्याने विराटाचे समाधान झाले नाही. आपल्याकडे जे काही आहे ते सर्व द्यायला तो तयार होता. तो म्हणाला, ''बल्लवाच्या शौर्याचा मी विचार करतो, तेव्हा मला शब्द अपुरे पडतात. पारितोषिक देऊन मला त्याचा सन्मान करायचा आहे.'' युधिष्ठिराने गोड शब्दांत विराटाला सांगितले की, नगरीत दूत पाठवून राजाचा विजय झाल्याची घोषणा कर. नगरीत राजाच्या विजयी प्रवेशाची उत्सवाच्या रूपात व्यवस्था करण्याचा निरोप त्याने पाठवला. त्यांनी रणांगणावर सुखाने रात्र घालवली. सूर्य उगवल्यावर नगरीत प्रवेश करण्याचे त्यांनी ठरवले.

# राजपुत्र उत्तरकुमार

त्रिगर्तांनी हल्ला केला, त्याच्या दुसऱ्या दिवशी ठरल्या योजनेप्रमाणे कौरवांनी दक्षिणेच्या बाजूने नगरीवर हल्ला केला. सगळ्या गायी त्यांनी आपल्या ताब्यात घेतल्या. अचानक झालेल्या या हल्ल्यामुळे गुराखी पार भेदरून गेले. त्यांना गायींचे रक्षण करता आले नाही. ते पळून राजवाड्याकडे गेले. झाली गोष्ट त्यांनी तिथे सगळ्यांना सांगितली. त्यांनी राजवाड्यात प्रवेश केला. विराटाच्या धाकट्या पुत्राशिवाय राजवाड्यात कुणीही नव्हते. धाकट्या राजपुत्राचे नाव भूमिंजय असे होते, पण तो उत्तर याच नावाने ओळखला जात होता. गुराखी त्याच्याकडे गेले आणि त्यांनी कौरवांनी केलेल्या हल्ल्याची सर्व माहिती दिली. ते त्याला म्हणाले, "तुझा पिता त्रिगर्तांशी लढायला गेला आहे. आता तू आमच्या मदतीला येऊन आमच्या गायी परत मिळवून दिल्या पाहिजेस. शत्रू काही अंतर ओलांडून गेले आहेत. तू त्यांना गाठ आणि आमच्या गायी परत आण. कर्तृत्ववान पित्याचा तू कर्तृत्ववान पुत्र आहेस, असं राजा मानतो. कृपा करून ताबडतोब नीघ. तू वीणा वाजवीत बसला आहेस. ती बाजूला ठेव आणि धनुष्य नावाची वीणा आपल्या हातात घे. या धनुष्याच्या दोरीवर तुझं संगीत वाजव आणि शत्रूंच्या मनात भीती निर्माण कर. उठ, वेळ लावू नको."

राजघराण्यातल्या स्त्रियांच्या सोबत उत्तर बसला होता. तो म्हणाला, "शत्रूंवर हल्ला करण्यासाठी मी नक्कीच जाईन. मी माझं शक्तिशाली धनुष्य हातात घेईन आणि एकही शत्रू शिल्लक ठेवणार नाही. पण या क्षणी मी फार मोठ्या अडचणीत सापडलो आहे. माझा रथ चालवण्यासाठी माझ्याकडे योग्य असा सारथी नाही. चांगला सारथी असणं म्हणजे अर्धी लढाई जिंकणं हे तुम्हांला ठाऊक आहेच. तो जर नसेल, तर मी लढाई हरण्याचीच शक्यता अधिक आहे. जे मोठं युद्ध मी नुकतंच अठ्ठावीस दिवस आणि रात्री लढलो, त्या युद्धात माझ्या रथाचा सारथी मारला गेला. तुम्ही मला एक चांगला सारथी द्या. शत्रूंची मला पर्वा

नाही. मला चांगला सारथी मिळाला; तर मी भीष्म, द्रोण, कृप, राधेय आणि अश्वत्थामा यांचा एक हाती समाचार घेऊ शकेन. त्याची मला जराही चिंता नाही. इंद्रानं वृत्राबरोबर जसं युद्ध केलं, तसं युद्ध मी कौरवांशी करीन. मी त्या सर्वांना ठार करीन. त्यांनी नेलेल्या गायी मी परत आणीन. मी लढत असताना जे मला पाहतील ते म्हणतील, 'हा अर्जुन आहे काय? त्याच्याशिवाय इतकं उत्तम कोणीही लढू शकत नाही.' मला याची खात्री आहे. तुम्ही ताबडतोब एक चांगला सारथी माझ्यासाठी घेऊन या.''

इतर स्त्रियांबरोबर द्रौपदी तिथे बसलेली होती. उत्तर जे बोलत होता, ते तिने ऐकले. अर्जुनाशी स्वत:ची तुलना करणारे त्याचे हे आढ्यताखोर बोलणे तिला सहन झाले नाही. तिला राग आलेला अर्जुनाने पाहिला आणि त्याला हसू आले. तो तिला बाजूला एकांतात घेऊन गेला आणि म्हणाला, ''माझ्या राणी, तुझा राग मी पाहिला आणि त्याबद्दल मी तुझा आभारी आहे. तू आता राजकन्या उत्तरा हिच्याकडे जा आणि तिला सांग, की खांडववन जाळताना इंद्राशी झालेल्या युद्धात बृहन्नडा ही अर्जुनाची सारथी होती. ही गोष्ट तुझ्या भावाला कळव, असं तू तिला सांग. सारथी बृहन्नडा हिच्या थोरवीचं वर्णन तू तिच्याकडे कर. उत्तरासाठी सारथी म्हणून सुचवायला तू माझं नाव सांग, अशी सूचना तू तिला कर. त्यानंतर तो काय करतो ते आपण पाहू.'' अर्जुनाने सांगितल्याप्रमाणे द्रौपदीने केले. राजकन्या उत्तरा हिच्याकडे द्रौपदी गेली आणि तिला म्हणाली, ''तुझा भाऊ उत्तर म्हणतो, की चांगला सारथी त्याच्याकडे नसल्यामुळे तो लढू शकत नाही. माझ्या माहितीची एक चांगली सारथी आहे. बृहन्नडा असं तिचं नाव आहे. खांडववन जाळताना अर्जुनाचं इंद्राशी युद्ध झालं, तेव्हा तीच अर्जुनाची सारथी होती. त्यामुळेच अर्जुन इंद्राचा पराभव करू शकला. बृहन्नडेचा पराक्रम मला ठाऊक आहे. तुझ्या भावाच्या घोड्यांचे लगाम तिनं आपल्या हातांत घेतले की, कुणीही त्याचा पराभव करू शकणार नाही. सर्व शत्रूंचा पराभव होईल. सर्व कौरवच काय, देव आणि गंधर्वदेखील पराभूत होतील. तू याची खात्री बाळग. बृहन्नडेला सारथी म्हणून घे, असं तुझ्या भावाला सांग.''

हे ऐकून राजकन्या उत्तरा हिला अतिशय आनंद झाला. ती लगबगीने आपल्या भावाकडे गेली आणि त्याला म्हणाली, ''तू युद्धाला तयार

होऊ शकतोस. मी तुझ्यासाठी सारथी मिळवला आहे. बृहन्नडा ही सारथी असल्यामुळे अर्जुनाचा विजय झाला होता, असं सैरंध्री म्हणते. त्यावेळी अर्जुनानं इंद्राचा पराभव केला. आता वेळ न घालवता युद्धाला तयार हो.'' राजपुत्र उत्तर याने सैरंध्रीला बोलावून घेतले. तिने त्याला बृहन्नडेविषयी सर्व माहिती सांगितली. बृहन्नडेवर तिने प्रशंसेचा वर्षाव केला. राजपुत्र उत्तर तिला म्हणाला, ''बृहन्नडा ही पुरुषही नाही किंवा स्त्रीही नाही. मी शुद्ध क्षत्रिय आहे. अशा या बृहन्नडेला मी सारथी म्हणून कसा घेऊ? हे योग्य होणार नाही. माझ्या प्रतिष्ठेला हे शोभणार नाही. युद्धाचा विचारच मला सोडून द्यावा लागेल.''

सैरंध्री त्याला म्हणाली, ''कदाचित तुझं म्हणणं योग्यही असेल. पण आणीबाणीची अशी ही परिस्थिती निर्माण झाली असताना तू असल्या क्षुल्लक गोष्टींना महत्त्व देऊ नयेस, असं मला वाटतं. तुझा पिता युद्धावर अन्यत्र गेला आहे. तो इथं नसताना ही आणीबाणीची परिस्थिती निर्माण झाली आहे. तू खरा क्षत्रिय आहेस. लायक पित्याचा लायक पुत्र म्हणून वागणं हे तुझ्यावर आहे. अशा वेळी क्षुल्लक गोष्टी आठवीत बसू नये. सारथी बृहन्नडा हिला तू बोलावून घे.''

राजपुत्र उत्तर याला हे मान्य करणे भाग पडले. त्याची बहीण उत्तरा ही शेजारीच उभी होती. तो कौरवांच्या सैन्याबरोबर युद्ध करणार, याचा अभिमान तिला वाटत होता. भोवतीच्या सर्व स्त्रिया त्याच्याकडे वीरपुरुष म्हणून पाहत होत्या, हे त्याला कळले. त्यांचे हे मत त्याला ढळू द्यायचे नव्हते. बृहन्नडेला आपल्यासमोर आणून उभी कर असे त्याने आपल्या बहिणीला सांगितले. लाजरी, घाबरी पावले टाकत बृन्नडेच्या रूपातील अर्जुनाने राजपुत्र उत्तर याच्या दिवाणखान्यात प्रवेश केला. लाजेमुळे तो बेशुद्ध पडेल असे वाटावे, इतके ते नाटक हुबेहूब होते. राजपुत्र उत्तर तिला म्हणाला, ''अर्जुनाच्या रथाचं सारथ्य तू केलंस, असं सैरंध्री मला सांगत होती. तू या जगातली सर्वश्रेष्ठ सारथी आहेस असं तिचं म्हणणं आहे. तुझ्याशी तुलना केली, तर इंद्राचा मातली, कृष्णाचा दारुक आणि दशरथाचा सुमंत हे सारथी यःकश्चित ठरतात – असं सैरंध्रीचं म्हणणं आहे. तू माझ्या रथाचं सारथ्य करावंस, असं मला वाटतं. आता मला कौरवांच्या सैन्याबरोबर युद्ध करायला जायचं आहे. तू तयार हो.'' अर्जुनाने लाजरे स्मित केले आणि ती म्हणाली, ''महाराज, मला युद्धातलं काय कळतं? नाचणं आणि गाणं

हेच मला ठाऊक. माझी तुम्हांला कसलीही मदत होऊ शकणार नाही, असं मला वाटतं.'' राजपुत्र उत्तर म्हणाला, ''तुझ्या कर्तृत्वाविषयी वेगळंच चित्र सैरंध्रीनं माझ्या डोळ्यांसमोर उभं केलं आहे. नम्रता दाखवण्याची ही वेळ नव्हे. लवकर तयार हो. मला ताबडतोब रणांगणावर गेलं पाहिजे.'' राजकन्या उत्तरा हिने लख्ख पांढरा पोशाख सारथी अर्जुनासाठी आणला. तो पोशाख कसा घालायचा हे आपल्याला कळत नसल्याचे नाटक अर्जुनाने केले. तो पोशाख घालताना अर्जुनाने असा वेंधळेपणा केला की, दिवाणखान्यात असलेल्या सर्व मुली त्याच्याकडे पाहून हसू लागल्या. हास्याच्या लाटांवर लाटा सर्वांच्या कानांवर आदळू लागल्या. अखेर अस्वस्थ होऊन राजपुत्र उत्तर याने स्वत: अर्जुनाच्या अंगावर चिलखत चढवले. अर्जुनाला तेच हवे होते. युद्धाला जाताना तो स्वत:च्या हाताने पोशाख घालत नसे. अर्जुन राजपुत्र उत्तर याला म्हणाला, ''महाराज, मी तयार आहे. तुम्हांला जायचं असेल, तिथे मी घेऊन जाईन. आपण एक हाती कौरवांशी युद्ध करू शकाल. हे दिव्य दृश्य पाहण्यासाठी मी उत्सुक आहे. महाराज, आपण आता निघू या.''

त्यांनी प्रेमाने सर्वांचा निरोप घेतला. राजवाड्याच्या दरवाजातून आता रथ बाहेर निघणार, तोच. राजकन्या उत्तरा धावत रथाकडे आली आणि म्हणाली, ''बृहन्नडे, तू परत येशील, तेव्हा माझ्या भावाकडून पराभूत झालेल्या कौरवांची सुंदर रेशीम वस्त्रं माझ्यासाठी आणायला विसरू नकोस.'' अर्जुनाने तिच्याकडे हसून पाहिले आणि तो म्हणाला, ''माझ्या छोट्या राजकन्ये, मी ते मुळीच विसरणार नाही. मी तुला वचन देतो, की कौरव वीर परिधान करतात, ते सुंदर रेशमी कपडे मी तुझ्यासाठी घेऊन येईन.'' विराटाचे गोधन घेऊन कौरव ज्या दिशेने निघाले होते, त्या दिशेने ते निघाले.

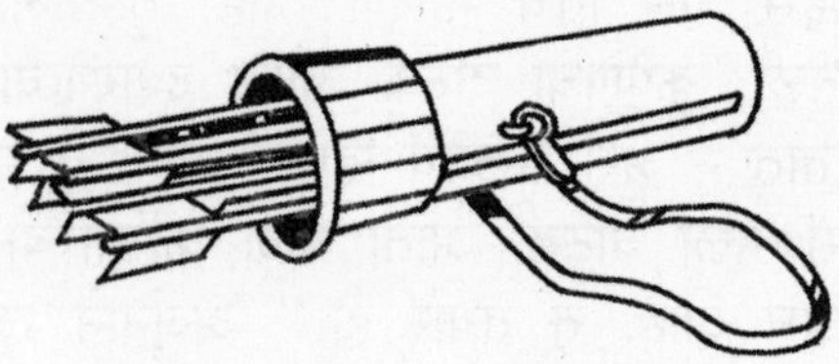

# उत्तर आणि बृहन्नडा

राजपुत्र उत्तर म्हणाला, "कृपा करून लवकर चला. माझा पिता दूर असताना आमच्या राजधानीवर स्वारी करण्याची हिंमत दाखवणाऱ्या शत्रूंचा मला समाचार घ्यायचा आहे. विराटनगरीत वीरपुरुष उरलेले नाहीत, असाच त्यांचा समज झालेला असावा! मी त्यांना धडा शिकवीन." शत्रूच्या तळाच्या दिशेने ते निघाले. नगरीच्या सीमेच्या दिशेने अर्जुन आपला रथ वेगाने हाकत होता. त्याला सारखे हसू येत होते. काही अंतर त्यांनी ओलांडल्यावर कसलातरी मोठा आवाज त्यांना ऐकू आला. रात्री पूर्ण चंद्र असताना समुद्राचा येतो, तसा तो आवाज होता. तो आवाज ऐकून राजपुत्र उत्तर म्हणाला, "बृहन्नडे, हा आवाज कसला आहे?" अर्जुन म्हणाला, "महाराज, आणखी काही क्षणांनी तुम्ही जिंचा नाश करणार आहात, त्या कौरवसेनेचा हा आवाज आहे." अर्जुन हाकत असलेला रथ आता काही अंतर पुढे गेला होता. कौरवांचे सैन्य राजपुत्र उत्तर याच्या दृष्टिपथात आले. त्याचे डोळे आश्चर्याने विस्फारले, त्याच्या तोंडून शब्द फुटेना, त्याची जीभ सुकून गेली, आपला श्वास कोंडतो आहे असे त्याला वाटले.

काहीच झालेले नाही अशा सहजतेने अर्जुन रथ हाकत होता. तो म्हणाला, "मी तुम्हांला अशा ठिकाणी आणलं आहे, की जिथून समोरून येणारं कौरवांचं सैन्य तुम्हांला दिसेल. महाराज, पाहा. त्या तिथं शुभ्र अश्वावर जो बसला आहे, तो कौरवसम्राट दुर्योधन आहे. तो किती रुबाबदार दिसतो आहे पाहा. त्याच्या बाजूला दिसतो आहे त्याचा भाऊ दुःशासन. तो करड्या रंगाच्या घोड्यावर बसला आहे. आता हा जो कोणी त्याच्याजवळ आला, तो दिसतो आहे? तो सुंदर तपकिरी घोड्यावर बसला आहे. त्याचा देखणा, राजबिंडा चेहरा पाहा. त्याची रुंद सुंदर छाती तुम्हांला दिसते आहे ना? तो दुर्योधनाचा सर्वांत प्रिय मित्र राधेय आहे. कौरवांच्या बाजूनं लढणारा तो सर्वश्रेष्ठ धनुर्धर आहे. लवकरच होणाऱ्या युद्धात अर्जुनाला ठार करण्याची शपथ राधेयानं

घेतली असल्यामुळे अर्जुन मृतातच जमा आहे, असं दुर्योधन धरून चालला आहे. आता दुसऱ्या दिशेला पाहा. ज्यांच्या मुकुटावर जडवलेल्या रत्नांत सकाळच्या सूर्याचं प्रतिबिंब बंदिस्त झालेलं दिसतं आहे, ते आहेत कसलेले योद्धे भीष्म. कुरुभूमीचे ते अनभिषिक्त सम्राट आहेत. सिंहासनावरील आपल्या हक्काचा त्यांनी त्याग केला. तसं जर झालं नसतं, तर कुरू घराण्याचा इतिहास काही वेगळाच झाला असता. त्यांच्या बाजूला कौरव आणि पांडवांचे गुरू द्रोणाचार्य दिसत आहेत. त्यांच्याजवळ त्यांचा पुत्र अश्वत्थामा दिसतो आहे. त्याच्या कपाळावर झळाळणारं रत्न तुम्ही इथूनही पाहू शकाल. तो अर्जुनाहूनही श्रेष्ठ योद्धा आहे. या सर्वांबरोबर एक हाती लढणारे तुम्ही पहिले वीरपुरुष आहात. चला, आता आपण रणांगणाकडे जाऊ या.''

राजपुत्र उत्तर याने कौरवांच्या सैन्याकडे एक दृष्टिक्षेप टाकला. तो इतका भ्याला की, त्याचे पाय थरथर कापू लागले, घामाच्या थेंबांनी त्याचे धनुष्य ओले झाले. डोळ्यांत अश्रू आणून त्याने अर्जुनाकडे पाहिले आणि तो म्हणाला, ''या सैन्याची मला भीती वाटते, हे सैन्य प्रचंड आहे. कौरव वीरांकडे पाहून माझं सगळं धैर्य पार गळून गेलं आहे. हे सैन्य अजिंक्य आहे. मी एक हाती त्यांच्याशी कसा काय लढू शकणार? कौरवांचं हे सैन्य पाहून इंद्रसुद्धा भिऊन जाईल. त्रिगर्तांबरोबर लढण्यासाठी गेलेला माझा पिता सगळं सैन्य घेऊन गेला आहे. मी इथं एकटा आहे. मी एक तरुण पोरगा. कौरवांबरोबर मी लढणार कसा? कृपा करून रथ मागे फिरव. मी जर आता कौरवांच्या सैन्याकडे पाहीन, तर नक्कीच बेशुद्ध पडेन. मला माझ्या नगरात परत घेऊन जा. माझा निर्णय पक्का झाला – मी लढणार नाही!''

अर्जुन हसून त्याला म्हणाला, ''तू शत्रूंना भ्याला आहेस. तू मला परत तुझ्या घरी न्यायला सांगतो आहेस. पण काही वेळापूर्वी तूच म्हणाला होतास की, 'मला ताबडतोब रणांगणावर घेऊन जा.' माझ्या प्रिय राजपुत्रा, या कौरवांना तू भिऊ नकोस. ते दिसतात तसे सामर्थ्यशाली नाहीत, तू सहज त्यांचा पराभव करू शकतोस. तू एका लढवय्याचा पुत्र आहेस, तू कीचकाचा भाचा आहेस. कीचक फार मोठा योद्धा होता. तो तुमच्या सैन्याचा सेनापती होता. त्याचं शौर्य काही प्रमाणात तरी तुझ्यात असलं पाहिजे. तू असा धीर सोडणं योग्य नव्हे. तुझ्यासमोर अनेक अडचणी येतील. पण त्या तू एकामागून एक हाताळू लागलास,

की तुझ्या ध्यानात येईल, त्या वाटल्या तेवढ्या भयंकर नव्हत्या. मी तुला शत्रूच्या सैन्यातून घेऊन जातो. धीर धर. हे युद्ध तुला शाश्वत कीर्ती मिळवून देईल. तुझ्या पित्याच्या राजवाड्यात तुझी बहीण आणि इतर स्त्रिया यांच्यासमोर तू काय बोलला होतास, त्याची आठवण कर. तुझ्या नगरातून तू मोठ्या दिमाखानं बाहेर पडलास आणि आता तू रणांगणातून जर असा पळालास, तर त्यांना तुझी शरम वाटेल. तू परत जाणार नाहीस. तू लढणार आहेस. मी तुला माघार घेऊ देणार नाही. तू जर परत गेलास, तर प्रत्येकजण तुझ्या भेकडपणाला आणि तुला हसेल. तुझ्याविषयीचा माझा समज चुकीचा ठरला. दोन कारणांमुळे माझी ही चूक झाली. एक म्हणजे मी तुझ्याबरोबर जावं, असं सैरंध्रीला वाटत होतं; आणि तू जो शौर्याचा आव आणलास, त्याला मी फसले. यामुळे मी तुझ्याबरोबर आले. कौरवांच्या या सैन्याची तुला का भीती वाटते? अर्धा पुरुष आणि अर्धी स्त्री अशी मी बृहन्नडा असूनही मी भ्यालेली नाही. मग तू कशासाठी भितोस? रणांगणाकडे पाठ फिरवून मत्स्य घराण्याला काळिमा फासू नकोस. चल, आपण पुढे जाऊ या. शौर्य दाखव. कौरवांचा तू निश्चित पराभव करशील.''

राजपुत्र उत्तर हे मानायला तयार होईना. तो म्हणाला, ''मला पर्वा नाही. बृहन्नडे, तुला माझ्या भावना समजत नाहीत. आमचं गोधन, आमची संपत्ती सगळं त्यांना घेऊन जाऊ दे. सगळं जग मला हसू दे, मला त्याची पर्वा नाही. माघार घेऊन मी परत जाणार हे नक्की.'' राजपुत्र उत्तर याने रथातून बाहेर उडी घेतली आणि तो आपल्या राज्याच्या दिशेने पळत सुटला. अर्जुन हे पाहून अतिशय संतापला. तो म्हणाला, ''हे असं वागणं राजपुत्राला शोभत नाही. तू क्षत्रिय आहेस, तू आपल्या वंशाला शरम आणू नकोस! रणांगणातून पळून जाण्यापेक्षा रणांगणावर मरण येणं चांगलं.'' अर्जुनाचे शब्द बहिऱ्या कानांवर पडले. राजपुत्र उत्तर त्याला शक्य होते तितक्या वेगाने पळू लागला.

अर्जुनाने रथाबाहेर उडी घेतली. या पळपुट्या पोरामागे तो धावू लागला. त्याचा लाल झगा आणि लांब केस वाऱ्यावर उडत होते. त्याच्या वेगवान आणि ठाम पावलांचा आवाज हवेत घुमत होता. हे सगळे घडले, तेव्हा ते रणांगणाच्या जवळ आले होते. ते शत्रूंना दिसत होते. जे जे घडत होते, ते सर्व ते पाहत होते. शत्रूच्या सैन्याला प्रथम दिसला एक नगरीतून बाहेर पडलेला एकाकी रथ, त्यांना दिसला

रणांगणावरून पळून जाणारा एक तरुण आणि त्याचा पाठलाग करणारा विचित्र कपडे घातलेला एक माणूस. एखादे मूक नाट्य पाहावे, तसे हे दृश्य कौरवांची सेना पाहत होती. त्यांचे कुतूहल आता जागे झाले होते. कौरवसैनिक आपापसात बोलत होते : 'रथातून उडी मारून पळाला तो तरुण कोण? विचित्र कपडे घातलेला तो दुसरा माणूस कोण?' कौरवसैनिक पाहत राहिले. टक लावून पाहणारे द्रोण म्हणाले, "त्यानं स्त्रीचा पोशाख घातला आहे. पण तो पुरुष आहे. तो तरुण भ्याल्यामुळे पळतो आहे. मला हे दिसतं आहे. त्याच्या मागून धावणारा पुरुष त्यानं परत यावं आणि लढावं म्हणून त्याला घेऊन येण्यासाठी धावतो आहे. त्यानं स्त्रीचा पोशाख घातला आहे. जरा थांबा. तो तरुणामागे धावणारा पुरुष मला ओळखीचा वाटतो आहे. होय, तो अर्जुनासारखा दिसतो आहे.

"तो तरुणामागे धावणारा पुरुष मला ओळखीचा वाटतो आहे.
होय, तो अर्जुनासारखा दिसतो आहे."

ते तसंच डोकं आणि तशीच मान. इतक्या अंतरावरूनही मी त्याला ओळखू शकतो. ते सुंदर बाहू अर्जुनाखेरीज दुसऱ्या कुणाचेही असूच शकत नाहीत. मी त्यांना ओळखतो. त्याचे ते रुंद खांदे आणि ती रुंद छाती पाहा. तो अर्जुनच आहे, दुसरा कोणीही नाही. एकट्यानं आमच्या सैन्याला तोंड देण्याची हिंमत अर्जुनाशिवाय कोणाचीच असू शकत नाही.''

द्रोणाचार्यांचे बोलणे राधेय ऐकत होता. तो म्हणाला, ''विराटनगरीतले सर्व सैनिक राजाबरोबर सुशर्माशी लढण्यासाठी गेले आहेत. राजाचा हाच पुत्र फक्त मागे राहिला आहे. तो जिवावर उदार झाला आहे. त्यानं आपल्या रथाचं सारथ्य करण्यासाठी या बृहन्नडेला सोबत घेतले आणि तो रणांगणावर आला. आमचं प्रचंड सैन्य पाहून त्याला धडकी भरली. मी त्याला दोष देत नाही. त्यानं आपल्या रथातून बाहेर उडी मारली. जितक्या अधिक वेगानं धावणं शक्य आहे, तितक्या वेगानं तो पळून जातो आहे. त्याचा सारथी अधिकच भ्यालेला दिसतो. तो या तरुणामागे धावतो आहे. त्याच्यापेक्षाही अधिक वेगानं. कारण त्याला एकटं सोडलं जाणं त्याला नको आहे. असं सगळं तिथं घडत आहे. इथे अर्जुनाचं नाव घेण्याचं काही कारण आहे, असं मला वाटत नाही.'' कृपाचार्य म्हणाले, ''द्रोण म्हणतात, ते बरोबर आहे. तो अर्जुन आहे. तो त्या तरुणाचा पाठलाग करतो आहे. अर्जुन त्या तरुणाला परत आणील आणि त्याला आपल्या रथाचं सारथ्य करायला लावून स्वत: लढेल. त्या दोघांच्या हालचालींचा हा अर्थबोध मला होतो.'' हे बोलणे ऐकून दुर्योधनाला राग आला. तो म्हणाला, ''तो अर्जुन असू दे, कृष्ण असू दे किंवा तो प्रत्यक्ष भार्गव असू दे. त्यामुळे काहीही फरक पडत नाही. ते आपल्याशी लढू शकणार नाहीत. स्त्रीचा वेष घेतलेला तो कोणीही असला; तरी त्यानं जर लढण्याची हिंमत दाखवली, तर माझ्या तीक्ष्ण बाणांनी मी त्याला ठार करीन.''

हे असे बोलणे चालू असताना अर्जुन राजपुत्र उत्तर याच्या मागून धावत होता. अर्जुनाने त्याला गाठला आणि त्याचे केस पकडले. राजपुत्र उत्तर याने खूप गयावया करून पाहिली, पण उपयोग झाला नाही. अर्जुन त्याला पळून जाऊ देईना. अर्जुनाने त्याला रथापर्यंत ओढत आणले आणि तो म्हणाला, ''तू पळून जाता कामा नये, मी तुला जाऊ देणार नाही. तुला लढायची भीती वाटत असेल, तर तू

माझा सारथी हो. माझ्या जागी तू बस आणि लगाम हातात घे. मी लढेन. माझ्यावर विश्वास ठेव. मी तुझी काळजी घेईन. कोणीही तुला इजा करू शकणार नाही. तू क्षत्रिय आहेस, याची आठवण ठेव. रणांगणातून तू पळून जाता कामा नये.'' काही प्रमाणात त्याचे भय अर्जुनाने कमी केले. अर्जुनाने त्याला हातात लगाम घेऊन बसवला आणि आपण स्वत: रथात बसला. आता अर्जुनाला आपले गांडीव धनुष्य आणि बाणांचा भाता हवा होता. जिथे त्याने आपली शस्त्रे ठेवली होती, त्या शमी वृक्षाच्या दिशेने अर्जुनाने राजपुत्र उत्तर याला रथ न्यायला सांगितले.

पराभवाची सूचना देणारे अपशकुन कौरवांच्या सैन्याला दिसू लागले. द्रोण भीष्माला म्हणाले, ''माझी खात्री आहे – त्या रथात जो बसला आहे, तो अर्जुन आहे.'' भीष्मालाच कळेल अशा सांकेतिक भाषेत द्रोण हे म्हणाले, कारण अर्जुनाला अज्ञातवासात असताना इतर कोणी ओळखू नये, ही खबरदारी त्यांना घ्यायची होती. त्याच सांकेतिक भाषेत भीष्म द्रोणांना म्हणाले, ''तुम्हांला काय म्हणायचं आहे, ते मला कळलं आहे. मी तुम्हांला खात्री देतो, तुम्हांला काळजी करण्याचं कारण नाही. त्या दिवशी आपण दरबारात ज्या कालमर्यादेविषयी बोलत होतो, ती मर्यादा संपली आहे. यापुढे तुम्हांला अस्वस्थ होण्याचं मुळीच कारण नाही. पांडव सुरक्षित आहेत. दरबारात आपण या गोष्टीची चर्चा करीत होतो; तेव्हाही असं होणार, हे मी ओळखलं होतं. ही माहिती मला आपण होऊन सांगायची नव्हती. दुर्योधनानं धडा शिकावा, अशी माझी इच्छा आहे. पांडव शत्रू असणं ही साधी गोष्ट नव्हे, हे दुर्योधनाला कळायला हवं. हा धडा शिकणं त्याच्या हिताचं आहे. त्यामुळे भविष्यात उद्‌भवणारी शोकांतिका टळू शकेल.''

द्रोणाचार्यांच्या मनावरचे ओझे अगदी हलके झाले होते. ते उघडपणे म्हणाले, ''दुर्योधना, मला त्या रथात जो दिसतो आहे, तो अर्जुनच आहे, याची मला खात्री आहे. त्यानं आपलं वेषांतर केलं आहे; पण मला खात्री आहे, की ज्याला धनुर्विद्येत कोणी प्रतिस्पर्धी नाही, असा हा अर्जुनच आहे. माझ्या अर्जुनाला मी तेरा वर्षांनी बघतो आहे.'' द्रोणाचार्यांनी अर्जुनाकडे पाहिले, पण डोळ्यांतून वाहणाऱ्या अश्रुधारांमुळे तो त्यांना दिसेना. अर्जुन आणि त्याचा पराक्रम यांच्याविषयी ते बोलत राहिले. त्यामुळे राधेय संतापला. तो द्रोणाचार्यांना म्हणाला, ''तुम्ही

नेहमी अर्जुनाची स्तुती करता आणि त्याचा गुणगौरव गात असता. खरं म्हणजे, माझ्याशी आणि आपल्या राजा दुर्योधनाशी तुलना केली; तर हा अर्जुन आमच्या एक सोळांशही भरणार नाही.'' दुर्योधन म्हणाला, ''हा जर अर्जुन असेल, तर आपलं उद्दिष्ट साध्य झालं आहे. आता पांडवांना आणखी बारा वर्षं आपण वनवासाला पाठवू शकतो. बृहन्नडेचा वेष घेतलेला हा प्रत्यक्ष परमेश्वर असला, तरी माझ्या बाणांनी मी त्याचा वध करू शकतो.'' दुर्योधनाच्या या शूर वाणीचे भीष्म, द्रोण, कृप, अश्वत्थामा यांनी कौतुक केले.

## शमीवृक्ष

अर्जुन आता शमीवृक्षाजवळ पोचला होता. नाजूक आणि भित्रा राजपुत्र उत्तर लढू शकणार नाही, हे त्याला दिसत होते. त्याने दयापूर्वक त्याच्याकडे पाहिले आणि तो म्हणाला, ''तू या वृक्षावर चढावंस, अशी माझी इच्छा आहे. या वृक्षावर गांडीव नावाचं शक्तिमान धनुष्य ठेवलेलं आहे. माझ्याकडे इथं जे धनुष्य आहे, ते पुरेसं कणखर नाही. माझ्यासमोर जे युद्ध आहे, त्यासाठी तू आणलेली शस्त्रंही फार नाजूक आहेत. तू झाडावर चढ आणि तिथं महान पांडवांची शस्त्रं ठेवलेली आहेत, ती मला आणून दे. वेळ वाया घालवू नकोस. तू झाडावर चढ.'' राजपुत्र झाडाकडे पाहून म्हणाला, ''झाडावर एक प्रेत लटकताना मला दिसतं आहे, दुसरं काही नाही! मी क्षत्रिय आहे, हे तुला ठाऊक आहे. मी प्रेताला स्पर्श कसा करू शकेन? बृहन्नडे, मला हे करायला सांगू नकोस. मी प्रेताला स्पर्श करणं हे माझ्या हिताचं नाही.'' अर्जुन त्याच्याकडे पाहून हसला आणि त्याला म्हणाला, ''तू क्षत्रिय आहेस, हे मला ठाऊक आहे. तुझं घराणं फार मोठं आहे. मी त्याचा अपमान करणार नाही. तू भिऊ नकोस. फांदीवर दिसतं आहे,

ते प्रेत नाही. पांडवांची शस्त्रं ठेवलेलं गाठोडं आहे ते. ते प्रेतासारखं दिसतं आहे. मला ठाऊक आहे. झाडावर चढ आणि ती शस्त्रं खाली आण.'' राजपुत्र उत्तर झाडावर चढला. त्याने ते गाठोडे ज्या दोरांनी फांदीला बांधले होते ते दोर कापले. ते गाठोडे घेऊन तो झाडावरून खाली उतरला. त्याने गाठोडे सोडले आणि तो थक्क झाला. त्याला पांडवांची शस्त्रे दिसली. त्या शस्त्रांची झळाळी अशी होती की, शंभर इंद्रधनुष्ये आपल्या डोळ्यांसमोर उलगडली आहेत, असे राजपुत्र उत्तर याला वाटले.

राजपुत्र उत्तर याने अर्जुनाकडे पाहिले. अर्जुनाच्या डोळ्यांतून अश्रूधारा वाहत होत्या. अर्जुनाच्या भारावलेपणात तो सहभागी होऊ शकला नाही. त्या शस्त्रांकडे पाहून राजपुत्र उत्तर भीतीने थरथर कापू लागला. अखेरीस प्रयत्नपूर्वक धीर एकवटून तो अर्जुनाला म्हणाला, ''बृहन्नडे, हे धनुष्य आहे की हा जिवंत सर्प आहे? सूर्य आणि अग्नी यांच्याप्रमाणे या शस्त्रांचं तेज आहे. अशी शस्त्रं मी यापूर्वी कधी पाहिली नव्हती. ही शस्त्रं अतिशय सुंदर आहेत. तू मला यांच्याविषयी काही सांग.'' अर्जुनाने आपला भावनावेग आता आवरला होता. तो म्हणाला, ''ज्याला तू प्रथम स्पर्श केलास, ते धनुष्य अर्जुनाचं आहे. गांडीव धनुष्य या नावानं ते या जगात प्रसिद्ध आहे. या जगात असं दुसरं धनुष्य नाही. ते एकमेव आहे. ज्याच्याकडे ते आहे, त्याला चिरंतन कीर्तीचा लाभ होतो. ब्रह्मदेवाकडे ते एक हजार वर्षं होतं. त्यानंतर पाच हजार वर्षं ते इंद्राकडे होतं. नंतर बरीच वर्षं ते चंद्राकडे होतं. त्यानंतर समुद्राचा राजा वरुण याच्याकडे होतं. अग्निदेवानं ते वरुणाकडून घेतलं आणि अर्जुनाला दिलं. अर्जुनानं खांडववन जाळलं, तेव्हाची ही गोष्ट आहे. तेव्हापासून ते अर्जुनाकडेच आहे. सोनं आणि नीलरत्नांनी सजवलेलं हे दुसरं धनुष्य भीमाचं आहे. राजसूय यज्ञाच्या वेळी या धनुष्यानं सर्व शत्रूंना जिंकलं. हे लाल माणिकांनी झळाळणारं धनुष्य माद्रीचा पुत्र नकुल याचं आहे. सोन्यात जडवलेल्या पाचूंनी सजवलेलं हे धनुष्य सहदेवाचं आहे. किणकिणणाऱ्या छोट्या घंटा बसवलेलं हे धनुष्य ज्येष्ठ पांडव युधिष्ठिर याचं आहे. हे बाण पाहा. ते पांडवांचे आहेत. त्यांच्यावर नावांची आद्याक्षरं कोरलेली आहेत. या बाणांचा भाता कधीच रिकामा होत नाही. गांडीव धनुष्याबरोबरच तो अर्जुनाला मिळाला आहे. ही सगळी शस्त्रं पांडवांची आहेत. पांडव बारा वर्षांचा

वनवास भोगून तेराव्या वर्षी अज्ञातवासात गेले, तेव्हा त्यांनी त्यांची शस्त्रं या शमीवृक्षावर ठेवली.''

राजपुत्र उत्तर विस्फारलेल्या डोळ्यांनी बराच वेळ ही शस्त्रे पाहत राहिला. तो म्हणाला, ''आपली ही प्रिय शस्त्रं इथं ठेवून पांडव कुठं गेले? काम्यक आणि द्वैतवनात त्यांनी बारा वर्षं काढली, असं आम्ही ऐकलं आहे. त्यानंतर ते कुणालाही दिसलेले नाहीत. ते कुठं आहेत? ते आता कुठं आहेत, हे तू सांगू शकशील काय?'' गोड हसून अर्जुन त्याला म्हणाला, ''ऐक उत्तरकुमारा, सगळे पांडव विराटनगरीतच आहेत.'' राजपुत्र उत्तर याच्या चेहऱ्यावरचे आश्चर्य पाहून पुन्हा हसून अर्जुन म्हणाला, ''मी अर्जुन आहे, तुझ्या पित्याचा सोबती म्हणून राहिलेला कंक म्हणजे युधिष्ठिर, तुझा स्वयंपाकी बल्लव म्हणजे भीम, तुझ्या अश्वशाळेची व्यवस्था पाहणारा ग्रांथिक म्हणजे नकुल आणि तुझ्या गोशाळेची व्यवस्था पाहणारा तंत्रिपाल म्हणजे सहदेव. कीचकाच्या मृत्यूला कारणीभूत ठरलेली सैरंध्री म्हणजे द्रौपदी.''

राजपुत्र उत्तर याला ही माहिती पचवायला थोडा वेळ लागला. तो अर्जुनाला म्हणाला, ''तुझी दहा नावं तू मला सांग आणि ही नावं तुला का मिळाली आहेत हेही सांग.'' अर्जुन त्याला म्हणाला, ''अर्जुन, फाल्गुन, जिष्णू, कीर्ती, श्वेतवाहन, बिभित्सु, विजय, पार्थ, सव्यसाची आणि धनंजय ही माझी दहा नावं आहेत. राजसूय यज्ञाच्या वेळी सर्व राजांना जिंकून मी त्यांची संपत्ती मिळवली म्हणून मी धनंजय. युद्धात जिंकल्याशिवाय मी परत येत नाही म्हणून मी विजय. अग्नीनं मला दिलेले घोडे पांढरे आहेत म्हणून मी श्वेतवाहन. माझा पिता इंद्र यानं मी त्याच्यासोबत होतो तेव्हा सुंदर मुकुट दिला होता म्हणून मी कीर्ती. मी कुठलंही युद्ध अयोग्य मार्गानं लढलेलो नाही म्हणून मी बिभित्सु. धनुष्याचा उपयोग करताना मी माझ्या दोन्ही हातांचा उपयोग करतो म्हणून मी सव्यसाची. माझा वर्ण अर्जुन वृक्षाप्रमाणेच निष्कलंक आहे, असाधारण आहे म्हणून मी अर्जुन. हिमवान पर्वताच्या उतारावर असलेल्या सत्‌शृंग या गावी माझा जन्म झाला तेव्हा आकाशात उत्तरफाल्गुन हा तारा उगवला होता म्हणून मी फाल्गुन. माझा संताप भयंकर असतो म्हणून मी जिष्णू माझ्या मातेचं नाव पृथा, म्हणून मी पार्थ. ही माझी दहा नावं मी तुला सांगितली. मी तुझ्यासाठी लढून तुझ्या गायी परत मिळवणार आहे. ये आणि मला लढताना तू पाहा.

मी तुझ्या बाजूनं लढणार असल्यामुळे तुला कौरवांची भीती बाळगण्याचं मुळीच कारण नाही.''

भीतीमुळे आपण बेशुद्ध पडू की काय, असे राजपुत्र उत्तर याला वाटत होते. विराटनगरीत पांडवांना केवढा अपमान सोसावा लागला, या जाणिवेमुळे तो शरमिंदा झाला. त्याने अर्जुनाच्या पायांवर डोके ठेवले आणि तो म्हणाला, ''महाराज, आपल्याला मी स्वत:ची औपचारिक ओळख करून देतो. मी भूमिंजय किंवा उत्तर. विराट देशाच्या राजाचा मी पुत्र. अज्ञातवासानंतर अर्जुनाला भेटणारा मी पहिला आहे. तुमच्यासारख्या वीरपुरुषांना आमच्या विराटनगरीत सेवकांची हलकी कामं करावी लागली, याचं मला अतिशय वाईट वाटतं आहे. आमच्या हातून हजार वेळा तुमचा अपमान झाला असणार. मी माझ्या, माझ्या पित्याच्या आणि त्यावेळी दरबारात असलेल्या सर्वांच्या वतीनं तुमची क्षमा मागतो. तुम्ही थोर मनाचे आहात. तुम्ही आमच्याविषयी दया बाळगून आमचं रक्षण करा. आमच्याशी प्रेमानं वागा.'' त्याच्या डोळ्यांतून अश्रुधारा वाहत होत्या. अर्जुनाने त्याला भूमीवरून वर उठवले आणि आलिंगन दिले. त्याचे अश्रू पुसून त्याचे सांत्वन केले. अर्जुन म्हणाला, ''चल, उशीर होतो आहे. वाईट वाटून घेऊ नकोस. विराटनगरीत आम्ही अतिशय सुखी होतो. तुझ्यावर किंवा तुझ्या पित्यावर आमचा मुळीच राग नाही. पण आता बोलण्यात दवडायला वेळ नाही. शत्रूच्या तळाकडे आपण लवकरच पोचू या. उत्तरकुमार, तू माझा सारथी हो. मी त्यांच्याशी लढेन. गांडीव धनुष्य उचलून घेण्यासाठी माझे हात शिवशिवत आहेत. तुला आता थोडी गंमत दिसेल. यापुढे तू मुळीच भिऊ नकोस.'' राजपुत्र उत्तर शूरपणे हसला आणि म्हणाला, ''आजपासून कधीही माझ्या मनाला भीतीचा स्पर्श होणार नाही. सूर्याच्या दर्शनानं हिम नाहीसं होतं, तशी माझी भीती नाहीशी झाली आहे.'' अर्जुनाने आधी गांडीव धनुष्याला प्रणाम केला आणि त्यानंतर ते आपल्या समर्थ हातात उचलून घेतले. उत्तराने अर्जुनाला रथात बसू दिले आणि त्यानंतर तो स्वत: बसला. रथ पुन्हा एकदा शत्रूच्या तळाकडे निघाला.

# राधेय आणि अश्वत्थामा

सिंहाचे चित्र असलेला मत्स्य देशाचा ध्वज अर्जुनाने रथावरून उतरवला आणि त्याजागी वानराचे चित्र असलेला आपला ध्वज रोवला. तो वेगाने रणांगणाकडे निघाला. त्याचा प्रख्यात देवदत्त शंख त्याने फुंकला. त्याच्या रथाचा विशिष्ट आवाज हवेत घुमू लागला. तो शत्रुसैन्याच्या पुढल्या बाजूला पोचला. त्याने आपले गांडीव धनुष्य हातात घेतले आणि त्याच्या दोरीचा टणत्कार केला. त्या आवाजाने शत्रुसैन्याच्या हृदयात धडकी भरली. अर्जुनाने आता आपला रोख निश्चित केला होता.

गांडीव धनुष्याचा टणत्कार आणि देवदत्त शंखाचा ध्वनी ऐकून द्रोणाचार्य थरारून गेले. ते अतिशय समाधानी दिसत होते. ते म्हणाले, "तो पाहा, अर्जुन येतो आहे. आता आपल्याला त्याच्या गायी परत करून हस्तिनापुराला परत जावं लागेल. आमच्या सगळ्या सैन्याचा नाश केल्याखेरीज अर्जुन इथून हलणार नाही, हे मला ठाऊक आहे. आपण परत जाऊ या. लढण्यात मला काही अर्थ दिसत नाही." दुर्योधन द्रोणाचार्यांच्या जवळ आला आणि त्यांना म्हणाला, "आचार्य, कृपा करून असं काही बोलू नका. तुम्ही आपल्या सैन्याला निराश करता आहात. आपण कोणत्या उद्देशानं युद्ध पुकारलं आहे, हे तुम्हांला ठाऊक आहे. हस्तिनापुरात असतानाच आपण आपला उद्देश निश्चित केला होता. गायींचा ताबा घेणं हे नुसतं निमित्त होतं. आपला खरा आणि गंभीर उद्देश पांडवांना उघड्यावर आणणं हा होता. अज्ञातवासाचं तेरावं वर्ष पूर्ण होण्याअगोदर पांडवांची ओळख पटली, तर त्यांना आपण पुन्हा बारा वर्षांच्या वनवासाला पाठवू शकतो. अर्जुन आता प्रकट झाला आहे. त्याने प्रकट होण्याची घाई केली आहे, असं मला वाटतं. कदाचित असं असेल की, आपला अज्ञातवासाचा काळ संपला आहे, असं त्याला वाटत असावं. अज्ञातवासाचं हे तेरावं वर्ष संपलं आहे किंवा नाही, हे आम्हांला आमच्या सन्माननीय आजोबांनी सांगावं.

विराटाच्या गायींचं संरक्षण करण्यासाठी अर्जुन प्रकट झाला आहे. नवा चंद्र उगवल्यानंतर आठव्या दिवशी सुशर्मानं विराटावर दक्षिणेकडून हल्ला चढवावा आणि नवव्या दिवशी आम्ही आमच्या हल्ल्याला सुरुवात करावी, अशी आपली योजना ठरली होती. सुशर्मानं काय केलं, ते आम्हांला कळलेलं नाही. तो गायी आपल्या ताब्यात घेऊन निघून गेला असावा किंवा राजा विराटानं त्याचा पराभव केला असावा. जर त्याचा पराभव झाला असेल; तर त्याला मदत करणं हे आपलं कर्तव्य आहे, कारण तो आमचा मित्र आहे. सुशर्माचा पराभव करून मत्स्य देशाचा राजा आमच्याशी युद्ध करण्यासाठी निघाला असेल, तर आम्हांला त्याच्याशी लढलं पाहिजे. पण असं जर धरून चाललं, की सुशर्मानं विराटाचा पराभव केला असेल आणि विराटाच्या वतीनं अर्जुन लढण्यासाठी येत असेल, तरीही आपल्याला लढलं पाहिजे. पण मी आता काय पाहातो आहे? अर्जुन युद्ध करायला आला असल्यामुळे भीष्म, द्रोण, कृप यांच्यासारखे महान योद्धे आपल्या रथात नुसते बसून राहिले आहेत. अर्जुन आला म्हणून काय झालं? त्यानं तुमच्या हृदयांत इतकी भीती निर्माण करावी? इंद्र आणि यम हे जरी युद्ध करायला उभे राहिले, तर त्यांच्याशी लढाई न करता हस्तिनापुराला परत निघून जातील – असे इथं कोण आहेत? माझ्या सैनिकांच्या मनात तुम्ही – आमच्या आचार्यांनी जर भीती निर्माण केली; तर मी काय करावं? सैन्याला धीर देऊन योग्य ते मार्गदर्शन तुम्ही त्यांना करणं हेच बरोबर आहे, नाही का? आता यापुढे अर्जुनाची स्तुती करणं बंद करा. आपल्या सैन्यात उत्साह निर्माण होईल, असं काहीतरी आपण करावं. सगळे सैनिक अस्वस्थ झाले आहेत. तुम्ही चुकीच्या वेळी चुकीच्या गोष्टी बोलता आहात. तुम्ही अर्जुनाची स्तुती करणं थांबवा आणि आमचा विचार करा.''

इतक्यात राधेय त्यांच्याजवळ आला आणि म्हणाला, ''सगळं सैन्य भेदरलेलं दिसतं आहे. हे आमच्या आचार्यांचे उपकार आहेत. त्यांचे आभार मानले पाहिजेत! कुणाला युद्ध करावं, असं वाटत नसलं; तरी मला त्याची पर्वा नाही. प्रत्यक्ष भार्गव असोत किंवा इंद्र असो, अर्जुन आणि त्याच्यासोबत कृष्ण असो, मी एक हाती त्यांच्याशी लढणार. माझ्या धनुष्यातून तीक्ष्ण बाण सुटताना त्यांना पाहू द्या. माझे बाण त्यांच्यावर सर्पांसारखी झेप घेतील. तेलाचा अखंड प्रवाह असावा, तसा

माझ्या बाणांचा प्रवाह त्यांना दिसेल. माझे बाण शत्रूंना ठार करतील. वादळानं वृक्ष उपटून फेकावा, त्याप्रमाणे अर्जुनाच्या रथावरचा ध्वज मी उपटून फेकून देईन. अर्जुनाबरोबरच्या युद्धाची वाट गेली तेरा वर्षं मी पाहातो आहे. आता माझं स्वप्न खरं होणार, याचा मला अतिशय आनंद आहे. माझ्या धनुष्यातून बाण अशा वेगानं आणि सातत्यानं सुटतील, की ग्रीष्म ऋतूतील भुंग्यांच्या गुंगी आणणाऱ्या गुंजनाप्रमाणे माझ्या धनुष्याच्या दोरीतून संगीत निर्माण होईल. हजार बाणांनी मी अर्जुनाचं शरीर विंधून टाकीन. लाल फुलांनी झाकलेल्या डोंगराप्रमाणे अर्जुनाचं रक्ताळलेलं शरीर दिसू लागेल. गरुड सर्पाला पकडतो, त्याप्रमाणे अर्जुनाला पकडून त्याला मी रथातून बाहेर काढीन. माझा राजा आणि मित्र दुर्योधन याच्या हृदयात घुसलेला बाण बाहेर काढून मी त्याला आनंदित करीन. गेली कित्येक वर्षं हा बाण त्याला त्रास देतो आहे. मी हे करीन, याची मला खात्री आहे. तुम्हांला जर अर्जुनाची भीती वाटत असेल, तर तुम्ही सर्वजण इथून निघून जा किंवा रणांगणावर येऊन मी माझ्या शत्रूंशी कसा लढतो, ते तुम्ही पाहा.''

हे ऐकून कृपाचार्य म्हणाले, ''राधेया, युद्ध करणं आणि ठार मारणं याशिवाय तुला दुसरं काही सुचत नाही. अत्यंत जरुरीचं असेल, तेव्हाच युद्ध करावं. युद्ध केल्याशिवाय जर लोकांचं हित साधता येत असेल, तर युद्ध टाळलं पाहिजे. तुझे प्रतिस्पर्धी तुझ्यापेक्षा समर्थ आहेत, या वस्तुस्थितीचा स्वीकार करायचं तू नाकारतो आहेस. अर्जुन एकटा कुणाहीबरोबर युद्ध करू शकतो. तू नाही करू शकत. अर्जुनानं खांडववन जळू दिलं आणि त्याला विरोध करणाऱ्या इंद्राचा पराभव केला. हे त्यानं एकट्यानं केलं. अलीकडेच त्यानं दुर्योधनाला गंधर्वांच्या कैदेतून सोडवलं. यावेळी त्यानं फक्त आपल्या भावांचीच मदत घेतली होती, त्यानं सैन्य मदतीला घेतलं नव्हतं. मला जर नीट आठवत असेल; तर जे तिथं सैन्य घेऊन गेले होते, त्यांच्यापैकी एक शूरवीर आपल्या रथातून उडी मारून पळून गेला होता. अर्जुनाचं सगळं कर्तृत्व मी इथं सांगत बसत नाही. तू ते जाणतोस. कालकेय आणि निवातकवच यांच्या वधाविषयी तुला माहिती आहेच. अर्जुनानं कुणाचीही मदत न घेता त्यांचा वध केला होता. तुझ्या शत्रूच्या मोठेपणाविषयी तुझ्यासमोर बोलण्याचा काही उपयोग नाही. तरीसुद्धा मी बोललो; कारण तुझी गणना मूर्खांत व्हावी, अशी माझी इच्छा नाही. आपला उजवा हात

सापाच्या तोंडात घालून त्याचे विषारी दात उपटून काढण्याचा प्रयत्न तू करतो आहेस. अर्जुन हा या क्षणी बंधनातून मुक्त झालेल्या सिंहासारखा आहे. त्याच्या संतापाला तुलना नाही. कापसाच्या ढिगावर पडलेल्या आगीच्या ठिणगीसारखा अर्जुन आहे. युद्धाला जर सुरुवात केली; तर तू, मी आणि आपण सगळे बघता बघता जळून खाक होऊ. असं असूनसुद्धा तुला जर युद्ध करायचंच असेल, तर वणवा विझवण्याचा प्रयत्न तू एकट्यानं करू नकोस. आपण आपलं सैन्य योग्य रीतीनं संघटित करू या. आपण सर्वजण एक घटक आहोत, असं समजूनच आपण त्याच्याशी युद्ध करू या. द्रोण, दुर्योधन, भीष्म, तू स्वत:, अश्वत्थामा आणि मी असे आपण सहाजण आपले प्रयत्न एकवटून त्याला तोंड दिलं पाहिजे. त्याच्याशी एकट्यानं लढण्याचं तुझं बोलणं हे खोट्या आत्मविश्वासाचं द्योतक आहे. तू काय बोलतो आहेस, हे तुझं तुलाच कळत नाही. अर्जुनाला कमी लेखण्याची आणि स्वत:ला मोठा समजण्याची तू फार मोठी चूक करतो आहेस.''

कृपाचार्यांच्या बोलण्यामागचा तिरस्काराचा सूर जाणवून राधेय संतप्त झाला. तो म्हणाला, ''अर्जुनाला पाहून आपले महान कृपाचार्य भ्याले आहेत, हे मला स्पष्ट दिसतं आहे. जे भ्याले आहेत, त्यांनी लढू नये. मी एकट्यानं अर्जुनाला ठार करीन आणि माझा मित्र दुर्योधन याला मी देणं लागत असलेलं कर्ज फेडीन.'' राधेय दुर्योधनाकडे वळून म्हणाला, ''महाराज, काही विशिष्ट प्रसंगीच ब्राह्मणांचा सल्ला घ्यावा. भिक्षा वाटायची असेल किंवा भोजन द्यायचं असेल, तेव्हा त्यांचा सल्ला घ्यायला हरकत नाही. पण जेव्हा युद्ध करायचं असेल, तेव्हा त्यांचा सल्ला घेऊ नये. महान कृपाचार्यांना आता घरी जाऊ द्या. ते अर्जुनाला भ्याले आहेत. मी मात्र युद्धच करणार.''

अश्वत्थामा काही वेळ हे सगळे ऐकत होता. आता मात्र त्याला आपला राग ताब्यात ठेवता येईना. राधेय आणि दुर्योधन यांच्याकडे पाहून तो म्हणाला, ''गायींचं रक्षण करण्यासाठी अजूनपर्यंत तुम्ही काहीही केलेलं नाही, तुम्ही काही करतही नाही. दुर्योधना, तू तुझ्या प्रिय मित्राच्या योजना ऐकण्याचाचंच काम करतो आहेस. गायींनी अजून मत्स्य देशाच्या सीमा ओलांडलेल्या नाहीत, त्या अजून हस्तिनापुराला पोचलेल्या नाहीत. जे बोलण्यायोग्य आहे, असं तू आधी काही कर आणि मगच त्याविषयी बोल. राधेया, आता मी काय सांगतो ते ऐक.

सर्व ब्राह्मण सदाचरणी आहेत, ते आढ्यताखोर नाहीत. शहाणी माणसं आढ्यताखोर नसतात. तू आढ्यताखोर आहेस. तू काहीही करत नाहीस. जे खरोखर काही करतात, ते त्याविषयी बोलत नाहीत. अग्नीचंच उदाहरण घे. सगळ्या जगाचं अन्न अग्नी शिजवतो. तो त्याविषयी बोलतो का? सूर्याकडे पाहा. बाकी सगळ्या देवांचं काम एकत्र केलं, तरी त्याहून अधिक काम तो करतो. तो स्वत:ची स्तुतिगीतं गातो का? 'माझ्याकडे पाहा. केवढं मोठं काम मी करतो आहे. या आणि आश्चर्य करा' असं तो कधी म्हणतो का? या शक्तिशाली पृथ्वीकडे पाहा. सजीव आणि निर्जीव या सर्वांचं ओझं ती वाहाते आहे. हजारो वर्षं ती हे सहन करते आहे. 'माझ्याकडे पाहा आणि माझ्या सहनशीलतेचं कौतुक करा. मी इतकं सगळं करते आहे. माझं हे कर्तृत्व आश्चर्यकारक नाही काय?' असं ती कधीच बोलत नाही. पण तुझी पंगत वेगळीच आहे. तू काहीही न करता फक्त बडबड करू शकतोस.''

अश्वत्थामा दुर्योधनाकडे वळून म्हणाला, ''ब्राह्मण द्यूत खेळून राज्यं जिंकत नाहीत. जे खरे शूर असतात, ते लबाडीचा खेळ खेळत नाहीत आणि तसं खेळून जिंकलेलं राज्य आपण युद्धात जिंकलं म्हणून मिरवत नाहीत. दुर्योधना, तू खरं तर थोर राजा आहेस. पण तू या प्रसंगी वैश्यापेक्षाही वाईट वागतो आहेस. विकणं आणि ठकवणं यात वैश्य प्रवीण असतो. तू स्वत:ला क्षत्रिय म्हणवतोस. आपल्या प्रतिस्पर्ध्याला फसवून कुठल्या क्षत्रियानं कधी कुणाचं राज्य जिंकलं आहे का? आणि तेसुद्धा द्यूताच्या खेळात फसवून? तू वैश्याहूनही वाईट आहेस. वैश्य फसवतो, कारण त्यावरच त्याचा चरितार्थ चालतो. पण तू तुझ्या जातीपेक्षा खालच्या दर्जाचा व्यवसाय स्वीकारला आहेस आणि आपल्या अप्रामाणिकपणाला तू भूषण मानतो आहेस. लबाडीनं जिंकलेल्या राज्याचा आनंद मानणं यात काही विशेष आहे काय? सुंदर इंद्रप्रस्थ नगरी तू लढून जिंकली आहेस काय? युधिष्ठिर आणि त्याचे भाऊ यांना युद्धात जिंकून तू त्यांना आपले दास केले आहेस काय? पांडवांना युद्धात जिंकून तेजस्वी द्रौपदीला तू आपली दासी केली आहेस काय? नाही! कुरुभूषण दुर्योधन यानं द्यूताच्या खेळात या सर्वांना जिंकलं आहे. तो खेळसुद्धा तू स्वत: खेळलेला नाहीस. त्यासाठी तुला तुझ्या दुष्ट मामाची मदत घ्यावी लागली. युधिष्ठिर नावाचा चंदनवृक्ष तू एका घावात तोडलास. विदूर काय म्हणाले होते,

ते तुला आठवतं? तो शहाणा माणूस म्हणाला होता, 'पृथ्वीवरचे प्राणी काही अंशी तिच्या सहनशीलतेचा आणि क्षमाशीलतेचा वारसा घेऊन येतात. जेव्हा आवश्यक वाटेल, तेव्हा किडे आणि मुंग्यासुद्धा क्षमा करतात.' पण पांडवांच्या बाबतीत तू चारित्र्याचे नियम इतके झुगारून दिले आहेस, की त्यांची मनं तुला क्षमा करणार नाहीत. पांडवांची राणी द्रौपदी हिचा तू अपमान केलास, तेव्हा तू साऱ्या मर्यादा ओलांडून फारच पुढे गेलास. पांडवांचा राग भयंकर आहे. तुझ्या पापांचं फळ तुला देण्यासाठी आता अर्जुन आला आहे. त्यांच्यावर केलेल्या अन्यायांचा सूड तो घेणार आहे. माझ्या पित्याला आणि मामाला भ्याड असं संबोधून तू त्यांचा अपमान करू नकोस. ते इंद्रासकट सर्व देवांना तोंड देऊ शकतात. तुझा प्रिय मित्र म्हणतो, त्याप्रमाणे ते भ्यालेले नाहीत. मोठेपणा कुठंही असो, कुणापाशीही असो; त्यांना लगेच त्याची ओळख पटते. ते अर्जुनाचं कौतुक करतात; कारण तशी त्याची योग्यता आहे. ते राधेयाला क्षुल्लक लेखतात; कारण तो अर्जुनापुढे कोणीही नाही, हे त्यांना ठाऊक आहे. मीसुद्धा तेच म्हणेन. अर्जुनाच्या थोरवीची कोण बरोबरी करू शकेल? तो सर्वश्रेष्ठ वीर आहे. त्याचं कौशल्य, त्याचा उदात्त स्वभाव आणि त्याचं शौर्य यांमुळे तो माझ्या पित्याच्या हृदयाला अगदी जवळचा वाटतो. प्रशंसा जिथं योग्य असेल, तिथं ती मागेपुढे न पाहता करणं यात काहीच चूक नाही. तुझा प्रिय मित्र राधेय हा नेहमीच अर्जुनाची असूया करीत आला आहे. तुझ्या उदात्त स्वभावाचा एका गोष्टीमुळे तू नाश करीत आला आहेस – ती गोष्ट म्हणजे पांडवांचा द्वेष! ज्यांना लढायचं असेल, त्यांना लढू दे. लढायचं नाही, असा निर्णय मी घेतला आहे. जर विराट युद्ध करायला आला, तर मी तुला मदत करीन. पण अर्जुनाविरुद्धच्या युद्धात मी राधेयाला मदत करणार नाही. अर्जुन माझ्या पित्याला जसा प्रिय आहे, तसाच तो मलाही प्रिय आहे.'' अश्वत्थाम्याने आपले धनुष्य आणि बाणांचा भाता जमिनीवर फेकून दिला आणि तो शांतपणे आपल्या रथात जाऊन बसला.

# दुर्योधनाचा मनोभंग

भीष्म मध्ये पडले आणि म्हणाले, "द्रोण म्हणतात, ते खरं आहे. कृप म्हणतात, तेही मला बरोबर आहे, असं वाटतं. ब्राह्मणांना तसं का बोलावंसं वाटलं, याचं स्पष्टीकरण करताना महान अश्वत्थामा जे सत्य आहे तेच बोलला. राधेयानं केला, तसा त्यांचा अपमान करता कामा नये. दुर्योधना, परिस्थितीचा विचार कर. तू त्यांचा मुळीच विचार करीत नाहीस. मित्राविषयी तुला वाटणाऱ्या प्रेमामुळे तू हे घडू देतोस, तू फाटाफूट होऊ देता कामा नये. सैन्यात तर फाटाफूट मुळीच होता कामा नये. या थोरांना तू शांत कर. आपल्या वीरांना तू आपसात लढू देता कामा नये." भीष्म अश्वत्थाम्याकडे पाहून म्हणाले, "राधेयाच्या बोलण्यामुळे आपला अपमान झाला, असं तू वाटून घेऊ नकोस. सैन्याला हुरूप यावा, म्हणून तो तसं बोलला. तू तुझा राग प्रकट करण्याची ही योग्य वेळ नव्हे. भावनावेगातल्या त्याच्या बोलण्याला तू क्षमा केली पाहिजेस. तुम्ही तिघांनी या तरुणांना क्षमा केली पाहिजे. तुझ्या पित्यानं आणि मामानं अर्जुनाची प्रशंसा केल्यामुळे सैन्याचं नीतिधैर्य खचून जाईल, असं त्यांना वाटलं. राधेय याच कारणासाठी चिडून बोलला. कृपा करून या सगळ्या गोष्टी तुम्ही सारेच विसरून जा आणि नजिकच्या धोक्यावर आपलं चित्त एकाग्र करा. आपण सर्वजण एकत्र येऊन अर्जुनावर हल्ला केला पाहिजे. शहाणी माणसं लवकर विसरतात."

भीष्मांच्या बोलण्याने अश्वत्थामा थोडा शांत झाला. तो म्हणाला, "माझ्या पित्याला त्यांना क्षमा करू देत, माझ्या मामांना त्यांना क्षमा करू देत. त्यांनी आपल्या रागाचा त्याग केला, म्हणून मला राग येणार नाही. मला इतकंच म्हणायचं होतं, की शत्रूच्या गुणांचा या माणसानं द्वेष करू नये." दुर्योधनाने प्रसंगाचे गांभीर्य ओळखले. द्रोण आणि कृप यांनी त्यांना क्षमा करावी, असे त्याने सांगितले. त्याने राधेयालाही त्यांची क्षमा मागायला सांगितले. द्रोण म्हणाले, "भीष्मांचे शब्द मी ऐकले, त्या क्षणी माझा राग शांत झाला. हे सगळं बोलणं आता आपण

विसरून जाऊ या. आपण युद्धाचा असा व्यूह आखू या की, ज्यामुळे दुर्योधन आणि अर्जुन लढायला एकमेकांसमोर येणार नाहीत. अज्ञातवासाचं तेरावं वर्षं संपण्याच्या आधी अर्जुन प्रकट झालेला नाही. पांडवांच्या अज्ञातवासाचा काळ संपलेला आहे. दुर्योधनावरचा अर्जुनाचा राग भयंकर असेल. ही भेट आपण टाळू या. पांडवांच्या अज्ञातवासाचा काळ संपलेला आहे, याविषयी मला शंका नाही. आदरणीय भीष्मांना माझी अशी विनंती आहे, की त्यांनी प्रिय दुर्योधनाच्या शंका दूर कराव्या.''

दुर्योधनाची कीव येऊन भीष्मांनी त्याच्याकडे पाहिले आणि ते म्हणाले, ''वत्सा, द्रोण म्हणतात, ते बरोबर आहे. पांडवांचा वनवासाचा आणि अज्ञातवासाचा काळ संपलेला आहे. कालचक्राचं भ्रमण नियमबद्ध असतं, पण तरीही ग्रह आणि तारे यांचा परिणाम त्याच्या प्रगतीवर होतो. आपल्या निरीक्षणातून निसटलेला प्रत्येक क्षण ज्योतिर्विदांनी मोजलेला असतो. ते असं सांगतात, की दर पाच वर्षांनी काळाच्या लांबीत दोन महिन्यांची वाढ होते. तेरा वर्षांच्या वनवासाच्या काळात पाच महिने आणि बारा दिवसांची वाढ झाली आहे. पांडवांची बारा वर्षं वनवासात आणि एक वर्ष अज्ञातवासात गेलं. म्हणजे त्यांनी ठरल्या काळाहून पाच महिन्यांचा वनवास अधिक भोगला. युधिष्ठिर हा सदाचरणी, उदात्त वृत्तीचा माणूस आहे. त्याला आणि त्याच्या भावांना हे माहीत होतं. पण तेरावं वर्ष पाच महिन्यांनी कमी करण्याचा विचार युधिष्ठिरानं मनात आणला नाही. आपल्या भावांबरोबर त्यानं शांतपणानं हे सहन केलं. तेरावं वर्षं संपलं, हे अर्जुनाला ठाऊक आहे. त्यामुळेच तो प्रकट झाला. हेसुद्धा त्यानं विराट राजाला मदत करावी म्हणून केलं. धर्माच्या बेडीनं पांडव जखडले गेले आहेत. धर्मानं आखून दिलेली रेषा ते कधीही ओलांडणार नाहीत, ते कधीही असत्य बोलणार नाहीत. वनवास व अज्ञातवासाचा काळ संपला, असं जर युधिष्ठिर म्हणत असेल, तर तो संपलेला असणारच. बस, इतकंच.'' भीष्म काही क्षण थांबले आणि म्हणाले, ''या अर्जुनाकडे पाहा. तो अजिंक्य आहे. तो आणि त्याचे भाऊ यांनी आमच्याशी युद्ध करायचं ठरवलं, तर आम्ही त्यांचा पराभव करू शकणार नाही. दुर्योधना, मला तू आवडतोस. तुझा नाश झालेला मला पाहायचा नाही. ही तुला मिळालेली शेवटची संधी आहे. तू पांडवांना शत्रू का मानतोस? तू त्यांचं राज्य त्यांना परत

कर. त्यांच्याशी शांततेचे संबंध प्रस्थापित कर. तू सुखी होशील. सगळं जग कत्तलीपासून वाचेल. माझा सल्ला स्वीकार. पांडवांना बोलावून घे आणि त्यांचं राज्य त्यांना परत कर.''

दुर्योधनाचा चेहरा निराशेने पांढराफटक पडला. पांडवांना वनवासात पाठवण्याचे त्याचे स्वप्न कायमचे नष्ट झाले. संतापाने त्याचे डोळे लाल झाले. तो म्हणाला, ''पांडवांना मी त्यांचं राज्य परत देणार नाही. आता आपण फक्त युद्ध या विषयावरच बोलायचं. मी आता आणि नंतरसुद्धा युद्धच करणार. आता युद्धाची तयारी करा.'' द्रोण म्हणाले, ''कृपा करून माझा सल्ला ऐका. आपण आपल्या सैन्याचे चार भाग करू या. दुर्योधना, सैन्याचा ऐका भाग तू घे. तू हस्तिनापुराकडे जा.'' त्यांनी सर्वांकडे पाहिले आणि ते म्हणाले, ''कोणतीही किंमत देऊन राजाचं रक्षण केलं पाहिजे. दुर्योधनाशी अर्जुनाचं युद्ध होऊ देता कामा नये. सैन्याच्या दुसऱ्या भागाला गायी घेऊन हस्तिनापुराकडे जाऊ द्या. उरलेलं अर्धं सैन्य अर्जुनाशी युद्ध करण्यासाठी इथं राहील. भीष्म, कृप, अश्वत्थामा, राधेय आणि मी अर्जुनाशी लढू. इंद्र जरी त्याच्या मदतीला आला, तरी पर्वा नाही. अर्जुनाच्या रथाचा आवाज ऐकू येतो आहे. तो वेगानं येतो आहे. आपण वेळ न घालवता राजा दुर्योधनाला राजधानीला पाठवू या.''

भीष्मांनी सगळी व्यवस्था आपल्या हातात घेतली. त्यांनी सैन्याचा योग्य तो व्यूह रचला. अर्धचंद्राकार असा तो व्यूह होता. ते म्हणाले, ''व्यूहाकाराच्या मध्यभागी द्रोणांना राहू द्या, अश्वत्थाम्याला डावी बाजू सांभाळू द्या, कृप उजवी बाजू सांभाळतील, आघाडीला राधेय राहील, मी पिछाडीची बाजू सांभाळीन. आम्ही पाच जण अर्जुनाचा समाचार घेऊ.'' ठरल्याप्रमाणे त्यांनी तयारी केली.

अर्जुनाचा रथ त्यांच्या दिशेने वेगात येत होता. समोरच्या सैन्याचा अर्धचंद्राकार व्यूह त्याने न्याहाळला. वज्रव्यूह असे त्याचे नाव होते. हिऱ्याला भोक पाडणे जसे कठीण, तसेच या व्यूहाचा भेद करणे कठीण. अर्जुन स्वत:शीच हसला आणि म्हणाला, ''हा व्यूह माझ्या आजोबांनी रचला असला पाहिजे. असे विविध व्यूह रचण्यात ते कुशल आहेत.'' त्याने आजोबांच्या रथाचा ध्वज पाहिला. ध्वजावरची सोनेरी रंगाची तालवृक्षाची प्रतिमा पाहून शत्रूंच्या हृदयात धडकी भरत असे.

# कौरवसैन्याचा उच्छेद

हवेतून दोन बाण आले आणि द्रोणांच्या पायाशी पडले. भीष्म आणि कृप यांच्या पायाशीही तसेच दोन बाण पडले. आणखी दोन बाण आले. ते द्रोणांच्या कानांजवळून गेले. भीष्म आणि कृप यांच्या कानांजवळूनही आवाज करीत असेच बाण गेले. त्या सर्वांना याचा आनंद झाला. हे बाण म्हणजे गुरुजनांविषयीची नम्रता, कृतज्ञता सुचवणारी जणू प्रतीके होती. पहिले दोन बाण म्हणजे तेरा वर्षांनंतर भेटलेल्या गुरूंना केलेला प्रणाम होता. दुसरे दोन बाण ही युद्ध करण्यासाठी मागितलेली परवानगी होती. युद्धाला सुरुवात झाली.

वाऱ्याच्या वेगाने अर्जुन पुढे गेला. त्याने आपल्या प्रतिस्पर्ध्यांकडे पाहिले. राजपुत्र उत्तर याला तो म्हणाला, ''माझी वाट अडवण्यासाठी त्यांनी हा व्यूह रचला आहे. कौरवांचे कसलेले वीर मला दिसत आहेत. मला राधेय दिसतो आहे. पण दुर्योधन मला कुठंच दिसत नाही. सैन्याचा एक गट हस्तिनापुराच्या दिशेनं जाताना मला दिसतो आहे. मी त्यांचा डाव ओळखला आहे. माझी आणि दुर्योधनाची लढाई होऊ नये, हा त्यांचा हेतू आहे. सैन्याचा एक भाग आणि गायी घेऊन दुर्योधन निघाला आहे. चल, आपण त्याचा पाठलाग करू या. आपण आधी गायींची सुटका केली पाहिजे.'' अर्जुनाने सांगितल्याप्रमाणे राजपुत्र उत्तर याने रथ वळवला. सैन्याच्या पश्चिम बाजूने ते पुढे निघाले. अर्जुन लढत लढत पुढे गेला. दुर्योधनाच्या अनेक भावांनी त्यांना रोखण्याचा प्रयत्न केला. पण कुणालाही ते शक्य झाले नाही. दुर्योधनाच्या रथाच्या सोनेरी कापडाच्या ध्वजावर रेखलेली सर्पाची प्रतिमा अर्जुनाच्या डोळ्यांसमोर होती. राजपुत्र उत्तर याला अर्जुन म्हणाला, ''इतर कुणाबरोबर युद्ध करण्याची माझी इच्छा नाही. मला गायींची सुटका करायची आहे आणि ज्यानं आम्हांला अतोनात त्रास दिला आहे, त्याला युद्धाचं आव्हान द्यायचं आहे. या गर्विष्ठ राजानं आमच्या राणीला खूप वेदना भोगायला लावल्या आहेत. त्या वेळी

आमच्याकडे पाहून जे हसले, त्यांना मला ठार करायचं आहे. हा राजा माझ्या नजरेपुढून निसटून चालला आहे. द्रोणांनीच ही योजना आखली असणार. मला खात्री आहे, की राजाला वाचवण्यासाठी त्यांनी हे केलं आहे. नाहीतर राजा दुर्योधन रणांगणातून कधीही पळून जाणार नाही. मला त्याचा पाठलाग केला पाहिजे. कौरवांच्या सैन्याकडे मुळीच लक्ष देऊ नको. ध्वजावरची सापाची प्रतिमा दिसेल, त्या दिशेनं तू रथ ने.''

अर्जुनाचा रथ भीष्मांजवळून धडाडत गेला. त्यांनी अर्जुनाकडे पाहिले आणि ते त्याचा हेतू ओळखून म्हणाले, ''सिंह आपल्या भक्ष्याचा करतो, तसा पाठलाग अर्जुन राजाचा करतो आहे.'' गायींना घेऊन सैन्याचा जो भाग निघाला होता, त्याच्याजवळ अर्जुन जाऊन पोचला. रथाचा वेग कमी कर, असे त्याने राजपुत्र उत्तर याला सांगितले. अर्जुन म्हणाला, ''आधी आपण गायींची सुटका करू या.'' गायींचे रक्षण करणाऱ्या कौरव सैन्याशी त्याने लढायला सुरुवात केली. अर्जुनाच्या धनुष्यातून बाणांचा अखंड प्रवाह वाहत होता. कौरवांचे सैनिक पळून गेले. आपल्या शेपट्या उंचावून आणि आपल्या भ्यालेल्या पाडसांना सोबत घेऊन राजा विराटाच्या गायी मागे वळल्या आणि दक्षिणेच्या दिशेने धावू लागल्या. त्या नगरीकडे निघाल्या होत्या. गायींची सुटका झाल्याचे पाहून गुराख्यांना अतिशय आनंद झाला.

सैन्याचा एक चतुर्थांश भाग आपल्या सोबत घेऊन जाणाऱ्या राजा दुर्योधनाच्या दिशेने अर्जुनाचा रथ आता धावू लागला. सैन्यातले ज्येष्ठ वीर अर्जुनाच्या हालचालींकडे बारकाईने लक्ष ठेवून होते. त्याला अडवून पुढे जाऊ न देण्याची त्यांनी तयारी केली. सैन्याचा अर्धचंद्राकार व्यूह आता पार मोडून गेला होता. राधेय, भीष्म आणि इतर वीर अर्जुनाच्या दिशेने निघाले. आपले गुरू द्रोण यांना आपल्या बाणांनी इजा पोचू नये, म्हणून अर्जुन अतिशय काळजी घेत होता. दुर्योधनाचे भाऊ अर्जुनाला थोपवण्यासाठी पुढे झाले. त्यांच्याशी लढत लढत अर्जुन राधेयाकडे वळला. राधेय अर्जुनाच्याच दिशेने येत होता. अर्जुन राजपुत्र उत्तर याला म्हणाला, ''तो पाहा. त्याचं नाव राधेय. तो माझा कायमचा प्रतिस्पर्धी आहे. तो महान धनुर्धर आहे. तो भार्गवांचा शिष्य. अनेक दिव्य अस्त्रं त्याच्याकडे आहेत. कौशल्य आणि शौर्य यांत त्याची बरोबरी करणारा दुसरा कोणी नाही. तो महान वीरपुरुष आहे. रथ त्याच्याकडे घेऊन जा. पाहा, राजा दुर्योधन परत फिरला आहे.

सर्पाची प्रतिमा असलेला त्याचा ध्वज आपल्या दिशेनं येतो आहे. दुर्योधन हा रणांगणातून पळून जाणारा भेकड नाही, हे मला ठाऊक होतं. तोही इथं येतो आहे. माझे प्रिय आजोबा भीष्म हेही आमच्याचकडे येत आहेत. राजाचं संरक्षण करणं हे त्यांचं एकमेव उद्दिष्ट आहे. भीष्म हे सर्वश्रेष्ठ कौरववीर आहेत. आता ते दुर्योधनाच्या सैन्यातले एक सैनिक झाले आहेत. लोहचुंबकाप्रमाणे दुर्योधनानं या सर्वांना – अगदी प्रत्येकाला आपल्याकडे आकर्षून घेतलं आहे. मला या सगळ्यांशी लढायचं आहे. जिथून मी लढू शकेन, अशा रणांगणाच्या मध्यभागी माझा रथ घेऊन जा.'' रथ वेगाने दौडत सुटला.

अश्वत्थाम्याने राधेयाकडे पाहून स्मित केले. 'तुला संधी मिळाली आहे. आता तू काय करतोस, ते पाहू या.' असेच जणू त्याला त्या स्मितातून सुचवायचं होतं. तो राधेयाला म्हणाला, ''राधेया, पाहा, तुझ्याशी लढायला उत्सुक असलेला अर्जुन येतो आहे. गेली कित्येक वर्षं दरबारात तू, आपण अर्जुनाला कसे ठार करू याविषयी केलेली भाषणं दुमदुमली आहेत. आता तो सिंहासारखा गर्जना करीत इथं आला आहे. आता त्याच्याशी तुला लढताना आम्हांला पाहू दे. तुझा जर पराभव झाला; तर तू हस्तिनापुराला दरबारात परत जा आणि कुटिल बुद्धीच्या शकुनींशी पांडवांना नष्ट करणारी एखादी लबाडीची युक्ती सुचते काय, याची चर्चा कर.'' राधेयाचे डोळे आग ओकू लागले. तो म्हणाला, ''मला टोमणे मारू नकोस. मी अर्जुनाला भीत नाही, मी कधीही भ्यालेलो नाही, कृष्णालासुद्धा मी भीत नाही! मी कसा लढतो, ते तू पाहा. मी ते तुला दाखवतोच.'' स्मित करीत अर्जुन सामोरा आला. दुर्योधन रणांगणाच्या मध्यभागी पोचला होता. तो लढायच्या तयारीत होता. भीष्म, द्रोण, कृप, अश्वत्थामा, दुर्योधन, राधेय, शकुनी, विकर्ण अशा साऱ्या कौरववीरांनी चहूबाजूंनी अर्जुनाला घेरले होते. भयंकर युद्ध झाले. ते सगळे अर्जुनाशी लढले – सगळेजण आणि प्रत्येकजण. अर्जुन निर्भय होता. त्याला राधेयाशी लढायचे होते. त्याने आपले लक्ष राधेयावरच केंद्रित केले होते.

अर्जुन एकट्या राधेयाशी युद्ध करायला उभा राहिला. ते द्वंद्वयुद्ध विलक्षण होते. सगळेजण हे युद्ध मंत्रमुग्ध होऊन पाहत होते. दोघेही महान धनुर्धर होते. शौर्य आणि कौशल्य यांच्या बाबतीत त्यांची एकमेकांशी स्पर्धा सुरू होती. अर्जुन म्हणाला, ''राधेया, ये! जुनी

देणीघेणी आता आपण पुरी करू या. तू मला ठार करण्याची शपथ घेतली आहेस आणि तुला ठार करण्याची शपथ मी घेतली आहे. कोण जिंकतो आणि कोण आपली शपथ खरी करतो, ते आता पाहू या. शौर्यात आपल्याशी बरोबरी करील, असा कोणीही नाही – अशी शेखी मिरवताना मी तुला ऐकलं आहे. तू तुझं विधान सिद्ध करण्याची वेळ आता आली आहे. आता इथून तू जिवंत परत कसा जातोस, हेच मी पाहतो.'' राधेय हसून म्हणाला, ''माझ्या प्रिय अर्जुना, तुझ्याशी द्वंद्वयुद्ध करून तुला संपवायला मीही अतिशय उत्सुक आहे. पोकळ बडबड करीत फुकट वेळ घालवण्याची मला इच्छा नाही. चल, युद्धाला सुरुवात करू या.''

बराच वेळ त्यांचे युद्ध चालले होते. राधेयाचे बाण इतक्या वेगाने सुटत होते की, नजरेने त्यांचा मागोवा घेणे शक्य होत नव्हते. ते तीक्ष्ण होते. अर्जुनाला, त्याच्या घोड्यांना आणि सारथ्यालासुद्धा त्यांनी जखमी केले. राजपुत्र उत्तर निर्भयपणे लढत होता. अचानक तो वीर बनला होता. अर्जुनाचा मोठा प्रभाव त्याच्यावर पडला होता. अर्जुनाच्या हल्ल्यासमोर बराच वेळ राधेयाने तग धरला. पण अखेर त्याला पराभव मान्य करावा लागला. त्याचे कपाळ, त्याची मान, त्याचे खांदे, त्याचे बाहू, त्याची रुंद छाती या सर्व ठिकाणी अर्जुनाचे बाण रुतून राहिले होते. राधेयाने लढायचे सोडून दिले आणि तो रणांगणातून पळून गेला.

अर्जुन आणि द्रोण यांचे द्वंद्वयुद्ध सुरू झाले. अर्जुन जिंकतो आहे, असे दिसले; तेव्हा अश्वत्थामा पित्याच्या मदतीला धावून गेला. वाटेत येणारी प्रत्येक गोष्ट जाळत जाणाऱ्या वणव्यासारखा अर्जुन लढत होता. द्रोण, अश्वत्थामा आणि कृप यांचा अर्जुनाने पराभव केला. लढण्याची दैवी देणगी लाभलेला योद्धा असेच अर्जुनाचे वर्णन करता आले असते. सर्वसामान्य मर्त्य मानवाप्रमाणे तो दिसत नव्हता. भीष्म त्यांच्या मदतीला आले. अर्जुनाने प्रत्येकाचा पराभव केला. त्याला दुर्योधनाबरोबर लढायचे होते. दुर्योधनाचा माग काढीत तो गेला. अर्जुन आणि दुर्योधन लढू लागले. ज्या गोष्टी घडत होत्या, त्यामुळे दुर्योधन आधीच निराश झाला होता. अर्जुनाने कौरवांचे सैन्य चारी दिशांना उधळले असल्याचे त्याने पाहिले. त्याने मोठ्या शौर्याने अर्जुनाशी लढण्याचा प्रयत्न केला, पण तो फार काळ लढू शकला नाही. अर्जुनाने त्याचे घोडे आणि हत्ती ठार केले. दुर्योधन आपल्या

सामर्थ्यवान चुलतभावाशी लढू शकला नाही. रणांगणातून पळून जाणे त्याला भाग पडले. अर्जुनाने आपल्या बाणांहून तीक्ष्ण अशा शब्दांनी त्याचा पाठलाग केला. अर्जुन त्याला म्हणाला, ''तू आज रणांगणात आपली कीर्ती आणि लौकिक सोडून पळून गेला आहेस. असा भेकडपणा करणं क्षत्रियाला शोभतं काय? आपल्या प्राणाच्या मोबदल्यात आपली कीर्ती, आपला लौकिक देऊन टाकण्याइतके तुझे प्राण तुला प्रिय आहेत काय? अखेर हे जीवन म्हणजे काय आहे? काही क्षण! तू भेकडासारखा वागतो आहेस. अशा जगण्याच्या इच्छेपेक्षा रणांगणात मरण्याची इच्छा धरावी. तुझं नाव दुर्योधन असं ठेवलं गेलं आहे. त्याचा अर्थ तुझ्याशी लढणं कठीण आहे, असा होतो. सुयोधन असंही तुझं दुसरं नाव आहे. त्याचा अर्थ चांगला योद्धा असा होतो. तू आज तुझ्या या वागण्यानं तुझी दोन्ही नावं अर्थशून्य केली आहेस. तुला स्वत:ची शरम वाटायला हवी. चल, तू आपलं पौरुष आठव आणि लढायला उभा रहा.''

अर्जुनाच्या निष्ठुर शब्दांचा दंश झालेला दुर्योधन मागे परतला आणि पुन्हा लढायला तयार झाला. जखमी सर्पासारखा तो लढू लागला. त्याचा अहंकार दुखावला गेला होता. तो अतिशय संवेदनशील होता. त्याच्यावर लादले गेलेले अपमान त्याला सहन होईनात. राधेय त्याला मदत करण्यासाठी त्याच्या उजव्या बाजूने लढू लागला. पण त्यांना अर्जुनाचा पराभव करणे शक्य होईना. द्रोण आणि इतर कौरववीर यांनी पुन्हा एकदा अर्जुनाला गराडा घातला, पण व्यर्थ. आपण कौरवसैन्याचा चांगलाच धुव्वा उडवल्याचे अर्जुनाला कळले. त्याने संमोहन अस्त्राचा वापर केला. सर्व सैन्याला मूर्च्छित करण्याचे सामर्थ्य त्या अस्त्रात होते. कौरवांचे सर्व सैन्य मूर्च्छित झाल्यागत पडलेले राजपुत्र उत्तर याला दिसले.

राजकन्या उत्तरा हिने केलेल्या विनंतीची अर्जुनाला आठवण झाली. तो राजपुत्र उत्तर याला म्हणाला, ''ते सगळे संमोहनाच्या अवस्थेत आहेत. रथातून खाली उतरून त्यांच्याजवळ जा आणि त्यांची उत्तरीय आणि शेले काढून आण. राधेयाच्या छातीवर सुंदर पिवळं रेशमी वस्त्रं दिसतं आहे ते घेऊन ये, अश्वत्थाम्याच्या अंगावरचा शेला काढून आण, दुर्योधनाच्या अंगावर सुंदर निळं रेशीम आहे, तुझ्या बहिणीला ते आवडेल, ते घेऊन ये. माझ्या आजोबांच्या फार जवळ जाऊ नको.

माझ्या अस्त्राला निष्प्रभ करणारा मंत्र त्यांना ठाऊक आहे. ते संमोहनात नसण्याची शक्यता आहे. त्यांच्याजवळ जाऊन धोका पत्करूया नको.'' राजपुत्र उत्तर रथातून खाली उतरला आणि त्याने मूर्च्छित पडलेल्या वीरांच्या अंगावरची रेशमी वस्त्रे आभूषणे गोळा केली. तो आपल्या रथात येऊन बसला. त्यांची निघायची तयारी झाली. भीष्मांनी त्यांचा रथ थांबवण्याचा प्रयत्न केला, पण त्यांच्या रथाचे घोडे अर्जुनाने ठार केले. अर्जुनाने दुरूनच त्यांना प्रणाम केला आणि तो विराटनगरीच्या दिशेने निघाला.

कौरवांचे सगळे सैन्य संमोहनातून जागे झाले. त्यांना अर्जुनाचा पाठलाग करायचा होता. पण भीष्म त्यांना हसून म्हणाले, ''मूर्खपणा करू नका. आपला पराभव झाला आहे, ही गोष्ट स्वीकारा. आपण हस्तिनापुराला परत जाऊ या. तुमची वस्त्रं आणि दागिने काढून घेतले गेले, हे मी पाहिलं. याचा अर्थ तुमचा सन्मानच त्यांनी काढून नेला. काही वर्षांपूर्वी तुम्ही त्यांच्याबाबतीत जे वागलात, त्याचा अगदी योग्य असा सूड त्यांनी घेतला. मी अर्जुनाला थोपवण्याचा प्रयत्न केला, पण मला ते शक्य झालं नाही. तुम्ही संमोहनात असताना तो तुम्हांला ठार करू शकला असता. पण तो इतका सत्प्रवृत्त आहे, की त्यानं तसं केलं नाही. आपण हस्तिनापुराला परत जाऊ या.'' दुर्योधन काहीच बोलला नाही. त्याच्या सर्व योजना उद्ध्वस्त झाल्या होत्या. दूर क्षितिजाकडे त्याला अर्जुनाचा रथ जाताना दिसला. तिथून अर्जुनाने सोडलेले बाण वडील मंडळींच्या पायाशी येऊन पडले होते. अशा रीतीने त्याने त्यांचा निरोप घेतला. दुर्योधनाचा निरोप घेण्यासाठी त्याने एका बाणाने त्याचा मुकुट जमिनीवर पाडला. आता अर्जुनाचा रथ त्यांच्या दृष्टिपल्याड गेला होता. मनोभंगाचा सुस्कारा टाकून दुर्योधनाने हस्तिनापुराला परत जाण्याचे ठरवले.

अर्जुन रथातून खाली उतरला. तो राजपुत्र उत्तर याला म्हणाला, ''परमेश्वराच्या कृपेनं गायींची सुखरूप सुटका झाली. शत्रूंचा पराभव झाला. तुझा विजय झाल्याचा संदेश आता तू तुझ्या नगरात पाठव. एक इशारा मला तुला द्यायचा आहे. पांडव आपल्या दरबारात आहेत, हे तुझ्या पित्याला इतक्यात कळू देऊ नकोस. त्याला अचानक जर हे कळलं, तर तो धक्का त्याला सहन होणार नाही. कौरवांच्या सैन्याचा तू पराभव केलास आणि त्यांनी नेलेल्या गायी परत मिळवल्यास,

असंच त्यांना सांग.'' राजपुत्र उत्तर म्हणाला, ''हे अशक्य आहे. आढ्यता मिरवण्याचे माझे दिवस आता गेले आहेत. जे कर्तृत्व माझं नाही, त्याचं श्रेय मी घेणार नाही.'' अर्जुन म्हणाला, ''तात्पुरतं त्यांना असं सांग. योग्य अशी वेळ आली, की तू त्यांना सत्य सांगू शकशील.''

शमी वृक्षाच्या दिशेने ते निघाले. रथावरच्या वानराची प्रतिमा असलेला ध्वज काढून टाकून त्याऐवजी सिंहाची प्रतिमा असलेला ध्वज उभारण्यात आला. महान गांडीव धनुष्य नाजूकपणे कापडात गुंडाळून ते इतर शस्त्रांसोबत ठेवण्यात आले. त्यानंतर ते दोघे नगरीकडे निघाले. राजपुत्र उत्तर आता रथात बसला होता आणि बृहन्नडा रथाचे सारथ्य करीत होती. लढत असताना कापडाने बांधलेले तिचे केस पुन्हा वेणीच्या स्वरूपात पाठीवर लोंबत होते.

## युधिष्ठिराचे रक्त

त्रिगर्तांचा पराभव केल्यानंतर राजा विराटाने विजयोत्सवाने नगरीत प्रवेश केला. गायींची सुटका केली होती. नगरीतल्या नागरिकांनी मोठी मिरवणूक काढून त्याचे स्वागत केले. बरोबरच्या पांडवांच्या समवेतच त्याने नगरीत प्रवेश केला. राजवाड्यात राणी आणि राजकन्या यांनी त्यांचे स्वागत केले. कौरवांनी स्वारी केली असून राजपुत्र उत्तर त्यांच्याशी एकटा लढणार असल्याची माहिती राजकन्या उत्तरा हिने त्याला दिली. त्याच्यावर आलेल्या या संकटामुळे राजा दुःखी झाला. राजपुत्र उत्तर याच्या रथाचे सारथ्य बृहन्नडा करीत असल्याचे त्याला सांगण्यात आले. हे ऐकून राजा निराशेत अगदी खोल बुडून गेला. तो म्हणाला, ''आता माझा मुलगा काय बरं करील? कौरवांचे मोठमोठे वीर लढणार आहेत. भीष्म, द्रोण, कृप आणि अजिंक्य असलेला राधेय हे सगळे आपल्यावर हल्ला करणार आहेत. माझा मुलगा काय करील? आता

ताबडतोब माझं सैन्य गोळा करून मला माझ्या मुलाच्या मदतीला गेलं पाहिजे. सुशर्माचा पराभव झाल्यानंतर आता सगळी संकटं संपली, असं मला वाटलं होतं. हे नवं संकट येईल, याची मला कल्पनाही नव्हती. आता ताबडतोब मला सैन्य गोळा केलंच पाहिजे.'' आता या दुसऱ्या लढाईसाठी राजा आपल्या मंत्र्यांना आणि भावांना आवश्यक त्या सूचना देत होता.

युधिष्ठिर हे सर्व पाहून राजाला म्हणाला, ''निराश होऊ नकोस. तुझ्या पुत्राच्या रथाचं सारथ्य बृहन्नडा करते आहे, हे कळल्यामुळे मी अगदी निश्चिंत झालो आहे. तुझ्या पुत्राच्या रथाचं सारथ्य जर बृहन्नडा करीत असेल, तर तुझा पुत्र इंद्र आणि यम यांचाही पराभव करू शकेल. मी बृहन्नडेला ओळखतो. तिची थोरवी मला ठाऊक आहे. मन शांत ठेव आणि तुझ्या पुत्राचा विजय झाल्याची बातमी येण्याची वाट पाहा. तुझा पुत्र विजय मिळवील, याची मला खात्री आहे.'' राजाला युधिष्ठिराविषयी अतिशय आदर होता. त्यामुळे राजाने शांत राहण्याचे कबूल केले. दुःखाने त्याचे हृदय जड झाले होते. पण तरीही त्याने राजपुत्र उत्तर याच्याकडची काही बातमी येण्याची वाट पाहण्याचे ठरवले.

राजाने काही तास अशी वेदना भोगली. इतक्यात काही गुराखी त्याला भेटायला आले. ते म्हणाले, ''महाराज, रणांगणाच्या जवळून आम्ही आलो आहोत. बृहन्नडा राजपुत्राच्या रथाचं सारथ्य करीत असल्याचं आम्ही पाहिलं. आम्हांला पाहून रथ थांबला. बृहन्नडा आम्हांला म्हणाली, 'नगरीत ताबडतोब जा आणि जाहीर करा, की राजपुत्रानं सर्व शत्रूंचा धुव्वा उडवला असून गायींची सुटका केली आहे. सन्मानपूर्वक त्याच्या स्वागताची सर्व नगरीनं तयारी करावी,' ते गुराखी इतके उत्तेजित झाले होते की, पुनःपुन्हा हीच गोष्ट ते सांगत होते.

हा निरोप कळताच युधिष्ठिर हसला आणि म्हणाला, ''राजा आणि त्याचा पुत्र यांना यश वश झालं, ही सुदैवाची गोष्ट आहे. पण मला याचं मुळीच आश्चर्य वाटत नाही. बृहन्नडा राजपुत्राचं सारथ्य करीत असल्यामुळे तो जिंकणार, याची मला खात्री होती. इंद्राचा सारथी मातली आणि या जगातला सर्वश्रेष्ठ सारथी कृष्ण हेसुद्धा बृहन्नडासमोर फिके पडतील.'' राजा आनंदाने अगदी बेभान झाला. त्याने सगळी नगरी सजवण्याचा हुकूम सोडला. वैभवशाली समारंभाने आपल्या

पुत्राचे स्वागत व्हावे, अशी त्याची इच्छा होती. राजाच्या आज्ञेनुसार सगळे लोक कामाला लागले. राजा आनंदित होता. राजवाडा ही आनंदाची जणू बाग होती.

राजा आणि युधिष्ठिर एकत्र बसले होते. सभागृहाच्या सजावटीचे काम सुरू होते आणि द्रौपदी त्याकडे लक्ष पुरवीत होती. राजाचे लक्ष तिच्याकडे गेले. तिला हाक मारून राजा म्हणाला, "सैरंध्री, द्यूताचा पट घेऊन ये. मला द्यूत खेळायचं आहे. मी आज अतिशय सुखी आहे. मला द्यूत खेळायचं आहे." युधिष्ठिर म्हणाला, "माझा सल्ला विचाराल, तर द्यूत खेळू नका. कृपा करा, आता आपण खेळू या नको. मन शांत नसताना हा खेळ खेळू नये, असं शहाणी माणसं सांगतात." राजा म्हणाला, "तुझ्या या बोलण्याला काही अर्थ नाही. आपण कसलाही पण लावून हा खेळ खेळणार नाही आहोत. वेळ घालवण्यासाठी आपल्याला खेळायचं आहे. त्यामुळे त्यात काही धोका नाही. चला, आपण खेळू या." युधिष्ठिर म्हणाला, "नको, महाराज, हा खेळ भयंकर आहे. द्यूताच्या खेळात आपलं राज्य, आपले भाऊ आणि पत्नी यांना पणाला लावून युधिष्ठिर आपलं सर्वस्व गमावून बसला. या खेळामुळे माणूस आपली विचारशक्तीच गमावून बसतो. युधिष्ठिराचं मन जर शांत असतं, तर त्यानं हा मूर्खपणा केलाच नसता. हा खेळ मद्यासारखा डोक्यात चढतो. या खेळामुळे ज्यांची कल्पनाही करता येणार नाही, अशा वाईट गोष्टी माणूस करतो. तुम्ही उत्तेजित झाला आहात. मला तुमची काळजी वाटते. आपण हा खेळ खेळू या नको." पण राजा खेळायच्या हट्टालाच पेटला. तेव्हा युधिष्ठिराचा अगदी नाइलाज होऊन तो खेळायला तयार झाला.

खेळाला सुरुवात झाली. आपल्या पुत्राने मिळवलेल्या विजयाने विराटाचे आनंदाने मन भरून गेले होते. राजाप्रमाणेच युधिष्ठिराचे मनसुद्धा अर्जुनाच्या यशामुळे थरारून गेले होते. राजा म्हणाला, "माझ्या पुत्रानं केलेल्या पराक्रमाचा मला अभिमान वाटतो. कौरवांच्या सर्व वीरांबरोबर तो लढला. या विचारानंच मी थरारून जातो. फार मोठी गोष्ट त्यानं साध्य केली. जे अशक्य ते त्यानं शक्य केलं." युधिष्ठिर म्हणाला, "तुमच्या पुत्राच्या रथाचं सारथ्य करायला बृहन्नडा होती, हे मोठं सुदैवच म्हटलं पाहिजे. त्यामुळेच राजपुत्र युद्ध जिंकू शकला." युधिष्ठिराचे हे बोलणे राजाला आवडले नाही. तो अतिशय

रागावला. तो म्हणाला, ''तू म्हणतोस, की तुला आश्चर्य वाटलं नाही. कौरवसैन्यातल्या वीरांचा पराभव करणं, ही सोपी गोष्ट आहे काय? ती फार मोठी कामगिरी आहे. तू बृहन्नडेविषयी ती कोणीतरी महान असल्याप्रमाणे सारखा बोलत असतोस. मी सांगतो तुला, माझा पुत्र फार मोठा वीर आहे. माझ्या पुत्राविषयी कमी बोलून आणि बृहन्नडेविषयी जास्त बोलून तू माझा आणि माझ्या पुत्राचा अपमान करत आहेस. यावेळी मी एकदा तुला माफ करतो; पण पुन्हा तू मला नाराज करणार नाहीस, याची काळजी घे.''

युधिष्ठिराने स्मित केले आणि तो म्हणाला, ''महाराज, सत्य ऐकायला कधीही सुखकारक वाटत नाही. काय झालं असणार, ते मी तुम्हांला सांगतो. बृहन्नडेनं विजय मिळवला, हे नगरीत जाहीर करा. मी म्हणतो तसंच झालं आहे, हे नक्की. मी एखादी गोष्ट सांगतो, तेव्हा ती नेहमी सत्य असणारच. बृहन्नडेचा रथ हाकण्याचं काम तुझ्या पुत्रानं केलं असणार, कौरवसैन्याचा पराभव तिनं केला आहे. त्या सैन्याचा विचार कर. देवसुद्धा त्या सैन्याशी लढायला भितात. तुझ्या पुत्रासारखं एक मूल त्यांचा कसा पराभव करू शकेल? फक्त बृहन्नडेलाच हा विजय मिळवणं शक्य आहे.'' हे ऐकून राजा रागाने अगदी बेभान झाला. त्याने द्यूताचा फासा हातात घेतला आणि तो युधिष्ठिराच्या कपाळावर फेकून मारला. त्याच्या कपाळाला खोक पडून रक्त वाहू लागले. युधिष्ठिर रक्त जमिनीवर पडू देईना. आपल्या हाताचा पेला करून त्याने रक्ताचा एक थेंबही जमिनीवर पडू दिला नाही. वेदनाभरल्या नजरेने त्याने द्रौपदीकडे पाहिले. पाण्याने भरलेला सोन्याचा गडू घेऊन ती धावतच गेली. त्या पाण्याने युधिष्ठिराने आपले हात धुतले. द्रौपदीने आपल्या पदराने त्याची भुवई पुसली आणि रक्त वाहण्याचे थांबवण्याचा प्रयत्न केला.

हा काय प्रकार चालला आहे, ते राजा विराट पाहत होता. तो द्रौपदीला म्हणाला, ''सैरंध्री, तू हे काय करते आहेस? तुझ्या रेशमी वस्त्रानं या मूर्ख ब्राह्मणाची जखम तू कशासाठी पुसते आहेस?'' द्रौपदी म्हणाली, ''या सज्जन माणसाच्या रक्ताचा एक थेंब जर जमिनीवर पडला, तर तुझ्या राज्यात एक वर्ष पाऊस पडणार नाही. जमिनीवर पडणारा त्याच्या रक्ताचा प्रत्येक थेंब म्हणजे एक वर्ष दुष्काळ. याचं रक्त जर जमिनीवर पडलं, तर असं रक्त सांडणाऱ्याला ठार मारण्याची ज्यानं

शपथ घेतली आहे, त्याच्या हातून तू मारला जाशील. तू आणि तुझं राज्य यांना वाचवण्यासाठी याच्या रक्ताचा थेंबही मी जमिनीवर पडू दिलेला नाही.'' द्रौपदीच्या बोलण्याला राजा विराटाने जराही महत्त्व दिले नाही. युधिष्ठिरावरचा त्याचा राग तसाच राहिला.

निरोप घेऊन आलेल्या एका दूताने सभागृहात प्रवेश केला. तो म्हणाला, ''राजपुत्र आता नगरीत आला आहे. राजवाड्याच्या दरवाजापाशी तो आहे. आताही तो त्याच्याबरोबर असलेल्या बृहन्नडेसह राजमहालात प्रवेश करतो आहे.'' त्या दूताशी युधिष्ठिर गुप्तपणे बोलला. तो म्हणाला, ''सभागृहात ते एकत्र प्रवेश करणार नाहीत, हे तू पाहा. आता त्या राजपुत्राला येऊ दे. बृहन्नडेला मागे राहू दे. तिला काही वेळानं येऊ दे. हे मी तुमच्या राजाच्या हितासाठीच सांगतो आहे. मी काय सांगतो तसं करण्यावर त्याचं जगणं अवलंबून आहे. बृहन्नडा राजपुत्राबरोबर प्रवेश करणार नाही, याची काळजी तू घे.'' राजपुत्र उत्तर याने सभागृहात प्रवेश केला. त्याच्या पित्याने त्याला मोठ्या प्रेमाने आलिंगन दिले. राजपुत्र उत्तर याने पलीकडे नजर टाकली. रक्ताने माखलेला युधिष्ठिराचा चेहरा त्याला दिसला. त्याच्या हृदयाचे स्पंदन क्षणभर थांबले. ते दृश्य पाहून तो चरकला. तो म्हणाला, ''या उदात्त माणसावर हा भेकड हल्ला कोणी केला? सर्पाच्या शेपटीवर पाय ठेवण्याचा हा अविचार कोणाचा? हा भेकड गुन्हा कोणी केला आहे?'' राजा हसून म्हणाला, ''फासा फेकून मी त्याला जखमी केलं. तुला कमी लेखून आणि तुझ्या सारथ्याची – त्या बृहन्नडेची – स्तुती करून त्यानं मला चीड आणली, म्हणून मी त्याला मारलं.'' राजपुत्र उत्तर म्हणाला, ''पिताजी, तुम्ही काय करून बसला आहात, ते तुम्हांला कळलेलं नाही. आधी ताबडतोब त्याची क्षमा मागा. स्वतःवर परमेश्वराचा शाप ओढवून घेऊ नका.'' आपल्या पुत्राचे हे बोलणे ऐकून राजा चकित झाला. पुत्राचे दर्शन झाल्यामुळे युधिष्ठिरावरचा त्याचा राग नाहीसा झाला होता. राजा युधिष्ठिराकडे गेला आणि त्याने त्याची क्षमा मागितली. युधिष्ठिराच्या जखमेतून रक्त वाहायचे आता थांबले होते. द्रौपदीने केलेल्या शुश्रूषेचा तो परिणाम होता. युधिष्ठिर म्हणाला, ''मी तुमच्यावर मुळीच रागावलेलो नाही. तुमच्या हिताची मला काळजी वाटत होती. माझं रक्त जमिनीवर पडलेलं मला नको होतं. ते जर जमिनीवर पडलं असतं, तर त्या क्षणी तुमचं मरण ओढवलं असतं.

पण हे संकट मी दूर केलं. आता काहीही होणार नाही.'' राजाला त्याच्या बोलण्याचा काहीच अर्थबोध झाला नाही.

बृहन्नडेने सभागृहात प्रवेश केला. राजा आपल्या पुत्राच्या पराक्रमाची प्रशंसा करीत होता. बिचारा राजपुत्र उत्तर याला अर्जुनाच्या डोळ्यांना डोळे भिडवण्याची हिंमत झाली नाही. तो म्हणाला, ''पिताजी, मला एका दिव्य व्यक्तीनं मदत केली आहे. त्याच्या मदतीशिवाय मी विजय मिळवू शकलो नसतो. त्यानं एकट्यानं सर्वांचा पराभव केला.'' राजपुत्र उत्तर यानं घडलेली सर्व हकीकत पित्याला सांगितली. अर्जुनाच्या नावाचा उल्लेख मात्र त्याने केला नाही. पण त्याच्या पराक्रमाविषयी तो बोलला. या अज्ञात दिव्य व्यक्तीविषयी राजाला फार आश्चर्य वाटले. तो म्हणाला, ''या माणसाला मला भेटायचं आहे. मला त्याचे आभार मानले पाहिजेत. माझ्याकडे आहे ते सर्व मी त्याला देईन. मी माझी मुलगी त्याला देईन. त्याला माझ्याकडे घेऊन ये.'' राजपुत्र उत्तर म्हणाला, ''तो माझ्या नजरेआड निघून गेला आहे. तो उद्या किंवा परवा येण्याची शक्यता आहे.'' आपल्या पुत्राच्या रथाचे सारथ्य केल्याबद्दल राजाने बृहन्नडेचे आभार मानले. अर्जुन तिथून निघाला आणि राजकन्या उत्तरा हिच्या महालात गेला. त्याने तिच्यासाठी आणलेले रेशीम आणि दागिने तिला दिले. हा सगळा वेळ अर्जुनाला युधिष्ठिराच्या वागण्याचे कोडे पडले होते. राजपुत्र उत्तर आपल्या पित्याला रणांगणावर काय काय घडले हे सांगत असताना अर्जुन युधिष्ठिराच्या चेहऱ्यावर कोणती प्रतिक्रिया उमटते, हे पाहत होता. त्याने युधिष्ठिराच्या नजरेला नजर भिडवण्याचा प्रयत्न केला. पण युधिष्ठिराने आपले तोंड फिरवले. यामुळे अर्जुन अतिशय अस्वस्थ झाला. युधिष्ठिर मिस्कील स्मित करून आपल्याकडे पाहील, अशी त्याची अपेक्षा होती. युधिष्ठिर असे का वागतो आहे, हे न कळल्यामुळे अर्जुन अगदी बेचैन झाला होता. अर्जुन भीमाकडे गेला आणि त्याला म्हणाला, ''युधिष्ठिर असा वेगळाच का वागतो आहे? नेहमी माझ्याकडे तो प्रेमानं पाहतो, तसं तो पाहत नाही आहे. मी कौरवांशी लढलो, म्हणून तो माझ्यावर रागावला आहे की काय? पण लढणं तर मला भाग होतं.'' भीम म्हणाला, ''मलाही याचं कारण सांगता येत नाही. आपण त्यालाच जाऊन विचारू या.'' ते दोघे युधिष्ठिराकडे गेले. त्यांना पाहताच युधिष्ठिराने अर्जुनाला प्रेमाने आलिंगन दिले. त्यांनी युधिष्ठिराच्या कपाळावर झालेल्या जखमेकडे

प्रश्नार्थक नजरेने पाहिले. युधिष्ठिर म्हणाला, "या गोष्टीचा आता विचार करू नका. राजानं द्यूताचा फासा फेकून माझ्या कपाळावर मारला आणि ही जखम केली." युधिष्ठिराने घडलेली सर्व हकीकत त्यांना सांगितली. तो म्हणाला, "अर्जुना, कपाळावर खोक पडली होती मला. तू प्रवेश केलास, तेव्हा तुझ्या दृष्टीला ती पडू नये, अशी माझी इच्छा होती. यासाठी मी तोंड फिरवलं." हे ऐकून भीम संतापला. तो म्हणाला, "तू विराटावरचा राग जरा जरी प्रकट केला असतास, तर तो केव्हाच मरून गेला असता. तू कोण आहेस, हे ठाऊक नसताना त्यानं तुझा अपमान केला. मला हे सहन होत नाही. आपण त्याला शिक्षा केलीच पाहिजे." अर्जुन युधिष्ठिराला म्हणाला, "महाराज, गेली अनेक वर्षं तुमचा संयम हाच तुमच्या नुकसानीचं कारण होऊन बसला आहे. मी या माणसाला आणि त्याच्या सर्व नातेवाइकांना ठार करीन. तुमचा संयम मला मुळीच पसंत नाही. मी विराटाला ठार करणार." भीम म्हणाला, "अर्जुन म्हणतो ते बरोबर आहे. त्यांचे मित्र आणि नातेवाईक यांच्यासकट आपण मत्स्यांना ठार करू. राजा विराट कणा नसल्याप्रमाणे वागल्यामुळे कीचकानं द्रौपदीचा छळ केला. मत्स्य देशाचे आधी आपण राजे होऊ या. त्यानंतर आपण सर्व जगाचे राजे होऊ शकतो." युधिष्ठिर म्हणाला, "तू आधी शांत हो. त्याला ठार मारण्याची जरुरी नाही. मी कोण आहे, हे ठाऊक नसल्यामुळे त्यानं माझा अपमान केला. आपण त्याला एक संधी देऊ या. उद्या सकाळी, आपण कोण आहोत हे त्याला कळू देऊ. आपण सिंहासन ताब्यात घेऊ. त्यानंतर आपल्याला विरोध करायची हिंमत जर त्यानं दाखवली, तर आपण त्याला ठार करू. तोपर्यंत नाही. त्यानं काय केलं आहे, हे त्याला कळू द्या. तरीही तो जर उद्धटपणानं वागला, तर मात्र त्याला आणि त्याच्या लोकांना आपण ठार करू. पण आता नाही."

# ग्रहण सुटले

ती सुंदर सकाळ होती. पाचही पांडव सकाळी लवकर उठले. सुगंधी जलाने त्यांनी स्नान केले. मूल्यवान मऊ रेशमाची वस्त्रे त्यांनी परिधान केली. झळाळणारे अलंकार त्यांनी घातले. ते विराटाच्या दरबारात गेले. युधिष्ठिर सिंहासनावर बसला. द्रौपदी त्याच्या शेजारी बसली. चारही भाऊ त्यांच्या सभोवती बसले. राजा विराट येण्याची ते वाट पाहत होते. काही वेळाने राजाने त्याच्या सेवकांसह प्रवेश केला. त्याच्यामागून त्याचे मंत्री आणि दरबारातील इतर अनेक अधिकारी आले. अग्नीसारख्या तेजस्वी पांडवांकडे त्याने पाहिले आणि तो चकित झाला. तो युधिष्ठिराला म्हणाला, "कंक, तू माझ्या दरबारात द्यूत खेळणारा आहेस. तू सज्जन मनुष्य आहेस, असं मला वाटल्यामुळे मी तुला अनेक सवलती दिल्या. याचा अर्थ असा नव्हे, की तू माझी रेशमी वस्त्रं परिधान करून माझ्या सिंहासनावर बसावंस. मला तुझं हे वागणं मुळीच आवडलेलं नाही. तुला जर तुझं आयुष्य प्रिय असेल, तर तुझ्या या वागण्याचं स्पष्टीकरण तू दे."

संतापलेल्या राजाकडे पाहून युधिष्ठिर हसला, पण तो काहीच बोलला नाही. अर्जुन म्हणाला, "विराटा, सावधपणे वाग. तू काय बोलतो आहेस, याचं तुलाच भान नाही. तू हे ज्याच्याविषयी बोलतो आहेस, तो माणूस इंद्राच्या शेजारी त्याच्या सिंहासनावर बसण्याच्या योग्यतेचा आहे. या पृथ्वीवर जन्मलेला तो सर्वश्रेष्ठ आत्मा आहे. राजांतला तो सिंह आहे. तो युधिष्ठिर नावाचा पांडव आहे. जोपर्यंत सूर्य उगवतो आणि मावळतो आहे, तोपर्यंत याची कीर्ती टिकून राहील. हजारो राजे याच्याभोवती उभे असत. तो इंद्रप्रस्थाचा राजा होता. या जगाचा तो एकमेव राजा होता. सत्य आणि सदाचरण यांचं तो निवासस्थान आहे. असा हा महान युधिष्ठिर, या जगाचा सम्राट तुझ्या सिंहासनावर बसून त्याचा सन्मान करत आहे. तुझा याला विरोध आहे? तुझ्या सिंहासनावर बसण्याचा त्याला अधिकार नाही, असं

तुला वाटलं. अजूनही तुला तसं वाटतं आहे काय? आम्हांला सांग.''

राजा विराट काही वेळ एक शब्ददेखील बोलू शकला नाही. त्यानंतर तो म्हणाला, ''हा जर युधिष्ठिर; तर त्याचे भाऊ कुठं आहेत? म्हणजे त्याचे भाऊ कोण आहेत, अर्जुन कोण, भीम कोण, नकुल कोण आणि सहदेव कोण? अग्निकन्या द्रौपदी ती हीच काय? मला सांग आणि माझ्या कुतूहलाचं समाधान कर.'' अर्जुनाने त्याला सर्वांची ओळख करून दिली. भीमाने राजाला अर्जुनाची ओळख करून दिली. त्याच वेळी राजपुत्र उत्तर तिथे हजर झाला. तो म्हणाला, ''आता मी बोलायला मोकळा आहे, ही माझ्यावर देवाची कृपा आहे. रणांगणावर खरं काय घडलं, हे मी आता सगळ्या जगाला सांगू शकतो. पिताजी, ती लढाई आमच्यासाठी अर्जुन लढला. महान अर्जुनाचा मी सारथी होतो.'' राजपुत्र उत्तर याने पांडवांच्या पायांवर डोके ठेवले आणि तो आनंदाश्रू ढाळू लागला. राजाने अर्जुनाला आलिंगन दिले आणि तो म्हणाला, ''देवाची माझ्यावर कृपा आहे. त्यानं तुझ्या हातून माझ्या मुलाचे प्राण वाचवले.'' तो युधिष्ठिराच्या पाया पडला. तो अश्रूंनी चिंब भिजला होता. त्याने एका सेवकाच्या हातातले चामर घेतले आणि तो युधिष्ठिराला वारा घालू लागला. त्याने युधिष्ठिराचे पाय धुतले आणि तो म्हणाला, ''या पृथ्वीवरचा मी सर्वांत भाग्यवान मनुष्य आहे. तुझी उपस्थिती ही आमच्या नगरीवर झालेली तुझी कृपा आहे. तुझ्या कृपामय अस्तित्वामुळे आमच्या नगरीला एक नवं तेज प्राप्त झालं आहे. कृपा करून माझ्या राज्याचा स्वीकार कर. मी तुझा सेवक आहे, तुझा दास आहे. माझ्या घरी असताना जो कमीपणा तुला सहन करावा लागला, त्याबद्दल तुझ्या अपार दयाळू आणि उदात्त स्वभावाला अनुसरून तू मला क्षमा कर. तुझ्या क्षमाशीलतेबद्दल तुझी ख्याती आहे. माझ्यावर दया कर आणि मला क्षमा कर.''

त्याचा उजवा हात युधिष्ठिराने आपल्या हातात घेतला आणि तो म्हणाला, ''मी तुझ्यावर रागावलेलो नाही. त्याऐवजी मी तुझ्यावर प्रसन्न आहे. आमच्या अज्ञातवासातलं अत्यंत कठीण वर्ष मी तुझ्या नगरीत आनंदानं घालवलं. तुम्ही मला अतिशय प्रेमानं वागवलं. परकी माणसं म्हणून आम्ही तुझ्याजवळ आलो. तुझ्या सौजन्यानं आणि उदात्त स्वभावानं आमची मनं जिंकली. मित्र म्हणून तुझा स्वीकार करताना मला अतिशय आनंद होतो आहे.'' युधिष्ठिराचे हे प्रेमळ शब्द

ऐकून राजा विराटाला समाधान वाटले.

राजपुत्र उत्तर सिंहासनाजवळ आला आणि आपल्या पित्याला म्हणाला, "कुंतीचे पुत्र इतके महिने आपल्या सोबत राहिले, हे आपलं मोठं भाग्य आहे. आता तुम्ही त्यांचा सन्मान केलात. पिताजी, माझी एक सूचना आहे. कौरवांशी केलेल्या युद्धात ज्यानं मला मदत केली, त्याला आपली मुलगी द्यावी – अशी तुमची इच्छा असल्याचं तुम्ही म्हणाला होता. या जगातला सर्वश्रेष्ठ वीर अर्जुन याच्याशी तिचं लग्न करून द्या." राजपुत्र उत्तर बाहेर गेला आणि राजकन्या उत्तरा हिला घेऊन आला. विराटाने अर्जुनाकडे पाहून स्मित केले आणि तो म्हणाला, "अर्जुना, ही माझी कन्या गेले कित्येक महिने तुझी शिष्या होती. तिचा तू पत्नी म्हणून स्वीकार करशील, तर तो माझा मोठा सन्मान होईल." तो युधिष्ठिराच्या पाया पडला आणि म्हणाला, "कृपा करून आमच्या अपराधांची क्षमा करा. माझ्या कन्येचा तुमच्या भावाची वधू म्हणून स्वीकार करा आणि तुम्ही क्षमा केली आहे, हे दाखवून द्या." विराटाला काय उत्तर द्यावे, हे विचारण्यासाठी युधिष्ठिराने अर्जुनाकडे पाहिले.

अर्जुन आपल्या जागेवरून उठला आणि म्हणाला, "आम्हांला मत्स्यांचं राज्य नको आहे. युद्ध सुरू होईल; तेव्हा तुमचा पाठिंबा आम्हांला मिळेल, असं आश्वासन आम्हांला तुमच्याकडून हवं आहे. कन्या उत्तरा हिचा मी वधू म्हणून स्वीकार करावा, अशी विनंती मला करण्यात आली आहे. माझ्यावरच्या प्रेमामुळे तुम्ही ही विनंती मला केली आहे. त्याबद्दल मी आभारी आहे. पण तुमच्या या विनंतीचा मी स्वीकार करू शकत नाही. ही मुलगी माझी विद्यार्थिनी होती. ती मला माझ्या कन्येसारखी होती. तिचा मी पत्नी म्हणून स्वीकार करू शकत नाही. पण मी माझी सून म्हणून तिचा स्वीकार करू शकतो. माझा पुत्र अभिमन्यू याची पत्नी म्हणून ती आमच्या घरी येईल. माझी पत्नी सुभद्रा हिचा तो पुत्र आहे, तो कृष्णाचा भाचा आहे. माझ्या आवडत्या विद्यार्थिनीला तो अगदी योग्य असा पती आहे." अर्जुनाने उत्तरेकडे हसून पाहिले आणि तिला आपल्या मांडीवर बसवली. तो म्हणाला, "वत्से उत्तरे, आजपासून तू माझी कन्या आहेस." अर्जुनाचे हे बोलणे ऐकून युधिष्ठिराला आनंद झाला.

हस्तिनापुराहून एक दूत विराटाच्या दरबारात आला. तो दूत आला, तेव्हा पाचही पांडव विराटाच्या दरबारात होते. दूत म्हणाला, "आमचे

महाराज दुर्योधन यांनी निरोप पाठवला आहे तो असा : 'पांडवांनी आणखी बारा वर्षं वनवासात जाण्याची तयारी करावी. अज्ञातवासाचं तेरावं वर्षं पुरं होण्याच्या आत आम्ही अर्जुनाला ओळखला आहे.' ''

हा निरोप कळताच युधिष्ठिराने मोठ्याने आणि प्रदीर्घ हास्य केले. तो दूताला म्हणाला, ''तुझा मालक, स्वामी, राजा याच्याकडे ताबडतोब परत जा आणि त्याला माझा निरोप सांग, की तेरा वर्षं पुरी झाली आहेत किंवा नाही, हे आमचे आदरणीय आजोबा भीष्म यांना ठरवू द्या. माझ्या प्रश्नाचं उत्तर मिळेपर्यंत आम्हांला शांतपणे एकटं राहू दे, असं त्याला सांगा.''

## अभिमन्यूचा विवाह

आपला वनवास आणि अज्ञातवासाचा काळ संपवून पांडव परत आले आहेत, ही बातमी या टोकापासून त्या टोकापर्यंत सर्वत्र पसरली. सगळ्या लोकांच्या बोलण्यात तोच विषय होता. आता दुर्योधन काय करील, याचे कुतूहल लोकांना वाटत होते. पांडवांनी उपप्लाव्य नगरीत राहायला जाण्याचे ठरवले. विराटाच्या राज्यातलीच ती नगरी होती. तिथे गेल्यानंतर युधिष्ठिराने आपल्या मित्रांना आणि हितचिंतकांना तसा निरोप आपल्या दूताबरोबर पाठवला. कृष्ण आणि द्रुपद यांचा त्यात पहिला क्रमांक होता. निरोप मिळताच ते विनाविलंब उपप्लाव्य नगरीला जायला निघाले. सर्वांत अगोदर तिथे बलराम पोचला. त्यानंतर कृष्ण आपली बहीण सुभद्रा आणि तिचा पुत्र अभिमन्यू यांच्याबरोबर तिथे पोचला. कृष्ण आणि पांडव यांची भेट अतिशय जिव्हाळ्याची होती. वृष्णी घराण्यातले सर्व लोक आले होते. राजा विराट आणि पांडव कृष्ण आणि बलराम यांचे स्वागत करण्यासाठी नगरीच्या सीमेवर गेले होते. ते त्यांच्या पाया पडले आणि कृष्णात्मी म्हणाले, ''तुझ्या

कृपेमुळे ही तेरा वर्षं आम्ही संपवली. तू आमचा स्वामी आणि आमचा मित्र आहेस, तू आमचं रक्षण करतोस. तू आमचा आधार आहेस, तुझ्या इच्छेनुसार आम्ही वागतो. आम्ही तुझे आहोत आणि तू आमचा आहेस. तू आमचं सर्वस्व आहेस.''

भावनांच्या आवेगामुळे कृष्णाच्या डोळ्यांतून अश्रुधारा वाहू लागल्या. त्याच्याइतकीच द्रौपदीही भावनांनी हेलावली होती. अश्रूंनी कंठ रुद्ध झाल्यामुळे त्यांच्या तोंडून शब्द उमटेना. कृष्णाने द्रौपदीच्या डोळ्यांतले अश्रू पुसले आणि तो तिला म्हणाला, ''द्रौपदी, तू अश्रू आवर. अश्रूंचा काळ आता उरलेला नाही. आता हसू लाग. तुझं स्मित तुझ्या ओठात परतण्याचे दिवस आता आले आहेत. तुझ्या सुंदर डोळ्यांतले अश्रू पूस. तेरा वर्षांपूर्वी तुला काम्यक वनात दिलेलं वचन मी पूर्ण करीन. तुझ्या मनातलं दुःख आता नाहीसं होईल.''

उपप्लाव्य नगरीत त्यांनी प्रवेश केला. युधिष्ठिरावर प्रेम करणारे सर्व राजे तिथे आले होते. तेरा वर्षांनंतर आता ते पांडवांना भेटत होते आणि त्यांना अतिशय आनंद झाला होता. लवकरच अभिमन्यूचे लग्न व्हायचे होते. आलेले सर्व राजे या लग्नासाठी थांबले.

अभिमन्यूच्या विवाहाचा समारंभ अतिशय आनंदात साजरा झाला. त्याच्या विवाहाचे पौरोहित्य पांडवांच्या बाजूने धौम्य ऋषींनी केले. कृष्ण आणि अर्जुन एकमेकांच्या शेजारी बसले होते. जणू पृथ्वीवरचा स्वर्ग असेच रूप विराटनगरीला आले होते. अनेक वर्षे वेदना भोगल्यानंतर त्यांचा शेवट आता या विवाहाच्या रूपाने झाला होता. आपल्या मुलाचा सुखी चेहरा पाहाताना गेली कित्येक वर्षे सोसलेल्या वेदना ते आता विसरून गेले होते. आनंदाच्या या दिवसाचा जितका घेता येईल, तितका आनंद त्यांनी घेतला; कारण हा दिवस तात्पुरता विसावा आहे, हे ते जाणून होते. कितीतरी महत्त्वाच्या गोष्टी चर्चेची वाट पाहत होत्या. भारतवर्षाचे भवितव्य तराजूत टांगलेले होते.

पण ही सगळी उद्याची गोष्ट होती. आज त्यांचा प्रिय पुत्र अभिमन्यू याच्या विवाहाचा दिवस होता. अभिमन्यूच्या डोळ्यांतला प्रीतीचा प्रकाश आणि त्याला प्रतिसाद देणारी उत्तरेच्या डोळ्यांतली सलज्जता यांच्याखेरीज अन्य कशाचाही विचार करायला आज या घडीला त्यांना करायचा नव्हता.

पाहुणे म्हणून विवाहसमारंभाला आलेले राजे सोबत आपले सैन्य

घेऊन आले होते. हे सैन्य युधिष्ठिराच्या मदतीसाठी आहे, याचे आश्वासन त्यांना द्यायचे होते. द्रुपद, द्रौपदीचे पुत्र, धृष्टद्युम्न, शिखंडी हे सर्व तिथे हजर होते. कृतवर्मा, सात्यकी आणि कृष्णाचे चुलतभाऊही आले होते.

राजवाड्यात द्रौपदी आणि सुभद्रा या दोघी राण्या होत्या. राणी सुदेष्णा सर्व व्यवस्थेवर लक्ष ठेवून होती. राजवाडा इंद्राच्या महालासारखा दिसत होता. पांडव आनंदात होते. समारंभाच्या मंडपात कृष्ण आणि बलराम चंद्र-सूर्यासारखे प्रकाशमान होते. बाकीचे सर्व तारे होत्ते. अभिमन्यूच्या विवाहसमारंभाच्या दिवसांत सर्वांची हृदये आनंदाने भरून गेली होती.

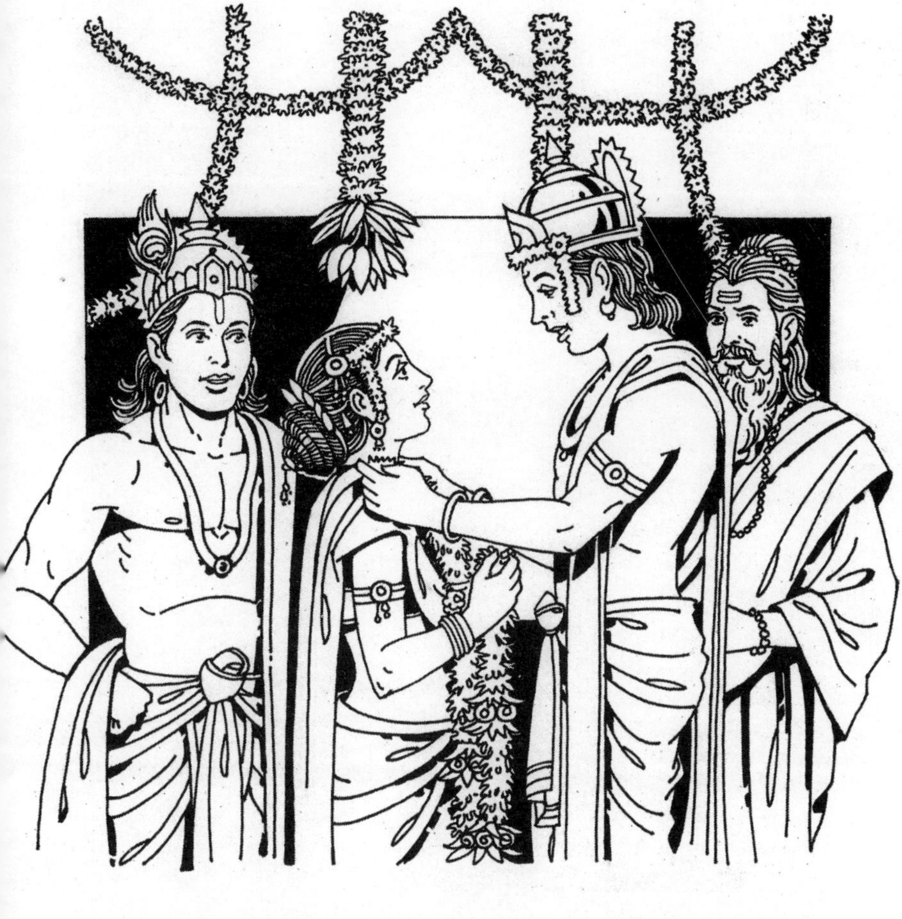